பணத்தின் பயணம்

பண்டமாற்று முதல் பிட்காயின் வரை...

பணத்தின் பயணம்

பண்டமாற்று முதல் பிட்காயின் வரை...

இரா. மன்னர் மன்னன்

பயிற்று

பார்க்க... படிக்க... படைக்க...

பணத்தின் பயணம்
இரா. மன்னர் மன்னன் ©

முதற் பதிப்பு: டிசம்பர், 2017
இரண்டாம் பதிப்பு: ஜூலை, 2022
பக்கங்கள்: 488.   விலை: ரூ.500.
ISBN: 978-81-957532-0-8

வெளியிடுபவர்:
பயிற்று பதிப்பகம், சென்னை.
கைப்பேசி: 8925095553
மின்னஞ்சல்: *payitru2012@gmail.com*

புத்தக வடிவமைப்பு:
விஷுவல் வினோத்

இந்த நூல்...

எளிய மக்களுக்காக
பழகு தமிழில் பொருளாதாரம்
பேசிய முதல் தமிழன், தமிழகம்
மக்கள் நல மாநிலமாக
இருக்க அடித்தளம் போட்ட
பெருந்தலைவன்
பேரறிஞர் அண்ணாவுக்கு...

நன்றி!

ச.கார்த்திகைச் செல்வன்
நிர்வாக ஆசிரியர்,
புதிய தலைமுறை தொலைக்காட்சி.

மோகன் ராஜா
திரைப்பட இயக்குநர், சென்னை.

இரா.வீரமணி,
ஆசிரியர்,
'சமஸ்கிருதத்தின் தாய்மொழி தமிழே' நூல்.

சங்கரன்ராமன்
நாணயவியல் ஆய்வாளர், சென்னை.

ஆறுமுக சீதாராமன்
நாணயவியல் ஆய்வாளர், சென்னை.

ஹேமலதா
வரலாற்று வாசகர், சென்னை.

பாலாஜி தினகரன்
உதவிப் பேராசிரியர், சென்னை.

நுழைவாயில்...

விருப்பப்பட்ட பொருட்களை வாங்க விலையாகவும், நமக்காக வேலை செய்பவர்களுக்கு கொடுக்க சம்பளமாகவும், எதிர்காலத்திற்காக இப்போதே எடுத்து வைக்கும் சேமிப்பாகவும், தொழில் அல்லது பங்கில் போடும் முதலீடாகவும் பல வடிவங்களில் பணம் இப்போது நமக்கு இன்றியமையாத ஒன்று.

இரண்டாயிரம் ஆண்டுகளுக்கும் மேலாக பணம் சம்பாதிப்பது என்பது மனித வாழ்வில் மிக முக்கியமான பகுதி. இதில் கோட்டை விட்டால் நாம் வாழ்க்கையையே கோட்டைவிட வேண்டியதுதான். திருவள்ளுவர் பொருளதிகாரத்திலே 'பொருள் இல்லாதவர்களுக்கு இந்த உலகம் இல்லை' என்று கூறுவது மெய்யான பொருளுக்கு பொருந்துமோ இல்லையோ பணத்துக்கு அப்படியே பொருந்தும். இவ்வளவு முக்கியத்துவம் வாய்ந்த பணம் எப்படித் தோன்றியது? அது எப்படி பொருளாதாரத்தை இயக்குகின்றது? அதன் வடிவங்கள் என்ன? - என்றெல்லாம் அறிவது, நாம் பணத்தை அடைய உதவக் கூடியது என்பதோடு, பண இழப்பில் இருந்து நம்மைக் காக்கவும் கூடியது.

பணத்தின் புகழைப் பாடும், முதலீட்டின் முக்கியத்துவத்தைப் பேசும் நூல்கள் அனைத்து மொழிகளிலும் எண்ணித் தீராத எண்ணிக்கையில் வெளிவந்துவிட்டன. அவை பெரும்பாலும் உலக மக்கள் தொகையில் 1%க்கும் கீழே உள்ள பணக்காரர்களின் அனுபவங்களையும் தந்திரங்களையும் பற்றியே கூறுகின்றன. ஆனால் இந்த நூல் மீதம் உள்ள 99% மக்களைப் பற்றியது. அவர்கள் எப்படி சுரண்டப்பட்டு இந்த 1% பணக்காரர்கள் உருவாக்கப்படுகிறார்கள் என்பதைப் பற்றியது. நீங்கள் காலம் காலமாக எப்படியெல்லாம் ஏமாற்றப்பட்டீர்கள் என்பதைப் பற்றியது. அத்தோடு இனி ஏமாறாமல் இருக்கும் வழிகளை உங்களுக்குக் காட்டக் கூடியது.

வரலாறு நெடுகிலும் பணமும் மோசடிகளும் பின்னிப் பிணைந்தே காணப்படுவதால், பணத்தின் வரலாறு ஒரு கட்டத்திற்கு மேல் பண மோசடிகளின் வரலாறாகவே இருக்கிறது. மோசடிகள் சமீப

நாட்களில் பொருளாதாரத் தத்துவங்களாகவும் வழிமுறைகளாகவும் உஜாலாவுக்கு மாறிவிட்டன என்றாலும் அவற்றின் முதல்பெயர் "மோசடி" என்பதாகத்தான் இருந்திருக்கின்றது. இன்று உலகையே இயக்கும் முந்தைய மோசடிக் கும்பல்கள் எப்படி அரசு அங்கீகாரம் பெற்ற அமைப்புகளாக மாறின?, அவற்றின் முந்தைய ஏமாற்று வேலைகள் எல்லாம் அங்கீகரிக்கப்பட்ட தொழில் தந்திரங்களாக எப்போது ஏற்றுக் கொள்ளப்பட்டன? இத்தனைக் காலங்களில் இதையெல்லாம் உணராத வகையில் மக்கள் எவ்வாறெல்லாம் மூளைச்சலவை செய்யப்பட்டு இருக்கிறார்கள்? - என்பதை எல்லாம் அறியும் போது, இந்த உலகத்தின் இன்னொரு பரிமாணம் உங்களுக்குப் புரியும்.

ஒரு நாணயவியல் ஆய்வாளராக, எனது 20 ஆண்டுகால அனுபவத்தில் இருந்தும் ஒரு ஊடகவியலாளராக எனது 10 ஆண்டுகாலத் தேடல்களில் இருந்தும் இந்தநூலை நான் எழுதுகிறேன், இது கட்டாயம் பிற பொருளாதார நூல்களில் இருந்து வேறுபட்டிருக்கும். எனது முந்தைய நூலான 'பல்லவர் வரலாறு' நாணயவியல் அடிப்படையில் பல்லவர் வரலாற்றை கவனித்து, அதன் மறுபக்கத்தை மக்களுக்குக் காட்டியது. அது போலவே இந்த நூலும் தேவைப்படும் இடங்களில் நாணயவியலின் கோணத்தில் இருந்தும் பொருளாதாரத்தின் வரலாற்றை விளக்கும். இந்த புதிய கோணத்தை நீங்கள் ரசிப்பீர்கள் என நம்புகிறேன்.

இந்த நூலில் உங்கள் பயணம் இரட்டைத் தண்டவாளங்களில் பயணிக்கும் ஒற்றை ரயிலின் பயணத்தைப் போன்றதாக இருக்கும்.இதில் பண்டம், தங்கம், நாணயம் ஆகிய பொருட்கள் ஒரு தண்டவாளம் என்றால், பண்டமாற்றுப் பொருளாதாரம், தங்கப் பொருளாதாரம், நாணயவியல் பொருளாதாரம் ஆகிய சிந்தனைகள் இன்னொரு தண்டவாளம். அறியாத மிருகத்தை மேய்க்க முடியாது, தெரியாத பிரச்னைகளைத் தீர்க்கவே முடியாது. இதோ பணத்தின் உண்மை வரலாறு உங்கள் கையில்... அதை வாளாகப் பயன்படுத்துவீர்களோ, கேடயமாகப் பயன்படுத்துவீர்களோ... எப்படியோ களத்தில் நின்று வெற்றி பெற எனது வாழ்த்துகள்.

தோழமையுடன்
இரா.மன்னர் மன்னன்

இரா. மன்னர் மன்னன்

தஞ்சையைப் பூர்வீகமாகக் கொண்ட இரா.மன்னர் மன்னன் கடந்த 2009ல் விகடனால் 'மிகச்சிறந்த மாணவப் பத்திரிகையாளர்' எனத் தேர்வு செய்யப்பட்டவர். 2010ல் விஜய் தொலைக்காட்சியின் 'தமிழ்ப் பேச்சு எங்கள் மூச்சு' நிகழ்ச்சியில் பங்கேற்று முதல் 12 இடங்களுக்குள் வந்தவர். சென்னை இலயோலா கல்லூரியில் ஊடகக் கலைகளில் முதுகலைப் பட்டம் பெற்றவர். இவர் கடந்த 2012 ஆம் ஆண்டு முதல் ஊடகம், விளம்பரம் மற்றும் திரைப்படம் ஆகிய துறைகளில் பணியாற்றி வருகிறார்.

மறுபுறம் இவர் காப்பியங்கள், புராணங்கள், சங்க இலக்கியங்களில் நல்ல பரிச்சயம் உள்ளவர். இவரது இலக்கிய அறிவை மாணவப் பருவத்திலேயே அங்கீகரித்த சென்னைக் கம்பன் கழகம் இவருக்கு மாநில அளவிலான 23 பரிசுகளையும், 'கம்பன் அடிப்பொடி சா.கணேசனார்' விருதையும் வழங்கியது. முன்னாள் மத்திய அமைச்சர் வீரப்ப மொய்லி கன்னடத்திலே எழுதிய இராமாயணத்தின் சுந்தரகாண்டப் பகுதி 2012ல் இவராலேயே தமிழில் மரபுக் கவிதையாக ஆக்கம் பெற்றது.

வரலாற்றிலும் முதுகலைப் பட்டம் பெற்றுள்ள இரா.மன்னர் மன்னன் தென்னிந்தியாவின் குறிப்பிடத் தகுந்த நாணய ஆய்வாளர்களில் ஒருவர். இவரது 20 ஆண்டுகால நாணய சேகரிப்பு தமிழக அளவில் மிகப் பெரியது. இதில் கி.மு.4ஆம் நூற்றாண்டு முதல் கி.பி.18ஆம் நூற்றாண்டு வரையில் தமிழகத்தில் புழங்கிய நாணயங்கள் காலவாரியாக ஆவணப்படுத்தப்பட்டுள்ளன. அவற்றில் பல நாணயங்கள் இவரே கண்டறிந்தவை. இதற்காக பல்வேறு விருதுகளையும் பாராட்டுகளையும் இவர் பெற்றுள்ளார்.

இவரது எழுத்தில், 2016ல் பல்லவர்களின் பூர்வீகம் என்ன என்பதை முழுதாக விளக்கிய 'பல்லவர் வரலாறு' நூல் வெளியானது. தொடர்ந்து 2017ல் பணத்தின் உண்மை வரலாற்றை விளக்கிய 'பணத்தின் பயணம்' நூல் வெளியானது (இது அந்நூலின் இரண்டாம் பதிப்பு

ஆகும்), 2018ஆம் ஆண்டில் தமிழர்களே இரும்பைப் பயன்படுத்திய முதல் இனத்தினர் என்பதை நிறுவிய 'ஆயுத தேசம்' நூல் வெளியாகி வா.செ.குழந்தைசாமி அறக்கட்டளையின் 'தமிழ் மேம்பாட்டு விருது' வென்றது. அதே ஆண்டில் தனது வரலாற்றுக் கட்டுரைகளின் தொகுப்பாக இவர் வெளியிட்ட 'வரலாற்றில் சில திருத்தங்கள்' நூல் தமிழ் வளர்ச்சித்துறையின் சிறந்த நூலுக்கான விருது பெற்றது.

2020ல் விளம்பரங்களின் வரலாற்றையும் உளவியலையும் கூறும் 'விளம்பர வேட்டை' நூலை இவர் எழுதினார். 2021ஆம் ஆண்டில் பயிற்று பதிப்பகம் என்ற புதிய பதிப்பகத்தைத் தொடங்கி 'இராஜராஜ சோழன்' என்ற நூலை வெளியிட்டார். இந்நூல் சோழர் வரலாற்று சங்கத்தின் 'அருமொழி விருது' பெற்றது. அதே ஆண்டில் இவரது ஆயுத தேசம் நூல் ஆங்கிலத்தில் 'The first launch' என்ற பெயரில் மறு ஆக்கம் செய்யப்பட்டு உள்ளது.

உள்ளடக்கம்

1. பணம் இல்லாத பண்டைய உலகம்....................15
2. பல வடிவங்களில் பணம்..........................22
3. தங்கமே தங்கம்....................................32
4. தங்கம், வெள்ளி... கொலை, கொள்ளை.........41
5. புதிய நாடுகளில் புதையல் வேட்டை...........48
6. கடல் கொள்ளையும் உழைப்புச் சுரண்டலும்...57
7. இந்தியாவும் தங்கமும்............................65
8. தங்க, வெள்ளி நாணயங்கள்......................78
9. எவை இந்தியாவின் பண்டைய நாணயங்கள்?...88
10. முத்திரைக் காசுகளும் பிற்காலக் காசுகளும்....95
11. ஆங்கிலேயர் கால இந்திய நாணயங்கள்........105
12. தமிழகமும் நாணயங்களும்.....................113
13. இராஜராஜன், இராஜேந்திரன் காசுகள்........124
14. காசு, பணம், துட்டு, டப்பு......................131
15. சீனாவும் பணத்தாள்களும்......................143
16. பணம் வைக்க இடம் வேண்டும்.................148
17. வட்டியும் வங்கியும்.............................153
18. சுரண்டல்களும் மக்கள் நலத் திட்டங்களும்....162
19. தங்கத்தை வீழ்த்திய தாள்கள்..................176
20. ஜான் லா எனும் பொருளாதார சூதாடி........182

21. புராட்டஸ்டண்டுகளின் எழுச்சியும்
நவீன ஐரோப்பாவும்..................188
22. ரோத்சைல்டுகளின் தொடக்கம்............194
23. அமெரிக்காவை விழுங்கிய ரோத்சைல்டுகள்!.........205
24. நாதஸ் திருந்திட்டான்?...............212
25. தங்கத்தைக் கட்டுப்படுத்தும் ரோத்சைல்டுகள்!..........223
26. பட்டியலில் இல்லாத பணக்காரர்கள்...............230
27. தொழிலாளி எனும் புது வர்க்கம்..........241
28. வரலாற்றில் பவுண்ட்டும் (Pound) டாலரும் (Dollar).........247
29. பவுண்டில் இருந்து டாலருக்கு...............254
30. தங்கமும் பணமும் வேறான கதை...........265
31. ஜி.டி.பி.யும் பொருளாதாரமும்............271
32. ஜி.டி.பி.யின் வரலாறு...............277
33. ஜி.டி.பி. முறையின் குறைபாடுகள்...........282
34. ஜி.டி.பி.யில் வளரக்கூடாத துறைகள்!............286
35. இரண்டு வகை ஜி.டி.பி.க்கள்............291
36. ஜி.டி.பி. குறித்து அறிஞர்கள்...........297
37. இரண்டாம் நிலைத்துறையால் அபாயம்!............301
38. பங்குச் சந்தைகளும் பொருளாதாரமும்............308
39. முதல் பெருமந்தமும்
புதிய பொருளாதாரக் கொள்கைகளும்............321
40. இரண்டாம் பெருமந்தமும் நமக்கான எச்சரிக்கையும்.........330

41. இந்தியாவும் வணிகமும் வங்கிகளும் 336
42. உலகப் பணத்தாள்கள் - சில சுவாரசியக் குறிப்புகள் 346
43. பல்வேறு வடிவங்களில் நாணயங்கள் 353
44. கறுப்புப் பணமும் பணச் சலவையும் கள்ளப்பணமும் 362
45. அழுக்குப் பணத்தாள்களும் கிழிந்த பணத்தாள்களும் 371
46. வங்கிகளும் வரி ஏய்ப்பும் கறுப்புப் பணமும் 377
47. இந்திய நாணயங்களும் பணத்தாள்களும் 384
48. ஒரு ரூபாய் பணத்தாளும் பிற பணத்தாள்களும் 399
49. உலக வரலாற்றில் பணமதிப்பு நீக்கங்கள் 405
50. மோடியின் பணமதிப்பு நீக்கம் 411
51. பணமதிப்பு நீக்கமும் பொய்களும் 418
52. பணமதிப்பு நீக்கம் - தெளிவில்லாமல் போட்ட திட்டம் 425
53. பணமதிப்பு நீக்கம்: சொன்ன காரணங்கள் சரியா? 430
54. உள்ளூர் பணமும் உலகப் பொருளாதாரமும் 437
55. கடன் கணக்குகளும் வட்டி விளையாட்டுகளும் 442
56. ஏ.டி.எம்.களும் கிரெடிட் கார்டுகளும் 449
57. பிட்காயின் என்றால் என்ன? 456
58. பிட்காயின் எப்படி இயங்குகிறது? 462
59. பிட்காயினின் எதிர்காலமும் இந்தியாவும் 473
60. நாணய சேகரிப்பும்,
    அதற்கான சிறப்பு நாணயங்களும் 480

1
பணம் இல்லாத பண்டைய உலகம்

பணம் இப்போது நம்மிடம் நாணயங்களாகவும், பணத்தாள்களாகவும் புழங்குகின்றது. பணத்தைக் கையில் வைத்து செலவு செய்ய விரும்பாதவர்களுக்காக டெபிட் கார்டுகள் உள்ளன. இவற்றின் மூலம் வங்கியில் உள்ள பணத்தை வெளியில் எடுக்காமலேயே நாம் செலவு செய்ய முடிகின்றது. வங்கியில் பணம் இல்லாத போது, உடனடியாக கடன் உதவி செய்ய கிரெடிட் கார்டுகள் உள்ளன. இவை தவிர செக் (காசோலை), டிமாண்ட் டிராஃப்ட் (வரைவோலை) போன்றவை பணப்பரிமாற்றத்தில் பணத்தின் குறுகிய கால வடிவங்களாகப் பயன்படுத்தப்படுகின்றன.

அடிப்படையில் பணத்தாள்களின் பிற வடிவங்கள்தான் காசோலையும் வரைவோலையும். வரலாற்றின் பாதையில் பார்க்கப்போனால் காசோலைகளின் நீட்சியாகத் தோன்றியவைதான் பணத்தாள்கள்!. சில சமயங்களில் வரலாறு நாம் நினைத்தபடி இருப்பதில்லை, தீப்பெட்டி கண்டுபிடிக்கப்படுவதற்கு பல நூற்றாண்டுகள் முன்பே லைட்டர்கள் புழக்கத்தில் இருந்த உலகம் இது.

இந்த கிரெடிட் கார்டுகள், டெபிட் கார்டுகள் எல்லாம் சமீபத்திய கண்டுபிடிப்புகள். ஆனால் கார்டுகள் மூலம் பணத்தைப் பயன்படுத்தலாம் என்ற எண்ணம் 1887ஆம் ஆண்டிலேயே மனிதர்களால் பதிவு செய்யப்பட்ட ஒன்று!. இவை வடிவமற்ற பணத்தை எண்களின் மூலம் உருவாக்குகின்றன.

இப்போது அடுத்த தலைமுறைப் பணவடிவமாக பிட்காயின் போன்ற மெய்நிகர் பணங்கள் (கிரிப்டோ கரன்சிகள்)

கணிக்கப்படுகின்றன. இணையத்தில் மட்டும் வாழும் உருவமற்ற மெய்நிகர் பணத்தை குறிப்பிட்ட கடவுச் சொல்லின் மூலம் அதன் உரிமையாளர் பயன்படுத்தலாம். தங்கச்சந்தை, டாலர் சந்தை போல மெய்நிகர் பணத்திற்கும் ஏற்ற இறக்கங்கள் நிறைந்த ஒரு தனி சந்தை உருவாகிக் கொண்டு இருக்கின்றது. (மெய்நிகர் பணம், பிட்காயின்கள் பற்றி பின்பொரு தனித்த அத்தியாயத்தில் விரிவாகப் பார்க்கலாம்)

இப்படிப் பணம் நம்மைச் சுற்றிப் பல வடிவங்களில் இயங்கினாலும், பணத்திற்கு என்று ஒரு தனித்த வரையறை உலகத்தில் இன்றுவரை வகுக்கப்படவில்லை என்பது நம்புவதற்கே மிகக் கடினமான ஒன்று. பணத்திற்கான எளிய பொருளாதார வரையறை 'எது பணமாகக் கருதப்படுகிறதோ அதுவே பணம்!' – என்பதுதான்.

பொருளாதார வல்லுநர் வாக்கரின் வார்த்தைகளில் சொல்லப் போனால், 'பணம் எதையெல்லாம் செய்ய வல்லதோ அதுவே பணம்'. அதாவது மனிதனுக்கு மதிப்பைத் தரும் 'பொருள்' எதுவோ அதையே நாம் பணம் என்று பயன்படுத்துகிறோம். அந்தப் பணத்திற்கு மதிப்பு எங்கிருந்து வருகிறது என்றால், அதே மனிதனிடமிருந்துதான்!.

மனிதர்களின் கண்டுபிடிப்புகளில் பெரும்பாலானவற்றை மனிதர்கள் ஆண்டு கொண்டு இருக்கிறார்கள். ஆனால் மனிதன் கண்டுபிடித்த இரண்டு கண்டுபிடிப்புகள் இன்று அவனையே ஆண்டு கொண்டிருக்கின்றன என்றால் அவை பணமும் கடவுளும்தான்!. இந்த இரண்டுக்கும் இடையே நெருங்கிய தொடர்பும் உண்டு!. மதங்கள் காட்டும் கடவுள் உலகங்களில் பணம் இல்லை. சொர்க்கத்தில் பணம் செல்லாது நரகத்திலும் பணம் செல்லாது. ஆனால் உலக வாழ்க்கையில் பணத்தின் மூலமாக கடவுளின் அருளைப் பெறலாம் என்ற எண்ணம் மட்டும் உலகில் எங்கும் விரவிக் காணப்படுகின்றது. கோவில் குளத்தில் காசைப்போடுவது, உண்டியலில் பணம் போடுவது தொடங்கி கோவில் கட்டுவது, குளம் வெட்டுவது வரையில் கடவுள் பக்தியின் வெளிப்பாடுகளாக பணத்தை செலவழிப்பதற்கு பல வழிகள் மேற்கொள்ளப்படுகின்றன.

இப்படியெல்லாம் அதிக பணத்தைச் செலவழித்து அப்படி அந்தக் கடவுளிடம் மனிதன் எதைக் கேட்கிறான் என்று பார்த்தால் பெரும்பாலான வேண்டுதல்களும் பணமாகவே

இருப்பதுதான் வேடிக்கை. பணத்தைப் பற்றியும் கடவுளைப் பற்றியும் எந்த கருத்தும் இல்லாமல் பல்லாயிரம் கோடி உயிரினங்கள் வாழும் இந்த உலகில் பணமும், கடவுள் நம்பிக்கையும்தான் மனித இனத்தைப் பிற உயிரினங்களில் இருந்து வேறுபடுத்துகின்றன. இங்கு பணத்தைப் பற்றி அறியாதவர்களின் பெயர் காட்டுமிராண்டிகள் அல்லது மனநலம் குன்றியவர்கள்.

நமது இன்றைய உலகத்தில் பணம் இல்லாமல் ஒரு நாளைக்கூட நம்மால் கடந்துவிட முடியாது. பஞ்ச பூதங்களும் இன்றைக்குப் பணத்தினால் ஆட்டுவிக்கப்படுகின்றன. ஆனால் பணம் இல்லாமல் ஒரு காலத்தில் நமது மனித சமுதாயம் முழுவதுமே இயங்கியது. பின்னர் பணம் கண்டுபிடிக்கப்பட்ட பிறகோ பணம் தானே மனிதர்களை இயக்கத் தொடங்கிவிட்டது.

பெருங்கற்காலம், கற்காலம் – என்று மனிதர்கள் நாடோடிகளாக வாழ்ந்த ஆரம்ப நாட்களில் பணம் என்ற ஒன்று இல்லை. அன்றைய மனிதர்கள் எதையும் வாங்கவோ விற்கவோ இல்லை. யாருக்கும் சம்பளம் கொடுக்கவில்லை. எதிலும் முதலீடு செய்யவும் இல்லை. அவர்களுக்கு எதிர்காலம் பற்றிய எந்த சிந்தனையும் தோன்றி இருக்கவில்லை. அவர்கள் வழியில் கிடைத்ததை எல்லாம் உண்டார்கள், பார்த்த இடங்களில் எல்லாம் தங்கினார்கள். அவர்களின் வாழ்க்கை இடம் பெயரும் வாழ்க்கையாக இருந்தது. அதாவது ஒரு இடத்தில் தங்குவது அங்குள்ள தாவரங்கள், விலங்குகளை எல்லாம் சாப்பிடுவது. அந்த உணவு வளம் தீர்ந்த பிறகு இடம் பெயர்வது.

பிற்காலத்தில் மனிதர்கள் நாடோடிகளாக வாழ்வதைக் கைவிட்டு ஒரே இடத்தில் வாழத் தொடங்கிய பிறகு, அவர்களுக்கு குறிப்பிட்ட ஒரே பகுதியில் விலங்குகளும் தாவரங்களும் நெடுநாட்களுக்குக் கிடைக்கவில்லை. அவை விரைவிலேயே தீர்ந்து போயின. இதனால் அவர்கள் தங்கள் உணவுத் தேவைகளுக்காக விவசாயம் செய்யத் தொடங்கினர், கால்நடைகளை வளர்க்கத் தொடங்கினர். இந்த இடங்கள் பெரும்பாலும் ஆற்றங்கரைகளாக இருந்தன, இந்தக் குடியேற்றங்கள் காலப்போக்கில் நாகரிகங்களாக வளர்ந்தன. அடிப்படையில் இந்த மாபெரும் மாற்றத்தை உருவாக்கியவர்கள் பெண்கள்.

ஏனென்றால் கருவுற்று இருந்த பெண்கள் தங்களால் பயணம் செய்ய இயலாத போது ஓரிடத்தில் தங்கினார்கள். தங்கிய இடத்தில் தாவரங்களைக் கவனித்து விவசாயத்தை

அறிந்தார்கள், மிருகங்களுடன் பழகி கால்நடை வளர்ப்பைக் கண்டுபிடித்தார்கள். தாவரங்களும், விலங்குகளும் நீர்நிலைகளின் அருகே கிடைத்ததாலும், மனிதனுக்கும் நீர்த்தேவை இருந்ததாலும் ஆறுகளின் கரைகள் இவர்களுக்கு சரியான இடங்களாக இருந்தன. பெண்கள் குகைகளில் வாழ்ந்த முந்தைய காலத்தில் தற்செயலாகக் கண்டுபிடிக்கப்பட்ட நெருப்பும், பின்னாட்களில் கண்டுபிடிக்கப்பட்ட சக்கரமும் இவற்றுடன் சேர்ந்து கொள்ள பின்னர் நாகரிக வளர்ச்சி நத்தை வேகத்தில் இருந்து நாலுகால் பாய்ச்சலுக்கு வந்தது. (ஆனால் நமக்கெல்லாம் ஆதிமனிதர்கள் என்ற உடனேயே கையில் குண்டாந்தடியுடன் கூடிய, இலைதழைகளை ஆடையாகக் கட்டிய ஆண்கள்தான் நினைவுக்கு வருகிறார்கள். இது கடந்த 5500 ஆண்டுகால ஆண்வழிச் சமுதாய அமைப்பின் பக்கவிளைவு).

கூடிவாழும் ஆதிமனிதர்கள்

தொடக்கத்தில் எந்தச் சொத்தும் இல்லாமல் வாழ்ந்த ஆதிமனிதர்களுக்கு 'வணிகம்' என்ற ஒன்று தேவையாக இல்லை. ஆனால் ஆதிகாலப் பெண்களால் விவசாய நிலம், கால்நடைகள் ஆகிய சொத்துக்கள் உருவாக்கப்பட்ட பிறகு அவர்களுக்கு வணிகம் தேவையானதாக மாறியது. வயலில் அதிக விளைச்சல் பெற்ற ஒரு விவசாயி தனது வயலில் விளைந்த பொருளைக் கொடுத்துவிட்டு கால்நடைகளை வாங்க விரும்பினார். நிறைய கால்நடைகளை வைத்து இருந்த ஒரு நபர் அவற்றில் சிலவற்றைக் கொடுத்துவிட்டு உணவுக்கான விளைபொருட்களை வாங்க விரும்பினார். இவர்கள் இருவரும் தங்களுக்குள் பொருட்களை மாற்றிக் கொண்டார்கள். இந்த முறை 'பண்டமாற்றுமுறை

(Barter System)' என்று அழைக்கப்பட்டது. ஆனால், இந்த முறை சந்தைத் தேவைகளுக்கு உகந்ததாக இருக்கவில்லை.

பண்டைய மக்கள் சமூகங்களில் சில பண்டமாற்று முறைகளையே வணிகத்தில் முழுதும் நம்பி இயங்கிய போதும் வலிமையான அரசையும் நாகரிகத்தையும் வலுவான தலைமைகளால் பெற்றன. அவற்றில் குறிப்பிடத்தக்கது எகிப்திய நாகரிகம். பணத்தின் உதவி இன்றியே உலகின் மிகப்பெரிய கட்டு மானங்களான பிரமிடுகளை எகிப்திய ஏகாதிபத்திய அரசர்கள் வெற்றிகரமாக கட்டினர். இது பண்டமாற்றுமுறையின் உச்சபட்ச சாதனை. (அதே சமயம் சிந்து சமவெளியில் மக்கள் உருவாக்கிய 'மக்கள் நல' நாகரிகம் போல அல்லாமல், எகிப்திய நாகரிகம் மக்களை விலங்குகளுக்கும் கீழாக நடத்தியது வேறு கதை.)

எகிப்தில் விவசாயம்

எகிப்தில் பண்டமாற்று வணிகம்

எகிப்தின் கிஸா பிரமிடு

இன்றும் பண்டமாற்று முறையின் தொடர்ச்சியாக நமது கிராமங்களில் புளியங்கொட்டைகள், தவிடு, வேப்பங்கொட்டைகள் ஆகியவை பண்டமாற்றாகப் பயன்படுகின்றன. மக்கள் இவற்றைக் கொடுத்து புளியோ, பொரியோ வாங்குகிறார்கள். இன்றைக்கு தமிழகத்தின் நகரவாசிகள் அறிந்த ஒரே பண்டமாற்றுமுறை 'பழைய துணிக்கு பக்கெட்' என்பதுதான்!.

பண்டமாற்று முறையில் மாடுகள் மிக முக்கியமான அங்கமாக பல ஆயிரம் ஆண்டுகளுக்கு இருந்தன. மாட்டினை அடிப்படையாகக் கொண்ட பண்டமாற்றுமுறை கி.மு.9000ஆம் ஆண்டில் உலகின் பல்வேறு பகுதிகளில் பரவி இருந்தது. முதலில் 'ஒரு மாட்டுக்கு இவ்வளவு விளைபொருள்' என்று தொடங்கிய இந்த வணிகம் பின்னர், 'ஒரு மாட்டுக்கு இவ்வளவு நிலம், இத்தனைக் கலப்பைகள்' என்று விரிவடைந்து கொண்டே வந்தது. இவ்வாறாக விவசாயத்திற்குப் பிறகு வணிகம் மனிதர்களின் முக்கியத் தொழிலானது.

உலகமெங்கும் இன்றும் கூட மாடுகள் செல்வத்தின் அடையாளமாகக் கருதப்படுகின்றன. தமிழில் மாடு என்ற சொல்லுக்கே செல்வம் என்று ஒரு அர்த்தம் உள்ளது (மாடல்ல மற்றையவை – திருக்குறள்). சங்ககாலத் தமிழ் அரசர்கள் பிறரின் மீது படை எடுக்கும் போது அவர்களின் செல்வமான கால்நடைகளையே முதலில் கவர்ந்தனர் என்பதையே தமிழ் இலக்கணமும் இலக்கியங்களும் கூறுகின்றன. இன்றும் தமிழக மக்களுக்கு மாடுகள் செல்வங்கள்தான். இது நமது தமிழகத்தின் நிலை மட்டுமே அல்ல.

லத்தீன் மொழியில் நாணயங்களைக் குறிக்க புகுனியா (pucinia) என்ற சொல் பயன்படுத்தப்படுகின்றது. இது லத்தீன் மொழியில் கால்நடைகளைக் குறிக்கக் கூடிய சொல்லான பெகஸ் (pecus) என்ற சொல்லில் இருந்து வந்திருக்கலாம் என்று மொழி ஆய்வாளர்கள் கூறுகின்றனர். சில ஆப்ரிக்க நாடுகளில் இருபதாம் நூற்றாண்டு வரையில்கூட மாடுகளை மட்டுமே அடிப்படையாகக் கொண்ட பண்டமாற்றுமுறை வழக்கில் இருந்தது. அந்த வகையில் உலகில் பத்தாயிரம் ஆண்டுகளுக்கும் மேலாகப் பழமை வாய்ந்த ஒரே பணவடிவம் மாடுகள்தான்.

ஆனால், மாடுகளை மட்டும் அடிப்படையாகக் கொண்டு வளர்ச்சி அடைந்த ஒரு சமூகத்தால் தொடர்ந்து வர்த்தகம் செய்ய முடியாது. ஏனெனில் ஒரு மாட்டுக்கு இணையான அல்லது ஒன்றுக்கும் மேற்பட்ட மாடுகளுக்கு இணையான பொருளை விலைக்கு வாங்கும் போது போதுமானதாக இருந்த இந்த முறை, ஒரு மாட்டின் மதிப்பிற்குக் கீழான மதிப்புள்ள பொருட்களை வாங்கும் போது சரிவரவில்லை. உதாரணமாக 'ஒரு மாட்டுக்கு இரண்டு கலப்பை' என்று மதிப்பு நிர்ணயிக்கப்பட்டு உள்ளபோது, ஒரு கலப்பை மட்டும் தேவைப்படும் ஒருவரால் பாதி மாட்டைக் கொடுக்க முடியாது. இப்போது வணிகம் சிக்கலில் சிக்குகின்றது. இப்போது மதிப்பீட்டுக்கு மாட்டைத் தவிர வேறு ஒரு பொருள் தேவை என்பது மக்களுக்குப் புரியவும் தொடங்குகின்றது. சில இடங்களில் கிழடுதட்டிய மாடுகள் பாதி மாடுகளாகவும், கன்றுகள் கால் மாடுகளாகவும் கருதப்பட்டு இருக்கின்றன. ஆனால் அது விரும்பத்தக்கதாக இல்லை. முக்கால் மாட்டு விலைக்கு தானியம் விற்கும் ஒரு நபருக்கு ஒரு கிழமாடும் ஒரு கன்றும் கிடைப்பது எளிதல்ல. சில்லறைப் பஞ்சங்களின் உச்சபட்ச வடிவம் இது.

பண மதிப்பு நீக்கம் வந்த காலத்தில் ஏ.டி.எம்.மில் எடுத்த ஒற்றை 2,000 ரூபாய் நோட்டாகவே அன்றைய மாடுகள் இருந்தன. இங்கேதான் பணம் என்ற கருத்து தனது அடுத்த நிலைக்கு நகர்கின்றது.

~

2
பல வடிவங்களில் பணம்

பண்டமாற்று முறையில் இருந்து பணம் வளர்ச்சியடையப் பல காரணங்கள் இருந்தன, அவற்றில் பிரதான காரணம் பண்டமாற்று முறையின் தோல்விதான். சில்லறை வர்த்தகம் கடினம் – என்பதைத் தவிரவும் வேறு பல காரணங்கள் அந்தத் தோல்வியின் பின்னாக இருந்தன. அந்தத் தோல்வியால் பணத்தின் பல இடைக்கால வடிவங்கள் தோன்றி மறைய, அவற்றில் கற்ற பாடங்களைக் கொண்டு மிகத்தாமதமாகவே பணம் தோன்றியது. சரி, என்னென்ன காரணங்களால் தோற்றது பண்டமாற்று முறை?.

ஆதி மனிதர்கள் நாகரிகம் அடைய அடைய அவர்களின் தேவைகள் தொடர்ந்து அதிகரித்து வந்தன. ஒருவர் ஒரு பொருளைத்தான் உற்பத்தி செய்ய முடியும் என்ற நிலையில், அவர் அதை மட்டும் விற்று, தனக்குத் தேவைப்படும் பிற பொருட்களை எல்லாம் வாங்க வேண்டும் என்ற சூழல் உருவானது. உதாரணமாக ஒரு கோதுமை விவசாயி தன் தேவைக்குப் போக உள்ள கோதுமையை விற்றுத்தான் நெல்லையும், கால்நடைகளையும், கலப்பையையும் வாங்க வேண்டும். இவற்றை எல்லாம் அவர் நேரடியாக பண்டமாற்று முறையிலேயே வாங்குவதாகக் கொண்டால் அதில் என்ன என்ன சிக்கல்கள் என்று முதலில் பார்ப்போம்.

முதலில் அவர் தனது கோதுமையை எல்லா இடத்துக்கும் தன்னுடன் கொண்டு செல்ல வேண்டும். அவரைப் போலவே நெல் விற்பவர் நெல்லையும், கால்நடை விற்பவர் கால்நடையையும், கலப்பை விற்பவர் கலப்பையையும் தங்களுடன் கொண்டு

செல்ல வேண்டும். அப்போதுதான் பண்டமாற்று சாத்தியம். இது மிகவும் கடினமானது. ஏனெனில் தனது உற்பத்திப் பொருள் யாருக்குத் தேவைப்படுகின்றது என்று கண்டுபிடிக்க அவர் பல இடங்களுக்கு அலையவேண்டியதிருக்கும்... அதிக பொருட்களை வைத்துக் கொண்டு எப்படி அலைவது?.

இரண்டாவதாக ‘எவ்வளவு கோதுமைக்கு எவ்வளவு நெல்’ என்று யாருக்கும் தெரியாது. எவ்வளவு கோதுமையைக் கொடுத்தால் ஒரு கால்நடையையோ கலப்பையையோ வாங்கலாம் என்று எந்தப் பொதுவான கணக்கீடும் அப்போது கிடையாது. இதனால் இருவரில் ஒருவருக்கு கட்டாயம் நட்டம் ஏற்பட வாய்ப்பு உருவானது.

மூன்றாவதாக அதிகமாக உற்பத்தி செய்யும் ஒருவரால் அப்போது தனது உற்பத்திப் பொருளை இருப்பில் வைக்க முடியாது. மனித வரலாற்றின் ஆரம்ப காலங்களில் வீடுகளே ஒழுங்கான வடிவமைப்பிற்கு வரவில்லை என்பதால் பெரிய குடோன்களும் பயன்பாட்டுக்கு வரவில்லை. இதனால் அதிகம் உற்பத்தி செய்தால் உற்பத்திப் பொருட்கள் சேதம் ஆகும் அபாயம் இருந்தது. விலங்குகள் அவற்றைத் தின்னக் கூடும், பூச்சிகள் அரிக்கலாம் என்று வேறுபல பிரச்னைகளும் இருந்தன. அத்தோடு அதிக உற்பத்தி என்பதும் உடலுழைப்பை மட்டுமே சார்ந்த ஒன்றாக இருந்தது.

நான்காவதாக யாரும் எதையும் ஒரு அளவுக்கு மேல் எதிர்காலத்திற்காக சேமிக்க முடியாது என்ற சூழல் அப்போது உருவானது. உதாரணத்திற்கு 5 பேர் உள்ள குடும்பத்திற்கு 5 ஆண்டுக்களுக்குத் தேவையான பணத்தை சேமித்து வைக்க இப்போது நமக்கு ஒரு கிரெடிட் கார்டு போதும். ஆனால் ஒரு ஆண்டுக்குத் தேவையான நெல்லை சேமிப்பது என்றால் வீட்டில் ஒரு அறையையே அதற்காக நாம் ஒதுக்க வேண்டும். 4 ஆண்டுகளுக்குத் தேவையான நெல்லை சேமிக்க தனி வீடே தேவைப்படும். அதனால் சேமிப்பு அப்போது மிகக் குறைவான சாத்தியங்களையே பெற்று இருந்தது. (பெரிய களஞ்சியங்களை அரசே ஊர் நடுவே அமைப்பது இதன் சிறந்த தீர்வு, இதை சிந்து சமவெளி மக்கள் பயன்படுத்தினர்.)

ஐந்தாவது பெரிய சிக்கல், யாருக்கும் சேமிப்பு என்று ஒன்று இல்லாதபோது அவர்களின் எதிர்காலம் கேள்விக்குறியாக இருந்தது. உழைக்கும் வரைக்கும் உழைக்கலாம். உழைக்க

முடியாத போது உணவு இல்லை இறக்கலாம் என்ற நிலையே அப்போது உலகெங்கும் இருந்தது. 'பதப்படுத்துதல்' எல்லாம் குளிரான துருவப் பகுதி மக்களுக்கு மட்டுமே சாத்தியமாக இருந்தது. ஆனால் அந்தத் தீர்வும் கூட துருவப் பகுதி மக்களை தேடல் குறைவானவர்களாக மாற்றி, பரிணாம வளர்ச்சியில் அதிகம் வளராதவர்களாகவே ஆக்கியது.

ஆனால் இத்தனைச் சிக்கல்களுக்கும் தீர்வு பணம்தான் என்ற முடிவுக்கு மனிதன் அவ்வளவு சீக்கிரம் வந்துவிடவில்லை. பணத்தின் வரலாற்றில் பொதுவாக பண்டமாற்று முறைக்கு அடுத்து நாணயங்கள் குறித்துதான் விவரிக்கப்படுகிறது. உண்மையில் பண்டமாற்று முறையில் இருந்து நாணயங்கள் உடனடியாகத் தோன்றிவிடவில்லை. இரண்டுக்கும் நடுவில் 8,000 முதல் 10,000 ஆண்டுகால இடைவெளி இருந்துள்ளது.

இத்தனைச் சிக்கல்களுக்கும் பொதுவான தீர்வாக, எளிதில் சேமிக்கக் கூடிய, இடத்தை அடைக்காத, காலத்தில் கெட்டுப் போகும் தன்மை இல்லாத ஒரு 'மாற்றுப் பொருள்'தான் முதன்முதலில் பண்டைய மனிதனுக்கு வணிகத்தில் தேவைப்பட்டது. அப்போதுதான் தனது பொருளை விற்க விரும்பும் ஒருவன் அதனைத் தனக்குப் பக்கத்தில் உள்ள இடத்திலேயே, 'மாற்றுப் பொருளுக்கு' சரியான அளவில் விற்றுவிட்டு, பிறகு மாற்றுப் பொருளைக் கொண்டு தனக்குத் தேவைப்படும் போது தேவைப்படும் பொருளை தேவைப்படும் இடத்தில் வாங்கிக் கொள்ளலாம். அல்லது அந்த மாற்றுப் பொருளை எதிர்காலத்திற்காக சேமிக்கலாம். இத்தகைய மாற்றுப் பொருளை 'சரக்குப் பணம்' என்றும் சில பொருளாதார வல்லுநர்கள் குறிக்கின்றனர். ஒரு வகையில் இது இன்றைய பணத்தை விடவும் மேம்பட்டது.

ஏனென்றால், 'மாற்றுப் பொருள்' – என்பது உண்மையாகவே மதிப்புடையது. அதனால் அதன் மதிப்பு ஓரளவுக்கு மேலே உடனடியாக கீழிறங்கி விடாது. உதாரணமாக உப்பு ஒரு மாற்றுப் பொருள் என்றால் அதற்கானத் தேவை இருக்கும் வரையில் அதற்கு மதிப்பு இருக்கும். ஆனால் நமது இன்றைய பணத்தாள்கள் மீது மக்களுக்கு நம்பிக்கை போய்விட்டாலோ, அரசு அவற்றை செல்லாதவை என்று அறிவித்துவிட்டாலோ அவை ஒரே நாளில் குப்பையின் நிலைக்குப் போய்விடும். உலக

வரலாற்றில் பணம் மதிப்பிழந்த பல தருணங்களில் மாற்றுப் பொருட்கள் பணமாகப் புழங்கின.

உதாரணமாக முதல் உலகப் போரால் சீரழிந்த ஜெர்மனியில் அதன் நாணயமான மார்க் தனது மதிப்பை ஒரேயடியாக இழந்தது. அப்போது ஆயிரக்கணக்கான மார்க்குகள் மதிப்புடைய பணத்தாள்களும், நாணயங்களும் அரசால் வெளியிடப்பட்டன. ஆனால் அவற்றுக்கு பதிலாக ஒரு தீப்பெட்டியைக் கொடுக்கக்கூட சரக்குகளை வைத்திருந்தவர்கள் தயாராக இல்லை. அப்போதைய ஜெர்மனியில் புகைக்கும் பழக்கம் அதிகமாக இருந்ததால் சிகரெட்டுகள் மாற்றுப் பொருளாக அங்கு புழங்கின. அன்றைக்கு ஜெர்மனியில் பணத்தாள்கள் குளிருக்காக கொளுத்தப்பட்டு, சிகரெட்டுகள் செலவுக்காக பெட்டகங்களில் பாதுகாக்கப்பட்டன. இந்த சம்பவம் மாற்றுப் பொருளின் வலிமையை உணர்த்தக் கூடியது. ஆனால் ஒரு மாற்றுப் பொருள் அனைவருக்கும் தேவைப்படுவதாக அல்லது அனைவரும் ஏற்கக் கூடியதாக இருக்க வேண்டியது அவசியம்.

வணிகத்தில் 'மாற்றுப் பொருளின்' தேவை அதிகமாகத் தொடங்கிய பிறகு, கையில் கிடைத்தவற்றை எல்லாம் மாற்றுப் பொருளாக மனிதன் பயன்படுத்திப் பார்த்தான், இந்த முயற்சிகளில் பல்வேறு பொருட்கள் பணமாக தற்காலிக அங்கீகாரம் பெற்றன. சோழிகள், பறவை இறகுகள், மணிகள் இவைகள் எல்லாம் ஒரு காலத்தில் பணமாக இருந்தன என்றால் உங்களால் நம்ப முடிகிறதா?. ஆனால் அதுதான் உண்மை!. இவை தவிரவும் நூற்றுக்கும் மேற்பட்ட பொருட்கள் ஆரம்ப காலத்தில் மாற்றுப் பொருளாகப் பயன்படுத்தப்பட்டன. ஜப்பானியர்கள் 'கோகு' எனப்படும் ஒரு வகை அரிசியையும், யூதர்கள் முன்னர் கோதுமையை அளக்க பயன்படுத்திய எடையான 'ஷெகல்' என்ற எடையையும் பணமாகப் பயன்படுத்தினர். பராகுவேயில் நத்தைகள்கூட நெடுங்காலம் பணமாகப் புழங்கின. நவ்ருவில் எலிகள் பணமாகப் பயன்படுத்தப்பட்டன.

பசிபிக் பெருங்கடலில் உள்ள மைக்ரோனேசியக் கூட்டரசின் அங்கமாக உள்ள கரோலின் தீவுகளில் கற்களும் பாறைகளும் கூட நாணயங்களாகப் புழங்கின. இங்கு கற்கள் இல்லாததால், பலாவு போன்ற பிற பகுதிகளில் இருந்து கற்களைக் கொண்டுவந்து பணமாகப் பயன்படுத்தினர். இவற்றை பிற கற்களில்

இருந்து வேறுபடுத்திக்காட்ட (அதாவது கள்ளப்பணத்தைத் தடுக்க) இவை வட்ட வடிவமாக வெட்டப்பட்டு நடுவில் துளையும் போடப்பட்டன. இந்த கல் பணம் (Stone money) அளவையும் பளபளப்பையும் பழைமையையும் வைத்து மதிப்பீடு செய்யப்பட்டது. இவை 12 அடி முதல் 1.4 அங்குலம் வரையிலான பல்வேறு அளவுகளில் புழங்கின. ரை அல்லது பெய் (REi or Fei) என்று அழைக்கப்பட்ட இந்த கல் பணங்களில் அளவில் பெரியவைதான் இன்றைக்கும் உலகின் மிகப்பெரிய நாணயங்கள்.

பாறை நாணயங்கள்

பல்வேறு காலகட்டங்களில் உலகின் பல்வேறு இடங்களில் பல்வேறு சரக்குப் பணங்கள் புழங்கின. அவை ஒவ்வொன்றின் வரலாறும் நெடியது, சுவாரசியமானது மற்றும் இன்றைக்கும் நம்வாழ்வோடு பின்னிப் பிணைந்தது. இன்றும் நாம் பயன்படுத்தும் சில ஆங்கில வார்த்தைகளின் பின்புலமாக இருக்கும் அமெரிக்க செவ்விந்தியர்களின் சரக்குப் பண முறைகளை இதற்கு உதாரணமாகக் கூறலாம்.

ஐரோப்பியர்கள் அமெரிக்காவிற்குள் வரும் போது, அங்கே அமெரிக்காவின் பூர்வ குடிகளான ஆஸ்டெக் செவ்விந்தியர்களால் மான் தோல்கள் பணமாகப் பயன்படுத்தப்பட்டன. அதனால் குடியேற்ற மக்களும் அந்த முறையை ஏற்றுக் கொண்டனர். ஆண் மானைக் குறிக்கும் ஆங்கிலச் சொல்லான பக் (Buck) என்பது பணத்தைக் குறிக்கும் கொச்சைச் சொல்லாக ஆங்கிலத்தில் இன்றைக்கும் புழங்குவது இதனால்தான்.

செவ்விந்தியர்கள் கடல் சங்குகளை வெட்டி, அவற்றின் நடுவே உள்ள தண்டுப்பகுதியை மெருகேற்றி பல குழல்களை செய்து, அந்த குழல்களை இணைத்துக் கோர்த்து உருவாக்கிய,

'வாம்பம்' எனப்படும் சிறிய பாய் போன்ற அமைப்பும் பண்டைய அமெரிக்காவில் பணமாகப் புழங்கியது. இதற்கு பணம் என்பதைத் தவிர பிரமாதமாக வேறு எந்த உபயோகமும் கிடையாது. ஆனால் பழங்குடி மக்கள் வாம்பத்திற்கு பதிலாக ஐரோப்பிய நாடுகளின் காசையும் பணத்தாளையும் ஏற்கத் தயாராக இல்லை. இதனால் குடியேற்ற மக்கள் இதனையும் ஏற்றனர்.

பின்னாட்களில் அமெரிக்காவிற்கு என்றே நாணயங்கள் அச்சிடப்பட்ட பிறகு பூர்வீக மக்களுடன் சேர்ந்து குடியேற்ற மக்களும் வாம்பத்தை வர்த்தகத்தில் பயன்படுத்தினர். மக்களின் பொருளாதார செயல்பாடுகளில் வாம்பத்தின் பயன்பாட்டைக் கட்டுப்படுத்த முடியாததால் செவ்விந்தியர்களின் வாம்பத்துக்கு தொடக்க கால அமெரிக்க மாகாண அரசுகள் சில அங்கீகாரத்தையும் வழங்கின. உதாரணமாக கி.பி.1637 ஆம் ஆண்டில் அமெரிக்காவின் மசாசேசூட் மாகாணத்தின் காலனி அரசு, வணிகத்தில் வாம்பத்தின் பயன்பாட்டைச் சட்ட பூர்வமாக்கியது!. வாம்பம் தயாரிப்பதில் செவ்விந்தியர்களுக்கு உதவ என்றே குடியேற்ற அமெரிக்கர்கள் அமெரிக்காவின் பல பகுதிகளில் சிறிய தொழிற்சாலைகளையும் நிறுவினர்!.

வணிகத்தில் வாம்பம் அனைத்துமே தீர்ந்து விட்டால், புதிய வாம்பம் செய்ய கிளிஞ்சல்களில் (shell) இருந்து நத்தைகளை வெளியேற்ற வேண்டும், இன்றும் பர்சில் பணம் தீரும் போது அமெரிக்கர்கள் 'ஷெல்லிங் அவுட்' (shelling out) என்பார்கள். இது பழைய வாம்பம் பயன்பாட்டின் தொடர்ச்சிதான். கம்ப்யூட்டர் கண்டுபிடிக்கப்பட்ட ஆரம்ப காலத்தில் அதன் பெரிய சுவிட்சை இயக்க, ஓடிவந்து காலால் ஓங்கி உதைக்க வேண்டும், இதனால் 'பூட் அப் (Bootup)' என்ற பதம் அப்போது கம்ப்யூட்டரை ஆன் செய்வதைக் குறிக்கப் பயன்படுத்தப்பட்டது. இன்றைக்கு ஒரு கம்ப்யூட்டர் சுவிட்சை சுண்டு விரலாலேயே நீங்கள் இயக்கி விடலாம். ஆனாலும் 'கம்ப்யூட்டரை பூட் அப் செய்வது' என்ற தொடரே ஆங்கிலத்தில் இன்றும் உள்ளது. அதுபோலவே முதல்தலைமுறைக் கணினிகள் வாக்யூம் டியூப்கள் எனப்படும் வெற்றிடக் குழாய்களால் ஆனதாக இருந்தன, அப்போது ஒரு பூச்சி வெற்றிடக் குழாயில் புகுந்துகொள்ள முதல் சிக்கல் உருவானது, அதனால்தான் இப்போதும் கணினி சிக்கல்களை 'பக்' (Bug – பூச்சி) என்று அழைக்கிறோம். வாக்யூம்

டியூபுகள் விடைபெற்றுச் சென்றாலும் பக்குகள் விடை பெற்றுச் செல்லவில்லை. தொழில் நுட்பத்தில் பூட் அப், பக் எப்படியோ பொருளாதாரத்தில் ஷெல்லிங் அவுட்டும் அப்படித்தான். (அமெரிக்காவில் குடியேற்ற மக்களின் செல்வாக்கு ஓங்கிய பின்னர் கி.பி.1859ஆம் ஆண்டு நியூஜெர்சியில் கடைசி வாம்பம் தயாரிக்கும் நிலையம் மூடப்பட்டது!.)

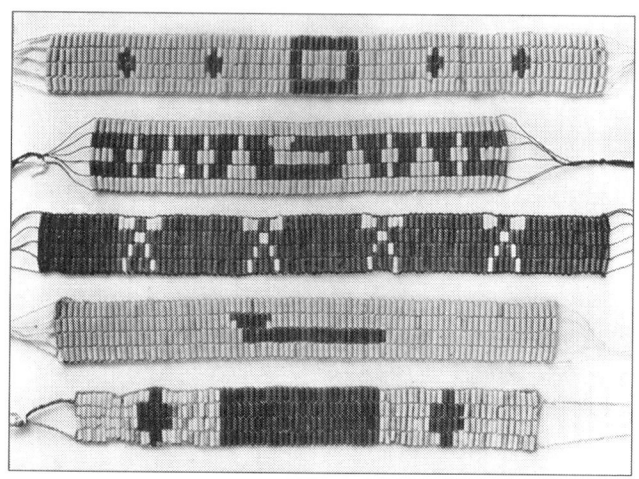

அமெரிக்க வாம்பம்

பண்டமாற்றுக்கும் பணத்துக்கும் இடையில் புழங்கிய 'சரக்குப் பணத்'திலும் சிக்கல்கள் இல்லாமல் இல்லை. இன்றைக்கு உலக நாடுகளின் அரசுகள் தனி அச்சகங்களை அமைத்து அச்சடித்த காசும் பணமும் மக்களிடையே புழங்கும் போதே போலிகள் வருகின்றன எனும்போது சரக்குப் பணத்தின் காலத்தில் என்னவெல்லாம் நடந்திருக்கும் என்று நான் சொல்லவே தேவையில்லை. பறவை இறகுகளும், மணிகளும் – விவசாயப் பரப்பிற்கு அருகிலேயே கிடைத்ததாலும், குன்றிமணிகளும், கோகுவும் – விளைபொருளாக இருந்ததாலும், சில மக்கள் எதையும் உற்பத்தி செய்யாமலேயே மாற்றுப் பொருளைப் பெற்றனர். இதனால் இந்த முறைகளில் பல காலப்போக்கில் தோல்வி அடைந்தன.

உதாரணத்திற்கு, ரூபாய் நாணயத்திற்கு பதில் குன்றிமணி தான் காசு, ஒரு கிலோ அரிசியின் விலை 40 குன்றிமணிகள்

என வைத்துக் கொள்ளுங்கள். அப்போது நீங்கள் உழைத்து நெல்லை விளைவித்து அரிசியாக்கி குன்றிமணிக்கு விற்று காசு சேர்ப்பீர்களா? இல்லை குன்றிமணியை நீங்களே விளைவிப்பீர்களா?. இப்படி மக்கள் மாற்றுப் பொருளை நேரடியாக உருவாக்கியதால்தான் இந்த முறைகள் தோல்வியைத் தழுவின. இப்படிச் செய்தவர்கள் பெரும் செல்வம் பெற்றார்கள். உழைப்பின் மூலமாக அல்லாமல், பொருளாதார சிந்தனை மூலமாகவே செல்வம் சேர்க்கலாம் என்ற நிலை முதன் முதலாக உலகில் உருவானது. பின்னர் அது ஒரு கலையாகவே பரிணாம வளர்ச்சி பெற்றது.

ஒவ்வொரு சரக்குப் பணத்தேர்வில் இருந்த ஓட்டையையும் ஒவ்வொரு பொருளாதார நிபுணர் அல்லது ஏமாற்றுக்காரர் கண்டுபிடித்தார். அவர் தனது போலி சரக்குப் பணத்தை செலாவணியில் விட்டு செல்வத்தை சேர்த்தார். இப்படியாக அவர் அல்லது அவர்கள் செல்வம் சேர்க்க சேர்க்க புழக்கத்தில் பணம் அதிகமாகியது. சரக்குப் பணம் அளவுக்குப் பிற பொருட்களின் உற்பத்தி பெருகாததால், பொருட்கள் அரிதாகின. இதனால் பொருட்களின் விலைகள் ஏறின.

பணம் அதிகம் புழங்குவதால் பொருட்கள் விலை ஏறும் நிலைக்கு 'பணவீக்கம்' என்று பெயர். இந்த மோசடிப் பணவீக்கத்தின் பலனாக மக்கள் தங்கள் பொருட்களை இழந்து மதிப்பற்ற பணத்தைப் பெற்று வறுமையைச் சந்தித்தார்கள். மோசடிக்காரர்கள் செல்வந்தர்கள் ஆனார்கள். உலக வரலாற்றின் இந்த காலகட்டத்தில்தான் உடல் உழைப்பும் செல்வம் சேர்ப்பதும் இருவேறு வேலைகளாகப் பிரிந்தன, பின்னர் அவை என்றென்றைக்கும் சேரவேயில்லை.

உலகெங்கும் புழங்கிய பலதரப்பட்ட மாற்றுப் பொருட்களில் ஓரளவு வெற்றிகரமாகப் பயன்பட்டவை சோழிகள்தான். ஏனெனில் இவை குறிப்பிட்ட கடல் பகுதியில் மட்டும் கிடைப்பவையாகவும், வெகுமக்களுக்கு அரிதானவையாகவும் இருந்தன. போலிகளுக்கு வாய்ப்புகள் குறைந்தன. இந்தியப் பெருங்கடலில் உள்ள மாலத்தீவுகளில் இருந்து கிடைத்த தரமான சோழிகள் இந்தியாவிலும் சீனாவிலும் பணமாகப் புழங்கின. உலோகங்கள் பயன்பாட்டுக்கு வந்த பின்னர் உண்மையான சோழிகள் கிடைக்காத போது, அதிகாரத்தில் உள்ளவர்களால்

தேவைக்காக செம்பு அல்லது பித்தளையில் சோழி போன்ற உருவங்கள் உருவாக்கப்பட்டு அவையும் பணமாகப் புழங்கின.

சோழிகள் சிறியனவாகவும், ஒரே சீரான அளவைக் கொண்டிருந்தவையாகவும் இருந்ததால் புழக்கத்திற்கு மிக எளிதாக இருந்தன. அப்போது 40 சோழிகள் ஒரு மாட்டின் விலை, 10 சோழிகள் ஒரு கட்டு நெல்லின் விலை, 80 சோழிகள் ஒரு கலப்பையின் விலை – என்பது போன்ற ஒரு தோராய விலைப்பட்டியல் மக்களிடம் உருவானது. இது வணிகம் என்ற துறையை வளர்ச்சியின் பாதையில் செலுத்தியது. வணிகமும் கணக்கும் இங்குதான் ஒன்றாக இணைந்தன.

உலகில் நெடுங்காலம் புழங்கிய ‘சரக்குப் பணம்’ என்ற சிறப்பு சோழிக்கு உண்டு. கிறிஸ்து பிறப்பதற்கு 1600 ஆண்டுகள் முன்பு சீனாவில் புழங்கத் தொடங்கிய சோழிகள், ஆப்ரிக்காவில் கடந்த இருபதாம் நூற்றாண்டு வரையிலும் பணமாகப் புழங்கின!. சோழிகளை நாணயங்களாகப் பயன்படுத்தும் முறை பண்டைய அமெரிக்காவில்கூட இருந்ததுள்ளது.

இந்தச் சோழிகளும் கூட விவசாயம் செய்யும் இடங்களில் உள்ள மக்களுக்கு அரிதானவையாக இருந்ததே தவிர கடல் பகுதிகளில் வாழும் மக்களுக்குக் கிடைக்கக் கூடியவைதான். இந்தக் காரணத்தினால்தான் சில ஆப்ரிக்கப் பகுதிகளைத் தவிர பிற நாடுகள் சோழிகளை நாணயங்களாகப் பயன்படுத்துவதைத் காலப்போக்கில் தவிர்த்து விட்டன.

இப்படிப் பயன்படுத்தப்பட்ட சரக்குப் பணங்களில் அதிக அர்த்தம் உள்ளதாக இருந்தது உப்புதான். உணவை சமைத்து உண்ணும் பழக்கம் உள்ள மக்களால் உப்பு பரவலான சரக்குப் பணமாக ஏற்கப்பட்டு உலகெங்கும் புழங்கியது. அந்த அகன்ற ஆழமான தாக்கத்தினால் நாணயங்கள் கண்டுபிடிக்கப்பட்ட பிறகும் கூட, உப்பு சரக்குப் பணமாகப் புழங்கியது. சில இடங்களில் அரசுகள் கூட உப்பு அடிப்படையிலேயே இயங்கின.

உதாரணமாக 2000 ஆண்டுகளுக்கு முற்பட்ட ரோமாபுரியில் உப்பு (salt) ராணுவ வீரர்களுக்கு ஊதியமாக வழங்கப்பட்டது. அது சாலரியம் (Salarium) என்று அழைக்கப்பட்டது. இதில் இருந்தே ஆங்கிலத்தில் இன்று ஊதியத்தைக் குறிக்கப் பயன்படுத்தும் சொல்லான சாலரி (salary) என்பது தோன்றியது. ஏறத்தாழ அதே காலகட்டத்தில் தமிழகத்தில் நெல்லும் உப்பும்

ஊழியர்களுக்கு ஊதியமாகக் கொடுக்கப்பட்டன. நெல்லின் மறுபெயர் சம்பு, உப்பின் மறுபெயர் அளம், இது இரண்டையும் கூட்டி 'சம்பளம்' என்ற சொல்லை இளங்கோவடிகள்தான் உருவாக்கினார்! அதெல்லாம் தனிக்கதை.

இயற்கையாகக் கிடைக்கக் கூடிய நூற்றுக்கும் மேற்பட்ட பொருட்கள் பணத்தின் நிலையான வடிவமாக மாறும் முயற்சியில், ஒன்றன் பின் ஒன்றாக பெரும்பாலும் தோல்வியையே சந்தித்த நிலையில், ஒரு உலோகம் உலக வரலாற்றையே மாற்றி, பணத்தின் இடத்தை வலிமையாகப் பிடித்துக் கொண்டது. இந்த உலோகத்தை உலகப் பொருளாதாரத்தின் அச்சாணி என்றே சொல்லலாம். அது என்ன உலோகம்?

~

3

தங்கமே தங்கம்...

பல்லாயிரம் ஆண்டுகளாக வணிகத்தில் 'மாற்றுப் பொருளுக்கு' இருந்த தேவையை சரியான முறையில் பூர்த்தி செய்த மிகப்பெரிய கண்டுபிடிப்பு தங்கம்தான். இந்தக் கண்டுபிடிப்பைப் பின்னுக்குத் தள்ளும் ஒரு கண்டுபிடிப்பு உலகப் பொருளாதாரத்தில் இன்றுவரை நிகழவில்லை. உலகில் தற்போது நிலவும் பெரும்பாலான நாணய முறைகள் தங்கத்தில் இருந்து தோன்றியவைதான். கடந்த நூற்றாண்டுவரையில் ஒரு நாடு அதனிடம் உள்ள தங்கத்தின் மதிப்புக்கு இணையாக மட்டுமே நாணயங்கள் மற்றும் பணத்தாள்களை வெளியிடலாம் என்ற நிலை இருந்தது. இப்போதும் பணத்தின் மதிப்பை ஏதோவொரு வகையில் தங்கம் தொடர்ந்து இயக்கியே வருகின்றது.

உலகின் வரலாற்றில் மக்கள் மண்ணில் இருந்து இதுவரை 118 உலோகங்களை கண்டுபிடித்து உள்ளனர். அவற்றில் தங்கம் அடைந்த சிறப்பை இதுவரை வேறு எந்த உலோகமும் அடையவில்லை!. இந்தத் தனிப்பெரும் வெற்றியை தங்கம் எந்தப் போட்டியும் இல்லாமல் பெற்றுவிடவில்லை, பல உலோகங்களைத் தோல்வியில் தள்ளித்தான் தங்கம் சிம்மாசனத்தில் அமர்ந்தது.

தங்கத்தை விடவும் அரிய உலோகமான பிளாட்டினம் கூட பொருளாதார அடிப்படையில் தங்கத்திடம் தோற்றே உள்ளது. தங்கத்தைப் பயன்படுத்தும் மக்களில் பத்தில் ஒருவர்கூட பிளாட்டினத்தை விரும்புவது இல்லை. வைரம் மிக அரியதாகக் கருதப்பட்டாலும் அதற்கு உலோகப் பண்புகள் இல்லாததால் செலாவணியில் அதற்கு பெரிய மதிப்பு இல்லை. வெள்ளி தங்கத்துடன் பல நூற்றாண்டுகளுக்குப் போராடி

இறுதியில் தோல்வியையே சந்தித்தது. இந்தப் போட்டியில் தங்கத்துடன் போட்டியிட்ட மற்றொரு உலோகத்தின் கதை உங்கள் புருவங்களை உயர்த்தக் கூடும்.

இன்றைய உலகில் மிக எளிதாகக் கிடைக்கும் முதல் மூன்று உலோகங்களில் ஒன்று அலுமினியம். பொதுவாக இது பாக்சைட்டில் இருந்து பிரித்தெடுக்கப்படுகிறது. சில நூற்றாண்டுகள் முன்புவரை அலுமினியத்தை பாக்சைட்டில் இருந்து பிரித்தெடுக்கும் முறை கண்டுபிடிக்கப்படவில்லை. இயற்கையாகவே பிரிந்து கிடைக்கும் அலுமினியம், அப்போது மிக அரிதாகவே கிடைத்தது. அதனால் அலுமினியம் அன்றைய உலகின் மிக அரிய உலோகமாக இருந்தது. இதனால் உலகம் அலுமினியத்தைக் கண்கொண்டு கண்ட கணமே அது தங்கத்திற்குப் போட்டியாக வந்துவிடுமோ என்ற பயமும் கூடவே உருவாகி விட்டது.

ரோமாபுரியின் ஆட்சியாளராக டைபீரியஸ் இருந்தபோது, தற்செயலாக கணிசமான அளவு அலுமினியத்தைக் கண்டறிந்தார் ரோமானிய பொற்கொல்லர் ஒருவர். அழகான, எடை குறைந்த மகுடத்தை வடிவமைத்து டைபீரியஸிடம் கொடுத்தார் அவர். முதலில் மகுடத்தின் அழகில் மயங்கிய டைபீரியஸ், பிறகு இந்த எடை குறைந்த வெள்ளை உலோகம் தங்கத்துக்குப் போட்டியாக வந்துவிடுமோ என்று யோசிக்க ஆரம்பித்தார்.

தங்க மதிப்பை அடிப்படையாகக் கொண்டே அன்றைய ரோமானியப் பேரரசு கட்டமைக்கப்பட்டு இருந்தது, அந்த அடித்தளத்தையே வெள்ளை உலோகம் அசைத்துவிடுமோ என்று டைபீரியஸ் பயந்தார். இதனால் அலுமினிய பயன்பாட்டை வெறுத்த அவர், தனக்கு மகுடம் செய்து கொடுத்த பொற்கொல்லருக்கு மரண தண்டனை விதித்தார்!.

அதன் பின்னர் நிகழ்த்தப்பட்ட உலகப் பொருளாதார ஆய்வுகள் ஒவ்வொன்றின் போதும் அலுமினியம் தங்கத்திற்கான பெரும் போட்டியாகவே பார்க்கப்பட்டது. ஆனால் அப்போதைக்கு அலுமினியத்தின் அரிய தன்மை

அரசன் டைபீரியஸ்

தங்கத்தைவிடவும் பல மடங்குகள் அதிகமாக இருந்தது. 'உலகின் அரிய உலோகம்' என்ற இடத்தை ரோமப்பேரரசின் காலத்திற்கு முன்பு பெற்ற அலுமினியம், அமெரிக்கா கண்டுபிடிக்கப்பட்டு தனிநாடான பின்பு அந்த இடத்தை சுமார் 2000 ஆண்டுகளுக்குப் பின்னர் இழந்தது. இவற்றுக்கு இடைப்பட்ட காலத்தில் தங்கத்தால் அலுமினியத்தை நெருங்கவே முடியவில்லை.

1886ஆம் ஆண்டுவரையில் அமெரிக்காவால் ஆண்டுக்கு 93 கிலோ அலுமினியத்திற்கு மேல் தோண்டி எடுக்க முடிந்தது இல்லை. 93 கிலோ என்பதே ஏடுகளில் காணப்படும் அதிகபட்ச பதிவு. ஆனால் அதே சமயம் 1853ஆம் ஆண்டில் மட்டும் அமெரிக்கா 93,300 கிலோகிராம் தங்கத்தை சுரங்கங்களில் இருந்து பெற்றது. இந்த ஒரு ஒப்பீடே அன்றைய அலுமினியத்தின் அருமையை உங்களுக்கு உணர்த்திவிடும். இதனால் ஏழைகள் எண்ணிக் கூட பார்க்க முடியாத உலோகமாக அலுமினியம் பார்க்கப்பட்டது, அன்றைய பொருளாதார வல்லுநர்கள் தங்கத்தை அலுமினியம் பின்னுக்குத் தள்ளிவிட்டதாக சத்தியம் செய்தனர். விலை மதிப்பில் மட்டுமல்ல சமூக மதிப்பிலும் அலுமினியம் அப்போது உயரத்திலேயே இருந்தது.

டென்மார்க் நாட்டின் அரசர் பத்தாம் கிறிஸ்டியன் தனது மணிமகுடத்தை அலுமினியத்தினால் செய்து கொண்டார். கலைகளுக்குப் பெயர்பெற்ற பிரான்சின் அரசர் மூன்றாம் நெப்போலியன் தனது விருந்து மேசையை அலுமினியப் பாத்திரங்களால் அலங்கரித்து மகிழ்ந்தார். 1880களில் அமெரிக்காவின் தலைநகரான வாஷிங்டன்னில், முன்னாள் அதிபர் வாஷிங்டன்னுக்காக ஒரு நினைவுச் சின்னம் கட்ட முடிவு செய்யப்பட்டது, அதற்கான முன்மாதிரியை அலுமினியத்தால் செய்து அமெரிக்கா பெருமைப்பட்டுக் கொண்டது. அப்போதைய ஐரோப்பிய அரசர்கள் பலர் தங்கள் திருமண மோதிரங்களை அலுமினியத்தில் செய்து அணிந்தனர், அன்றைய மேற்குலகின் அதிபதியான பிரிட்டன் அரச குடும்பம் விழாக்களின் போது அலுமினியக் குவளையில்தான் மது அருந்தியது.

ஆனால், 1886ஆம் ஆண்டில் பாக்ஸைட்டில் இருந்து அலுமினியத்தை எளிதாகப் பிரித்தெடுக்கும் முறை கண்டறியப்பட்டவுடன் அதன் மதிப்பு அதளபாதாளத்திற்கு போய்விட்டது. இன்றைக்கு அலுமினியத்தின் மதிப்பு என்ன என்பது எல்லோருக்கும் தெரிந்ததுதான். ஆனால் தங்கம் கடந்த

பல்லாயிரம் ஆண்டுகளாக வீழ்ச்சியின் விதிவிலக்காக உள்ளது, தங்கத்தின் மதிப்பு கூடலாம் குறையலாம் ஆனால் அது மறைவதே இல்லை. தங்கத்தின் இந்தத் தன்மை 'பணத்திற்குத் தங்கம் ஒரு சிறந்த தேர்வு' என்பதையே காட்டுகின்றது.

தங்கத்தின் மீதான மனிதர்களின் காதல் 5000 ஆண்டுகளுக்கும் மேல் பழமையானதாக இருந்தாலும், உலகெங்கும் தினந்தோறும் தங்கச் சுரங்கங்கள் தங்கத் தேடுதலில் ஈடுபட்டு வந்தாலும் கணிசமான உற்பத்தியை நாம் ஒருபோதும் எட்டவில்லை. உலகில் எல்லோரிடமுமே தங்கம் இருப்பது போன்ற மாயத்தோற்றம் நிலவினாலும் அது உண்மையில்லை. தங்கத்தை ஒரே இடத்தில் தேக்குவது வரலாற்றில் ஒருபோதும் எளிதானதாக இருக்கவில்லை. இன்றைய உலகில் உள்ள மிகப்பெரிய தங்கக் கட்டியின் எடை 250 கிலோ, அது ஜப்பானில் உள்ளது. அதைவிடப் பெரிய தங்கக் கட்டி அதிகாரபூர்வமாக யாரிடமும் இல்லை.

இந்தக் குறைவான அளவுதான் தங்கத்தின் மதிப்பு நிலையாக இருக்க முக்கிய காரணமாக உள்ளது. இது தவிரவும் தங்கத்தின் மதிப்புக்கு மேலும் பல காரணங்கள் உள்ளன. அதனை அறிய தங்கத்தின் வரலாற்றை நாம் திரும்பிப் பார்க்க வேண்டும். ரோமானிய அரசன் டைபீரியஸ் காலத்தில் தங்கம் அரசின் அடிப்படையாக இருந்தது என்று பார்த்தோம், அது எப்போது தொடங்கியது?.

வணிகத்தில் தங்கத்தை மாற்றுப் பொருளாகப் பயன்படுத்தலாம் என்ற எண்ணம் கிறிஸ்து பிறப்பதற்கு மூன்றாயிரம் ஆண்டுகள் முன்புதான் தோன்றியது. பண்டைய எகிப்தியர்களும் மெசபட்டோமிய மக்களுமே இதனைக் கண்டுபிடித்தனர். எகிப்திய நாடு ஆப்ரிக்க கண்டத்தில் இருந்தது. இதனை ஆண்டவர்கள் 'பரோக்கள்' என்று அழைக்கப்பட்ட ஆதிக்க அரசர்கள். எகிப்திய மக்களை பரோக்கள் சுரண்டி கொள்ளை அடித்ததும், அடிமைகளாக்கி மாடுகளைப்போல வேலை வாங்கியதும் அங்கு செல்வ வளம் அதிவேகமாக அதிகரிக்கக் காரணமானது. ஆனால் இந்த வளம் மக்களுக்கும் பயன்படாமல் அரசுக்கும் பயன்படாமல் போய், எகிப்திய தேசம் பின்னாட்களில் போர்களுக்கும் கொள்ளைகளுக்கும் ஆளானது தனிக்கதை.

எகிப்தைக் கொள்ளையடித்தே தங்கம் சேர்த்தவர்கள் எகிப்தின் அண்டைநாட்டினரான பாபிலோனியர்கள். எகிப்தில் செல்வம் அதிகரிக்கக் காரணமாக இருந்த அடிமைமுறை உள்ளிட்ட பல வழிமுறைகளை பின்னர் பாபிலோனியர்கள் தாங்களும் பின்பற்றினர்.

எகிப்தில் கிடைத்த அரிய உலோகமான தங்கத்தை பரோக்கள் தங்கள் மறுவாழ்வோடு தொடர்புபடுத்திக் கொண்டனர். இந்த உலகில் சேமிக்கப்படும் தங்கம் மரணத்திற்குப் பின்பாக செல்லும் மறு உலகில் உதவும் என்ற விசித்திர எண்ணம் அவர்களுக்கு இருந்தது. தங்கம் என்பது எகிப்திய கடவுள்களின் உடம்புகளில் ஓடும் ரத்தம் என்ற புராண நம்பிக்கையும் இதனுடன் சேர்ந்து கொண்டது. அதனால் அரசர்கள் தங்கத்தை சேகரித்தனர், அவர்களை மக்களும் பின்பற்றினர். இப்படியாக எகிப்து முழுவதும் தங்கத்தின் மதிப்பும் மரியாதையும் உயர்ந்தது. எகிப்தைப் பின்பற்றிய பாபிலோனிலும் தங்கத்திற்கு உயர்ந்த இடமே அளிக்கப்பட்டது. எகிப்திலும் பாபிலோனிலும் மூடநம்பிக்கைகளும் ஏற்றத்தாழ்வுகளும் மலிந்த ஆடம்பர அரசுகள் தோன்ற தங்கம் தன்னை அறியாமல் அடித்தளம் அமைத்துத் தந்தது.

அப்போது எகிப்தியர்களும் பாபிலோனியர்களும் அரிய உலோகமாக இருந்த தங்கத்தை வெட்டி, கட்டிகளாகச் செய்து, தங்கக் கட்டிகளை வர்த்தகத்தில் பயன்படுத்தத் தொடங்கினர். தங்கம் பணமாகப் பயன்படுத்தப்படுவதற்கு முன்பாகவே மனிதர்கள் இரும்பையும் செம்பையும் அறிந்து இருந்தனர். செம்பின் இனத்தைச் சேர்ந்த பித்தளைகூட அவர்களுக்குத் தெரிந்த உலோகமாக இருந்தது. ஆனால் இந்த உலோகங்கள் எல்லாம் எளிதில் மாசடையக் கூடியவையாக இருந்தன. இரும்பு துரு பிடித்தது, செம்பிலும் பித்தளையிலும் களிம்பு பிடித்தது இதனால் இவை நெடுங்காலப் பயன்பாட்டுக்கு உகந்தவையாகக் கருதப்படவில்லை. மேலும் செம்பு, வெண்கலம் போன்ற உலோகங்கள் அதிக அளவில் கிடைத்தன. மக்கள் தாங்களே தேடிச் சென்றால் இவற்றை எளிதில் கண்டு பிடித்துவிட முடியும். அப்போது பொருளாதாரம் வீழ்ந்துவிடும். ஆனால் தங்கத்தைத் தேடிச் செல்வது என்பது, வேறு எந்த வேலைக்குச் செல்வதை விடவும் கடினம். தவிர அன்றைய முக்கிய தங்கச் சுரங்கங்கள்

அனைத்தும் அரசின் கட்டுப்பாட்டில் இருந்ததனால் அரசும் மறைமுகமாகப் பொருளாதாரத்தைக் கட்டுப்படுத்த முடிந்தது.

இப்படியான பல காரணங்களால், 'உலோகத்தைப் பணமாகப் பயன்படுத்துதல்' என்ற எண்ணம் தங்கத்தின் மூலமாக வலுப்பெற்றது. உலோகத்தை வர்த்தகத்தில் பயன்படுத்தும்போது, அவை அழியும் வாய்ப்புகள் சோழிகள் அழியும் வாய்ப்புகளை விடவும் குறைவாக இருந்தன. தங்கக் கட்டிகளை எடுத்துச் செல்வதும் எளிதானது. இவை மோதினால் நெளியுமே தவிர உடையாது.

சமூகத்தில் சோழிகள் பணமாகப் பயன்படுத்தப்பட்ட காலகட்டத்திலேயே மத நம்பிக்கைகளும், சடங்குகளும் பெரிதும் வளர்ந்துவிட்டன. மனிதனின் பணத்தேவைகள் பல்வேறு புதிய வடிவங்களைப் பெற்றன. உதாரணமாக விழாக்களின் போது கோவிலுக்கு நிதி அளிக்க, தவறுதலாக ஒரு மனிதன் கொல்லப்படும் போது அவன் குடும்பத்திற்கு இழப்பீடு வழங்க, திருமணத்தின் போது பெண் வீட்டாருக்கு வரதட்சணை கொடுக்க (உலகமெங்கும் முற்காலத்தில் மணமகன்தான் மணமகள் வீட்டுக்கு வரதட்சணை கொடுத்தார்கள்!) – இதற்கெல்லாம் அப்போது பணம் தேவைப்பட்டது.

அவற்றில் எல்லாம் தங்கம் அவர்களுக்கு வேறு எந்தப் பண வடிவத்தை விடவும் உதவியாக இருந்தது. தவிர தங்கத்தை ஆபரணமாகவும் பயன்படுத்த முடிந்தது.

இதனால் தங்கத்தைத் தோண்டி எடுக்கும் புதிய முறைகளும், புதிய புதிய தங்கச் சுரங்கங்களும் உலகம் முழுவதும் தோன்றின.

மேலும் மனிதர்களுக்கு எளிதில் பயன்படக் கூடிய பல பண்புகள் தங்கத்திற்கு இருந்தன. 30 கிராம் தங்கத்தை அடித்துத் தகடாக நீட்டினால் அது 200 சதுர அடிகளுக்குவரும். கம்பியாக இழுத்தால் 50மைல்கள் நீளம் போகும். மிக எளிதாக இதை விளக்க வேண்டுமென்றால் ஒரு தீப்பெட்டி அளவு தங்கத்தை தகடாக்கினால் அதைக் கொண்டு நாம் ஒரு டென்னிஸ் மைதானத்தையே மூடிவிடலாம்! இவ்வளவு மிகுதியான பயன்பாடு பிற உலோகங்களில் கிடையாது. இதெல்லாம் தூய 24 கேரட் தங்கத்தின் பயன்பாடுகள். சரி அதென்ன கேரட்?.

தங்கத்தின் தரத்தை அளக்க கேரட் என்ற அளவீடு இப்போது உலகம் முழுக்கப் பயன்படுத்தப்படுகின்றது. இது

கேரப் என்ற விதையில் இருந்து தோன்றிய சொல். முற்காலத்தில் மத்திய தரைக்கடல் நாடுகளிலும், மத்திய கிழக்கு நாடுகளிலும் வெயிலில் சுருங்காத, மழையில் விரியாத, நிலையான எடையில் எப்போதும் இருக்கும் பண்புடைய கேரப் விதைகளை எடையாகக் கொண்டு தங்கம், வைரம் போன்றவற்றை எடை போட்டனர். பிறகு கேரப் கேரட்டாகி, தங்கத்தின் தரத்தைக் குறிக்கும் சொல்லாக காலப் போக்கில் மாறிப் போனது.

24 கேரட் என்பது மாசற்ற சொக்கத் தங்கம். இதனை நகையாக எல்லாம் செய்ய முடியாது. இதனுடன் செம்பு, வெள்ளி போன்றவை கலந்தே நகைகளைச் செய்ய முடியும், அப்போது அதன் கேரட் 22 என்று குறையும். 22 கேரட் தங்கத்தின் தூய்மைத் தன்மை 91.6% ஆகும், இதில் இருந்தே 916 என்ற குறியீடு தோன்றியது.

தங்கத்தோடு பெரும்பாலும் செம்பு கலக்கப்படுகிறது. ஆனால் அது மட்டுமே தங்கத்தோடு சேரும் என்று இல்லை. இயற்கையில் தங்கத்தோடு அதிக அளவுக்குக் கலந்து கிடைக்கும் உலோகம் வெள்ளி ஆகும். தங்கமும் வெள்ளியும் இயற்கையாகக் கலந்த கலவைக்கு ஆங்கிலத்தில் ‘எலக்ட்ரம்’ என்று பெயர்.

தங்கம் பொதுவாக மஞ்சள் நிறத்தில் காணப்படுகிறது. ஆனால் தன்னோடு சேர்க்கப்படும் கலப்பு உலோகத்தைப் பொருத்து நிறம் மாறும் தன்மையும் தங்கத்துக்கு உண்டு. ஆசிய மக்கள் பெரும்பாலும் மஞ்சள் தங்கத்தை மட்டுமே விரும்பினாலும் வெள்ளை, சிகப்பு, ரோஸ், பிங்க், பச்சை, சாம்பல் ஆகிய நிறங்களிலும் கலப்புத் தங்கம் கிடைக்கின்றது. நவீன அறிவியல் தொழில்நுட்பம் நீலம், ஊதா, கருப்பு போன்ற அடர்நிறங்களிலும் தங்கத்தை மாற்றிப் பயன்படுத்த உதவுகிறது.

நிக்கல், மாங்கனீசு, பல்லாடியம் போன்ற உலோகங்கள் வெள்ளைத் தங்கத்தை உருவாக்கவும், செம்பு மற்றும் வெள்ளி ஆகிய உலோகங்கள் சிகப்பு, ரோஸ், பிங்க் தங்கங்களை உருவாக்கவும் பயன்படுகின்றன. உலோகக் கலவைகள் மாறும்போது தங்கத்தின் நிறமும் மாறும். 25% செம்பை தங்கத்தோடு கலக்கும் போது சிகப்புத் தங்கம் கிடைக்கிறது. 22.25% செம்பும் 2.75% வெள்ளியும் கலக்கப்படும்போது ரோஸ் தங்கம் உருவாகிறது. 20% செம்பு 5% வெள்ளி கலக்கப்படும்போது பிங்க் தங்கம் கிடைக்கிறது. இவை எல்லாமே 18 கேரட் தரம்

உடையவை. தரம் குறைவான 12 கேரட் சிகப்புத் தங்கம் 50% தங்கத்துடன் 50% செம்பைக் கலந்து உருவாக்கப்படுகிறது.

தங்கத்துடன் 15% வெள்ளி, 6% செம்பு, 4% கேட்மியம் சேர்க்கப்படும்போது அடர் பச்சை நிறத் தங்கம் கிடைக்கிறது. வெளிர் பச்சை நிறத் தங்கம் வேண்டுமானால் தூய தங்கத்துடன் 23% காப்பர் 2% கேட்மியம் கலக்கப்பட வேண்டும்.

வெள்ளைக்கும் கருப்புக்கும் இடைப்பட்ட பல்வேறு நிறங்களில் பழுப்புத்தங்கம் கிடைக்கின்றது. தங்கத்துடன் பல்லாடியம் என்ற உலோகத்தை பல விகிதங்களில் சேர்த்து இதனை உருவாக்குகின்றனர்.

தங்கத்தையும் அலுமினியத்தையும் 'இண்டர் மெடாலிக் (intermetallic)' தொழில்நுட்பத்தில் இணைப்பதன் மூலம் ஊதா நிறத்தங்கம் சாத்தியமாக்கப்படுகின்றது. அதே தொழில்நுட்பத்தைக் கொண்டு தங்கத்துடன் இண்டியம் அல்லது காலியத்தைச் சேர்க்கும்போது நீலத்தங்கம் கிடைக்கின்றது.

கருப்புத் தங்கம் பொதுவாக நான்கு முறைகளில் உருவாக்கப்படுகின்றது. எலக்ட்ரோபிளேட்டிங் (Electroplating) முறையில் தோரியம் அல்லது ரூத்தேனியம் ஆகிய உலோகங்களைக் கொண்டும், பேடினேஷன் (Patination) முறையில் கந்தகம் – ஆக்சிஜன் ஆகியவற்றைக் கொண்டும், வேதி ஆய்வுப் படிவு (chemical vapor deposition) முறையில் அமார்பஸ் கார்பன் (amorphous carbon) என்ற ஒருவகைக் கார்பனைக் கொண்டும், ஆக்சிஜனேற்றமுறையில் (oxidation) குரோமியம் அல்லது கோபால்ட்டைக் கொண்டும் தங்கக் கலவைகள் சாத்தியமாக்கப்பட்டு கருப்புத் தங்கம் உருவாக்கப்படுகின்றது. ஆனால் இந்தக் கலப்புத் தங்கங்களின் பயன்பாடுகள் மிகவும் குறைவே. தேவைக்கு அதிகமாக கலப்பு உள்ள தங்கத்தை மக்களும் சந்தையும் விரும்புவது இல்லை. தங்கத்தின் மதிப்பில் அதன் தரம் மிக முக்கிய பங்கை வகிக்கின்றது. கேரட் மதிப்பு குறையும் போது தங்கத்தின் விலை மதிப்பும் குறையும்.

உதாரணத்திற்கு 24 கேரட் தரமுள்ள 1 கிராம் தங்கத்தின் விலை 100 ரூபாய் என்று கொண்டால் (ஒரு பேச்சுக்குத்தாங்க...), அதே ஒரு கிராம் தங்கம் 18 கேரட் தரத்தில் இருந்தால் அதன் மதிப்பு 75 ரூபாய், 12 கேரட் என்றால் 50 ரூபாய். 10 கேரட் 47.7 ரூபாய்.

சுரங்கங்களில் இருந்து பெறப்படும் தங்கத்தை ஆபரணமாக செய்வது ஒரு உலகளாவிய தொழில். அதில் பல்லாயிரம் ஆண்டுகளாக எண்ணற்ற பொற்கொல்லர்கள் பணி செய்தனர். 'பொன்வேலை' – என்பது சிறப்பான பணியாக பண்டைய காலங்களில் கருதப்பட்டது. இன்று பொற்கொல்லர்கள் சிறப்பிழந்து காணப்படுகிறார்கள். கி.பி.1850களில் பர்மிங்ஹாமில் இயந்திரங்கள் மூலம் முதல் தங்கச் சங்கிலி செய்யப்பட்டது. இதன் பிறகு ரெடிமேட் நகைகளில் சகாப்தம் தொடங்கியது, தங்கவேலையில் இருந்த பெரும்பாலானோர் இதனால்தான் வேலை இழந்தனர். இந்தியாவில் மட்டும் நான்கில் மூன்று பொற்கொல்லர்களுக்கு வேலை போனது. இப்போது நகை வேலைகளில் உள்ளவர்களில் பலர், கலைஞர்களாக அல்லாமல் பெரிய நகைக் கடைகளில் மாத சம்பளத்திற்கு வேலை செய்பவர்களாக மாறி உள்ளனர்.

தங்கத்தின் வரலாறு எப்போதும் சில வெற்றி பெற்ற மனிதர்களின் வரலாறாகவும், பல கோடி தோல்வி அடைந்த மனிதர்களின் வரலாறாகவுமே உள்ளது. தங்கத்தின் மீதான மனிதர்களின் ஆசை பல ஆயிரம் ஆண்டுகளாகத் தொடர்கிறது. ஆனால் அந்த ஆசை பேராசையாக ஆகிவிடக் கூடாது என்ற அறிவும் நெடுங்காலமாகவே மக்களுக்கு இருக்கவும் செய்கிறது.

இன்றைக்கு உலகின் பெரும்பான்மையான குற்றங்களுக்கு பின்னணியாக தங்க ஆசை உள்ளது. தங்கத்திற்கான கொலைகளும் கொள்ளைகளும் அதிகம் நடக்கும் நாடான இந்தியாவின் மக்களுக்கு இதைப் புரிந்துகொள்வதில் சிக்கல் இருக்க முடியாது. ஆனால் இந்தக் குற்றங்கள் உலகம் முழுவதும், காலந்தோறும் தொடர்ந்து நடந்ததை அறியும் போது தங்கத்தின் 'சிறப்புகள்' பற்றிய உங்கள் பார்வை கட்டாயம் மாறும். அவற்றைப் பற்றி அடுத்த அத்தியாயத்தில் பார்ப்போம்.

~

4
தங்கம், வெள்ளி...
கொலை, கொள்ளை...

'இயற்கைக்கு அடுத்தபடியாக உலகின் அனைத்து வளங்களுக்கும் ஆதாரமாக இருப்பது மனித உழைப்பு' – என்கிறார் பிரெடெரிக் ஏங்கெல்ஸ்.

'எல்லா செல்வங்களின் பின்னாகவும் இருப்பது குற்றமே' – என்று தனது உலகப் புகழ்பெற்ற 'காட்ஃபாதர்' நாவலைத் தொடங்குகின்றார் மரியூ பூஸோ – இந்த இரண்டுமே உண்மைகள்தான்.

ஒரு பக்கம் மனிதர்கள் உழைப்பின் மூலம் சிறிது சிறிதாக செல்வம் சேர்த்து, உலகின் வளத்தை மேம்படுத்துகின்றனர். இன்னொரு பக்கம் குற்றத்தின் மூலம் அந்தச் செல்வங்களை சிலர் அபகரித்து குறுகிய காலத்தில் செல்வந்தர்களாகின்றனர். இவர்கள் இருவரும் வரலாறு நெடுகவும் காணக்கிடைக்கிறார்கள். நாணயத்தில் 'பூவா? தலையா?' போல, பொருளாதாரத்தில் 'உழைப்பா? சுரண்டலா?' என்ற இரண்டு நிலைத்த பக்கங்கள் உள்ளன.

எந்தப் பணம் மக்களின் முன்னேற்றத்திற்காக ஆதி காலத்தில் வடிவெடுத்ததோ, அதே பணத்தைக் காரணமாக வைத்து, மக்கள் வாழ்வில் மாபெரும் சீரழிவு ஏற்பட்ட சூழல்கள் பல வரலாற்றில் உண்டு. அவை தங்க வேட்டைக் காலங்களாக வரலாற்றால் நினைவுகூரப்படுகின்றன. இந்த வேட்டைகளில் தங்கத்தை விடவும் மனிதர்களே அதிகம் வேட்டையாடப்பட்டு இருக்கின்றனர். உண்மையில் தங்க வேட்டைக் காலம் என்பது,

சிலரின் தங்க ஆசை காரணமாக, கோடிக்கும் மேற்பட்ட மக்கள் கொல்லப்பட்ட காலம், தங்களது தங்க ஆசைகளை நிறைவேற்ற லட்சக் கணக்கான மக்கள் கொலைகாரர்களாகத் திரிந்த காலம்.

மனிதர்கள் எப்போதும் தங்கத்தை தாங்கள் வேட்டையாடியதாகக் கருதுகிறார்கள். உண்மையில் தங்கம்தான் மனிதர்களை, மனித நேயத்தை விரட்டி விரட்டி வேட்டையாடி இருக்கின்றது. யாருக்கும் தீங்கு விளைவிக்காமல் பெறப்பட்ட தங்கம் என்பது, வரலாற்றின் மிக அரிய பொருள்.

ஆரம்ப காலத்தில் இருந்தே தங்கத்தைத் தோண்டி எடுப்பது எளிதானதாகவோ பாதுகாப்பானதாகவோ இல்லை. இத்தனைக் காலங்களில் மண்ணுக்குள் இருந்த தங்கத்தை வெளியே எடுக்க, மண்ணுக்குள் போன மனிதர்களின் எண்ணிக்கை பல கோடிகள் இருக்கும். உலகப்போர் மனித இனத்தின் மீது ஏற்படுத்திய பாதிப்புகளுக்கு சற்றும் குறையாத நீண்டகால பாதிப்பை தங்கத் தேடல்கள் ஏற்படுத்தி உள்ளன. தவிர உலகப் போருக்குமேகூட தங்க ஆசை ஒரு மறைமுகக் காரணமாக இருந்து உள்ளது என்பது தனிக்கதை.

தங்கம் ஓரிடத்தில் இருப்பது தெரியவந்தால், அந்த இடத்தில் ஆழமாகத் தோண்டிக் கொண்டே செல்லும் வழக்கம் ஆதிகாலத்தில் இருந்தே உள்ளது. அப்படித் தோண்டும் போது தரை சுரங்கமாகிவிடுகின்றது. இந்த ஆழமான தங்கச் சுரங்கங்களில் உள்ளாக இறங்குவது எப்போதுமே ஆபத்தானது. காற்று இருக்காது, வெளிச்சம் இருக்காது, வெம்மை வாட்டி எடுக்கும் தவிர சுரங்கம் இடிந்து உள்ளேயே சமாதியாகும் அபாயமும் உள்ளது. ஆனாலும் காலம்காலமாக இதன் உள்ளே மனிதர்களை இறக்கித்தான் தங்கம் வெளியே எடுக்கப்படுகிறது.

இன்றைய நவீன உலகிலும்கூட மனிதர்கள் வேலை செய்யும் மிக அபாயமான இடங்களில் ஒன்றாகவே தங்கச் சுரங்கங்கள் உள்ளன. சுரங்கங்கள் அன்றும் இன்றும் விதிமீறல்களுக்குப் பெயர் பெற்றவை. உலகெங்கும் உள்ள தங்கச் சுரங்கங்களில் இப்போதும் 10 லட்சத்திற்கும் குறையாத குழந்தைத் தொழிலாளர்கள் வேலை வாங்கப்படுகிறார்கள் என்று 2013ஆம் ஆண்டில் ஐ.நா. ஒப்புக் கொண்டுள்ளது. அதுவும் உகாண்டா போன்ற ஆப்ரிக்க நாடுகளில் தங்கச் சுரங்கங்களில் வேலை செய்பவர்களில் 20 முதல் 30 சதவீதம் குழந்தைத் தொழிலாளர்கள்தான் என்று 2016ஆம் ஆண்டில் வெளியான ஆய்வுகள் கூறுகின்றன.

இவர்களில் பெரும்பாலானோருக்கு எதிர்காலம் என்ற ஒன்று இருந்திருக்காது.

சுரங்கப்பணியில் சிறுவன்

ஏனெனில், தங்கத்தை மண்ணில் இருந்து பிரித்தெடுக்கும் பணியில் பாதரசம் முக்கிய வேதிப்பொருளாகப் பயன்படுத்தப்படுகின்றது. இது பிரித்தெடுத்தலின் போது வாயுவாக வெளியேறுகிறது. பாதரசவாயு உயிருக்கும் உடல் நலத்திற்கும் ஊறு விளைவிக்கக் கூடியது. இதனால் தங்கச் சுரங்கங்களில் வேலை செய்யும் தொழிலாளர்கள் செவித்திறன் இழப்பு, பார்வை இழப்பு, நரம்பு மண்டல பாதிப்பு, சிந்தனைத் திறன் பாதிப்பு, இதய செயலிழப்பு, சிறுநீரகச் செயலிழப்பு, நுரையீரல் பாதிப்பு போன்ற பல நீண்டகால நோய்களுக்கு ஆளாகின்றனர். இவை தவிர சுரங்கம் இடிதல், சிலிக்கானை சுவாசித்தல், வெடிவைத்து பாறைகளைத் தகர்க்கும் போது வெளிப்படும் புகை போன்றவை தாங்களும் பணியாளர்களை அழிக்கின்றன. இந்தத் தீய விளைவுகளை எல்லாம் காண விடாமல் தங்க ஆசை இன்றும் நம் கண்களை மறைத்தே உள்ளது என்பது நாம் எண்ணிப் பார்க்கவே மறுக்கும் உண்மை.

இத்தனைக் கடினங்களையும் தாண்டியே தங்கம் தோண்ட வேண்டும், அதுவும் குறைவான ஊதியத்துக்கு. இதனால் தங்கம் தோண்டும் வேலையில் எகிப்தியர்களின் காலம் முதல் அடிமைகளே அதிகம் ஈடுபடுத்தப்பட்டனர். கிரேக்கர்களும் ரோமனியர்களும் தங்கள் அடிமைகளையும் கைதிகளையும் தங்கச் சுரங்கத்தில் வேலை வாங்கியே கொன்றனர். 2000

ஆண்டுகளுக்கு முன்பு வாழ்ந்த கிரேக்க வரலாற்று ஆசிரியர் ‘டியோடரஸ்’ தங்கச் சுரங்கங்களை நேரடியாகப் பார்வையிட்டு, அவற்றைப் பற்றிய வரலாற்றுக் குறிப்புகளை எழுதி நமக்கு விட்டுச் சென்றுள்ளார். அவரது குறிப்புகளைப் படிக்கும் எவருக்கும் கண்களில் தங்க ஆசையை மறைக்கும் அளவுக்குக் கண்ணீர் முட்டும். டியோடரஸ் எழுதிய சில குறிப்புகளை தனது ‘மூலதனம்’ நூலில் காரல் மார்க்ஸ் மேற்கோள் காட்டியுள்ளார்.

டியோடரஸின் கூற்றுப்படி, ‘கிரேக்கத் தங்கச் சுரங்கங்களில் ஆண்கள் பெண்கள் ஆகியோருடன் குழந்தைகளும் வேலை செய்ய நிர்பந்திக்கப்பட்டனர். இவர்களில் யாருக்கும் மேலாடைகள் கூடக் கொடுக்கப்படவில்லை. இவர்களது வேலையில் தொய்வு ஏற்படுவதைக் கண்டால் அங்குள்ள மேற்பார்வையாளர்கள் உடனே சவுக்கடி கொடுப்பார்கள். அப்போது சோர்வோடு சேர்த்து சவுக்கடியின் வலியையும் தாங்கிக் கொண்டு அவர்கள் வேலை செய்ய வேண்டும். இவர்கள் யாருக்கும் விடுதலை என்ற ஒன்று இல்லை. மரணம் மட்டுமே அவர்களுக்கான ஒரே விடுதலை.’

வரலாற்று ஆசிரியர் மூத்த பிளினி, இன்றைய ஸ்பெயின் பகுதியில் முற்காலத்தில் எவ்வாறு தங்கம் எடுக்கப்பட்டது என்பதை எழுதி உள்ளார். அவரது குறிப்புகளில் இருந்து பல்லாயிரம் அடிமைகள் சூரியனைப் பலமாதங்களாகப் பார்க்காதவர்களாக பூமிக்கு அடியில் வேலை செய்தனர் என்பதையும், விபத்துகள் ஏற்படும் போது அவர்கள் ஆயிரக் கணக்கில் மடிந்தனர் என்பதையும் நாம் அறிகிறோம். ‘மிகக் கடினமாக பாறைகளை பூமிக்கு அடியில் அவர்கள் வெட்டினார்கள். இதன் காரணம் மக்களின் தங்க மோகம் அந்தப் பாறைகளை விடவும் கடினமான ஒன்றாக இருந்ததுதான்’ என்று பிளினி குறிப்பிடுகிறார்.

வரலாற்றாசிரியர் மூத்த பிளினி

இப்படியாகத் தங்கம் ஒரு பக்கம் சுரங்கங்களில் இருந்து தோண்டி எடுக்கப்பட, மறு பக்கம் பேரரசர்கள் அண்டை

நாடுகளிலும் தங்கம் திருட முற்பட்டார்கள். தங்கத்திற்காக போர்கள் தொடுக்கப்பட்டன. இப்படியாக இரு நாடுகளுக்கு இடையே போர் நடந்து, இறுதியில் வென்ற நாடு தோற்ற நாட்டைக் கொள்ளை அடிப்பது என்ற வழக்கம் ஆதி உலகின் 5 கண்டங்களிலும் இருந்திருக்கின்றது. கொள்ளை அடித்தது போக மீதம் உள்ளவற்றை இடித்தும், தீவைத்தும் ஒன்றும் இல்லாமல் செய்வதும் பல இடங்களில் போர் மரபாகவே கடைபிடிக்கப்பட்டு இருக்கின்றது. இதில் இரண்டு நாடுகளுக்கும் கடும் பாதிப்புகள் உண்டு. இந்த பாதிப்புக்கு பெரும்பாலான நாகரிகங்கள் காலப்போக்கில் பலியாகின.

எகிப்தில் தங்கம் பணமாகப் பயன்படுத்தப்பட்ட ஆரம்ப காலத்திலேயே, எகிப்தின் மீது படையெடுத்து அதன் மூலம் செல்வம் திரட்ட பாபிலோனியார்கள் கற்றுக் கொண்டனர் என்று முன்னரே பார்த்தோம். ஆனால் அந்த வெற்றி நிலையானதாக இருக்கவில்லை. பாபிலோனியர்கள் வலுக்குன்றியபோது பாரசீகர்கள் அவர்களைக் கொள்ளை அடித்தனர். வரலாற்றின் தந்தை ஹெரோடோடஸ் தனது குறிப்புகளில் ஒரு கதையை நமக்கு விட்டுச் சென்றுள்ளார். அந்தக் கதையின் படி,

பாபிலோனைப் பெரும் பணத்தாசையுடன் கைப்பற்றிய பாரசீக அரசன் டைரஸ் என்பவன், அங்கே முன்னர் அரசாண்ட பாபிலோனிய அரசன் ஒருவனின் கல்லறையைக் காண்கிறான். அதில் 'என்னுடைய சிம்மாசனத்தில் அமர நேரும் எனது வாரிசுகளில் எவருக்காவது செல்வங்கள் கட்டாயம் தேவைப்பட்டால், இந்தக் கல்லறையைத் திறந்து தேவையான செல்வத்தை எடுத்துக் கொள்ளலாம். ஆனால் உண்மையான அவசியம் ஏற்பட்டாலே ஒழிய அந்தச் செயலைச் செய்யக் கூடாது. அது நன்மை தராது' என்று எழுதி இருந்தது.

அந்தக் கல்லறையில்தான் பாபிலோனின் மிகப்பெரிய செல்வம் இருப்பதாகக் கருதிய டைரஸ் அதனை உடைத்தான். அங்கு செல்வங்கள் எதுவுமே இல்லை. மாறாக ஒரு கருங்கல்தான் இருந்தது. அதில் 'நீ பணத்தாசை பிடித்தவன், பணம் உண்மையில் எப்படிக் கிடைக்கிறது என்பதை அறிவதில் அக்கறை இல்லாதவன். அப்படி இல்லை என்றால் நீ இறந்தவர்களின் சாமாதியைத் திறந்திருக்க மாட்டாய்' என்று இருந்தது.

கல்லறை வரைக்கும் சென்று கொள்ளை அடித்த பாரசீகர்களிடமும் அந்தத் தங்கம் தங்கவில்லை. அலெக்ஸாண்டர்

வலுப்பெற்ற போது பாரசீகத்தின் மூன்று தலைநகரங்களையும் தோற்கடித்தார். அப்போது அவர் அங்கெல்லாம் பெட்டகங்களிலும் ஆலயங்களிலும் திரண்டு இருந்த தங்கம் அனைத்தையும் கொள்ளை அடித்திருக்கலாம் என்று வரலாற்று ஆய்வாளர்கள் கருதுகின்றனர். அலெக்ஸாண்டர் விட்டுச் சென்றிருந்தாலும், பாரசீகத் தங்கம் எதோ ஒரு காலத்தில் அந்த மண்ணை விட்டுச் சென்றது என்பதே வரலாற்று உண்மை. இழக்கப்பட்ட பாரசீகத் தங்கத்தின் எடை குறைந்தது 10,000 டன்களாவது இருந்திருக்கும் என்று வரலாற்று ஆய்வாளர்கள் மதிப்பிடுகின்றனர். வெள்ளியும் பிற பொருட்களும் தனி.

கிரேக்கர்களின் பின் வந்த ரோமானியர்கள் காலத்திலேயே தங்கக் கொள்ளை அரசாங்க நடவடிக்கையாகிவிட்டது. போருக்கு காரணம் கற்பித்தால் தங்கக் கொள்ளை இலவச இணைப்பாகிவிடும். ஜூலியஸ் சீசர் ரோமானியப் பேரரசராக இருந்த போது, பல சிறிய நாடுகள் மீது போர் தொடுத்து அங்கெல்லாம் பெட்டகங்களிலும், ஆலயங்களிலும் இருந்த தங்கத்தைக் கொள்ளையிட்டார். 2000 ஆண்டுகளுக்கு முன்னர் வாழ்ந்த வரலாற்றாசிரியர் ஸ்யூடோனியஸ் தனது 'ரோம சாம்ராஜ்ஜிய வரலாறு' என்ற நூலில் சீசரைப் பற்றிக் கூறும் இடத்தில்,

'எகிப்திலிருந்தும் கால்வியாவிலிருந்தும் அவர் ஆலயங்களில் காணிக்கையாகத் திரண்ட ஏராளமான தங்கத்தைக் கொள்ளை அடித்தார். குற்றம் புரிந்தவர்களை தண்டிக்க இவர் மேற்கொண்ட படையெடுப்புகளைக் காட்டிலும் கொள்ளை அடிக்க மேற்கொண்ட படையெடுப்புகளே அதிகம்' என்கிறார். இவ்வாறு சீசர் கொள்ளை அடித்தவை அருகே உள்ள சகோதர நாடுகளாகவும், சிறிய தீவுகளாகவுமே இருந்தன.

ஒரு அரசன் தனது தங்கத்தைப் பாடுபட்டுப் பதுக்குவதும், வேறு ஒரு அரசன் அதனைக் கொள்ளையிட்டுச் செல்வதும் வரலாறு முழுக்க உண்டு. சிலர் யாருக்கும் தெரியாமல் தனது செல்வத்தை மறைத்து வைப்பதும் உண்டு. இப்படிப்பட்ட அரசர்களின் புதையல்கள் பல இன்றும் கிடைக்காமல் உள்ளதாக நம்பப்படுகின்றன. அவற்றில் என்ன இருக்கும் என்று யாருக்கும் தெரியாது.

வரலாறு நெடுக போர்களின் மூலம் பெறப்பட்ட தங்க ஆபரணங்களும் பொருட்களும் பெரும்பாலும்

உருக்கவேபட்டுள்ளன. இதனால் நாம் பண்டைக் கலாசாரங்கள் குறித்த பல சான்றுகளை இழந்தது தனி வரலாற்றுச் சோகம். உண்மையில் தங்கத்தைவிடவும் அந்தப் பொருட்களின் பழமை அதிக மதிப்பு வாய்ந்தது.

உலக நாடுகளிடையே கடல் வழி வணிகம் வலிமைபெற்ற பிறகு, தங்கத்தைக் கொள்ளையிட நேரடியான போர்கள் தேவைப்படாத நிலை உருவானது. பல திருடர்களுக்கு பல கஜானாக்கள் புலப்பட்டன. எளியவர்களை அழித்து, வலியவர்கள் செல்வம் சேர்க்கும் வலி மிகுந்த காலகட்டம் அப்போது பிறந்தது. புதிய நாடுகள் வரைபடத்துக்கும் புதிய ஆடுகள் கசாப்புக்கடைகாரர்களுக்கும் கிடைத்தன.

~

5

புதிய நாடுகளில் புதையல் வேட்டை

கடல் பயணங்கள் அதிக முக்கியத்துவம் பெற்று, மாலுமிகள் புதிய பூமிகளையும் புதிய கடல் வழிகளையும் கண்டுபிடிக்கப் புறப்பட்ட பின்னர், தங்கக் கொள்ளை அடுத்த பரிணாம வளர்ச்சியைக் கண்டது. இன்னும் சொல்லப் போனால், ஐரோப்பியர்களின் கடல் பயணங்கள் வளர, அவர்களின் தங்க ஆசையே பிரதான காரணமாக இருந்துள்ளது. அதனால்தான் நாம் நன்கறிந்த கடல் மாலுமிகள் பலர் இன்னொரு பக்கம் தங்கக் கொலைகளோடும் கொள்ளைகளோடும் பின்னிப் பிணைந்தவர்களாக உள்ளனர்.

பைபிளில் தங்கத்தைப் பெருமளவில் கொண்ட ஆஃபிர் (Ophir) என்ற நாட்டைப் பற்றிய குறிப்பு உள்ளது. ஆனால் இந்த நாடு எங்கே உள்ளது என்று பைபிள் சொல்லவில்லை. இதனால் உலக வரைபடம் நிறைவடையும் வரையில், புதிய நாடுகளைக் கண்டுபிடித்த ஒவ்வொரு மாலுமிக்கும் 'நாம் ஆஃபிருக்கு வந்து விட்டோமா?' – என்ற கேள்வி தன்னாலேயே வந்தது. வாஸ்கோடகாமாவின் சக மாலுமியான டாம் லூரப்பஸ் தற்போதைய ஜிம்பாப்வே பகுதியில் அந்தத் தங்கநாடு இருக்கலாம் என்று கருதினார். செங்கடலிலோ பசிபிக் கடலிலோ அந்த நாடு இருக்கலாம் என்று பல்வேறு மாலுமிகள் கருதினர். வரலாற்று ஆய்வாளர் மாக்ஸ்முல்லர் பண்டைய குஜராத்தாக அது இருக்கலாம் என்று கருத்து தெரிவித்து உள்ளார்! (இந்தியாவைப் பற்றியும் சமஸ்கிருதம் பற்றியும் மிக அதிக கருத்துகளைத் தெரிவித்த முல்லர் ஒருபோதும் இந்தியாவுக்கு வந்ததே இல்லை என்பது கவனிக்கத் தக்கது.)

இவற்றைப் போன்ற இல்லாத இடங்கள் குறித்த கற்பனைக் கதைகள் தவிர உண்மையாகவே இருந்த நாடுகள் குறித்தும், சில தவறான ஆனால் ஆர்வத்தைத் தூண்டக் கூடிய தகவல்கள் முற்கால மக்களிடையே உலா வந்து கொண்டிருந்தன. மக்களும் மாலுமிகளும்... ஏன், புகழ்பெற்ற வரலாற்று ஆசிரியர்களும் கூட அவற்றை நம்பினர். வரலாற்றின் தந்தை எனப் போற்றப்படும் ஹெரோடோடஸ் இந்தியாவைப் பற்றி எழுதிய குறிப்புகள் இதற்கு சரியான உதாரணம்,

'இந்தியாவில் தங்கமும் வெள்ளியும் வைரங்களும் நிரம்பிய பள்ளத்தாக்கு உள்ளது. அதை நரி அளவுள்ள எறும்புகள் காவல் காக்கின்றன' என்பது ஹெரோடோடசின் குறிப்புகளில் ஒன்று. அன்றைக்குப் பல வரலாற்று ஆசிரியர்கள் தாங்களாக பயணம் செய்யாதவர்களாக இருந்தனர், பயணித்தவர்கள் என்று நம்பப்பட்டவர்களிடம் கேட்டு சில செய்திகளை எழுதினர். அந்த செயல்முறையில் நிகழ்ந்த தவறுகள்தான் இவை. ஆனாலும் அந்த வழிமுறையே பெரும்பாலும் பின்பற்றப்பட்டு உள்ளது.

'கேட்டு எழுதியவை எல்லாம் வரலாறாகிவிட்டன, பார்த்து எழுதியவை வெறும் பயணக் குறிப்புகளாகவே நின்றுவிட்டன' – என்ற மேற்கோள் இங்கு பொருந்தக் கூடியது. வரலாற்றுக்காக அப்போது யாரும் பயணம் போகவில்லை. கொள்ளையடிக்கப் போனவர்களே பெரும்பாலான பயணிகள் என்பதால் பல குறிப்புகள் தவறாக உள்ளதில் பெரிய வியப்பு ஒன்றும் இல்லை.

அமெரிக்காவும் ஆஸ்திரேலியாவும் ஐரோப்பியர்களால் கண்டுபிடிக்கப்பட்ட பிறகு, தங்கக் கொள்ளைகளுக்காக அங்கெல்லாம் வாழ்ந்த பூர்வகுடிகள் பெரும்பாலும் கொல்லப்பட்டனர். பல ஆப்ரிக்க நாடுகளில் மக்கள் கூட்டம் கூட்டமாகக் கொல்லப்பட்டனர். கடல் மாலுமிகள் எல்லாம் அப்போது மூளைச் சலவை செய்யப்பட்ட கொலைகாரர்களாக அலைந்தனர். எங்கெல்லாம் ஐரோப்பியர்களுக்கு அடிமைகள் தேவையோ, எங்கெல்லாம் இறந்த மனிதர்களின் உடலை அப்புறப்படுத்துவது கடினமோ, எங்கெல்லாம் மக்கள் திருப்பித் தாக்கி வெல்ல சாத்தியங்கள் இருந்ததோ அங்கு மட்டுமே ஐரோப்பியர்கள் பைபிளோடு சென்றனர், மற்ற இடங்களில் எல்லாம் அப்போது ரைபிள்தான் பேசியது.

மாலுமிகளை இப்படிப்பட்ட கொலைகாரர்களாக மாற்ற பைபிளை அடிப்படையாகக் கொண்டு அவர்களுக்கு வகுப்புகள்

எடுக்கப்பட்டன. போப்பாண்டவரின் 'பாப்பல் புல்கள் (papal bulls)' எனப்படும் கட்டளைகள் மூலம் கொலைகள் 'அறம்' என்று போதிக்கப்பட்டன.

கி.பி.1452 மற்றும் கி.பி.1455 ஆகிய ஆண்டுகளில் போப்பாண்டவர் நிக்கலாஸ் 'இசுலாமியர்களையும், இதர கடவுளர்களைக் கும்பிடுபவர்களையும், அமெரிக்க பூர்வகுடிகளையும் அடிமைகளாக ஆக்கும் கடமை போர்ச்சுக்கல் மற்றும் ஸ்பெயின் அரசுகளுக்கு அளிக்கப்படுகிறது. அடிமையாக வேலை செய்ய மறுப்பவர்களை கொல்வது பாவமல்ல' – என்று கட்டளைகள் விடுத்தார். அடிமைகளை வேலை வாங்குவது, கொல்வது ஆகியவை குறித்து பழைய ஏற்பாட்டில் இருந்த கருத்துகள் இக்காலத்தில் புத்துயிர் பெற்றன, இன்னும் கடுமையாகக் கையாளப்பட்டன.

அமெரிக்கக் கண்டம் கண்டுபிடிக்கப்பட்ட பிறகு ஸ்பெயினுக்கும் போர்ச்சுகலுக்கும் அதைப் பகிர்வதில் சிக்கல் ஏற்பட்டது. இப்போதும் அவர்களுக்கு போப்பாண்டவர்தான் பஞ்சாயத்து செய்துவைத்தார். 1494ஆம் ஆண்டில் அப்போதைய போப்பாண்டவர் அலெக்ஸாண்டர் உலக வரைபடத்தில் அமெரிக்க கண்டத்தின் வடக்கு தெற்காக ஒற்றைக் கோட்டைப் போட்டு அதன் மேலுள்ள பகுதிகளை எல்லாம் ஸ்பெயினுக்கும் கீழுள்ள பகுதிகளை எல்லாம் போர்ச்சுகலுக்கும் பிய்த்துக் கொடுத்தார். இதெல்லாம் அமெரிக்காவில் அப்போது வாழ்ந்த பூர்வகுடி மக்களுக்கு தெரியாமலும் அவர்களின் அனுமதி இல்லாமலும் நடந்தன. அப்போது அவர்கள் எல்லாம் மனிதர்கள் என்பது கூட போப்பாண்டவருக்குத் தெரிந்திருக்குமா என்றே தெரியவில்லை. அன்றைக்கு 'புதிய கண்டங்களில் மனிதர்களைப் போன்ற உயிரினங்கள் உள்ளன' என்றே ஐரோப்பிய மக்களுக்குத் தெரிந்திருந்தது.

போப் 5ஆம் நிக்கலாஸ்

சிறிது காலத்தில் அறிவியல் வளர்ச்சி முன்னேற 'புதிய நாடுகளில் உள்ளவர்கள் மாறுபட்ட இனங்களைச் சேர்ந்த மனிதர்கள்' – என்று ஐரோப்பியர்கள் அறிந்தார்கள். அப்போது 'பிற கண்டங்களில் உள்ளவர்கள் கீழான இனங்களைச் சேர்ந்த மனிதர்கள். மனித இனத்தைத் தரமுள்ள இனமாக மாற்ற தரமற்ற மனித இனங்களை அழிக்க வேண்டிய அவசியம் உள்ளது' என்று ஏற்கனவே மதச்சாயம் பூசப்பட்ட கொலைகள் மீது இப்போது அடுத்து அறிவியல் சாயமும் பூசப்பட்டது. இந்தியா மட்டும் அப்போது ஐரோப்பியர்களுக்கு எளிதில் எட்டும் தொலைவில் இருந்திருந்தாலோ, வலிமை இல்லாமல் இருந்திருந்தாலோ இன்றைக்கு இங்கே ஐரோப்பியர்களே வாழ்ந்து கொண்டிருப்பார்கள். நமது வரலாற்றை அவர்களில் யாரோ ஒருவர் எழுதிக்கொண்டு இருந்திருப்பார்.

ஐரோப்பிய மாலுமிகளில் 'உத்தமர்' என்று நாம் யாரையும் கூறிவிட முடியாது. அமெரிக்காவைக் கண்டறிந்தவர் என்ற முறையில் நாம் நன்றாக அறிந்த கொலம்பஸுக்கு தங்கத்தின் வரலாற்றில் கொடூரமான ஒரு முகமும் உண்டு. 1492 ஆம் ஆண்டில் அட்லாண்டிக் கடலில் தவறான பாதையில் பயணித்ததால், எங்கே செல்கிறோம் என்றே தெரியாமல் அமெரிக்க கண்டத்தின் அருகே இருந்த தீவு ஒன்றில் அவர் கரையேறினார். அங்கு அவர் 29 நாட்களைக் கழித்தார். பின்னர் மூன்று முறைகள் அவர் அதே இடத்திற்குப் பயணம் செய்தார். அவரது பயணத்தின் பிரதான நோக்கம் மிளகுக்கும் தங்கத்துக்கும் பெயர் போன இந்தியாவைக் கண்டுபிடிப்பதாக இருந்தது. ஆனால் அவர் வந்த இடம் இந்தியா அல்ல, அமெரிக்கா. அதற்காக எல்லாம் கொலம்பஸ் மனம் தளரவில்லை. அங்குள்ள மக்களுக்கு எல்லாம் 'இண்டியன்ஸ்' (இந்தியர்கள் – அதாவது இந்தியாவைச் சேர்ந்தவர்கள்) என்று அவர் பெயரிட்டார். அந்த நாளில் இருந்து அமெரிக்காவின் பூர்வகுடிகள் இந்தியர்களாகிவிட்டார்கள். பின்னர் அங்கு வந்து குடியேறிய ஐரோப்பியர்கள் அமெரிக்கர்களாகி விட்டார்கள்.

அடுத்து அவர் அமெரிக்காவில் இருந்த தாவரங்களை ஆராய்கிறார். அவற்றில் ஒரு பச்சைத் தாவரம் மிளகைப் போல காரமானதாக இருக்கிறது. உடனே அதைக் கையில் எடுத்துக் கொள்கிறார். அதற்கு 'கிரீன் பெப்பர் (பச்சை மிளகு') என்று பெயர் வைக்கிறார். அது உடலுக்கு நல்லதா கெட்டதா?

இரா. மன்னர் மன்னன்

மிளகைப் போன்ற மருத்துவ குணம் உள்ள தாவரமா? என எதையும் கொலம்பஸ் பார்க்கவில்லை. இப்போது அந்த கிரீன் பெப்பரை மிளகாய் என்ற பெயரில் (மிளகு+ஆய்: மிளகுக்கு பதிலாகக் கொடுக்கப்பட்ட என்று பொருள்) உண்ணும் நாமும் அதைக் கேட்கவில்லை.

மிளகு என்ற முதல் வேலை முடிந்தது, தங்கம்?. கொலம்பஸ்ஸின் நல்ல நேரமோ பூர்வீக அமெரிக்கர்களின் கெட்ட நேரமோ, கொலம்பஸ் அதனையும் கண்டுபிடித்தார். அமெரிக்க கண்டத்தின் அருகே அவர் கண்ட ஹைத்தி தீவில் தங்கம் ஓரளவுக்கு இருந்தது. இப்போது கொலம்பஸ் தனது பயணச் செலவுகளை எல்லாம் ஈடுகட்டிய வெற்றி வீரராக தன்னைக் கருதிக் கொண்டு, போர்ச்சுக்கல் அரசருக்கும் அரசிக்கும் சில கடிதங்களை எழுதுகிறார்.

ஒரு கடிதத்தில், 'நான் கண்ட தீவிலே ஆறுகளிலும் மலைகளிலும் தங்கம் இருந்தது. அங்குள்ள மக்களுக்கு தங்கத்தின் மதிப்பு தெரியவில்லை. அவர்கள் அற்பமான பொருளுக்கு மாற்றாகக் கூட தங்கத்தைக் கொடுக்கிறார்கள். இது லாபமான வர்த்தகத்திற்கு ஏற்ற இடம். இங்குள்ள மக்களை அடிமைப்படுத்தினால் எளிதாகத் தங்கம் திரட்டலாம்.' என்று கொலம்பஸ் கூறுகிறார்.

இன்னொரு கடிதத்தில், 'தங்கம் எந்தவொரு பொருளையும்விட விலை உயர்ந்தது. அதை வைத்திருப்பவர்கள் உலகத்தில் தங்களுக்கு வேண்டிய எதையும் பெற முடியும். நரகத்தில் இருக்கும் மக்களைக் காப்பாற்றி சொர்க்கத்தில் உள்ள சுகங்களை அனுபவிக்கும் சாதனங்ளையும் அடைய முடியும்' என்று ஆசையை மேலும் தூண்டுகிறார்.

இப்படியாக கொலம்பஸ் எழுதிய கடிதங்களின் அடிப்படையில், ஹைத்தி தீவை ஒரு தங்கக் கிடங்காக போர்ச்சுக்கல் அரசு கருதியது. போர்த்துக்கீசியர்களால் ஹைத்தி தீவு கி.பி.1493ஆம் ஆண்டில் இருந்து கி.பி.1520ஆம் ஆண்டுவரை தொடர்ந்து கொள்ளையடிக்கப்பட்டது. அங்கிருந்த மக்கள் மிருகங்களைப் போல வேட்டையாடப்பட்டனர். வெகுசிலர் (அதிகபட்சம் 15,000 பேர்) தப்பிச் சென்றனர், மற்றவர்கள் கணக்குவழக்கே இல்லாமல் கொத்துக் கொத்தாக கொல்லப்பட்டனர் அவர்களின் எண்ணிக்கை குறைந்தது 10 லட்சம் முதல் அதிகபட்சம் 30 லட்சமாக இருந்திருக்கும் என்று

கணிக்கப்படுகிறது. ஒரு கட்டத்தில் ஹைத்தி மண்ணின் மக்கள் அனைவருமே அப்புறப்படுத்தப்பட்ட பின்னர் போர்ச்சுக்கல் 22 டன் தங்கத்தைப் பெற்று இருந்தது. இப்படியாக அங்கு ஒவ்வொரு 10 கிராம் தங்கத்திற்கும் குறைந்தது ஒரு மனித உயிர் காவு வாங்கப்பட்டிருந்தது.

கொலம்பஸ்

இன்னொரு பக்கம் தங்க வெறி பிடித்த ஸ்பெயினின் வீரர்கள் மத்திய அமெரிக்கத் தீவுகளுக்குள் புகுந்து தங்கள் வேட்டையைத் தொடங்கினர். அவர்கள் பூர்வகுடிகளில் சிலரை மட்டும் அடிமைகளாக விட்டுவிட்டு பெரும்பான்மை மக்களைக் கொன்றார்கள்.

கி.பி.1500களில் மத்திய அமெரிக்காவில் இருந்த பாவப்பட்ட பூர்வகுடிகளை கிறிஸ்தவர்களாக்க முடியுமா என்று ஆராய, அன்றைய போப்பாண்டவர் ஒரு பாதிரியாரை அங்கு அனுப்பி வைக்கிறார். அந்தப் பாதிரியாரின் பெயர் ‘பார்த்தலோமி டி லே காஸஸ் (Bartolomé de Las Casas)’.

பாதிரியார் காஸஸ் அங்கு சென்ற போது, சிலுவையில் செத்த இயேசுவின் மரணத்தை விடவும் மோசமான மரணத்தில் அங்குள்ள மக்கள் உழல்வதைக் கண்டு கடும் அதிர்ச்சி அடைந்தார். மக்களைத் துன்புறுத்துவது அங்கு சட்டத்தின் முழு அனுமதியோடு முன்கூட்டியே திட்டமிட்டு நடந்து கொண்டிருந்தது. பூர்வகுடிகளைத் துன்புறுத்தி துன்புறுத்தியே ஸ்பானிய வீரர்கள் களைத்துப் போனதால், தொழிற்சாலைகள் போல இயந்திரமயமான சித்திரவதைக் கூடங்கள் அங்கு அமைக்கப்பட்டு இருந்தன. பூர்வகுடி மக்களை அழிப்பதற்கு என்றே ஸ்பானியர்கள் பல இயந்திரங்களை வடிவமைத்து இருந்தனர். தேவையற்றவர்களைக் கொல்லவும், பணியாதவர்களை அச்சுறுத்தவும் அவை பயன்பட்டன. ஆனால் பூர்வகுடிகளுக்கு அவற்றினால் ஏற்படும் மரணத்தைவிடவும் ஸ்பானியர்களிடம் சிக்கி அனுபவிக்கும் கொடுமைகள் மோசமானவையாக இருந்தன.

பணிந்த பூர்வகுடிகளை எல்லாம் ஸ்பானியர்கள் சுரங்கங்களில் வைத்து வேலைவாங்கியே கொன்றனர். சுரங்கங்களில் வேலை செய்ய வலுவற்ற பெண்களும் குழந்தைகளும் வல்லுறவு கொள்ளப்பட்டனர், தீயில் பொசுக்கப்பட்டனர், இவை எல்லாம் ஸ்பானியர்களுக்கு பொழுதுபோக்குகளாக இருந்தன. சில சமயம் ஸ்பானியர்களின் நாய்களுக்கு உணவில்லாத போது அடிமைகள் வெட்டிக் கொல்லப்பட்டு, அவர்களின் உடல்கள் உணவாகப் போடப்பட்டன. இதையெல்லாம் பாதிரியார் காஸஸின் சொந்தக் குறிப்புகளே நமக்குக் காட்டுகின்றன.

ஸ்பானியர்களிடம் இருந்து தப்பிய ஒரு இனக்குழுத் தலைவர் அப்போதைய கியூபாவிற்குச் சென்றார், அவர் கியூப பூர்வகுடிகளிடம் 'தங்கம்தான் வெள்ளையர்களின் கடவுள். உங்களுக்கு நிம்மதி கிடைக்க வேண்டும் என்றால் எல்லா தங்கத்தையும் ஆற்றில் வீசிவிடுங்கள். இது இருந்தால் உங்களைக் கொன்றுவிடுவார்கள்' – என்று எச்சரித்தார். இதையும் காஸஸின் குறிப்புகள் பதிவு செய்துள்ளன. தங்கத்தின் ஆசையால் நிகழ்த்தப்பட்ட இந்த மாபெரும் படுகொலைக்கு அப்போது கூடுமானவரை மதச்சாயம் பூசப்பட்டது. 'மனிதர்களை மனிதர்களே கொல்ல மதவெறியே போதுமானது' – என்பதை அன்றைய படுகொலைகள் உணர்த்துகின்றன.

'ஸ்பானியர்கள் தங்கள் கைகளில் சிலுவைகளையும் இதயங்களில் தங்கத்தின் மீதான தணியாத ஆசையையும் வைத்துக் கொண்டு முன்னேறினர்' என்று பாதிரியார் காஸஸ் கூறுகிறார். மத அனுமதியின் பெயராலே இந்தப் படுகொலைகள் நடந்தன என்பதையே அவரது வரிகள் காட்டுகின்றன. பாதிரியருக்குத் தெரிந்த இந்த உண்மைகள் போப்புகளுக்கும் தெரியாமல் இல்லை. ஆனால், பாவமும் தங்கமும் ஒன்றாகப் பெருகும் போது, பாவமன்னிப்பின் பெயரால் அந்தத் தங்கத்தில் பெரும்பகுதி தேவாலயங்களுக்குத்தான் வரும் என்று அன்றைய போப்பாண்டவர்கள் நன்றாகவே அறிந்திருந்தனர். ஆனால் அந்தப்

காஸஸ் பாதிரியார்

பாவங்களோடு ஒப்பிடும்போது தங்கத்தின் அளவு மிகக் குறைவுதான்.

அமெரிக்கா கொலம்பஸ்ஸால் கண்டுபிடிக்கப்படுவதற்கு முன்புவரை அங்கு பல நாகரிங்கள் செழித்து இருந்தன. அவற்றில் ஐரோப்பியர் வருகையின் போது அங்கு உயிரோட்டத்தோடு இருந்த இரண்டு நாகரிகங்கள் மெக்ஸிகோவின் ஆஸ்டெக் நாகரிகமும் பெருவின் இன்கா நாகரிகமும்.

மெக்ஸிகோவில் புகுந்த ஸ்பானியர்களின் படை அங்கு வசித்த 3 லட்சம் ஆஸ்டெக் மக்களில் இரண்டு லட்சத்து நாற்பதாயிரம் பேரைக் கொன்றது. இத்தனைக்கும் அவர்களுக்குக் கிடைத்தது வெறும் 600 கிலோ தங்கம்தான், இங்கே ஒவ்வொரு கிராம் தங்கத்துக்கும் துல்லியமாக 4 கொலைகள் செய்யப்பட்டு உள்ளன. உலக வரலாற்றில் மனித உயிர் இவ்வளவு மலிவாக வேறு எங்கும் விலை வைக்கப்பட்டதில்லை.

பெருவில் நுழைந்த ஸ்பானியர்கள் அங்கு இன்கா அரச குடும்பத்து பிரச்னைகளால், ராணுவம் குழப்பத்தில் இருப்பதை முதலில் கண்டுபிடித்தனர். இன்கா மக்களின் அரசன் அடகல்பாவுக்கு உதவி செய்வதாக நம்பவைத்து முதலில் அவனைக் கடத்தி, யாருக்கும் தெரியாமல் சிறை வைத்தார்கள். தன்னைத் தங்கத்திற்காகக் கடத்தி உள்ளார்கள் என்று நினைத்த அரசன் தன்னை விடுவித்தால் தங்கமும் வெள்ளியும் தருவதாக ஒப்புக் கொண்டான். இந்த ஒப்பந்தத்தின் அடிப்படையில் ஸ்பானிய பிரதிநிதி பிரான்சிஸ் பிசார்ரோ 13,420 பவுண்டு தங்கமும், 26,000 பவுண்டு வெள்ளியும் பெற்றார். அதன் பிறகு அடகல்பாவின் தலையை வெட்டிய ஸ்பானியர்கள் இன்கா நாகரிகத்தையும் அழிவின் பாதையில் இழுத்துச் சென்றனர்.

உழைத்துச் செல்வம் சேர்த்தவர்களை காட்டுமிராண்டி களாகச் சித்தரித்து, காட்டுமிராண்டிகள் நடத்திய இது போன்ற தங்கக் கொள்ளைகளால் உலகெங்கும் பலகோடி மக்கள் கொல்லப்பட்டனர். 40 ஆண்டுகால ஸ்பானிய தங்க வேட்டையில் மட்டும் ஒன்றரை கோடிபேர் கொலைசெய்யப்பட்டிருந்தனர். இப்படி உயிரிழந்தவர்களில் பெரும்பாலானோருக்கு தாங்கள் ஏன் கொல்லப்படுகிறோம் என்பது கூட தெரியாது, இதில் அவர்களின் தவறு ஒன்றுமே இல்லை. இப்படிப்பட்ட படுகொலைகளையும் நயவஞ்சக நாடகங்களையும் முன்னின்று

நடத்திய பிரான்சிஸ் பிசார்ரோ போன்றவர்களுக்கு ஸ்பானிய அரசு ஆளுநர் பதவி கொடுத்து அழகு பார்த்தது.

இந்தியாவை அடைந்த போர்த்துகீசிய மாலுமி வாஸ்கோ–ட–காமா இந்த வழியில் வந்தவர்தான். காமாவின் நோக்கமும் கொள்ளைதான். அதனால்தான் வாஸ்கோ கேரளாவில் அடக்குமுறைகளை கட்டவிழ்த்தான். கள்ளிக் கோட்டைக்கு 4 பெட்டி உல்லன் ஆடைகள், ஜாடி நிறைய தேன், 6 தொப்பிகள், சர்க்கரை, பவளம், 2 பேரல் எண்ணை, கொஞ்சம் வெண்கலப் பாத்திரங்களோடு வந்த அந்தப் பிச்சைக்காரனை வெட்டியும் போடாமல், வெறுங்கையோடும் அனுப்பாமல் இந்திய சரக்குகளைக் கொடுத்து, மீனவ மக்களையும், நாயர்களையும் அடிமைகளாக நாம் உடன் அனுப்பினோம். அவன் அங்கே போர்த்துகீசிய நாட்டில் இந்தியாவின் கவர்னராக முடி சூட்டப்பட்டான். அது முதல் இந்தியா தங்கக் கொள்ளையின் பிரதான இலக்குகளில் ஒன்றாக மீண்டும் சேர்ந்தது.

இப்படியெல்லாம் போட்டி போட்டு தங்கம் சேர்த்த ஐரோப்பிய நாடுகள் அவற்றின் மூலம் சாதித்தது ஒன்றும் இல்லை. ஸ்பானிய தங்கக் கொள்ளையில் சேகரித்த தங்கம் முழுவதும் ஸ்பானிய பிரபுக்களின் கைகளிலும் ஸ்பானிய உயர்குடி மக்களின் கைகளிலுமே போய் சேர்ந்தது. மக்கள் ஏழைகளாகவே இருந்தனர். இன்னும் சொல்லப்போனால் மனித வளம் முழுவதையும் தங்கக் கொள்ளை சார்ந்த நடவடிக்கைகளிலேயே ஈடுபடுத்திய காரணத்தால், அன்றைய ஸ்பெயினின் உள்நாட்டுப் பொருளாதாரம் பெருமளவில் பாதிக்கப்பட்டது. அத்தோடு அண்டை நாடுகளின் திருட்டுப் பார்வையும் ஸ்பெயினின் பக்கம் திரும்ப, தங்கக் கொள்ளையில் இருந்து பெற்ற தங்கத்தைக் காப்பாற்றி நாடு சேர்ப்பதே ஸ்பெயினுக்கு பெரும் வேலையானது. கொள்ளை போன தங்கங்களின் காரணமாக தங்கவேட்டைக் காலத்துக்குப் பிந்தைய ஸ்பெயின், தங்க வேட்டைக் காலத்துக்கு முந்தைய ஸ்பெயினை விடவும் ஏழை நாடானது. எப்படிக் கொள்ளை போனது ஸ்பெயினின் தங்கம்? அது தங்கக் கொள்ளையின் அடுத்த அத்தியாயம்.

~

6

கடல் கொள்ளையும் உழைப்புச் சுரண்டலும்

'**ஆ**ட்டைக் கடித்து, மாட்டைக் கடித்து மனிதனையும் கடித்த கதை' – என்று சொல்வார்களே அதுபோல, ஆப்ரிக்காவை, அமெரிக்காவை, ஆசியாவை சுரண்டியும் தீராத தங்க வெறியுடைய ஐரோப்பியர்கள் கடைசியில் தங்களுக்குள்ளாகவே மீண்டும் கடித்துக் கொள்ளத் தொடங்கினார்கள் (அப்போது ஆஸ்திரேலியா கண்டுபிடிக்கப்படவில்லை, அதனால் தப்பியது). போப்பாண்டவரின் அனுமதியோடு அமெரிக்க கண்டத்தில் அதுவரை ஸ்பெயினும் போர்ச்சுக்கலும் மட்டுமே தங்கக் கொள்ளையில் ஈடுபட்டு வந்த நிலை பிற ஐரோப்பிய நாடுகளின் கண்களை உறுத்தியதால் ஐரோப்பாவில் பொறாமைச் சூழல் உருவாகி இருந்தது. ஆனால் இவ்விரு நாடுகள் கொள்ளையடிக்கும் தங்கத்தில் எப்படி பங்கு கேட்பது என்று அவர்களுக்குத் தெரியவில்லை.

கி.பி.1512ஆம் ஆண்டின் ஒரு நல்ல நாளில் அமெரிக்காவில் கொள்ளையடிக்கப்பட்ட தங்கத்தையும் வெள்ளியையும் ஸ்பானியர்கள் தங்கள் நாட்டுக்கு கப்பல்களில் கொண்டு சென்றுகொண்டிருந்தபோது, அதை நடுக்கடலில் வைத்து பிரான்சு நாட்டின் கடல் கொள்ளையர்கள் முதல்முறையாகக் கொள்ளை அடித்தனர். இதனால் அவர்களுக்கு உண்மையாகவே 'கொள்ளை லாபம்' கிடைத்தது. இந்தக் கடல் கொள்ளையைக் கண்கொட்டாமல் பார்த்த பிற ஐரோப்பிய நாடுகள் நியாயப்படி கொள்ளைக்காரர்களுக்கு எதிராகப் பொங்கி இருக்க வேண்டும், ஆனால் அவையோ, 'ச்சே... இது இத்தனநாளா நமக்குத்

தெரியாமல் போச்சே!' – என்று தலையில் அடித்துக் கொண்டன. 'அமெரிக்காவில்தான் ஸ்பெயினுக்கும், போர்ச்சுகலுக்கும் மட்டும் உரிமை, கடல் அனைத்து ஐரோப்பிய நாடுகளுக்கும் பொதுதானே?' என்று அவை சிந்தித்தன. விளைவு?, ஐரோப்பிய நாடுகள் பலவும் கடல்கொள்ளையில் கொள்ளையர்களுக்குப் போட்டியாகத் தாங்களே நேரடியாகக் குதித்தன. பிரிட்டிஷ் அரசும், டச்சு (ஹாலந்து) அரசும் கடல் கொள்ளையை அரசு நடவடிக்கையாக்கி, தங்களுக்குள் கூட்டணியும் வைத்துக் கொண்டு கொள்ளையில் ஈடுபட்டன. இதற்காகவே பிரத்யேகமாகக் கப்பல்களை உருவாக்க இவர்களுக்கு காலங்கள் பிடித்தன. ஆனால் பலன் பிரமாதமாக இருந்தது.

வணிகக் கப்பல்கள்

இதற்கு இடையில் இங்கிலாந்தை ஆண்ட அரசன் எட்டாம் ஹென்றிக்கு போப்புடன் ஏற்பட்ட ஒரு எதிர்பாராத மோதலின் விளைவு, அரசுகள் மீதான வாடிகனின் மேலாதிக்கத்தை வலுவிழக்கச் செய்ய ஒரு புதிய வழியை ஐரோப்பிய நாடுகளுக்குக் காட்டியது.

தீவிர கத்தோலிக்கரான அரசர் எட்டாம் ஹென்றி கத்தோலிகர்களின் மதகுருவும் ஐரோப்பாவின் மறைமுக ஆட்சியாளருமான போப்புக்கே எதிர்ப்பாளராக மாற அவரது ஆண் வாரிசு ஆசையும் அதிகார ஆணவமும் காரணங்களாக இருந்தன. ஆண் குழந்தைக்காக ஹென்றி அடுத்தடுத்து செய்த திருமணங்களுக்கு வாடிகன் அனுமதி வழங்காததால், அவர் 1532 முதல் 1534 வரை அடுத்தடுத்து பல சட்டங்கள் போட்டு இங்கிலாந்தில் கத்தோலிக திருச்சபையின் செல்வாக்கை படிப்படியாக ஒடுக்கி அதனை ஒரு புராட்டஸ்டண்ட் தேசமாக

மாற்றினார். தன்னையே புராட்டஸ்டண்ட் திருச்சபையின் தலைவராகவும் அறிவித்துக் கொண்டார்.

1547ஆம் ஆண்டில் ஒரு கொடுங்கோலனாகவும் பைத்தியக்காரனாகவும் வெறிபிடித்து அலைந்த எட்டாம் ஹென்றியின் மறைவுக்குப் பின்னர், தனது 9ஆம் வயதில் பட்டத்துக்கு வந்த ஹென்றியின் ஒரே மகன் ஆறாம் எட்வர்ட் தனது 15ஆம் வயதில் திடீரென இறந்து போனார். அதுவரை ஒதுக்கப்பட்ட மூத்தமகள் முதலாம் மேரி ஹென்றியின் அடுத்த வாரிசாக பதவியேற்றார். தீவிர கத்தோலிக ஆதரவாளரான மேரி பின்னர் இங்கிலாந்தில் புராட்டஸ்டண்டுகளைக் கதறவிட்டது தனிக்கதை. இதனால் 'ரத்த மேரி (bloody mary)' என்றே அழைக்கப்பட்ட மேரிக்குப் பிறகு, ஹென்றியின் இன்னொரு மகளான முதலாம் எலிசபெத் இங்கிலாந்து ராணியானார். இவர் மீண்டும் புராட்டஸ்டண்டுகளுக்கு ஆதரவு வழங்கினார். இன்னொரு பக்கம் இங்கிலாந்து மக்களின் மத்தியில் 'அரசி' என்ற சொல்லுக்கு ஒரு மாபெரும் பிம்பத்தை இவர் கட்டமைத்தார். (இவரது நினைவின் தொடர்ச்சியாகவே இப்போதைய இங்கிலாந்து அரசிக்கும் 'இரண்டாம் எலிசபெத்' என்று பெயரிடப்பட்டு உள்ளது.)

எட்டாம் ஹென்றி

முதலாம் எலிசபெத்

எட்டாம் ஹென்றியின் காலத்தில் இங்கிலாந்தில் போப்பின் செல்வாக்குக்கு எதிரான கட்டமைப்புகள் பலமாக உருவாக்கப்பட்டதால், அதற்கு புத்துயிர் கொடுப்பது எலிசபெத்துக்கு எளிதாக இருந்தது. இங்கிலாந்தில் போப்பின் கட்டளைகள் மதிப்பிழந்த அந்தக் குறுகிய காலத்துக்குள் எட்டாம் ஹென்றி 'சீர்திருத்த இயக்கம்' என்ற அமைப்பை

நிறுவி பல பெரிய மாற்றங்களை அங்கு செய்திருந்தார். அவை பண்டைய கத்தோலிக மரபுகளின் ஆணிவேர்களில் வெண்ணீர் பாய்ச்சுபவையாக இருந்தன. ஆனால் அவை மக்களிடையே பலத்த வரவேற்பையும் பெற்றன. இதன் மூலம் வாடிகனின் மேலாதிக்கத்தில் இருந்து இங்கிலாந்து சுதந்திரம் பெற்றது.

ஹென்றி காலத்தில் என்ன நடந்தது என்று முழுவதும் விளக்குவது இந்த நூலுக்குப் பொருத்தம் இல்லை எனவே, ஹென்றிகால சீர்திருத்தங்களைப் பற்றி வின்ஸ்டண்ட் சர்ச்சில் தனது 'ஆங்கிலம் பேசும் மக்களின் வரலாறு' என்ற நூலில் கூறியுள்ள சில குறிப்புகளை மட்டும் இங்கு பார்ப்போம்,

1. "கல்வியறிவு இல்லாதவர்களின் கைகளில் பரிசுத்த பைபிள் இருப்பது ஆபத்தானது, அதை பாதிரிமார் மாத்திரமே வாசிக்க வேண்டும் என்று மூத்த தலைமுறையினர் நினைத்தார்கள். சீர்திருத்த இயக்கத்தின் காரணமாக சமயத் துறையில் பெரும் மாற்றம் நிகழ்ந்தது. பைபிள் தலைசிறந்த ஆலோசனைக்கு உகந்ததாக ஏற்றுக்கொள்ளப்பட்டது, இதன் செல்வாக்கு எல்லா இடங்களிலும் பரவியது."

2. "டின்டேல், கவர்டேல் ஆகியோரால் ஆங்கிலத்திற்கு மொழிபெயர்க்கப்பட்ட பைபிள்கள் 1535ஆம் ஆண்டின் இலையுதிர்கால இறுதியில் முதன்முறையாக முழுமையாக அச்சிடப்பட்டு வெளிவந்தன. அதுமுதல் பல பதிப்புகள் வந்திருக்கின்றன. பைபிள் வாசிப்பை ஊக்குவிக்க பாதிரிமாரை அரசு கேட்டுக்கொண்டது."

3. "துளிகூட பைபிள் அறிவே இல்லாத பல நூற்றாண்டுகளுக்குப் பின், இங்கிலாந்து மக்கள் இப்போது பைபிள் கல்வியை பெற்றுக் கொள்ளவிருந்தனர், ஆனால் இதற்கு காரணம் சர்ச் அல்ல, எட்டாம் ஹென்றியின் அரசே ஆகும்."

4. "பாரிஸில், இதற்கு முன்னால் அச்சிடப்பட்ட பைபிள்களைவிட விலையுயர்ந்த பைபிள்களை அதிகமதிகமாக அச்சிடும்படி அரசு உத்தரவிட்டது, பைபிள் சம்பந்தமாக முந்தைய பழக்கவழக்கங்களையும் கருத்துக்களையும் கடைப்பிடித்து வந்தவர்களுக்கு இது பேரிடியாக இருந்தது. மேலும், 1538ஆம் ஆண்டின் செப்டம்பரில் தேசத்திலுள்ள ஒவ்வொரு சர்ச்சும் இருப்பதிலேயே மிகப் பெரிய பைபிளை ஆங்கில மொழியில் வாங்கி வைக்க வேண்டும், அந்த சர்ச்சை சேர்ந்தவர்கள்

அதை எளிதில் எடுத்து வாசிப்பதற்கு வசதியான இடத்தில் வைக்க வேண்டும் என்று அரசு உத்தரவிட்டது. லண்டன் நகரில் செயின்ட் பால் கத்தீட்ரலில் ஆறு பைபிள்கள் வைக்கப்பட்டன. அவற்றை வாசிக்க நாள் முழுவதும் மக்கள் அங்கு திரண்டுவந்தனர். சத்தமாக வாசிக்க முடிந்தவர் யாராவது இருந்தால் கூட்டம் விசேஷமாக அலைமோதியதாக சொல்லப்படுகிறது."

இது போன்ற காரணங்களால் புராட்டஸ்டண்ட் கிறிஸ்தவம் இங்கிலாந்தில் தனது வேர்களை ஆழமாக ஊன்றியது. கிறிஸ்தவ மதம் ஒரு மறுமலர்ச்சிக்கான கட்டாயத்தில் இருப்பதை இந்த சூழல் உறுதி செய்தது. இங்கிலாந்தைத் தொடர்ந்து ஹாலந்தும் தன்னை புராட்டஸ்டண்ட் தேசமாக அறிவித்தபோது அந்த அலையைத் தடுக்க போப்பே அடக்கி வாசிக்கும் கட்டாயத்துக்கு தள்ளப்பட்டார். இப்போது தங்கக் கொள்ளையில் பஞ்சாயத்துக்கு ஆள் இல்லாத நிலையில் ஒவ்வொரு ஐரோப்பிய நாடும் தாதாவாகி கோதாவுக்குள் இறங்கின. சில நாடுகள் தங்களுக்குள் கூட்டும் வைத்துக் கொண்டன.

1700களில் ஸ்பெயின் ராணுவத்தோடு பிரிட்டிஷ்-டச்சு கூட்டு ராணுவம் கடலில் மோதுவது அடிக்கடிக் காணும் காட்சியானது. அடுத்த 3 நூற்றாண்டுகளுக்கு கடற்கரைகள் நிரந்தரப் போர்க்களங்களாகின. அரசுகள் தவிர வலிமை மிகுந்த கடற்கொள்ளையர்களும் தொடர்ந்து கொள்ளைகளில் ஈடுபட்டனர். போர்ச்சுக்கலும் ஸ்பெயினும் நாடோடி மக்களின் 'வாயைக் கட்டி தலையை வெட்டி' சம்பாதித்த தங்கத்தை எல்லாம் கடலில் இழக்கத் தொடங்கின. இதனால் கடற்கொள்ளையர்களை இந்த நாடுகள் அடிக்கடி வேட்டையாடின. கடல் கொள்ளையர்களுக்கும் அவர்களுக்கு உதவுபவர்களுக்கும் பெரும்பாலும் மரண தண்டனையே வழங்கப்பட்டது. பதிலுக்குக் கொள்ளையர்களும் அரசின் கப்பற் படைகள் மீது தாக்குதல்களை நடத்தினர். இப்படியான கடல் யுத்தங்களின் இறந்தவர்களின் எண்ணிக்கை என்ன என்று யாருக்கும் தெரியாது.

இதனால் கடல் ஒருபக்கம் சுடுகாடாக உருமாற இன்னொருபக்கம் தங்கத்தின் சுரங்கமாகவும் ஆனது. ஏனெனில், கடல் கொள்ளையர்கள் தங்களால் வெற்றிகரமாகக் கொள்ளை அடிக்க முடியாது என்ற நிலை வரும்போதும், கைதாகும் நிலை

வரும்போதும் தங்கத்தை கடலிலேயே கொட்டினர். இதையே அரசின் கப்பற்படையும் பின்னர் செய்தது.

உதாரணமாக 1703 ஆம் ஆண்டில் நடந்த கடல் சண்டையில் பிரிட்டிஷ்–டச்சு ராணுவத்தினரால் தாக்கப்பட்ட ஸ்பானிஷ்–பிரெஞ்சுக் கப்பல்கள் 450 கிலோ தங்கத்தோடு கடலில் மூழ்கின. சண்டையில் இருதரப்பிலும் மூவாயிரத்துக்கும் மேற்பட்டவர்கள் உயிரிழந்தனர்.

கடல் கொள்ளைகள் ஒவ்வொன்றும் அரசுக்கு மிகப்பெரிய இழப்பை ஏற்படுத்தக் கூடியவையாக இருந்ததால், கடல் பயண விவரங்களை ஒவ்வொரு அரசும் பெரும் ரகசியமாகப் பாதுகாக்கத் தொடங்கின. இதனால் எதிரி நாட்டின் கடல் பயண விவரங்களைக் கடத்துவது ஒற்றர்களின் பிரதான பணியானது. பெருவில் இருந்து பனாமா வழியாக ஸ்பெயினுக்குத் திரும்பிக் கொண்டிருந்த கப்பல் குறித்த விவரம் ஒருமுறை தேர்ந்த உளவாளிகளால் இங்கிலாந்து அரசி முதலாம் எலிசபெத்துக்குக் கிடைத்தது. அவர் தனது தளபதி பிரான்சிஸ் டிரேக் என்பவரை கடல் கொள்ளைக்கு அனுப்பி வைத்தார். பசிபிக் கடலில் பெரும் யுத்தத்தை நடத்திய பிரான்சிஸ் டிரேக் அந்த ஒரே கொள்ளையில் இங்கிலாந்தின் பொருளாதாரத்தையே நிமிர்த்தத் தேவையான தங்கத்தையும் வெள்ளியையும் பெற்றார். பின்னாட்களில் இவர் மெகல்லனைப் போல உலகமெங்கும் சுற்றும் மாலுமியாக உருவெடுத்தார். பிரிட்டன் தூரக்கிழக்கில் காலனி நாடுகளைக் கண்டடைய பிள்ளையார் சுழி போட்டவர் என்ற பெருமை இவருக்கு உண்டு.

கடலில் ஆதிக்கம் செலுத்தும் நாடுதான் நிலத்திலும் ஆதிக்கம் செலுத்தும் என்பதை மிகத் தாமதமாகவே பிரிட்டன் அறிந்து கொண்டது. ஆனால் கடலில் பிரிட்டனின் வருகை உலக வரலாற்றின் பெரும் திருப்பமாக அமைந்தது.

கிழக்கு நாடுகளில் ஆதிக்கம் செலுத்த விரும்பும் ஐரோப்பிய நாடுகளுக்கு தென்னாப்பிரிக்காவின் ‘நன்னம்பிக்கை முனை’ மிக முக்கியமான இடம். 1488ஆம் ஆண்டில் போர்ச்சுக்கல் நாட்டைச் சேர்ந்த மாலுமியான பார்த்தலோமியோ டயஸ் இதனை முதன் முதலாக அடைந்த ஐரோப்பியர் என்ற சிறப்பைப் பெற்றார். அடுத்த 10 ஆண்டுகளுக்குப் பிறகு வாஸ்கோடகாமா நன்னம்பிக்கை முனையைத் தாண்டி, கள்ளிக்கோட்டையைத் தொட்டு இந்தியாவுக்கான புதிய

பாதையைக் கண்டுபிடித்தார். அடுத்து 1519 முதல் 1522 முடிய 3 ஆண்டுகளுக்கு மெகல்லன் 6 கப்பல்களோடு, அட்லாண்டிக் கடலில் இருந்து புறப்பட்டு இந்தியப் பெருங்கடல் வழியாக மீண்டும் தொடங்கிய இடத்தையே தொட்டார். இந்தப் பயணங்கள் ஒவ்வொன்றும் பல புதிய தங்கப் பாதைகளை மேற்கத்திய நாடுகளுக்குக் காட்டின.

1800களில் நன்னம்பிக்கை முனையில் ஏற்கனவே நங்கூரம் பாய்ச்சியிருந்த எல்லா ஐரோப்பியர்களையும் விரட்டிவிட்டு, தனது நங்கூரத்தை ஆழமாகப் பாய்ச்சியது பிரிட்டன். அதன் பின்னர் இந்தியா, சீனா, ஆஸ்திரேலியா ஆகிய அடிமை நாடுகள் மூலம் தங்க வேட்டையில் அது முதல் இடத்துக்கு வந்தது.

கடல்போரில் பிரிட்டிஷ் கொண்டிருந்த வலிமையே, அவர்கள் ஒன்றன் பின் ஒன்றாக நாடுகளைப் பிடித்து, தங்கள் அரசை 'சூரியன் மறையாத அரசாக' வளர்த்துக் கொள்ளக் காரணம். ஆங்கிலேயர்களுக்கும் தங்க ஆசை அதிகம்தான். ஆனால் அவர்களின் வழிமுறைகள் போர்த்துகீசியர்களிடமிருந்தும் ஸ்பானியர்களிடமிருந்தும் மாறுபட்டதாக இருந்தது. மக்களைக் கொன்று அவர்களிடம் இருந்த தங்கத்தை அபகரிப்பதை விடவும், தங்கள் பொருட்களை அவர்கள் தலையில் கட்டி அவர்களின் செல்வத்தைக் கொள்ளை அடிப்பதையே சிறந்த முறையாக ஆங்கிலேயர்கள் கருதினர். மக்களைக் கொலை செய்வதை பொன்முட்டை இடும் வாத்தின் வயிற்றை அறுப்பதாகவே அவர்கள் பார்த்தனர். அவர்களின் பார்வை சரி என்பதையே வரலாறு நமக்குக் காட்டுகிறது.

இந்தியாவில் தங்கச் சுரங்கங்கள் இல்லாத நிலையில், மக்களைக் கொண்டு போதைத் தாவரமான அபினைப் பயிரிட்டு அதை அண்டை நாடான சீனாவில் விற்று ஆங்கிலேய அரசு வெள்ளி திரட்டியது. இதனால் சீனாவின் பொருளாதாரம் பெரிதும் ஆட்டம் கண்டது. அபின் வணிகத்தை சீனா எதிர்க்க, 'அபினிப் போர்கள்' என்று வரலாறு குறிப்பிடும் யுத்தங்களை நடத்தி பிரிட்டன் சீனாவைப் பணிய வைத்தது.

கடல் போர்களுக்கும் பணத்தின் வரலாற்றுக்கும் மிக நெருங்கிய தொடர்பு உள்ளது. ஆங்கில அரசர் மூன்றாம் வில்லியம்ஸ் மட்டும் கடற்போரில் தோற்காமல் இருந்திருந்தால் நவீன உலகில் ஒருவேளை வங்கிகள் உருவாகாமலேயே

இருந்திருக்கும், பணத்தாள்கள் புழங்காமலேயே போயிருக்கும். பணத்தாள்கள் இங்கிலாந்தில் புழங்காமல் போயிருந்தால் இங்கிலாந்தின் கப்பற்படை வலிமை மிக்கதாக உருவாகி இருக்காது. பிரிட்டன் வல்லரசு நிலையை எட்டவும் வாய்ப்பே இல்லாமல் போயிருக்கும். இவை பற்றி விரிவாக இன்னொரு பகுதியில் பார்ப்போம்.

இப்படியெல்லாம் ஐரோப்பிய நாடுகள் செல்வம் சேர்த்து நாணயங்கள் வெளியிட்டதால் அவர்களே எதிர்பாராத ஒரு விரும்பத்தகாத விளைவு ஏற்பட்டது. நாணயங்களின் எண்ணிக்கை அதிகரிக்க அதிகரிக்க அவற்றின் மதிப்பு சரிந்தது!. அந்த சரிவின் வீச்சு உலக வரலாறு அதுவரை காணாத ஒன்றாக இருந்தது. மிக எளிதாக அதனை விளக்க ஒரு புள்ளிவிவரம் பயன்படக் கூடும். 1500களில் உலகெங்கும் பணத்துக்கு என்ன மதிப்பு இருந்ததோ அதில் நான்கில் ஒரு பங்கு மதிப்புதான் 1600களில் மிஞ்சியது! அன்றிலிருந்து இன்றுவரை பணத்தின் மதிப்பு பல நாடுகளில் வீழ்ச்சியையும், சில நாடுகளில் எழுச்சியையும் சந்தித்து வருகின்றது.

பணம் அதிகமாக இருந்து, பொருள் குறைவாக உள்ள போது பணம் தனது மதிப்பை இழக்கும். இந்த நிலைக்குப் பணவீக்கம் என்று பெயர். இது காலம் காலமாக இருந்தாலும் பதிவு செய்யப்பட்டது இந்தக் காலகட்டத்தில்தான். தங்கக் கொள்ளையால் உலகப் பொருளாதாரம் கண்ட இன்னொரு பெரிய கண்டுபிடிப்பு இந்தப் பணவீக்கம்.

பணத்தின் இதுவரையிலான வரலாற்றில் கண்ணுக்கு எட்டிய தூரம் வரையில் இந்தியா இல்லையே எனப் பார்க்கிறீர்களா? இந்தியாவில் ஐரோப்பியர்கள் வந்த பின்னர் இந்தியாவின் பொருளாதாரம் ஐரோப்பிய பாணியில் மாற்றப்பட்டதால், இதுவரையிலான வரலாறு இன்றைக்கு நமது பொருளாதார வரலாறாகவும் உள்ளது. ஆனால் பண்டைய இந்தியாவின் பொருளாதார வரலாறு தனித்தன்மை மிக்கது, நீண்ட பாரம்பரியத்தை உடையது, தங்கத்தோடு தொடர்பும் கொண்டது. அதைப் பற்றி விரிவாகக் காணும்முன்பு, இந்தியாவின் தங்கத் தொடர்பு குறித்து சற்று சுருக்கமாக அடுத்த அத்தியாயத்தில் பார்ப்போம்.

~

7
இந்தியாவும் தங்கமும்

உலக வரலாற்றில் எங்கெல்லாம் தங்கமும் வெள்ளியும் நினைவு கூரப்படுகிறதோ, அங்கெல்லாம் இந்தியாவும் நினைவு கூரப்படும். 'இந்தியாவில் தங்கமும் வெள்ளியும் வைரமும் நிறைந்த பள்ளத்தாக்கு உள்ளது' என்று ஹெரோடோடஸ் எழுதிய குறிப்பைப் பற்றி நாம் முன்பே பார்த்தோம். அது ஹெரோடோடஸின் எண்ணமாக மட்டும் இல்லாமல் ஒட்டுமொத்த உலகின் எண்ணமாகவும் 1800கள் வரையில் இருந்தது. இந்தியாவில் தனியாக அப்படி ஒரு பள்ளத்தாக்கு இல்லாமல் இருக்கலாம், ஆனால் உண்மையில் இந்தியாவே ஒரு தங்கப் பள்ளத்தாக்காகத்தான் ஐரோப்பியர்கள் ஆட்சிக்கு முன்புவரை இருந்தது.

2000 ஆண்டுகள் எல்லாம் வேண்டாம், கடந்த 1000 ஆண்டுகள் முன்புவரைக்கும் கூட உலக வர்த்தகத்தில் 33% வர்த்தகத்தைக் கட்டுப்படுத்திய நாடு இந்தியா. அவுரிச்செடி, மிளகு, சங்கு வளையல்கள், மணிகள், முத்துகள், குரங்குகள், மயில்தோகை என அள்ள அள்ளக் குறையாத இயற்கைப் பொருட்களை விற்று, அவற்றின் மூலம் அள்ளினால் குறையும் வளமான தங்கத்தை இந்தியா பெற்றது. இப்படியான இந்தியாவின் தங்க வேட்டைக்காலம் உலகெங்கும் பிரசித்தி பெற்ற ஒன்று.

இந்தியாவுடன் ரோம் செய்த வாணிபத்தால் மிளகும் முத்துகளும் ரோமானியர்களுக்குக் கிடைத்தது என்றும், ஆனால் அவற்றுக்கு பதிலாக ஆண்டுக்கு ஐந்து கோடியே ஐம்பது லட்சம் ரோமானிய தங்க நாணயங்கள் ரோமிலிருந்து இந்தியர்களால் அபகரிக்கப்பட்டன என்றும் கி.பி.முதலாம்

நூற்றாண்டில் வாழ்ந்த ரோமானிய வரலாற்றாசிரியர் பிளினி தனது குறிப்புகளில் ஆதங்கத்தோடு குறிப்பிடுகிறார். இது ரோமின் நிலை மட்டும்தான், இந்தியாவின் தங்க வரத்து பல வழிகளைக் கொண்டதாக இருந்தது, 5000மைல் கடல் எல்லையை வைத்து, எல்லையில்லாத எண்ணிக்கையில் பன்னாட்டு வணிகங்களை இந்தியா செய்தது. அப்போது பல நாடுகளிலும் இருந்து பல வழிகளில் நமக்குத் தங்கம் கிடைத்தது. 'உலகத்தின் தங்கம் எல்லாம் இந்தியா என்ற பள்ளத்தாக்கில் வடிகின்றது' – என்று பிளினி எழுதிய இன்னொரு குறிப்பு இதனைக் காட்டும். பின்னாட்களில் இந்தியாவின் தங்கம் ஆப்கன் அரசர்களாலும் ஐரோப்பிய ஆட்சியாளர்களாலும் கொள்ளையடிக்கப்பட்டது தனி வரலாறு.

ஐரோப்பியர்களின் இந்திய வருகைக்குப் பிறகு உலக வர்த்தகத்தில் இந்தியாவின் பங்கு 27%ஆகக் குறைந்தது. அந்நியர் ஆட்சியில் அந்நிய மோகங்கள் தலைவிரித்து ஆடியதன் தொடர்விளைவால் இன்று உலக உற்பத்தியில் 3% மட்டுமே இந்தியாவின் பங்காக உள்ளது. ஆனால் இன்றும் உலக நாடுகளிலேயே தங்கத்தை அதிகம் வாங்கிக் குவிக்கும் நாடு இந்தியாதான். இன்றைய உலகின் ஒட்டுமொத்த தங்க உற்பத்தியில் (2015 நிலவரப்படி) 64% இந்தியா மற்றும் சீனா ஆகிய இரண்டு நாடுகளை மட்டுமே நம்பி இருக்கின்றது. (உலகில் அதிகம் தங்கம் வாங்கும் நாடுகளான இந்தியா, சீனா, ஜப்பான் ஆகிய மூன்றுமே ஆசிய நாடுகள் என்பதும் தற்செயலானது அல்ல.) ஒவ்வொரு ஆண்டும் 400 முதல் 800 டன்கள் அளவிலான தங்கத்தை இந்திய மக்கள் வாங்கிக் குவிக்கின்றனர் தங்கக் கையிருப்பிலும் முதல் இடம் இந்தியாவுக்குத்தான். சரி, பிறகு ஏன் இந்தியா பொருளாதாரத்தில் முன்னேறிய நாடாகக் கருதப்படவில்லை?. ஏனெனில், பொருளாதாரத்தில் 'எவ்வளவு தங்கம் இருக்கிறது?' என்பதை விட முக்கியமானது 'அது எங்கே இருக்கின்றது?' என்பது.

கடந்த 2010 ஆம் ஆண்டின் புள்ளிவிவரப்படி, பொருளாதாரத்தில் உலகையே ஆட்டிப் படைக்கும் அமெரிக்காவில் உள்ள மொத்த தங்கத்தின் இருப்பு சுமார் 14,000 டன்கள் ஆகும். (ஒரு டன் என்பது ஆயிரம் கிலோ) இதில் 70% தங்க இருப்பு அமெரிக்க அரசின் பெட்டகத்தில்தான் உள்ளது. அமெரிக்காவைப் போல நம்மால் இந்தியாவின் தங்க இருப்பை

சரியாகச் சொல்லி விட முடியாது. ஓரளவு துல்லியத்துடன் சொல்லக் கூட நம்மிடம் போதிய தரவுகள் இல்லை. ஏனெனில் இங்கு மக்களிடம்தான் அதிக தங்கம் உள்ளது, அரசிடம் அல்ல.

2010ஆம் ஆண்டின் கணக்கெடுப்பின்படி இந்திய அரசின் தங்கக் கையிருப்பு 550 டன்கள் ஆகும். ஆனால் அப்போது மக்களின் தங்கக் கையிருப்பு குறைந்தது 18 ஆயிரம் டன்களில் இருந்து 30 ஆயிரம் டன்கள் வரை இருக்கும் என்று பொருளாதார ஆய்வாளர்கள் கணித்து உள்ளனர். அதாவது அரசிடம் உள்ள கையிருப்பைப் போல தோராயமாக 50 மடங்கு அதிக தங்கக் கையிருப்பு மக்களிடம் உள்ளது. ஒப்பிட்டுப் பார்த்தால் அமெரிக்கா முழுவதும் உள்ள தங்கத்தைவிடவும் இந்தியா முழுவதும் உள்ள தங்கம் இரண்டு மடங்குகள் அதிகம். இது தவிர இந்தியக் கோவில்களில் எவ்வளவு தங்கம் உண்டு என்று யாருக்கும் தெரியாது. ஆயிரம் ஆண்டுகளுக்கும் மேலாக அள்ளிக் குவித்த கோவில்கள் கூட அந்த விவரங்களை வெளியிட்டது கிடையாது.

கடந்த 2011 ஜூனில் கேரள பத்மநாப சுவாமி கோவிலில் இருந்து ஒரு புதையல் கண்டுபிடிக்கப்பட்டது. அங்கு பூமிக்குக் கீழே உள்ள 6 அறைகளில் தோராயமாக 1.5 லட்சம் கோடி மதிப்பிலான தங்கம், வைரம், வெள்ளி உள்ளதாகக் கணக்கிடப்பட்டு உள்ளது. இந்தக் கணக்கீடு உலோக எடை அடிப்படையிலானது. ஆறு அறைகளில் ஒன்றில் மட்டுமே 30 கிலோ தங்க அங்கி, 18 அடி நீள தங்க சிம்மாசனம், ஐந்தரை பவுண்டு எடையுள்ள தங்க நெக்லஸ், கி.பி.2ஆம்

பத்மநாபசுவாமி கோவில், கேரளா

நூற்றாண்டு நாணயங்கள் ஆகிய விலை மதிப்பற்ற பொருட்கள் கண்டுபிடிக்கப்பட்டு உள்ளன. அங்குள்ளவை எல்லாம் பண்டைய அணிகலன்கள் மற்றும் நாணயங்கள் என்பதால் அதன் மெய் மதிப்பு குறைந்தது 6 லட்சம் கோடிகள் இருக்கும். இப்படி எத்தனைப் புதையல்கள் இந்தியாவில் உள்ளன என்றும் யாருக்கும் தெரியாது.

கடந்த 2015 வரையில் உலகின் எந்தவொரு நாட்டாலும் தங்கக் கையிருப்பில் இந்தியாவோடு போட்டியிட முடிந்ததில்லை. 2015 ஏப்ரலில் இருந்து சீன அரசு தங்கத்தை வேகமாக வாங்கி இந்தியக் கையிருப்போடு போட்டி போட்டுக் கொண்டிருக்கின்றது. இந்தியாவைப் போல அல்லாமல் சீனா 'பேப்பர் கோல்டு' – எனப்படும் தங்கப் பத்திரத் திட்டங்களிலும் முதலீடு செய்து வருகின்றது. இந்த முதலீடுகளால் இந்தியாவை விடவும் அமெரிக்காவே அதிக கவலையில் உள்ளது. இது சர்வதேச வர்த்தகத்தில் அமெரிக்க டாலரின் ஆதிக்கத்தைக் குறைத்து சீன யுவான்களின் ஆதிக்கத்தை உருவாக்க சீனா மேற்கொள்ளும் முயற்சியாகவே சர்வதேச பொருளாதார வல்லுநர்களால் பார்க்கப்படுகின்றது. அப்படி சீனா முன்னணிக்கு வந்தாலும் இந்தியாவை பின்னுக்குத் தள்ள முடியுமா என்பது சந்தேகமே! இந்தியாவின் தங்கக் கையிருப்புகள் அவ்வளவு வலுவானவை.

இத்தனைக்கும் இந்தியச் சுரங்கங்களில் இருந்து ஆண்டுக்கு 5 டன்களுக்கு அதிகமாக தங்கம் கிடைப்பது இல்லை. இந்தியாவின் தங்கச் சுரங்கங்களில் முதன்மையாக இருந்தது கோலார். இது கி.பி. முதலாம் அல்லது இரண்டாம் நூற்றாண்டில் இருந்தே இயங்கி வருகின்றது! (இங்கு தங்கம் விளைவித்தவர்களில் பெரும்பாலானோர் தமிழர்கள் என்பது கூடுதல் தகவல். இன்றும் கோலார் பகுதியில் வசிப்பவர்களில் 90% தமிழர்களாகவே உள்ளனர்.)

உலகின் மிக அதிக ஆழமுடைய தங்கச் சுரங்கங்களில் கோலாரும் ஒன்று, இங்கு 12,000 அடி ஆழம் வரைக்கும் தங்கச் சுரங்கங்கள் இருந்தன. ஆழம் அதிகமாக அதிகமாக வெப்பமும் இறுக்கமும் அதிகமாகும். இங்கு பதிவான அதிகபட்ச வெப்பநிலை 160 டிகிரி ஃபாரன்ஹீட். இத்தனைக்கும் கடல் மட்டத்தில் இருந்து 3200 அடிகள் உயரத்தில் இருப்பதால் இங்கு ஊட்டியின் வெப்பநிலைதான் பொதுவாக இருக்கும்! கோலார் 'குட்டி இங்கிலாந்து' என்று அழைக்கப்பட்ட காலமும் உண்டு!

1800ஆம் ஆண்டில் இருந்து கிடைத்த ஆவணங்களின்படி கோலாரில் இருந்து சுமார் 700 டன்கள் அளவுக்கு (25 மில்லியன் அவுன்ஸ்) தங்கம் எடுக்கப்பட்டு உள்ளது.

இவ்வளவு பழம்பெருமை மிக்க கோலார் தங்க வயலில் 1 டன் மண்ணைச் சலித்தால் அதிகபட்சமே 8 கிராம் தங்கம்தான் கிடைத்தது. டன்னுக்கு 2 முதல் 3 கிராம் தங்கமே கிடைத்த ஆண்டுகளும் பல உண்டு. போட்ட முதலீடே திரும்பவில்லை என்று கடந்த 2001ஆம் ஆண்டில் கோலார் மூடப்பட்டது. (கடைசி ஆண்டுகளில் டன்னுக்கு 6 கிராம் தங்கம் வரையில் கிடைத்தது. இதனால் அரசின் நிர்வாகக் கொள்கைகளே கோலார் மூடப்பட காரணம் என்ற குற்றச்சாட்டும் உண்டு.)

கோலாரில் ஒரு சுரங்கம்

உருப்படியாக ஒரு தங்கச் சுரங்கம் கூட இல்லாத நிலையில் உலகிலேயே அதிக தங்கத்தை இந்தியா வைத்திருப்பது ஒரு வரலாற்று ஆச்சர்யம். உலகிலேயே மக்களால் தங்கம் அதிகம் பயன்படுத்தப்படும் நாடும், தங்கம் அதிகம் மதிக்கப்படும் நாடும் இந்தியாதான். இந்தியர்கள் தங்கத்தை தெய்வத்தன்மை உடைய உலோகமாகவும், வாழ்வின் முக்கிய அங்கமாகவும் கருதுகின்றனர். இந்தியப் பணக்காரர்கள் தங்கள் சொத்து தங்கமாக இருப்பதைத்தான் அதிகம் விரும்புகிறார்கள். இந்தியாவில் அதிகம் கடத்தல் செய்யப்படும் பொருள்கூட தங்கமாகத்தான் இருக்கின்றது. வேறு எந்த நாட்டிலும் இப்படி இல்லை. இந்திய மக்களின் தங்க மோகம் எல்லைகளைக் கடந்த ஒன்றாக இருக்கின்றது. இதற்கு நமது ஆட்சியாளர்கள் ஒரு காரணம்.

பல உலக நாடுகளில் தங்கம் மக்களின் வாழ்வோடு ஒருபோதும் நேரடியாக தொடர்புபடுத்தப்படுவது இல்லை. அது மக்களிடம் இருந்து விலக்கிவைக்கப்பட்ட, அரசோடு தொடர்புடைய ஒரு உலோகமாகத்தான் கருதப்படுகிறது. அங்கெல்லாம் தங்கத்தின் ஆற்றல் அரசுக்குத்தான் தேவைப்பட்டது, மக்களுக்கு அல்ல. தங்கம் பிரதானமான பணமாகப் புழங்கிய கி.மு.நான்காம் நூற்றாண்டில் கிரேக்க தத்துவ ஞானியான பிளேட்டோ மக்களின் வாழ்க்கையில் இருந்து தங்கத்தைப் பிரிக்கச் சொன்னார்.

'தங்கம் இருக்க வேண்டிய இடம் அரசின் பெட்டகமே தவிர மக்களின் பெட்டகம் கிடையாது, மக்கள் தங்கத்தை வைத்திருக்க வேண்டிய தேவை ஏற்பட்டால் அவர்கள் அதை நாணயமாக வைத்திருக்கலாமே அல்லாமல் வேறுவடிவில் (ஆபரணங்களாகவோ, தங்கக் கட்டிகளாகவோ) வைத்துக் கொள்ளக் கூடாது' – என்ற பிளேட்டோவின் கருத்தை மேற்கத்திய உலகம் காலப்போக்கில் ஏற்றுக் கொண்டது.

ஆனால் இந்தியாவில் இந்த நிலைமை இல்லை. இங்கு தங்க ஆபரணங்களே பிரதான ஆபரணங்கள். இதனால் இந்திய மக்கள் வாழ்வில் தங்கம் இரண்டறக் கலந்து, தங்கம் வாங்குவதை அனைவரும் சிறந்த முதலீடாகக் கருதும் நிலை வந்துவிட்டது. உலகெங்கும் பங்குச் சந்தைகளில் ஏற்ற இறக்கங்கள் நடக்கும் போது மக்கள் கலங்குவார்கள், இந்தியாவில் பங்குச்சந்தை நிலவரங்களை விடவும் தங்கவிலை நிலவரம்தான் பிரதான ஈர்ப்பைப் பெறுகின்றது. இந்திய ஆட்சியாளர்களும் மக்களுக்குள் இந்த எண்ணத்தை வளர வைத்துவிட்டார்கள்.

தத்துவஞானி பிளேட்டோ

ஆங்கிலேயர் ஆட்சி இந்தியாவில் இருந்தபோது 1918ஆம் ஆண்டு 'மொஹர்' என்ற தங்க நாணயத்தை வெளியிட்டனர். இதன் மதிப்பு 15 ரூபாய்களின் மதிப்புக்கு சமமாக இருந்தது. அதற்குப் பிறகு இந்தியாவில் தங்க நாணயங்கள்

வெளியிடப்படவில்லை. கடந்த 1972ஆம் ஆண்டில் இந்தியா சுதந்திரம் அடைந்த 25ஆம் ஆண்டை நினைவுகூறும் விதமாக 10 ரூபாய் நாணயத்தை இந்திய ரிசர்வ் வங்கி வெள்ளியில் வெளியிட்டது. இதுதான் இந்தியாவில் மக்கள் புழக்கத்திற்காக வெளியிடப்பட்ட கடைசி வெள்ளி நாணயம் ஆகும். இதன் பின்னர் நாணய சேகரிப்பாளர்களுக்காக என்று மட்டும் வெளியிடப்படும் சிறப்பு நாணயங்களை மட்டுமே இந்திய ரிசர்வ் வங்கி வெள்ளி அல்லது கலப்பு வெள்ளியில் வெளியிடுகிறது. மற்றபடி எவர் சில்வர், நிக்கல் நாணயங்களே இந்தியாவில் புழங்குகின்றன. பிளேட்டோ சொன்னபடி தங்கத்தை நாணயமாக வைத்துக் கொள்ள வேண்டும் என்றால் அதை அரசு அல்லவா வெளியிட வேண்டும்?, இந்தியாவில் அப்படி இல்லை.

கடைசி தங்க நாணயம்

1962ல் மொரார்ஜி தேசாய் இந்தியாவின் பிரதமராக இருந்தபோது 'கோல்ட் கண்ட்ரோல் ஆக்ட் 1962' என்ற சட்டம் கொண்டுவரப்பட்டது. தங்கத்தை வங்கியில் வைத்து கடன் வாங்கும் திட்டம் இதன் மூலம் கைவிடப்பட்டது. 1963ல் தங்கத்தின் தரம் 22 கேரட்டுகளுக்கு எல்லாம் செல்லக் கூடாது என்று அறிவுறுத்தப்பட்டு

10 ரூபாய் நாணயம்

அதிகபட்சத் தரமாக 14 கேரட் அறிவிக்கப்பட்டது. அதுவரை 22 கேரட் நகைகளையே விரும்பி வாங்கிய மக்கள் 14 கேரட் தங்கத்தை வாங்க விரும்பவில்லை, இதனால் தங்க விற்பனை பெரிதும் குறைந்தது. 1965ல் கணக்கில் வராத சொத்துகளுக்கு வரிப்பாதுகாப்பு அளிக்கும் 'கோல்ட் பாண்ட் ஸ்கீம்' கொண்டுவரப்பட்டது, இதன் மூலம் கருப்புப் பணத்தைக் கூட தங்கப் பத்திரத்தில் முதலீடு செய்யலாம். 'பணம் எங்கிருந்து வந்தது?' என்ற கேள்வி இங்கு கேட்கப் படாது என்பதோடு, கருப்புப் பணத்திற்கு வட்டியும் அளிக்கப்பட்டது!.

இந்த குழப்பமூட்டும் அறிவிப்புகளின் உச்சமாக, 1968ஆம் ஆண்டில், முழுமையான கோல்ட் கண்ட்ரோல் ஆக்ட் அமலுக்கு வந்தது. இதன் மூலம் மக்கள் யாரும் தங்கக் கட்டிகள், தங்க நாணயங்களை வைத்துக் கொள்ளக் கூடாது என்றும், தங்கம் வைத்துக் கொள்வது என்றால் அதைத் தங்க நகைகளாக மட்டுமே வைத்துக் கொள்ள வேண்டும் என்றும் அறிவுறுத்தப்பட்டது. இது பிளேட்டோ கூறிய பாதைக்கு நேர் எதிரான பாதையில் இந்தியா பயணிப்பதைப் பட்டவர்த்தனமாக்குகின்றது. கோல்ட் கண்ட்ரோல் ஆக்ட் இப்போது இல்லை என்றாலும், தங்கம் மீதான அணுகுமுறையில் பெரிய மாற்றம் எதுவும் இந்தியாவில் இன்றும் நிகழ்ந்துவிடவில்லை.

இந்தியாவின் தங்கத் தாகம் வரலாற்றில் ஒருபோதும் வடியாததாக உள்ளது. இந்தியா உலகவரலாற்றில் எதற்காவது நினைவு கூறப்பட வேண்டும் என்றால் அதில் தங்கமே முதலிடத்தில் இருக்கும். இப்போதைய வரலாற்று நூல்கள் இந்திய வரலாற்றில் தங்கத்தின் பாத்திரத்தைக் குறைத்தே கூறுவதாக நான் பல சமயங்களில் எண்ணியது உண்டு. ஏனெனில் இந்தியாவுக்கும் தங்கத்துக்கும் இடைப்பட்ட தொடர்பு உடலுக்கும் உயிருக்குமான தொடர்பைப் போன்றது.

மொரார்ஜி தேசாய்

இந்தியாவை ஆண்ட மொஹலாய அரசர் ஷாஜஹான்

தாஜ்மஹாலைக் கட்டியவர் என்றும், காதலுக்கு சின்னம் வடித்தவர் என்றும் வரலாற்றால் இன்றும் போற்றப்படுகிறார். ஆனால் அவர் அதிகம் பாடுபட்டு உருவாக்கியது தாஜ்மஹாலை அல்ல, 'மயில் அரியணை' என்ற தங்க சிம்மாசனத்தை. அது போன்ற ஒரு சிம்மாசனத்தை உலக வரலாறு இன்று வரையில் கேள்விப்பட்டதில்லை.

அதனை உருவாக்க என்று ஒரு பொற்கொல்லர் குழுவே அப்போது அமைக்கப்பட்டது. கிலானி என்பவர் அதற்குத் தலைமை தாங்கினார். கோஹினூர் வைரம், 116 கேரட் எமரால்டு, 108 கேரட் ரூபி மற்றும் உண்மையான முத்துகள் பதிக்கப்பட்டு 7 ஆண்டுகளில் உருவாக்கப்பட்ட மயில் அரியணைக்கு தாஜ்மஹாலின் செலவைப் போல இன்னொரு மடங்கு தொகையை செலவிட்டார் ஷாஜஹான். மும்தாஜ் மீதான காதலை ஷாஜஹானின் தங்கக் காதல் வென்றதன் சின்னம்தான் மயில் அரியணை.

அன்றைய மொகலாய அரசவைக் கவிஞர் முகமது குட்ஸி இந்த மயிலாசனத்தைப் பற்றிப் பாடிய 20 பாடல்கள் இதன் சிறப்பை இன்று நாம் அறிய உதவுகின்றன. மயில் அரியணையை உருவாக்கியதற்காக கிலானியை, எடைக்கு எடை தங்கம் கொடுத்து ஷாஜஹான் போற்றினார். முழு நிறைவோடு 1635 மார்ச் 22 அன்று அவர் மயில் அரியணையில் அமர்ந்தார். ஒரு நூற்றாண்டுக்குப் பிறகு, 1739ல் மொஹலாயப் பேரரசைத் தோற்கடித்த பாரசீக மன்னர் நாதீர்ஷா அந்த மயில் அரியணையைக் கவர்ந்து சென்றார். இப்போதும் மயில் அரியணை உள்ளதா?, எங்கு உள்ளது? – என்று யாருக்கும் தெரியாது. அதில் இருந்த கோஹினூர் வைரம் மட்டும் பெயர்த்து எடுக்கப்பட்டு, பல கைகள் மாறி இறுதியாக ஆங்கிலேயர்களின் கைக்குச் சென்றது. இப்போது அளவு குறைக்கப்பட்ட கோஹினூர் இங்கிலாந்து அரச கிரீடத்தின் ஒரு அங்கமாக உள்ளது.

இப்படியெல்லாம் தங்கம் கொள்ளை போனாலும், தங்கத்தைக் கொண்டு அலங்காரப் பொருட்களையும் ஆடம்பர நகைகளையும் செய்யும் வழக்கம் இந்தியாவில் குறையவேயில்லை. இந்தியாவுக்குள் ஆங்கிலேயர் வந்த பின்னர், கி.பி.1928ஆம் ஆண்டில் இந்திய சமஸ்தானமான பாட்டியாலாவின் அரசர் பூபேந்திர சிங்குக்காக 'ஹவுஸ் ஆஃப் கார்ட்டியர்' நிறுவனத்தால்

மயிலாசனத்தில் ஷாஜஹான்

தங்கத்தில் வைரம் பதித்து செய்யப்பட்ட விலைமதிப்பற்ற நெக்லஸ் களவு போனது. அதில் 2 ஆயிரத்து 930 வைரங்கள் பதிக்கப்பட்டு இருந்தன, உலகின் 7 ஆவது பெரிய வைரம் அந்த நெக்லஸில்தான் இருந்தது. தவிர ஒரு 428 கேரட் டி.பி.எஸ். வைரமும் அதில் இருந்தது. இன்றைக்கும் அது எங்கு போனது, என்ன ஆனது என்று யாருக்கும் தெரியாது. இப்படிக் கொள்ளையிடப்படுவது பேரரசர்களும் பெருஞ் செல்வந்தர்களும் மட்டுமே அல்ல.

இங்கிலாந்து கிரீடத்தில் கோஹினூர்

இந்தியா தங்க வர்த்தகத்தில் மட்டும் முன்னிலையில் இல்லை. தங்க ஏமாற்று வேலைகளிலும் நாம்தான் முன்னிலை. தங்கத்துக்கு 3% ஜி.எஸ்.டி. என்றால் முதல்நாளே நகைவாங்கக் குவியும் மக்களைக் கொண்ட நமது நாட்டில்தான்

'சேதாரமான தங்கத்தை நகை உரிமையாளருக்குக் கொடுக்க வேண்டும்' என்ற விதி காலம் காலமாக பட்டவர்த்தனமாக மீறப்படுகிறது. மக்களும் அமைதியாக வேடிக்கை பார்க்கிறார்கள்.

ஐரோப்பிய, அமெரிக்க நாடுகளில் தங்க நகைகளை வாங்கும் போது, நகை செய்யும் போது ஏற்பட்ட சேதாரத்தை அவர்கள் நகையின் மதிப்பில் கழித்துவிடுகிறார்கள், அல்லது அந்த சேதாரமான தங்கத்தையும் ஒரு கவரில் போட்டுக் கொடுத்துவிடுகிறார்கள். இந்தியாவில் சேதாரத்திற்கான தொகையையும் அதன் வரியையும் நகை வாங்குபவர்தான் கட்ட வேண்டும். ஆனால் சேதாரமான தங்கம் அவருக்குக் கொடுக்கப்பட மாட்டாது.

பழைய தங்கத்தை அடிக்கடி மாற்றும் போது, இந்த சேதாரம் மூலமாகவே நிறைய பண இழப்பு மக்களுக்கு ஏற்படுகிறது. ஆனால் மக்கள் இதனை எல்லாம் கருத்தில் கொள்வதே இல்லை. தங்க நகைகளில் புதிய டிசைன்களைத் தேடும் பழக்கம் 75% இந்தியப் பெண்களிடம் இருக்கிறது என்கிறது 2016ஆம் ஆண்டின் ஆய்வு. தங்கத்தின் மீதான மக்களின் முதலீட்டின் லாபம் நகைக்கடைகளுக்கே முழுதும் போவது இப்படித்தான். இது போன்ற பல ஓட்டைகள் இருந்தபோதும், இந்திய மக்கள் சேமிப்பிற்கு தங்கத்தை சிறந்த தேர்வாகக் கருதுவதாலும், சடங்குகளில் தங்கத்திற்கு அதிக முக்கியத்துவம் கொடுக்கப்படுவதாலும் இந்தியாவில் தங்க விற்பனை தொடர்ந்து வெற்றிமுகத்தில்தான் பயணிக்கின்றது. ஆனால் இப்படி கண்களை மூடிக் கொண்டு நகைகளை வாங்கிக் குவிப்பது இந்திய மக்களுக்கு நல்லது அல்ல.

ஒரு காலத்தில் தங்கத்தின் மருத்துவ குணம் வரைக்கும் அறிந்து வைத்திருந்த இந்திய மக்கள், இன்றைய நவீன தங்கத்தின் தீங்குகளைக் கூட அறியாதவர்களாக மாறிவிட்டனர். இப்போதைய தங்க நகைகள் பலவற்றில் பற்றவைக்கும் சால்டரிங் ஏஜெண்டாக உடலுக்குக் கேடுவிளைவிக்கும் கேட்மியம் பயன்படுத்தப்படுகின்றது. நிமோனியா, எலும்பு பாதிப்புகள், தசை பலவீனம், கோமா, வாசனையை உணர முடியாத தன்மை, கேன்சர் – போன்ற பல நோய்கள் இதனால் ஏற்படுகின்றன.

இதனை உலக நாடுகள் பலவும் ஏற்கனவே தடை செய்துவிட்ட நிலையில் இந்தியா போன்ற வெகுசில நாடுகளில் இன்னும் கேட்மியம் பயன்பாட்டில் உள்ளது. இந்தியாவின்

ஹால்மார்க் கேட்மியத்தைத் தடை செய்துவிட்ட போதும், பொற்கொல்லர்கள் பலர் இதனைத் தொடர்ந்து பயன்படுத்த விற்பனையாளர்களால் நிர்பந்திக்கப்படுகின்றனர் இதனால் பொற்கொல்லர்கள் அடையும் பாதிப்பு நகை அணிபவர்கள் அடையும் பாதிப்பை விடவும் அதிகம் என்பது இன்னொரு வேதனையான செய்தி.

இப்படி மக்களைத் தேடிவரும் கேட்மியம் ஆபத்தைத் தவிரவும், மக்கள் தாங்களாக தேடிப்போய் சிக்கும் ஒரு ஆபத்தும் தங்கத்தில் உள்ளது. அது தங்கத்தை உணவிலும் அழகுக்கலையிலும் பயன்படுத்துவது. தங்கத்தை உணவில் கலந்து சாப்பிட்டால் அது ஆரோக்கியத்தை மேம்படுத்தும், அதை முகத்தில் ஃபேஷியல் செய்தால் முகம் தங்கம் போல மிளிரும் – என்பது போன்ற பல மூடநம்பிக்கைகள் இந்தியாவில் அதிகம் உள்ளன. இவை அறிவியலுக்கு முற்றிலும் புறம்பானவை. தங்கத்தை நேரடியாக வயிற்றால் செரிக்க முடியாது, அதே போல முகத்தின் தோலாலும் தங்க முகப் பூச்சுகளை ஈர்த்துப் பயன்படுத்த முடியாது – என்பதே அறிவியல் உண்மை. ஆனால் இதை எல்லாம் மக்கள் எண்ணுவது இல்லை.

தங்கத்தை ஆடம்பரத்தின் சின்னமாகக் கருதும் மக்கள் அதற்காக தங்கத்தை உணவில் பயன்படுத்தும்போது அது அபாயத்தின் சின்னமாகி விடுகிறது. இந்தியாவின் சந்தைகளுக்கு அடிக்கடி அதிர்ச்சி வைத்தியம் தந்த தங்க ஆப்பம், தங்க தோசை, தங்க குருமா, தங்க பேஷியல் எல்லாம் அத்தகைய ஆபத்துகளின் வடிவம்தான்.

குழந்தைகளைப் பற்றிய தனது கவிதை ஒன்றிலே கவிஞர் வைரமுத்து தேவையில்லாத ஆடம்பரத்தைப் பற்றி சொல்லும் போது

உங்கள் அவசரத்தில்
புல்லாங்குழல்களை
தங்கத்தில் வார்த்துவிடாதீர்கள் அது
மூங்கிலாகவே இருக்கட்டும்

– என எழுதி இருப்பார். நாம் புரிந்து கொள்ள வேண்டியதும் அதைத்தான். ஊரில் 'தங்க ஊசி என்றால் கண்ணில் குத்திக் கொள்ள முடியுமா?' என்று ஒரு சொல் வழக்கு உண்டு. தங்க ஊசிகளை நாம் நம் வயிறுகளில் குத்திக் கொள்ளக் கூடாது.

ஆனால் நேரடியாகவே உணவில் பயன்படுத்தும்போது விஷமாக மாறும் தங்கம்தான் பஸ்பமாக்கப்படும்போது மருந்தாகவும் பயன்படுகிறது என்பது இன்னொரு விநோதம்.

தங்க பஸ்பம் என்பது தங்கத்தின் நானோ வடிவம், இதனை சிறுகுடலால் ஈர்க்கமுடியும். தங்க பஸ்பத்தை மருந்தாகப் பயன்படுத்தலாம் என்பது அறிவியல் ரீதியாக ஏற்கப்பட்டது. அது அறிவியலின் உச்சகட்டங்களில் ஒன்று. கி.பி.1131ஆம் ஆண்டில் சாளுக்கிய அரசன் மூன்றாம் சோமேஸ்வரன் எழுதிய ஒரு குறிப்பு தங்க பஸ்பத்தின் செய்முறையைத் துல்லியமாக விவரிக்கின்றது. ஆனால் சரியான முறையில் செய்யப்படாத தங்க பஸ்பமும் விஷத்தைப் போன்றதே என்பது இங்கு நினைவில் கொள்ளப்பட வேண்டியது.

இந்தியாவில் நல்ல முதலீடாகவும், சிறந்த பயன்பாட்டுப் பொருளாகவும் தங்கம் இல்லாவிட்டாலும், மக்களின் தங்க இருப்பு ஒருவகையில் நாட்டுக்கே நல்லதும் கூட. எந்த வகையில்?. தங்கத்தை ஒரு நாடு அதிகம் இருப்பு வைத்திருக்கும் போது, அதனை எந்த நாட்டின் நாணயமாகவும் மாற்றிக் கொள்ள இயலும். எல்லா நாணயங்களும் எல்லா நாடுகளிலும் செல்லாது. ஆனால் தங்கம் எல்லா நாடுகளிலும் செல்லும். உலகம் மோசமான பொருளாதார சிக்கலில் மாட்டிக் கொண்டாலோ, ஒரு நாட்டின் அரசு மோசமான சூழலில் சிக்கிக் கொண்டாலோ அங்குள்ள தங்கம் அவர்கள் தங்களைக் காப்பாற்றிக் கொள்ள உதவும். தமிழகத்தில் எம்.ஜி.ஆர் முதல்வராக இருந்தபோது, போர் நிதியைப் பணமாக அல்லாமல் மக்கள் தங்கமாகத் தர வேண்டும் என்று கேட்டார். போரைப் போன்ற அசாதாரண சூழல்களில் பணம் உதவாமல் போகலாம், அப்போதும் தங்கம் உதவும்.

இதுவரை இந்தியாவுக்கும் தங்கத்துக்கும் இடையிலான உறவைக் கூடுமானவரை விளக்கமாகப் பார்த்தோம், தங்கத்தின் வரலாறு மட்டுமின்றி பணத்தின் வரலாற்றிலும் இந்தியாவின் பங்கு தனித்தன்மை வாய்ந்தது. அதைப் பார்க்கும் முன்பு உலக நாடுகளில் நாணயமுறை எப்படித் தோன்றியது என்று ஒரு முறை பார்த்துவிடுவோம்.

உலகின் முதல் உலோகப்பணம் தங்கம்தான். உலகின் நிலையான பணமும் தங்கம்தான். ஆனால் ஏன் தங்கக் கட்டிகளே தொடர்ந்து பணமாகப் புழங்காமல் நாணயங்கள், பணத்தாள்கள் உருவாகின? – இதன்விடை அடுத்த அத்தியாயத்தில்.

~

8
தங்க, வெள்ளி நாணயங்கள்

நாணயங்கள் இன்னும் அறிமுகமாகாத நிலையில் தங்கக் கட்டிகள் வர்த்தகத்தில் புழங்கும் பண்டைய எகிப்து மற்றும் பாபிலோனில் இருந்து நமது வண்டியை இப்போது மீண்டும் விரட்டுவோம்.

பண்டைய எகிப்தியர்களும் பாபிலோனியர்களும் தங்கக் கட்டிகளை அடிப்படையாகக் கொண்டு வணிகம் செய்த போதும், முன்பு மாட்டை அடிப்படையாகக் கொண்டு வணிகம் செய்தபோது எழுந்த அதே சிக்கல் வந்தது. 'ஒரு தங்கக் கட்டியின் மதிப்பிற்குக் குறைவான பொருளை எப்படி வாங்குவது?' என்ற கேள்வி இங்கும் எழுந்தது. மாட்டைப் போல அல்லாமல் தங்கக்கட்டிகள் உயிரற்றவை. இவற்றை உடைக்கலாம். மேலும் அன்றைய மக்கள் தங்கத்தைக் கொண்டு ஆபரணங்கள் செய்யவும் அறிந்திருந்தனர், இந்த ஆபரணங்கள் தங்கக் கட்டிகளை விடவும் அழகானவை. இதனால் தங்கக் கட்டிகளுக்கு பதிலாக 'தங்க மோதிரங்களும்' பணமாக பின்னர் ஏற்றுக் கொள்ளப்பட்டன. இவை வணிகத்தில் குறைந்த மதிப்புள்ள பொருட்களை வாங்கப் பயன்படுத்தப்பட்டன. இந்தத் தொடக்கக் காலங்களில் புழங்கிய தங்கத்தின் தரம் ஒரே மாதிரியாக இல்லை. அப்போது தரம் மிகமுக்கிய பிரச்னையும் இல்லை.

பணத்தின் பயணத்தில் தங்கம் இவ்வாறாகத் தவிர்க்க இயலாத இடத்தைப் பெற்ற நிலையில், அரசுகளும் அரசர்களும் தங்கள் ஆதிக்கத்தைப் பணத்தின் மீது காட்டத் தொடங்கினார்கள். அதன் மூலம் பணப் புழக்கத்தை அவர்கள் கட்டுப்படுத்த விரும்பினார்கள். ஏனென்றால் அப்போது பல

நாடுகளிலும் தங்கமே பணமாகப் புழங்கிய நிலையில், பக்கத்து நாட்டுப் பணம் தனது நாட்டுக்குள் வந்து, உள்நாட்டுப் பொருளாதாரத்தை மாற்றுவதை அரசர்கள் விரும்பவில்லை. அதனால் ஒவ்வொரு நாடும் தனக்கெனத் தனியாக பணத்தை உருவாக்க விரும்பின. ஏற்கனவே தங்கத்தில் அணிகலன்களைச் செய்ய அறிந்திருந்த அவர்கள், அந்த அனுபவத்தைக் கொண்டு நாணயங்களை இப்போது செய்யத் தொடங்கினர்.

அப்போதைக்கு நாணயம் என்பது அடிப்படையில் ஒரு சிறிய தங்கத் துண்டு. அதில் அந்தப் பகுதியை ஆட்சி செய்யும் அரசனின் சின்னம், மக்கள் விரும்பும் தெய்வத்தின் உருவம் போன்றவை பொறிக்கப்பட்டன. இந்தக் குறியீடுகள் நாணயத்தின் உலோக மதிப்பை இறுதி செய்தவரின் ஒப்புதலாகவே மக்களால் பார்க்கப்பட்டன. அன்றைக்கு நாணயங்கள் என்பவை மதிப்பு சரிபார்க்கப்பட்ட உலோக வில்லைகள் அவ்வளவுதான். பிற்காலத்தில் நாணயத்தின் மதிப்பு என்பது அதன் குறியீடுகளின் மதிப்பாகவே மாறிவிடும் என்பது அப்போது யாருக்கும் தெரியாது.

பண்டைய லைடியா நாட்டில் (இன்றைய துருக்கியின் ஒரு பகுதி, ஆங்கிலத்தில் Lydia) கி.மு.7ஆம் நூற்றாண்டில் அச்சடிக்கப்பட்ட தங்க நாணயம்தான் உலகின் முதல் நாணயம் என நாணயவியல் ஆய்வாளர்களால் கருதப்படுகிறது. உலகின் பல நாடுகளிலும் பண்டைய நாணயங்கள் கிடைத்தாலும், எதுவும் லைடிய நாணயங்களோடு ஒப்பிடத்தக்க பழமையோடு இல்லை. தவிர வரலாற்றின் தந்தை எனப் போற்றப்படும் கிரேக்க வரலாற்றாசிரியர் ஹெரோடோட்டசும் லைடியர்களே உலகில் முதன் முதலாக நாணயங்களைப் பயன்படுத்தியவர்கள் என்று எழுதி உள்ளார். நாணயங்கள் பண்டைய கிரேக்கத்தில் மாபெரும் மாற்றத்தை ஏற்படுத்திய கண்டுபிடிப்புகளில் ஒன்று என்பதால் அதைப் பற்றி சரிபார்க்காமல் அவர் எழுதி இருக்க மாட்டார் எனக் கருதவும் இடம் உள்ளது. மேலும் லைடியர்கள் சிறு பரப்பை ஆண்டவர்கள் என்றாலும் கண்டுபிடிப்புகளில் சளைத்தவர்கள் அல்லர். தங்கள் மொத்தவிலைக் கடைகளை ஒரே இடத்தில் நிறுவியவர்கள் என்ற வரலாற்றுப் பெருமையும் லைடியர்களையே சாரும். அதுவே சந்தைகள், கடைத்தெருக்கள் மற்றும் ஷாப்பிங் மால்களின் தொடக்கம்.

அந்த லைடிய நாணயத்தின் தங்கம் தூயதாக இல்லாமல், வெள்ளி கலந்த எலக்ட்ரம் கலவையாக இருந்தது. அத்தோடு

உலகின் முதல் நாணயம்

வெள்ளி மற்றும் செம்பு நாணயங்களும் லைடியாவில் வெளியிடப்பட்டு உள்ளன. வெள்ளியும் செம்பும் நாணயங்களாக பிரதான காரணம் இவை தங்கத்தோடு தொடர்புடையவை என்பதுதான். தங்கத்தோடு கலந்த நிலையில் கிடைக்கும் வெள்ளி, தங்கத்தில் கலக்கப் பயன்படும் செம்பு என தங்கக் குடும்பம்தான் தொடர்ந்து நாணய முறையைத் தனது கைக்குள் வைத்துக் கொண்டது.

லைடிய நாணயத்தில் லைடிய அரசர்களின் சின்னமான சிங்கத்தின் தலை பொறிக்கப்பட்டது. இந்த வகை நாணயங்களை பல்வேறு எடைகளில் அடுத்த 150 ஆண்டுகளுக்கு லைடியர்கள் வெற்றிகரமாக வெளியிட்டனர். இவர்களது முழு நாணயம் ஸ்டாடர் (Stater) என்று அழைக்கப்பட்டது. இதன் பின்ன நாணயங்களாக (ஒன்றுக்கும் குறைவான மதிப்புடையவை) ஹெக்டே (Hekte), ஹெமிஹெக்டே (Hemihekte) ஆகியவை ஆறில் ஒரு பங்கு, 12ல் ஒரு பங்கு ஆகிய மதிப்புகளில் வெளியிடப்பட்டன. அதாவது ஆறு ஹெக்டே அல்லது 12 ஹெமிஹெக்டே சேர்ந்தது ஒரு ஸ்டாடர் ஆகும். (இயற்கையை கூர்ந்து கவனித்து கணித முறையை உருவாக்கிய நாடுகள் அனைத்திலும் 12 என்ற எண் முக்கிய இடத்தைப் பெற்றது. இந்தியாவிலும் 1957 ஆம் ஆண்டு வரை 12 பைஸ்களைக் கொண்டது ஒரு அணா என்ற முறைதான் வழக்கில் இருந்தது. இது பற்றி பின்னர் பார்ப்போம்).

லைடியர்களின் இந்த நாணய முறை பெற்ற வெற்றியால் அன்றைய ஆப்ரிக்க, ஐரோப்பிய நாடுகள் அடுத்தடுத்து பண்டமாற்று முறையில் இருந்து நாணயங்களுக்குத் தாவின. தங்க, வெள்ளி, செம்பு நாணயங்கள் உலகெங்கும் புழக்கத்திற்கு வந்தன.

லைடியர்களைத் தொடர்ந்து கிரேக்கர்கள் கி.மு.6ஆம் நூற்றாண்டின் தொடக்கத்திலேயே நாணயத் தயாரிப்பில் இறங்கினர். கிரேக்கர்களின் நாணயங்கள்தான் உலக நாணயங்களின் வளர்ச்சிக்கு வழிகாட்டின. ஏனெனில் கிரேக்கர்களின் இந்த நாணயங்கள் கிரேக்க வணிகர்கள் மூலமாக மத்தியத் தரைக்கடல் பகுதி முழுக்கப் பரவின. இத்தகைய நாணயங்களினால் கிரேக்கத்தின் வணிகம் எளிமைப்பட்டது.

வணிகத்தைத் தவிரவும், நாணயம் என்ற கண்டுபிடிப்பு இன்னொரு வகையிலும் கிரேக்க வரலாற்றைப் புகழின் உச்சிக்கும் கொண்டு சென்றது. அலெக்ஸாண்டரின் காலத்தில் கிரேக்க பொருளாதாரம் நன்கு வளர்ந்து இருந்ததனால்தான் அலெக்ஸாண்டரால் அனைத்து வீரர்களுக்கும் சம்பளம் கொடுத்து, அவர்கள் மூலம் பெரும் படையெடுப்புகளை நிகழ்த்த முடிந்தது. கிரேக்க வீரர்களுக்கு உப்பே ஊதியமாகக் கொடுக்கப்பட்டு வந்த நிலையை அலெக்ஸாண்டர் மாற்றினார். தனது படை வீரர்களுக்கு வெள்ளி நாணயங்களை அவர் நாள் ஊதியமாகக் கொடுத்தார். அலெக்ஸாண்டர் பற்றிய வரலாற்றுக் குறிப்புகள் ஒவ்வொருநாளும் அவர் தன் வீரர்களுக்கு ஆயிரம் பவுண்டுகள் அளவிலான வெள்ளிக் காசுகளைக் கொடுத்தார் என்று கூறுகின்றன.

முதற்கால நாணயங்களில் முத்திரைகளாக அரசின் சின்னங்களே பொறிக்கப்பட்டன. பின்னர் நாணயங்களில் அரசரின் உருவத்தைப் பதிக்கும் வழக்கம் வந்தது. வழிவழியாக வந்த அரசர்கள் இதனைச் செய்யாத நிலையில், தங்கள் செல்வாக்கின் மூலம் ஆட்சியைக் கைப்பற்றிய படைத் தளபதிகள் ஆட்சியில் இந்த முறை தொடங்கியது. அலெக்ஸாண்டரின் தளபதி தாலமி தனது நாணயத்தில் தனது உருவத்தையே தோள் அளவுக்குப் பொறித்தார். தாலமிக்கு முன்னர் வேறு அரசர் இப்படிச் செய்ததற்கான சான்றுகள் கிடைக்கவில்லை.

ரோமானிய அரசர்களில் நாணயத்தில் முதன்முதலாகத் தனது உருவத்தைப் பொறித்தவர் ஜூலியஸ் சீசர். இப்படிச் செய்ததன் மூலம் ஜூலியஸ் சீசர் தானே ரோமின் முதன்மை ஆட்சியாளர் என்பதை வெளிப்படுத்தினார். சீசர் கொல்லப்பட்டதற்கு இந்த நாணயமும் முக்கியக் காரணம் என்று கருதப்படுகிறது.

இதன் தொடர்ச்சியாக இயேசுவின் காலத்தைய நாணயங்களில் அப்போதைய ரோம அரசனின் உருவமே

பொறிக்கப்பட்டு இருந்தது. ஏனென்றால் அப்போது யூதேயா பிராந்தியம் ரோமானியப் பேரரசின் ஒரு அங்கமாக இருந்தது. புதிய ஏற்பாட்டில் அப்போது புழக்கத்தில் இருந்த டெனாரியஸ் நாணயம் 'பென்னி' என்ற பெயரில் குறிக்கப்படுகின்றது. பைபிளில் மாற்கு எழுதிய சுவிசேஷத்தின் ஓரிடத்தில் '...அங்கே ஒரு ஏழை விதவை வந்தாள். அவள் இரண்டு மைட்களை காணிக்கையாக வீசினாள்' என்று வருகின்றது. மைட் என்பது ரோமானியர்களின் கீழ் மதிப்பிலான நாணயம், அது வெண்கலம் அல்லது தாமிரத்தால் செய்யப்பட்டது. புனிதர் மாற்கு எழுதிய வரிகளின் நினைவாக இன்றும் கிறிஸ்தவர்கள் பெரிய பூசைகளுக்கு சிறிய காணிக்கை தரப்படும் போது அதனை 'விதவையின் மைட்' என்று அழைக்கின்றனர்.

இயேசுவின் காலத்தில் புழங்கிய அரசன் தலை பொறிக்கப்பட்ட வெள்ளி நாணயம் ஒன்றை புதிய ஏற்பாடு 'காணிக்கை பென்னி' என்று குறிப்பிடுகின்றது. இதனைப் பற்றி புதிய ஏற்பாட்டின் பல இடங்களில் குறிப்புகள் வருகின்றன. உதாரணமாக பைபிளில் ஓரிடத்தில் இயேசுவிடம் பரிசேயர்கள், 'சீசருக்கு தாங்கள் காணிக்கை பணம் செலுத்துவது சரியா?' – என்று கேட்கின்றனர். அனைத்து காணிக்கையும் கடவுளுக்கே சொந்தம் என்று சொல்லக் கூடிய இயேசு, இங்கும் அதனையே சொன்னால் 'இயேசு சீசருக்கு காணிக்கை செலுத்த வேண்டாம் என்று பரப்புரை செய்கிறார்' – என்று சொல்லி அவரைக் குற்றவாளியாக்கும் எண்ணத்துடனேயே இந்தக் கேள்வி கேட்கப்படுகிறது. இதனை இயேசு உணர்ந்து கொள்கிறார். உடனே ஒரு காணிக்கை பென்னி நாணயத்தை பரிசோதனைக்காக கொண்டுவரும்படி அவர் ஆணையிடுகிறார். அங்கிருந்த பரிசேயர்களில் ஒருவர் ஒரு காணிக்கை பென்னியை இயேசுவுக்கு அளிக்கிறார். அதனைப் பெற்ற இயேசு அதனைப் பரிசேயர்களிடம் காட்டி, 'இதில் யாருடைய பெயரும் உருவமும் உள்ளது?' என்று கேட்கிறார். அவர்கள் 'சீசரின் பெயரும் உருவமும் உள்ளன' என்று பதில் கூறுகிறார்கள். உடனே இயேசு, 'சீசருக்கு உரியதை சீசருக்கும், கர்த்தருக்கு உரியதை கர்த்தருக்கும் செலுத்துங்கள்' – என்று அவர்களுக்கு அறிவிக்கிறார்.

இப்படியாக காணிக்கை பென்னி என்று குறிக்கப்படும் நாணயம், ரோமப் பேரரசன் டைபீரியஸ்சின் உருவம்

பொறிக்கப்பட்ட டெனாரியஸ் நாணயம்தான் என்று வரலாற்று ஆய்வாளர்கள் நிரூபித்து உள்ளனர்.

டைபீரியசின் டினாரியஸ்

இயேசுவின் காலத்தில் வெள்ளியும் பொன்னும் ஆடைகளும் மதிப்பு மிக்கவையாக இருந்தன என்பதை 'ஒருவனுடைய வெள்ளியையாகிலும் பொன்னையாகிலும் வஸ்திரத்தையாகிலும் நான் இச்சிக்கவில்லை' என்ற அப்போஸ்தலரின் வரிகளில் இருந்துநாம் அறியலாம். இங்கு பொன், வெள்ளி ஆகிய சொற்கள் பொன் நாணயங்களையும் வெள்ளி நாணயங்களையுமே குறிக்கின்றன. இயேசு 30 வெள்ளிக் காசுகளுக்காகவே யூதாஸால் காட்டிக் கொடுக்கப்பட்டார் என்பது பலரும் அறிந்ததே. இந்த செய்தி புதிய ஏற்பாட்டின் மத்தேயு எழுதிய சுவிசேஷத்தில் வருகின்றது. அப்படியாக யூதாஸ் பெற்ற 30 வெள்ளிக் காசுகள் ரோமானிய நகர அரசுகளில் ஒன்றான டயர் (Tyre) அரசு

யூதாஸ் பெற்ற வெள்ளிக்காசு

தயாரித்த வெள்ளி டெட்ராட்ராக்கம் காசுகளாக இருந்திருக்க வேண்டும் என்று வரலாற்று ஆய்வாளர்கள் கருதுகின்றனர். இப்படி கிரேக்கம் மற்றும் ரோமானிய நாணயங்கள் குறித்த பல தகவல்களும் ஆய்வுகளும் வரலாறு நெடுகக் கொட்டிக் கிடக்கின்றன.

கிரேக்கத்தில் ஆரம்பக்காலத்திலேயே நாணயங்கள் மதிப்பு ரீதியாகவும், தொழில்நுட்ப ரீதியாகவும் பல மாற்றங்களையும் வளர்ச்சிகளையும் சந்திக்கக் காரணம் கிரேக்கத்தில் நிலவிவந்த வேறுபட்ட பல நகர ஆட்சிகளே ஆகும். இந்த நகர ஆட்சியாளர்கள் நாணய வடிவமைப்பிலும் புழக்கத்திலும் தங்களுக்குள் போட்டி போட்டு செயல்பட்டனர். கிரேக்கத்தின் ஒவ்வொரு நகர அரசும் தங்கள் சின்னம் பொறித்த நாணயங்களே முன்னிலையில் இருக்க வேண்டும் என்று கருதின என்ற போதும், இதில் மாபெரும் வெற்றி பெற்றவர்கள் செல்வத்தில் கொழித்த ஏதென்ஸ் நகர ஆட்சியாளர்களே. இவர்களின் நாணயங்கள் சமகால மக்களால் 'மினர்வாவின் ஆந்தைகள் (Owls of minerva)' – என்று அழைக்கப்பட்டன. ஏனெனில் இவற்றில் ஆந்தையின் சின்னமே பொறிக்கப்பட்டு இருந்தது.

அன்றைய ஏதென்ஸின் காவல் தெய்வமாக வழிபடப்பட்ட பெண் தெய்வத்தின் பெயர் மினர்வா. கிரேக்கர்களின் பண்டைய தெய்வமான அத்தீனாவின் ஏதென்ஸ் சிறப்புப் பதிப்பான இந்த மினர்வாவுக்கு ஏதென்ஸ் மக்கள் எழுப்பிய கோவில் விரைவில் ஆந்தைகளின் புகலிடமானதால், பின்னர் ஆந்தை என்பது மினர்வாவின் சின்னமாகவே ஏற்றுக் கொள்ளப்பட்டது.

மினர்வாவின் ஆந்தை நாணயம்

'மினர்வாவின் ஆந்தைகள்' நாணயங்களால் உலகம் அறிந்து கொண்ட இன்னொரு பொருளாதார நிகழ்வு 'பணப் பரிமாற்றம் (Money exchange)' ஆகும். கிரேக்கத்தின் நகர அரசுகளில் எல்லாம் முதன்மையான அரசாக திகழ்ந்த ஏதென்ஸ், தனது வலிமையினால் தங்களோடு நெருக்கமாக உள்ள பிற நகர அரசுகளையும் மினர்வாவின் ஆந்தைகள் நாணயத்தையே பயன்படுத்தும்படி செய்தது. இதற்காக அவர்கள் தங்கள் முந்தைய நாணயங்களைக் கொடுத்துவிட்டு மினர்வாவின் ஆந்தைகள் நாணயங்களைப் பெற அறிவுறுத்தப்பட்டனர். இப்படியாகப் பெறப்பட்ட பிற நகர அரசுகளின் நாணயங்கள் ஏதென்ஸின் நாணயங்களை விடவும் அதிக தரமான உலோகத்தைக் கொண்டிருந்ததால் ஏதென்ஸ் கொழுத்த லாபம் அடைந்தது. ஒரு நகரின் நாணயத்தைப் பிற நகரின் மக்கள் பயன்படுத்தினால், நாணயம் அச்சிடுபவர்களுக்கு நல்ல லாபம் கிடைக்கும் என்ற உண்மையை ஏதென்ஸ் தற்செயலாகக் கண்டுபிடித்தது.

இந்த லாபம் ஒரு வகையில் பொருளாதார மோசடியைத் தவிர வேறொன்றும் இல்லை. தங்கமும் வெள்ளியும் இணைந்த இயற்கையான கலவைக்கு 'எலக்ட்ரம் (Electrum)' என்று பெயர் என முன்னமே பார்த்தோம். சில சமயங்களில் மக்களே தங்கத்தையும் வெள்ளியையும் கலந்து ஒரு கலவையையும் உருவாக்கினார்கள். அதற்கு 'ஆசெம் (Azem)' என்று பெயர். எலக்ட்ரம் நாணயங்கள் வெள்ளி நாணயங்களைவிடவும் மதிப்பு மிக்கவை எனும்போது, ஏதென்ஸ் அரசு எலக்ட்ரம் நாணயங்களுக்கு பதிலாக ஆசெம் நாணயங்களை வெளியிட்டது. எந்தக் கலப்பு இயற்கை எந்தக் கலப்பு செயற்கை என்று அப்போது யார் பார்த்தார்கள்? மக்களுக்குத் தேவை செலாவணியில் புழங்க ஏதோவொரு காசு. இது ஒரே ஒரு சம்பவம் மட்டுமல்ல, இது ஒரு தொடக்கம்தான்.

கி.பி.13ஆம் நூற்றாண்டில் பிரான்சில் ஆட்சி செய்த அரசன் ஒன்பதாம் லூயிஸ் (செயிண்ட் லூயிஸ் என்று அழைக்கப்படுவது இவர்தான்) தனது ஆட்சியில் வெளியிடப்பட்ட நாணயங்களை மட்டுமே நாடெங்கும் உள்ள மக்கள் செலாவணியில் பயன்படுத்த வேண்டும் என்று உத்தரவிட்டார். இவரது நாணயங்கள் முன்பு புழக்கத்தில் இருந்த நாணயங்களின் உலோக மதிப்பை விடவும் குறைவான தயாரிப்பு செலவைக் கொண்டிருந்ததால், இந்த உத்தரவின் மூலம் பிரான்ஸின் அரசுக்கு நல்ல லாபம் கிடைத்தது.

எலக்ட்ரம் நாணயங்கள்

இந்த லாபம் 'சீக்னரேஜ் (Seigniorage)' – என்று அழைக்கப்பட்டது. இந்த கண்டுபிடிப்புகள் மிகச் சாதாரணமானவை போலத் தோன்றினாலும் உண்மை அப்படி இல்லை. ஒரு அரசு தனது அதிகாரத்தைப் பயன்படுத்தி அண்டை நாடுகளையும் சொந்த மக்களையும் எப்படி எல்லாம் சுரண்டலாம் என்பதற்கு இவையே முதல் பாதையைக் காட்டின. இப்போது அந்த ஒத்தையடிப் பாதைகள் ராஜபாட்டைகளாக மாறிவிட்டன.

இன்றைக்கு உலக நாடுகளின் பொதுவான இடைப்பட்ட பணமாகவும், மாற்றுப் பணமாகவும் உள்ளது அமெரிக்க டாலர். இதனால் டாலர்களை வெளியிடுவதனால் மட்டும் அமெரிக்க அரசு ஆண்டுக்கு *400 பில்லியன்* அமெரிக்க டாலர்களை லாபமாகப் பெறுகின்றது!. இந்த வருமானத்தை டாலரைப் பயன்படுத்தும் பிற நாடுகள்தான் அமெரிக்காவுக்குத் தருகின்றன!. முன்னர் ஏதென்ஸ் அரசு தரம் குறைந்த தங்கத்தில் நாணயம் வெளியிட்டபோதே லாபம் பெற்றது, அமெரிக்க அரசுக்கோ தாள்கள் மட்டுமே போதுமானவையாக உள்ளன (இப்போதைக்கு அமெரிக்க டாலரின் கதையை இத்தோடு நிறுத்துவோம், அமெரிக்க டாலரின் அண்டர்வேரை மற்றொரு இடத்தில் கழட்டுவோம்). புதிய சர்வதேச நாணயமான யூரோவை வெளியிட்டபோது ஐரோப்பிய மத்திய வங்கியும் இவ்வாறுதான் லாபம் அடைந்தது.

தவிர இன்றைக்கும் ‘மணி எக்ஸ்சேஞ்ச்’ எனப்படும் பணப்பரிமாற்றத் தொழில் ஒரு இலாபமான தொழிலாகவே உலகின் அனைத்து நாடுகளிலும் இயங்கி வருகின்றது. சிங்கப்பூர் போன்ற நாடுகளில் மணி எக்ஸ்சேஞ்ச் இன்றைக்கு பிரதான வருவாய் ஈட்டும் தொழில்களில் ஒன்று. ஆனால் இனிவரும் காலங்களில் நாணயங்களையும், பணத்தாள்களையும் விட மின்னுருவில் உள்ள பணமே அதிகம் புழங்கும் என்பதால் இது போன்ற லாபங்கள் குறையவும், பணப்பரிமாற்றத்தைச் சார்ந்த தொழில்கள் நசியவும் வாய்ப்புகள் மிக அதிகமாகவே உள்ளன. அதைப் பற்றி இன்னொரு அத்தியாயத்தில் பார்ப்போம். இப்போது தங்கக் காசுகள் நமக்காக காத்திருக்கின்றன.

கிரேக்கர்களைத் தொடர்ந்து ரோமானியர்களும் தங்கள் நாணயங்களை பெண் தெய்வங்களில் கோவில்களிலேயே அச்சடித்தனர். ‘ஜூனோ மோனெட்டா’ என்ற பெண் தெய்வத்தின் கோவிலில் அச்சடிக்கப்பட்ட ரோமானிய நாணயங்களால் பணத்திற்கு மனி (Money) என்ற பெயர் காலப்போக்கில் தோன்றியது.

கிரேக்கத்திடம் வணிகம் செய்த காரணத்தால் நாணய முறையை இந்தியாவும் விரைவில் கற்றுக் கொண்டது. ஆசிய கண்டத்தில் நாணய முறையைக் கற்றுக் கொண்ட இரண்டாவது நாடு இந்தியா. முதல் நாடு சீனா. ஆனால் சீனர்கள் தங்க, வெள்ளிக் காசுகள் மீது அதிகம் கவனம் செலுத்தவில்லை.

உலகின் பல பண்டைய நாடுகள் கிரேக்க வணிகத்திற்காகவே முதலில் நாணயங்களை அச்சடித்தார்கள். அங்கெல்லாம் உள்நாட்டில் பண்டமாற்றுமுறை இருந்த போதும், பன்னாட்டு வர்த்தகம் நாணயங்கள் மூலம் நடந்தன. அத்தகைய நாடுகளின் வர்த்தகத்தில் கிரேக்க நாணயங்களும், உள்நாட்டு நாணயங்களும் ஒரே சமயத்தில் புழங்கின. இதற்கு தமிழகம் ஒரு நல்ல உதாரணம்! ஆனால் தமிழக நாணயங்களை விடவும் வட இந்தியாவின் நாணயங்கள் காலத்தால் மூத்தவை, தமிழகத்திற்கும் சிலவிதங்களில் முன்னோடியாகத் திகழ்ந்தவை என்று கருதப்படுகின்றன. அவற்றைப் பற்றி அடுத்துவரும் அத்தியாயத்தில் தொடர்வோம்.

~

9
எவை இந்தியாவின் பண்டைய நாணயங்கள்?

இன்றைய இந்தியா பண்டைய ஆசிய கண்டத்தில் பெரும் வளர்ச்சி பெற்று இருந்த பல நாகரிகங்களின் தொகுப்பு ஆகும். அவற்றில் சில எகிப்துக்கும் பாபிலோனுக்கும் கூட முந்தையவையாக கருதப்படுகின்றன.

ஆனாலும், இத்தகைய மூத்த இந்திய நாகரிகங்களில் எதுவும் வர்த்தகத்தில் நாணயத்தைப் பயன்படுத்தியதாகத் தெரியவில்லை. இந்தியாவின் புகழ்பெற்ற பண்டைய நகர நாகரிகமான ஹரப்பா நாகரிகத்தின் மக்கள் பலவிதங்களில் முன்னேறி இருந்தாலும், அவர்கள் வர்த்தகத்தில் நாணயத்தின் பயன்பாட்டை அறிந்திருக்கவில்லை. இந்தியாவின் மற்றொரு பண்டைய நாகரிகமான மொகஞ்சதாரோவிலும் நாணயங்கள் வர்த்தகத்தில் புழங்கவில்லை, அங்கு காணப்படும் பெரிய பெரிய தானியக் கிடங்குகள் அங்கு தானியமே நாணயமாகப் புழங்கியதையும், அதனால் அரசு பெரிய அளவிலான தானியக் களஞ்சியங்களைக் கட்டி பொருளாதாரத்தைக் கட்டுப்படுத்தியதையும் நமக்கு உணர்த்தக் கூடியவையாக உள்ளன.

தொல்லியல் அடிப்படையில் ஹரப்பா, மொஹஞ் சதாரோவோடு ஒப்புநோக்கக் கூடிய நாகரிகமாக பண்டைய தமிழர் நாகரிகத்தை தற்போது நம்மால் கூறமுடியும். கீழடியில் உள்ள பண்டைய வாழ்விடமும், வைகை நாகரிக மிச்சங்களும், பொருநை நாகரிகத்தில் கிடைத்த தொல் பொருட்களும் நமக்கு அதைத்தான் அடிக்கோடிட்டுக் காட்டுகின்றன. வைகைக்கும் கீழடிக்கும் பொருநைக்கும் முந்தைய நாகரிகங்களும் புதையுண்ட

மண்தான் தமிழகம். அவற்றைப் பற்றி ஆராயவேண்டிய தேவை நிறையவே இருக்கின்றது. ஆனால் அப்படியெல்லாம் எளிதில் ஆராய இயலாத கட்டுப்பாடுகளையும், ஆராய்ந்தாலும் அது தொடர முடியாத சூழலையும், தொடர்ந்தாலும் அறிக்கைகள் வெளிவராத நிலையையுமே நாம் தமிழகத்தில் தொடர்ந்து காண்கிறோம். அதையும் தாண்டிக் கிடைத்த ஆய்வுகள் மட்டுமே இப்போது நம்வசம் உள்ளன.

தமிழகத்தின் தொல்லியல் களங்கள் சிலவற்றில் ரோமானியர் நாணயங்களும் சங்ககால நாணயங்களும் கிடைத்தாலும், அவற்றுக்கும் முந்தையவை என்று கூறத்தக்க நாணயங்கள் கிடைக்கவில்லை. சங்க காலத்துக்கு முன்னர் தமிழகத்திலும் நாணயங்கள் புழங்கவில்லை என இதனால் கொள்ளலாம். அந்த சங்ககால நாணயங்கள் பற்றி அடுத்த அத்தியாயத்தில் நாம் முழுவதுமாகப் பார்ப்போம். இப்போது நாம் முதலில் பார்க்கபோவது வேதகாலத்தில் நாணயங்கள் தோன்றியதா இல்லையா என்பதைப் பற்றி... சரி முதலில் வேதகாலம் இந்திய மண்ணில் நிகழ்ந்த காலமா? சுருக்கமாகப் பார்ப்போம்.

வேதகாலம் பற்றிப் பேசும் ஆரிய வேதங்களை இந்தியாவில் வாழும் மக்களில் பலர் புனிதமானவையாக மதித்தாலும், அவற்றில் வரும் செய்திகளைக் கொண்டும், தொல்பொருள் ஆய்வுகளைக் கொண்டும் அவை இந்திய மண்ணில் தோன்றியவை இல்லை என்ற முடிவுக்கே வரலாற்று ஆய்வாளர்கள் வந்துள்ளனர்.

சிந்து சமவெளி மக்கள் அறியாத மிருகம் குதிரை எனும்போது, குதிரையை பலியிட்டு அஸ்வமேத யாகம் நடத்திய ஆரியர்கள் சிந்து சமவெளியின் வீழ்ச்சிக்குப் பிறகே இந்தியாவுக்குள் வந்தனர் எனக் கொள்வது எளிதாகின்றது. வேதங்கள் கூறும் யாகங்கள் நடந்த பழமையான களங்கள் எதுவும் இதுவரையிலான இந்தியத் தொல்லியல் ஆய்வுகளில் கண்டுபிடிக்கப்படவில்லை என்பதோடு, அப்படிப்பட்ட களங்கள் ஈரானில் கண்டுபிடிக்கப்பட்டதும் நடந்து உள்ளது. ரிக் வேதம் விவரித்து உள்ளபடி குதிரையை முறையாகப் பலியிட்டு யாகம் நடந்த தொல்லியல் களங்கள் ஈரானில் உண்டு.

வேதங்களில் கூறப்பட்டுள்ள தேவ, அசுர யுத்தங்கள் ஈரான் மக்களின் புனித நூலான அவெஸ்தாவைத் தழுவியவையாக உள்ளன. வேதத்தில் உள்ள போர்க்களங்கள் ஆப்கானிஸ்தானின்

நிலத்தைப் பிரதிபலிக்கின்றன. மேலும் வேதத்தில் உள்ள 'ஆரியர்' என்ற இனப்பெயர் உண்மையில் ஈரானிய மக்களின் இனப் பெயராக உள்ளது. ஆரியர் என்ற சொல் காணப்படும் மிகப் பழமையான கல்வெட்டும் ஈரானில்தான் உள்ளது. அவர்கள் தங்களை ஆரியர்கள் என அழைத்ததால் தங்கள்நாட்டை 'ஆர்யாநாம்' என அழைத்தனர் அதன் திரிபுதான் ஈரான். இன்றும் பாரசீக மொழியோடு தொடர்புடைய இந்திய இசுலாமியர்கள் ஆர்யன் என்று பெயர்வைத்துக் கொள்கின்றனர். உதாரணமாக பாலிவுட் நடிகர் ஷாரூக்கானின் மகன் ஆர்யன்கான், இந்தப் பெயருக்கு ஆரியர்களின் அரசன் என்று பொருள்.

லத்தீன், பாரசீகம் போன்ற மொழிகளின் வரிசையில் சமஸ்கிருதமும் ஒரு இந்தோ ஐரோப்பிய மொழி என்றே மொழியியல் ஆய்வுகள் கூறுகின்றன. அதற்குக் காரணம் ஸ்டெப்பி புல்வெளி மக்களின் உச்சரிப்பை அடிப்படையாகக் கொண்டே சமஸ்கிருதம் உருவாக்கப்பட்டதுதான். ஸ்டெப்பி புல்வெளியில் இருந்த சொற்களை வைதீக மொழி என்று சமஸ்கிருத ஆய்வாளர்கள் பெயரிடுகின்றனர். சமஸ்கிருதத்தில் வைதீக மொழியின் சொற்களோடு பின்பு கலந்த பாரசீக மொழியின் தாக்கமும் தமிழின் வேர்ச் சொற்களும் உள்ளன.

இவற்றினால் ஆரியர்கள் இன்றைய ஸ்டெப்பி புல்வெளி பகுதியைப் பூர்வீகமாகக் கொண்டவர்கள் என்பதும், வரும் வழியில் ஈரான், ஆப்கானிஸ்தான் நாடுகளில் தேங்கி இருந்து, சிந்து சமவெளி நாகரிகத்தின் அழிவுக்காலமான கி.மு.1600ஆம் ஆண்டு வாக்கில் கைபர் போலன் கணவாய்களின் மூலம் இந்தியாவுக்குள் நுழைந்தவர்கள் என்பதும், அவர்கள் ஈரானிய மக்களின் இனப் பெயரைத் தங்கள் இனப்பெயராகக் கூறிக் கொண்டனர் என்பதும் வெளிப்படை. இதை டி.என்.ஏ. ஆய்வுகளும் உறுதிப்படுத்துகின்றன.

இந்தியாவுக்குள் வந்த உடனே இந்தியாவை ஆரியர்களோ, வைதீக மொழியை இந்தியாவோ ஏற்றுக் கொள்ளவில்லை. கி.மு.3ஆம் நூற்றாண்டில் இந்தியாவில் கோலோச்சிய அசோகர் தனது ஆட்சிக் காலத்தில் 'விலங்குகளைப் பலியிட தடை'யை வெளியிட்டபோது அது குறித்த அறிவிப்புகளை அன்றைய இந்திய மொழிகளிலும் கிரேக்கம், அரேமியம் (ஏசு பேசிய மொழி) ஆகிய அயல் மொழிகளிலும் வெளியிட்டார். இந்த மொழிகளின் வரிசையில் சமஸ்கிருதத்துக்கு இடம்

கொடுக்கப்படவில்லை. சில ஆய்வுகள் அப்போது சமஸ்கிருதமே தோன்றி இருக்கவில்லை என்று கூறுகின்றன, இந்தக் கூற்றை மறுக்க சாட்சியங்கள் இல்லை.

ஏனெனில் இந்தியாவில் சமஸ்கிருதத்தின் முதல் கல்வெட்டே கி.பி.2ஆம் நூற்றாண்டில்தான் பொறிக்கப்பட்டு இருக்கின்றது. கி.பி.150ல் பிராமி வரிவடிவத்தில் பொறிக்கப்பட்ட இந்தியாவின் முதல் சமஸ்கிருதக் கல்வெட்டில் சந்திர குப்த மவுரியர் கட்டிய அணையொன்று பழுதுபார்க்கப்பட்ட செய்தி காணப்படுகின்றது. கத்தியவாரில் உள்ள கின்னார் என்ற இடத்தில் காணப்படும் இந்தக் கல்வெட்டை உஜ்ஜயினியின் சிற்றரசனான உருத்திர தமனா என்பவர் வெட்டி இருக்கிறார். வேதங்கள் அனைத்தும் சமஸ்கிருதத்தில் உள்ளபோது, கல்வெட்டுகளில் சமஸ்கிருதம் காணப்படாதது, இந்த மண்ணின் மொழி சமஸ்கிருதம் அல்ல என்பதையே காட்டுகின்றது.

ஆனால் இப்போதும் வேதங்கள் இயற்றப்பட்டது இந்திய மண்ணில்தான், வேதங்களில் கூறப்பட்ட சரஸ்வதி நதி இந்தியாவின் பூமிக்கு உள்ளே ஓடுகிறது, மொகஞ்சதாரோ மக்கள் சமஸ்கிருதம் பேசினர் – என்றெல்லாம் பலர் ஆய்வுகள் நடத்தி வருகின்றனர். இந்த ஆய்வுகளுக்கு நிதி ஒரு பக்கம் குவிய, இன்னொரு பக்கம் ஆதிச்ச நல்லூர், கீழடி – போன்ற தமிழர் வரலாற்றின் தொன்மையான எச்சங்கள் அரசாலேயே மண்மூடி மறைக்கப்படும் அவலமும் நடக்கிறது.

ஆங்கிலேயர் ஆட்சிக்கால இந்தியாவின் முதல் தொல்லியல் ஆய்வு தமிழகத்தில்தான் தொடங்கப்பட்டது. ஆனால் சுதந்திர இந்தியாவில் தமிழக தொல்லியல் எவ்வளவு சாத்தியமோ அவ்வளவு புறக்கணிக்கப்பட்டு உள்ளது. தமிழர் வரலாற்றைத் திரிக்காமல் வேதகாலத்தை இந்தியாவின் தொன்மைக் காலம் என்று நிறுவ முடியாது என்பதாலேயே இப்படிச் செய்யப்படுகின்றது.

வேதங்களின் வரலாற்று முரண்கள் பற்றி இங்கு விளக்குவது நமது நோக்கம் இல்லை என்றாலும், இந்த நூலின் ஆய்வு எந்த அடிப்படையில் வகுக்கப்பட்டு உள்ளது என்பதை வாசகர்கள் அறிய வேண்டும் என்பதாலேயே சுருக்கமாக இதையெல்லாம் கூறி உள்ளேன்.

இந்தியாவில் தோன்றிய இலக்கியங்கள் என்று குறிப்பிட்ட மக்களால் நம்பப்படும், வரலாற்று அறிஞர்களால் மறுக்கப்படும்

வேதங்களில் காணப்படும் மக்கள் சமுதாயம் பசுவையே ஆதார வர்த்தகப் பொருளாகக் கொண்டதாக உள்ளது. 'கோபுச்சா' என்பது அடிப்படை வர்த்தகமுறை. இதன் அர்த்தம் 'பசுவின் வாலைக் கொடுப்பது'. வேதகால ஆரியர்கள் வணிகம் முடிந்த பிறகு பசுவின் வாலைப் பிடித்து அவற்றைக் கைமாற்றிவிட்டனர் என்று இதில் இருந்து நமக்குத் தெரிய வருகின்றது. இன்றைய மாட்டுச் சந்தைகளில் மாடுகள் மூக்கணாங் கயிற்றைப் பிடித்து கைமாற்றப்படுகின்றன என்றாலும் வைதீகச் சடங்குகளில் புரோகிதர்களிடம் பசுவைக் கொடுக்கும் போது அதன் வாலைப் பிடித்துக் கொடுப்பது இதன் தொடர்ச்சிதான்.

பசுக்களைக் கைமாற்றுவதில் சிக்கல்கள் நேரும் போது 'நிஷ்கம்' எனப்படும் ஆபரணம் அவர்களுக்குக் கை கொடுத்தது, இந்த நிஷ்கம் உலோகக் கட்டிகளால் செய்யப்பட்ட ஆபரணமாக இருந்ததால் அதில் இருந்த உலோகக் கட்டிகள் நாணயங்களைப் போல பயன்படுத்தப்பட்டன. இது கழுத்திலே அணியும் ஆபரணமாகக் கருதப்படுகிறது ஆனால் 'இன்ன இடத்தில்தான் நிஷ்கம் அணியப்பட்டது' – என்று குறிப்புகள் எதுவும் வேதங்களில் தெளிவாக இல்லை. நிஷ்கம்கள் பற்றிய குறிப்புகள் ரிக் வேதம், அதர்வண வேதம் ஆகிய மூத்த வேதங்களிலேயே காணப்படுகின்றன. ரிக் வேதத்தில் ருத்ரனைப் பற்றிய ஒரு பாடல் 'ருத்ரன் விஸ்வரூபம் போன்ற நிஷ்கத்தை அணிந்து இருந்தான்' என்று சொல்கிறது. ரிக் வேதத்தின் இன்னொரு பாடலில் கக்ஷீவத் என்ற முனிவர் பவ்விய மன்னன் எனும் அரசரிடம் இருந்து தான் பத்துக் குதிரைகளையும் பத்து நிஷ்கங்களையும் பெற்றதை விவரிக்கிறார். அதே போல நூறு நிஷ்கங்கள், பத்து கழுத்தணிகள், முந்நூறு குதிரைகள், பத்தாயிரம் பசுக்கள் ஆகியவற்றைப் பரிசாகப் பெற்ற ஒரு புலவர் பாடிய பாடலொன்று அதர்வண வேதத்தில் காணப்படுகிறது.

வேதங்கள் தவிர பிராமணியம், உபநிடதம் ஆகிய வடமொழி இலக்கியங்களிலும் நிஷ்கங்கள் பற்றிய குறிப்புகள் உள்ளன. கோபத பிராமணியம் என்ற நூல் 'குருபாஞ்சால நாட்டின் அறிஞரான உத்தாலக ஆருணி என்பவர் தன்னை வாதம் செய்து வெல்பவர் ஒருவரும் நாட்டில் இல்லை எனக் கருதினார். அப்படி யாராவது தன்னை வென்றுவிட்டால் நிஷ்கம் கட்டப்பட்ட கொடி ஒன்றைப் பரிசளிப்பதாக சவால்விட்டு நாட்டைச் சுற்றிவந்தார்' – என்ற தகவலைப் பதிவு செய்கின்றது.

இதன் தொடர்ச்சியாக இப்போதும் காசியின் சுற்றுவட்டாரப் பகுதிகளில் நடக்கும் 'கஜாலிப் பருவ' (ஜூலை, ஆகஸ்ட்) பாட்டுப் போட்டிகள் திகழ்கின்றன. இந்தப் போட்டியில் பங்கேற்கும் அணிகள் ஒவ்வொன்றுக்கும் பணம் கட்டப்பட்ட கொடி ஒன்று உண்டு. போட்டியில் தோல்வி அடைபவர்கள் தங்கள் கொடியை வெற்றி பெற்றவர்களிடம் கொடுத்துவிட்டு வெளியேற வேண்டும்.

சாந்தோக்கிய உபநிடதம் என்ற நூல் 'மந்திரங்களைப் பயன்படுத்துவதில் கைதேர்ந்த ஒருவரிடம் இருந்து எப்படியாவது சில அரிய மந்திரங்களைத் தெரிந்துகொள்ள வேண்டுமென்று விரும்பிய ஒரு அரசர், அதற்காக அந்த பண்டிதருக்கு தன் மகளையும் கட்டிக் கொடுத்து, ஆயிரம் பசுக்கள், ஒரு குதிரை, ஒரு குதிரை வண்டி, ஒரு கிராமம் இவற்றோடு ஒரு நிஷ்கத்தையும் தருவதாக வாக்களித்தார்' – என்ற கதையைக் கூறுகிறது.

நிஷ்கம் எந்த உலோகத்தினால் ஆனது என்பதை இந்தப் பாடல்கள் கூறாவிட்டாலும், அது தங்கமாகவே இருந்திருக்க வேண்டும் – என்று கருத இடம் உள்ளது. ஏனெனில் தங்கக் கட்டிகள் தானமாகக் கொடுக்கப்பட்டது பற்றிய குறிப்புகளும் ரிக் வேதத்திலேயே காணப்படுகின்றன. திவோதாசன் என்ற அரசர் தனது புரோகிதருக்கு பத்து குதிரைகள், பத்து ஆடைகள், பத்துத் தங்கக் கட்டிகள், பத்து (தங்க?) மூட்டைகள் – ஆகியவற்றை வெகுமதியாக அளித்தது பற்றிய குறிப்பு ரிக் வேதத்தில் உள்ளது.

ரிக் வேதத்தின் காலத்தை உலகின் பிற நாடுகளின் வர்த்தக ஆதாரம் தங்கக் கட்டிகளில் இருந்து தங்க நகைகளுக்கு மாறிய காலத்தோடு ஒப்பிட ஒரு புதிய வழி இதனால் கிடைக்கிறது. ஆனால் அது குறித்து இன்னும் ஆய்வுகள் தேவைப்படுகின்றன.

பின்னர் பிற்கால வேதகாலத்தில் அரசர்களே நிஷ்கங்களை நாணயங்களாக ஏற்றுக் கொண்டனர். மக்களுக்கும் பூசை செய்வோருக்கும் தானம் வழங்க வேண்டிய தருணங்களில் அவர்கள் நிஷ்கங்களையே தானங்களாக வழங்கினர்.

ஆரியர்கள் செய்த குதிரை யாகங்களின் தடயங்கள், ஆரியர்கள் வாழ்வை வளப்படுத்திய சரஸ்வதி நதியின் தடங்கள் ஆகியவை இந்தியாவில் கிடைக்காததைப் போலவே அவர்களின் நிஷ்கங்களும் இங்கு கிடைக்கவில்லை.

பின்வந்த காலத்தில், சமஸ்கிருத மொழியின் மிக முக்கிய இலக்கண நூல்களில் ஒன்றான அஷ்டாத்யாயியில் அதன் ஆசிரியர் பாணினி நிஷ்காவுடன் சதமானா மற்றும் பதா ஆகிய நாணயங்களைக் குறிப்பிடுகிறார். வட இந்தியாவில் கிடைத்த சில வெள்ளி நாணயங்களை சதமானா, பதா – என்று ஆய்வாளர்கள் அடையாளம் காட்டி உள்ளனர், இதிலும் கருத்து முரண்பாடுகள் உண்டு.

இதுவரை இந்தியாவில் கிடைத்த நாணயங்களின் ஆய்வுத் தரவுகளின்படி உலகின் மிகத் தொன்மையான நாணயங்கள் புழங்கிய நாடுகளில் பண்டைய இந்தியாவும் ஒன்று. முத்திரைக் காசுகள் – என்ற வெள்ளி நாணயங்களே இதுவரை இந்தியாவின் மிகத் தொன்மையான நாணயங்கள் ஆகும். முத்திரைக்காசுகள் குறித்து அடுத்த பகுதியில் விரிவாகப் பார்ப்போம்...

~

10
முத்திரைக் காசுகளும் பிற்காலக் காசுகளும்

தமிழகத்தில் நடக்கும் அகழாய்வுகளில் தொடர்ந்து முத்திரைக்காசுகள் கிடைத்து வருவதால் 'முத்திரைக் காசுகள்' என்ற சொல் தமிழக மக்களுக்கு இப்போது ஓரளவுக்கு அறிமுகமாகிவிட்டது. ஆனால் முத்திரைக்காசுகளின் வரலாறு மக்கள் அறியாதது.

கி.பி.19ஆம் நூற்றாண்டில் ஆங்கிலேயர் ஆட்சியின் போது இந்தியாவின் பல பகுதிகளிலும் வெள்ளியாலான நாணயங்கள் கிடைத்தன. அப்போது வாரணாசி நாணயசாலையின் தலைவராகப் பணியாற்றியவர், பின்னாட்களில் அசோகரின் பிராமி கல்வெட்டைக் கண்டுபிடித்த புகழுக்கு உரியவரான ஜேம்ஸ் பிரின்செப் என்ற ஆங்கிலேயர். இவர் அந்த வெள்ளி நாணயங்கள் அனைத்திலும் குறியீடுகள் மட்டுமே உள்ளன என்பதையும், எழுத்துகளே இல்லை என்பதையும் அடிப்படையாகக் கொண்டு அவற்றுக்கு முத்திரைக் காசுகள் (Punch mark coins) என்று பெயரிட்டார். அந்தப் பெயரே இன்றுவரை நிலைத்துவிட்டது. ஆனால் அவை புழங்கிய காலத்தில் பல்வேறு பெயர்களில் அழைக்கப்பட்டு இருக்கும்.

வட இந்திய முத்திரைக் காசுகளில் விலங்குகள், பறவைகள், சூரியன், பிறை, மலை முகடு, மீன், மனிதன் உள்ளிட்ட பல்வேறு குறியீடுகள் காணப்படுகின்றன. இவற்றில் சில குறியீடுகள் உள் அர்த்தங்களோடு உருவாக்கப்பட்டவையாக உள்ளன.

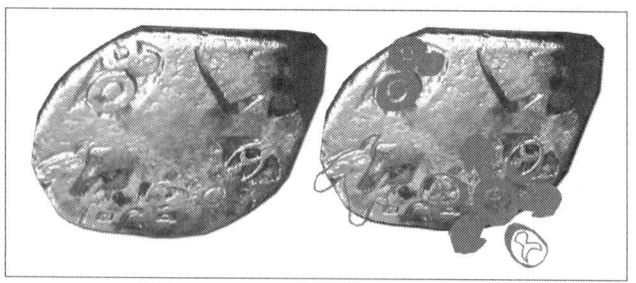

கீழடியில் கிடைத்த மவுரியர் காசு

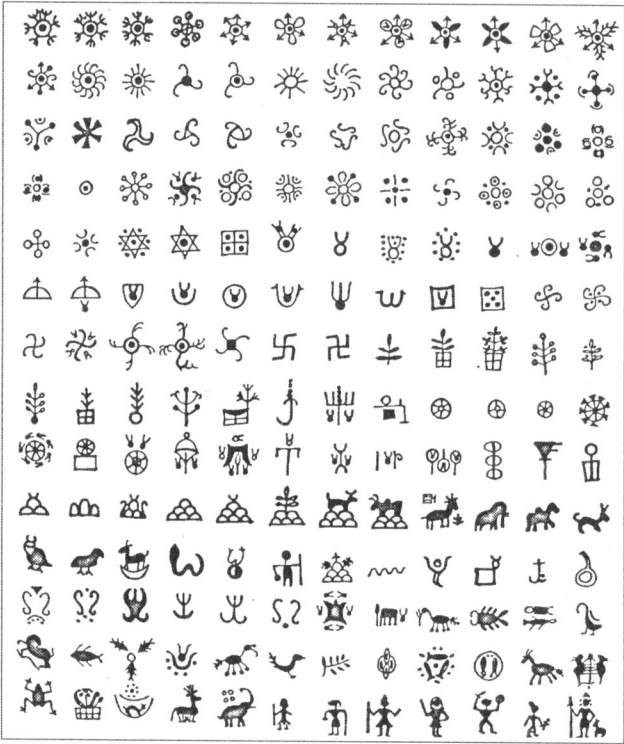

வட இந்திய முத்திரைக் காசுகளின் சின்னங்களில் சில...

பொதுவாக முத்திரைக் காசுகளின் முன்பகுதியில் 5 முத்திரைகளும், பின் பகுதியில் ஒரு முத்திரையும் காணப்படுகின்றது. சில நாணயங்களில் பின்புறமும் அதிக முத்திரைகள் காணப்படுவது உண்டு. ஆனால், பின்புறம்

ஒற்றை முத்திரை மட்டுமே கொண்ட நாணயங்கள் தெளிவான நிலையிலும் அதிக முத்திரை கொண்ட நாணயங்கள் தேய்ந்த நிலையிலும் கிடைக்கின்றன. எனவே அவை மறு சுழற்சி நாணயங்களாக இருக்க அதிக வாய்ப்புகள் உண்டு.

கி.பி.8ஆம் நூற்றாண்டிலேயே முத்திரைக் காசுகளை வெளியிடும் வழக்கம் தொடங்கியதாக சில வட இந்திய வரலாற்று ஆய்வாளர்கள் கூறி உள்ளனர். இந்தியாவின் புகழ்பெற்ற நாணய ஆய்வாளர் பரமேஸ்வரி லால் குப்தா, 'புத்தர் காலத்துக்கு முன்பு கி.மு.6ஆம் நூற்றாண்டிலேயே இந்தியாவில் ஜனபதங்கள் என்ற சுதந்திர அரசுகள் இருந்தன. அவை இந்த நாணய வெளியீட்டைத் தொடங்கி இருக்க வேண்டும். மகதப் பேரரசின் எழுச்சியால் ஜனபதங்கள் அழிந்திருக்க வேண்டும்' - என்கிறார். இந்தக் கருத்துகளில் பல ஆய்வாளர்களுக்கு கடுமையான முரண்பாடு உண்டு. இவற்றுக்கு ஆதாரங்கள் இல்லை.

ஆனால் மகதப் பேரரசு ஒரு குறுநில அரசாக இருக்கும் போது வெளியிட்ட முத்திரை நாணயங்கள் அவர்களின் தொடக்க கால ஆட்சிப் பகுதியிலும், அவர்கள் பேரரசாக மாறிய போது வெளியிட்ட நாணயங்கள் இந்தியாவின் பல பகுதிகளிலும் கிடைத்துள்ளன. இதனைக் கொண்டு மகதப் பேரரசின் முத்திரைக் காசுகள் வெளியாகத் தொடங்கிய காலம் கி.மு.5 அல்லது 4ஆம் நூற்றாண்டு என்று துணியலாம். இதில் மாற்றுக் கருத்து இல்லை.

வட இந்திய ஆய்வாளர்கள் வேத காலத்தில் இருந்த நாணய முறையின் தொடர்ச்சியாக முத்திரைக் காசுகள் அறிமுகமாயின என்று கூறுகின்றனர். ஆனால் அதற்கு ஆதாரங்கள் இல்லை. ஏற்றுக் கொள்ளப்பட்ட வரலாற்றின்படி உலகத்தில் முதன்முதலில் நாணயங்களை உருவாக்கியவர்கள் லைடியா என்ற நாட்டினர். இது நடந்தது கி.மு.7ஆம் நூற்றாண்டில், இது குறித்து முன்னமே பார்த்தோம். லைடியாவின் நாணய முறையை கிரேக்கர்கள் உடனடியாக பின்பற்றினர். இந்தியாவுக்கு நாணயங்கள் என்ற முறை வர்த்தக உறவில் இருந்த கிரேக்கர்கள் மூலம் அறிமுகமாகி இருக்கவே அதிக வாய்ப்புகள் உள்ளன.

முத்திரைக்காசுகளில் நிறைய வகைகள் உள்ளன. வடிவம், தொழில்நுட்பம், அரசு, நிலை – எனப் பல்வேறு காரணிகளின்

அடிப்படையில் முத்திரைக் காசுகள் பல்வேறு வகைகளாகப் பிரிக்கப்படுகின்றன.

வடிவத்தைப் பார்த்தால் செவ்வகம், சதுரம், நீள்சதுரம், வட்டம், நீள்வட்டம் ஆகிய வடிவங்கள் உள்ளன.

தொழில்நுட்பத்தின் அடிப்படையில் பார்த்தால், வெள்ளியை உருக்கி ஊற்றி அது நீர்மமாக இருக்கும் போது முத்திரைகளைக் குத்தி உருவாக்கப்பட்டவை, வெள்ளியை நீளமான பாளங்களாக்கி முத்திரையிட்ட பின்னர் துண்டு துண்டாக வெட்டப்பட்டவை, வெள்ளியை பாளமாக்கி துண்டுகளாக்கி அந்த வெள்ளித் துண்டுகளை மீண்டும் சூடுபடுத்தி முத்திரை குத்தப்பட்டவை, மண் கூடுகள் மூலம் வார்க்கப்பட்டவை – ஆகிய வகைகள் உள்ளன.

குறிப்பிட்ட நாணயத்தை வெளியிட்ட அரசு எது என்பதைக் கொண்டும் முத்திரைக் காசுகள் வகைப்படுத்தப்படுகின்றன. மகதம், சூரசேனம், பாஞ்சாலம், வத்சம், குணாளம், கோசலம், மல்லா, வங்கம், கலிங்கம், அஸ்மகம், மூலகம், சவுராஷ்டிரம், ஆந்திரம், தமிழ்நாடு – ஆகிய பல்வேறு பகுதிகளைச் சேர்ந்த பல அரச வம்சங்கள் முத்திரைக் காசுகளை வெளியிட்டு உள்ளன.

நிலை என்பதை அடிப்படையாகப் பார்க்கும்போது ஒரு அரசு உள்ளூர் அரசாக நாணயங்களை வெளியிட்டதா, சிற்றரசாக நாணயங்களை வெளியிட்டதா, பேரரசாக நாணயங்களை வெளியிட்டதா? – என்பதைக் கொண்டு நாணயம் வகைப்படுத்தப்படுகின்றது. உள்ளூர் அரசின் நாணயங்கள் குறிப்பிட்ட இடத்தில் மட்டும் கிடைக்கின்றன. பேரரசின் நாணயங்கள் பல இடங்களிலும் கிடைக்கின்றன.

முத்திரைக் காசுகளின் வடிவத்திற்கும் காலத்திற்கும் நெருங்கிய தொடர்பு உண்டு. ஒழுங்கற்ற செவ்வகம் அல்லது ஒழுங்கற்ற சதுர வடிவில் உள்ளவை பழமையான முத்திரைக் காசுகள். ஒழுங்கற்ற வட்ட வடிவங்களில் உள்ளவை சற்று பின்பு வந்தவை. ஓரளவு ஒழுங்கான வட்ட வடிவத்தில் உள்ளவை மிகவும் பிற்பட்டவை. ஆனால் சில அரசுகளின் முத்திரைக் காசுகளை இதே விதியின்படி நாம் காலக் கணிப்பு செய்ய முடியாது. உதாரணமாக சங்ககாலப் பாண்டிய அரசர்கள் தங்கள் நாணயங்கள் அனைத்தையும் செவ்வகம், சதுரம் ஆகிய வடிவங்களில் மட்டுமே வெளியிட்டனர். வட்ட நாணயத்தையே

சங்ககாலப் பாண்டியர்கள் வெளியிடவில்லை. இப்படி சில விதிவிலக்குகளும் உண்டு.

பழமையான முத்திரைக் காசுகள் செவ்வகம் அல்லது சதுரமாக இருக்கக் காரணம், இந்தியாவில் நாணயம் குறித்த தொழில்நுட்பங்கள் அப்போது அதிகம் இல்லாததே ஆகும். நாணயங்கள் என்ற கருத்தை நாம் கிரேக்கர்களிடம் இருந்து அறிந்து கொண்டதைப் போல, நாணயத் தயாரிப்பு முறைகளை நாம் அவர்களிடமிருந்து கற்றுக் கொள்ளவில்லை. கிரேக்கர்களின் தொழில்நுட்ப அறிவாலும் அனுபவத்தினாலும், அங்கு சாமானிய மக்களும் நாணயங்களைப் பயன்படுத்தியதாலும், நகரங்களுக்கு இடையேயான நாணயப் போட்டியாலும் கிரேக்கர்களின் நாணயங்கள் உடனடியாகவே ஒழுங்கான வட்ட வடிவத்திற்கு வந்து விட்டன, ஆனால் இந்திய நாணயங்கள் நெடுங்காலம் செவ்வகம் அல்லது சதுர வடிவிலேயே உருவாக்கப்பட்டன. நம்மால் வட்ட நாணயங்களை எளிதாக உருவாக்க முடியவில்லை என்பதோடு, செவ்வகம் அல்லது சதுர நாணயங்கள் அவற்றை உருவாக்குபவர்களுக்கு மிக வசதியாகவும் இருந்தது ஒரு முக்கிய காரணம்.

சுமார் 2400 ஆண்டுகளுக்கு முன்பு ஒரு செவ்வகம் அல்லது சதுர நாணயத்தை உருவாக்க வேண்டும் என்றால் முதலில் உலோகத்தைக் கொண்டு ஒரு குறிப்பிட்ட கனத்தில் நீண்ட தகட்டைச் செய்து கொள்ள வேண்டும், பிறகு அந்தத் தகட்டை தேவையானபடிக்கு சிறிய சிறிய சதுரங்களாகவோ செவ்வகங்களாகவோ ஒரு குறிப்பிட்ட எடையளவுக்கு வெட்டிக் கொள்ள வேண்டும். வெட்டி எடுக்கப்படும் வில்லை தேவைக்கும் அதிக எடையில் இருந்தது என்றால் அதன் முனைகளில் ஒன்றில் வெட்டி அளவை சுருக்கிக் கொள்ளலாம். எடை சரியாக உள்ள வில்லையில் முன்புறம் பொதுவான சில உருவங்களையும், பின்புறம் அது புழங்கும் அரசுக்கு உரிய முத்திரைகளையும் பொறிக்க வேண்டும். இதற்கு முத்திரைகளை உலோகத்தின் மீது வைத்து சுத்தியலால் அடிக்கும் முறை பின்பற்றப்பட்டது. இந்தமுறையில் நாணயங்களைத் தயாரிக்கும் போது தவறுகள் நடந்தால் சரி செய்வது எளிது.

சதுர முத்திரைக் காசுகளைத் தொடர்ந்து வந்த வட்ட வடிவ நாணயங்களைப் பொறுத்தவரை, அவற்றுக்காக உலோக வட்டங்களை உருவாக்குவது கடினம் என்பதோடு, எடை சரியாக

இல்லாவிட்டால் சரி செய்வதும் இயலாதது. ஒழுங்கற்ற சதுரம் வெளியே தெரியாது. ஒழுங்கற்ற வட்டம் மோசமாகத் தெரியும். ஆனால் சில நூற்றாண்டுகளில் இந்திய அரசுகள் வட்ட வடிவ நாணயங்களை உருவாக்குவதிலும் தேர்ச்சி அடைந்தன.

முத்திரைக் காசுகளில் தொடங்கிய வட இந்திய நாணயங்களின் வளர்ச்சி பல்வேறு திசைகளில் பயணித்து, துக்ளக்கின் கால தோல் நாணயங்கள் வரை பல்வேறு பரிமாணங்களை எடுத்தது. இவை ஒவ்வொன்றும் தொல்லியல் ஆய்வுகளில் கிடைக்கின்றன.

வட இந்தியாவில் மேற்கொள்ளப்பட்ட நாணயவியல் ஆய்வுகள் இந்திய வரலாற்றிற்கு பல இடங்களில் வலு சேர்த்ததோடு, அதன் வரலாற்றுப் பக்கங்களில் சில அத்தியாயங்களை இணைக்கவும் உதவின. உதாரணமாக வட இந்தியாவில் கிடைத்த முப்பதுக்கும் மேற்பட்ட பாக்டீரிய அரசர்களின் நாணயங்கள் கி.மு.மூன்றாம் நூற்றாண்டுக்கும் இரண்டாம் நூற்றாண்டுக்கும் இடையில் இந்தியாவில் ஒரு அந்நிய ஆட்சி இருந்ததை முதன்முதலாக இந்திய வரலாற்று ஆய்வாளர்களுக்குக் கூறின.

அதற்கு முன்பு அப்படி ஒரு ஆட்சி நடந்தது பற்றிய ஒரு குறிப்புகூட கண்டுபிடிக்கப்பட்டு இருக்கவில்லை. நாணயங்கள் கிடைத்த பிறகு விரிவான ஆய்வுகள் மேற்கொள்ளப்பட்டதன் பலனாக கிரேக்கத்தைச் சேர்ந்த அரசன் முதலாம் டிமிட்ரியஸ் கி.மு.205ல் சிந்து சமவெளிப்பகுதியைக் கைப்பற்றி (அதாவது அழிந்த சிந்து சமவெளி நாகரிகத்தின் இடங்கள் சிலவற்றைக் கைப்பற்றி) இந்தோ பாக்டீரிய அரசை நிறுவியதும், பின்னர் அந்த அரசு ஒரு நூற்றாண்டில் கடும் வீழ்ச்சியை சந்தித்ததும் நமக்குப் புலனாகின. இந்த பாக்டீரிய நாணயங்களில் உள்ள எழுத்துகளைக் கொண்டே அசோகர் கல்வெட்டு படிக்கப்பட்டது, இதனால் பின்னர் தமிழியைக் கண்டறியவும் வாய்ப்பு ஏற்பட்டது.

வட இந்தியாவில் அடுத்தடுத்து நடந்த ஆட்சி மாற்றங்களும் அந்நியர் படையெடுப்புகளும் வட இந்திய நாணயங்களில் தொடர் மாற்றங்களைத் தந்தன. இவற்றில் முத்திரைக் காசுகளைத் தவிர பிற நாணயங்கள் பெரும்பாலும் தமிழகத்திற்குப் பரவவில்லை. (தமிழக நாணய முறைகளைப் பற்றி இன்னொரு அத்தியாயத்தில் விரிவாகவே காண்போம்.)

பிராமியைக் கண்டுபிடிக்க உதவிய காசு

இந்திய நாணயங்களில் ஆரம்ப காலம் முதலே பல உருவங்கள் பொறிக்கப்பட்டன என்று பார்த்தோம். உருவம் என்று பொருள்படும் ரூபம் என்ற வார்த்தையில் இருந்தே 'ரூபாய்' என்ற வார்த்தை தோன்றியதாகக் கருதப்படுகிறது. 'வார்க்கப்பட்ட வெள்ளி அல்லது வெள்ளி வில்லை' என்று பொருள்படும் 'ரூபியா' என்ற வார்த்தையில் இருந்தே ரூபாய் என்ற சொல் தோன்றியது என இன்னொரு கருத்தும் முன்வைக்கப்படுகின்றது. ஆனால், அது முழுதும் ஏற்புடையதாக இல்லை.

அரசின் கட்டளைப்படி ரூபாய்களை அப்போது பொற் கொல்லர்கள் உருவாக்கினர். இதனால் அவர்கள் 'ரூபக்காரர்கள்' என்று அழைக்கப்பட்டனர். சாணக்கியரால் அர்த்த சாஸ்திரம் எழுதப்பட்ட காலத்திலேயே (சுமார் கி.மு.340 – 290) இந்த முறைகள், பெயர்கள் எல்லாம் தோன்றி விட்டன. வெள்ளிக் காசுகளை ரூப்ய ரூபா – எனவும், தங்கக் காசுகளை ஸ்வர்ண ரூபா எனவும், செப்புக் காசுகளை தாமர ரூபா – எனவும், ஈயக் காசுகளை சீச ரூபா – எனவும் சாணக்கியர் குறிக்கிறார்.

அத்தோடு கயவர்கள் தங்கள் கூடங்களில் தயாரிக்கும் போலிப் பணமும் அப்போதே தோன்றிவிட்டது. தங்கள் கூடங்களில் போலிப் பணம் தயாரிப்பவர்களை அர்த்த சாஸ்திரத்தில் சாணக்கியர் 'கூட ரூபக்காரர்கள் (சிறிய கூடங்களில் ரூபா தயாரிப்பவர்கள்)' என்று அழைக்கிறார்.

இந்தியாவில் மொகலாயர்கள் ஆட்சிக்கு வந்த பிறகு, அக்பருக்கு முன்னராக இந்தியாவில் ஆட்சி செய்த அரசர் ஷேர்ஷா சூரி என்பவர். இவர் 'சூர் வம்சம்' என்ற புதிய

வம்சத்தைத் தோற்றுவித்தார். 5 ஆண்டுகளுக்கு மட்டுமே ஆட்சி செய்த ஷேர்ஷா சூரி தனது ஆட்சியில் பல முன்மாதிரித் திட்டங்களைக் கொண்டு வந்தவர். போர்க்களத்திற்கு வீரர்கள் தயாராகும் போது, குதிரைப்படையில் வீரர்களும் குதிரைகளும் இடம் மாறுவது காலம் காலமாக இருந்த பெரிய பிரச்னை, பழக்கமில்லாத குதிரைகள் முரண்டு பிடிக்கும்போது, வீரர்களால் வேலையில் கவனம் செலுத்த முடியாது.

இந்தப் பிரச்னைக்குத் தீர்வு என்ன என்று வட இந்திய அரசர்கள் யாருக்கும் தெரியவில்லை. ஒரு போர் வீரராக இருந்து அரசரான ஷேர்ஷாவுக்கு இந்தச் சிக்கலைப் பற்றி நன்றாகவே தெரிந்திருந்தது. அவர் குதிரைப் படையின் குதிரைகளுக்கு தழும்பை ஏற்படுத்தி அடையாளக் குறிகளை உருவாக்கினார். இப்போது அடையாளத்தைக் கொண்டு ஒவ்வொரு வீரரும் தனக்குப் பழக்கப்பட்ட குதிரையை எளிதாக எடுத்துக் கொள்ள முடியும். இந்த முறை பின்னர் பல நூற்றாண்டுகளுக்குப் பின்பற்றப்பட்டது. சமீபத்தில்தான் அடையாளப் பட்டைகள் பயன்பாட்டுக்கு வந்தன.

இதே ஷேர்ஷாதான் முன்னர் நாணயங்களுக்கு இருந்த 'ரூபா' என்ற பெயரை அடிப்படையாகக் கொண்டு தனது நாணயத்திற்கு 'ரூபாய்' என்று பெயரிட்டார். இவர் இட்ட 'ரூபாய்' என்ற பெயரே இன்றும் தொடர்கிறது.

ஷெர்ஷா சூரியும் அவரது ரூபாயும்

ஷேர்ஷாவுக்குப் பின்வந்த அக்பர் முந்தையவரின் பெரும்பாலான சீர்திருத்தங்களைத் தொடரவிட்டார், சிலவற்றை

மேம்படுத்தவும் செய்தார். அக்பர் எழுதப்படிக்கத் தெரியாத ஒரு அரசர், ஆனால் அவரது ஆட்சியைப் பற்றி எழுதவும் படிக்கவும் விரும்புகிறவர்களுக்கு அவர் மிக அதிகத் தகவல்களைத் தந்துவிட்டுச் சென்றிருக்கிறார். இந்திய நாணயவியல் வரலாற்றில் நாணயத்தில் அது உருவாக்கப்பட்ட ஆண்டோடு, மாதத்தையும் பொறித்த முதல் அரசர் அக்பர்தான். எழுத்தின் அருமை அவருக்குத் தெரிந்திருந்தது.

அக்பரின் நாணயம்

ஆர்க்காடு ரூபாய்

ஷேர்ஷா காலத்திற்குப் பிறகு இந்தியா முழுவதிலும் பல இடங்களில் பல ரூபாய்கள் புழங்கின. இவை ஒன்றுடன் ஒன்று மதிப்பிலும் வேறுபட்டன. சிக்காய் ரூபாய், சூரத் ரூபாய், பரூக்காபாத் ரூபாய், ஆர்க்காடு ரூபாய், பிரெஞ்சு ரூபாய் – என்று இவற்றின் பட்டியல் நீளமானது. ஆங்கில ஆளுகையின் கீழ் இந்தியா வந்த பிறகு ஆங்கில அரசின் ரூபாய் முந்தைய

இரா. மன்னர் மன்னன் 103

ரூபாய்களை எல்லாம் அழித்தது, ஒரே ரூபாயாக ஆங்கில ரூபாய் நிலைநாட்டப்பட்டது. ஆங்கிலேயர்கள் தங்கள் ரூபாயின் முன்மாதிரியாக ஆர்க்காடு ரூபாயை வைத்துக் கொண்டனர், பின்னர் அதனையே அழித்தனர்.

ஆங்கிலேயரின் நாணயமுறையை அடுத்த அத்தியாயத்தில் விரிவாகப் பார்த்துவிட்டு, பின்னர் தமிழகத்தின் நாணய வரலாற்றையும் அடுத்தடுத்த அத்தியாயங்களில் விரிவாகப் பார்ப்போம்.

~

11

ஆங்கிலேயர் கால இந்திய நாணயங்கள்

வணிகர்களாக உள்ளே நுழைந்த ஆரம்பகாலத்தில் ஆங்கிலேயர்கள் தாங்கள் ஆட்சி செய்த பகுதிகளுக்கு மட்டும் தனித்தனியாக நாணயங்களை அச்சிட்டனர். அவற்றில் சில நாணயங்கள் அப்பகுதியின் சுதேச அரசருக்கு பணிந்து வெளியிடப்பட்டவையாகவும் இருந்தன. நாயக்கர்கள், மராட்டியர்களுடன் இணைந்து ஆங்கிலேயர்கள் வெளியிட்ட நாணயங்கள் இவற்றுக்கான நல்ல உதாரணங்கள் ஆகும். இவை அவசரத் தேவையை மட்டுமே நிறைவேற்றக்கூடியவையாக இருந்தன. இந்த நாணயங்கள் அப்பகுதியில் ஏற்கனவே புழங்கிய நாணயங்களோடு கலந்து புழங்கின.

கிழக்கிந்திய கம்பெனி இந்தியாவில் நிலைப்பெற்று விட்ட பின்னர், அவர்கள் ஆட்சி செய்யும் ஒவ்வொரு மாகாணத்திற்கும் ஒவ்வொரு வகையான நாணயத்தைப் புழக்கத்தில் விட்டனர். இவை சென்னை, பம்பாய், கொல்கத்தா ஆகிய இடங்களில் தனித்தனியாக அச்சிடப்பட்டன. கி.பி.1840களில் நான்காம் வில்லியம்ஸ் ஆங்கிலப் பேரரசராக ஆன பின்னர்தான் இந்தியா முழுமைக்கும் பொதுவான ரூபாய் நாணயங்களை வெளியிட்டார். இந்த நாணயங்களால் மாகாண நாணயங்கள் புழக்கத்தில் இருந்து மறைந்தன. நான்காம் வில்லியம்ஸ் அரசருக்குப் பின்வந்த மகாராணி விக்டோரியாவும் நாணய முறையில் வில்லியம்ஸையே பின்பற்றினார். இது கி.பி.1947ல் இந்தியா சுதந்திரம் அடையும் வரையில் தொடர்ந்தது.

ஆங்கிலேயர் காலத்தில் ரூபாய் நாணயங்கள் புழக்கத்திற்கு வந்திருந்தாலும், பைசாக்கள் புழக்கத்துக்கு வரவில்லை. அப்போது அணாக்களே வழக்கத்தில் இருந்தன. ஆங்கிலேயர் கால ரூபாய் சிக்கலான மதிப்பை உடையது. அப்போது ஒரு ரூபாய் 16 அணா மதிப்புடையது. அரை ரூபாயின் மதிப்பு 8 அணா. அதனால்தான் 50 பைசாவை இன்றும் பலர் 'எட்டணா' என்று அழைக்கிறார்கள்.

4 அணா சேர்ந்தது கால் ரூபாய். ஒரு அணாவிற்கும் கீழே மதிப்புள்ளவற்றுக்காக பைஸ் (pice) என்ற நாணயம் பயன்படுத்தப்பட்டது (ஒரு பைஸ் நாணயம் 'சல்லிக்காசு' என்று அழைக்கப்பட்டது). ஒரு அணாவுக்கு 12 பைஸ்கள் சமம். ஒரு ரூபாய்க்கு 192 பைஸ்கள். இந்த கணக்கீடு சிக்கலாக இருந்ததனால் பின்ன எண்களை ஆங்கிலேயர்கள் தங்கள் நாணயங்களில் பயன்படுத்தினர். ஒரு பைஸ் நாணயத்தில் 1/12 anna என்றும், கால் ரூபாய் நாணயங்களில் ¼ Rupee என்றும் அவர்கள் எழுதினர். இந்த அணா அடிப்படையிலான நாணயமுறை இந்தியாவில் சுதந்திரத்துக்குப் பின்னரும் தொடர்ந்தது, கடந்த 1957ஆம் ஆண்டில்தான் கைவிடப்பட்டது. இது குறித்து விரிவாக மற்றொரு அத்தியாயத்தில் பார்ப்போம்.

அன்றைய இந்திய மக்கள் நாணய முறைகளில் அதிக தெளிவு இல்லாமலேயே அவற்றுடன் புழங்கினர். தனியார்கள் வங்கிகள் நடத்திக் கொண்டிருந்த காலம் அது, அப்போது கணக்கு தெரியாமலேயே பலர் வங்கி அதிபர்களாக இருந்தார்கள். அவர்களுக்கு ஒரு மரக்கால் வெள்ளிப் பணம் (ஆங்கிலேய ஒரு ரூபாய் நாணயம்) என்பது 1000 ரூபாய்! இப்படி மரக்காலில் பணம் அளந்து வர்த்தகம் செய்யும் வழக்கம் தமிழகம் உள்ளிட்ட பல மாநிலங்களில் அப்போது வழக்கில் இருந்தது.

சல்லிக்காசு

ஆங்கிலேய அரசுக்குக் கட்டுப்பட்ட, ஆனால் சொந்தமாக நாணயம் வெளியிட்ட பல சமஸ்தான அரசுகளும் அன்றைய இந்தியாவில் இருந்தன. அவர்கள் ஒவ்வொருவரும் ஒவ்வொரு

நாணய முறையைப் பின்பற்றினர். கேரளாவை ஆண்ட திருவிதாங்கூர் சமஸ்தானத்தின் நாணயம் 'சக்கரம்' மற்றும் 'பணம்' ஆகும். இவை மிகச் சிறிய வெள்ளி நாணயங்கள். அளவில் நெற்றிப் பொட்டை ஒத்ததாக இருக்கும். இவற்றைக் கணக்கிட கேரளாவில் 'பணப் பலகை' என்ற ஒன்று பயன்படுத்தப்பட்டது. அடிப்படையில் இது ஒரு குழிகளுடன் கூடிய மரப் பலகை.

இந்தப் பணப்பலகையில் 50 முதல் 1000 வரை குழிகள் இருக்கும், 50 சக்கரம் அல்லது 50 பணம் தேவைப்படும் ஒருவர் 50 பணத்திற்கான பணப்பலகையை எடுத்து, அதில் பணப் பையைக் கவிழ்த்துக் கொட்டி, அனைத்து துளைகளும் நிரம்பிய பிறகு மீதப் பணத்தை தனியாக எடுத்துவிட்டால் பலகையில் சரியாக 50 பணம் மட்டுமே இருக்கும்! இப்படியாக பணப்பலகையில் கணக்கிட்டவர்கள் பின்னாட்களில் ஆங்கில ரூபாய்களைக் கணக்கிடத் திணறினர். பின்னர் திருவிதாங்கூர் சமஸ்தானம் தனது நாணயங்களையும் ஆங்கிலேயர்களின் நாணயங்களைப் போல எந்திர அச்சில் வார்க்கப்பட்டவையாக உருவாக்கியது.

கேரள பணப்பலகை

கேரள சமஸ்தான சக்ரம் காசு

இரா. மன்னர் மன்னன்

திருவிதாங்கூர் தவிர குவாலியர், மைசூர், ரோஹில் கண்டு என்று பல சமஸ்தானங்கள் தனிப்பட்ட நாணயங்களைக் கொண்டு இருந்தன. இவை சமஸ்தானங்களின் தனி உரிமையின் வெளிப்பாடாக இருந்தன, ஆனால் அடிமைத்தனம் இவற்றிலும் இடம்பெறத் தவறவில்லை. இவற்றில் ஆங்கில ஆட்சியாளரின் பெயரோ சின்னமோ கட்டாயம் பொறிக்கப்பட்டது. ஒரே விதிவிலக்காக மேவார் சமஸ்தானத்தைச் சேர்ந்த அரசர்கள் இந்த இரண்டையுமே பொறிக்காமல் தங்கள் காசுகளில் 'தோஸ்தி லண்டன்' என்று மட்டும் பொறித்து வெளியிட்டனர். 'லண்டனின் நண்பர்கள்' என்பது இதன் பொருள். இப்படித் தனியாக நாணயங்களை வெளியிட்ட இந்திய சமஸ்தானங்கள் அந்த உரிமையைத் தக்கவைத்துக் கொள்ள எந்த அளவுக்கு முடியுமோ அந்த அளவுக்கு ஆங்கிலேயருக்கு அடிபணிந்தனர். காதலுக்காக தனது அரச உரிமையைத் துறந்த எட்டாம் எட்வர்டு மன்னருக்கு இங்கிலாந்தே நாணயம் வெளியிடாத நிலையில், இந்திய சமஸ்தானங்களில் ஒன்றான கட்ச் அவருக்கு நாணயங்களை வெளியிட்டது என்பது இதற்கு ஒரு சரியான எடுத்துக்காட்டு.

தோஸ்தி லண்டன் காசு

தமிழகத்தின் ஒரே சமஸ்தானமான புதுக்கோட்டை சமஸ்தானமும் தனக்கென தனி நாணய முறையைக் கொண்டிருந்தது. இவர்களின் நாணயம் 'அம்மன் காசு' அல்லது 'அம்மன் சல்லி' என்று அழைக்கப்பட்டது. இந்தக் காசில் ஒரு பக்கம் புதுக்கோட்டை அரசர்களின் தெய்வமான பிரகதாம்பாளின் உருவம் இருந்ததால் இது இவ்வாறு பெயர் பெற்றது, இதன் பின்புறத்தில் 'விஜய' என்று தெலுங்கில்

எழுதப்பட்டு இருந்தது. விஜய என்பதற்கு வெற்றி என்பது பொருள் ஆகும். இந்த நாணயங்கள் பொதுவாக 1.2 கிராம் எடையில் இருந்தன. 2.4 கிராம் எடையில் இரட்டைக் காசுகளும் அரிதாக புழங்கி உள்ளன.

புதுக்கோட்டையில் நவராத்திரி விழா நடைபெறும் போது, அங்கு வழிபடவும், சன்மானம் கொடுக்கவும் இந்தக் காசுகள் அச்சடிக்கப்பட்டன. மக்களில் பலர் இவற்றைப் பூஜைகளுக்குப் பயன்படுத்தினர். பணத்தேவை ஏற்படும் போது இதை புதுக்கோட்டை அரசின் கஜானாவில் கொடுத்துப் பணமாக மாற்றிக் கொள்ளலாம். இதன் மதிப்பு காலணாவிற்கு 5 காசுகள் ஆகும். கி.பி.1738ஆம் ஆண்டில் இருந்து இந்த வழக்கம் உள்ளதாக புதுக்கோட்டை ஆவணங்கள் காட்டுகின்றன. புதுக்கோட்டை தர்பார் பதிவேடுகளில் கி.பி.1869ஆம் ஆண்டு முதல் அம்மன் காசு பற்றிய குறிப்புகள் கிடைக்கின்றன.

ஆரம்பத்தில் இந்தக் காசுகள் உள்ளூர் கைவினைஞர்களால் உலைக் கூடங்களில் 'கை அச்சு' முறையில் அச்சடிக்கப்பட்டன. பிறகு ஆங்கிலேயர்கள் ஆட்சியில், இந்தக் காசுகள் இங்கிலாந்தின் பர்மிங்ஹாமில் அச்சடிக்கப்பட்டு புதுக்கோட்டைக்குக் கொண்டுவரப் பட்டன. ஒரு காலத்தில் இவை கல்கத்தாவில் அச்சிடப்பட்டதாகவும் சில குறிப்புகள் உள்ளன. இந்த நாணயங்கள் 1948ஆம் ஆண்டு வரையில் புழக்கத்தில் இருந்தன. புதுக்கோட்டை அம்மன் சல்லிகளை ஒத்த நாணயங்களை இன்றைக்கும் புதுக்கோட்டையில் உள்ளூர் பொற்கொல்லர்கள் அச்சடிக்கின்றனர், இவை நவராத்திரி மற்றும் திருமணங்களில் கொடுக்கப்படுகின்றன. மக்கள் பூஜைகளில் வைக்கும் புனிதப் பொருட்களாக இவை மாறிவிட்டன.

ஆங்கிலேயர் ஆட்சியில் இந்தியாவில் வெளியிடப்பட்ட நாணயங்களில் மக்களால் மறக்க முடியாத ஒரு நாணயம் 'ஓட்டைக்காசு' ஆகும். கையில் பணப்பை வைத்துக் கொள்ளும் வழக்கம் இல்லாத மக்களுக்கு உதவும் என்பதற்காக ஆங்கிலேய அரசு முதன் முதலாக 1943ஆம் ஆண்டில் ஓட்டைக் காசை வெளியிட்டது. ஓட்டைக்காசு கால் அணா மதிப்பிலானது. இன்றும் நாம் ஓட்டைக்காசை 'ஓட்டைக் காலணா' என்றே அழைக்கிறோம். பிறகு 1944, 1945, 1947 ஆகிய ஆண்டுகளிலும் ஆங்கில அரசு ஓட்டைக் காசுகளைத் தொடர்ந்து வெளியிட்டது.

புதுக்கோட்டை அம்மன் சல்லி

ஓட்டைக்காசுக்கு செலாவணியைத் தவிர மற்றுமொரு உபயோகமும் இருந்தது. இதன் உலோகம் தூய செம்பு என்பதால் அப்போது இருந்த சீலிங் ஃபேன்களுக்கு காயில் சுற்றும் போது, இந்த ஓட்டைக் காசுகளை உள்ளே வைத்து செருகி காயில் சுற்றினர். இன்றும் செட்டிநாட்டு அரண்மனைகள் பலவற்றில் சுழலும் மின்விசிறிகளில் ஓட்டைக்காசுகள் உள்ளன. ஓட்டைக் காசுகளின் புழக்கம் இதனால் குறைந்ததால், இது சட்டப்படிக் குற்றம் என்று ஆங்கில அதிகாரிகள் மக்களுக்குக் கூறினார்கள். ஆனால் மக்கள் அதையெல்லாம் கேட்டுக் கொள்ளவில்லை.

ஓட்டைக் காலணா

கி.பி.1911ஆம் ஆண்டில் ஆங்கிலேயர்கள் இந்தியாவில் வெளியிட்ட நாணயங்கள் பெரும் சர்ச்சைகளுக்கு ஆளாகின. இவற்றில் இருந்த ஆங்கில அரசரான ஐந்தாம் ஜார்ஜின் உருவத்தில், அவரது மேலாடையில் யானை வடிவ ஆபரணம் பொறிக்கப்பட்டு

இருந்தது. ஆனால் அந்த யானையின் தும்பிக்கை நாணயங்களின் பிரதான அச்சில் சரியாக பதியப்படாததால், அந்த யானை பார்க்க பன்றியைப் போல இருந்தது. இந்த நாணயங்களைத் தொட மத நம்பிக்கையாளர்கள் பலர் மறுத்துவிட்டனர். இந்த நாணயங்களை மக்களும் 'பன்றி நாணயங்கள்' என்றே அழைக்கத் தொடங்கினர். இதனால் 2 அணா முதல் ஒரு ரூபாய் வரை கி.பி.1911ஆம் ஆண்டில் வெளியிடப்பட்ட நாணயங்களை அரசு திரும்பப் பெறத் தொடங்கியது. இவை உருக்கப்பட்டு புதிய நாணயங்கள் உருவாக்கப்பட்டன. அதனால் இன்றைய நாணய சேகரிப்பாளர்கள் மிஞ்சியுள்ள நாணயங்களைப் பொக்கிஷமாகக் கருதுகிறார்கள்.

பன்றி போட்ட காசு

ஆங்கிலேயர் ஆட்சியின் இறுதி ஆண்டுகளில் இந்தியாவில் ரூபாய் முறையை மாற்றி, அமெரிக்காவைப் போல டாலர் முறையைக் கொண்டுவர ஆங்கிலேயர்கள் திட்டமிட்டனர். 1939 மற்றும் 1941 ஆகிய ஆண்டுகளில் '2 ரூபாய் 8 அணா அல்லது 1 டாலர்' – என்ற நாணயம் சோதனை முறையாக அச்சடிக்கப்பட்டது. ஆனால் இந்தத் திட்டம் கடும் எதிர்ப்புகளின் காரணமாகக் கைவிடப்பட்டது. இப்படியாக எதிர்த்தவர்களில் மிக முக்கியமானவர் மோகன்தாஸ் கரம்சந்த் காந்தி ஆவார்.

இந்தியாவில் ஆங்கில ஆட்சி போன பிறகும் கூட சில ஆண்டுகளுக்கு முந்தைய அணா முறையே வழக்கத்தில்

இருந்தது. ஒரு அணா, 2 அணா, 4 அணா நாணயங்களை இந்திய அரசே வெளியிட்டது. இந்திய அரசு முதன் முதலில் நாணயங்களை வெளியிட்ட ஆண்டு 1950 ஆகும்.

இந்திய கால் ரூபாய், அரை ரூபாய் நாணயங்களில் பின்ன மதிப்பே பயன்படுத்தப்பட்டது. அவற்றில் ½ Rupee, ¼ Rupee என்றே எழுதப்பட்டன. பிறகு 1957ஆம் ஆண்டில்தான் 100 பைசாக்களைக் கொண்டது ஒரு ரூபாய் என்ற முறை அமலுக்கு வந்தது. இந்த நாணயமுறை 'தசமான முறை' என்று அழைக்கப்பட்டது.

ஆரம்பகால சுதந்திர இந்திய நாணயங்களில் கவர்ன்மெண்ட் ஆப் இந்தியா (Government of India) – என்று எழுதப்பட்டு இருந்தது. அதுவும் பின்னர் 'Bharat - India' என்று மாற்றிக் கொள்ளப்பட்டது. கவர்ன்மெண்ட் ஆப் இந்தியா நாணயங்கள் கடைசியாக 1956ஆம் ஆண்டில் வெளியிடப்பட்டன.

கவர்ன்மெண்ட் ஆஃப் இந்தியா காசு

நாணயங்களில் தலைவர்களின் உருவத்தைப் பொறிக்கும் வழக்கம் 1965ஆம் ஆண்டில் தொடங்கியது. இடம் பெற்ற முதல் தலைவர் ஜவஹர்லால் நேரு. 50 பைசா மதிப்பில் வெளியிடப்பட்ட இந்த நாணயத்தில் நேருவின் பெயர் இந்தியில் மட்டும் எழுதப்பட்டு இருந்ததால் பல சர்ச்சைகளுக்கு வழி பிறந்தது. பின்னர் நேருவின் பெயர் ஆங்கிலத்தில் பொறிக்கப்பட்ட நாணயத்தை இந்திய அரசு வெளியிட்டு சர்ச்சைகளுக்கு முற்றுப்புள்ளி வைத்தது. இவை இரண்டிலுமே நேருவின் தொப்பி அணியாத உருவமே இருக்கும்.

இப்போது இந்தியா தவிர பாகிஸ்தான், இலங்கை, மொரீசியஸ் ஆகிய நாடுகளிலும் ரூபாய் என்ற பெயரே நாணயங்களுக்கு வைக்கப்பட்டு உள்ளது. அயல்நாடுகள்வரை போய்விட்டோம். மீண்டும் தமிழகத்திற்கு வருவோம்...

~

12
தமிழகமும் நாணயங்களும்

தமிழக வரலாற்றின் முதன்மை ஆதாரங்களான சங்க இலக்கியங்களில் காசு, பொன், காணம் ஆகிய சொற்கள் காணப்படுகின்றன. சங்க இலக்கியத்தில் காணப்படும் 'காசு' என்ற சொல் பண்டைய நாணயங்களைக் குறிப்பதாக ஆய்வாளர்கள் பலர் கருதுகின்றனர். ஆனால் அது ஏற்புடைய கருத்து அல்ல. தமிழகத்தில் காசு என்ற சொல் பிற்காலத்தில் நாணயங்களைக் குறிக்கப் பயன்படுத்தப்பட்டாலும், சங்க காலத்தில் அது அணிகலன்களில் கோர்க்கப்பட்ட மணிகளைக் குறிக்கவே பயன்பட்டது.

இந்தக் காசுகள் பெண்களின் இடை அணிகலனிலும், குழந்தைகளின் கால் அணிகலனிலும் கோர்க்கப்பட்டதாக இருந்தது. குறுந்தொகையின் ஒரு பாடல் 'புது நூல் நுழைக்கப்பட்ட பொற்காசு, பார்ப்பதற்கு வேப்பம் பழத்தைக் கிளி கொத்தியதைப் போல இருந்தது' என்று கூறுகின்றது. சங்க இலக்கியங்கள் அன்றைய காசைப் பற்றிக் குறிப்பிடும் போது அதற்கு உவமையாக, வேப்பம் பழம், உகாப் பழம், நெல்லிக்கனி, குமிழம் பழம், கொன்றைப்பூ மொட்டு ஆகியவற்றையே

உகா   கொன்றை   வேம்பு   குமிழம்   நெல்லி

காசின் உவமைகள்

இரா. மன்னர் மன்னன்

காட்டுகின்றன என்பதால் அன்றைய காசுகள் கோளவடிவத்தில் நடுவே துளையோடு இருந்தன என்பதை நாம் உறுதி செய்து கொள்ளலாம். இந்தக் காசுகள் தங்கம் தவிர பளிங்கில் கூடச் செய்யப்பட்டன. பளிங்குக் காசுகளை சங்க இலக்கியங்களில் ஒன்றான அகநானூறு 'பளிங்கின் துளைக்காசு' என்று அழைத்தது.

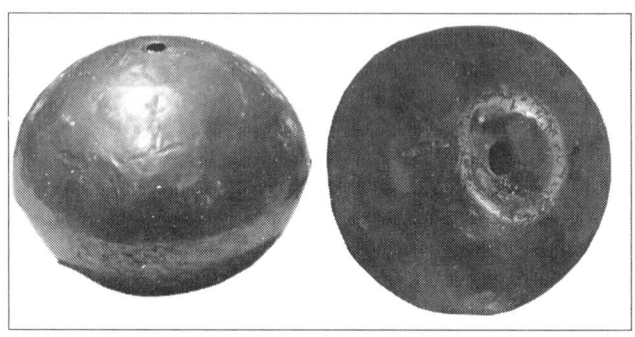

தங்கக் காசு, பளிங்குக் காசு

ஆனால் தமிழகத்தில் பின்னாட்களில் காசு என்ற சொல் நாணயத்திற்கான பொதுச்சொல்லாக மாறியது. அணிகலன்களில் மணியோடு வட்டவடிவ நாணயங்களும் கோர்க்கப்பட்டதால் நாணயங்களுக்கும் பின்னர் காசு என்ற பெயர் ஆகுபெயராக வந்து, காலப் போக்கில் நிலைத்து இருக்கவே வாய்ப்புகள் உள்ளன. மங்கள சூத்திரம் (தாலி), ஒட்டியாணம், காசு மாலை – உள்ளிட்ட அணிகலன்களில் தங்க நாணயங்களை (தற்போதைய 'தங்கக் காசு'களை) கோர்க்கும் வழக்கம் தமிழகத்தில் இன்றும் உள்ளது. இப்படியாகக் கோர்க்கப்பட்ட நாணயங்களில் முதன்மையான நாணயமே தாலி என்று பெயர் பெற்றது. 5 படைக் கலன்களைக் கொண்டதாக வடிவமைக்கப்பட்ட நாணயம் 'ஐம்படைத்தாலி' என்று தமிழகத்தில் அழைக்கப்பட்டது.

ஐம்படைத்தாலி

சங்க கால உள்நாட்டு வர்த்தகத்தில் பொன், காணம் ஆகியவையே நாணயங்களாகப் புழங்கின. ஆனால் அப்போது

பெரும்பான்மை மக்களின் பொருளாதாரம் நாணயங்களைச் சார்ந்து இருக்கவில்லை, பண்டமாற்றுமுறையே பெரும்பாலும் இருந்தது. ஆனால் நாணயங்கள் மேல்மட்டங்களில் புழங்கின. சங்க இலக்கியங்களில் சேரரின் பெருமை போற்றும் 'பதிற்றுப்பத்து' என்ற இலக்கியம், சேர மன்னன் களங்காய்க் கண்ணி நார்முடிச்சேரல் என்பவர் கவிஞர் காப்பியாற்றுக் காப்பியனாருக்கு நாற்பத்து நூறாயிரம் பொன்னைக் கொடையாகக் கொடுத்தார் (40 லட்சம் பொன்) என்று சொல்கின்றது.

மேலும் சேரமன்னன் ஆடுகோட்பாட்டுச் சேரலாதன் என்பவர் பெண்கவிஞர் காக்கைப்பாடினியார் நச்செள்ளையாருக்கு அணிகலன் செய்து கொள்வதற்காக ஒன்பது கா பொன்னும் நூறாயிரம் காணமும் (ஒரு லட்சம் காணம்) வழங்கினான் என்று சொல்கின்றது. (இங்கு கா என்பது பொன்னை நிறுக்கப் பயன்படுத்தப்பட்ட ஒரு எடை ஆகும்.)

இப்படிப் பரிசு பெற்ற பிற புலவர்களில் முக்கியமானவர் கபிலர், இவர் சேர மன்னன் செல்வக்கடுங்கோ வாழியாதனைப் பாடியதற்காக நூறாயிரம் காணம் பொன் பரிசு பெற்றார். அத்தோடு நந்தா என்ற குன்றின் மீது ஏறி நின்று இவர் காட்டிய ஊர்கள் எல்லாம் இவருக்குப் பரிசாக வழங்கப்பட்டன. இந்தப் பரிசு விவரங்களில் இருந்து நாம் சில தகவல்களைத் தெளிவாக்கிக் கொள்ளலாம்.

1. பொன் என்ற சொல் தங்கத்திற்கும் 'பொன் காணம்' என்ற நாணயத்திற்கும் பொதுவானது.

2. பொன் என்ற சொல் எடை அளவுடன் வரும் போது தங்கத்தை மட்டுமே குறிக்கும். உதாரணம்: 9 கா பொன்.

3. அதே பொன் என்ற சொல் எண்ணளவுடன் வரும் போது 'காணம்' அல்லது 'பொன்காணம்' ஆகிய நாணயத்தைக் குறிக்கும். உதாரணம்: நாற்பத்து நூறாயிரம் பொன்.

4. பொன்காணம் என்பது மாற்று குறைந்த தங்கத்தால் ஆன நாணயமாக இருந்திருக்கலாம், காணத்தில் உள்ள தங்கம் மாற்றுக் குறைவானது என்பதால், அது அணிகலனுக்கு ஏற்றதில்லை எனக் கருதி, காக்கைப் பாடினியாருக்கு '9 கா' பொன்னை நிறுத்து அணிகலனுக்காக பரிசளித்து, அதை அணிகலனாகச் செய்யக் கூலியாகவும், பிற தேவைகளுக்கும்

ஒரு லட்சம் பொன் காணம் பணத்தைத் தனியாக சேர மன்னன் வழங்கினான் என்று நாம் கொள்ளலாம்.

5. காணம் பற்றிய வர்ணனை எதுவும் சங்க இலக்கியத்தில் காணப்படாததால், அது ஒரு தங்க உலோக வில்லையாக மட்டும் இருந்திருக்கும் என நாம் கணிக்க முடிகிறது. அவை தங்களில் உலோகத்தின் மதிப்பை மட்டும் பெற்றவையாக இருந்திருக்கும். அவற்றில் குறியீடுகள் பொறிக்கும் எண்ணம் தோன்றியிருக்க வாய்ப்பில்லை.

இவை தவிர, குளிகை என்ற உலோக உருண்டைகளும் தமிழகத்தில் நாணயமாகப் புழங்கின என்று சில வரலாற்று ஆய்வாளர்கள் கருதுகின்றனர். இந்தக் கருத்து இதுவரை சான்றுகளுடன் நிரூபிக்கப்படவில்லை.

சங்ககாலம் முடியும்வரை தமிழகத்தில் பண்டமாற்றே மிகமுக்கிய வணிக முறையாக இருந்தது. அரிசி மற்றும் உப்பு இவற்றைக் கொண்டே வணிகம் நடந்தது. சிந்து சமவெளியில் காணப்பட்ட பெரிய களஞ்சியங்களின் தொடர்ச்சி இவை. ஆனால் தமிழர்கள் அயல்நாட்டு வணிகமும் செய்து வந்தனர். தமிழகத்தில் பெரிய தங்கச் சுரங்கங்கள் இல்லாத நிலையில் அதிக அளவிலான தங்கம் அயல்நாட்டு வர்த்தகத்தின் மூலமே சாத்தியமானது. அதனால் பிற்கால மூவேந்தர் காலம் வரையில் தமிழகத்தில் ரோமானியரின் தங்க நாணயங்களே செலாவணியிலும் நகை செய்வதிலும் புழங்கி உள்ளன.

கிரேக்கர், ரோமானியர் போன்ற பிறரின் நாணயங்களைப் பயன்படுத்தும்போது சில்லறைத் தட்டுப்பாடு வரும், அதனை சரி செய்யவே முத்திரைக் காசுகள் தோன்றியிருக்க வேண்டும். வடக்கே இருந்த மகதப் பேரரசு கிரேக்கர்களுடன் திருமண உறவு கொண்ட அரசு. அதனால் மகத நாட்டின் நாணயங்கள் நம்பிக்கைக்கு உரியவையாக கருதப்பட்டு இருக்க வேண்டும். அதனால்தான் தமிழ்நாட்டில் மகதப் பேரரசு நுழைய முடியாத போதும் அவர்களின் காசுகள் பரவலாகக் கிடைக்கின்றன.

தமிழக அரசர்கள் தங்கள் ஆதிக்கத்தைக் காட்ட என்று மட்டுமே முத்திரைக்காசுகளை வெளியிட்டனர் என்று நாம் கொள்ளலாம். தமிழக முத்திரைக் காசுகளின் காலம் கி.மு.3ஆம் நூற்றாண்டு முதல் கி.பி.1ஆம் நூற்றாண்டுக்கு உட்பட்டது என ஆய்வாளர்கள் கருதுகின்றனர். புதிய ஆய்வுகளில் இவற்றின்

பழைமை இன்னும் பின்னோக்கி செல்ல வாய்ப்பு உள்ளது. கி.மு.3ஆம் நூற்றாண்டில் தமிழகத்தில் செம்பு நாணயங்களே புழக்கத்துக்கு வந்துவிட்டன. எனவே முத்திரைக் காசுகள் கி.மு.4ஆம் நூற்றாண்டு வரையாவது பழைமை பெற்றிருக்கும் என்பது என் கருத்து.

தமிழகத்தில் காணம் புழக்கத்தில் இருந்த போதே, முத்திரைக் காசுகள் வடநாட்டில் இருந்து தென்னிந்தியாவிற்கும் பரவின. அப்போது காணம் மிக அரிய தருணங்களில் உள்நாட்டு உபயோகத்திலும், முத்திரைக் காசுகள் பன்னாட்டு வர்த்தகத்திலும் பயன்பட்டு இருக்கலாம். தமிழகத்தில் துளையோடு கூடிய, பழமையான பளிங்கு மணிகள், உலோக மணிகள் இப்போதும் கிடைக்கின்றன. இவையே முற்காலத்து காசுகள் என்று நம்மால் கொள்ள முடிகிறது.

சங்ககாலக் உருண்டைக் காசுகளும், காணமும் தமிழக வரலாற்று ஆய்வுகளுக்கு அதிகம் பயன்படவில்லை. ஆனால் அவற்றோடு முற்றிலும் மாறுபட்டவை தமிழக முத்திரைக் காசுகள். இவை காலத்தால் சற்று பின் தங்கிய வரவாக இருந்தாலும் வரலாற்று முக்கியத்துவம் வாய்ந்தவை. தென்னாட்டு முத்திரைக் காசுகளில் உள்ள முத்திரைகள் நமக்குப் பல தகவல்களைக் தரக் கூடியவை.

தமிழகத்தில் கீழடி அகழாய்வுக்கு முன்பே பல இடங்களில் முத்திரைக் காசுகள் கிடைத்து உள்ளன. கி.பி.1800ல் கோவை மாவட்டத்தைச் சேர்ந்த ஈமக் குழியில் இருந்து கால்டுவெல் என்பவர் (இவர் இராபர்டு கால்டுவெல் அல்ல) 3 முத்திரைக் காசுகளை எடுத்தார். அகழாய்வுகளைப் பொருத்தவரை கொடுமணல் அகழாய்வில்தான் முத்திரைக் காசுகள் முதன் முதலாகக் கிடைத்தன. இதன் பின்னர் பல்வேறு இடங்களிலும் முத்திரைக் காசுகள் கிடைத்து உள்ளன.

சங்ககாலத்தில் தென்னிந்தியாவை ஆண்ட அரசர்களான சேரன், சோழன், பாண்டியன் ஆகியோர் முறையே தங்கள் சின்னங்களான வில், மீன், புலி ஆகியவற்றோடு தங்கள் முத்திரைக் காசுகளை அச்சிட்டனர். ஆனாலும் தமிழகத்தில் கிடைக்கும் முத்திரைக் காசுகளில் மவுரியர் முத்திரைக்காசுகளே அதிகம், இவை வணிகம் காரணமாக தமிழகத்தில் நுழைந்துள்ளன.

தமிழக அரசர்கள் வெளியிட்ட முத்திரைக் காசுகளில் பாண்டியரின் முத்திரைக் காசுகளே அதிக எண்ணிக்கையில்

கிடைக்கின்றன. சோழர்களின் முத்திரைக் காசுகள் கடந்த 2010ஆம் ஆண்டுதான் கண்டறியவேபட்டன!. போடிநாயகனூரில் 1124 முத்திரைக் காசுகளைக் கொண்ட புதையல் ஒன்று கிடைத்தபோது, அதை ஆய்வு செய்த டி.டி.கோசாம்பி அவை பாண்டியரின் முத்திரைக் காசுகள் என்பதை உறுதி செய்தார்.

தென்னாட்டு முத்திரைக் காசுகளின் முன்புறத்தில் சூரியன், முயலைக் கவ்விய நாய், தொட்டிக்குள் மீன், வட்டத்தில் இருந்து புறப்படும் ஆறு கதிர்கள், மரக்கிளை, டாரின் (எருமைத் தலை) – உள்ளிட்ட சின்னங்கள் காணப்படுகின்றன. இவற்றில் சில குறியீடுகள் கற்கால மனிதர்களின் ஓவியங்களோடும், சிந்து சமவெளி எழுத்துக்களோடும் ஒத்துப் போகின்றன. பின்புறத்தில் வட இந்திய முத்திரைக் காசுகளைப் போலவே, நாணயங்கள் புழங்கிய அரசு எது என்பதைக் குறிக்கும் ஒன்று அல்லது இரண்டு சின்னங்கள் காணப்படுகின்றன. இவற்றில் ஒற்றைச் சின்ன நாணயங்களே மிகுதியாகக் கிடைத்து உள்ளன.

இதில் பாண்டிய அரசர்களின் நாணயங்களில் காணப்படும் கோட்டுருவ மீன் சின்னமானது சிந்து சமவெளி முத்திரை, கற்கால ஓவியம், சங்ககாலப் பானை ஓடுகள் ஆகியவற்றோடு ஒத்துள்ளது, இது தமிழரின் நீண்ட வரலாற்றுக்குச் சான்றாக உள்ளது.

சங்ககால தென்னிந்திய அரசுகள் முத்திரைக் காசுகளைத் தொடர்ந்து செம்பிலும், ஈயத்திலும் வேறுசில நாணயங்களை வெளியிடத் தொடங்கினர். இவற்றில் செம்பு நாணயங்கள் அதிக எண்ணிக்கையிலும், ஈய நாணயங்கள் குறைவான எண்ணிக்கையிலும் அச்சிடப்பட்டன. இவற்றில் யானை, காவல்மரம், தேர், மங்கலச் சின்னங்கள் – ஆகியவற்றில் ஒன்றோ சிலவோ முன்புறத்தில் பொறிக்கப்பட்டன. பின்புறத்தில் அந்த நாணயத்தை வெளியிட்ட அரசைக் குறிக்கும் அரச சின்னம் பொறிக்கப்பட்டது.

சங்க காலத்தின் தொடக்கத்தில் எல்லாம் சதுர நாணயங்கள்தான். கி.பி.முதலாம் நூற்றாண்டுக்குப் பிறகுதான் வட்ட வடிவ நாணயங்களில் சேரரும் சோழரும் கவனம் செலுத்தினர். இவையும் செம்பு, ஈயம் ஆகிய உலோகங்களிலேயே வெளியிடப்பட்டன. வெள்ளிக் காசுகள் மிக மிக அரிதாக வெளியிடப்பட்டன. இவையும் முந்தைய சதுரக் காசுகளை ஒத்த சின்னங்களைப் பெற்றிருந்தன. சங்ககாலத் தமிழகத்தில் தங்கக் காசுகள் வெளியிடப்படவில்லை.

தமிழக முத்திரைக்காசுகள்
(பாண்டியர், சேரர், சோழர் என்ற வரிசையில்)

பாண்டியர் சின்னம் - பாறை ஓவியம், சிந்து முத்திரை,
சங்ககாலக் காசு, கீழடி பானை ஓடு

சங்ககாலச் சோழர் வட்டக் காசுகள்: ஈயக்காசு, செம்புக்காசு

சங்க இலக்கியத்தில் இத்தகைய நாணயங்களைப் பற்றிய குறிப்புகள் இல்லை என்றாலும், இந்த நாணயங்கள் சிலவற்றில் சங்ககால இலக்கியங்கள் கூறும் தகவல்கள் உள்ளன. ஒரு உதாரணம் உங்களுக்காக,

சங்ககாலத்தில் சோழர்களின் தலைநகரான உறையூருக்கு 'கோழியூர்' என்ற பெயரும் இருந்தது. அந்தப் பெயருக்குப் பின்னால் ஒரு அழகிய கதை உண்டு. புகாரை சோழர்கள்

கடல்கோளில் இழந்த பின்னர், புதிய தலைநகரைத் தேடிக் கொண்டிந்தனர். அந்த சூழலில் சோழ அரசன் ஒருநாள் தன் படைகளோடு ஒரு குறிப்பிட்ட ஊரைக் கடக்கையில் அவனது வலிமைமிக்க யானையை ஒரு கோழி அஞ்சா நெஞ்சத்துடன் எதிர்த்துத் தாக்குகின்றது. யானையோ இதனால் அச்சப்பட்டு பின்வாங்குகின்றது. பருந்துக்கே அஞ்சும் கோழிக்கு ஒரு யானையை வெல்லும் வலிமையைக் கொடுத்தது அந்த மண்தான் என எண்ணி சோழன் அங்கு தனது தலைநகரை நிறுவுகிறான். அந்த ஊருக்கு கோழியூர் என்று பெயர் கிடைக்கிறது, அதன் மறுபெயர் உறையூர். இதனால் சோழ நாட்டுக்கே 'கோழி' என்ற மறுபெயரும் உண்டு. (குறிப்பு: இங்கு கோழி என்பது சேவற்கோழி. அடிப்படையில் கோழி என்பது இரண்டு பாலுக்குமான பொதுப்பெயர். பெட்டைக் கோழி என்பதுதான் பெண் கோழிக்கான தனிப்பெயர்)

சிலப்பதிகாரத்தின் புகார்க் காண்டத்தின் 'நாடுகாண் காதை'யிலே, கண்ணகியும் கோவலனும் கவுந்தியடிகளுடன் உறையூருக்குப் போவதாக ஒரு காட்சி உண்டு. அந்தக் காட்சியிலே இந்தக் கதையை

'முறம் செவி வாரணம் முன் சமம் முருக்கிய
புறம் சிறை வாரணம் புக்கனன் புரிந்து'

– என இளங்கோவடிகள் பதிவு செய்கிறார். (இப்பாடலில் முறம் செவி வாரணம் என்பது யானையையும், புறம் சிறை வாரணம் என்பது சேவற்கோழியையும் குறிக்கும்.)

இப்படியாக அன்று ஒரு சேவல் யானையை எதிர் கொண்டதை சங்ககாலச் சோழர் காசொன்றும் காட்சிகளால் குறிக்கின்றது. அந்த நாணயத்தில் வலப்புறம் நோக்கிய யானையின் மேலே மங்கலச் சின்னங்கள் உள்ளன, யானைக்கு முன்புறம் அதனை எதிர்க்கும் சேவற்கோழியும் உள்ளது.

பண்டைய தமிழகம் கிரேக்கர்களுடனும், ரோமானியர்களுடனும் அடுத்தடுத்து கொண்ட வணிக

கோழிக்காசு

உறவுகளால், அவர்களின் தங்க நாணயங்கள் நமக்கு அதிக எண்ணிக்கையில் கிடைத்தன. அதனால் தங்க நாணயங்களை உருவாக்குவதில் தமிழகம் அதிகம் கவனம் செலுத்தவில்லை, நமது கவனம் எல்லாம் தங்கக் காசுகளை அச்சடிப்பதற்கு பதிலாக அவற்றைச் சேர்ப்பதிலேயே இருந்தது.

அள்ள அள்ளக் குறையாத இயற்கை விளைபொருட்களைக் கொடுத்து, எடுத்தால் குறையும் கனிம வளமான தங்கத்தைத் தமிழகம் பெற்றது, நம்முடைய முந்தைய பொருளாதார அறிவையே காட்டுகின்றது. தமிழகத்தின் இந்த வணிகத்தினால் தங்கள் நாட்டின் வளங்கள் எல்லாம் கொள்ளை போவதாக அன்றைய மேலைநாடுகள் அஞ்சின. அன்று ஒரு கப்பல் மிளகு ஒரு கப்பல் தங்கம் அளவிற்குக் கூட விலைவைத்து விற்கப்பட்டது.

இப்படிப் பெறப்பட்ட தங்க நாணயங்களை உருக்கி தமிழகத்தில் ஆபரணங்களை செய்து கொண்டனர். சிலர் தங்க நாணயங்களைத் துளையிட்டுக் கோர்த்து, அப்படியே மாலையாக அணிந்தனர். காசுமாலை என்ற அணிகலனில் முந்தைய உருண்டையான காசுகளுக்கு பதிலாக, நாணயங்கள் கோர்க்கப்பட்டது இப்படித்தான்.

தங்க நாணயங்களுக்கு வணிகம், அணிகலன் என்று இரண்டு பயன்கள் இருந்ததால், தமிழகத்தில் அயல்நாட்டுத் தங்க நாணயங்கள் எல்லாம் தரம் பார்க்கப்பட்டு இரண்டு வகையாகப் பிரிக்கப்பட்டன. வணிகத்திற்கு என்று ஒதுக்கப்பட்ட நாணயங்கள் அப்படியே புழக்கத்தில் விடப்பட்டன, இவை குறைவான தங்கத்தைக் கொண்டிருந்தன. அணிகலன்களுக்கு என்று ஒதுக்கப்பட்ட நாணயங்கள் சிறிய உளியால் ஒரு வெட்டு வெட்டப்பட்டன. இதன் மூலம் இவை அதிக தரத்திலான தங்கத்தைப் பெற்று இருந்தாலும் இவற்றின் வணிக மதிப்பு குறைக்கப்பட்டது.

இப்படியாக நாணயங்களில் வெட்டை ஏற்படுத்தும் கொல்லர்களின் சிறிய உளிக்கு 'வாசி' – என்று பெயர். வாசியினால் வெட்டு பெற்ற காசுக்கு 'வாசிக்காசு' என்றும், வெட்டுப் படாத காசுக்கு 'வாசியில்லா காசு' என்றும் பெயர். இந்தக் காசுகள் தமிழகத்தின் சமய மறுமலர்ச்சிக்காலம் வரையில் புழங்கின. இதனைப் பற்றிய குறிப்பு பெரிய புராணத்திலே காணப்படுகின்றது. பெரிய புராணக் கதையின்படி,

அப்பரும் சம்பந்தரும் ஒரே கோவிலில் தங்கி உள்ளபோது, அவர்கள் செலவுக்காக இறைவனிடம் காசு கேட்கிறார்கள். அப்போது இறைவன் அப்பருக்கு வாசி படாத காசையும் சம்பந்தருக்கு வாசி பட்ட காசையும் கொடுக்கிறார். இதனைப் பற்றிக் கூறும் சேக்கிழார்,

'சம்பந்தர் இறைவனின் மகன் போன்றவர், அதனால் கடவுள் வாசிபட்ட காசைக் கொடுத்தார். அப்பரோ தொண்டர், தொண்டருக்கு நல்லதை மட்டுமே கொடுப்பவர் கடவுள், அதனால் அவருக்கு வாசியில்லா காசு கொடுத்தார்' – என்று சொல்கிறார். இப்போது தொண்டர்களே செல்லாக் காசாகிப் போய்விட்டார்கள் என்பது வேறு புராணம்.

மேலே வாசிபட்ட காசு, கீழே வாசியில்லாக் காசு

சங்க காலத்திற்குப் பின்னரான களப்பிரர் காலத்தில் தமிழகத்தில் வெளியிடப்பட்ட நாணயங்கள் எதுவும் இதுவரை தமிழகத்தில் கிடைக்கவில்லை. களப்பிரர் காசுகள் என்று பல வரலாற்று ஆய்வாளர்கள் பல நாணயங்களைக் காட்டினாலும் அவர்களின் கூற்றுகளை ஏற்கத் தகுந்த வரலாற்றுச் சான்றுகள் இல்லை.

களப்பிரர் காலத்திற்குப் பின்பு பல்லவ அரசர்கள் வெளியிட்ட நாணயங்கள் நமக்குக் கிடைக்கின்றன. பல்லவ நாணயங்கள் வட்டவடிவானவை, போடின் என்ற உலோகக் கலவையால் செய்யப்பட்டவை. இப்போது கிடைக்கும் பல்லவர் காசுகள் இறுக்கிப் பிடித்தாலேயே உடைந்துவிடுகின்றன. இவற்றில் பொதுவாக காளைச்சின்னம் காணப்படுகின்றது. அரசரின் பட்டப்பெயர்களும் பல நாணயங்களில் காணப்படுகின்றன. இவை பல்லவ கிரந்தம் – என்ற வரிவடிவில் எழுதப்பட்டவையாக உள்ளன. சங்ககாலத்துக்குப் பிறகு நாணயங்களில் தமிழ் எழுத்துகளைப் பொறித்தவர்கள் என்ற பெருமை பல்லவர்களுக்கு உண்டு. எழுத்துப் பொறிப்பற்ற சில நாணயங்கள் ஈயத்தினால் செய்யப்பட்டு புழங்கி உள்ளன. இவை அரிதாகக் கிடைக்கின்றன.

பல்லவர் காலத்திற்குப் பின்னர் பிற்காலச் சோழர், பிற்காலப் பாண்டியர், பிற்காலச் சேரர் ஆகியோர் தங்கள் தங்க, வெள்ளி, செம்பு நாணயங்களை வெளியிட்டனர். இவர்களுள் உலக நாணயவியல் வரலாற்றையே திரும்பிப் பார்க்கவைத்த மாபெரும் வெற்றியாளர்கள் பிற்காலச் சோழப் பேரரசர்களான இராஜராஜ சோழனும் ராஜேந்திர சோழனும்தான். இவர்களது ஆட்சிக் காலத்தில் பல குறிப்பிடத்தக்க நாணயவியல் தொழில்நுட்பங்கள் அறிமுகப்படுத்தப்பட்டன. அது பற்றி அடுத்த சிறிய தனி அத்தியாயத்தில் காணலாம்.

~

13
இராஜராஜன், இராஜேந்திரன் காசுகள்

பிற்காலச் சோழப் பேரரசர்கள் 1000 ஆண்டுகளுக்கும் முன்பு நாணய வெளியீட்டில் பயன்படுத்திய பல தொழில்நுட்பங்கள் இன்றைக்கும் நமக்குப் புரிந்து கொள்ளக் கடினமானவையாகவும், பெரும் வியப்பை ஏற்படுத்தக் கூடியனவாகவும் உள்ளன. கட்டுமானத் தொழில்நுட்பத்தில் மட்டுமின்றி உலோகத் தொழில்நுட்பங்களிலும் சோழர்கள் உலகத் தரம் வாய்ந்தவர்கள். சோழர்களின் பொருளாதார அறிவும், தொழில்நுட்ப அறிவும், தொழில்நுட்பத்தைப் பயன்படுத்தி பொருளாதாரத்தை அவர்கள் கட்டுப்படுத்திய முறைகளும் உலகின் வேறு எந்தப் பேரரசிலும் காண முடியாதவை. உலகப் பொருளாதார வரலாற்றில் கட்டாயம் குறிப்பிடப்பட வேண்டியவை.

இதுவரை அப்படிப்பட்ட குறிப்புகள் எழுதப்படாத காரணத்தினால், சோழர்களின் பொருளாதார அறிவை அனைவரும் அறிய வேண்டும் என்ற காரணத்திற்காக இந்த தனித்த அத்தியாயத்தை நான் எழுதுகிறேன். இதன் நோக்கம் சோழர்களின் அரசு அனைத்து விதங்களிலும் சிறந்த அரசு என்று விவாதம் செய்வது அல்ல, மாறாக சோழர்களின் நாணயவியல் சாதனைகளை நாம் மறந்துவிடக் கூடாது என்பதே.

சோழர்களின் கனவுகளும் அரசும் எல்லைகளைக் கடந்தவை. தனது ஆட்சி நடக்கும் எல்லா இடங்களிலும் புழங்க வேண்டும் என்பதற்காக இராஜராஜன் தனது காசுகளில் தேவநாகரி எழுத்துகளையே பயன்படுத்தினார். அதனை இராசேந்திரனும் பின்பற்றினார். தவிர, தமிழகத்தில் என்று மட்டும் புழங்க எனத்

தனியாக தமிழ் கிரந்த எழுத்து நாணயங்களையும் இவர்கள் வெளியிட்டனர்.

இந்திய அரசர்களிலேயே மிக அதிக எண்ணிக்கையில் நாணயங்களை வெளியிட்ட அரசர் இராஜராஜ சோழனே ஆவார். அரசு ஆவணங்களின்படி இன்றைக்கு தென்னிந்தியாவில் கிடைக்கும் பண்டைய நாணயங்களில் சுமார் 70% இவரது நாணயங்களே. நான் எனது தனிப்பட்ட ஆய்வுகளுக்காக பல்வேறு அருங்காட்சியகங்களிலும், நூற்றுக்கும் மேற்பட்ட நாணய ஆய்வாளர்களிடமும் உள்ள சோழர் காசுகளைப் பார்வையிட்டு உள்ளேன், அப்படியாக நான் பார்த்த இராஜராஜனின் நாணயங்களின் எண்ணிக்கை மட்டும் குறைந்தது இரண்டு லட்சம் இருக்கும். மூத்த ஆய்வாளர்கள் சிலர் மூன்று அல்லது நான்கு லட்சம் நாணயங்களைத் தாங்கள் பார்த்திருக்கலாம் என்று கூறினர். 1000 ஆண்டுகள் கழித்தே இவ்வளவு நாணயங்கள் கிடைக்கும் போது, இராஜராஜனின் சமகாலத்தில் இவை எவ்வளவு புழங்கியிருக்கும் என்பதை நீங்களே கற்பனை செய்துகொள்ளுங்கள். இவற்றில் 99% செப்பு நாணயங்கள்.

இராஜராஜனின் செம்பு நாணயம்

இத்தனை லட்ச நாணயங்களை இராஜராஜன் உருவாக்கி இருந்தாலும், அவற்றில் எந்த ஒரு நாணயமும் இன்னொரு நாணயத்தைப் போல இருக்காது என்பது ஒரு வியக்கத்தக்க சிறப்பு. இதனை சாத்தியப்படுத்தி இருக்க வேண்டுமானால் ஒவ்வொரு நாணயத்திற்கும் ஒவ்வொரு அச்சு உருவாக்கப்பட்டு இருக்க வேண்டும். பொதுவாக அச்சு முறையில் மிக அதிக எண்ணிக்கையில் நாணயங்களை உருவாக்கும் போது, பிற்காலத்தில் அச்சுகளும் ஆய்வில் கிடைக்கும். ஆனால் தமிழகத்தில் இராஜராஜனின் நாணயங்கள் பல லட்சங்கள் கிடைத்தாலும், நாணய உருவாக்கத்தில் பயன்படுத்தப்பட்ட அச்சுகள் அதிகம் கிடைக்கவில்லை!. ஒவ்வொரு நாணயத்திற்கும் ஒவ்வொரு அச்சை உருவாக்குவதன் மூலம் போலி நாணயங்கள் முற்றிலுமாக கட்டுப்படுத்தப்பட்டன.

தங்க, வெள்ளி நாணயங்களைப் பொறுத்தவரையில் அவற்றில் மிக முக்கியத் தொழில்நுட்பத்தை இராஜராஜன் அறிமுகப்படுத்தினார். அந்தத் தொழில்நுட்பம் எது என்று தெரிந்து கொள்ளும் முன்னர், அதனைக் கண்டுபிடிக்கத் தூண்டிய அன்றைய தமிழகச் சூழலை நாம் தெரிந்து கொள்ள வேண்டும். சங்ககாலத்தில் தமிழகம் வளமாக இருந்த போது, நம்மிடம் ரோமானியர்களின் தங்க நாணயங்கள் அளவுக்கு அதிகமாகவே இருந்ததனால் நாம் தனியாக தங்க நாணயங்களை வெளியிடவில்லை என்று முன்னர் பார்த்தோம். அப்போது வெள்ளி நாணயங்களும் மிக மிகக் குறைவான எண்ணிக்கையிலேயே வெளியிடப்பட்டன.

ரோமானியர்களின் தங்க வெள்ளி நாணயங்களே பல்லவர்கள் ஆட்சிக் காலம் வரையில் தமிழகத்தில் புழங்கிக் கொண்டிருந்தன. ஆனால் ரோமானியர்களின் வீழ்ச்சிக்குப் பிறகு, தமிழகத்தினுடைய வாணிபம் பெரும் தேக்கத்தை சந்தித்தது. தங்கமும் வெள்ளியும் வேறுபல வணிகங்கள் மூலம் பெறப்பட்டன. ஆனால் இப்போது தங்கமும் வெள்ளியும் முன்புபோல நாணயங்களாகக் கிடைக்கவில்லை, நாணயங்கள் குறைவாக இருந்ததால் வணிகம் கடுமையாக பாதிக்கப்பட்டது. பல்லவர்களுக்குப் பின் வந்த பிற்கால மூவேந்தர்களுக்கு இப்போது செலாவணிக்கு தங்க, வெள்ளி நாணயங்கள் தேவைப்பட்டன. தேவையினால் பிற்காலத் தமிழக

மூவேந்தர்களில் பாண்டியர்களும் சேரர்களும் மிக அரிதாக தங்க, வெள்ளி நாணயங்களை வெளியிட்டனர்.

இதுவரையிலான நாணயவியல் ஆய்வுகளில் பிற்காலப் பாண்டியர்களின் ஐந்துக்கும் குறைவான தங்க நாணயங்களே கிடைத்து உள்ளதால், அவர்கள் மிக மிக அரிதாகவே தங்க நாணயங்களை வெளியிட்டதாகக் கருத முடிகின்றது, இதுவரை பிற்காலப் பாண்டியர்களின் ஒற்றை வெள்ளிக்காசு மட்டுமே கிடைத்து உள்ளது.

பிற்கால சேரர்கள் இரண்டு பிரிவாக இருவேறு இடங்களில் ஆட்சி செய்தனர். இன்றைய கேரளப்பகுதியை ஆட்சி செய்தவர்கள் வேணாடு சேரர் என்றும், கோவைப் பகுதியை ஆட்சி செய்தவர்கள் கொங்கு சேரர் என்றும் அழைக்கப்பட்டனர். கொங்கு சேரர்கள் செம்பு தவிர வேறு எந்த உலோகத்திலும் நாணயங்களை வெளியிடவில்லை. வேணாடு சேரர்கள் பாண்டியர்களை விட ஓரளவு அதிக எண்ணிக்கையில் வெள்ளி நாணயங்களை வெளியிட்டனர். ஆனால் இவர்களின் தங்க நாணயங்கள் இதுவரை கிடைக்கவில்லை.

பாண்டியர், சேரர் ஆகியோரின் தங்க வெள்ளி நாணயங்கள் குறைவாகக் கிடைப்பது அன்றைக்கு தமிழக அரசர்கள் வளத்தில் எவ்வளவு குன்றியவர்களாக இருந்தனர் என்பதைக் காட்டுகின்றது. இந்த நிலையை மாற்றி, விவசாய உற்பத்தியை அதிகரித்து செல்வம் சேர்த்த தமிழக மன்னர்களில் முதன்மையானவர்கள் பேரரசன் இராஜராஜனும் அவனது மகன் பேரரசன் இராசேந்திர சோழனும். இவர்களின் அரசு இந்தியாவின் வட பகுதி, தென்கிழக்கு ஆசியாவின் பல நாடுகள் என்று பரந்து விரிந்ததாக இருந்தது. அத்தனை இடங்களிலும் இவர்களது தங்கம், வெள்ளி, செம்பு, பித்தளை, ஈயம், தூய செம்பு – ஆகிய உலோகங்களினால் ஆன காசுகள் புழங்கின!

உலோகப் பற்றாக்குறை காலத்திலும் தங்க, வெள்ளி நாணயங்களைச் சோழர்கள் தடையின்றி அச்சிட அவர்களுக்கு உதவியது ஒரு உலோகத் தொழில்நுட்பம்தான். அது முலாம் பூசப்பட்ட நாணயங்களை உருவாக்குவது. இன்றைக்கு தொழில்நுட்பம் வளர்ந்துவிட்ட நிலையில் முலாம் பூசுவது எளிதாக உள்ளது. ஆனால் கி.பி.பத்தாம் நூற்றாண்டில் இராஜராஜ சோழன் இதனை அன்றைய மூலிகைகள் மூலம் சாத்தியமாக்கி உள்ளார் என்பது வியப்பு. இந்தத் தொழில்நுட்பம்

மூலம் செம்பு நாணயங்களுக்கு வெள்ளி முலாம் பூசி அவற்றை வெள்ளி நாணயங்களாக சோழர்கள் மதிப்பேற்றம் செய்தனர். இது போலவே வெள்ளி நாணயங்களுக்கு தங்க முலாம் பூசி தங்க நாணயங்களாக்கினர். சில நேரங்களில் செம்பு நாணயங்களுக்கு முதலில் வெள்ளி முலாமும் பின்னர் தங்க முலாமும் பூசி தங்க நாணயங்களாக்கியதும் உண்டு. இதன் மூலம் மிகக் குறைவான வெள்ளியையும் தங்கத்தையும் கொண்டு மிக அதிக எண்ணிக்கையிலான தங்க, வெள்ளிக் காசுகளை சோழர்களால் உருவாக்க முடிந்தது.

நாணயங்களின் வரலாற்றை எழுதும் ஐரோப்பியர்கள் முலாம் பூசப்பட்ட நாணயங்களை அதிகம் வெளியிட்ட முதல் அரசராக கி.பி.1509 முதல் கி.பி.1547 வரை இங்கிலாந்தை ஆட்சி செய்த எட்டாம் ஹென்றி அரசரையே குறிப்பிடுகின்றனர். ஹென்றி இந்த முறையில் தோல்வி அடைந்த அரசராக இருந்தார். முலாம் பூசப்பட்ட நாணயங்களால் அவரை மக்கள் 'பழைய செம்பு மூக்கு (Old copper nose)' என்று அழைத்தனர். ஏனென்றால் ஹென்றியின் உருவம் பொறிக்கப்பட்ட வெள்ளி நாணயங்கள் புழக்கத்துக்கு வந்த புதிதில் பார்வைக்கு முழு வெள்ளி போல தெரிந்தாலும், பின்னர் மக்கள் கைகளில் அதிகம் புழங்கும் போது, அதில் உள்ள அரசரின் உருவத்தில் துருத்திக் கொண்டிருக்கும் மூக்குப்பகுதி தேய்ந்து உள்ளே இருந்த செம்பு வெளியே தெரிந்ததுதான்.

ஹென்றியின் காசு

மக்களின் பழைய முழுவெள்ளி நாணயங்களைப் பெற்றுக் கொண்டு இந்த புதிய வெள்ளி முலாம் நாணயங்களைக் கொடுத்ததன் மூலம் ஹென்றி மக்களிடம் இருந்த வெள்ளியை அரசின் பெட்டகத்திற்குக் கொண்டு சென்றார். சோழ அரசர்களோ பெட்டகத்தில் இல்லாத வெள்ளிக்கு பதிலாக முலாம் பூசினார்கள். அதில் ஹென்றிக்கு 5 நூற்றாண்டுகள் முன்னராகவே அவர்கள் மாபெரும் வெற்றியும் கண்டார்கள்.

சோழர்களின் ஆட்சிக்குப் பிறகு, ஆங்கிலேயர் காலம் வரையில் தமிழகத்தை ஆண்ட வேறு எந்த அரசாலும் சோழர்களின் நாணய வெளியீட்டோடும், தரத்தோடும், தொழில்நுட்பத்தோடும் போட்டியிட முடியவில்லை என்பது ஒன்றே அவர்களின் பெருமைக்கு சான்று.

பொருளாதாரம் குன்றிய போது முலாம் பூசப்பட்ட நாணயங்களை வெளியிட்ட சோழர்கள் பொருளாதாரம் சரியாக இருந்தபோது முழு வெள்ளி, முழு தங்க நாணயங்களையும் வெளியிட்டனர். ஆனால் இவையும் கலப்பு உலோகமாகவே இருந்தன. சோழர் கால தங்க நாணயங்கள் பெரும்பாலும் 10 கேரட், 12 கேரட் மதிப்புடையவை. அப்போது 22 கேரட் என்ற மதிப்பு அளவீடு பின்பற்றப்படவில்லை.

1000 ஆண்டுகளுக்குப் பிறகு இப்போது கிடைக்கும் இராஜராஜ சோழன், இராஜேந்திர சோழன் நாணயங்களில் அப்போது அவர்கள் பூசிய முலாம்கள் இன்றும் நிலையாக உள்ளன. இப்போது சமீபத்தில் புழக்கத்திற்கு வந்த 5 ரூபாய், 10 ரூபாய் நாணயங்கள் எல்லாம் தங்கள் மேற்பூச்சை இழந்து சில மாதங்களிலேயே பல் இளிக்கும் போது, சோழரின் வலுவான முலாம் பூசப்பட்ட நாணயங்கள் அன்றைய தொழில்நுட்ப அறிவின் உச்சங்களாக உள்ளன. ஆனால் இன்றும் ஐரோப்பிய நாணயவியல் ஆய்வாளர்கள் அவர்கள்தான் முலாம் பூசும் தொழில்நுட்பத்தைக் கண்டுபிடித்ததாக நம்பியும் எழுதியும் வருகின்றனர். ஐரோப்பியர்கள் முலாம் நாணயங்களை வெளியிட்டாலும் அவர்களால் வெற்றி காண முடியவில்லை என்பதே உண்மை. அதை நாம்தான் அவர்களுக்கு உரக்கச் சொல்ல வேண்டும்.

தமிழகத்தின் பிற நாணயங்களைப் பற்றியும், தமிழகத்தின் பொருளாதார அறிவு மற்றும் மூடத்தனங்களைப் பற்றும் சொல்ல நிறைய இருக்கிறது. ஆனால் ஒட்டுமொத்த பணத்தின்

பல்வேறு உலோகங்களில் இராஜராஜன் காசுகள்

பயணத்தில் தமிழகத்துக்கு அதிக இடத்தை ஒதுக்க முடியாதே... அதனால் வேறு ஒரு நூலாக அதனை நீங்கள் எதிர்பார்க்கலாம். இப்போது மக்களுக்கு அடிக்கடி தோன்றும் கேள்விகளின் பதில்கள் மட்டும் இந்த நூலில் கிடைக்கும். பணத்தின் வரலாற்றை எழுதப்போகிறேன் என்று நான் என் நண்பர்களிடம் கூறியபோது அவர்கள் கேட்ட கேள்வி, 'அப்போ காசு, பணம், துட்டு எல்லாத்துக்கும் வரலாறு இருக்கா?' – என்பதுதான். அது அடுத்த அத்தியாயத்தில்...

~

14

காசு, பணம், துட்டு, டப்பு...

காசு, பணம், துட்டு, டப்பு – ஆகியவை தமிழகத்தில் நெடுங்காலமாக பணத்திற்கு வழங்கும் பெயர்களில் அதிகம் பயன்படுபவை. இவற்றில் முதல் இரண்டு தூய தமிழ்ச்சொற்கள். அடுத்த இரண்டு ஐரோப்பியர்களின் ஆட்சி தென்னிந்தியாவில் உருவானபோது வலுப்பெற்ற வட்டார வழக்குச் சொற்கள். ஒரு அடிப்படைப் புரிதலுக்காக தமிழகத்தில் ஐரோப்பிய அரசுகளின் நாணய வெளியீடுகள் குறித்து மிகச் சுருக்கமாகப் பார்த்துவிட்டு, இவற்றைப் பற்றி ஒன்றன் பின் ஒன்றாகப் பார்ப்போம்.

போர்த்துகீசியர்களைத் தவிர இந்தியாவுக்குள் கால் பதித்த அனைத்து ஐரோப்பிய அரசுகளும் தமிழகப் பகுதிகளை ஆண்டு உள்ளன. தங்கள் ஆளுகைக்கு உட்பட்ட பகுதிகளுக்கெனத் தனித்த நாணயங்களையும் அவை வெளியிட்டு உள்ளன. இவற்றில் பெரும்பாலான நாணயங்கள் தமிழ் எழுத்துகளைக் கொண்டவை. உதாரணமாக, புதுச்சேரியில் பிரெஞ்சுக்காரர்கள் வெளியிட்ட நாணயங்களில் 'புதுச்சேரி' – என்று ஊரின் பெயர் தமிழில் எழுதப்பட்டது. நாகப்பட்டணத்தில் டச்சுக்காரர்கள் வெளியிட்ட நாணயங்களில் 'நாகபட்டணம்' – என்று ஊரின் பெயர் தமிழில் எழுதப்பட்டது. ஆங்கிலக் கிழக்கிந்தியக் கம்பெனி நாணயங்களில் 'கும்பினி' என்று அவர்கள் தங்களைத் தமிழில் குறித்துக் கொண்டனர். சில நாணயங்களில் அவற்றின் மதிப்புகள் 'யிது 2½ காசு', 'யிது அஞ்சு காசு', 'யிது பத்து காசு', 'யிது 20 காசு', 'யிது நாற்பது காசு', 'பணம்', 'ரெண்டு பணம்', 'அஞ்சு பணம்' – என்று தமிழில் எழுதப்பட்டன. இவற்றில் சில நாணயங்களில் எழுத்துப் பிழைகளும் காணப்படுகின்றன.

காசு, பணம், துட்டு, டப்பு – ஆகிய அனைத்துமே தென்னிந்தியாவில் பல நூற்றாண்டுகளாக பல்வேறு அரசுகளில் புழங்கி வந்த நாணயங்கள், ஆங்கிலேயர் ஆட்சி இந்தியா முழுவதும் அமல்படுத்தப்படுவதற்குச் சற்று முன்னர் வரை இவை புழங்கியதால் இன்னும் இவற்றின் பெயர்களை மக்கள் பயன்படுத்துகின்றனர்.

காசு:

காசு என்ற சொல் முற்காலத்தில் அணிகலன்களில் கோர்க்கப்படும் மணிகளுக்கு மட்டுமே உரிய பெயராக இருந்ததையும், பின்னர் அது நாணயத்திற்கும் வழங்கியதையும் நாம் முன்னரே பார்த்தோம். தமிழகத்தில் காசுகள் நாணயங்களாகவும் நகைகளாகவும் இருவேறு உபயோகங்களில் கடந்த 2000 ஆண்டுகளுக்கும் மேலாகத் தொடர்ந்து புழங்கிவந்து உள்ளன.

ஐரோப்பியர்கள் தமிழகத்திற்குள் காலடிவைத்த பிறகு, அவர்களும் காசு என்ற தமிழர்களின் நாணயத்தையே தங்கள் அடிப்படையாகக் கொண்டனர். ஆனால் அதனை

CAS அல்லது KAS – என்று டேனிஷ்காரர்களும்,

CASH – என்று ஆங்கிலேயரும்,

CATCHE – என்று பிரெஞ்சுக்காரர்களும் தங்கள் மொழியில் எழுதினர். CASH என்ற சொல் இன்றைக்கு ஆங்கில சொல்லாகவே ஆகிவிட்டது. ஆனால் அந்த சொல்லின் மூலம் ஆங்கிலத்தில் இல்லை.

பொதுவாக ஆங்கிலத்தில் புழங்கக் கூடிய பெரும்பாலான சொற்கள், லத்தீன், பிரெஞ்சு மொழிகளில் இருந்து வந்தவை. இதனால் அந்த மொழிகளில் தேடிப் பார்த்த போது, பிரெஞ்சு மொழியில் Caisse என்று ஒரு வார்த்தை இருந்தது இதன் அர்த்தம் பணப்பெட்டி (money box). இச்சொல் பிரான்ஸ் நாட்டின் சில பகுதிகளில் கி.பி.14ஆம் நூற்றாண்டு முதல் கி.பி.17ஆம் நூற்றாண்டுவரை புழங்கி இருந்தது. ஆனால், கி.பி.14ஆம் நூற்றாண்டுக்கு முன் இப்படி ஒரு வார்த்தை பிரெஞ்சு மொழியிலும் புழங்கவில்லை. அதனால் இந்த வார்த்தை பிரெஞ்சு மொழிக்கு எங்கிருந்து வந்தது என்று அடுத்துத் தேடத் தொடங்கினார்கள்.

லத்தீன் மொழியில் இருந்து, இத்தாலிக்கு வந்த cassa என்ற ஒரு வார்த்தை ஆய்வாளர்களுக்குக் கிடைத்தது. இதுவும் பெட்டி (பாக்ஸ்) என்ற பொருள் கொண்ட சொல். இது இரண்டையும் வைத்து 'லத்தீனில் இருந்து பிரெஞ்சுக்கும் பிரெஞ்சில் இருந்து ஆங்கிலத்துக்கும் வந்த வார்த்தைதான் கேஷ். பெட்டியைக் குறிக்கும் கேஸ் (case) – என்ற ஆங்கில வார்த்தைதான் நாணயத்தைக் குறிக்கும் கேஷ் (cash) – என்ற ஆங்கில வார்த்தையாக மாறியது' என்று ஐரோப்பிய ஆய்வாளர்கள் தங்கள் அகராதிகளில் எழுதினார்கள்.

இதை ஏற்பதில் என்ன சிக்கல் என்றால், இந்த வார்த்தைகள் பிரான்சிலும், இத்தாலியிலும் வாழ்ந்த உள்ளூர் மக்களிடம் சரளமாகப் புழங்கிய வார்த்தைகள் அல்ல, அரிதாக சில வட்டாரங்களில் மட்டுமே புழங்கியவை. இதனால் அந்தந்த மொழி பேசும் மக்களிடமே பிரபலமாக இல்லாத ஒரு வார்த்தை, பிற மொழி பேசும் மக்களிடம் ஒரு தாக்கத்தை ஏற்படுத்தியது என்பது நம்பத் தக்கதாக இல்லை. மேலும் பெட்டியைக் குறிக்கும் சொல் பணத்தைக் குறிக்கும் சொல்லாக எப்போது மாறியது என்ற கேள்விக்கும் பதில் இல்லை. ஆனாலும், இந்த வரையறைதான் இன்றுவரை ஆங்கில அகராதிகளால் பெரிதும் ஏற்றுக் கொள்ளப்பட்ட வரையறையாக உள்ளது.

இன்னொரு பக்கம் கேஷ் என்ற சொல் ஐரோப்பியர்களின் ஆசிய வருகைக்குப் பின்புதான் புழக்கத்தில் வந்தது என்பதால் ஆசிய ஆய்வாளர்கள் 'கேஷ் என்பது சீன மொழியில் இருந்து ஆங்கிலத்திற்கு சென்ற சொல்' என்று சொல்லியும் எழுதியும் வருகின்றனர். பழைய சீன மொழியில் கேஷ் எனும் உச்சரிப்புடன் கூடிய, நாணயத்தைக் குறிக்கும் சொல் எதுவும் இல்லை, ஆனால் காசுகளை சுற்றிவைக்கும் தாளைக் குறிக்கும் சொல் உச்சரிப்பில் ஓரளவு ஒத்துப் போகிறது. எனவே சீன மொழியில் நாணயத்தை சுற்றிவைக்கும் காகிதத்தைக் குறித்த சொல்தான் ஆங்கிலத்தில் கேஷ் ஆனது என்று சீன ஆதரவு நாடுகளின் ஆய்வாளர்கள் எழுதி வருகின்றனர். ஆனால் எப்போது கேஷ் என்ற சொல் சீனத்தில் இருந்து ஆங்கிலம் சென்றது? – என்ற கேள்விக்கு இவர்களிடம் விடை இல்லை.

இவர்களில் யாரும் நாணயவியல் ஆய்வுகளை மேற்கொள்ளவில்லை, அதனால்தான் இத்தனைக் குழப்பங்கள். கேஷ் என்ற சொல்லை ஐரோப்பா தமிழில் இருந்துதான்

எடுத்துக் கொண்டது என்பதற்கு நாணயவியல் ஆதாரங்கள் கொட்டிக் கிடக்கின்றன.

காசு என்ற தமிழ்ச் சொல் கேஷ் என்ற ஐரோப்பிய சொல்லான வரலாறு கி.பி.1600களில் தொடங்கியது. கி.பி.1600ஆம் ஆண்டில் தஞ்சையை ஆண்ட ரகுநாத நாயக்கர் டேனிஷ் (டென்மார்க்) அரசர்களுடன் ஒரு வணிக ஒப்பந்தத்தில் கையெழுத்திட்டார் (இன்றும் அந்த தங்க ஒப்பந்தத் தாள்கள் டென்மார்க் அருங்காட்சியகத்தில் உள்ளன).

அந்த ஒப்பந்தத்தின்படி, 'அலைகள் பாடும் இடம்' எனப் பொருள் கொண்ட தரங்கம்பாடியில் ஒரு கோட்டையைக் கட்டிய டேனிஷ்காரர்கள், அங்கு தங்களது வணிகத் தேவைகளுக்காக ஈய நாணயங்களை வெளியிட முடிவெடுத்தனர். அந்தப் புதிய நாணயத்துக்கு எந்தப் பெயரை வைப்பது என்ற குழப்பம் வந்தபோது தஞ்சை நாயக்கர்கள் தங்கள் நாணயத்துக்கு 'காசு' என்றே பெயர் வைத்துள்ளதைப் பார்த்து டேனிஷ்காரர்களும் தங்கள் நாணயத்துக்கும் காசு என்றே பெயரிட்டனர். 1620களில் இருந்து டேனிஷ்காரர்களின் காசு நாணயங்கள் வெளியாகத் தொடங்கின.

இந்த ஈயக் காசுகளைத் தங்கள் ஆவணங்களில் குறிக்கும் போது KAS அல்லது CAS என்று இரண்டு மாறுபட்ட வடிவங்களில் டேனிஷ்காரர்கள் எழுதினர். இதில் இருந்தே கேஷ் என்ற உச்சரிப்பு பிறந்தது. பின்னர் இந்தப் பெயரைத் தங்கள் காசுகளிலேயே குறிக்க ஆரம்பித்தனர்.

கி.பி.1637ஆம் ஆண்டு வெளியான டேனிஷ் நாணயத்தில் முதன்முறையாகக் கேஷ் என்ற சொல் காணப்படுகின்றது. பின்னர் கி.பி.1664 மற்றும் கி.பி.1665 ஆகிய ஆண்டுகளில் மீண்டும் ஈயக் காசுகளில் 'கேஷ்' என்ற சொல் காணப்படுகின்றது. ஈயக்காசுகளைத் தொடர்ந்து டேனிஷ்காரர்கள் 1 காசு, 4 காசு, 10 காசு ஆகிய மதிப்புகளில் செப்புக் காசுகளையும் வெளியிட்டனர், இவற்றிலும் பெயர் காணப்படுகின்றது. டென்மார்க்கைச் சேர்ந்த நாணய ஆய்வாளரான போர்லாக் எழுதிய 'டிரங்கேபார் மாண்டெர்' என்ற டேனிஷ்மொழி நூல் இந்த நாணயங்களைப் புகைப்படங்களோடு ஆவணப்படுத்தி உள்ளது.

டேனிஷ்காரர்கள் கி.பி.1620களிலேயே காசு என்ற சொல்லைக் கேஷ் எனப் பயன்படுத்தத் தொடங்கிய நிலையில்,

1620களில் வெளியான KAS நாணயம்

காசு - சொல் பொறிக்கப்பட்ட கேஷ் நாணயம்

டேனிஷ் 1, 4, 10 காசு நாணயங்கள்

சென்னை செயிண்ட் ஜார்ஜ் கோட்டையில் கி.பி.1646ஆம் ஆண்டில் ஆட்சியைத் தொடங்கிய ஆங்கிலேயர்கள் தாங்களும் தங்கள் நாணயத்துக்கு காசு என்பதைப் பார்த்து கேஷ் என்றே பெயரிட்டனர். இப்படியாகத்தான் ஆங்கிலேயர்களுக்கு கேஷ் என்ற சொல் அறிமுகமானது. ஆனால் ஆங்கிலேயர்கள் அந்த சொல்லை CASH - என்று எழுதினர். ஆங்கிலேயர்கள்

1678ஆம் ஆண்டில் வெளியிட்ட நாணயம் அவர்களின் குறிப்புகளில் 'கேஷ்' என்றே பெயரிடப்பட்டு உள்ளது. பின்பு அந்தக் கேஷ் நாணயம் 1803ஆம் ஆண்டில் எந்திரங்கள் மூலம் அச்சடிக்கப்பட்டபோது, அந்தக் காசிலேயே கேஷ் என்ற சொல்லை ஆங்கிலேயர்கள் பொறித்தார்கள். பின்னர் 1808ஆம் ஆண்டில் வெளியிட்ட காசு வரிசை நாணயங்களில் யிது 2½ காசு, யிது 5 காசு, யிது 10 காசு, யிது 20 காசு, யிது 40 காசு என ஆங்கிலத்திலும் 2½ Cash, 5 Cash, 10 Cash, 20 Cash, 40

கி.பி.1678 - ஆங்கிலேயர் கேஷ் நாணயம்

கி.பி.1803 - ஆங்கிலேயர் கேஷ் நாணயம்

கி.பி.1808 - ஆங்கிலேயர் காசு வரிசை நாணயங்கள்

Cash – எனத் தமிழிலும் எழுதினார்கள். இவை காசு என்பதன் நேரடி மொழி பெயர்ப்பே கேஷ் என்று உறுதிப்படுத்தின.

இப்படியாகத் தமிழகத்தில் கேஷ் என்ற சொல்லை ஆங்கிலேயர்கள் ஒரு நூற்றாண்டுக்கும் மேலாகப் பயன்படுத்திய பின்னர், தமிழகம் வந்து சென்ற ஆங்கிலேயர்கள் மூலமாகவே அச்சொல் இங்கிலாந்தில் அறிமுகமாகியது. கூலி, சாமி, கட்டுமரம் – போன்ற ஆயிரக் கணக்கான தமிழ்ச் சொற்கள் போல காசு என்ற தமிழ்ச் சொல்லும் கேஷ் என ஆங்கிலத்தால் உள்வாங்கிக் கொள்ளப்பட்டது. அடுத்த சில ஆண்டுகளில் கேஷ் என்பதை வேராகக் கொண்ட பல புதிய சொற்கள் ஆங்கிலத்தில் தோன்றின.

பணப் பயிரைக் குறிக்கும் Cash-crop என்ற சொல் 1831ஆவது ஆண்டில் முதன்முறையாக ஆங்கிலத்துக்கு வந்தது. தானியங்கி பணம் கையாளும் எந்திரத்தைக் குறிக்கும் Mechanical cash register என்ற சொல் 1871ஆம் ஆண்டில் ஆங்கிலத்தில் உருவானது. இப்படியாகக் கேஷ்–என்பதை அடிப்படையாகக் கொண்ட ஆங்கிலச் சொற்கள் எல்லாமே 1803ஆம் ஆண்டிற்குப் பின்னர், அதாவது தமிழகத்தில் ஆங்கிலேயர்கள் கேஷ் என்று பொறிக்கப்பட்ட நாணயத்தை வெளியிட்ட பின்னர்தான் உருவாகின. இந்தச் சான்றுகளைத் தமிழர்கள் முன்வைக்கத் தவறிவிட்டோம், அதனால்தான் கேஷ் என்பது தமிழ்ச் சொல் என்பதை ஐரோப்பியர்கள் அறியாமல் போனார்கள். ஆனால் சான்றுகளின் பட்டியல் இத்தோடு முடியவில்லை.

ஆங்கில அகராதிகள், 'பிரெஞ்சு மொழியில் இருந்த பணப்பெட்டியைக் குறிக்கும் caisse என்ற சொல்லில் இருந்துதான் ஆங்கிலத்தின் கேஷ் என்ற சொல் வந்தது' – என்று எழுதும் அதே நேரத்தில், தமிழக–பிரெஞ்சு வரலாறு அகராதிகள் சொல்லும் கதைகளில் இருந்து மாறுபடுகின்றது. அகராதி சொல்லும் கதைகளின்படி ஆங்கிலத்துக்கே கேஷ் என்ற சொல்லை அறிமுகப்படுத்திய பிரெஞ்சுக்காரர்கள், வரலாற்றின்படியோ தமிழகத்தில்தான் முதன்முறையாக கேஷ் என்ற சொல்லையே கேள்விப்படுகின்றனர்.

கி.பி.1720ஆம் ஆண்டில்தான் பிரெஞ்சு வணிகக் கம்பெனி திருத்தி அமைக்கப்பட்டது. கி.பி.1725ஆம் ஆண்டில் மாஹியிலும், கி.பி.1739ஆம் ஆண்டில் காரைக்காலிலும் அவர்கள் கால் பதித்தார்கள். கி.பி.1740ஆம் ஆண்டில் காரைக்காலில் பிரெஞ்

இரா. மன்னர் மன்னன் 137

சுக்காரர்கள் வெளியிட்ட நாணயத்தில் ஒருபக்கம் புதுச்சேரி என்றும், மறு பக்கம் காரைக்கால் என்றும் தமிழில் எழுதப்பட்டு இருந்தது. இந்த நாணயத்தை பிரெஞ்சு ஆவணங்கள் காட்ஷே (CACHE) – என்று எழுதுகின்றன. இது காசு–ன்ற சொல்லின் பிரெஞ்சு வடிவம், இதை பிரெஞ்சுக்காரர்கள் கேஷ் என்றே படித்தார்கள்.

அப்படியென்றால் ஆங்கிலேயர்கள் பணத்தைக் குறிக்க CASH – என்ற சொல்லைப் பயன்படுத்திக்கொண்டிருந்த அதே காலகட்டத்தில், அதே இடத்தில் பிரெஞ்சுக்காரர்கள் அதே பணத்தைக் குறிக்க காட்ஷே (CACHE)–ன்ற சொல்லைப் பயன்படுத்தி இருக்கிறார்கள். இதைப் பார்க்கும் போது, ஆங்கில அகராதிகள் காட்டும் Caisse – என்ற சொல் உண்மையாகவே நாணயத்தைக் குறிக்கும் என்றால், அதை ஏன் பிரெஞ் சுக்காரர்கள் பயன்படுத்தவில்லை? – என்ற கேள்வி வருகின்றது. பெட்டியைக் குறிக்கும் சொல் பணத்தைக் குறிக்கும் சொல்லாக மாறவில்லை என்பதே வரலாறு நமக்குக் காட்டும் உண்மை.

சரி, பிரெஞ்சுக்காரர்கள் வெளியிட்ட காட்ஷே என்பது தமிழர்களின் காசுதான் என்று எப்படி சொல்கிறீர்கள்? அது பிரான்ஸ் நாட்டு caisseவில் இருந்து தோன்றிய புதிய நாணயமாக இருக்கலாமே? – என்று சிலர் கேட்கக் கூடும்.

டச்சுக்காரர்கள், அதாவது ஹாலந்துகாரர்கள் கி.பி.1658ஆம் ஆண்டில் நாகப்பட்டினத்தைப் பிடித்தார்கள். கி.பி.1662ஆம் ஆண்டில் இருந்து அங்கு நாணயங்கள் அச்சடிக்க ஆரம்பித்தார்கள். அவர்களின் நாணயத்தின் பெயரும் காசுதான். இந்த காசு நாணயங்களை டச்சுக்காரர்களும் ஆவணங்களில் கேஷ்(CASH) என்றுதான் குறித்தார்கள்.

இந்த காசுகளின் முன்பக்கத்தில், டச்சுக் கிழக்கிந்தியக் கம்பெனியைக் குறிக்கக்கூடிய வி.ஓ.சி.(VOC) என்ற எழுத்துகளும், அதுக்கு மேல் நாகப்பட்டினத்தைக் குறிக்கும் ‘என் (N)’ என்ற ஆங்கில எழுத்தும் இருக்கும், பின்புறம் ‘நாகபட்டணம்’ என்று தமிழில் எழுதப்பட்டு இருக்கும்.

இந்த டச்சுக்காரர்கள், கி.பி.1693ஆம் ஆண்டில் புதுச்சேரியை பிரெஞ்சுக்காரர்களிடம் இருந்து கைப்பற்றினார்கள். பின்னர் கி.பி.1698 வரை புதுச்சேரி இவர்களின் கட்டுப்பாட்டில்தான் இருந்தது. அப்போது ஏற்கனவே புதுச்சேரியில் புழங்கிக்

கொண்டிருந்த பிரெஞ்சுக் காட்ஷே நாணயத்துக்கு பதிலாக இவர்கள் ஒரு கேஷ் நாணயத்தை வெளியிட்டார்கள். ஐரோப்பிய மொழியில்தான் இரண்டும் வேறு வேறு வகையான காசுகள், தமிழில் இரண்டும் ஒரே பெயர்தான் என்பதால் இந்தப் புதிய காசில் முன்பக்கம் காளி உருவத்தைப் பொறித்து பின்பக்கம் 'புதுக்காசு' – என எழுதினர்!. அதாவது ஏற்கனவே புழங்கிய பிரெஞ்சுக்காரர்களின் பழைய காசுக்கு பதிலாக டச்சுக் காரர்கள் வெளியிட்ட புதிய காசு இது – என்பது பொருள்!. இந்த நாணயம் காசு என்ற தமிழ்ச் சொல்தான் பிரெஞ்சுக்குப் போனது என்பதற்கான ஆதாரம்.

டச்சுக்காசு

டச்சுப் புதுக்காசு

நாணயவியலில் இது போல சீன மொழிக்கு சான்று எதுவும் உள்ளதா என்று பார்த்தால், கேஷ்–ன்ற சொல் சீனர்களுக்கே ஆங்கிலம் வழியாகத்தான் அறிமுகமாகி உள்ளது – என்பதற்குத்தான் சான்று கிடைக்கின்றது.

கேஷ் என்ற சொல் பிரெஞ்சில் இருந்து ஆங்கிலம் செல்லவில்லை, மாறாகத் தமிழில் இருந்தே பிரெஞ்சு, டேனிஷ்,

ஆங்கிலம் – ஆகிய மூன்று மொழிகளும் கேஷ் என்ற சொல்லை வாங்கின. பின்னர் சீனத்திற்கும் அந்தச் சொல் சென்றது என்பதே வரலாறு.

இந்தச் செய்தியை இவ்வளவு விரிவாகப் பதிவு செய்யக் காரணம், ஆங்கிலத்தில் புழங்கும் பல தமிழ்ச் சொற்களின் வரலாறுகள் எப்படித் திரிக்கப்பட்டு உள்ளன என்பதற்கு காசு என்ற சொல் ஒரு சோற்றுப் பதமாக உள்ளதுதான். மேலும் இன்று உலகின் பெரும்பாலான நாடுகளில் புழங்கும் தமிழை வேர்ச்சொல்லாகக் கொண்ட சொற்களில் கேஷ் என்பதும் ஒன்று.

பணம்:

காசுகளைப் போல பணம் என்பது தமிழகத்தின் இன்னொருவகை நாணயம் ஆகும். இதனைப் பற்றி ஔவையார்,

> பாடுபட்டுத் தேடிப் பணத்தைப் புதைத்துவைத்துக்
> கேடுகெட்ட மானிடரே கேளுங்கள் - கூடுவிட்டுஇங்கு
> ஆவிதான் போயினபின்பு யாரே அனுபவிப்பார்
> பாவிகள் அந்தப் பணம்

– என்று தனது பாடலில் குறிப்பிட்டு உள்ளார்.

(பொருள்: சரியாக உண்ணாமலும் உறங்காமலும் உங்களை வருத்தி பணத்தை (தேவைக்கு அதிகமாகச்) சம்பாதித்து அதனை (யாருக்கும் தெரியாமல்) பூமியில் புதைத்துவைத்து, பண்புகள் எல்லாம் கெட்டுப் போன நிலையில் உள்ள மனிதர்களே கேளுங்கள். உங்கள் உடம்பை விட்டு உயிர் போன பிறகு அந்தப் பணத்தை யார்தான் அனுபவிப்பார்? (யாருக்குமே அந்தப் பணம் பயன்படாமல் போய்விடுமே))

1,2,5 பணம் நாணயங்கள்

காசு என்பதை விட பணம் என்பது அதிக மதிப்புடைய நாணயமாக இருந்தது. ஒரு ஒப்பீட்டுக்கு காசு என்பதை பைசா என்று வைத்துக் கொண்டால், பணம் என்பதை ரூபாய் என்று மதிப்பிடலாம். பணத்தை ஆங்கிலேயர்கள் FANAM என்றும், பிரெஞ்சுக்காரர்கள் FANON என்றும் குறித்தனர். 80 காசுகள் சேர்ந்தது ஒரு பணம் என்று ஆங்கிலேயர்கள் வரையறை செய்தனர்.

துட்டு:

துட்டு என்பது நாணயத்தைக் குறிக்கும் டச்சு மொழிச்சொல் ஆகும். இப்போது தெலுங்கில் இச்சொல் பரவலாகப் புழங்குகின்றது. துட்டுகள் நல்ல எடையுடைய செம்பு நாணயங்கள். இதனை ஆங்கிலேயர்கள் DUDU என்ற பெயரிலும், பிரெஞ்சுக்காரர்கள் DOUDOU என்ற பெயரிலும் வெளியிட்டனர்.

ஆங்கிலேயர்கள் 10 காசுகள் (10 CASH) சேர்ந்தது ஒரு துட்டு என்று வரையறை செய்தனர். பிரெஞ்சுக்காரர்கள் 4 காசுகள் (4 CATCHE) சேர்ந்தது ஒரு துட்டு என்று வரையறை செய்தனர். இதில் கால்துட்டு, அரை துட்டு என்று பின்ன நாணயங்களும் உண்டு.

ஆங்கிலேயரின் துட்டு

பிரெஞ்சு துட்டு

டப்பு:

டப்பு (DABBU) என்பது நாணயத்தைக் குறிக்கும் தெலுங்கு சொல்லாகும், இது துட்டைவிட உயர் மதிப்புடைய நாணயத்தைக் குறிக்கப் பயன்படுத்தப்பட்டது. ஒரு டப்பு என்பது இரண்டு துட்டுகளுக்கு சமம் என்று ஆங்கிலேயர்கள் வரையறை செய்தனர் (அதாவது 1 டப்பு = 20 காசுகள்). டப்பு நாணயங்களில் பல வகைகள் உள்ளன. அவை அனைத்தையும் பார்ப்பது அவசியமற்றது என்றாலும், 1808ல் வெளியான 'ரெகுலேட்டிங் டப்' – என்ற நாணயத்தை அறிவது முக்கியமானது. தமிழகத்தில் வெளியான நாணயங்களிலே அதிக தமிழ் எழுத்துகளைக் கொண்ட நாணயம் இதுதான். மூன்று புதுடப்பும் இந்த ரெகுலேட்டிங் டப்பும் சேர்ந்தது ஒரு சின்னப் பணம் ஆகும். இந்த நாணயத்தில் அந்த கணக்கீடு அப்படியே 'யிதுவும் மூணு புதுடப்பும் ஒரு சின்ன பணம்' – என்று தமிழில் பொறிக்கப்பட்டு உள்ளது.

ரெகுலேட்டிங் டப்பு

டப்பு மற்றும் துட்டு நாணயங்கள் தெலுங்கு மொழி பேசும் மக்களுக்காக வெளியிடப்பட்டவை என்பதால் அவற்றின் சில வகைகளில் மட்டுமே தமிழ் மொழி காணப்படுகின்றது. தமிழக நாணயங்களைப் பற்றி போதுமான அளவிற்குப் பார்த்தாகிவிட்டது, அடுத்து பணத்தாள்களின் வரலாற்றைப் பார்க்க வேண்டும், பணத்தாள் பிறந்த சீனாவில் இருந்து அதனைத் தொடங்குவோம்.

~

15
சீனாவும் பணத்தாள்களும்

லைடியாவில் முதன்முறையாக நாணயங்கள் அச்சடிக்கப்பட்ட ஒரு நூற்றாண்டிற்குள்ளாகவே பல ஆப்ரிக்க, ஐரோப்பிய, ஆசிய நாடுகள் நாணயங்களைப் பற்றித் தெரிந்து கொண்டன. அதில் குறிப்பிடத் தக்க நாடு சீனா.

சீன தேசம் கி.மு.6ஆம் நூற்றாண்டிலேயே நாணய அச்சடிப்பு முறைகளைக் கற்றுக் கொண்டது. அறிவியல், பொருளாதாரம் ஆகிய துறைகளில் ஐரோப்பியர்களின் அறிவை விடவும் ஆசியர்களின் அறிவு முற்காலங்களில் மேம்பட்டதாக இருந்தது என்பதற்கான சிறந்த உதாரணமாக சீனாவைக் கூறலாம். வெடி மருந்து, பட்டு, காகிதம் – ஆகிய சீனக் கண்டுபிடிப்புகள் மேற்கத்திய நாடுகளில் ஏற்படுத்திய தாக்கங்கள் மிக வலுவானவை.

நாணயவியலிலும் சீனா தனக்கென தனித்த பாதையைப் போட்டுக் கொண்டது. சீனா தன் நாணயங்களை பிற நாடுகளைப் போல அல்லாமல் சதுரம், வட்டம் ஆகியவற்றைத் தாண்டிய பல்வேறு வடிவங்களிலும் உருவாக்கியது. சீனாவின் ஆரம்ப கால நாணயங்கள் சோழி வடிவத்திலும், சாவி போன்ற சிறிய உபயோகப் பொருட்களின் வடிவத்திலும் பித்தளையால் உருவாக்கப்பட்டவையாக இருந்தன. நாணயத்தின் உண்மையான மதிப்பு அதன் உலோகத்தில் இல்லை என்பது சீனர்களின் எண்ணமாக இருந்தது. அதனால் நாணயங்களில் பல புதுமைகளை சீனர்கள் புகுத்தினர்.

பட்டையான மரத்துண்டில் பணம் செய்வது, சாப் ஸ்டிக்கை செதுக்கி பணம் செய்வது, தாளைப் பணமாகப் பயன்படுத்துவது என்று சீனர்கள் செய்த பல பரிசோதனை முயற்சிகளில்,

இறுதியில் அவர்கள் குறிப்பிடத் தகுந்த வெற்றிகளையே பெற்றனர் (சீனாவின் பலவடிவ நாணயங்கள் பின்னர் புகைப்படங்களோடு இன்னொரு பகுதியில் விவரிக்கப்படும்). இந்த வெற்றிகள் சீனப் பேரரசர்களின் வலிமையான ஆளுகைக்குக் கிடைத்த வெற்றிகளே. ஏனெனில் விலை குறைந்த உலோகங்கள், மரங்கள் ஆகியவற்றில் இருந்து பணம் தயாரிக்கும் போது, அவை போலியாக உருவாக்கப்படலாம் என்ற நிலையில் சீன அரசர்கள் 'போலியாக பணம் தயாரிப்பவர்களுக்கு மரண தண்டனை' என்று சட்டம் இயற்றி அதன் மூலம் பொருளாதாரத்தைக் காத்துக் கொண்டனர்.

கடுமையான சட்டம் இல்லை என்றால், சீனா என்ன ஆகி இருக்கும் என்பதற்கு மொகலாயப் பேரரசின் துக்ளக் வம்சத்தைச்

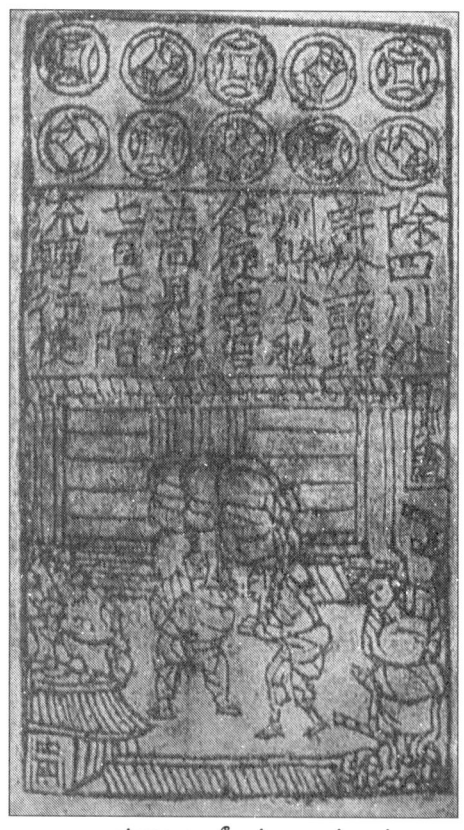

பண்டைய சீனப் பணத்தாள்

சேர்ந்த முகமது – பின் – துக்ளக்கின் திட்டங்களே உதாரணங்கள். உலோகப் பற்றாக்குறையால் வெள்ளி நாணயங்களுக்குப் பதிலாக செம்பிலும், தோலிலும் நாணயங்களை துக்ளக் வெளியிட்டார், இதனால் அடுத்த சில நாட்களில் நாடெங்கும் செப்புக் குடங்கள் வெட்டியெடுக்கப்பட்டன, தோல் செருப்புகள் துளையிடப்பட்டன. பொருளாதாரம் தெருவுக்கு வந்தது. இந்திய வரலாற்றில் நகைப்பிற்கு உரிய அரசர்களுள் ஒருவராக துக்ளக் மாறியதற்கு இந்த நாணயச் சீர்திருத்தம் ஒரு காரணமாக மாறியது. ஆனால் சீன அரசர்கள் விழிப்போடு இருந்தார்கள்!.

இந்த உலகத்திற்கு காகிதத்தை அறிமுகப்படுத்திய சீனர்கள்தான் காகிதப் பணத்தையும் அறிமுகப்படுத்தினர். சீனர்கள் அறிமுகப்படுத்தினர் என்ற ஒரேகாரணத்திற்காக மேற்குலகம் பல நூற்றாண்டுகளுக்கு காகிதங்களை ஏற்றுக் கொள்ளாமல், ஆவணங்களைக் கூட தோல் சுருள்களில்தான் எழுதியது எனும் போது சீனப் பணத்தாள்கள் மீதான மேற்கத்திய பார்வை எப்படி இருந்திருக்கும் என்று நீங்களே சிந்தித்துக் கொள்ளுங்கள்.

சீனாவில் காகிதப் பணம் அல்லது பணத்தாள் கி.பி.10ஆம் நூற்றாண்டில் புழக்கத்திற்கு வந்திருக்கும் என்று கருதப்படுகின்றது. கி.பி.13ஆம் நூற்றாண்டில் சீனா மீது போர் தொடுத்த மங்கோலிய அரசர் செங்கிஸ்கானால் பணத்தாளின் பயன்பாடு பெருமளவில் பரப்பப்பட்டது. சீனப் பணத்தாள் முறையால் அரசுக்குப் பல லாபங்கள் இருந்ததைக் கண்ட செங்கிஸ்கான், தனது அரசு முழுமைக்கும் தனது பணத்தாளைக் கட்டாயப்படுத்தினார். இதனால் மக்கள் தங்களிடம் இருந்த பொன்னையும், வெள்ளியையும் அரசிடம் கொடுத்துவிட்டு அவற்றின் மதிப்புக்கு இணையான பணத்தாளைப் பெற்றுக் கொண்டனர். பணத்தாள்களை வேண்டாம் என்று மறுப்பது தலையாய குற்றமாகக் கூறப்பட்டது. பின்னாட்களில் மக்களும் இந்த முறையில் இருந்த பல நன்மைகளை அனுபவித்தனர். வர்த்தகத்தில் காகிதத்தைப் பயன்படுத்துவது என்பது நாணயத்தைப் பயன்படுத்துவதை விடவும் எளிதானதாகவே இருந்தது. செங்கிஸ்கானின் பணத்தாள்கள் குறித்த செய்திகள், ஐரோப்பிய வரலாற்றுப் பயணி மார்க்கோ போலோவின் குறிப்புகள் மூலமாகவே ஐரோப்பியர்களுக்குக் கிடைத்தன.

1304 ஆம் ஆண்டில் எழுதப்பட்ட மார்க்கோ போலோவின் குறிப்பொன்று இப்படிச் சொல்கிறது,

'பேரரசர் கானின் மக்கள் அனைவரும் எந்தத் தயக்கமும் இல்லாமல் இந்தக் காகிதப் பணங்களைப் பெற்றுக் கொள்கிறார்கள். ஏனென்றால் தேவை ஏற்படும் போது அவர்கள் இதைக் கொடுத்துத் தங்களுக்குத் தேவையான பொருளைப் பெற்றுக் கொள்ளலாம்.'

சீனர்களும் மங்கோலியர்களும் இப்படி அதிரடியாக பணத்தாள்களுக்குத் தாவினாலும், மேற்குலக நாடுகளால் அப்படித் தாவ முடியவில்லை. சீனாவில் காகிதப்பணம் அறிமுகமான அடுத்த 100 ஆண்டுகளில் காகிதப்பணம் குறித்த எந்த விழிப்புணர்வும் மேற்குலக நாடுகளிடம் ஏற்படவில்லை. விழிப்புணர்வு ஏற்பட்ட பிறகும், அடுத்த 100 ஆண்டுகள் கழித்துதான் அவர்களால் காகிதப் பணத்திற்குத் தாவ முடிந்தது.

மார்க்கோ போலோ   செங்கிஸ்கான்

மங்கோலியர்களைத் தொடர்ந்து அரேபியர்களும் காகிதப் பணமுறையைப் பயன்படுத்தினர். சீனா, மங்கோலியா, அரேபியா – இத்தனைப் பகுதிகளிலும் காகிதப் பணம் எந்தச் சிக்கலும் இல்லாமல் செலாவணி ஆவதைக் கண்ட பிறகுதான், காகிதப் பணத்தில் கைவைக்கும் உறுதி ஐரோப்பிய நாடுகளுக்கு வந்தது.

காகிதப் பணத்தின் அடிப்படை மூலப் பொருளான காகிதம் கி.பி.1151ஆம் ஆண்டில்தான் ஐரோப்பாவில் முதன்முறையாக உற்பத்தி செய்யப்பட்டது. தற்போதைய ஸ்பெயினில் உள்ள மூர்ஸ் பகுதியில்தான் ஐரோப்பாவின் முதல் காகித ஆலை

இயங்கத் தொடங்கியது. அந்தக் காகிதத்திற்கு அப்போது ஐரோப்பாவில் வரவேற்பே இல்லை!. இதன் பின்னாக ஐரோப்பியர்கள் மதப்பாகுபாடு இருந்தது!.

வேற்று மதத்தைச் சேர்ந்தவர்களான சீனர்கள் கண்டறிந்த காகிதத்தை தாங்களும் பயன்படுத்துவது இழிவு என்று ஐரோப்பிய அரசர்களும், மதத் தலைவர்களும் கருதினர். ஆனால் அவர்கள் 'அதே காகிதத்தில் தங்கள் மத நூலைப் பதிப்பித்துதான் உலகெங்கும் எதிர்காலத்தில் சேர்க்கப் போகிறோம், அதே காகிதத்தைத்தான் புனிதம் என்று சொல்லி முத்தமிடப் போகிறோம்' என்பதை எல்லாம் அப்போது அறிந்திருக்கவில்லை. காகித ஆலை மூர்ஸில் நிறுவப்பட்ட அடுத்த 50 ஆண்டுகளில் மக்கள் அதன் உபயோகத்தை அறிந்து, பயன்படுத்தினர். ஆனால் இதனைப் பரவலாக்குவதற்கு பதில் தடுக்கவே அரசுகள் விரும்பின.

கி.பி.1221ஆம் ஆண்டில் ரோமாபுரியின் அரசரான இரண்டாம் பிரடெரிக் 'அரசு ஆவணங்களைக் காகிதத்தில் எழுதினால், அவை செல்லாது' – என்று ஒரு அறிவிப்பை வெளியிட்டார். அப்போது தோல் உறையிலும் தோல் சுருளிலும் எழுதப்பட்ட ஆவணங்களே அரசு ஆவணங்களாக ஏற்றுக் கொள்ளப்பட்டன. மதத்தாலும் அதிகாரத்தாலும் அறிவியலை நெடுங்காலத்திற்கு நெருக்க முடிந்ததில்லை. காகித உபயோகம் காலப்போக்கில் ஐரோப்பாவில் பெருகி, தோல் உறைகளையும், தோல் சுருள்களையும் வீட்டுக்கு அனுப்பின.

சீன, மங்கோலிய, அரேபிய அரசுகளைப் போல ஐரோப்பிய அரசுகள் தாங்களாகவே நடவடிக்கை எடுத்து பணத்தாள்களை அச்சிடவில்லை. அவர்கள் பணம் என்பது நாணயங்கள்தான் என்பதில் உறுதியாக இருந்தனர், போர்களிலும் கொள்ளைகளிலும் காலத்தைக் கடத்தினர். சீனாவின் பணத்தாள்கள் 15 ஆம் நூற்றாண்டில் நிறுத்தப்பட்டன, பொருட்களை விட பணம் அதிகமாக இருந்ததால் ஏற்பட்ட பணவீக்கம் இதன் பின்னணியாக இருந்தது. அரசே நேரடியாகப் பணத்தாள் வெளியிட்ட சீனாவை நேரடியாகப் பின்பற்றாமல், வங்கிகள் மூலம் பணம் வெளியிடும் புதிய முறை ஐரோப்பாவில் தோன்றியது. ஐரோப்பாவில் பணத்தாள்கள் வர முதலில் அங்கு வங்கிகள் வர வேண்டிய தேவை ஏற்பட்டது. சரி, வங்கி என்ற அமைப்பு முதலில் எப்படித் தோன்றியது?

~

16
பணம் வைக்க இடம் வேண்டும்

உழைப்பாளிகள் மக்கள் சமூகத்தில் தோன்றிய காலத்திலேயே, அவர்களின் உழைப்பைத் திருடும் திருடர்களும் இந்தச் சமூகத்தில் தோன்றிவிட்டனர் – என்று ஏற்கனவே பார்த்தோம். இதனால் ஆதி காலத்திலேயே உழைத்து செல்வம் சேர்க்கும் ஒருவர் தனது செல்வத்தை யாராவது திருடி விடலாம் என்ற பயத்தோடே எப்போதும் வாழும் நிலை ஏற்பட்டது. சுமார் 5000 ஆண்டுகளுக்கு முன்பு வாழ்ந்த மனிதர்கள் ஓரளவுக்கு நல்ல வீடுகளை உருவாக்கக் கற்று இருந்தாலும், அந்த வீடுகள் அதிகம் பாதுகாப்பானவையாக இல்லை. இந்தக் காலகட்டத்தில் செங்கற்கள் கண்டுபிடிக்கப்பட்டு இருந்தாலும், செங்கற்களைத் தீயில் சுடும் முறை கண்டுபிடிக்கப்படவில்லை, வெயிலில் உலர்ந்த கற்களிலேயே வீடுகள் கட்டப்பட்டன. திருடர்கள் தாக்கும் போது இவை பாதுகாப்பு கொடுக்கவில்லை. இதனால் பணத்தைப் பாதுகாப்புக்காக புதைத்து வைக்கும் வழக்கம் உலகெங்கும் தோன்றியது. இது பணம் இருக்கும் இடத்தை விரைவாகத் திருடர்கள் அறிவதற்கு தடையை ஏற்படுத்தியது.

இப்படிப் புதைத்து வைப்பதிலும் சில சிக்கல்கள் இருந்தன. முதலாவது சிக்கல் இப்படிப் பணம் புதைத்து வைக்கப்படுவதை யாராவது பார்த்தால் அவர்களே எடுத்துச் சென்று விடுவார்கள், அப்போது அது யார் பணம் என்று யாருக்கும் தெரியாது. இரண்டாவது சிக்கல் பணத்தைப் புதைக்கும் நபரே நெடுங்காலத்திற்குப் பிறகு எங்கு புதைத்தோம் என்பதை மறந்துவிடலாம், ஏன் பணத்தைப் புதைத்தோம் என்பதையே கூட மறந்துவிடலாம். மூன்றாவது சிக்கல்

தேவைப்படும் போது இந்தப் பணத்தை எடுக்க முடியாது. இப்படிப் பணத்தோடு பணமதிப்பு மிக்க பொருட்களும் கூட புதைத்து வைக்கப்பட்டன.

இன்றைக்கு அகழ்வாராய்சிகளில் கிடைக்கும் பண்டைய பொருட்களில் பல இப்படிப் பாதுகாப்பு கருதி புதைத்து வைக்கப்பட்டவைதான். இவற்றையே நாம் 'புதையல்' என்று அழைக்கிறோம். இப்படிப் பணத்தை புதைத்து சேர்ப்பதை தமிழகத்தைச் சேர்ந்த பல சான்றோர்கள் கேலி செய்து உள்ளனர். அவர்களில் குறிப்பிடத் தகுந்தவர் அவ்வையார். அதுபற்றி முன்னரே பார்த்தோம்.

இப்படிப் பல காரணங்களினால் அதிகப் பணத்தைக் கையாளும் நபர்களுக்கு அவற்றை வைப்பதற்கு தனது வீட்டைத் தவிரவும் ஒரு இடம் தேவைப்பட்டது. அந்த இடம் திருடர்களின் அபாயம் இல்லாத பாதுகாப்பான இடமாக இருக்க வேண்டியது அவசியம். அப்படி ஒரு இடத்தை மக்கள் வேறு காரணத்திற்காக ஏற்கனவே உருவாக்கி வைத்திருந்தார்கள். அவை கோவில்கள்!.

மனிதர்கள் தாங்கள் வணங்கும் கடவுளர்களுக்காக பிரமாண்டமான கோவில்களை உருவாக்கினர். அந்தக் கோவில்களுக்கு தானங்களும் செய்தனர். தானத்தின் மூலமாக கோவிலுக்கு வரும் செல்வம் கொள்ளை போகக்கூடாது என்பதற்காக கோவில்கள் காவல் நிறைந்தவையாக முன்பாகவே மாற்றம் கண்டிருந்தன.

இப்போது கடவுளின் செல்வத்தைக் காப்பாற்றும் கோவிலைத் தனது செல்வத்தையும் காப்பாற்றும் இடமாகப் பயன்படுத்த மனிதன் விரும்பினான். பண்டைய மேற்கு உலகிற்கு நாகரிகம் கற்றுத் தந்த தேசங்களான எகிப்திலும் மெசபட்டோமியாவிலும் தங்கத்தைப் பணமாகப் பயன்படுத்தும் சிந்தனை வலுப்பெற்ற அடுத்த ஆயிரம் ஆண்டுகள் கழித்து கோவில்களை பணக் காப்பகங்களாகப் பயன்படுத்தும் வழக்கம் தோன்றியது. முதலில் சில மக்கள் மட்டும் தங்கள் பணத்தைக் கொடுத்தபோது அதைக் குறித்து வைத்துக் கொள்வது கோவில் நிர்வாகிகளுக்கு எளிமையாக இருந்தது. அடுத்த 200 ஆண்டுகளில் இந்த மக்களின் எண்ணிக்கை பெருமளவுக்கு அதிகரிக்கத் தொடங்கியது.

அப்போது யார் யார் எவ்வளவு பணம் வைத்திருக்கிறார்கள்? இடையில் எப்போது எடுத்தார்கள்? மீதம் எவ்வளவு? – என்பதை எல்லாம் கணக்கு வைக்க வேண்டிய தேவை ஏற்பட்டது. நல்லவேளையாக அதுவரை தொடர்ந்து விவசாயத்தில் ஈடுபட்டு வந்த மக்கள் கணக்கு வழக்குகளை எப்படி எழுதுவது என்று கற்று இருந்தனர். ஆனால் அப்போது பேப்பர், பேனா எல்லாம் கண்டுபிடிக்கப்படவில்லை என்பதால் களிமண் பலகைகளில் கணக்குகள் எழுதப்பட்டு அவை பாதுகாக்கப்பட்டன.

ஹெமுராபி கால களிமண் பலகை

இவ்வளவு வேலைகளையும் பார்த்த கோவில் நிர்வாகிகள் தங்களுக்கு என்ன லாபம் என்பதையும் சிந்திக்கத் தொடங்கினர். அதிகமாகக் குவிந்து இருந்த மக்களின் பணத்தில் இருந்து அவர்கள் பிறருக்கு கடன்களைக் கொடுத்து வசூலித்தனர். இப்படிச் செய்யும் போது ஒரு இடத்தில் முடங்கிக் கிடக்கும் பணம் பலருக்கும் பயன்படும் என்பதையும் அவர்கள் கண்டனர். ஆனால் இத்தகைய கடன்கள் தேவையான நபர்களுக்கு

மட்டுமே கொடுக்கப்பட்டன. இவற்றில் ஒரு ஒழுங்குமுறை இல்லை. இந்தக் கடன்களைப் பற்றிய குறிப்புகளும் களிமண் பலகைகளிலேயே எழுதப்பட்டன. கி.மு.18ஆம் நூற்றாண்டில் வாழ்ந்த அரசன் ஹெமுராபியின் காலத்தில் கோவில்களில் பயன்படுத்தப்பட்ட பல களிமண் கணக்குப் பதிவேடுகள் இப்போதும் அருங்காட்சியகங்களில் உள்ளன.

மக்கள் கடன்களுக்கு ஏங்கிக் கிடந்த பண்டைய காலத்தில், சிலர் மக்களுக்குக் கடன் கொடுப்பதை ஒரு தொழிலாக மாற்றினார்கள். அதற்கு அவர்கள் வட்டி வாங்கி அதன்மூலம் வருமானம் பெற்றார்கள். ஆனால் ஆரம்பகால ஆட்சியாளர்கள் இதை ஒரு தொழிலாக அங்கீகரிக்க மறுத்தார்கள், ஒரு கொள்ளையாகவே பார்த்தார்கள். அவர்களுடைய கருத்து நியாயமானதாகவும் இருந்தது.

உதாரணமாக 5 சதவீதம் வட்டிக்கு 100 பணங்களைக் கொடுக்கும் ஒருவர் மாதம் தோறும் 5 பணங்களை எந்த வேலையும் செய்யாமல் பெற்றார். 100 பணங்களை கடனாக வாங்கிய ஒருவர் அதைக் கொண்டு தொழில் நடத்தி மாதம் தோறும் தனது லாபத்தில் ஒரு பகுதியை வட்டியாகக் கொடுத்தார். ஒரு வேளை அவரது தொழிலில் லாபம் இல்லை என்றாலும் அவர் கட்டாயம் வட்டி கட்ட வேண்டும். அவரது தொழிலில் பெரிய நட்டம் ஏற்பட்டால் அவர் கடனாளியாக ஆக வேண்டியதுதான். இதில் 100 பணம் கடன் கொடுத்தவர் ஒரு வேலையும் செய்யாமலேயே லாபம் அடைவார். இதனால் அவர் வேலை செய்வதில் ஆர்வம் காட்டமாட்டார். ஆனால் கடனாகக் கொடுத்த 100 பணமும் ஏமாற்றப்படலாம் என்ற அபாயம் அவருக்கு இருந்தது. அதனால் கடன் பெறுபவரின் சொத்து உள்ளிட்டவற்றை அடமானமாகக் கொண்டு அவர் கடன் கொடுத்தார். பின்னர் இது கடன் மூலம் சொத்துகளைத் திருடும் வழிமுறையாக மாறியது.

வட்டித் தொழிலால் உழைப்பாளிகள் நலிவடைவதையும், வட்டிக்கு பணம் கொடுக்கும் சிலர் வேலை பார்க்காமலேயே செல்வம் சேர்ப்பதையும் அன்றைய அரசர்கள் வெறுத்தனர். இதனால் வட்டித் தொழில் செய்பவர்களுக்கு அரசு அங்கீகாரம் கிடைக்கவில்லை. இன்னும் சொல்லப்போனால் வட்டிக்கு கடன் கொடுப்பது பண்டைய அரசுகள் பலவற்றில் மரண தண்டனைக்கு உரிய குற்றம்.

இன்றைய நிலை அப்படி இல்லை. இன்றைய உலகமே வட்டி எனும் வண்டியில்தான் வணிகப் பயணம் போய்க்கொண்டு இருக்கின்றது. வங்கி அமைப்புகள் வளரவும், இன்றைய காசுகள், பணத்தாள்கள் உருவாகவும் வட்டியே காரணம். வட்டி முறைக்கு பண்டைய காலங்களில் அரசு அங்கீகாரம் இல்லாததால்தான் வங்கிகள் அப்போது தோன்றாமல் இருந்தன. வட்டிக்கு அரசு அங்கீகாரம் கிடைத்த பின்பே வங்கிகளின் சகாப்தம் தொடங்கியது. வங்கிக்கும் வட்டிக்கும் இடைப்பட்ட உறவு பற்றி அடுத்த அத்தியாயத்தில் விரிவாகவே பார்ப்போம்.

~

17
வட்டியும் வங்கியும்...

உலகின் முதல் சட்டத்தை வகுத்தவர் என்று போற்றப்படும் பாபிலோனிய அரசர் ஹெமுராபி தனது சட்டத்தில் 'வட்டிக்குக் கடன் கொடுப்பது குற்றம், அதில் ஈடுபடும் குற்றவாளிக்கு மரண தண்டனை கொடுக்கப்பட வேண்டும்' – என்று எழுதினார். பின்னர் ஹெமுராபியின் சட்டத்தைப் பின்பற்றிய யூதர்கள் அவர்களும் வட்டிக்குக் கடன் கொடுப்பதை மரண தண்டனைக்கு உரிய குற்றமாகவே கூறினார்கள்.

கிறிஸ்தவ மதம் தோன்றிய பிறகு, கத்தோலிக்க கிறிஸ்தவர்களின் தலைவர்களான போப்பாண்டவர்கள் வட்டியை மாபெரும் குற்றமாகவே கருதினர். இதனால் இங்கிலாந்தின் சட்டம் கூட கி.பி.17 ஆம் நூற்றாண்டு வரையில் வட்டி வாங்குவதைப் பாவ காரியமாகவும் மரண தண்டனைக்கு உரிய குற்றமாகவுமே கூறியது. இசுலாமியர்களின் சட்டங்கள் கூட வட்டியைப் பாவமாகவே கருதுகின்றன. இதனால் பல இசுலாமியர்கள் இப்போதும் கூட தங்கள் பணத்திற்கு வங்கிகள் தரும் வட்டியை வேண்டாம் என்று மறுத்துவிடுகின்றனர்.

இப்படியாக மதங்களும் மத நூல்களும் வட்டிக்கு எதிராக இருந்தாலும்கூட, கடன்

ஹெமுராபி

தேவைப்படும் ஏழை மக்களும், வட்டிக்குக் கடன் கொடுக்கத் தயாராக உள்ள செல்வந்தர்களும் இருக்கும் வரையில் வட்டித் தொழிலை சட்டங்களால் ஒன்றும் செய்ய முடியாது என்பதையே வரலாறு ஒவ்வொருமுறையும் கண்டது. 2000 ஆண்டுகளுக்கு முன்பு வாழ்ந்த யூதர்களின் சட்டம் வட்டிக்கு எதிராக இருந்தாலும், அப்போதே யூதர்களில் பலர் வட்டித் தொழிலில் கரைகண்டவர்களாக இருந்தனர். முதலில் அரசர்களுக்கு அஞ்சித் தொழில் செய்த இவர்கள், பணம் சேர்ந்த பிறகு அரசையே ஆட்டிப் படைப்பவர்களாக மாறினர்.

முதலில் ஊருக்கு ஒதுக்குப்புறத்தில் தொடங்கப்பட்ட யூதர்களின் வட்டிக் கடைகள் பின்னர் ஊருக்குள் வந்து, ஒரு கட்டத்தில் கோவில்களுக்கே வந்துவிட்டன. பணப்பரிமாற்றம் (Money exchange) என்ற பெயரில் கோவில்களில் கடைவிரித்து யூதர்கள் பக்தர்களின் வட்டிக் கடன்களை வளர்த்தனர். வட்டி மரண தண்டனைக்கு உரிய குற்றமாக சட்டத்தில் இருந்தாலும் யாரும் வழக்கு போட முடியாது, யாரும் சாட்சி சொல்லவும் முடியாது. இப்படியாக சட்டத்திற்குப் புறம்பான வட்டித்தொழில் வெற்றிகரமாக நடந்தது. விவிலியத்தால் ‘அமைதியின் வடிவம்’ என்று போற்றப்பட்ட இயேசுவேகூட யூதர்களின் கோவில் கடைகளைப் பார்த்துக் கோபப்பட்டார், அவர்களைத் திட்டினார்.

ஏதென்ஸின் புகழ்பெற்ற தத்துவ ஞானிகளில் ஒருவரான அரிஸ்டாட்டில் (கி.மு.384 – 322) ‘ஆடம்பரமாக வாழும் ஆசையே மனிதர்கள் பணத்தின் மூலம் பணத்தைப் பெருக்கத் தூண்டுகின்றது, அதனால் மனிதர்கள் தவறான வழிகளைத் தேர்ந்தெடுக்கின்றனர் என்று நம்பினார். இதனால், சக மனிதர்களின் உழைப்பை உறிஞ்சி செல்வம் சேர்க்க உதவும் ‘வட்டி’யைஅரிஸ்டாட்டில் கடுமையாகக் கண்டித்துள்ளார், இந்த வகையில் அரிஸ்டாட்டிலை இயேசுவின் முன்னோடி என்று கூறலாம்.

மேற்குலகில் நரகத்தைப் பற்றிய மாபெரும் வர்ணனையை நிகழ்த்தியவர் இத்தாலிய கவிஞரான தாந்தே (கி.பி.1265 – 1321). இவர் நரகத்தில் உள்ளவர்களைப் பற்றிக் குறிப்பிடும் போது அதில், ‘தங்கள் மரணத்திற்குப் பின்பு வட்டிக்குப் பணம் கொடுப்பவர்கள் அந்த நரகத்தின் மிகக் கீழான பகுதியில் அழுது கொண்டு துன்பத்தில் உழன்றார்கள். கடவுள்

இயற்கை வளங்களையும் மனித உழைப்பையும் வளத்தின் இரண்டு உண்மையான மூலங்களாகக் கொடுத்து இருந்தார், ஆனால் இவர்களோ கொடுக்கல் வாங்கல் மூலம் பணத்தை உருவாக்கினார்கள். இது கடவுளுக்கு முன்னர் இவர்கள் செய்த மாபெரும் குற்றம் ஆகும்' என்கிறார். இப்படியாக இவர்கள் திட்டித் தீர்ப்பவர்களில் முதன்மையானவர்கள் யூத வட்டிக் கடைக்காரர்கள்.

தாந்தேவின் நரகத்தில் பணப்பதுக்கல்காரர்கள்

யூதர்களுக்கு பிற தொழில்கள் மறுக்கப்பட்ட காரணத்தாலும், அவர்கள் சிறுபான்மை மக்களாக இருந்த காரணத்தினாலுமே அவர்கள் வட்டிக்கு விடுவதைப் பிரதான தொழிலாக செய்தார்கள் என்று சில ஐரோப்பிய வரலாற்று ஆய்வாளர்கள் கூறி உள்ளதும் இங்கே குறிப்பிடத்தக்கது. யூதர்கள் வட்டித்தொழில் செய்ததால் பிற தொழில்களில் விலக்கப்பட்டார்களா? பிற தொழில்களில் இருந்து விலக்கப்பட்டதால் வட்டித் தொழில் செய்தார்களா? என்பது 'கோழியில் இருந்து முட்டை வந்ததா? முட்டையில் இருந்து கோழி வந்ததா?' – என்ற கேள்விக்கு சமமானதுதான். எது எப்படி இருந்தாலும் இந்தத் தொழிலினாலேயே யூதர்கள் அரசியல் செல்வாக்கையும், சமூக பகையையும் ஒன்றாகப் பெற்றவர்களானார்கள்.

பிற்காலத்தில் யூதர்கள் கொடூர வட்டிக்குப் பெயர் போனவர்களாக வரலாற்றின் பல பக்கங்களில் குறிக்கப்பட்டு உள்ளார்கள். வில்லியம் சேக்ஸ்பியரின் புகழ்பெற்ற நாடகங்களில் ஒன்றான 'வெனிஸ் வர்த்தக (merchant of venice)'னில் தனது கடனுக்கு மாற்றாக சதையை அரிந்து கொடுக்கச் சொல்லி கேட்கும் கொடூர வட்டிக்காரன் 'ஷைலாக்' ஒரு யூதனாகப் படைக்கப்பட்டிருப்பது இதற்கு ஒரு நல்ல உதாரணம்.

யூதர்கள் உள்ளிட்ட வட்டித் தொழில் செய்பவர்கள் தங்கள் தொழிலுக்கு அரசின் அங்கீகாரம் வேண்டும் என்று பல நூற்றாண்டுகளாகக் கோரிக்கை வைத்தனர். வட்டித் தொழிலைக் கண்டும் காணாமல் இருந்த அரசுகள், தங்கள் மத நூல்கள் வட்டிக்கு எதிராக உள்ளபோது அதை சட்டபூர்வமாக்க முடியாது என்று மறுத்துவிட்டன. இடைக்காலத்தில் யூதர்களைத் தவிரவும் பலர் வட்டியின் மகிமைகளை அறிந்து கொண்டார்கள், அவர்களும் வட்டிமுறைக்கு சட்ட அங்கீகாரம் கிடைக்க விரும்பினார்கள். இப்படியாகக் காலம் கருதிக் காத்திருந்தவர்கள் இறுதியில் கி.பி.17ஆம் நூற்றாண்டில் வெற்றி பெற்றனர், வங்கியாக இன்றைக்கு உள்ள முழு உருவத்தை அவர்கள் அப்போதுதான் அடைந்தனர்.

3000 ஆண்டுகளுக்கு முன்பு எந்தத் தொழில் உலகம் எங்கும் பொருளாதாரத்திற்கு எதிரானதாகக் கருதப்பட்டதோ, அதே தொழில் பின்னர் உலகப் பொருளாதாரத்தின் மையப் புள்ளி ஆனது ஒரு மிகப்பெரிய பொருளாதார அதிர்ச்சி.

மூன்றாம் வில்லியம்ஸ் அரசர்

'தேவைகளே கண்டுபிடிப்பின் தாய்' - என்று ஒரு ஆங்கிலப் பழமொழி உண்டு. ஒரு அரசனின் தேவை இன்று உலகம் முழுவதும் பரவி உள்ள ஒரு கண்டுபிடிப்பாக உருவாகி உள்ளது. அந்த அரசரின் பெயர் மூன்றாம் வில்லியம்ஸ், கண்டுபிடிப்பின் பெயர் வங்கி. அவரது தேவை என்ன?.

கி.பி.1688 ஆம் ஆண்டு முதல் 1697ஆம் ஆண்டுவரையில் ஃபிரான்சிற்கு எதிராக இங்கிலாந்து, ஹாலந்து, ரோம்,

ஸ்பெயின் உள்ளிட்ட ஐரோப்பிய நாடுகள் இணைந்து ஒரு மாபெரும் யுத்தத்தை நடத்தின. இந்த யுத்தம் நமது வரலாற்றுப் பாடநூல்களில் 'ஒன்பதாண்டு யுத்தம் (nine years war)' என்று குறிப்பிடப்படுகிறது.

ஒன்பதாண்டு யுத்தம் தொடங்கிய ஆரம்ப ஆண்டுகளில் ஃபிரான்சு தனக்கு எதிராகப் போர் தொடுத்த ஐரோப்பிய நாடுகளுக்கு கடுமையான பதிலடியைக் கொடுத்தது. வலிமை மிக்க ஃபிரெஞ்சுக் கப்பற்படையைக் கண்டு எதிரி நாடுகள் அஞ்சின. கி.பி.1690ஆம் ஆண்டில் 'பீச்சி ஹெட்' என்ற இடத்திற்கு அருகில் ஃபிரான்சின் படைகளும் ஆங்கில, டச்சு (ஹாலந்து) கூட்டுப் படைகளும் நேருக்கு நேர் சந்தித்தன. இதில் ஃபிரெஞ்சுப் படைகளுக்கு சிறிய சேதம் கூட இல்லை, ஆங்கில, டச்சு கூட்டுப் படைகளுக்கோ மரண அடி. குறிப்பாக இங்கிலாந்தின் 11 கப்பல்கள் இந்தப் போரில் கடலில் மூழ்கின. இந்த அழிவு இங்கிலாந்தின் பொருளாதாரத்தையே கேள்விக்குறியாக்கியது, மானப் பிரச்னையும் இங்கிலாந்து அரசரை நெட்டித் தள்ளியது.

இங்கிலாந்தின் அப்போதைய அரசர் மூன்றாம் வில்லியம் பிரெஞ்சுக் கப்பற்படையைப் போன்ற ஒரு பெரிய கடற்படையைத் தனது நாட்டிலும் உருவாக்கி ஃபிரான்சை வெல்ல விரும்பினார், ஆனால் நாட்டில் பொருளாதாரம் வீழ்ச்சி அடைந்து இருந்ததால் கஜானாவில் பணம் இல்லை. அவருக்கு என்ன செய்வதென்றே தெரியவில்லை.

இந்த சூழலைச் சரியாகப் பயன்படுத்த எண்ணிய வில்லியம் பேட்டர்சன் என்பவர் நாட்டில் அரசின் சார்பில் வங்கி ஒன்றை அமைப்பதற்கான திட்டம் ஒன்றைத் தயாரித்து மன்னரிடம் போனார் (வங்கி என்றால் வட்டி உள்ளே இல்லாமலா?). அதற்கு உரிய ஒப்புதல் கிடைக்கவில்லை. பின்வந்த ஆண்டுகளிலும் இங்கிலாந்தின் பொருளாதாரம் மந்தமாகவே இருக்க சார்லஸ் மாண்டேகு என்பவர் மூன்றாண்டுகள் கழித்து அதே திட்டத்தை மெருகேற்றி மன்னரிடம் கொண்டுச்சென்றார். எறும்பு ஊரக் கல்லும் தேயும் என்பது போல, நாட்டின் சூழலும் இது போன்ற தொடர்ந்த சந்திப்புகளும் இங்கிலாந்தின் அரசரைக் கரைத்தன. கி.பி.1694ல் 'பேங்க் ஆஃப் இங்கிலாந்து' தொடங்கப்பட்டது. இந்த வங்கி வட்டியை சட்டபூர்வமாக்கியதோடு, இங்கிலாந்திற்கான பணத்தை அச்சடிக்கும் வேலையையும் தனதாக்கிக் கொண்டது.

பேங்க் ஆஃப் இங்கிலாந்து

பேங்க் ஆஃப் இங்கிலாந்தின் முன்னுதாரணத்தைப் பின்பற்றியே உலகமெங்கும் வங்கிகள் இப்போது நாணயங்களாகவும் பணத்தாள்களாகவும் பணத்தை வெளியிடுகின்றன. அன்றைய இங்கிலாந்து அரசுக்குத் தேவையாக இருந்த 12 லட்சம் ஸ்டெர்லிங் பவுண்டு தொகையை 'பேங்க் ஆஃப் இங்கிலாந்து' வங்கி தான் தொடங்கப்பட்ட 12 நாட்களிலேயே வழங்கியது. இந்தத் தொகைக்கு ஆண்டுக்கு 8% வட்டி கொடுப்பதாகவும், ஆண்டு தோறும் 4000 ஸ்டெர்லிங் பவுண்டுகள் சேவைக் கட்டணம் கொடுப்பதாகவும் அரசு ஒப்புக்கொண்டது. இப்படி வங்கிக் கடனாகப் பெறப்பட்ட தொகையில் பாதியைக் கொண்டே இங்கிலாந்தின் மாபெரும் கப்பல்படையை மூன்றாம் வில்லியம்ஸ் உருவாக்கினார். ஒருவழியாக மத அனுமதி இல்லாமலேயே அரச அங்கீகாரத்தைப் பெற்ற வட்டி, பின்னர் தனக்கு ஏற்ற கொள்கைகளை மக்கள் மத்தியிலும் மதங்கள் மத்தியிலும் பிரபலமாக்கியது.

கி.பி.16ஆம் நூற்றாண்டில் உருவெடுக்கத் தொடங்கிய கிறிஸ்துவ மதத்தின் ஒரு பிரிவான 'புராட்டஸ்டண்டுகள்' வட்டிக்கு ஆதரவாகக் குரல் கொடுக்கத் தொடங்கினர். ஜெர்மனியைச் சேர்ந்த மத போதகரும், புராட்டஸ்டண்டுகள் பிரிவைத் தோற்றுவித்தவருமான 'மார்ட்டின் லூதர்' (கி.பி.1483–1546) தனது பிரசங்கங்களில் 'வர்த்தகத்திற்கான மிகமுக்கிய பங்களிப்பு வட்டியால் கிடைக்கிறது என்றால் கடவுள் அதனை விரும்புவார், கட்டாயம் வெறுக்க மாட்டார்' – என்றார். 'வீடு கட்டிய ஒருவன் அந்த வீட்டை வாடகைக்கு விடுகிறான், அது போலவே பணம் சேர்த்த ஒருவன் தன் பணத்தை வட்டிக்கு விடுகிறான்'

– என்று அவர்கள் தங்களின் புதிய நிலைப்பாட்டுக்கு பழைய உதாரணங்களால் வலு சேர்த்தார்கள். புராட்டஸ்டண்டு கிறிஸ்தவம் பிற்காலத்தில் உலகம் முழுக்க பரவ இது ஒரு மறைமுகக் காரணமானது. இப்படியாக புராட்டஸ்டண்டுகள் வட்டிக்கு ஆதரவாகத் தங்கள் விதிகளை எழுதும் முன்பாகவே வட்டி முறையை ஆதரித்து எழுதப்பட்ட ஒரு சட்ட நூல் உலகில் இருந்தது. அது 'மனு தர்மம்'.

மார்ட்டின் லூதர்

மனுதர்மம் வட்டித் தொழிலைப் பல இடங்களில் ஆதரித்ததோடு, மேல்சாதி மக்கள் எப்போதும் வளமாக இருக்க வட்டி வழக்கத்தை ஒரு முக்கிய ஆதாரமாகப் பயன்படுத்தியும் கொண்டது. மனுதர்மத்தின் படி ஒரு பிராமணர் அல்லாதவர் ஒரு பிராமணர் அல்லாதவரிடம் கடன் கேட்டால், அவர் 5 வட்டிக்குக் கடன் கொடுக்கலாம். அந்தத் தொகையை திரும்ப வசூலிப்பது கொடுத்தவரின்பாடு. அதே சமயம் ஒரு பிராமணர், பிராமணர் அல்லாதவரிடம் வட்டிக்குப் பணம் கேட்டால் அவர் 2 வட்டிக்கே கடன் கொடுக்க வேண்டும். கூடுதலாக வட்டி கேட்டால் குற்றம்.

ஆனால் அதை வாங்கிய பிராமணர் இன்னொரு பிராமணர் அல்லாதவருக்கு அதனைக் கைமாற்றினால் (5 வட்டிக்கு) அதன் மூலம் எந்த முதலீடும் இல்லாமல் அவர் 3 வட்டித் தொகையைப் பெறலாம். மேலும் பிராமணரிடம் வட்டிக்குக் கடன் வாங்கிய ஒருவர் அந்தத் தொகையைத் திரும்பக் கொடுக்கவில்லை என்றால் அதனை வசூலித்துக் கொடுக்கும் பொறுப்பு அரசனுடைய பொறுப்பாக மனுவால் கூறப்பட்டது! அந்த வேலையும் பிராமணருக்கு இல்லை, ஆனால் நிலையான வருவாய்.

இப்போது பணம் வைத்துள்ள ஒரு பிராமணர் அல்லாதவர் 'நாமே இதை ஒரு பிராமணர் அல்லாதவருக்கு 5 வட்டிக்குக் கடன் கொடுத்து அதை வசூலிக்க போராடுவதை விட, ஒரு பிராமணருக்கு 2 வட்டிக்குக் கடன் கொடுத்து, அவரது லாபத்தில் இருந்து எளிதாக வசூலித்துக் கொள்ளலாம்' என்றே

எண்ண நிர்பந்திக்கப்படுகிறார். மனுவின் இந்தச் சட்டங்கள் பணம் உள்ள அளவுக்கும் பிராமணர்கள் பணக்காரர்களாகவே இருக்க உருவாக்கப்பட்டவை என்றே நமக்குத் தோன்றுகின்றன.

மீண்டும் ஐரோப்பாவின் பக்கம் சென்று வருவோம். 'வட்டி வாங்குவது தீங்கு' – என்று பல்லாயிரம் ஆண்டுகளாக ஐரோப்பிய மக்கள் மத்தியில் இருந்த எண்ணம் வங்கிகளின் வெற்றியால் பெரிதும் மறைந்து போனது. புராட்டஸ்டண்டுகள் வட்டி குறித்து முன்வைத்த இன்னொரு கருத்து மக்களால் பெரிதும் ஆதரிக்கப்பட்டது. 'பணத்தைப் பெருக்குவதும் கடவுளுக்குச் செய்யும் சேவையே' – என்பதுதான் அது! 'உனக்குப் பணம் சம்பாதிக்கக் கூடிய சூழல் இருந்தும் நீ சம்பாதிக்கவில்லை என்றால், நீ கடவுளின் பரிசை நிராகரிக்கிறாய், கடவுளுக்காக காரியம் ஆற்றுபவன் என்ற நிலையில் இருந்து தவறுகிறாய்' – என்றார்கள் புராட்டஸ்டண்டுகள். ஐரோப்பாவில் பல புதிய வணிக வாய்ப்புகள் இனம் காணப்பட இந்தப் புதிய கண்ணோட்டம் உதவியது.

இவற்றால் ஐரோப்பாவின் பெரும்பான்மை மக்கள் மெல்ல மெல்ல வட்டியை ஏற்றுக் கொண்டனர். பிற்காலத்தில் ஐரோப்பியர்களின் ஆதிக்கம் எந்தெந்த நாடுகளில் பரவியதோ, அங்கெல்லாம் அவர்கள் வங்கிகளை நிறுவ, வட்டிமுறை பல திக்குகளிலும் கிளைத்துப் பரவியது. இன்றைக்கும் உலகெங்கும் தானாக வட்டித் தொழில் செய்ய விரும்பாத மக்களில் பலரும்கூட, வங்கிகளில் இருந்துவரும் வட்டியை எந்த உறுத்தலும் இன்றி ஏற்றுக் கொள்கின்றனர். வங்கியின் வட்டி வட்டியே அல்ல என்று அவர்கள் வாதிடுகின்றனர். இதை விமர்சிக்க வேண்டியது இல்லை. ஏனெனில் இன்றைய நவீன உலகின் வளர்ச்சியின் பின்னாக வட்டி பல வடிவங்களில் பங்கு வகிக்கின்றது. ஆனாலும் நியாயமற்ற வட்டி உலகின் மிகப்பெரிய உயிர்க்கொல்லிகளில் ஒன்றாக இப்போதும் உள்ளது.

தவிர வங்கிகள் வட்டியில்லாமல் இயங்க முடியாது. அவை நேர்மையாக இயங்குவதை அரசு உறுதி செய்துகொண்டால், வங்கிமுறை கட்டாயம் வளர்ச்சிக்கே பயன்படும். இந்தியாவில் வங்கிகள் தேசியமயமான பிறகு நாம் கண்ட வளர்ச்சியே அதற்கு ஆதாரம். தவிர வங்கிகள் இல்லாமல் இன்றைக்கு தேசப் பொருளாதாரமே இல்லை. ஏனெனில் நமது பணத்தாள்களே

வங்கிகளால்தான் உருவாக்கப்படுகின்றன. ஆனால் வங்கிகளுக்கு இன்னொரு கறுப்புப் பக்கமும் உள்ளது.

சீனாவில் உருவான பணத்தாளுக்கும், இப்போது புழங்கும் பணத்தாளுக்கும் அவை இரண்டுமே காகிதங்கள் என்பதைத் தவிர வேறு எந்த ஒற்றுமையும் இல்லை. ஏனெனில் பண்டைய சீனப்பணத் தாள்கள் அரசினால் நேரடியாக வெளியிடப்பட்டவை. இன்றைய பணத்தாள்களோ வங்கிகளால் வெளியிடப்படுபவை. இதனைப் புரிந்து கொள்வது சற்று கடினம்தான். அதற்கு உலகத்தின் பொருளாதார வரலாற்றில் இன்னும் கொஞ்சம் பயணிக்க வேண்டும். இடையில் வரிகளைப் பற்றியும், மக்கள் நலத் திட்டங்களைப் பற்றியும் பார்க்க வேண்டியிருக்கிறது. வண்டியைக் கிளப்புவோம்...

~

18

சுரண்டல்களும் மக்கள் நலத் திட்டங்களும்...

பணம் என்ற கருத்து மனிதர்களுக்கு உருவாகி, நாணயங்கள் அதன் பிரதான வடிவமாக ஏற்கப்பட்ட காலத்தில் இருந்தே மக்கள் சமுதாயத்தில் அதிகாரம் என்பது பணத்தால் தீர்மானிக்கப்படும் ஒன்றாக மெல்ல மெல்ல மாற்றம் காணத் தொடங்கியது. கல்வியா? செல்வமா? வீரமா? – என்ற கேள்வியை உலக வரலாற்றோடு பொருத்திப் பார்த்தால், செல்வமே பல இடங்களில் நீண்ட நிலைத்த வெற்றியைப் பெற்றது நமக்குத் தெரியவரும். இப்போது கல்வியும் வீரமும் கூட செல்வத்தை அதிகரிக்க உதவக் கூடியவை என்பதாலேயே மக்களால் மதிக்கப்படுகின்றன.

பணம் என்ற ஒன்று கண்டுபிடிக்கப்படும் முன்பாக, பண்டமாற்று முறையில் வர்த்தகம் செய்து கொண்டிருந்த மக்கள் சமுதாயத்தில் கூட கடன், கொடுக்கல் வாங்கல் ஆகியவை இருந்தன. ஆனால் அவை இரண்டும் இரண்டுபக்க நன்மைக்காகவும் பயன்பட்டன. ஆனால் பணம் கண்டுபிடிக்கப்பட்டு, வட்டியும் வந்த பிறகு, கடன் கொடுப்பவரின் நலமே பிரதானமானது. வாங்குபவரின் நலன்கள் புறக்கணிக்கப்பட்டன.

முன்பு பண்டமாற்று முறையில் ஒரு நெல் விவசாயி கடன் வாங்குகிறார் என்றால், அவர் அடுத்த நெல் விவசாயத்தின் போது தனது கடனைத் திரும்பக் கொடுத்தார். அவருக்குக் கடன் கொடுத்தவரும் ஒரு விவசாயி என்பதால் இவரது நிலையை அவர் புரிந்து கொண்டார். மேலும் அவராலும் அதிக நெல்லை

வைத்து ஒன்றும் செய்ய முடியாது. ஒருவேளை எதிர்பார்த்த விளைச்சல் வராவிட்டால் அதற்கு அடுத்த விளைச்சலில் கடன் அடைக்கப்பட்டது. ஆனால் பின் வந்த பணப் பரிமாற்ற முறையிலோ கடன்வாங்கிய ஒரு விவசாயி மாதம் தோறும் வாங்கிய கடனுக்கு வட்டி கட்டி, விளைச்சலின் போது அசலைக் கொடுக்க வேண்டும். ஒருவேளை அந்த போகத்தில் விவசாயம் பொய்த்தால் நிலத்தை விற்க வேண்டிய நிலையும் அந்த விவசாயிக்கு வரலாம். இப்போது கடன் கொடுப்பவர் ஒரு வணிகர் அல்லது வட்டிக் கடைக்காரர், அவருக்கு விவசாயம் பற்றி எல்லாம் ஒன்றும் தெரியாது, வாங்கிய கடனுக்கு வட்டியும் அசலும் வரவில்லை என்றால் சொத்தில் கைவைக்க வேண்டும் என்பது மட்டும்தான் அவருக்குத் தெரியும்.

இதனால் விவசாயம் தெரியாதவர்கள் பெரும் நில முதலாளிகளாகவும், விவசாயம் தெரிந்தவர்கள் விவசாயக் கூலிகளாகவும் அடிமைகளாகவும் மாறும் நிலை ஏற்பட்டது. இதனைத் தட்டிக் கேட்க வேண்டிய அரசுகளோ தட்டிக் கொடுத்தன. அரசுகள் பெரும்பாலும் வணிகர்கள், நிலப்பிரபுக்கள் ஆகியோரால் ஏற்படுத்தப்படும் அமைப்புகளாகவே இருந்தன. ஆனால் உழைக்கும் மக்கள் எல்லாம் அடிமைகளாக்கப்பட்டால் அரசு எப்படி இயங்க முடியும்?. இந்த நிலை பணம் புழங்கத் தொடங்கிய ஆரம்பகாலத்திலேயே ஏற்பட்டது என்ற உண்மை உங்களுக்கு ஆச்சர்யமாகவும் அதிர்ச்சியாகவும் இருக்கலாம்.

கி.மு.600ல் ஏதென்ஸ் நாட்டின் பெரும்பாலான குடியானவர்கள் பெரும் கடன்காரர்களாகவும், அடிமைகளாகவும் மாறினர். முன்பு தங்களுக்கு உடைமையாக இருந்த நிலத்தில் அவர்களில் பலர் இப்போது அடிமைகளாக ஏர் இழுத்துக் கொண்டிருந்தனர். அவர்களின் வாழ்வில் எந்த முன்னேற்றமும் ஏற்படவில்லை. ஒரு பக்கம் சிலரிடம் சொத்துகள் மலை போல குவிய, மறுபக்கம், பெரும்பான்மை நாடே வறுமையில் இருந்தது. அன்றைய ஏதென்ஸின் புகழ்பெற்ற கவிஞரும், அரசியல்வாதியும், சட்ட அமைப்பாளருமான சோலன் என்பவரை இது பற்றி ஆய்வு செய்யச் சொல்லி ஏதென்ஸ் அரசு நியமித்தது. அவர் மக்களின் நிலையை நன்றாக ஆராய்ந்து 'சீசக்தீயா' என்ற சீர்திருத்தத் திட்டங்களை வடிவமைத்தார். சீசக்தீயா – என்றால் பண்டைய கிரேக்க மொழியில் 'சுமைகளை அப்புறப்படுத்துதல்' என்று அர்த்தம்.

சோலனின் சீர்திருத்தத் திட்டங்கள் 'ஏழைகள் எப்போதும் ஏழைகளாகவே இருக்கக் கூடாது, அடிமைகள் எப்போதுமே அடிமைகளாக இருந்துவிடக் கூடாது, அவர்களுக்கு அவர்களின் வளமும் வாழ்க்கையும் உரிமைகளும் மீண்டும் திரும்ப அளிக்கப்பட வேண்டும்' – என்று வலியுறுத்தின. அவர்களால் அவற்றை மீண்டும் சுய முயற்சியால் பெற முடியாவிட்டாலும் அவற்றை அரசே தர சோலன் பரிந்துரைத்தார். இப்போது அரசுகள் மானியங்கள் மற்றும் நலத்திட்டங்களை வகுக்க சோலனின் சீர்திருத்தங்களே ஆரம்பகால வழிகாட்டுதல்களாக உள்ளன.

சோலனின் சீர்திருத்தங்களை பின்வந்த யூதர்களும் கிறிஸ்தவர்களும் பின்பற்றினர். அதனால் அவற்றின் தாக்கங்கள் இன்றும் உலகமெங்கும் உள்ளன. அதற்கான நல்ல உதாரணம் 'ஜூப்ளி' எனப்படும் ஆண்டு விழாக்கள். இப்போது நாம் 25 ஆண்டுகளை சில்வர் ஜூப்ளி (வெள்ளி விழா), 50 ஆண்டுகளை கோல்டன் ஜூப்ளி (பொன்விழா) – என்று கொண்டாடி வருகிறோம். இந்த ஜூப்ளிகளை பழைய ஏற்பாடு கடன்பட்ட, அடிமைப்பட்ட மக்களுக்காக உருவான நிகழ்வாகவே குறிப்பிடுகின்றது.

கடவுளால் மோசசுக்கு கட்டளைகள் அளிக்கப்பட்டது என்று கூறும் பழைய ஏற்பாட்டில்தான் ஜூப்ளி என்ற கருதுகோளும் வருகின்றது. அதன்படி, 'இஸ்ரேலின் மக்கள் ஒவ்வொரு 50 ஆண்டுகளுக்கு ஒருமுறையும் மகிழ்ச்சியின் ஆண்டைக் கொண்டாட வேண்டும். அந்த ஆண்டில் கடன்பட்டவர்களின் கடன்கள் ரத்து செய்யப்படும், நிலங்களை இழந்தவர்களின் நிலங்கள் அவர்களுக்கு திரும்ப அளிக்கப்படும், அடிமைப்படுத்தப்பட்ட மக்கள் மீண்டும் குடிமக்களாக அங்கீகரிக்கப்படுவார்கள்' – என்று ஜூப்ளி ஒரு விடுதலை ஆண்டாகக் குறிக்கப்படுகின்றது. பாபிலோன் போன்ற பண்டைய நாகரிகங்களிலும் இந்த வழக்கம்

சோலன்

இருந்தது. நாட்டில் அடிமைகள், கடன்காரர்கள் மறைந்து அனைவரும் குடிமகன்களாக மாறுவதை 'நாட்டைச் சுத்தப்படுத்துதல்' என்று அவர்கள் அழைத்தார்கள்.

வெகுகாலம் கழித்து, கடந்த 2000ஆம் ஆண்டின் மில்லேனிய ஆயத்தங்களின் போது பழைய ஜூப்ளி முறை மீண்டும் நினைவு கூறப்பட்டது. வாங்கிய கடனைத் திருப்பிச் செலுத்தும் திறன் அற்ற ஏழை நாடுகளின் சுமார் 100 பில்லியன் டாலர் கடனை வளர்ந்த நாடுகள் ரத்து செய்து 2000ஆம் ஆண்டைக் கொண்டாட வேண்டும் என்ற கருத்து ஐரோப்பாவில் வேகமாகப் பரவியது. ஐரோப்பாவைச் சேர்ந்த 2 கோடி மக்கள் இந்தக் கருத்தை உயர்த்திப் பிடித்தனர். இந்த அலை ஐரோப்பாவில் புதிய மனித எழுச்சியை உருவாக்கியது. அவர்கள் கேட்டது போல 100 பில்லியன் டாலர் தொகையை ரத்து செய்யவில்லை என்றாலும், கூடுமானவரைக்கும் ஏழை நாடுகளின் கடன் சுமைகளை வளர்ந்த நாடுகள் 2000ஆம் ஆண்டில் ரத்து செய்தன. ஆனால் பின்வந்த ஆண்டுகளில் அந்தக் கடன் சுமைகள் முன்பை விட அதிகமாகவே உயர்ந்தன. இதற்குப் பின்பாக அமெரிக்க டாலரின் எழுச்சி பெரும்பங்கு வகிக்கின்றது.

இந்தியாவில் மக்கள்நலத் திட்டங்கள் பலகாலமாக இருந்துள்ளன. பேரரசர் அசோகரையும் பேரரசர் இராஜராஜ சோழனையும் மக்கள் இன்னும் அவர்களது மக்கள் நலத் திட்டங்களுக்காக நினைவு கூர்கின்றனர்.

தமிழர்களின் பண்பாடும் பொதுவாக மக்கள் நலம் மற்றும் சூழல் நலத்தைப் பேணுவதாகவே இருந்தது. சங்க இலக்கியங்கள் போற்றும் 'விருந்தோம்பல்' இதற்கு ஆகச் சிறந்த உதாரணம். மக்களின் கொடுக்கும் பழக்கம் வறுமையைக் கொல்லும் என்பதால் அது போற்றப்பட்டது.

'நீ எவ்வளவு பெரிய ஆளாக இருந்தாலும் ஒரு நாழி (படி போன்ற அளவை) அளவுக்குத்தான் உண்ண முடியும், இரண்டு முழம் உடை உனக்குப் போதும். அதனால் பணத்தின் பயன் அடுத்தவர்களுக்கு கொடுப்பதுதான். அதனால் அதைச்செய். அனைத்தையும் உன்னால் அனுபவிக்க முடியாது, நீயே அனைத்தையும் அனுபவிக்க எண்ணினால் அனைத்தையும் இழப்பாய்' – என்று 2000 ஆண்டுகளுக்கு முன்பு கூறினார் சங்கப் புலவர் நக்கீரர்.

தமிழர் வீடுகளின் திண்ணைகளும், ஊர்க் குளங்களும் சமூக நலத் திட்டங்களின் எளிய வடிவங்களே. இந்திய அரசர்களில் மிகச் சிறந்த மக்கள் நலத் திட்டங்களை வகுத்தவர்கள் பிற்காலச் சோழர்கள். இவர்களது நலத் திட்டங்கள் ஒரு நபருக்கு அரசு உதவி செய்வதன் மூலம் சமுதாயத்தின் பல தரப்புகளும் நன்மை அடைய வேண்டும் என்ற அடிப்படையில் உருவாக்கப்பட்டன. அவர்களது ஆகச்சிறந்த திட்டம் என 'சாகா மூவா பேராடு' திட்டத்தைக் கூறலாம்.

இந்தத் திட்டத்தின் படி வறுமையில் உள்ள, மேய்ச்சல் தொழில் தெரிந்த நபருக்கு அரசு 60 ஆடுகளைக் கொடுத்தது. அந்த ஆடுகளின் வயது உள்ளிட்ட விவரங்கள் அதிகாரிகளால் குறித்துக் கொள்ளப்பட்டன. சில ஆண்டுகளுக்கு அந்த ஆடுகளை வைத்து அந்த நபர் சம்பாதிக்கலாம், ஆடுகள் எண்ணிக்கையில் பெருகியதும் அப்போதைய மந்தையில் இருந்து முந்தைய 60 ஆடுகளையொத்த அதே வயதுடைய ஆடுகளைத் தேர்ந்தெடுத்து அவர் திரும்பத் தர வேண்டும். அந்த ஆடுகள் அப்படியே இன்னொரு நபருக்கு வழங்கப்படும். இப்படியாக அந்த 60 ஆடுகள் பல காலங்களுக்கு பலரது வறுமைகளைப் போக்கும். இந்தத் திட்டத்தின் மூலம் 60 ஆடுகளும் அழியாமல் இருக்கும், மக்கள் வாழ்வும் அழியாமல் இருக்கும். இதெல்லாம் 'ஒரு மக்கள் நலத் திட்டம் எவ்வளவு தொலைநோக்கோடு இருக்க வேண்டும்?' என்பதன் உதாரணங்கள்.

ஆனால் பெரும்பாலான அரசுகளுக்கு வரிகளை யோசிக்க நேரம் இருந்த அளவுக்கு நலத்திட்டங்களை யோசிக்க நேரம் இல்லை என்பதே சோகம். மதிய உணவுத்திட்டம் போட்டு மாணவர்களை பள்ளிக்கு இழுக்க ஒரு காமராசர் வந்தால், அவர்களிடம் கல்விக் கட்டணம் கேட்டு மீண்டும் வீட்டுக்குத் துரத்த பல ஆட்சியாளர்கள் வருகின்றனர். வரிகளை ஒருவருக்குப் பின் ஒருவர் அப்படியே பின்பற்றுபவர்கள் நலத்திட்டங்களில் அப்படி இருப்பது இல்லை. மதுக்கடைகளைத் திறந்தால் அத்தனை ஆட்சிகளிலும் அது அப்படியே இருக்கும், நூலகத்தைத் திறந்தால் ஆட்சி மாறியதும் அது மூடப்படும் என்பதைத் தமிழகமே கடந்த காலங்களில் கண்டது.

மக்களின் வறுமைக்கு ஒரு பக்கம் தனிநபர்களிடம் கடன் வாங்குவது என்பது காரணமாக இருந்தது என்றால், இன்னொரு பக்கம் மக்களின் பொருளாதாரத்தைத் தொடர்ந்து

கரைக்கும் வேலையை அரசின் வரிகள் செய்தன. வரலாற்றுக்கு முந்தைய காலத்தில் வாழ்ந்த மக்கள் தங்கள் செல்வத்தை ஆட்சியாளர்களுக்கும் மதத் தலைவர்களுக்கும் கொடுத்ததே வரியின் தொடக்கமாகக் கருதப்படுகிறது. அந்த வகையில் வரிகள் நாணயங்களை விடவும் வயதில் மூத்தவை. பண்ட மாற்று முறையின் காலத்தில் அதனோடு கைகோர்த்தவை.

நாணயங்கள் கண்டுபிடிக்கப்பட்ட பின்னர் அரசர்கள் தங்கள் வரிகளை நாணயங்களாக வசூலிக்கத் தொடங்கினர். இந்தப் பணம் பெரும்பாலும் அரசர்கள் மற்றும் முக்கியப் பதவிகளில் இருப்போரின் ஆடம்பர வாழ்வுக்கும், அரண்மனை, அகழிகள், சாலை, மதில்கள் – போன்ற வசதிகளுக்கும் பாதுகாப்புக்கும் பயன்படுத்தப்பட்டது. பின்னர் அரசு ஊழியர்கள் (இன்னும் பொருத்தமாக சொல்லப்போனால் அரசரின் ஊழியர்கள்) சம்பளத்திற்கும், கேளிக்கைகளுக்கும் மக்கள் பணத்தின் பெரும்பகுதி செலவழிக்கப்பட்ட காலங்களும் வரலாற்றில் உண்டு. மக்களாட்சிமுறை உருவான பிறகுதான் மக்கள் தங்கள் வரிப்பணத்தை தங்களின் நலனுக்காவே செலவழிக்க வேண்டும் என்று வலியுறுத்தத் தொடங்கினர். ஆனால் அந்த வலியுறுத்தல்கள் எளிதில் செயல்வடிவம் பெற்றுவிடவில்லை. ஒவ்வொரு வரிகள் அகற்றப்படவும், ஒவ்வொரு நலத்திட்டங்கள் செயல்படுத்தப்படவும் மிகப்பலரின் தியாகங்கள் தேவைப்பட்டு இருக்கின்றன.

மக்களாட்சியின் தொடக்க கால பேரவைகளில் ஒன்றான பண்டைய கிரீஸ் நாட்டின் செனட் பற்றி நேரு அவர்கள் இப்படி எழுதினார், 'கிரீஸ் நாட்டின் செனட் சபையிலே யாராவது தங்கள் கருத்துகளைத் தெரிவிக்க வேண்டும் என்றால், அவர்கள் ஒரு மேசையின் மீது ஏறி அங்குள்ள தூக்குக் கயிற்றை தங்கள் கழுத்திலே அணிந்து கொள்ள வேண்டும். அவர்கள் தங்கள் கருத்தை ஆளும் கூட்டத்துக்கு தெரிவித்த பின்னர், அவர்களின் கருத்து ஆட்சியாளர்களுக்கு இசைவாக இருந்தால் கயிறு நீக்கப்படும், இல்லையேல் மேசை நீக்கப்படும்!'. இப்படிப்பட்ட அவைகளில் எல்லாம் மக்கள் பிரதிநிதிகள் போராடித்தான் நலத் திட்டங்களை சாதித்தார்கள். இன்றைக்கோ மக்கள் பிரதிநிதிகள் அரசின் சலுகைகளின் குத்தகைக்காரர்களாகவும், அவைகளில் கேள்வி கேட்க லஞ்சம் வாங்குபவர்களாகவும் மாறிவிட்டார்கள். மக்கள் அளிக்கும் வரிப்பணத்தில் 10% பணம் கூட மக்கள்

நலனுக்கு மீண்டும் செலவழிக்கப்படுவது இல்லை என்பதுதான் இந்தியாவின் இன்றைய நிலையாக இருக்கின்றது.

அரசு இயங்க ஆதாரமே மக்கள் கொடுக்கும் வரிப்பணம்தான், இது அரசு எனும் பணியாள் மக்கள் என்னும் முதலாளியிடம் வாங்கும் கூலியைப் போன்றது. ஆனால் இந்த உண்மையை மக்கள் மறக்க, ஆட்சியாளர்கள் கொள்ளைக்காரர்கள் ஆனார்கள். அரசர்களின் ஆடம்பரங்கள் பல நாடுகளில் மக்களின் வறுமைக்குக் காரணமாகின. அரசு மக்களுக்கு விசுவாசமாக இல்லாத போது, மக்கள்தான் அரசுக்கு விசுவாசமாக இருக்க வேண்டும் என்று அதிகார மையங்கள் மக்களுக்குக் கற்பித்தன. 'தேசப்பற்று' என்ற ஆயுதம் மக்களுக்கு எதிராகத் திருப்பப்பட்டது. மதமும் கல்வியும் இலக்கியமும் அந்த அதிகார மையங்களோடு கைகோர்த்துக் கொள்ள, மக்கள் அனைவரும் அரசின் கீழே அடிமைகளாக வாழ்ந்தனர். இதில் பழைய அரசு புதிய அரசு, அந்த நாட்டு அரசு இந்தநாட்டு அரசு – என்று எந்த வேறுபாடும் இல்லை. போர்கள், பேரிடர்கள் – போன்றவை ஏற்படும் போது மக்களைப் பாதுகாக்க வேண்டிய அரசுகள் வரிகளை அதிகமாக்கி மக்களை இன்னும் துன்புறுத்தவே செய்தன.

வரிகள் என்ற பெயரில் மக்களைக் கொள்ளை அடித்ததாலும், அடிமைகள் என்ற பெயரில் சுதந்திர மனிதர்களைப் பிழிந்து வேலைகளைச் செய்ய வைத்ததாலும் பலம் அடைந்த அரசுகள் தங்களுக்குள் யார் வலிமை மிக்கவர்கள் என்று தெரிந்து கொள்ளும் ஆசைக்கு வந்தன. எந்த முகாந்திரமும் இல்லாமல் தங்கள் எல்லைகளை விரிவுபடுத்துவதற்காகவும், கொள்ளையடிக்கவும் போர்கள் மேற்கொள்ளப்பட்டன. போர்களில் வெற்றி பெற்ற நாடுகள் 'பேரரசு' என்ற நிலையை அடைந்தன. அன்றைய பேரசுப் போட்டியின் தொடர்ச்சியே இன்றைய வல்லரசுப் போட்டி.

உலகை ஆளும் ஆசையில் அனைத்து அரசுகளையும் விஞ்சி நின்ற ஒரு பேரரசு 'ரோமானியப் பேரரசு'. கிரேக்கர்களுக்குப் பின்னர் தோன்றிய ரோமானியர்கள் வளம் மிக்க கிரேக்க அரசையும், முழுமையான இத்தாலியையும் ஒரே குடையின் கீழ் இணைத்து தங்கள் நாட்டைப் பேரரசாக நிலைநிறுத்திக் கொண்டனர். ரோம் 'பேரரசுகளின் பேரரசாக' உருவெடுத்ததன் பலனாக பல பெரும் பணக்காரர்கள் ரோமானியப் பேரரசிலே

தோன்றினார்கள். பணக்காரர்கள் மூலம் ஆதாயம் பெற்ற அரசுகள் அவர்களுக்கு சலுகைகளையும், பதவிகளையும், அதிகாரங்களையும் வாரி வழங்கின. பின்னாட்களில் இவர்களில் பலர் அரச குடும்பத்துடன் திருமண உறவுகளையும் வைத்துக் கொண்டனர்.

ரோமானிய வரலாற்றில் 'பாம்பே' என்று அறியப்படும் செல்வந்தர், அன்றைய செல்வந்தர்களின் சமூக நிலையை நாம் அறிந்து கொள்ள ஒரு சிறந்த உதாரணம். இவரிடம் ரோமாபுரியின் பெரும்பாலான நிலங்கள் இருந்தன. அவற்றில் மிக அதிக எண்ணிக்கையிலான மக்கள் வசித்தார்கள். இவரது செல்வத்தை மெச்சிய ஜூலியஸ் சீசர் தனது மகளை இவருக்குத் திருமணம் செய்து வைத்தார்! ஆனால் பாம்பே பிற்காலத்தில் சீசரையே எதிர்த்து நின்றார். அப்போது பாம்பே தனது இடத்தில் வாடகைக்குக் குடியிருந்தவர்களைக் கொண்டு தனக்கு என பெரிய படையையே உருவாக்கி போர்புரிந்தார். கடைசியில் சீசரே இவரைப் போரிட்டுக் கொல்ல வேண்டியதாயிற்று.

ரோமானிய செல்வந்தர்களில் பலர் ஒருபோதும் பணத்தாசை தணியாதவர்களாக இருந்தனர். அவர்களுக்கு உலகின் முதன்மைப் பணக்காரர்களாக இருப்பது கூட பத்தவில்லை. பாம்பேவுக்கு சமகாலத்தவரான கிராசுஸ் அவர்களில் ஒருவர். இவர் ராணுவ ஜெனரலாகவும், ரோமானிய குறுநில ஆட்சியாளராகவும் இருந்து செல்வம் சேர்த்து ரோமாபுரியின் மிகப்பெரிய பணக்காரராக உயர்ந்தவர். இவர் தனது ஒவ்வொரு காசையும் அடாவடியின் மூலமும் அபகரிப்பின் மூலமும் சம்பாதித்தார். ரோமானிய சர்வாதிகாரி சுல்லாவின் கீழ் இவர் பணியாற்றிய போது, அரசருக்கு எதிராக செயல்பட்டதாக குற்றம் சுமத்தப்பட்டவர்களின் செல்வத்தை எல்லாம் இவர் தனது செல்வமாக்கினார். போர்க்குற்றவாளிகளின் சொத்துகளை அபகரித்தார். வெள்ளிச் சுரங்கத்தை விலைக்கு வாங்கி வணிகத்தில் ஈடுபட்டார்.

பாம்பே

ரோமாபுரியில் தீவிபத்தால் பாதிக்கப்பட்ட ஒரு கட்டடம் குறைந்த விலைக்கு விற்கப்பட்டதைக் கண்ட கிராசுஸ் ரோமாபுரியின் பல இடங்களில் தீவைத்து, பாதிக்கப்பட்ட வீடுகளை எல்லாம் விலை குறைத்து வாங்கினார். ஒரு கட்டத்தில் ரோமாபுரியில் பாதி வீடுகள் இவரது உரிமையில் இருந்தன.

கிராசுஸ்

பணம் யார்யாரிடம் இருக்கின்றது என்று அரசுக்குத் தெரிந்து இருந்தாலும், அவர்களைக் காரணமின்றி பகைத்துக் கொள்ள அரசுகள் தயாராக இல்லை. யாரிடம் கேட்டால் பணத்தை வாயை மூடிக் கொண்டு கொடுப்பார்களோ அந்த மக்களை அரசு பிழிந்து வரி வாங்கியது, யாரிடம் கேட்டால் பகைப்பார்களோ அந்த செல்வந்தர்களுக்கு பல விதங்களில் வரிவிலக்குகளை அரசு அளித்தது. விமானங்களுக்கு போடும் வெள்ளை பெட்ரோலுக்கு விலை குறைப்பு செய்து, பொது வாகனங்களுக்குப் போடும் சாதாரண பெட்ரோலுக்கு மடங்குகளில் வரி விதிக்கும் இன்றைய அரசின் செயல்முறையை ஒத்ததே இது.

வரியினால் வரும் வருவாய் நிரந்தரமான வருவாயாக இருந்தாலும், அதில் இருந்து குறிப்பிட்ட அளவுக்கும் மேலான பணத்தைக் குறுகிய காலத்தில் பெற முடியாது. அது போன்ற சமயங்களில் ஆட்சியாளர்கள் நாணயங்களைக் கட்டுப்படுத்துவது, சம்பள வெட்டு, பிரபுக்களின் சொத்தைக் கையகப்படுத்துவது – போன்ற செயல்களால் செல்வம் சேர்த்தனர். அதுவும் போதாதபோது புதிய வரிகள் விதிக்கப்பட்டன. ஒவ்வொரு புதிய வரியும் கடுமையான எதிர்ப்பையும், விமர்சனத்தையுமே சந்தித்தன என்ற போதும் அரசுகளுக்கு பணம் கண்ணுக்குத் தெரியும் போது காதுகளில் எதுவும் கேட்பது இல்லை.

சில நூற்றாண்டுகளில் ‘வரி விதிப்பு’ – என்பது அரசால் கூட கட்டுப்படுத்த முடியாததாக மாறியது. நேர்மை மிக்க ஆட்சியாளர்கள் கூட அதிக வரிகளை விதிப்பதை தவிர்க்க முடியாத ஒன்றாகவே கருதினர். தனிமனித வாழ்வில் எளிமையாக திகழ்ந்த பல ரோமானிய ஆட்சியாளர்கள், எதிர்கால மக்கள்

தங்களை நினைவில் வைத்துக் கொள்ள வேண்டும் என்பதற்காக ரோமில் பல பிரமாண்டமான கட்டுமானங்களை உருவாக்கினர். அதற்காக சமகால மக்களிடம் அதிக வரி வசூலித்தனர்.

இன்றும் நாம் பண்டைய ரோமாபுரியின் அழகையும் பிரமாண்டத்தையும் நினைவு கூர்ந்து வியக்க, வாழும் சான்றாக உள்ளது 'கொலோசியம்' என்ற பிரமாண்ட கட்டுமானம். இது பண்டைய ரோமாபுரியின் கொடூர விளையாட்டுகளை மக்கள் கண்டு களிக்க ஏற்படுத்தப்பட்ட பிரமாண்ட அரங்கம் ஆகும். நாணயங்கள் கண்டுபிடிக்கப்பட்ட 7 நூற்றாண்டுகள் கழித்து இதனைக் கட்டியவர் ரோமானிய அரசர் வெஸ்பேசியன் (கி.பி.70 – 79 இவரது ஆட்சிக் காலம்). இவர் கொலோசியம் தவிரவும் பல்வேறு பிரமாண்ட கட்டுமானங்களை ரோமில் ஏற்படுத்தினார் அவை எதுவும் இப்போது இல்லை. கட்டுமானங்களின் பிரமாண்டங்களுக்காக ரோமானிய வரலாறு இவரை நினைவு கூர்வதைப் போலவே, தனிமனித வாழ்வின் எளிமைக்கும், வரி வசூலில் கண்டிப்புக்கும் இவரை நினைவு கூர்கின்றது. தனது ஆடம்பரத்துக்காக அல்லாமல் ரோமாபுரியின் ஆடம்பரத்துக்காகவே இவர் செலவு செய்தார்.

ரோமாபுரியின் பொதுக் கழிப்பிடங்களுக்காக இவர் மக்களிடம் வரி வசூலித்த போது, இவரது செய்கையால் வெட்கப்பட்ட இவரது மகன் டைடஸ் இவரைக் கடுமையாக விமர்சிக்க, அத்தனையையும் அமைதியாகக் கேட்ட வெஸ்பேசியன் தனது புதிய கழிப்பிட வரியால் வந்த வரிப்பணத்தில் இருந்து ஒரு நாணயத்தை எடுத்தார். அதை டைடஸின் மூக்கிற்கு அருகில் நீட்டி,

'இது எங்கிருந்து வருகிறதோ அதன் வாசனை இதனோடு இருக்கிறதா? இது நன்றாகத்தானே மணக்கிறது?' – என்றார். நம்மூரில் 'நாய் விற்ற காசு குறைக்காது, மீன் விற்ற காசு நாறாது' என்று ஒரு பழமொழி உண்டு. அதன் அர்த்தமும் இதற்கு ஒப்பானதுதான்.

ஆட்சியாளர்கள் செல்வத்திற்காக வரிவிதிப்பை விரும்பினார்கள், ஆனால் மக்கள் வரிகளை எப்போதும் வெறுத்தார்கள், ஒருவேளை அவை எதிராளியின் மீது மட்டும் விதிக்கப்பட்டாலொழிய!. உலக வரலாற்றில் வரிகளுக்கு எதிரான பல போர்கள், புரட்சிகள், ஆட்சிமாற்றங்கள் ஏற்பட்டு உள்ளன. குறிப்பாக மத்திய காலங்களில் இவை மிகவும் அதிகம்.

கொலோசியம்

கி.பி.1358ஆம் ஆண்டில் இன்றைய மொரீசியஸ் பகுதியைச் சேர்ந்த பண்டைய நாடான ஐல்-டி-பிரான்சில் (Isle-de-France) புதிய வரியை எதிர்த்து மக்கள் புரட்சியில் ஈடுபட்டார்கள். கி.பி.1381ல் இங்கிலாந்தின் விவசாயிகள் தேர்தலுக்காக விதிக்கப்பட்ட புதிய வரியை எதிர்த்து புரட்சி செய்தார்கள். கி.பி.1548ல் கயானாவில் உப்பு வரிக்கு எதிரான புரட்சியில் மக்கள் ஈடுபட்டார்கள். இந்த புரட்சிகள் அனைத்தும் ஈவு இரக்கமற்ற முறையில் அரசுகளால் ஒடுக்கப்பட்டன, இவற்றை முன்னெடுத்த தலைவர்கள் ஒவ்வொருவரும் படுகொலை செய்யப்பட்டனர். ஆனால் அவற்றின் அதிர்வுகள் நெடுங்காலம் ஆட்சியாளர்களை பயத்தில் ஆழ்த்தின. ஆனால் இதையெல்லாம் கண்டு ஆட்சியாளர்கள் ஒருபோதும் வரிகளை விதிக்காமல் இருந்தது இல்லை. ஆசை யாரைத்தான் விட்டது?.

வெஸ்பேசியன்

இந்தக் காலங்களில் வரிகளுக்கு எதிரான முணுமுணுப்புகள் முழக்கங்களாகவும் பாடல்களாகவும் வடிவம் பெற்றன. இப்படி வரிக்கு எதிராகப் பாடப்பட்ட ஒரு பாட்டை இன்றும் உலகெங்கும் குழந்தைகள் பாடிக் கொண்டு இருக்கிறார்கள். அந்தப்

பாடல் ‘பாபா பிளாக் ஷீப்’. இங்கிலாந்தில் 1275ல் கம்பளி மீது அதிக வரிவிதிக்கப்பட்டது, அது 15 ஆம் நூற்றாண்டுவரை தொடர்ந்தது. அதை விமர்சனம் செய்து ‘ஆடுகளின் கம்பளியை அரசே பைக்கணக்கில் எடுத்துக் கொள்கிறது’ என்று எளிய மக்கள் பாடினர். இந்த பாடலின் இசையும் வரிகளும் சற்று மாற்றம் பெற்று இப்போதைய வடிவம் 1731ல் கிடைத்தது. இன்றுவரை அந்தப் பாடல் அப்படியே பாடப்படுகிறது.

விவசாயக் கூலிகள் நேரம் கடந்து இரவு வரை வேலை வாங்கப்படுவது குறித்த ‘தண்ணி கருத்துருச்சி... தவளைச் சத்தம் கேட்டுருச்சி... ஊரும் உறங்கிடுச்சி... புண்ணியரே ஆளைவிடும்’ என்ற நடவுப் பாடல் தமிழ் சினிமாவில் குத்துப் பாட்டானதை ஒத்தது இது.

வரிகளுக்கு எதிரான இப்படிப்பட்ட ஆரம்பகால புரட்சிகள், முழக்கங்கள் பெரும்பாலும் ஒடுக்கப்பட்டக் காரணம் இவற்றை முன்னெடுத்தவர்கள் பெரும்பாலும் தொழிலாளர்களாகவும் ஏழைகளாகவும் அதிகாரம் அற்றவர்களாகவும் இருந்தனர் என்பதுதான். வரிக்கு எதிரான புரட்சிகளின் தோல்விச் சரித்திரத்திற்கு முற்றுப்புள்ளி வைக்கும் விதமான ஒரு புரட்சி பிரித்தானிய அரசின் முதலாம் சார்லஸ் மன்னருக்கு எதிராக நடந்தது. இதனை சார்லசின் கப்பல் வரியால் பாதிக்கப்பட்ட இங்கிலாந்தின் செல்வந்தவர்கள் பின்னின்று இயக்கினர். இதனால் முதலில் சார்லஸின் கட்டற்ற அதிகாரங்களை இங்கிலாந்து நாடாளுமன்றம் மறுத்தது, நாடாளுமன்ற அனுமதி இல்லாமல் வரி வசூல் செய்யக் கூடாது என்றது. சார்லஸ் அடிப்படையில் அரசர்கள் அனைவரும் தெய்வீகத் தன்மை மிக்கவர்கள் என நம்பியதால் பாராளுமன்றத்திற்கு பணிய மறுத்தார். இதனால் 1642ல் உள்நாட்டுப்போர் தொடங்கியது. ஸ்காட்லாந்து, இங்கிலாந்து நாடாளுமன்றங்களின் ராணுவம் இந்த போரில் சார்லஸ்சின் ராணுவத்தைத் தோற்கடித்தன. கைதான சார்லஸ் அப்போதும் தனது நிலையில் உறுதியாக இருந்ததால் கி.பி.1649ஆம் ஆண்டின் ஜனவரியில் தூக்கில் போடப்பட்டார்! இங்கிலாந்து அரச குடும்பம் அதன் பின்னர் வரிவிவகாரங்களில் நாடாளுமன்றத்திற்கு முக்கியத்துவம் அளிக்கத் தொடங்கியது. ‘நாடாளுமன்றமே சட்டம் இயற்றப்படும் இடம்’ – என்று இந்திய அரசியலைப்பு கூறுவது இங்கிலாந்தின் தொடர்ச்சிதான்.

அரசர் முதலாம் சார்லஸ்

பாரபட்சமான வரிவிதிப்பு இன்றைக்கு ஒரு தேசத்தையே நம் முன்பாக உருவாக்கி உள்ளது. இங்கிலாந்தின் காலனி நாடாக அமெரிக்க கண்டம் இருந்தபோது, அமெரிக்காவில் இருந்து ஏற்றுமதியாகும் பொருட்களுக்கு வரி விதித்த இங்கிலாந்து, அமெரிக்காவுக்கு இங்கிலாந்தில் இருந்து இறக்குமதியாகும் பொருட்களுக்கு வரிவிதிக்க மறுத்தது. குறிப்பாக அமெரிக்கா தனது ஏற்றுமதி தேயிலைக்கு வரி கட்டிக் கொண்டிருந்தபோது, இங்கிலாந்து தனது தேயிலையை வரி ஏதும் இல்லாமல் அமெரிக்காவில் விற்றது, இச்செயல் அன்றைய அமெரிக்காவின் பாமர மக்கள் கூட தாங்கள் சுரண்டப்படுவதை உணரும்படிச் செய்தது.

கி.பி.1773ஆம் ஆண்டின் டிசம்பர் 16ஆம் நாளில், அமெரிக்காவின் பாஸ்டன் துறைமுகத்தில் நின்று கொண்டிருந்த மூன்று பிரிட்டிஷ் சரக்குக் கப்பல்களில் ஏறிய 150க்கும் மேற்பட்ட அமெரிக்கர்கள் அவற்றில் இருந்த தேநீர் பெட்டிகளை உடைத்துக் கடலில் போட்டனர். 'பாஸ்டன் தேநீர் விருந்து' என்று அழைக்கப்படும் இந்த நிகழ்வு அமெரிக்க சுதந்திரப் போரைத் தொடங்கி வைத்தது.

முற்காலத்தில் கிரேக்கமும் ரோமானியமுமான பேரரசுகளின் எழுச்சியில், அதனால் பயன்பெற்றவர்கள் குறுகிய எண்ணிக்கையிலான மக்களாகவே இருந்தனர். போர்கள் ஏற்படும் போதும், புரட்சி வெடிக்கும் போதும், ஒரு பேரரசன் வெகுண்டு எழுச்சி காணும் போதும் பெரும்பான்மை மக்கள் தங்கள் எண்ணிக்கைக்கு தக்க பலன்களைப் பெற்றனர். முந்தைய சிறுபான்மைப் பலனாளிகள் பாதிப்படைந்தனர். ஆனால் புதிய மாற்றத்தின் முடிவில் ஒரு புதிய சிறுபான்மைக்குழு மீண்டும் லாபம் அடையத் தொடங்கியது. அனைவருக்குமான வளம், வளர்ச்சி என்பது இறுதிவரை அங்கு சாத்தியமாக இருக்கவில்லை.

இதனால் ஏழைகளுக்கும் பணக்காரர்களுக்கும் இடையேயான இடைவெளி அங்கு அதிகரித்துக் கொண்டே சென்றது. கண்ணுக்கெட்டிய அளவுக்கும் அதிகமான நிலம் உடையவர்களும், கையளவு கூட நிலம் இல்லாதவர்களும் ஒரே நகரில் வாழ்ந்தனர். உலகின் முதன்மையான 100 பணக்காரர்களில் 4 பேர் வசிக்கும் மும்பையில் உலகின் மிகப்பெரிய குடிசைப்பகுதியான தாராவியும் இருப்பது தற்செயலானது அல்ல, அது பண்டைய கிரேக்க, ரோமானிய ஆட்சிகளின் தொடர்ச்சியே.

ரோமானிய நகரங்கள் அங்கு வாழ்வு தேடி வந்த ஆயிரமாயிரம் மக்களால் எப்போதும் கூட்டமான பகுதியாக மாறியது. அவர்கள் யாருக்கும் நிலம் இல்லை. அடுத்த வேளை உணவுக்கு என்ன செய்வது என்று அவர்களில் பெரும்பாலானவர்களுக்குத் தெரியாது. இந்த மக்களைக் கண்ட இவர்களின் சமகால ரோமானிய எழுத்தாளர்களான பிளினி (கி.பி.23–79) மற்றும் ஜூவேனல் (கி.பி.60 – 130) ஆகியோர்களின் எழுத்துகள் இந்த மக்களின் பாடுகளை இன்றும் நமக்குத் தோலுரித்துக் காட்டுகின்றன. மிகவும் இழிந்த நிலையில் வாழ்ந்தாலும் ரோமானிய ஏழைகள் அதனை எல்லாம் பெரிய பொருட்டாக எடுத்துக் கொள்ளவில்லை. அவர்கள் தங்களுக்காக இலவசமாகக் கொடுக்கப்பட வேண்டியவை என்று கருதியவை இரண்டுதான் ஒன்று ரொட்டித்துண்டு அடுத்தது சர்க்கஸ்! (அப்போது சர்க்கஸ்தான் பெரிய பொழுதுபோக்கு, இன்றைக்கு சினிமா போல).

பின்வந்த நூற்றாண்டுகளில் பிராங்குகள், வண்டல்கள், ஹங்குகள், கோத்தியர்கள் போன்ற பழங்குடி மக்களின் இடைவிடாத போர்களாலும், பல நாசவேலைகள் மற்றும் குழப்பங்களாலும் ரோமானியப் பேரரசு வீழ்ச்சியை சந்தித்தது. ஆனால் அதன் பேரரசுக் கனவு இன்னும் பல்வேறு நாடுகளை அழித்துக் கொண்டு இருக்கின்றது.

கிரேக்க, ரோமானியப் பேரசுகளின் எழுச்சிகளுக்குப் பின்னராக தங்கம் இருந்தது, பிற்கால வல்லரசுகளோ தாள்களால் எழுந்தன, அவை பணத்தாள்கள். அது குறித்து அடுத்த அத்தியாயத்தில் காண்போம்.

~

19

தங்கத்தை வீழ்த்திய தாள்கள்

தங்கத்தைப் பாதுகாக்க வேண்டும் என்ற எண்ணம் மனிதனை வங்கிகளில் கொண்டுபோய் நிறுத்தியது. பிறகு அந்த வங்கிகளே தங்கத்தைப் பிடுங்கிக் கொண்டு பதிலுக்குத் தாள்களைக் கொடுத்தன!. இந்த மாற்றம் சில ஆயிரம் ஆண்டுகளில் நடந்தது என்றாலும், இதனை முன்னெடுத்ததில் ஐரோப்பிய வங்கிகளுக்கே பங்கு அதிகம்.

ஐரோப்பிய வங்கிகளில் பணத்தாள்கள் அச்சிடும் முன்னர், வங்கிகளின் ரசீதுகள் பணத்தைப் போலப் புழங்கின. 13ஆம் நூற்றாண்டில் ஒரு வணிகர் ஒரு நகரத்தில் இருந்து இன்னொரு நகரத்திற்குச் செல்லும் போது அதிகப் பணத்தை நாணயமாகக் கொண்டு செல்வதில் பல சிக்கல்கள் இருந்தன. பாதுகாப்பான வண்டிகள், பாதுகாப்புக்கு ஆயுதங்களுடன் கூடிய ஆட்கள் என்று அவர்களின் பயணங்கள் ஜீவ மரணப் போராட்டங்களாக இருந்தன. இந்நிலையில் சீனாவின் பணத்தாள் பற்றிய மார்க்கோ போலோவின் குறிப்புகள் தாளில் பண மதிப்பைக் குறித்துப் பயன்படுத்த ஐரோப்பியர்களைத் தூண்டியது. ஆனால் அரசுக்கு இந்த சிந்தனையில் ஈடுபாடு இல்லை.

பல நகரங்களில் கிளைகள் வைத்திருந்த வங்கிகள் முதற்கட்டமாக, ஒரு கிளையில் பணம் செலுத்திய நபர், அதற்கான சீட்டை மட்டும் கொண்டு போய், வேறு கிளையில் கொடுத்துப் பணமாகப் பெற்றுக் கொள்ளலாம் என்ற வசதியை அறிமுகப்படுத்தின. இவற்றுக்கு 'Bill of exchange' என்று பெயர். இதனால் வணிகர்கள் அதிகம் பலன் பெற்றனர். வங்கிகளுக்கும் சேவைக் கட்டணம் உட்பட பல அனுகூலங்கள்

கிடைத்தன. வங்கிகளைத் தொடந்து பொற்கொல்லர்களும் தங்கள் வாடிக்கையாளர்களுக்கு பணச் சீட்டுகளைக் கொடுத்தனர். அவற்றில் தொகையானது ‘promise to pay’ என்று குறிக்கப்பட்டது. இந்த வாசகம் நமது இந்தியப் பணத்தாள் உட்பட பல பணத்தாள்களில் இன்றும் புழங்குகின்றது.

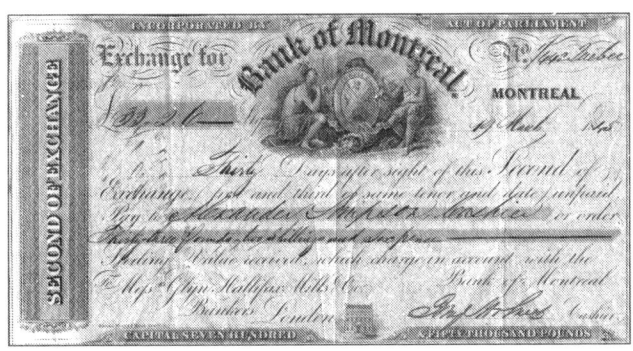

பில் ஆஃப் எக்ஸ்சேஞ்ச்

வங்கிகளிடம் இருந்தோ, பொற்கொல்லர்களிடம் இருந்தோ பணச் சீட்டுகளைப் பெற்ற ஒருவர் அதனைத் தானே கொண்டு சென்று கொடுக்க வேண்டும் என்ற அவசியம் இல்லை. அந்தச்சீட்டை யார் கொடுத்தாலும் அது செல்லும். இதனால் பணச்சீட்டுகளைப் பெற்ற ஒருவர் அதனை இன்னொருவருக்கு கைமாற்றாகக் கொடுக்கவோ, விற்கவோ, பந்தயப் பொருளாக வைத்து சூதாடவோ முடிந்தது. யாராவது ஒருவர் அதனை வங்கியில் கொடுத்து நாணயங்களை வாங்கும் வரைக்கும் அது ஒரு பணத்தாளைப் போலவே புழங்கியது.

பேங்க் ஆஃப் இங்கிலாந்து வங்கி அரசின் அனுமதியோடு பணத்தாள்களை அச்சிட ஆரம்பித்த பிறகு, உள்ளூர் வங்கிகளும் பொற்கொல்லர்களும் பயன்படுத்திய பணங்கள் செல்லாததாக அறிவிக்கப்பட்டன. ஆனால் கொடுப்பவரும் வாங்குபவரும் ஏற்றுக் கொண்ட ஒரு பணத்தாளை அரசால் கூட செல்லாததாக ஆக்கிவிட முடியாது. அது போல அரசின் பணத்தாளை மக்கள் மதிப்புக் குறைவு என்று கருதும் போது, அதன் மதிப்பை உயர்த்தவும் அரசால் முடியாது. அரசாங்கங்கள் பணத்தாள்களைக் கட்டுப்படுத்தத் தொடங்கிய பிறகும் கூட,

பல உள்ளூர் பணத்தாள்கள் உலகெங்கும் புழங்கின. அவை பற்றி மற்றொரு இடத்திலே பார்ப்போம்.

தங்கத்தை வைத்துக் கொண்டு, அது பெட்டகத்தில் உள்ளது என்பதற்கு அத்தாட்சியாக வங்கிகள் கொடுத்த தாள்கள்தான் பணத்தின் முன்னோடி என்று பார்த்தோம். இந்த நிலை தலைகீழாக மாறி, பல்லாயிரம் ஆண்டுகளாகத் தன்னைப் பணமாக நிலைநிறுத்திக் கொண்ட தங்கத்தை சாதாரண 'தாள்கள்' வீழ்த்தியது உலக பொருளாதாரத்தின் மிக முக்கிய நிகழ்வு. முதலில் தங்கத்துக்கு உறுதிப் பத்திரமாக இருந்த பணத்தாள்கள் இப்போது தாங்களே பணமாகிவிட்டன. 'என்னிடம் இருக்கும் தாளுக்கான தங்கம் எங்கே?' – என்று மக்கள் ஒருபோதும் கேட்க மாட்டார்கள் என்ற நம்பிக்கையில் தொடங்கிய இந்த மாற்றம் இப்போது பல நாடுகளிலும் தங்கக் கையிருப்புக்கும் பண வெளியீட்டுக்கும் தொடர்பே இல்லாமல் செய்துவிட்டது.

புரிந்துகொள்ள சற்று கடினமாக இருக்கின்றதா?. சில புள்ளிவிவரங்கள் உங்களுக்கு உதவக் கூடும். 2016ஆம் ஆண்டின் கணக்கெடுப்புப்படி உலகெங்கும் உள்ள மத்திய வங்கிகளிடம் உள்ள தங்கக் கையிருப்பு 0.84 டிரில்லியன் டாலர்கள் மதிப்புடையவை, ஆனால் அந்த வங்கிகள் வெளியிட்டு உள்ள பணத்தின் மதிப்போ 3.9 டிரில்லியன் டாலர்களுக்குச் சமம்!. 3 டிரில்லியன் டாலர் மதிப்புள்ள பணத்துக்குத் தங்கம் இல்லை!. அப்படியென்றால் அந்த பணத்துக்கு உண்மை மதிப்பு என்று ஒன்று இல்லவே இல்லை. இந்த திட்டமிடப்பட்ட பொருளாதார ஏமாற்றுவேலை உலக வரலாற்றில் பல படிநிலைகளில் நடந்த ஒன்று.

'பணத்தாள் என்பது என்ன, சாதாரண காகிதம்தானே ?' – இந்த மேற்கோளை நாம் பலரும் சொல்லக் கேட்டிருக்கலாம், ஆனால் அந்த காகிதத்தை மட்டும் நாம் அது செல்லும் வரை எந்தக் குப்பைத் தொட்டியிலும் காண முடியாது. அந்த உயரிய மதிப்பை அதற்குக் கொடுத்தவர்கள் மனிதர்கள்தான். உலகில் எந்த உயிரினத்துக்கும் 'பணம்' என்ற ஒன்றை நம்மால் புரியவே வைக்க முடியாது. ஒரு கழுதையிடம் நாம் வெள்ளைத் தாளைக் கொடுத்தாலும் தின்னும், 1000 ரூபாய் தாளைக் கொடுத்தாலும் தின்னும், '1000 ரூபாய்க்கு 10,000 வெள்ளைத் தாள்களை வாங்கித் தின்னலாம்' என்று கழுதைக்குத் தெரியாது.

அதேசமயம் ஒரு வெள்ளைத் தாளுக்கும் 1000 ரூபாய் தாளுக்கும் உண்மையான வேறுபாடு என்ன என்று நமக்கும் தெரியாது. பணத்தின் மதிப்பு முதலில் தங்கத்தில் இருந்தது, பின்னர் தாளுக்கு வந்தது, இப்போது அது எங்கு உள்ளது? – இதனை அறிய பணத்தாளின் வரலாற்றையும், 1970களுக்குப் பிறகு நடந்த உலகளாவிய மாற்றங்களையும் நாம் அறிய வேண்டும்.

பொருளாதார வரலாற்றின் ஆரம்ப காலங்களில் பணத்தாளை வெளியிடும் உரிமையைப் பெற்ற வங்கியானது, தனது பெட்டகத்தில் இருப்பில் உள்ள தங்கம் மற்றும் வெள்ளியின் மதிப்பை அடிப்படையாகக் கொண்டே அதே மதிப்பில் பணத்தாள்களை அச்சிட்டது என்று நாம் முன்னர் பார்த்தோம். உதாரணத்திற்கு 10 பவுண்ட் பணத்தாளை வெளியிடும் இங்கிலாந்து அரசு, தன்னிடம் உள்ள 10 பவுண்ட் மதிப்புள்ள தங்கம் அல்லது வெள்ளியின் மதிப்பை அடிப்படையாகக் கொண்டே அதனை அச்சிட்டது. நாளைக்கே ஒருவர் 'உன் பணம் வேண்டாம், என் தங்கத்தைத் திரும்பக் கொடு' – என்று வங்கியிடம் கேட்டால் அவர்கள் பணத்தாளை வாங்கி வைத்துக் கொண்டு, அதே மதிப்பிற்கான தங்கம் அல்லது வெள்ளியை பதிலுக்குத் தரவேண்டும். 1931 வரையில் இங்கிலாந்தும், 1971 வரையில் அமெரிக்காவும் அதைத்தான் செய்தன. (இப்படி நாட்டில் புழங்கும் பணத்தின் மதிப்பை நேரடியாக தங்கத்துடன் தொடர்புபடுத்துவதற்கு gold standard – என்று பெயர். இப்போது உலகின் எந்த நாடும் இதனைப் பின்பற்றுவது இல்லை. இதன் அர்த்தம் உலகின் எந்த நாட்டின் பணத்துக்கும் தங்கத்தோடு இப்போது நேரடித் தொடர்பு இல்லை என்பதுதான், இன்னும் சொல்லப்போனால் உலக நாடுகளின் பணங்களுக்கு தங்கம் என்று மட்டுமல்ல வேறு எந்த பொருளோடும் மதிப்பு ரீதியாகத் தொடர்பு இல்லை. இன்றைக்கு பணத்தின் மதிப்பை அரசின் 'ஆணை'யே தீர்மானிக்கின்றது. இதனால் இப்போதைய பணத்தாள்களுக்கு 'ஆணைத்தாள் பணம்' என்றும் ஒரு பெயர் உண்டு.)

வங்கியில் பணம் போட்டு வைத்த எல்லாருமே ஒரே சமயத்தில் வந்து ரசீது அல்லது பணத்தாளுக்கு உரிய தங்கத்தைக் கேட்கப் போவதில்லை என்பதால், வங்கி ரசீதுகள் பணமாகப் புழங்கிய ஆரம்பகாலத்தில் இருந்தே வங்கிகள் தங்கள் தங்கக் கையிருப்புக்கும் அதிகமாக பணத்தை

அச்சிட்டு வெளியிட்டன. இதன் மூலம் உபரி வருவாய் அவர்களுக்குக் கிடைத்தது. பணத்தாளை அச்சிடும் செலவு மட்டும்தான் அவர்களின் மூலதனம், உலகின் மிக அதிக லாபமுள்ள தொழில் என்று இதனைக் கூறலாம். ஆனால் ஒரு வேளை எல்லா வாடிக்கையாளர்களும் ஒன்றாக வந்து தங்கம் கேட்டால் இவர்கள் ஒரே நாளில் திவால் ஆவது நிச்சயம். அதனால்தான் வங்கித் தொழிலில் ஈடுபடுபவர்களுக்கு மக்களின் நம்பிக்கை ஒரு பிரதான சொத்தாக இருந்தது. தவிர தன்னிடம் பணம் போட்டவர்கள் அனைவரும் ஒரே சமயத்தில் வந்து பணம் கேட்பதைத் தவிர்க்க வங்கிகளிடம் பல திட்டங்களும் தந்திரங்களும் உள்ளன. உதாரணமாக சில ஆண்டுகளுக்கு பணத்தை திரும்பக் கேட்க வாய்ப்பில்லாத 'ஃபிக்ஸட் டெபாசிட்'களை வங்கிகள் அதிகம் வரவேற்கின்றன, அவற்றுக்கு வட்டியையும் சாதாரண டெபாசிட்டின் வட்டியை விடவும் அதிகமாகக் கொடுக்கின்றன. இது போன்ற பல திட்டங்கள் நமக்கு நன்றாகத் தெரிந்தவையாக இருக்கும். சில தந்திரங்களோ நாம் அறியாதவை.

வங்கியில் பணம் இருக்கும் நாள் எல்லாம் வட்டி கிடைக்கும் என நினைத்து சிறிய தொகைகளைக் கூட அவ்வப்போது வங்கியில் போட்டு வைப்பவர்களும், வங்கிகள் மூலம் சம்பளம் பெறும் நபர்களும் நம்மில் அதிக எண்ணிக்கையில் உள்ளனர். வங்கிகள் இவர்களுக்கு காலாண்டுக்கு 3.5% வட்டி கொடுப்பதாக கூறுகின்றன. இவர்கள் பெரும்பாலும் தங்கள் பணத்தை மாதத்தின் முதல் வாரத்திலேயே எடுத்து விடுகின்றனர். இவர்கள் அதிக நாட்கள் பணத்தை எடுக்காமல் இருக்கவும், விரைவில் பணம் எடுப்பவர்களுக்கு வட்டியின் பலன் கிடைக்காமல் செய்வதற்கும் வங்கிகள் ஒரு தந்திரத்தைக் கையாண்டன. இதன்படி மாதத்தின் 10ஆம் தேதியில் இருந்து 30ஆம் தேதி வரையிலான 20 நாட்களில் எந்த நாளில் உங்கள் வங்கிக் கணக்கில் குறைந்த பணம் உள்ளதோ அந்தத் தொகையே உங்களின் அந்த மாதத்திற்கு உரிய வைப்புத் தொகையாக வங்கியால் கருதப்படும். உதாரணத்திற்கு உங்கள் வங்கிக் கணக்கில் மாதத்தின் முதல்நாள் சம்பளப்பணம் 50 ஆயிரம் இருக்கிறது, மாதத்தின் நடுவில் 10 ஆயிரம் இருக்கிறது, மாத இறுதியில் 5 ரூபாய் இருக்கிறது என்றால், உங்களுக்கு அந்த மாதத்திற்கு உரிய தொகையாக 5 ரூபாய் மட்டுமே குறிக்கப்படும். இப்படியாக குறிக்கப்படும் 3 மாதத் தொகைகளைக் கொண்டே உங்களுக்கு

90 நாட்களுக்கு 3.5% வட்டி கொடுக்கப்படும் (மாதவட்டி சுமார் 1%தான்!). இந்த வட்டிமுறைதான் இந்தியாவெங்கும் 2010வரை பின்பற்றப்பட்டது. இப்போது நாள்வட்டி விகிதம் ரிசர்வ் வங்கியால் பயன்பாட்டிற்குக் கொண்டுவரப் பட்டுள்ளது. இந்த முறையில் வங்கிக் கணக்கில் ஒவ்வொரு நாளும் உள்ள தொகைகள் அனைத்தும் கணக்கில் எடுத்துக் கொள்ளப்படும், ஆனால் இப்போதும் உலகின் பல ஏழை நாடுகளில் பழைய முறையே பின்பற்றப்படுகின்றது.

இதுபோன்ற தந்திரங்களால்தான் வங்கிகள் தொடர்ந்து வளர்ச்சி பெற்று வருகின்றன. மக்கள் வங்கிகளின் பின்னால் அலைபவர்களாக மாறிக் கொண்டே வருகிறார்கள். ஆனால் இவர்களின் உண்மை முகத்தை ஒருவர் தெரிந்து கொள்ளும் போது, அந்த அறிவை மட்டுமே வைத்து அவர் செல்வந்தராகிவிட முடிகிறது.

உலகெங்கும் தனிநபர்கள் குறிப்பாக அரசு ஆசீர்வாதம் பெற்ற தொழில் அதிபர்கள் வங்கிகளை எவ்வாறு எல்லாம் பதம் பார்க்கிறார்கள் என்று தினசரி செய்தித் தாள்களில் நாம் பார்க்கிறோம். இவற்றுக்கு சற்றும் குறையாத வஞ்ச வரலாறு வங்கிகளுக்கும் உண்டு. பெரும்பான்மை மக்கள் வங்கிகளைப் பயன்படுத்தும் ஐரோப்பிய நாடுகளில் மக்களையும் நாட்டின் பொருளாதாரத்தையும் பல வங்கிகள் பதம் பார்த்து உள்ளன. இந்த வரலாற்றை அறிந்து கொள்ள உங்களுக்கு ஜான்லாவைத் தெரிந்திருக்க வேண்டுமே...

~

20
ஜான் லா எனும் பொருளாதார சூதாடி

17ஆம் நூற்றாண்டின் இங்கிலாந்தில் பிரபலமாக இருந்த ஒரு மைனர்தான் ஜான் லா. இவர் கி.பி.1694ஆம் ஆண்டில் லண்டனில் ஒரு பெண்ணுக்காகவும் கொஞ்சம் பணத்துக்காவும் நடந்த கைக்கலப்பில் எதிராளியைப் படுகொலை செய்த புகழுக்குச் சொந்தக்காரர். அதற்காக இங்கிலாந்து நீதிமன்றம் இவருக்கு மரண தண்டனையையும் விதித்தது. ஆனால் காவலர்களிடம் இருந்து தந்திரமாகத் தப்பிய ஜான் லா ஸ்காட்லாந்து, இத்தாலி, ஹாலந்து, ஜெர்மனி – என்று

ஜான் லா

சட்டவிரோதமாக உலகம் சுற்றினார், சென்ற இடங்களில் எல்லாம் சூதாட்டமும் கும்மாளமுமாக வாழ்வாங்கு வாழ்ந்தார்.

பலநாடுகளிலும் சூதாடி பலதரப்பட்ட பணத்தாள்களை அள்ளி அணைத்து, வாரி இறைத்து சூதாட்டத்தில் கரைகண்ட பின்னர் இவருக்கு வங்கிகள் எப்படி இயங்குகின்றன, பணத்தாள்கள் எவ்வாறு உருவாக்கப்படுகின்றன என்றெல்லாம் அறியும் ஆர்வம் வந்தது. அதில் இவர் தனது கவனத்தை செலுத்த, வங்கிகளின் செயல்பாட்டில் பல ஓட்டைகள் இருப்பதை இவரது குறுக்குபுத்தி உடனே அடையாளமும் கண்டு கொண்டது. குறிப்பாக பேங்க் ஆப் இங்கிலாந்து எப்படி அரசின் கடனை மக்களின் செல்வத்தைக் கொண்டு அடைத்தது என்ற சூட்சுமத்தை ஜான் லா தெரிந்து கொண்டார், அன்றைக்கு அந்த ரகசியத்திற்கு விலையே இல்லை. பொருளாதாரப் படிப்புகளில் அனைவருக்கும் வாய்ப்பு இருக்கும் இன்றைக்கே நமக்கு வங்கிகளின் லட்சணம் தெரியாத நிலையில், அன்றைக்கு அரசர்கள் கூட வங்கிகள் இயங்கும் வழிமுறைகளைப் பற்றி அறியாதவர்களாக இருந்தார்கள். இதனால் ஜான் லா தனது சூதாட்ட முகத்தை மறைத்து, பொருளாதார அறிஞராக தன்னை வெளிப்படுத்தி வாய்ப்புகள் தேடினார். காலம் அவருக்கு விரைவிலேயே கூடியது. கி.பி.1715ஆம் ஆண்டில் ஜான் லாவுக்கு பிரான்சில் தனது பொருளாதார அறிவைப் பரிசோதித்துப் பார்க்க ஒரு பெரிய வாய்ப்பு கிடைத்தது.

அதுவரை பிரான்சை ஆண்டு கொண்டிருந்த வரலாற்றுப் புகழ் பெற்ற பேரரசர் 14ஆம் லூயி அப்போது ஏராளமான கடன்களை நாட்டின் தலையில் வைத்துவிட்டு இறந்திருந்தார். அவருக்கு அடுத்த வாரிசான 15ஆம் லூயிக்கு அப்போது 5 வயதுதான் ஆகியிருந்தது, அதனால் நாட்டின் உண்மையான அதிகாரம் ஆர்லயன்ஸ் பிரபுவின் (Duke of Orleance – இது ஒரு கவுரவ பதவி, பிரெஞ்சு அரசர்கள் கி.பி.14ஆம் நூற்றாண்டு முதல் இந்தப் பதவிக்கு ஆட்களை நியமிக்கிறார்கள். பல இளவரசர்கள் இந்தப் பதவியில் இருந்து அரசரானார்கள்) கைக்கு வந்திருந்தது. ஆனால் தலைமேல் சூழ்ந்த கடன்களை எப்படி சமாளிப்பது என்று பிரபுவுக்கும் தெரியாத நிலையில் நாடே ஒரு குழப்பமான சூழலில் தவித்தது.

இந்தச் சூழலைப் பயன்படுத்திக் கொண்டு ஆர்லயன்ஸ் பிரபுவிடம் 'எந்தப் பொருளாதாரக் குழப்பத்தையும் சமாளிக்க

தன்னால் முடியும்' – என்று ஜான் லா கதை கட்டினார். எதைத்தின்றால் பித்தம் தெளியும் என்ற நிலையில் இருந்த ஆர்லயன்ஸ் பிரபுவுக்கு அப்போதைக்கு ஜான் லா ஒரு தேவ தூதராகத் தெரிந்தார் என்பதுதான் உண்மை, அவர் ஜான்லாவை மலைபோல நம்ப ஆரம்பித்தார். அதை ஜான்லாவும் உணர்ந்தார்.

பிரான்ஸ் தேசத்தின் பணத்தாள்களை அச்சடிக்கும் உரிமையுடைய ஒரு வங்கியை ஆரம்பிப்பது தொடர்பாக ஆர்லயன்ஸ் பிரபுவுடன் ஜான்லா ஒரு ஒப்பந்தம் போட்டார். அதன் மூலம் இங்கிலாந்தின் வங்கி முன்மாதிரியை பிரான்சில் புகுத்திய ஜான்லா பிரான்சின் மத்திய வங்கி என்று இப்போதும் அழைக்கப்படும் வங்கியை அங்கு உடனடியாகத் தொடங்கினார். அந்த வங்கியின் பணத்தாள்கள் இங்கிலாந்து அரசைப் போலவே பிரான்ஸ் அரசையும் பொருளாதாரச் சிக்கல்களில் இருந்து காப்பாற்ற, கி.பி.1719ஆம் ஆண்டில் ஜான் லா ஒரேயடியாக பிரான்சின் நிதி அமைச்சராக உயர்ந்தார்!.

இவ்வளவு பெரிய உயரத்திற்குப் போனாலும், ஜான் லாவின் குறுக்கு புத்தி அவரை நிம்மதியாக இருக்க விடவில்லை. மேலும் மேலும் அதிகாரத்தை தன் பக்கமும் வங்கியின் பக்கமும் அவர் தன்னிச்சையாக குவிக்க ஆரம்பித்தார். அவரது தலைமையில் இயங்கிய பிரான்ஸ் மத்திய வங்கி அமெரிக்காவின் லூசியானா மாகாணத்தில் இருந்த மிசிசிப்பி குடியேற்றப் பகுதியை தனது கட்டுப்பாட்டில் எடுத்துக் கொண்டது, கடல் தாண்டி வணிகம் செய்யும் பல்வேறு பிரெஞ்சு வணிக நிறுவனங்களையும் வளைத்து தன் வசமாக்கியது. இப்படி ஒரு குட்டி அரசாங்கமே ஜான்லாவையும் அவரது வங்கியையும் சுற்றி கட்டமைக்கப்பட்டது.

இந்த தொடர் நடவடிக்கைகளில் ஜான்லாவின் வங்கிக்கு இருந்த அரசியல் செல்வாக்கைப் பார்த்த பிரான்ஸ் மக்கள், அதன் பங்குகளை வாங்குவதில் அதிக ஆர்வம் காட்டினர். பிரான்ஸ் மத்திய வங்கி வெளியிட்ட பணத்தாள்களும் அதன் பங்குகளும் விரைவில் தீர்ந்தன. பிரான்சின் அரசும் மக்களும் காட்டிய அதீத நம்பிக்கை ஜான்லாவை மீண்டும் ஒரு சூதாடியாக்கியது. மக்களின் தேவைக்கு தகுந்த எண்ணிக்கையில் பணமும் பங்குகளும் இல்லாத நிலையில், அதிக பங்குகளையும் பணத்தையும் அரசுடனான ஒப்பந்தத்திற்கு எதிராக கணக்கு வழக்கு இல்லாமல் அச்சடித்து புழங்கவிட்டு லாபம் பார்க்கத்

தொடங்கினார் ஜான் லா. இதையெல்லாம் அறியும் அக்கரையோ அறிவோ அன்றைய பிரான்சு மக்களுக்கு இல்லை. விளைவுகள் வீரியமெடுத்த பின்னர்தான் ஜான்லாவின் கூத்துகள் உலகத்தின் பார்வைக்கே வந்தன.

மிக அதிக எண்ணிக்கையில் வெளியிடப்பட்டதால் காலப்போக்கில் ஜான் லா வெளியிட்ட பங்குகளும் பணத்தாள்களும் தங்கள் மதிப்பை இழக்கத் தொடங்கின, மக்கள் அவற்றை கைமாற்ற படாத பாடு படவேண்டிய நிலை வந்தது, பொருள் வைத்திருந்தவர்கள் பணத்தாள்களைக் கண்டு அஞ்சி ஓடினர், பங்குகளை விற்கப் போனவர்களையோ பணத்தாள்களே வரவேற்றன. மக்கள் யாரிடமும் சில்லறை இல்லை. இப்படியாக பிரென்சுப் பணத்தாள்கள் எல்லாம் மிகக் குறுகிய காலத்தில் அறிவிக்கப்படாத செல்லாத நோட்டுகளாகின. பிரெஞ்சுப் பொருளாதாரம் ஆழம் தெரியாத குழியில் குப்புற வீழ்ந்தது. பல போர்களின் மூலம் பெற்ற பேரரசு என்ற நிலையை, ஒரே பொருளாதார சீரழிவில் பிரான்சு இழந்தது. பிரான்சின் மக்கள் தங்கள் முழுப் பணமும் செல்லாத நோட்டுகளானதைக் கண்டு கண்ணீர் விட்டனர். அரசுக்கு எதிராக மக்களும் தலைவர்களும் வெகுண்டனர். பிரான்சின் தற்காலிக அரசு இந்தச் சூழலை சமாளிக்க முடியாமல் ராஜினாமா செய்தது!. இதன் பின்னர் பிரான்சில் இயல்புநிலை திரும்ப பல பத்தாண்டுகள் ஆகின.

இந்த நிகழ்ச்சி 'மிசிசிப்பி நீர்க்குமிழ் (mississippi Bubble)' – என்று வரலாற்றால் அழைக்கப்படுகின்றது. வங்கிகளில் பணத்தாள்கள் அறிமுகமான சில நூற்றாண்டு காலத்திலேயே அதன் இன்னொரு பக்கத்தையும் உலகம் இந்த நிகழ்வினால் அறிந்து கொண்டது. உலகப் பொருளாதாரத்தின் பாலபாடங்களில் ஒன்றாக இந்த நிகழ்வு பார்க்கப்படுகிறது. இதனைத் தெரிந்து கொள்ளாமல் உங்களால் வங்கிகளைப் பற்றித் தெரிந்து கொள்ள முடியாது. இதைப் பல பொருளாதார அறிஞர்களும் பல பொருளாதார வரையறைகளில் எடுத்துக்காட்டாகப் பயன்படுத்தி உள்ளனர். பல கோணங்களில் அவர்கள் இந்த நிகழ்வை விவரிக்கின்றனர்.

கி.பி.18ஆம் நூற்றாண்டின் தொழிற்புரட்சிக்கு வித்திட்டவரும் 'பொருளாதாரத்தின் தந்தை' என்று அழைக்கப்படும் சிறப்புடையவருமான ஆடம் ஸ்மித், ஜான் லாவின் செயல்திட்டத்தை 'வங்கி நடைமுறைகளிலும் பங்கு

வர்த்தகத்திலும் அதுவரை உலகம் கண்டிராத மிக ஆடம்பரமான செயல்திட்டம்' – என்று வர்ணிக்கிறார். பிரெஞ்சுப் புரட்சியின் காரண கர்த்தாக்களில் ஒருவரான எழுத்தாளர் வால்டேர் 'ஒரு முன்பின்னறியாத அன்னிய நாட்டவருக்கு வழங்கப்பட்ட மிகப்பெரிய வாய்ப்பால் பிரான்சின் ஒட்டுமொத்த நலனுக்கு எதிராக நிகழ்த்தப்பட்ட குற்றம்' – என்று அதனை வர்ணிக்கிறார். கம்யூனிஸ்டுகளின் வேதமான 'மூலதனத்தை' எழுதிய காரல் மார்க்ஸ் ஜான் லாவின் செயல்திட்டத்தை வெறுக்கும் அதே நேரம் அவரது தொலைநோக்கை வியக்கிறார், 'ஒரு மோசடிக்காரனையும் ஒரு தீர்க்கதரிசியையும் ஒன்றாகக் கலந்த சரிவிகிதக் கலவைதான் ஜான் லா' – என்பவை மார்க்ஸின் வார்த்தைகள்.

ஆனால் ஜான்லாவை நாம் மட்டுமல்ல, அவரது அண்மைக் கால பிரான்சு மக்களே பின்னர் மறந்து போனார்கள். அதற்கான விலையையும் அவர்கள் கொடுத்தார்கள். மிசிசிப்பியின் அமளிகள் அடங்கிய பிறகு, அடுத்த 70 ஆண்டுகள் கழித்து பிரான்சில் புரட்சியாளர்களின் ஆட்சி கி.பி.1789 முதல் கி.பி.1796 வரையில் நடந்தது. இப்போது அரசின் வங்கிகள் புரட்சியாளர்களின் கைகளுக்குப் போனதால் அவர்கள் தங்கள் இஷ்டத்திற்கு பணத்தாள்களை அச்சடிக்க, அந்தப் பணத்தாள்களின் மதிப்பு அவற்றின் அச்சுக் கூலிச் செலவுக்கும் கீழாக விழுந்தது. மக்கள் மீண்டும் ஜான் லாவை இப்போது நினைவு கூர்ந்தார்கள். பிரான்சின் வர்த்தகப் பிரிவினர் பணத்தாள்களை நவீன பிரான்சின் பொருளாதார வளர்ச்சிக்கு எதிரானவை என்று கருதி வெறுக்கும் அளவுக்கு இந்த இரண்டு நிகழ்வுகளும் பிரான்சில் ஆழமான வடுக்களை ஏற்படுத்தின. இந்த வரலாறு தெரிந்தவர்கள் யாரும் பணத்தாளை பணத்தின் உண்மையான வடிவமாக ஏற்றுக் கொள்ள மாட்டார்கள். ஆனால் மக்களில் பலருக்கு ஜான்லாவைத் தெரியாதது தற்செயலானது அல்ல.

இப்போது வங்கிகளில் எந்தப் புதிய திட்டங்கள் வந்தாலும், அவற்றைப் பயன்படுத்தும் ஜான் லாக்கள் தொடர்ந்து வந்து கொண்டேதான் இருக்கிறார்கள். அரசு 'மக்கள் அனைவருக்குமான திட்டம்' என்று சொல்லி எந்த எந்த திட்டங்களை எல்லாம் கொண்டு வருகின்றதோ அதையெல்லாம் பொருளாதாரம் மற்றும் வங்கி செயல்படும் விதம் ஆகிவற்றைப் பற்றித் தெரிந்தவர்கள் தங்களுக்கு சாதகமாக மாற்றி அசுர வளர்ச்சியை

அடைகின்றனர். ஏழைகள் நலனுக்காக வகுக்கப்படும் பல திட்டங்கள் மறைமுகமாக ஏழைகள் உருவாவதை வளர்ப்பது இப்படித்தான்.

ஒரு கட்டத்தில் வங்கிகள் அவை எப்படித் தோன்றி வளர்ந்தனவோ, அதற்குத் தொடர்பில்லாத பாதையில் பயணிக்கத் தொடங்க அவை கற்ற தந்திரங்கள் உதவின. தங்கத்தை வைக்கும் இடங்களாக தொடங்கிய வங்கியின் கதையில் இப்போது தங்கம் என்ற பாத்திரமே இல்லை. ஆனால் தங்கத்திற்கு கொடுக்கப்பட்ட ரசீதின் பாத்திரம் இருக்கிறது. பொருளாதாரத் தத்துவங்கள் இயற்கைத் தத்துவங்களில் இருந்து மாறுபட்டவை, இயற்கை நெருப்பில்லாமல் புகையாது என்று சொன்னால், பொருளாதாரத்தில் நெருப்பு என்ன காற்றே இல்லாமல் கூட புகை வரும்!. தங்கம் இல்லாமல் கூடப் பணம் வரும். இந்த மாயத்தை நிகழ்த்தியவர்கள் யார் என்று கொஞ்சம் பார்த்துவிட்டு, பிறகு தங்கமும் தாளும் வேறான கதையைத் தொடர்வோம்.

~

21

புராட்டஸ்டண்டுகளின் எழுச்சியும் நவீன ஐரோப்பாவும்...

உலகம் பணத்தால் இயக்கப்படுவதை உலகத்திற்கு உறுதி செய்து சொன்னவர்கள் புராட்டஸ்டண்டு கிறிஸ்தவர்கள். இவர்கள் பணம் சம்பாதிப்பது தொடர்பாக கண்டறிந்த பல பொருளாதார வழிகள் இன்று பொருளாதாரத் தத்துவங்களாகவே மாறிவிட்டன. குறிப்பாக பிரிட்டனின் நாணயமான 'பவுண்ட்' சர்வதேச அளவில் மதிப்பு பெற்றதில் இவர்களின் பங்கு அளப்பறியது. இவர்களின் பொருளாதாரப் பயணம் நீண்டது, மிக முக்கியத்துவமும் வாய்ந்தது. அதைப் பற்றி சுருக்கமாக அறிந்து கொள்வோம்.

இன்றைய நவீன உலகில் இரும்புப் பாலங்கள் அடிப்படைக் கட்டுமானங்களில் ஒன்றாகப் பார்க்கப்படுகின்றன. இந்தியாவின் நெடுஞ்சாலைகளில் உள்ள பாலங்கள் 33,000 கிலோ வரையிலான எடையுள்ள சுமையுந்துகளைத் தாங்கக் கூடியவை. அமெரிக்க தொழிற்சாலைப் பகுதிகளில் உள்ள பாலங்களால் 1லட்சம் கிலோ வரையிலான எடை கொண்ட வாகனங்களைத் தாங்க முடியும். 1700களில் உலகம் இப்படி இல்லை. முன்பு பாலங்கள் என்றால் அவை மக்கள் ஒருவர்பின் ஒருவராக கடக்கக் கூடியவையாக இருந்தன, வாகனங்கள் செல்வது கடினம், கனரக வாகனங்கள் கடக்க வாய்ப்பே இல்லை!. பண்டைய ஐரோப்பாவில் 1000 கிலோ எடை கொண்ட வாகனத்தைத் தாங்கும் பாலங்களையே நாம் விரல்விட்டு எண்ணிவிடலாம், இவையும் அரசர்கள் செல்லும் ராஜபாட்டைகளுக்காக கட்டப்பட்டவையாக இருந்தன. கனரக வாகனங்களின் பயணம்

பாலங்களால் தடைபடும் என்ற போது, வலுவற்ற பாலங்கள் அன்றைய உலகின் வளர்ச்சிக்கான மாபெரும் தடைகளுள் ஒன்றாக இருந்தன.

முதலாம் ஆப்ரஹாம் டெர்பி

இந்நிலையில் உலகின் முதல் இரும்புப் பாலத்தைக் கட்டி, வலிமையான பாலங்களை வணிக உலகுக்குள் அறிமுகப்படுத்தியவர் இங்கிலாந்தைச் சேர்ந்த மூன்றாம் ஆப்ரஹாம் டெர்பி. இவர் அந்தப் பாலத்தை கி.பி.1779ஆம் ஆண்டில் இங்கிலாந்தின் ஷ்ரோப்சையரில் கட்டினார். இவரது தாத்தா முதலாம் ஆப்ரஹாம் டெர்பி (கி.பி. 1678-1717) அதுவரை இரும்பை உருக்க மரக்கரியில் மூட்டப்பட்ட நெருப்பு மட்டுமே பயன்படுத்தப்பட்ட நிலையை மாற்றி, ஆற்றல் மிக்க நிலக்கரியின் மூலம் இரும்பை விரைவாக உருக்கி, வேலையை எளிமைப்படுத்தினார். இவரது கண்டுபிடிப்பினால் பெரிய இரும்புக் கட்டுமானங்கள் சாத்தியமாகின. அதனைப் பேரன் பயன்படுத்திக் கொண்டார் (இந்த முறை இவர்களுக்கும் முன்பாக தமிழகத்தில் இருந்தது. எனது ஆயுத தேசம் நூலில் இது குறித்து விளக்கி உள்ளேன்).

முதல் இரும்புப் பாலம்

மூன்றாம் ஆப்ரஹாம் டெர்பி முதல் இரும்புப் பாலத்தைக் கட்டுவதில் அடைந்த வெற்றி, அன்றைய ஐரோப்பா முழுவதும் பலத்த தொழில் அலையை ஏற்படுத்தியது. பாலங்கள் மட்டுமன்றி கப்பல்களும், தண்டவாளங்களும், தொழிற்சாலைகளும் இரும்பினால் அதே முறையில் கட்டப்பட திட்டங்கள் வகுக்கப்பட்டன. தொழில் அதிபர்கள், அரசர்கள் எல்லாம் டெர்பிக்கு வாடிக்கையாளர்களானார்கள். கட்டுமானப் பணிகள் வரலாறு காணாத அளவில் சூடுபிடிக்க, ஐரோப்பாவில் தொழிற் புரட்சியின் விதை ஊன்றப்பட்டது. டெர்பி குடும்பத்தினர் ஐரோப்பா முழுவதற்கும் இரும்பை அள்ளிக் கொடுத்ததனால் அவர்களிடம் வணிகம் செய்ய எல்லோரும் பிரிட்டனின் நாணயமான ஸ்டெர்லிங் பவுண்டின் பக்கம் சாய்ந்தார்கள். சில ஆண்டுகளில் பிரிட்டன் பவுண்ட் சர்வதேச நாணயமானது, லண்டன் உலகப் பொருளாதாரத்தின் மையமானது.

இந்த டெர்பி குடும்பத்தினர் அடிப்படையில் புராட்டஸ்டண்டு களாக இருந்தார்கள். அப்போது கத்தோலிக கிறிஸ்துவர்களின் கை ஐரோப்பா முழுவதும் ஓங்கியிருந்ததால், புராட்டஸ்டண்டு பிரிவைப் பின்பற்றிய லட்சக்கணக்கான மக்கள் அந்த ஒரே காரணத்தினால் கல்லூரிகளில் இருந்தும், தொழில் வாய்ப்புகளில் இருந்தும் ஏன் ராணுவத்தில் இருந்தும் கூட வெளியேற்றப்பட்டு இருந்தனர். அவர்களை டெர்பி குடும்பம் தனது தொழில் செயல்பாடுகளில் கைகொடுத்து மேலே தூக்கியது. இப்படிக் கைத்தூக்கி விடப்பட்ட குடும்பங்களில் பார்க்லே மற்றும் லாயிட்ஸ் ஆகிய இரண்டு குடும்பங்கள் மிக முக்கியமானவை.

இரும்பு அடிப்பவர்களாக வணிகத்துறையில் எட்டிப்பார்த்து, இரும்புப் பட்டறை முதலாளிகளாக வளர்ந்து, இரும்புத் துறையில் ஈடுபட்டுள்ள பிறருக்கு கடன் கொடுத்து வாங்கி, ஒரு கட்டத்தில் வங்கிச் சேவைகளைத் தொடங்கி அடுத்த 250 ஆண்டுகளுக்கு தலைமுறை தலைமுறையாக வணிகத்துறையில் கோலோச்சிய இவர்கள் பின்னர் ‘பார்க்லே அண்டு லாயிட்ஸ்’ என்ற பன்னாட்டு வங்கியை நிறுவினார்கள். இன்றைக்கும் உலகின் மிகப்பெரிய வங்கிகளில் ஒன்றாகவும், உலகப் பொருளாதாரத்தை ஆட்டுவிக்கும் ஆற்றல் மையங்களில் ஒன்றாகவும் அந்த பன்னாட்டு வங்கி உள்ளது.

இங்கிலாந்தின் இந்த தொழிற்துறை வளர்ச்சி, அதுவரை தங்கத்தின் பின்னும் மிளகின் பின்னும் ஓடிய ஐரோப்பிய

கப்பல்களின் பாதையை திசை மாற்றியது. ஐரோப்பா, அமெரிக்கா, ஆப்ரிக்கா ஆகிய நாடுகளுக்கு இடையே ஒரு புதிய வணிக முக்கோணம் இதனால் உருவானது. ஐரோப்பாவில், குறிப்பாக பிரிட்டனில் இருந்து ஜவுளிகளோடும், இரும்போடும், துப்பாக்கிகளோடும் புறப்படும் வணிகக் கப்பல்கள் முதலில் ஆப்ரிக்கா சென்றன. அங்கே அவற்றைக் கொடுத்து அடிமைகளை அவர்கள் பண்டமாற்றாகப் பெற்றனர். இப்படியாகப் பெறப்பட்ட அடிமைகளை வட அமெரிக்கா அல்லது தென்னமெரிக்காவுக்கு கொண்டு சென்று, அங்குள்ள தோட்டம் மற்றும் சுரங்க முதலாளிகளிடம் சர்க்கரை, புகையிலை, தங்கம், வெள்ளி இவற்றுக்கு மாற்றாக விற்றனர். இப்படிப் பெறப்பட்ட பொருட்கள் ஐரோப்பா வந்தன. ஐரோப்பாவின் பொருட்களுக்கு அமெரிக்காவில் நேரடித் தேவை இல்லாதபோதும், அதனை எப்படிச் சுரண்டுவது என்று இங்கிலாந்து நன்றாக அறிந்து வைத்திருந்ததையே இது காட்டுகின்றது.

இந்த வணிக முக்கோணம் கி.பி.1740 முதல் 1810 வரையிலான ஆண்டுகளில் பரபரப்பாக இயங்கியது. அமெரிக்க விடுதலைக்குப் பின்னரே இங்கு பயணங்கள் ஓய்ந்தன. இந்தப் பயணங்களால் இங்கிலாந்தின் துறைமுக நகரங்களான லிவர்பூல், பிரிஸ்டல் ஆகியவை அசுர வேகத்தில் வளர்ந்தன, அதுவரை பெரும் வளர்ச்சி அடைந்த லண்டன் மாநகரின் வளர்ச்சி, அங்கு துறைமுகம் இல்லாததால் தேக்கம் கண்டது. ஆனால் பிரிஸ்டல் வளர்ந்தாலும் லண்டன் வளர்ந்தாலும் அந்த வளர்ச்சி டெர்பி குடும்பத்தினரின் வளர்ச்சியாகவே இருந்தது. அவர்கள் தங்களுக்குள் பெரிதும் உதவிக் கொண்டனர், பல நூற்றாண்டு கால உழைப்பின் மூலம் மாபெரும் வெற்றிகளைத் தொடர்ந்து பெற்றனர்.

இங்கிலாந்தின் புராட்டஸ்டண்டுகளில் பலர் குடியேறியவர்கள். இவர்களில் மிக முக்கியமானவர்கள் ஜெர்மனியில் இருந்து வந்து குடியேறியவர்களான பேரிங்க்ஸ் மற்றும் ரோத்சைல்டு குடும்பத்தினர். லண்டனில் இவர்கள் தொடங்கிய வங்கிகள் மிகவும் வெற்றிகரமாக இயங்கியதால், மாபெரும் செல்வம் இவர்களுக்கு உடைமையானது, இவர்கள் செல்வத்தின் மூலம் அதிகாரங்களை வசமாக்கினர். விரைவில் பிரிட்டனின் பிரபுக்களாகவே இவர்கள் அரசால்

அங்கீகரிக்கப்பட்டனர். இவர்களின் வளர்ச்சி உலக வரலாற்றின் மாபெரும் குறுகியகால வளர்ச்சிகளில் ஒன்று. அதனை வர்ணிப்பது எளிதானது அல்ல, சில உதாரணங்கள் இங்கு உதவக் கூடும். முதலில் பேரிங்க்ஸ் குடும்பம் பற்றிப் பார்ப்போம்...

கி.பி.1803ஆம் ஆண்டில் பிரெஞ்சுப் பேரரசர் நெப்போலியனுக்கு தனது ராணுவத்தை வலுப்படுத்த பெரும் பணம் தேவைப்பட்டது. அதனால் அதுவரை பிரான்சின் கட்டுப்பாட்டில் இருந்த லூசியானா பகுதியை அமெரிக்காவிற்கு 15 மில்லியன் அமெரிக்க டாலர்களுக்கு விற்க அவர் முன்வந்தார், ஆனால் அப்போது அமெரிக்க அரசிடமும் அவ்வளவு பணம் இல்லை. லூசியானா பகுதி நெப்போலியனிடம் இருப்பதை விடவும் அமெரிக்காவிடம் போவதே மேல் என்று கருதிய பேரிங்க்ஸ் குடும்பத்தினர், அமெரிக்காவிற்கு அந்தத் தொகையைக் கடனாகக் கொடுத்தனர்!.

அன்றைய அமெரிக்கப் பெட்டகத்தை விடவும் பேரிங்க்ஸ் வங்கியின் பெட்டகம் வலிமையானதாக இருந்தது. பின்னர் கி.பி.1815ஆம் ஆண்டில் நடந்த போரில் நெப்போலியன் தோல்வியைத் தழுவ, மாற்று அரசு எழ முடியாத அளவுக்கு பிரான்ஸ் பொருளாதார நெருக்கடியில் இருந்தது. அப்போது பேரிங்க்ஸ் வங்கி புதிய பிரெஞ்சு அரசாங்கம் இயங்க அவர்களுக்கு 315 மில்லியன் பிராங்ஸ் என்ற பெரும் தொகையைக் கடன் தந்தது.

இதையெல்லாம் கவனித்த அப்போதைய பிரெஞ்சு பிரபுக்களில் ஒருவர் 'ஐரோப்பாவில் ஆறு பெரும் ஆற்றல்கள் உள்ளன. அவை இங்கிலாந்து, பிரான்ஸ், பிரஷ்யா, ஆஸ்திரியா,

பேரிங்க்ஸ் குடும்பம்

ரஷ்யா மற்றும் பேரிங்க் சகோதரர்கள் (பேரிங்க்ஸ் குடும்பம்) என்றார். அவரது கூற்று அன்றைய மெய்யான சூழலைப் பிரதிபலிப்பது. உலக நாடுகளை ஆட்டிப்படைத்த பேரிங்ஸ் வங்கிகளின் வரலாறு, கடந்த 1995ஆம் ஆண்டில் சிங்கப்பூரில் 860 மில்லியன் பவுண்டுகள் நட்டத்தை சந்தித்ததால் மோசமான சூழலில் முடிவுக்கு வந்தது.

அடுத்து நாம் கவனிக்க வேண்டியவர்கள் ரோத்சைல்டு குடும்பத்தினர். ரோத்சைல்டு குடும்பம் பற்றிய ஆய்வுகள் தனி புத்தகமாகவே எழுதத்தக்கவை, பல ஆச்சர்யங்களும் மர்மங்களும் நிறைந்தவை. சில அத்தியாயங்கள் கூட அவர்களுக்கு ஒதுக்கப்படவில்லை என்றால் எப்படி?.

~

22

ரோத்சைல்டுகளின் தொடக்கம்

ரோத்சைல்டுகளின் வரலாறு பற்றிய ஆவணங்கள் அதிகம் இல்லை. இந்த நூல் ரோத்சைல்டுகள் பற்றி விரிவாகக் கூறும் முதல் தமிழ் நூலாகவும் இருக்கலாம். அதனால் இனிவரும் அத்தியாயங்களில் ரோத்சைல்டுகள் பற்றிக் கிடைத்த விவரங்கள் விளக்கமாக இடம்பெறும். சின்னச் சின்ன செய்திகளைக் கூட விடாமல் எழுதி உள்ளேன். ரோத்சைல்டுகள் குறித்துத் தேடுபவர்கள் பயன்படுத்திக் கொள்ளவும். பாடநூல்களும், ஆய்வு நூல்களும் சொல்ல மறுக்கும் ரோத்சல்டுகளின் வரலாறு இதோ...

கி.பி.15ஆம் நூற்றாண்டில் ஐரோப்பா கண்டத்தின் பெரும்பான்மை மக்கள் கத்தோலிகக் கிறிஸ்தவர்களாக இருந்தார்கள். கிறிஸ்தவத்தில் வட்டிக்கு விடுவது மிகப் பெரிய பாவமாகக் கருதப்பட்டதால் கிறிஸ்தவர்கள் வட்டித் தொழிலில் ஈடுபடவில்லை. இதைப் பயன்படுத்திக் கொண்ட யூதர்கள், தங்களின் பழைய யூத சட்டங்களில் வட்டிக்கு விடுவது பாவமாகக் கூறப்பட்டு இருந்தாலும் வட்டித் தொழிலில் ஈடுபட்டார்கள்.

பின்னர் பணப் பரிமாற்றம் (money exchange), பழைய காசுகளை விற்பது, வணிகம் உள்ளிட்ட பணம் தொடர்பான பல்வேறு தொழில்களையும் யூதர்கள் செய்தார்கள். இதனால் யூதர்களிடம் செல்வம் பெருகியது. ஆனால் யூதர்கள் சபிக்கப்பட்ட வட்டித் தொழிலைச் செய்வதால் அவர்கள் பொதுவான இடங்களில் நிலம் வாங்கவோ, வீடுகட்டவோ ஐரோப்பிய மக்கள் அனுமதிக்கவில்லை, அவர்களுக்கென

ஒதுக்கப்பட்ட சிறிய வீதிகளில்தான் யூதர்கள் வசித்தனர். யூதர்களிடம் பணம் இருந்தது ஆனால் நிலம் இல்லை.

யூதர்கள் அதிகம் வாழ்ந்த ஐரோப்பிய நாடுகளில் ஒன்றான ஜெர்மனியில் கி.பி.1462ஆம் ஆண்டு முதலே யூத வாழ்விடங்கள் இருந்ததாக வரலாற்றுப் பதிவுகள் உள்ளன. ஜெர்மனியில் இருந்த பிராங்பர்ட் நகரின் பாதுகாப்புச் சுவரை ஒட்டி, ஊருக்கு வெளியே இருந்த சிறிய தெருவில் மட்டுமே யூதர்கள் வசிக்க அனுமதிக்கப்பட்டு இருந்தனர். அந்தத் தெருவுக்கு ஜூடன் கசே (Judengasse) என்று பெயர். ஜூடன் கசே என்பதற்கு ஜெர்மன் மொழியில் 'யூதர்களின் சந்து' என்று பொருள். இந்தத் தெருவில் நெருக்கிக் கட்டப்பட்ட யூதர்களின் வீடுகள் இருந்தன.

இதுபோன்ற யூதக் குடியிருப்புகள் ஐரோப்பியர்களால் கெட்டோ என அழைக்கப்பட்டன. கெட்டோ (Ghetto) என்ற சொல் வெனிஸ் நகரத்தில் உலோகங்களை உருக்கும் இடத்தை குறிக்கும் சொல்லான கெட்டோ (Getto) என்பதில் இருந்து தோன்றியது ஆகும். கி.பி.1516ஆம் ஆண்டில் வெனிஸ் நகரத்தில் இருந்த யூதக் குடியிருப்புக்கு வெனிஸ் மக்கள் கெட்டோ எனப் பெயரிட, பின்னர் அந்த வழக்கம் பெரும்பான்மையான ஐரோப்பிய நாடுகளுக்குப் பரவியது.

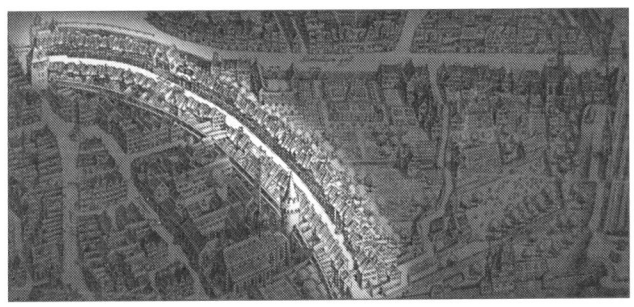

ஜெர்மனியின் பிராங்கபர்ட்டில் ஜூடன்கசே

கெட்டோவில் உள்ள யூத வீடுகளுக்கு கதவு எண்கள் இருக்காது. மாறாக ஒவ்வொரு வீட்டுக்கும் ஒரு குறியீடு இருக்கும். கப்பல், கத்தி, ஆடு, மாடு என இந்தக் குறியீடுகளின் பட்டியல் நீளமானது. இந்தக் குறியீடுகளை வைத்தே வீடுகள் அடையாளம் காணப்பட்டன. இது ஏறத்தாழ கடைக்குப் பெயர்பலகை வைப்பதைப் போன்றதுதான். பின்னர் இந்தக்

குறியீடுகளின் ஜெர்மானிய மொழிப் பெயர்களே அங்கு பிறந்த குழந்தைகளுக்குக் குடும்பப் பெயர்களாகின.

உதாரணமாக கப்பல் (Ship) குறியீடு கொண்ட வீட்டின் வாரிசுகள் இப்போது உலகெங்கும் சிப் (Schiff) என்றே அழைக்கப்படுகின்றனர், தங்கக்கல்லை (Goldenstone) குறியீடாகக் கொண்ட வீட்டின் வாரிசுகள் கோல்டன்ஸ்டெயின் (Goldenstein) என்று அழைக்கப்படுகின்றனர். நோபல் பரிசு பெற்ற யூதரான ஆல்பிரெட் ஐன்ஸ்டெயினின் குடும்பப் பெயரான ஐன்ஸ்டெயின் (Einstein) என்பதற்கு ஜெர்மானிய மொழியில் 'கற்களால் சூழப்பட்டு மூடப்பட்ட' என்று பொருள், இதுவும் ஒரு வீட்டின் குறியீடு ஆகும்.

கப்பல் சின்னத்தில் ஒன்றுக்கும் மேற்பட்ட வீடுகள் இருந்தால் அவை சிகப்புக் கப்பல், நீலக்கப்பல் – என்று சின்னத்தின் நிறத்தை வைத்தும் பெயரிடப்பட்டன. சின்னங்களின் நிறத்தைப் பொருத்தும் 'சிகப்புச் சின்ன வீடுகளைக் கொண்டவர்கள்', 'நீலச்சின்ன வீடுகளைக் கொண்டவர்கள்' என யூதர்கள் அடையாளப்படுத்தப்பட்டார்கள்.

இந்த வகையில் ஜூடன்கசேவில் இருந்த ஒரு வீட்டின் சின்னம் சிகப்புக் கேடயம் ஆகும். ரெட் ஷீல்டு (Red Shield) என்ற ஆங்கிலச் சொல்லின் முந்தைய ஜெர்மன் மொழி வடிவம் ரோத்சைல்டு (RothSchild). இதனால் அந்தக் குடும்பத்தின் பெயர் ரோத்சைல்டு என மாறியது. ரோத்சைல்டு குடும்பத்திற்குச் சொந்தமான சிகப்புக் கேடய வீடு குறித்த ஆவணங்கள் கி.பி.1528ஆம் ஆண்டு முதல் காணப்படுகின்றன.

ரோத்சைல்டுகளின் சின்னம்

சிகப்பு கேடயம் என்பது இன்று வரையில் ரோத்சைல்டுகளை குறிக்கக் கூடிய சின்னமாக உள்ளது. ரோத்சைல்டு

குடும்பத்தினர் பயன்படுத்தும் பல்வேறு சின்னங்களிலும் இந்த சிகப்புக் கேடயத்தை நாம் பார்க்கலாம். உலகின் பல்வேறு நாடுகளின் சின்னங்கள் ரோத்சைல்டுகளின் ஆதிக்கத்தால் கேடய வடிவில் மாறியதும் இங்கு நாம் கவனிக்க வேண்டியதாகும்.

ரோத்சைல்டு குடும்பத்தினர் பெரும்பான்மை யூதர்கள் போல வட்டித் தொழிலில் அதிகம் கவனம் செலுத்தாமல், பணப்பரிமாற்றம் செய்வதில் அதிக ஆர்வம் காட்டினர். அத்தோடு சேகரிப்பாளர்களுக்கு அரிய நாணயங்களை விற்பதும் இவர்களின் பரம்பரைத் தொழிலாக இருந்தது.

சிகப்புக் கேடய வீட்டில் கி.பி.1577ஆம் ஆண்டில் ஒரு குழந்தை பிறந்தது. அந்த குழந்தையின் பெயர் ஐசாக் எல்சானன் ரோத்சைல்டு (Izaak Elchanan Rothschild) ரோத்சைல்டு என்ற பின்னொட்டோடு வரலாற்றுப் பதிவுகளில் காணக் கிடைக்கின்ற முதல் பெயர் இதுதான். இதற்கு முன்பு இவர்கள் யார்? முந்தைய குடும்பப் பெயர் என்ன? – எதற்கும் வரலாற்று ஆதாரங்கள் கிடைக்கவில்லை.

பின்னர் கி.பி.18ஆம் நூற்றாண்டில் ஜெர்மனியில் யூதர்கள் கடும் அடக்குமுறைகளுக்கு ஆளாகி இருந்தார்கள். அப்போது அதே ஜூடன்கசே கெட்டோவில் ரோத்சைல்டு குடும்பத்தின் வாரிசான ஆம்ஷெல் மோசஸ் ரோத்சைல்டு (Amschel Moses Rothschild) வசித்து வந்தார். இவர்களது மாளிகைக்கு ஜம் ரோத்தன்சைல்டு (zum Rot(h)en Schild) என்று பெயர். ஜெர்மன் மொழிச் சொல்லான இதன் பொருள் 'சிகப்புக் கேடயத்தில்' என்பதாகும்.

இந்த ஆம்ஷெல் ரோத்சைல்டு பணப்பரிமாற்றம், நாணய விற்பனை இவற்றோடு பட்டுத் துணி வியாபாரமும் செய்தார். அப்போது ஜெர்மனியில் ஹெஸ்ஸே (Hesse) என்று ஒரு மாகாணம் இருந்தது. அந்த மாகாணத்தின் இளவரசரான வில்லெம் (wilhelm) ஒரு நாணய சேகரிப்பாளர், அவருக்காக நாணயங்களை சேகரித்துக் கொடுக்கும் பணியையும் இந்த ஆம்ஷெல் ரோத்சைல்டு அவ்வப்போது செய்துகொண்டிருந்தார்.

முன்பு சாதாரண வீடாக இருந்த ரோத்சைல்டுகளின் குடியிருப்பு ஆம்ஷெல் ரோத்சைல்டு காலத்தில் சிறிய மாளிகையாக மாறி இருந்தது. இவரது மாளிகையில் மொத்தம் 30 நபர்கள் வசித்தனர் என்றும், மாளிகையின் கீழ்ப் பகுதியில்

வணிகமும், மேல் பகுதியில் குடித்தனமும் நடந்தன என்றும் வரலாற்றுக் குறிப்புகள் உள்ளன.

ஆம்ஷெல் ரோத்சைல்டுக்கு மொத்தம் 8 குழந்தைகள் பிறந்தனர். அவர்களில் 5 பேர்தான் வாலிபப் பருவத்தைக் கடந்தும் வாழ்ந்தனர். அப்போது ஐரோப்பாவில் வங்கிகள் வளர்ச்சிப் பாதையில் இருந்ததால், தனது 5 குழந்தைகளுக்கும் வங்கிகள் குறித்து கற்றுக் கொடுத்து அவர்கள் மூலம் வங்கித் தொழிலில் ஐரோப்பா முழுவதும் கொடிகட்டிப் பறக்க வேண்டும் என ஆம்ஷெல் ஆசைப்பட்டார். ஆனால் திடீரென சின்னம்மையால் பாதிக்கப்பட்ட இவர் கி.பி.1755ஆம் ஆண்டில், தனது 45ஆவது வயதில் இறந்தார். இவர் தனது வாழ்நாளில் எதையும் சாதிக்கவில்லை என்றாலும் இவரைப்பற்றி விரிவாகக் கூறக் காரணம், வாரிசுகளை வைத்து ஐரோப்பா முழுவதும் வங்கிகளை நடத்த வேண்டும் என்ற இவரது விரிவான திட்டம்தான். இவர் இறந்தபோதும் இவரது திட்டம் இறக்கவில்லை (ரோத்சைல்டுகளின் சின்னத்தில் ஒரு கையில் 5 அம்புகள் உள்ளதைப் போல ஒரு சித்திரம் இருக்கும், அது 5 சகோதரர்களையே குறிக்கின்றது).

கி.பி.1744ஆவது ஆண்டில் பிறந்த ஆம்ஷெல் ரோத்சைல்டின் மகன் மேயர் ரோத்சைல்டு (Mayor Rothschild) தனது அப்பாவின் கனவை நிறைவேற்ற நினைத்தார். அப்படிச் செய்வதற்கு வங்கிகள் குறித்த அறிவு அவசியம். அதனால் அப்போது ஜெர்மனியில் பிரபலமாக இருந்த சைமன் வூல்ஃப் ஓபன்ஹைமர் (Simon Wolf Oppenheimer) என்பவரின் வங்கியில் இவர் கி.பி.1757ஆம் ஆண்டில் பணியில் சேர்ந்தார். அங்குதான் இவர் வங்கிகள் எப்படி இயங்குகின்றன? எப்படி லாபம் பார்க்கின்றன? – என்பதையெல்லாம் கற்றுக் கொண்டார். அதில் இருந்து ரோத்சைல்டுகளின் எழுச்சி தொடங்கியது.

நிறைய அறிவையும், நிறைய தொடர்பையும் வளர்த்துக் கொண்ட மேயர் ரோத்சைல்டு கி.பி.1763ஆவது ஆண்டில் தனது சகோதரரின் நிறுவனத்தில் இணைந்தார். அப்படியே அப்பா விட்டுப்போன அரிய நாணயங்கள் விற்பனைத் தொழிலையும் கையில் எடுத்தார்.

அப்பா ஆம்ஷெல் ரோத்சைல்டின் முக்கிய வாடிக்கை யாளரான ஹெஸ்ஸே இளவரசர் வில்லெம் இந்த மேயர் ரோத்சைல்டுக்கும் வாடிக்கையாளர் ஆனார். பின்னர்

ஆம்ஷெல் மோசஸ் ரோத்சைல்டு

மேயர் ரோத்சைல்டு

அந்த இளவரசர் பல உயர் பதவிகளை அடைய, அவர் மூலம் மேயர் ரோத்சைல்டு பல ஆதாயங்களைப் பெறத் தொடங்கினார். ஒருகட்டத்தில் ஹெஸ்ஸே பகுதியின் இராணுவ வீரர்களுக்கு ஆயுதங்கள் வாங்கும் பணம் கூட ரோத்சைல்டுகள் மூலமாகத்தான் அனுப்பப்பட்டது. இதனால் ஜெர்மனியில் போர் மேகங்கள் சூழும் போதெல்லாம் ரோத்சைல்டு குடும்பத்துக்கு பணமழை கொட்டியது. கி.பி.1789ஆம் ஆண்டில் பிரெஞ்சுப் புரட்சி தொடங்க, இளவரசர் வில்லெம்மும் ஹெஸ்ஸேவின் அரசராகப் பதவி உயர்வு அடைய, ரோத்சைல்டுகள் வேகமாக வளர்ந்தார்கள்.

ஹெஸ்ஸேவின் வில்லெம்

நாடுகளுக்கு இடையிலான போர்களில் ஹெஸ்ஸேவின் புதிய அரசரான வில்லெம் பிரஷ்யாவை ஆதரித்தார். இது பிரான்ஸின் ஆட்சியாளர் நெப்போலியனின் கண்களை உறுத்த பிரெஞ்சுப்படைகள் ஜெர்மனியில் ஹெஸ்ஸே பகுதி மீது போர் தொடுத்தன. கி.பி.1806ஆம் ஆண்டில் போரில் தோற்று கைது செய்யப்பட்ட வில்லெம் நாடு கடத்தப்பட்டார். வில்லெம்மின் 'வெப்பன் சப்ளைய'ரான ரோத்சைல்டுகளோ நெப்போலியன் மனம் கோணாமல்

நடந்து தப்பித்துக் கொண்டார்கள். இன்னொரு பக்கம் வில்லெம்மின் பினாமியாக இருந்தபோது ரோத்சைல்டுகள் பெற்ற செல்வங்கள் அவர்களுக்கே உரியவை ஆகின. போர் என்பது வீரர்களுக்குத்தான் பாதகம் வியாபாரிகளுக்கு அல்ல என்பது இங்கு மீண்டும் நிரூபணம் ஆனது.

தனது அப்பாவின் கனவை நிறைவேற்றுவதை இளம் வயது முதலே லட்சியமாகக் கொண்ட மேயர் ரோத்சைல்டு மொத்தம் 10 பிள்ளைகளைப் பெற்றார். அவர்களில் 5 பேர் ஆண்கள். இதனால் அப்பா போட்ட கணக்கு அப்படியே மீண்டும் தொடர்ந்தது.

மேயர் ரோத்சைல்டின் 5 மகன்களில் 3ஆவது மகன் நாதன் ரோத்சைல்டு (nathan rothschild). இவர் மற்ற மகன்களைவிட அறிவாளி என்பதால் தனது மூத்தமகனை விட நாதன் ரோத்சைல்டுக்கே மேயர் ரோத்சைல்டு அதிக முக்கியத்துவம் கொடுத்தார். அப்போது உலகின் வல்லரசாக இருந்த இங்கிலாந்தில் தங்கள் குழுமத்தின் கிளையை உருவாக்க நாதன் ரோத்சைல்டு இங்கிலாந்திற்கு அனுப்பப்பட்டார்.

இங்கிலாந்தில் வங்கி தொடங்குகிறோம் என்று போனால் ஏற்கனவே உள்ள போட்டியாளர்கள் வளரவிட மாட்டார்கள் என்பதால் ஜவுளி இறக்குமதியாளர் என்ற பெயரில் கி.பி.1798ஆம் ஆண்டில் நாதன் ரோத்சைல்டு இங்கிலாந்தில் காலடி வைத்தார். அப்போது அவருக்கு வயது 21. அவர் கொண்டு வந்திருந்த மூலதனம் 20 ஆயிரம் பவுண்டுகள். இன்றைய தேதியில் சுமார் 25 கோடி ரூபாய்க்கு இணையான தொகை அது. மேலும் ஹெஸ்ஸேவின் வில்லெம் தனது செல்வங்களை நெப்போலியனிடம் இருந்து மறைத்து வைக்க நினைத்து அவற்றை இங்கிலாந்துக்கு அனுப்பி வைக்க, நாதன் ரோத்சைல்டு அவற்றின் பாதுகாவலரானார், பின்னர் வில்லெம்மின் மறைவையடுத்து அந்த செல்வங்களின்

நாதன் ரோத்சைல்டு

உரிமையாளராகவும் ஆனார். இங்கிலாந்து அரசு நாதனை ஒரு முதலீட்டாளராகப் பார்த்தது, மீன் தூண்டிலைத் தீண்டியது.

கி.பி.1804ஆம் ஆண்டில் நாதன் ரோத்சைல்டுக்கு இங்கிலாந்து நாட்டின் குடியுரிமை கிடைத்தது. திட்டமிட்டபடி கி.பி.1809ல் லண்டனில் ஒரு உள்நாட்டு வங்கியையும் நாதன் ரோத்சைல்டு தொடங்கினார். பின்னர் கி.பி.1810ஆம் ஆண்டில் கூடிய ரோத்சைல்டு குடும்பத்தின் 5 சகோதரர்கள் தங்கள் எதிர்காலத் திட்டங்களை வடிவமைத்து, தங்களுக்குள் கூட்டு ஒப்பந்தத்தையும் ஏற்படுத்திக் கொண்டார்கள். இதன்படி நாதன் ரோத்சைல்டின் தம்பி ஜெர்மனியில் இருந்த வணிகங்களைப் பார்த்துக் கொள்ள, மீதமிருந்த மூன்று சகோதரர்களும் நாதனைப் போலவே பிற ஐரோப்பிய நகரங்களுக்கு அனுப்பப்பட்டனர்.

ஜேம்ஸ் ரோத்சைல்டு பிரான்ஸ் நாட்டின் தலைநகர் பாரீஸிலும், சாலமோன் ரோத்சைல்டு ஆஸ்திரியாவின் தலைநகர் வியன்னாவிலும், கார்ல் ரோத்சல்டு இத்தாலியில் உள்ள நேப்பிள்ஸ்சிலும் கால் பதித்தனர். இவைபோக அமெரிக்காவில் ஏற்கனவே ரோத்சைல்டு குடும்பத்தின் கட்டுப்பாட்டில் ஒரு வங்கி இருந்தது.

படிப்படியாக ஐரோப்பாவின் 5 மூலைகள் மற்றும் அமெரிக்காவில் ரோத்சைல்டுகளின் வங்கிகள் மற்றும் நிறுவனங்கள் வளரும் போதே, நாதன் ரோத்சைல்டு தங்கள் நிறுவனங்களை இணைத்து ஒரு கூரியர் சேவையாக மேம்படுத்தினார், இவர்கள் டெலிவரி செய்ததில் மிக முக்கியமானது பணம்!. பிரான்சின் ஆட்சியாளரான நெப்போலியனுடன் இங்கிலாந்தின் தளபதியான வெல்லிங்டன் போரிட்ட போது, அவருக்குத் தேவையான பெரும்பாலான பணம் இந்த கூரியர் மூலமாகவே சென்றது. இதனால் போர்க்கள நிலவரங்கள் மற்ற எவரையும் விட நாதன் ரோத்சைல்டுக்கு முன்னதாகவே தெரிய ஆரம்பித்தன.

பங்கு வர்த்தகத்தில் 'தகவல்' என்பது மிகப்பெரிய சொத்து. அதனை நாதன் ரோத்சைல்டு நன்றாகவே அறிந்து வைத்திருந்தார், தனக்கு வரும் போர்க்களத் தகவல்களுக்கு அதிக முக்கியத்துவம் கொடுத்து அவற்றை அவர் உன்னிப்பாக கவனிக்க ஆரம்பித்தார். அன்றைய ஐரோப்பாவில் நெப்போலியனின் ஒவ்வொரு ராணுவ நடவடிக்கையும் பங்குச் சந்தைகளில் ஏற்ற இறக்கங்களை விளைவித்துக் கொண்டிருந்தது. ஆனாலும் நெப்போலியனை யாரும் வெல்ல முடியாது என்று கருதிய

இங்கிலாந்து மக்கள், தங்கள் நாட்டு நிறுவனங்களின் பங்குகளை வைத்திருப்பதா? குறைந்த தொகைக்கு விற்பதா? – என்ற குழப்பத்தில் இருந்தார்கள்.

இந்த சூழலில் யாரும் எதிர்பாராத வகையில் கி.பி.1815ஆம் ஆண்டு ஜூன் 18ல் நடந்த வாட்டர் லூ போரில் நெப்போலியன் திடீர் தோல்வியை சந்தித்தபோது, அந்த செய்தி நாதன் ரோத்சைல்டுக்கு உடனடியாக சென்று சேர்ந்தது. அப்போது லண்டன் ஸ்டாக் எக்ஸ்சேஞ்சில் இருந்தவர்கள் எல்லோரும் போரில் பிரிட்டன் தோற்கும் என்று எண்ணி, தங்கள் நாட்டுப் பங்குகளை வாங்க ஆள் தேடிக் கொண்டிருந்தார்கள். இந்த நிலையில் நாதன் தன்னிடம் இருந்த இங்கிலாந்து பங்குகளை எல்லாம் பங்குச் சந்தையில் மொத்தமாக இறக்கி விற்க ஆரம்பித்தார். இது ஏற்கனவே பயத்தில் இருந்தவர்களை இன்னும் மரண பீதியில் ஆழ்த்தியது. எல்லோரும் நெப்போலியன் வென்றுவிட்டார் என்று எண்ணி தங்கள் பங்குகளை கிடைத்த விலைக்கு விற்க ஆரம்பித்தனர், பிரிட்டனின் பங்குகள் பெரும் வேகத்தில் சரிந்தன. ஆனால் முதல் ஆளாக விற்ற நாதன் ரோத்சைல்டுக்கு பெரிய நட்டமில்லை.

பங்குச் சந்தையில் இங்கிலாந்து பங்குகள் தரைக்கு விழுந்து கிடந்தபோது, தொடக்கத்தில் தான் விற்றதைப் போல பல மடங்குகளிலான இங்கிலாந்து நிறுவன பங்குகளை மிகமிக மலிவான விலையில் ரோத்சைல்டு வாங்கிக் குவித்தார். போரில் இங்கிலாந்து வெற்றி பெற்ற தகவல் இங்கிலாந்தின் பங்குச் சந்தைக்கு வந்து சேர்ந்த போது, சந்தையின் தனிக்காட்டு ராஜாவாக ரோத்சைல்டு மாறி இருந்தார். அதுவரை உள்நாட்டு வங்கியாக இருந்த அவரது வங்கி இந்த ஒரே காய்நகர்த்துதலில் பன்னாட்டு வங்கியானது. அவர் உலகப் பணக்காரர் பட்டியலில் ஒரே நாளில் இடம்பெற்றார். ரோத்சைல்டு குடும்பம் இங்கிலாந்தின் அரச குடும்பத்துக்கு நிகரான செல்வ வளம் மிக்க குடும்பமானது. இது நாதன் ரோத்சைல்டு ஒருவரின் கதை. இப்படி ஒவ்வொரு ரோத்சைல்டுக்கும் ஒரு வரலாறு உண்டு.

பிரான்ஸ் சென்ற ஜேம்ஸ் ரோத்சைல்டு பெல்ஜியத்தின் அரசர் முதலாம் லியோபாட்டின் வங்கியாளர் ஆனார். ஒரு காலத்தில் யூதர்களை விரட்டியடித்த ரோமானியப் பேரரசின் மிச்சமாக அப்போது புனித ரோமப் பேரரசு இருந்தது. அந்தப் புனித ரோமப் பேரரசின் கடைசி பேரரசரும், ஆஸ்திரியா,

ஹங்கேரி, பொஹீமியா, குரொவேசியா, சில்வேனியா ஆகிய நாடுகளின் அரசருமான இரண்டாம் பிரான்சிஸ் ஜேம்ஸ் என்பவர் ஜேம்ஸ் ரோத்சைல்டிடம்தான் கடன் பெற்றார். பின்னர் அந்தப் பேரரசரை வைத்து கி.பி.1818ஆம் ஆண்டில் 'பிரபுக்கள்' என்ற உயரிய பட்டத்தை 5 ரோத்சைல்டு சகோதரர்களும் பெற்றுக் கொண்டார்கள். அதே சமயம் பின்னர் பிரெஞ்சுக்காரர்களால் புனித ரோமப் பேரரசு வீழ்ந்தபோது, புதிதாக வந்த அரசுக்கும் இதே ரோத்சைல்டுகள்தான் கடன் வழங்கினார்கள். ரோத்சைல்டுகளுக்கு நிரந்தர நண்பர்களோ எதிரிகளோ இல்லை!. இது போன்ற நடவடிக்கைகளால் கி.பி.1820ல் 50 லட்சம் டாலர் மதிப்புள்ளதாக இருந்த ரோத்சைல்டுகளின் வங்கியின் பிரான்ஸ் பிரிவு, கி.பி.1850ல் 50 கோடி டாலர் மதிப்புக்கு வளர்ந்தது. அதாவது 30 ஆண்டுகளில் 100 மடங்கு வளர்ச்சியைப் பெற்றது!. இப்படி பல்வேறு இடங்களில் ஒரே சமயத்தில் ரோத்சைல்டுகள் வளர்ந்தார்கள்.

அன்றைக்கு உலக நாடுகளின் அரசர்கள் யாரும் ரோத்சைல்டுகளைப் பகைத்துக் கொள்ளத் தயாராக இல்லை. அவர்கள் நினைத்தால் ஒரு நாட்டு நாணயத்தின் மதிப்பை அதள பாதாளத்துக்கு வீழ்த்த முடியும். அதனால் ரோத்சைல்டுகள் அனைத்து இடங்களிலும் அளவற்று வளர்ந்தார்கள். வங்கித் தொழில் தவிர வேறுபல தொலைநோக்குத் திட்டங்களிலும் அவர்கள் ஈடுபட்டார்கள்.

ஜேம்ஸ் ரோத்சைல்டு

கி.பி.1849ஆம் ஆண்டில் கலிஃபோர்னியாவில் நடந்த தங்க வேட்டையில் ரோத்சைல்டுகள் முதலீடு செய்தார்கள். கி.பி.1875ஆம் ஆண்டில் உலகின் மிகப்பெரிய கட்டுமானப் பணிகளில் ஒன்றான சூயஸ்கால்வாய் திட்டம் தொடங்கியபோது ரோத்சைல்டுகள் அதில் பங்காற்றினார்கள். கி.பி.1883ஆம் ஆண்டில் அஜர்பெய்ஜான் நாட்டின் பாகுவில் அன்றைய உலகின் மிகப் பெரிய கச்சா எண்ணெய் கிணறு கிடைத்தபோது அதற்கு நிதியுதவி செய்து,

ராக்பெல்லருக்கு அதிர்ச்சி வைத்தியம் கொடுத்தார்கள். வைரம் எடுக்கும் தொழிலில் அப்போது உலகின் முன்னணி நிறுவனங்களாக இருந்த டீ பீர்ஸ் (De Beera), ரியோ டிண்டோ (Rio tinto) ஆகியவற்றின் பெரும்பாலான பங்குகளை ரோத்சைல்டுகள் கைப்பற்றினார்கள்.

எல்லாவற்றுக்கும் மேல் 1857 ஆம் ஆண்டுவரை இந்தியாவை ஆண்ட ஆங்கிலக் கிழக்கிந்தியக் கம்பெனியின் பிரதான உரிமையாளர்களாக ரோத்சைல்டுகள் இருந்தார்கள்!. இந்தியாவில் கிழக்கிந்தியக் கம்பெனியின் ஆட்சி தொடங்கியபோது உலகின் வளம் மிக்க பகுதிகளில் ஒன்றாக இருந்த வங்காளம், பின்னர் பஞ்சங்களின் நிலமாக மாறியதன் பின்னால் ரோத்சைல்டுகளின் லாபக் கொள்ளைகள் இருந்தன. ஆனால் இவையெல்லாம் கூட ரோத்சைல்டுகளுக்குப் போதுமானவையாக இல்லை! மாகாணங்கள் அல்ல... நாடுகள் அல்ல... கண்டங்களே கூட ரோத்சைல்டுகளுக்குப் போதுமானவையாக இல்லை!.

அமெரிக்காவை ரோத்சைல்டுகள் என்ன செய்தார்கள்? – அதை அடுத்த அத்தியாயத்தில் பார்ப்போம்...

~

23

அமெரிக்காவை விழுங்கிய ரோத்சைல்டுகள்!

கி.பி.1791ஆவது ஆண்டில் அப்போது வளரும் நாடாக இருந்த அமெரிக்காவில் ரோத்சைல்டு குடும்பம் ஒரு வங்கியைத் தொடங்கியது. இதற்காக ஜார்ஜ் வாஷிங்டனின் அமைச்சரவையில் இடம்பெற்ற அலெக்ஸாண்டர் ஹாமில்டன் (Alexander Hamilton) என்பவரை ரோத்சைல்டுகள் கைக்குள் போட்டுக் கொண்டார்கள். அவர் மூலமாக அடுத்த 20 ஆண்டுகளுக்கு ஒரு ஒப்பந்தம் போட்டு 'ஃபர்ஸ்ட் பேங்க் ஆஃப் யுனைட்டட் ஸ்டேட்ஸ் (முதலில் தொடங்கப்பட்டதால் இந்தப் பெயரில் மக்கள் நினைவு கூர்கிறார்கள், உண்மையான பெயர் The President, Directors and Company of the Bank of the United States)' என்று இவர்கள் ஒரு மத்திய வங்கியை ஆரம்பித்தார்கள். மத்திய வங்கி என்றால் அமெரிக்காவின் தங்கக் கையிருப்புக்கு இணையாக டாலர் பணத்தாளை வெளியிடும் வங்கி. ஆனால் வழக்கம் போல தங்கக் கையிருப்பைவிட அதிகமாக பணத்தை அச்சடித்து இவர்கள் அமெரிக்கப் பொருளாதாரத்தைச் சுரண்டினார்கள்.

கி.பி.1811ஆவது ஆண்டில் அந்த 20 ஆண்டுகால ஒப்பந்தம் காலாவதியானபோது அமெரிக்க அரசாங்கம் அந்த ஒப்பந்தத்தை நீட்டிக்க விரும்பவில்லை. அமெரிக்காவின் நாடாளுமன்றமான காங்கிரஸ் 'ரோத்சைல்டுகளுடனான வங்கி ஒப்பந்தத்தை நீட்டிக்க முடியாது' – என்று கி.பி.1812ஆம் ஆண்டில் வெளிப்படையாக அறிவித்தது.

ஃபர்ஸ்ட் பேங்க் ஆஃப் யுனைட்டட் ஸ்டேட்ஸ்

அப்போது நாதன் ரோத்சைல்டு இங்கிலாந்தின் தொழிலதிபர்களில் ஒருவராக இருந்தார். அவரை அமெரிக்க அரசிடம் சுட்டிக்காட்டிய ரோத்சைல்டு குடும்பம், 'நீங்கள் மட்டும் எங்கள் ஒப்பந்தத்தை நீட்டிக்கவில்லை என்றால் இங்கிலாந்தை வைத்து உங்கள் மீது போர் தொடுப்போம்' – என்று பல வழிகளில் மறைமுகமாக அச்சுறுத்தியது. இதை முதலில் அமெரிக்கா நம்பவில்லை. முன்னர் இங்கிலாந்தின் காலனியாக இருந்த அமெரிக்கா, பின்னர் இங்கிலாந்தைப் போரில் வென்றுதான் தனி நாடாக மாறி இருந்தது, அதனால் இங்கிலாந்து மீது அவர்களுக்கு பயம் இல்லை. அத்தோடு இங்கிலாந்து அரசாங்கம் அப்போது கனடாவைக் கைப்பற்றி இருந்ததும் அமெரிக்காவுக்குப் பிடிக்கவில்லை. அதற்கும் மேலாக அமெரிக்காவைச் சேர்ந்த 15,000 வீரர்களைக் கடத்திச் சென்ற இங்கிலாந்து, அவர்களைக் கட்டாயப்படுத்தித் தங்கள் இராணுவத்தில் சேர்த்த விவகாரமும் அமெரிக்காவில் அனலைக் கூட்டி இருந்தது.

அன்றைய சூழலில் இங்கிலாந்து அவ்வளவு வலுவாக இல்லை என்றுதான் சொல்ல வேண்டும். பிரான்ஸைப் பகைத்துக் கொண்ட இங்கிலாந்திடம் நெப்போலியனின் படைகளை சமாளிக்கவே படைகள் இல்லை. அதனால் 'இங்கிலாந்து தங்கள் மீது போர் தொடுக்காது, அப்படிப் போர் தொடுத்தாலும் இங்கிலாந்து வெல்லாது' என்று அமெரிக்கா திடமாக நம்பியது.

இந்த சமயத்தில் இங்கிலாந்தில் இருந்த ரோத்சைல்டு குடும்பத்தினர் இங்கிலாந்து அரசாங்கத்துக்கு கடன் உதவி செய்கிறோம் என்று முன்வந்தார்கள். அது இங்கிலாந்துக்குப் புதிய பலத்தைக் கொடுத்தது.

இன்னொரு பக்கம் அமெரிக்காவில் இருந்த சிவப்பிந்தியர்களை அங்கிருந்த ரோத்சைல்டு குடும்பத்தினர் மறைமுகமாகத் தூண்டிவிட்டு, இங்கிலாந்து அரசு மூலம் ஆயுதங்களையும் கொடுத்தார்கள். அமெரிக்காவுக்கு ஒரே சமயத்தில் உட்பகை வெளிப்பகை இரண்டும் வந்தது.

அப்படியே விட்டால் உள்நாட்டு யுத்தம் மூலமாகவே தங்களை ஒழித்துவிடுவார்கள் என நினைத்த அமெரிக்கா, முதல் ஆளாக இங்கிலாந்து மீதான போரை கி.பி.1812ஆம் ஆண்டில் தொடங்கியது, இந்தப் போர் வரலாற்றில் 'வார் ஆஃப் 1812' என்று குறிப்பிடப்படுகிறது.

இந்த போரில் இங்கிலாந்திடம் ஆட்கள், ஆற்றல் எதுவும் இல்லை. ஆனால் அவர்கள் ரோத்சைல்டுகளின் உதவியால் முன்னேறத் தொடங்கினார்கள். அமெரிக்காவைத் தாக்கி வெல்வதற்கு பதிலாக அவர்களுக்கு ஆயுதம், ஆயுத மூலப் பொருட்கள் செல்லும் வழிகள் துண்டிக்கப்பட்டு, ஒரு ராஜதந்திர யுத்தமாக இது நடந்தது. (சமீபத்தில் இலங்கைக்கு சீனா எப்படி உதவி செய்து விடுதலைப் புலிகளை ஒடுக்கியதோ அது போல ரோத்சைல்டுகள் இங்கிலாந்துக்கு உதவி செய்தார்கள்.)

கி.பி.1814ஆம் ஆண்டில் எந்த அமெரிக்க நாடாளுமன்றத்தில் 'ரோத்சைல்டுகளின் வங்கி ஒப்பந்தம் நீட்டிக்கப்படாது' என்று அறிவிக்கப்பட்டதோ அந்த நாடாளுமன்றமே போரில் தீ வைத்துக் கொளுத்தப்பட்டது. இதற்குப் பின்பு தீப்பிடித்த அந்தக் கட்டிடத்தில் படிந்த கருப்பு தெரியாமல் இருக்க வேண்டும் என்பதற்காகத்தான் முழுக்க வெள்ளை வண்ணம் அடிக்கப்பட்டது, அமெரிக்க அதிபரின் மாளிகை 'வெள்ளை மாளிகை' ஆனது இப்படித்தான்!. அமெரிக்காவின் வெள்ளை மாளிகை உண்மையில் ஒரு தோல்விச் சின்னம். அமெரிக்க அதிபர்களுக்கு ரோத்சைல்டுகளின் திறமையை நினைவுபடுத்தி அச்சுறுத்தும் இடமாக பின்பு வெள்ளை மாளிகை மாறியது.

இந்தச் சூழலில்தான் கி.பி.1815ஆம் ஆண்டில் நாதன் ரோத்சைல்டு இங்கிலாந்தின் பெரிய தொழிலதிபரானார்.

அதிபர் மாளிகைக்குத் தீ!

அதே ஆண்டில் 'வார் ஆஃப் 1812' போரும் முடிவுக்கு வந்தது. போரின் முடிவில் இங்கிலாந்து நாட்டின் மத்திய வங்கியும், உலகின் முதல் மத்திய வங்கியுமான 'பேங்க் ஆஃப் இங்கிலாந்து' வங்கியை ரோத்சைல்டுகள் கைப்பற்றினர். அதாவது ரோத்சைல்டுகள் யுத்தம் நடத்தியது அமெரிக்காவுடன் மட்டுமல்ல, இங்கிலாந்துடனும்தான்!.

பிரான்சுடனான போரிலும், அமெரிக்காவுடனான போரிலும் இங்கிலாந்து வென்றாலும் ரோத்சைல்டுடனான மறைமுகப் போரில் இங்கிலாந்து தோற்றது. அதிக போர்ச் செலவு காரணமாக ரோத்சைல்டுகளின் இரக்கத்தில்தான் இயங்க முடியும் என்ற நிலைக்கு இங்கிலாந்து தள்ளப்பட்டது.

இந்த வெற்றிகள் கொடுத்த மிதப்பின் காரணமாக ரோத்சைல்டுகள் தங்கள் ஆரம்ப ஆண்டுகளில் உலகம் அதிர ஆட்டம் போட்டார்கள். கி.பி.1815ஆம் ஆண்டில் நாதன் ரோத்சைல்டு, 'சூரியனே அஸ்தமிக்காத சாம்ராஜ்ஜியம் என்று சொல்லப்படும் இங்கிலாந்தின் அரியணையில் எந்த பொம்மை அமர்ந்து இருந்தாலும் எனக்குக் கவலையில்லை. பிரிட்டனின் பணம் யாரால் கட்டுப்படுத்தப்படுகின்றதோ, அவரே பிரிட்டிஷ் அரசையும் கட்டுப்படுத்துகிறார். இப்போது நான்தான் பிரிட்டிஷ் பணத்தைக் கட்டுப்படுத்துகிறேன்' என்று வெளிப்படையாகவே கூறினார்.

மறு பக்கம் அமெரிக்காவும் கடும் பொருளாதார நெருக்கடியை சந்தித்தது. எந்தப் பதவியும் இல்லாத பொழுதே ரோத்சைல்டுகள் அமெரிக்காவை ஒருவழி செய்துவிட்டார்கள், இப்போதோ இங்கிலாந்தின் மத்திய வங்கியே ரோத்சைல்டுகள் கையில்! அதனால் அமெரிக்கா ரோத்சைல்டுகளிடம் பணிந்தது. கி.பி.1816ஆவது ஆண்டில் அமெரிக்காவில் இரண்டாவது மத்திய வங்கியைத் தொடங்க ரோத்சைல்டு குடும்பத்திற்கு அனுமதி கொடுக்கப்பட்டது. பின்னர் கி.பி.1823ஆவது ஆண்டில் உலகெங்கும் உள்ள கத்தோலிக மடாலயங்களின் பொருளாதார நடவடிக்கைகளைக் கட்டுப்படுத்தும் அதிகாரமும் ரோத்சைல்டு குடும்பத்துக்குக் கீழ் வந்தது.

ஒரே ஒரு கூரியர் சர்வீஸ் நடத்தியபோதே, அதை வைத்து இங்கிலாந்து மகாராணியை விட அதிகமாக சம்பாதித்த குடும்பம் ரோத்சைல்டு குடும்பம். இப்போதோ இரண்டு நாடுகளின் மத்திய வங்கிகளோடு உலகெங்கும் உள்ள கத்தோலிய தேவாலய கிளைகள் இவர்களிடம் கிடைத்தால் சும்மா இருப்பார்களா?. வரலாறு காணாத அளவில் ரோத்சைல்டுகள் வளர்ந்தார்கள். அமெரிக்கா என்ற ஒரு நாட்டின் எல்லா செல்வங்களையும் அவர்கள் தங்கள் கட்டுப்பாட்டில் கொண்டு வந்தார்கள்.

ஆனால், இப்படியாக ரோத்சைல்டுகள் குறுக்கு வழியில் வளர்வது அமெரிக்க ஆட்சியாளர்களின் கண்களை உறுத்தாமலும் இல்லை. அமெரிக்க ஆட்சியாளர்கள் இவர்களைத் தடுக்க முயற்சித்தார்கள். அதற்கு ரோத்சைல்டுகள் ஆற்றிய எதிர்வினை மிகமோசமானது.

கி.பி.1832ஆவது ஆண்டில் அமெரிக்க அதிபராக இருந்த ஆண்ட்ரூ ஜாக்சன் (Andrew Jackson) 'ரோத்சைல்டு குடும்பத்திடமிருந்து அமெரிக்காவின் செல்வத்தைக் காக்க வேண்டுமென்றால் அவர்களுடனான வங்கி ஒப்பந்தத்தை நீட்டிக்கக் கூடாது' என்று நாடாளுமன்றத்தில் தீர்மானம் போட்டார். இதனால் அமெரிக்காவில் ரோத்சைல்டுகள் மூன்றாவது முறையாக மத்திய

ஆண்ட்ரூ ஜாக்சன்

வங்கியைத் தொடங்க முடியவில்லை. கி.பி.1913 வரைக்கும் ரோத்சைல்டுகளை அமெரிக்கர்கள் தடை செய்தார்கள்.

அதனால் கி.பி.1832க்கும் கி.பி.1913க்கும் இடைப்பட்ட காலத்தில் ரோத்சைல்டு குடும்பம் அமெரிக்க பொருளாதாரத்தை மறைமுகமாக வளைக்க ஆரம்பித்தது. அதற்காக அவர்கள் அமெரிக்க டாலரையே அமெரிக்காவுக்கு எதிராக பயன்படுத்தினார்கள். அமெரிக்காவில் உள்நாட்டுப் போர் நடந்தபோது போலி டாலர்களை உருவாக்கி பொருளாதாரத்தைப் பதம் பார்த்ததில் ரோத்சைல்டுகளின் பங்கு மிகப் பெரியது, அவர்கள் வங்கித்தாள் பற்றிய தங்களின் அனுபவத்தை இங்கு தவறாகப் பயன்படுத்தினார்கள்.

உள்நாட்டுப் போருக்குப் பின்னர் அமெரிக்காவில் கள்ள டாலர்கள் மிகப்பெரிய தலைவலியாக இருந்தன. நாட்டின் ஒட்டுமொத்த பொருளாதாரத்தையும் கள்ள டாலர்கள் சிதைக்கும் என்று அஞ்சப்பட்டது, இதனால் உள்நாட்டு யுத்தத்தை அடக்கிய பின்பு அமெரிக்க அதிபர் ஆப்ரஹாம் லிங்கனின் பார்வை போலிப் பணத்தின் பக்கம் திரும்பியது. போலிப் பணத்தை ஒழிப்பேன் என்று சொன்ன அமெரிக்க அதிபர் லிங்கன், போலிப் பணத்தைக் கட்டுப்படுத்தவும் பணத்தை அரசே அச்சடிக்கும் நிலையைத் தக்கவைக்கவும் 'சீக்ரெட் சர்வீஸ்' என்ற அமைப்பை உருவாக்க கி.பி.1865ஆம் ஆண்டு ஏப்ரல் 15 அன்று கையெழுத்திட்டார். அதே நாளில்தான் அவர் படுகொலையும் செய்யப்பட்டார்.

சீக்ரெட் சர்வீஸ் பதக்கம்

அமெரிக்காவில் பின்பு வந்த ஆட்சியாளர்கள் சீக்ரெட் சர்வீஸ் அமைப்பிற்கு போலிப் பணத்தைக் கட்டுப்படுத்தும் வேலையை அதிகம் கொடுக்கவில்லை, தங்களின் பாதுகாப்புக்கும் சேவைக்கும் சீக்ரெட் சர்வீஸ் அமைப்பைப் பயன்படுத்தினார்கள். கி.பி.1901ல் அப்போதைய அமெரிக்க அதிபர் வில்லியம் மெக்கின்லி படுகொலை செய்யப்பட்ட பிறகு அதிபர்களைக் காப்பது மட்டுமே சீக்ரெட் சர்வீசின் வேலை, இப்போது அமெரிக்க மக்களில் பெரும்பாலானோர்

சீக்ரெட் சர்வீஸ் எதற்கு ஆரம்பிக்கப்பட்டது என்பதையே மறந்துவிட்டனர். வெள்ளை மாளிகை போல சீக்ரெட் சர்வீஸ் அமைப்பும் ரோத்சைல்டுகளிடம் அமெரிக்க அதிபர்கள் தோற்றதைக் குறிக்கும் அவமானச் சின்னமாகவே உள்ளது.

இருக்கும் வீடு, எப்போதும் உடனிருக்கும் காவலர்கள் இரண்டும் ஒவ்வொரு நாளும் அமெரிக்க அதிபர்களின் கவனத்திற்கு கட்டாயம் வரும், அப்போது ரோத்சைல்டுகளை எதிர்க்கும் துணிவு எப்படி வரும்?.

அமெரிக்காவில் வங்கி தொடங்கும் அனுமதி கிடைக்காத இடைக் காலத்தில் நேரடியாக வங்கித் தொழிலில் ஈடுபடவில்லை என்றாலும் அமெரிக்க டாலரை வைத்து என்னவெல்லாம் செய்ய முடியுமோ அனைத்தையும் ரோத்சைல்டு குடும்பத்தினர் செய்தார்கள். இன்னொரு பக்கம் இங்கிலாந்தின் நாடாளுமன்றத்தில் இவர்களின் குடும்பத்தினர் பதவிகளில் அமர வைக்கப்பட்டார்கள். ரோத்சைல்டு குடும்பத்தில் நிறைய பேருக்கு பிரபுக்கள் பட்டம் கொடுக்கப்பட்டது. இவற்றின் மூலமாக ஐரோப்பாவில் இருந்த பல நாடுகளில் இவர்கள் மறைமுகமாக சம்பாதிக்க வழி ஏற்பட்டது.

ஆனால் அந்தப் பழைய ரோத்சைல்டுகளை நாம் இப்போது பார்க்க முடியாது. இதன் பொருள் அவர்கள் திருந்திவிட்டார்கள் என்பது அல்ல, அவர்கள் தங்களை வெளிப்படுத்திக் கொள்வதை நிறுத்திவிட்டார்கள் என்பதுதான். 'நான்தான் இங்கிலாந்தை ஆள்கிறேன்' – என்றெல்லாம் இப்போது ரோத்சைல்டுகள் பேசுவது இல்லை. உலகப் பணக்காரர் என்று தங்கள் பினாமிகளைப்போய் இதழ்கள் எழுதும்போது ரோத்சைல்டுகள் அதை மறுப்பதும் இல்லை. எப்படி நடந்தது இந்த மாற்றம்?.

~

24
நாதஸ் திருந்திட்டான்?

ஒரு குறிப்பிட்ட நிகழ்வுதான் வாழ்க்கை மீதான ரோத்சைல்டுகளின் பார்வையை மாற்றியது. இப்போது ரோத்சைல்டுகள் முன்பைப்போல ஆட்டம் போடாமல் அமைதியாக இருப்பதற்கு அந்த நிகழ்வுதான் காரணம்.

கி.பி.1889 ஆவது ஆண்டில் 'ரோத்சைல்டு நேச்சுரல் மியூசியம்' என்ற அருங்காட்சியகத்தை இங்கிலாந்தில் இருந்த ரோத்சைல்டு குடும்பத்தினர் தொடங்கினார்கள். அந்தக் காலகட்டத்தில் இதெல்லாம் கற்பனைக்கு எட்டாத சாதனை.

ஏனென்றால் அப்போது உலகம் முழுக்க இருந்த விலங்கியல் ஆய்வாளர்கள் பொதுவாக பறவைகள், பூச்சிகள் குறித்துதான் ஆய்வு நடத்திக் கொண்டு இருந்தார்கள். சிறிய மாதிரிகளைத்தான் அவர்களால் சேகரித்து ஆய்வு செய்ய முடியும், அவ்வளவுதான் இடமும் இருக்கும். ஆனால் ரோத்சைல்டுகளோ பிரமாண்டமான விலங்குகளுக்காக என்றே அந்த அருங்காட்சியத்தைத் திறந்தார்கள். அன்றைய உலகம் அதற்கு முன் அப்படி ஒரு அருங்காட்சியத்தைக் கண்டது இல்லை.

வங்கிகள், வீடுகள், நிறுவனங்கள் – இவற்றை மட்டுமே கட்டிவந்த ரோத்சைல்டுகள் ஒரு அருங்காட்சியத்தைக் கட்டக் காரணம் ரோத்சைல்டுகள் குடும்பத்தில் விதிவிலக்காகப் பிறந்த வால்டர் ரோத்சைல்டு என்பவர்தான். தனது 7 ஆவது வயதில் இருந்தே விலங்குகள், பறவைகள் தொடர்பான தகவல்களை சேகரித்துக் கொண்டிருந்த வால்டர் ரோத்சைல்டு, இளமைக் காலத்தில் தன் ஆய்வுகளுக்காக உலகெங்கும் பயணிக்க ஆசைப்பட்டார்.

ரோத்சைல்டு அருங்காட்சியகம்

மகனின் மீது உயிரையே வைத்திருந்த வால்டரின் பெற்றோர், 'அதற்காக நீ எதுக்குப்பா அலையணும்... நீ இருக்கும் இடத்திற்கு உலகத்தின் எல்லாக் காடுகளையும் வரவழைக்கிறோம்' என முடிவு செய்தார்கள். வால்டேரின் 21ஆவது பிறந்தநாளுக்குப் பரிசாக உலகின் மிகப்பெரிய அருங்காட்சியத்தை உருவாக்கினார்கள். தொடங்கப்பட்ட 3 ஆண்டுகள் கழித்து கி.பி.1892ஆம் ஆண்டு முதல் இந்த அருங்காட்சியகம் பொதுமக்களின் பார்வைக்கும் திறக்கப்பட்டது.

ரோத்சைல்டு அருங்காட்சியகத்தில் விலங்குகள், பறவைகள், பூச்சிகள், பறவை முட்டைகள் – என்று ஒவ்வொன்றுக்கும் தனித்தனிப் பிரிவுகள் இருந்தன. ஒவ்வொரு பிரிவுக்கும் ஒரு புகழ்பெற்ற நிபுணர் கண்காணிப்பாளராகப் பணியில் அமர்த்தப்பட்டார்.

இளமைக் காலத்தில் எப்போதும் அருங்காட்சியகம், எப்போதாவது வங்கிப் பணி என்று வால்டேர் வாழ்ந்தார். அவரை ஏனோ பணம் ஈர்க்கவேயில்லை. கி.பி.1908ஆம் ஆண்டில் வால்டேர் இனியும் வங்கிப் பணி செய்ய முடியாது – என்று சொல்லி ரூஸ்வெல்டுகளின் குடும்பத தொழில்களில் இருந்து வெளியேறி, முழுநேரமாக அருங்காட்சியகத்தின் பக்கம் வந்தார்.

வால்டர் தனது உயிரியல் ஆய்வுகளுக்காக சொந்தமாகவே ஒரு நூலகம் தொடங்கினார். அங்கு கி.பி.16ஆம் நூற்றாண்டில் அழிவை சந்தித்த பறவைகள் முதல், அன்றைக்கு வானில் பறந்து கொண்டிருந்த பறவைகள் வரை சுமார் 30,000 பறவைகள் பற்றிய குறிப்புகளை அவர் உருவாக்கினார்.

வால்டேருக்குப் பத்திரிகை படிக்கும் வழக்கம் இருந்தது, அவர் படிக்கும் எல்லா பத்திரிகைகளும் அவற்றின் முதல் பிரதியில் இருந்து முழுவதுமாக ஆவணமாக்கப்பட்டன. அதுபோக உலகப் புகழ்பெற்ற அனைத்து நூல்களும் அவற்றின் ஆசிரியர்களின் கையெழுத்துகளோடு அவரால் சேகரிக்கப்பட்டன. இவற்றைக் கொண்டு மிக மிக பிரம்மாண்டமான நூலகத்தை வால்டேர் ரோத்சைல்டு உருவாக்கினார்.

இன்று நாம் ஒரு இங்கிலாந்துக் குடிமகனிடம் பறவைகள் பற்றிப் பேசினால் அவர் மிகச் சரளமாக புள்ளிவிவரங்களுடன் உரையாடுவார், இங்கிலாந்தின் பெரும்பாலான வீடுகளில் பைனாகுலர்கள் உள்ளன, அங்கு 'பறவைகளைக் கவனித்தல் (Bird watching)' என்பது மிகவும் பொதுவான பொழுதுபோக்கு. இந்தக் கலாசாரத்தை நிலை நிறுத்தியவர் இந்த வால்டேர்தான். அது போலவே பழம் பொருட்களை வாங்க அருங்காட்சியகங்கள் அதிகம் செலவழிக்கும் வழக்கத்தையும் இவர் ஐரோப்பாவில் தொடங்கி வைத்தார்.

கி.பி.1937 ஆவது ஆண்டில் வால்டேர் ரோத்சைல்டு மறைந்தார். அதற்கு முன்பாகவே இவரது சேகரிப்பில் இருந்த பறவைகள் எல்லாம் அமெரிக்க பறவைகள் அருங்காட்சியகத்துக்கு விற்கப்பட்டன. அரிய முட்டைகள், பெரிய பறவை மாதிரிகள், நூலகம் எல்லாம் இங்கிலாந்து அரசுக்கு கொடுக்கப்பட்டன. மீதப் பொருட்களுடன் ரோத்சைல்டுகளின் அருங்காட்சியம் இப்போதும் இங்கிலாந்தில் இயங்கி வருகின்றது.

வால்டேர் ரோத்சைல்டு

வால்டேர் ரோத்சைல்டு பணத்தின் வரலாற்றில் எந்த மாற்றத்தையும் கொண்டுவரவில்லை, அப்படி இருக்க அவரைப் பற்றி இங்கு விரிவாகச் சொல்லக் காரணம் என்ன? – என்றால்... ரோத்சைல்டுகளுக்கு சம்பாதிப்பது மட்டுமே வாழ்க்கை அல்ல என்பதை ஒரு உதாரணமாக வாழ்ந்து உணர்த்தியவர் இந்த வால்டேர்தான். 'நாம் பணத்தைக் குவித்துவைத்து எல்லோரையும்

மிரட்டிக் கொண்டே இருந்தால், நம்மால் நமது வாழ்க்கையை வாழ முடியாது' – என்று ரோத்சைல்டு குடும்ப வாரிசுகள் இவரைப் பார்த்து தெரிந்து கொண்டார்கள். அந்த மனநிலையை காலம் உருவாக்கி இருந்தது.

ரோத்சைல்டுகளுக்கும் தோல்விகள் இருந்தன. அவர்களின் தனிப்பட்ட வாழ்க்கை மகிழ்ச்சியாக இல்லை. ஆண்களை மட்டுமே வாரிசாகக் கருதிய அவர்களின் ஆணாதிக்க சிந்தனையால் ரோத்சைல்டுகள் பல வீழ்ச்சிகளைச் சந்தித்தார்கள். இத்தாலியின் நேப்பிள்ஸ்சில் ரோத்சைல்டுகளின் வங்கிகளைத் தொடங்கிய கார்ல் ரோத்சைல்டின் கடைசி ஆண் வாரிசான அடால்ஃப் கார்ல் வான் ரோத்சைல்டு வாரிசு இல்லாமல் கி.பி.1900ஆவது ஆண்டில் இறந்தார். அவரது சொத்துகள் ரோத்சைல்டு வங்கியின் பிரான்ஸ் பிரிவின் கீழ் வந்தன.

ரோத்சைல்டுகளின் பயணம் தொடங்கிய ஜெர்மனியில் மேயர் கார்ல் வான் ரோத்சைல்டு, வில்லெம் கார்ல் வான் ரோத்சைல்டு ஆகிய இரண்டு ரோத்சைல்டு ஆண்கள் இருந்தாலும் இவர்களுக்கு ஆண் குழந்தைகள் இல்லை!. மொத்தம் 11 பெண் குழந்தைகள் பிறந்ததால் இவர்களின் செல்வம் சிதறியது.

ஆஸ்திரியாவின் வியன்னாவில் இருந்த ரோத்சைல்டு வங்கியை ஜெர்மனியில் இருந்து ஹிட்லர் குறிவைத்தார். கி.பி.1938ல் நாஜிப் படைகள் ஆஸ்திரியாவை வீழ்த்திய பின், ஜெர்மனியின் நாஜி அரசு ரோத்சைல்டுகளின் ஆஸ்திரிய வங்கியை மிகக் குறைந்த தொகைக்கு கைப்பற்றியது!. ஆஸ்திரியாவில் அரச வாழ்வு வாழ்ந்து வந்த ரோத்சைல்டுகள் ஒரே நாளில் அகதிகளானார்கள். வீடுகள், நிலங்கள் போன்றவற்றை விட்டுவிட்டு கையில் இருந்த பணம், தங்கம், வைரம் இவற்றோடு நாட்டைவிட்டு ஓடினார்கள்.

அப்போதும் லூயிஸ் நாத்தேனியேல் டி ரூஸ்வெல்ட் என்ற ஒரு வாரிசு ஜெர்மானியப் படையிடம் சிக்கினார். அவர் தன்னிடம் இருந்த 2 கோடியே 10 லட்சம் அமெரிக்க டாலர் மதிப்பிலான தொகையைத் தந்து உயிர் தப்பினார். 20ஆம் நூற்றாண்டில் ஒருவர் பிணையமாகக் கொடுத்த மிக அதிகத் தொகை இதுதான். ரோத்சைல்டுகள் ஓடிய பின்னர் ஆஸ்திரியாவில் இருந்த அவர்களின் மாளிகைகள், நிலங்கள், கலைப் பொருட்கள், ஓவியங்கள் – அனைத்தையும் நாஜிக்கள் கைப்பற்றினர்!.

NAZIS FREE ROTHSCHILD, SEIZE HIS BANK

VIENNA, Thursday.

Whether ex-King Edward of England, the Duke of Windsor, had anything to do with it is not an-

நாஜிக்கள் தந்த விடுதலை

ஆஸ்திரியாவில் கிடைத்த ரோத்சைல்டுகளின் சேகரிப்புகளைப் பார்த்த ஹிட்லருக்கு, ரோத்சைல்டுகளின் வலுவான வணிகப் பிரிவான பிரான்ஸில் எவ்வளவு சேகரிப்புகள் இருக்கும்? – என்ற எண்ணம் தோன்றியது. சில ஆண்டுகள் கழித்து பிரான்ஸ் வலுக்குன்றியிருந்த போது ஹிட்லர் தனது வான்படைத் தளபதியும், கலைப் பொருட்கள் குறித்து நன்கு அறிந்தவருமான ஹெர்மன் வில்லெம் கோரிங் (Hermann Wilhelm Goring) என்பவருடன் வந்து பிரான்சில் உள்ள ரோத்சைல்டுகளின் கலைப் பொருட்கள் சேகரிப்பைப் பார்வையிட்டார். பின்னர் அவர்கள் செல்லும்போது தங்களுக்கு வேண்டிய கலைப் பொருட்களை ஒரு இராணுவ அணியுடன் வந்து எடுத்துச் சென்றார்கள். இப்படியாக கொள்ளையடிக்கப்பட்ட பொருட்களின் எண்ணிக்கை *5,003!*. ஜெர்மனி வீழ்ந்த பின்னர்

நாஜிக்கள் திருடிய ஓவியங்களின் ஒரு பகுதி

அமெரிக்கா மீட்ட ஓவியங்கள்

இவற்றை ரோத்சைல்டுகள் அமெரிக்கா மூலம் தேடினார்கள், ஆனால் வெகுசிலவே மீட்கப்பட்டன.

ரோத்சைல்டுகள் 'அரசர்களைப் போல வாழ வேண்டும்!' என்ற எண்ணம் கொண்டவர்கள். ஆனால் அரசர்கள் நீண்ட காலம் நிலைக்க முடியாது என்ற செய்தியை ஐரோப்பாவில் நடந்த நிகழ்வுகள் அவர்களுக்கு கூறின. பிரெஞ்சுப் புரட்சியின் போது அரசர் லூயி குடும்பத்தினர் கொலை செய்யப்பட்டனர். ஜெர்மனி அரச குடும்பத்தின் கிளையான ரஷ்ய ஜார் குடும்பம் ரஷ்ய புரட்சிக்காரர்களால் படுகொலை செய்யப்பட்டது. இரண்டாம் உலகப்போரில் இன்னும் பல அரசர்களின் தலைகள் உருண்டன. இதெல்லாம் ரோத்சைல்டுகளுக்கு அச்சம் கொடுத்தது.

உலகத்தின் பல்வேறு நாடுகளின் பணத்தை ரோத்சைல்டுகள் கட்டுப்படுத்தும் செய்தி ஐரோப்பிய மக்களுக்கு ஏற்கனவே எரிச்சலைத் தந்திருந்தது. அது நல்லது அல்ல என்று ரோத்சைல்டுகள் உணர்ந்தார்கள். தங்களிடம் உள்ள பணமும் தாங்கள் செய்யும் சுயவிளம்பரங்களும் தங்கள் உயிருக்கே வேட்டுவைக்கக் கூடியவை என்பதையும், இயற்கை எல்லா நேரமும் தங்கள் பக்கம் இருக்காது என்பதையும் இந்த சம்பவங்கள் ரோத்சைல்டுகளுக்கு உணர்த்தின.

மேலும் வங்கித் தொழிலில் லாபத்தையே ரோத்சைல்டுகள் பார்த்து வந்தாலும் அவர்களுக்கு மரியாதை கிடைத்ததே இல்லை. ஆனால் வால்டேர் ரோத்சைல்டுக்கு இங்கிலாந்தின் பொதுமக்கள்

மத்தியில் மரியாதை கிடைத்தது, அது ரோத்சைல்டுகளுக்குப் புதிய அனுபவம். இதனால் ரோத்சைல்டு குடும்பத்தினர் பிறரின் கண்களை உறுத்தும்படியாக நடப்பதையும், அடுத்தவர்களை பொதுவெளியில் மிரட்டுவதையும் குறைக்க ஆரம்பித்தார்கள். தங்கள் வாரிசுகளை வங்கித்தொழில்கள் அல்லாத தொழில்களில் ஈடுபடவும் அனுமதித்தார்கள். ஆனால் ரோத்சைல்டுகள் முழுமையாக மாறிவிடவில்லை.

கி.பி.1900ஆவது ஆண்டு பிறந்தபோது, உலகத்தின் ஒட்டுமொத்த வளங்களில் 50%க்கும் மேற்பட்ட வளங்கள் ரோத்சைல்டு குடும்பத்தினரிடம்தான் இருந்தது. இவர்கள் அந்த நூற்றாண்டில் உலகின் மிகப் பெரிய பணக்காரர்களாக இருந்தார்கள். கி.பி.1908ஆவது ஆண்டில் வால்டேர் ரோத்சைல்டு குடும்பத்தைவிட்டு வெளியேறினாலும் மற்றவர்கள் பணம் குவிக்கும் வேலைகளை செய்துகொண்டே இருந்தார்கள். பின்னர் பணமும் வேண்டும் பழியோ வேண்டாம் – என்ற நிலையில் ரோத்சைல்டுகள் தாங்களே நேரிடையாக வணிகங்களில் ஈடுபடாமல் தங்கள் பினாமிகளைப் பயன்படுத்தத் தொடங்கினார்கள்.

அந்த காலகட்டத்தில் உலகப் பணக்காரர்கள் என்று பட்டியலிடப்பட்டவர்களில் மிக முக்கியமான 4 நபர்கள் பெட்ரோலிய வர்த்தகத்தில் கொடிகட்டிப் பறந்த ராக்பெல்லர், வங்கித் துறையில் கொடிகட்டிப் பறந்த ஜே.பி.மார்கன், ரயில் பாதைகள் அமைக்கும் பணிகளில் கொடி கட்டிப் பறந்த எட்வர்டு ஆர் ஹாரிமன் (Edward R. Harriman), இரும்பு வர்த்தகத்தில் கொடிகட்டிப் பறந்த ஆண்ட்ரூ கார்னனி – இவர்கள் 4 பேருக்குமே வணிகத்தில் ஈடுபட பணம் கொடுத்தது ரோத்சைல்டு குடும்பம்தான். இவர்கள் நால்வரும் ரோத்சைல்டுகளிடம் பணம் வாங்கியதற்கு நிறைய ஆதாரங்கள் உள்ளன. ஆனால், 4 உலகப் பணக்காரர்களுக்கு ஒரே சமயத்தில் கடன் கொடுக்கும் வசதி உள்ள ரோத்சைல்டுகளின் பெயரோ உலகப் பணக்காரர்கள் பட்டியலில் இருக்காது!. இப்படியாக உலகத்தின் புதுப் பணக்காரர்களும் பெரும்பாலும் ரோத்சைல்டுகளின் ஆட்களாகவே இருந்தார்கள்.

இன்னொருபக்கம் கி.பி.1913ஆம் ஆண்டில் அமெரிக்காவில் மூன்றாவது மத்திய வங்கியை தொடங்க ரோத்சைல்டுகளுக்கு அனுமதி கிடைத்தது. அதுதான் இப்போது அமெரிக்க டாலரை

வெளியிடும் 'பெடரல் ரிசர்வ் வங்கி'. கி.பி.1815ஆம் ஆண்டில் பேங்க் ஆப் இங்கிலாந்து வங்கி தங்களுக்கு கிடைத்தபொழுது ஆணவத்தில் ஆடிய ரோத்சைல்டுகள், இந்தமுறை அமைதியாக இருந்தார்கள். அனுபவம் அவர்களுக்குப் பாடம் சொல்லிக் கொடுத்திருந்தது.

அமெரிக்க பெடரல் ரிசர்வ் வங்கியை ரோத்சைல்டுகள் தொடங்கியபோது, வங்கியின் ஆவணங்களிலேயே அது ரோத்சைல்டுகளுக்கு சொந்தமான வங்கி என்று குறிக்கப்பட்டு இருந்தது. ஆனால் பின்னர் அப்படிக் குறிப்பது நிறுத்தப்பட்டது. இப்போது அமெரிக்க பெடரல் ரிசர்வ் வங்கியின் ஆவணங்களைப் பார்த்தால், 'அமெரிக்க அரசாங்கம் நியமிக்கும் ஆளுநர்கள்தான் ரிசர்வ் வங்கியை நிர்வகிக்கிறார்கள்' என்று அவை சொல்கின்றன. அதைப் பார்த்து பெரும்பாலான மக்களும் அது அமெரிக்க அரசின் வங்கி என்றே நம்புகிறார்கள். ஆனால் அது உண்மை அல்ல.

'பெடரல் ரிசர்வ் வங்கி ஏன் ஒரு தனியார் வங்கி?' என்று உலகெங்கும் நிறைய பொருளாதார நிபுணர்கள் ஆங்கிலத்தில் கட்டுரை எழுதி உள்ளார்கள். இணையத்தில் படிக்கலாம். அந்தக் கட்டுரைகளின் சாரத்தை சுருக்கமாகப் புரிந்து கொள்ள வேண்டும் என்றால் ஒரு எளிய விளக்கம் பயன்படும். உண்மையில் ஒரு நாடு தன்னுடைய பணத்தாளைத் தானே வெளியிடுகிறது என்றால் அந்தப் பணத்தாளில் அந்த நாட்டின் பெயர் மட்டுமே இருக்கும். ஒரு நாடு ஒரு வங்கியின் பெயரால் பணத்தாளை வெளியிடுகிறது என்றாலே அதில் தனியாரின் பங்கு இருக்கிறது என்பதுதான் பொருள்.

ஒரு நாடு தன்னுடைய பணத்தாளில் தன்னுடைய பெயரை மட்டும் போடாமல் 'பேங்க் ஆஃப்', 'செண்ட்ரல் பேங்க்', 'ரிசர்வ் பேங்க்' – என்று போடுகிறது என்றால் அது பிறரால் மறைமுகமாக் கட்டுப்படுத்தப்படுகிறது என்று நாம் புரிந்துகொள்ளலாம். இது வங்கித்துறைக்கு மட்டும் அல்ல, எல்லாத் துறைகளுக்கும் பொருந்தும்.

இப்போதும் நம் கண்களுக்கு முன்பாகவே பல தனியார் நிறுவனங்கள் அரசு நிறுவனங்கள் போல முகமூடி அணிந்து செயலாற்றி வருகின்றன. இவற்றுக்கான நல்ல உதாரணம் இந்தியாவின் கிரிக்கெட் வாரியமான பி.சி.சி.ஐ.

மற்ற நாடுகளின் கிரிக்கெட் வாரியங்களுக்கும் இந்தியாவின் பி.சி.சி.ஐ.க்கும் என்ன வித்தியாசம் என்று பார்த்தால், ஆஸ்திரேலிய கிரிக்கெட் வாரியத்துக்கு 'கிரிக்கெட் ஆஸ்திரேலியா' என்று நேரடியாகப் பெயர் இருக்கும், அது போலவே தென்னாப்பிரிக்காவின் வாரியத்துக்கு 'கிரிக்கெட் சவுத் ஆப்ரிக்கா', பாகிஸ்தானில் 'பாகிஸ்தான் கிரிக்கெட் போர்டு', பங்களாதேஷ் நாட்டில் 'பங்களா தேஷ் கிரிக்கெட் போர்டு' எல்லாம் நேரடிப் பெயர்கள்தான். இந்தியாவில் மட்டும் தி போர்ட் ஆஃப் கண்ட்ரோல் ஃபார் கிரிக்கெட் இன் இந்தியா (The Board of Control for Cricket in India - BCCI). ஏன் இப்படி சுற்றி வளைத்து ஒரு பெயரை வைத்திருக்கிறார்கள் என்று பார்த்தால், பி.சி.சி.ஐ. ஒரு தனியார் அமைப்பு!.

கடந்த 1928ஆம் ஆண்டில் தமிழ் நாட்டில் பதிவு செய்யப்பட்ட ஒரு தனியார் அமைப்புதான் பி.சி.சி.ஐ., இந்திய நாட்டின் கிரிக்கெட் அணியை இந்த தனியார் அமைப்புதான் நிர்வாகம் செய்கிறது. அதனால்தான் மற்ற நாடுகளில் வீரர்கள் எப்போதும் பயிற்சியில் இருக்க, இந்திய நாட்டின் வீரர்களோ படப்பிடிப்பிலேயே இருக்கிறார்கள். ஒலிம்பிக்கில்கூட இல்லாத கிரிக்கெட்டை ஒரு நாடே முக்கியமான விளையாட்டு என நம்பிக் கொண்டிருக்கிறது. இப்படித்தான் அமெரிக்க பெடரல் ரிசர்வ் வங்கியும் அரசு நிறுவனம் போன்ற முகமூடியில் உள்ளது. உலகின் பெரும்பாலான மத்திய வங்கிகள் இப்படித்தான். இதனால்தான் ரோத்சைல்டு குடும்ப வாரிசான ஜேக்கப் ரோத்சைல்டை 'உலகில் உள்ள 75% பணத்தாள்களின் அதிபதி' – என்று சில பொருளாதார நிபுணர்கள் குறிக்கிறார்கள்.

பி.சி.சி.ஐ.

ஜேக்கப் ரோத்சைல்டு

ஒரு பக்கம் வங்கிகளில் தங்களுக்கு உள்ள உரிமையை மறைத்த ரோத்சைல்டு குடும்பத்தினர், மறுபக்கம் தங்களின் பணக்கார அடையாளங்களை மறைக்க தங்களுக்குச் சொந்தமான பிரபல எஸ்டேட்களையும், பங்களாக்களையும் அரசுகளுக்கு தானமாகக் கொடுக்கத் தொடங்கினார்கள். தங்களிடம் இருந்த உலகப் புகழ்பெற்ற பொருட்கள், ஓவியங்கள் ஆகியவற்றைப் பல்வேறு அருங்காட்சியகங்களுக்குக் கொடுத்தார்கள். இப்படியாகக் கணக்கில் வரும், கண்ணில்படும் சொத்துகளை மெல்லக் கைவிட்டார்கள்.

அடுத்து பெரிய தொழில்களில் நேரடியாக ஈடுபடுவதை ரோத்சைல்டுகள் நிறுத்தினார்கள். முன்பு இராணுவத் தளவாடம், பட்டு, அரிய ஓவியங்கள், அரிய நாணயங்கள், வங்கிகள், கூரியர் என்று பெரிய வணிகங்களை நடத்தியவர்கள் திடீரென்று விவசாயம், ரியல் எஸ்டேட் – என நட்டத்தில் கணக்கு வரும் தொழில்களை மட்டும் வெளிப்படையாக நடத்த ஆரம்பித்தார்கள். இதனால் 'ரோத்சைல்டுகள் களத்திலேயே இல்லை' என்று உலக மக்கள் நம்ப ஆரம்பித்தார்கள். இரண்டாம் உலகப் போரில் யூதர்கள் படுகொலை செய்யப்பட்ட செய்தியை வைத்து, 'ரோத்சைல்டுகள் மீதான விமர்சனங்கள் யூதர்களுக்கு எதிரான இனவெறி' என்று அமெரிக்க, ஐரோப்பிய ஊடகங்கள் கூற, மக்களின் பரிதாபத்தைக்கூட ரோத்சைல்டுகளால் சம்பாதிக்க முடிந்தது!.

ஒரு காலத்தில் தலைப்புச் செய்திகள் முழுக்க நிறைந்திருந்த ரோத்சைல்டுகள் இப்போது முழுவதும் செய்திகளில் இருந்து விலகிவிட்டார்கள். அவர்களது திட்டம் வெற்றியும் பெற்றுவிட்டது. இது உண்மையான விலகலா?.

ஜெர்மனியில் கெட்டோ என்ற ஒதுக்குப்புறமான பகுதியில் 30 பேர்களைக் கொண்ட குடும்பமாக இருந்தபோதே, உலகின் 5 நாடுகளில் தொழில் நடத்த திட்டம் போட்ட ஒரு குடும்பம், இங்கிலாந்தையும் அமெரிக்காவையும் எதிர்த்து நின்று வெற்றிபெற்ற ஒரு குடும்பம் – ரோத்சைல்டு குடும்பம். செல்வத்தின் உச்சத்தில் இருந்தபோது எந்தக் காரணமும் இல்லாமல் அவர்களால் எப்படி ஒதுங்கி இருக்க முடியும்?. அவர்கள் ஒதுங்கவில்லை, நமது கண்களைத்தான் கட்டி உள்ளார்கள்!.

இன்றைய உலகப் பொருளாதாரமே ரோத்சைல்டுகளுக்கு ஏற்ற பொருளாதாரமாக மாற்றப்பட்டு உள்ளது. கி.பி.17 ஆம்

நூற்றாண்டுக்கு முன்புவரை சாமானியர் ஒருவர் பணக்காரராக மாறுவது அரிதானது, அது போல பணக்காரர் ஒருவர் சொத்துகளை இழப்பதும் அரிதானதுதான். பங்குச் சந்தையோ, தங்கம் விலையோ மிக மிக அரிதாகவே பெரிய மாற்றங்களை சந்திக்கும். ஆனால் ரோத்சைல்டுகள் செல்வத்தின் உச்சம் பெற்ற பின்னர் முந்தைய கால அமைப்புகள் அனைத்தும் தகர்க்கப்பட்டு உள்ளன.

இன்றைய உலகின் பொருளாதாரத்தைப் பொறுத்தவரைக்கும் இது பொருளாதார அறிவு உள்ளவர்களுக்கு ஒரு தங்கச் சுரங்கம், பொருளாதார அறிவு இல்லாதவர்களுக்கோ ஒரு புதை குழி. அறிவு உள்ள ஒருவர் ஒரே ஆண்டில் இங்கு 1000 கோடி சம்பாதிக்கவும் முடியும், அறிவு அற்ற பணக்காரர் ஒருவர் ஒரே நாளில் 10 ஆயிரம் கோடி இழக்கவும் கூடும். இதில் மக்கள் பணக்காரனாகும் சம்பவங்கள் அரிதாகவும், ஏழைகளாகும் சம்பவங்கள் அதிகமாகவும் நடக்கின்றன.

உலகெங்கும் பங்குச் சந்தை வீழ்ச்சி, பொருளாதார மந்த நிலை, மருத்துவ செலவு, அரசின் திடீர் வரிகள் – இதெல்லாம் ஒவ்வொரு நாளும் திடீர் ஏழைகளை உருவாக்கிக் கொண்டே உள்ளன. மக்களின் வாழ்க்கைக்கு உத்தரவாதம் தரும் நலத்திட்டங்கள், ஓய்வூதியம், நிலவுரிமை – இவற்றை உலக வங்கி போன்ற அமைப்புகள் மக்களிடமிருந்து பிடுங்க நாடுகளை அழுத்திக் கொண்டே உள்ளன.

தங்கத்தில் தொடங்கி பெட்ரோல் டீசல் வரைக்கும் அனைத்தின் விலையும் தினமும் மாறிக்கொண்டே உள்ளது. இந்த ஏற்ற இறக்கம்தான் மக்களின் வளம் சுரண்டப்படும் பிரதான கொள்ளை முறை. இந்த ஏற்ற இறக்கங்களுக்குப் பின்பாக ரோத்சைல்டுகள் உள்ளார்கள் என்றால் உங்களால நம்ப முடிகிறதா?. குறிப்பாக தங்கம் விலைக்கும் ரோத்சைல்டுகளுக்கும் என்ன தொடர்பு?. மனதை திடப்படுத்திக் கொண்டு அடுத்த அத்தியாயத்தைத் தொடருங்கள்...

~

25

தங்கத்தைக் கட்டுப்படுத்தும் ரோத்சைல்டுகள்!

தங்கத்துக்கும் ரோத்சைல்டுகளுக்கும் என்ன தொடர்பு என்று நீங்கள் தெரிந்துகொள்ள வேண்டும் என்றால், முன்பு காலம் காலமாக தங்கம் விலை எப்படி நிர்ணயம் செய்யப்பட்டது? ரோத்சைல்டுகள் கால் பட்டதும் அந்த முறை எப்படி மாறியது? என்ற வேறுபாட்டை முதலில் பார்க்க வேண்டும்.

இன்றைய சூழலில் தினமும் தங்கத்தின் விலை 2 முறை நிர்ணயம் செய்யப்படுகின்றது. தமிழ்நாட்டில் தினமும் காலை 11 மணிக்கும் மாலை 7 மணிக்கும் தங்கம் விலையை அறிவிக்கிறார்கள். இந்த விலை எதை அடிப்படையாகக் கொண்டது? - என்று பார்த்தால், லண்டனில் உள்ள எல்.பி.எம்.ஏ. (LBMA - London Bullion market association) என்ற அமைப்பு, தினமும் காலை 10.30 மணிக்கும் மாலை 3 மணிக்கும் வெளியிடும் விலையை அடிப்படையாகக் கொண்டுதான் தமிழக விலை கணக்கிடப்படுகிறது. ஆனால் இங்கிலாந்து விலையை அப்படியே இங்கு அறிவிப்பது இல்லை. ஒரு குறிப்பிட்ட கணக்கீட்டின் படி இன்னும் அதிகரிக்கப்பட்ட விலையையே அறிவிக்கிறார்கள்.

அந்தக் கணக்கீடு எப்படி நடக்கிறது என்றால், எல்.பி.எம்.ஏ. வெளியிடும் தங்கத்தின் விலை அமெரிக்க டாலரில்தான் இருக்கும். மும்பையில் உள்ள இந்திய பொன்சந்தைக் கூட்டமைப்பு (Indian bullion and jewellery association) அந்த டாலர் மதிப்பை முதலில் ரூபாய்க்கு மாற்றுவார்கள். இதனால் அன்றைக்கு டாலருக்கு

நிகரான இந்திய ரூபாய் மதிப்பு வீழ்ச்சியில் இருந்தால், அது தங்கம் விலையை இன்னும் அதிகரிக்கும்.

இங்கு உங்களுக்கு நியாயமாக வந்திருக்க வேண்டிய கேள்வி, 'லண்டனின் நாணயம் பவுண்ட்தானே... பிறகு ஏன் தங்கவிலைக்கு டாலர்?' – என்பது. எல்.பி.எம்.ஏ. அமைப்பு டாலரில்தான் அறிவிப்பார்கள். உலகம் முழுக்க கச்சா எண்ணெய் விற்பனையின் பெரும்பகுதி எப்படி டாலரில் நடக்கிறதோ, அது போல தங்க விற்பனையும் பெரும்பாலும் டாலரில்தான் நடக்கிறது. இது அமெரிக்க டாலரை நிலைநிறுத்தும் வழிமுறைகளில் ஒன்றாக உள்ளது.

இப்படி ரூபாய்க்கு மாற்றப்பட்ட தொகையோடு கோல்ட் பிரீமியம் என்ற பெயரில் தங்க விலையை இன்னும் 2% முதல் 3.5% வரை ஏற்றுவார்கள். இது எதற்காக என்றால் இங்கிலாந்தில் இருந்து தங்கத்தை வாங்கும் போது, அதைக் கட்டிகளாகவோ, நகைகளாகவோ மாற்றி இந்தியாவுக்கு அனுப்பவேண்டும் அல்லவா... அதற்கான கட்டணமாம் இது. இங்கிலாந்தில் வாங்கும்போது தங்கம் என்ன திரவ வடிவிலா இருந்தது? – என்று யாராவது கேட்டால் அவர்கள் இந்த வியாபாரத்தில் பங்கேற்க முடியாது.

இவற்றோடு இந்தியாவின் தங்க இறக்குமதி வரியாக இன்னொரு 10% சேர்த்துக்கொள்வார்கள். அடுத்து இந்தியாவுக்கு வந்து சேரும் தங்கத்தை, உரிய கடைகளுக்கும் பெரிய வாடிக்கையாளருக்கும் கொண்டு சேர்க்கும் போது அதில் உள்ள பாக்கிங் கட்டணம், பாதுகாப்பு கட்டணம், போக்குவரத்து கட்டணம் அனைத்தையும் சேர்த்து 'ஆக்ட்ராய் கட்டணம்' என்று இன்னொரு கட்டணத்தை விதிக்கிறார்கள். 8 கிராம் தங்கத்துக்கு விதிக்கப்படுகிற ஆக்ட்ராய் கட்டணத்தில் 100 கிலோ மூட்டையை காஷ்மீரில் இருந்து கன்னியாகுமரிக்கு கொண்டுபோய் கொண்டு வரலாம். ஆனால் இதையும் கேள்வி கேட்கக் கூடாது.

இதற்கெல்லாம் மேல் உங்களுக்கு அந்த நகையை விற்கும் கடைக்காரரின் லாபம் என்று சுமார் 3% தொகையைக் கூட்டிக்கொள்கிறார்கள். ஆம் தங்கம் விலை நிர்ணயிக்கப்படும்போதே அதற்குள் லாபமும் உள்ளது. ஆனால் வெறும் 3% தொகைக்காகவா பெரிய பெரிய தங்க நகைக்

கடைகள் திறக்கப்படுகின்றன?. தங்க நகைக் கடைகளுக்கு வருமானம் வருவது விலையில் இருந்து மட்டுமல்ல.

இந்தியாவில் உள்ள தங்கநகைக் கடைகளில் 4% முதல் 25% வரை சேதாரம் வசூலிக்கிறார்கள். இங்கு மக்கள் புரிந்து கொள்ள வேண்டியது சேதாரம் ஏற்பட தங்கம் ஒன்றும் கருங்கல் அல்ல, அது ஒரு உலோகம். தங்கத்தை செதுக்கி நகை செய்யும்போது வெளியேறும் தங்கத் துகள்களை உருக்கினால் மீண்டும் தங்கம் கிடைத்துவிடும். இயற்பியலின்படி சேதாரம் என்பது தங்கத்துக்கு இல்லை!.

வெளிநாடுகளில் நகை வாங்கும்போது பெரும்பாலும் சேதாரம் என்பதே இருக்காது. சில நாடுகளில் சேதாரம் 4% என்று இருந்தால் அந்த 4% தங்கத் துகள்களை ஒரு பிளாஸ்டிக் உறைக்குள் போட்டு வாடிக்கையாளரிடமே கொடுத்துவிடுவார்கள். ஆனால் இந்தியாவில் அதை நகைக்கடைக்காரர்களே வைத்துக் கொள்கிறார்கள்.

இப்படியாக சேதாரம் என்ற பெயரில் 4% முதல் 25% வரை நகைக் கடைகள் லாபம் பார்க்கின்றன. இதில் அடுத்த உச்சபட்ச கொடுமை அந்த சேதாரத்திற்கும் சேர்த்துதான் நாம் மொத்தமாக 3% ஜி.எஸ்.டி. வரி கட்ட வேண்டும் என்பது. கையில் வாங்காத தங்கத் துகளுக்கு விலை தருவதோடு வட்டியும் கட்டும் ஏமாளிகள்தான் நாம்!.

நகைக் கடைகளின் இலாப வேட்டை இத்தோடு முடியவில்லை. இதற்கும் மேல் தரக் குறைவான தங்கத்தை விற்பது, தங்க நகைக்குள் இரும்பு அல்லது பசையை வைத்து எடை ஏற்றுது, கல்வைத்த நகைகளை வாங்கும்போது, கல்லின் உண்மையான எடையை மறைத்து கல்லையும் தங்கம் விலைக்கு விற்பது என்று இன்னும் பல வகைகளில் நகைக்கடை வாடிக்கையாளர்கள் ஏமாற்றப்படுகிறார்கள். இவற்றால் தங்கம் குறித்த போதிய பொருளாதார அறிவு இல்லாத ஒருவர் தங்க நகை வாங்கும்போது குறைந்தது 20% முதல் அதிகபட்சம் 100% வரை கொள்ளையடிக்கப்படுகிறார்!.

ஒரு மளிகைக் கடையில் நாம் ஒரு குளியல் சோப் வாங்குகிறோம் என்று வைத்துக் கொள்ளுங்கள். நேற்றைக்கு அந்த சோப்பின் விலை 50 ரூபாய், இன்றைக்கு அந்த சோப்பின் விலை 55 ரூபாய். ஆனால் கடைகாரர் வைத்துள்ளது நேற்றே

வாங்கிய சோப்பு. அப்படியென்றால் அதை அவர் எவ்வளவுக்கு விற்க முடியும்? 50 ரூபாய்க்குத்தானே... அவர் மட்டும் 55 ரூபாய் கேட்டால், 'புது சோப் வர்றப்பதான் புதுவிலை'- என்று நாம் சொல்வோம்தானே? 5 ரூபாய் விவகாரத்தில் செயல்படும் நமது பொருளாதார அறிவு ஆயிரங்களில் வாங்கும் தங்க நகை விவகாரத்தில் எங்கு போகிறது?. நகைக் கடைகள் ஏற்கனவே வாங்கி இருப்பில் வைத்துள்ள தங்கத்துக்கும், உள்நாட்டில் இருந்து அவர்கள் வாங்கும் தங்கத்துக்கும் கூட நாம் ஒவ்வொருமுறையும் இறக்குமதி வரி, பிரீமியம், ஆக்ட்ராய் கட்டணம் எல்லாம் செலுத்திக்கொண்டு இருக்கிறோம்! இது பகல் கொள்ளை இல்லையா?. இவ்வளவு பெரிய கொள்ளைக்கு ஆதாரமாக உள்ளது 'தினசரி தங்கம் விலை நிர்ணயம்' என்ற அந்த முறைதான்.

இது மிகவும் பழைமையான முறையா? தங்கத்துக்கு நிரந்தரமான விலை என்று ஒன்று கிடையாதா? – என்று பார்த்தால், தினமும் தங்கம் விலையை நிர்ணயம் செய்வது பழைய முறை கிடையாது. தங்கத்துக்கு நிலையான விலை இருந்த காலமும் ஒன்று இருந்தது.

கி.பி.15ஆம் நூற்றாண்டில் உலகெங்கும் தங்கம் விலை அதிகமாக இருந்தது, கி.பி.16ஆம் நூற்றாண்டில் ஐரோப்பிய நாடுகளால் நிறைய தங்க வேட்டைகள் நடத்தப்பட்டதால் தங்கம் விலை முந்தைய மதிப்பில் 75% வரை மாபெரும் வீழ்ச்சியைச் சந்தித்தது!. அப்போது மக்கள் தங்கத்தை வாங்கவே பயப்பட்டார்கள். பின்னர் கி.பி.16,17ஆம் நூற்றாண்டுகளில் தங்கம் விலை எப்போதாவதுதான் ஏறி இறங்கியது.

கி.பி.1717ஆவது ஆண்டில் இங்கிலாந்து தங்கசாலையின் தலைவராக இருந்த சர் ஐசக் நியூட்டன், 'ஒரு டிராய் அவுன்ஸ் தங்கத்துக்கு 425 பவுண்ட் மதிப்பு' என விலை நிர்ணயித்தார். (ஒரு அவுன்ஸ் என்பது 28.3 கிராம் இதுதான் இங்கிலாந்தின் பிரதான அளவு. ஆனால் தங்க விற்பனையில் டிராய் அவுன்ஸ் என்ற பழைய எடைமுறைதான் பயன்படுத்தப்பட்டது. ஒரு டிராய் அவுன்ஸ் என்பது 31.1034768 கிராம்). அடுத்த 200 ஆண்டுகளுக்கு இந்த விலை மாறவேயில்லை!.

கி.பி.1797ஆம் ஆண்டு முதல் கி.பி.1821ஆம் ஆண்டு வரையிலான காலகட்டத்தில் நெப்போலியனின் போர்கள் ஐரோப்பாவையே அசைத்துப் பார்த்தபோதுகூட இந்த விலை

கொஞ்சம்தான் ஏறி இறங்கியது, ஆனால் பெரிய மாற்றம் எதுவும் இல்லை. இப்படி 200 ஆண்டுகளாகக்கூட மாறாமல் இருந்த தங்கம் விலை, இப்போது மட்டும் நாளுக்கு 2 முறை ஏறி இறங்குகின்றது என்றால் அதற்குக் காரணம் ரோத்சைல்டுகள்.

இங்கிலாந்தில் கி.பி.1919ஆம் ஆண்டு செப்டம்பர் மாதம் 12ஆம் தேதி காலை 11 மணிக்கு ரோத்சைல்டுகள் இன்னும் 4 பெரிய தங்க வர்த்தக நிறுவனங்களுடன் இணைந்து முதன்முறையாக தினசரி தங்க விலை நிர்ணயத்தை தொடங்கினார்கள். அன்றில் இருந்துதான் இந்த ஏற்றம், இறக்கம், கொள்ளை எல்லாம் தொடங்கியது.

கடந்த 1968ஆம் ஆண்டு வரைக்கும் தங்கம் விலை நாளுக்கு ஒருமுறைதான் நிர்ணயம் செய்யப்பட்டது. ஒருமுறை தங்கத்தின் விலையை நிர்ணயம் செய்த போதே பணம் கொட்டியதால், அது இரண்டுமுறை விலை நிர்ணயமாக விரிவடைந்தது!.

லண்டனில் 'ரோத்சைல்டு முதலீட்டு வங்கி'யின் தலைமை நிலையம் உள்ளது. அதற்கு நியூ கோர்ட் (New Court) என்று பெயர். இது கி.பி.1809ஆம் ஆண்டில் கட்டப்பட்டது. இந்தக் கட்டிடத்தில் வைத்துதான் சுமார் ஒரு நூற்றாண்டுக்கு தினமும் தங்கம் விலை அறிவிக்கப்பட்டது. தங்கம் விலையை நிர்ணயிக்கும் எல்.பி.எம்.ஏ. அமைப்பின் நிரந்தரத் தலைவர்களாகவும் ரோத்சைல்டுகள்தான் இருந்தார்கள். இந்த விலை நிர்ணயத்தை மேற்பார்வை செய்தது பேங்க் ஆஃப் இங்கிலாந்து வங்கி. இதுவும் ரோத்சைல்டுகளுக்கு சொந்தமானதுதான்!.

இதை எளிமையாகச் சொல்ல வேண்டுமானால் லண்டனில் உள்ள தங்கள் மாளிகையில் இருந்து

நியூகோர்ட், லண்டன்

இரா. மன்னர் மன்னன்

ரோத்சைல்டுகள் என்ன சொல்கிறார்களோ அதுதான் உலகெங்கும் தங்கத்தின் விலை!. அந்தவகையில் ரோத்சைல்டுகளால் கொள்ளையிடப்படாத இந்தியக் குடும்பங்களே இல்லை.

கந்த 2004ஆம் ஆண்டில் தங்கம் விலை நிர்ணயத்தில் ஏற்பட்ட பல்வேறு குழப்பங்கள் மற்றும் சர்ச்சைகள் காரணமாக தங்கம் விலையை நிர்ணயிக்கும் அமைப்பின் தலைவர் பதவியில் இருந்து ரோத்சைல்டுகள் விலகினார்கள், பார்க்லே முதலீட்டு வங்கி அந்தப் பதவியை எடுத்துக்கொண்டது. இருந்தும் கடந்த 2014ஆம் ஆண்டு வரையில் ரோத்சைல்டுகளின் அதே கட்டிடத்தில்தான் இந்த விலை நிர்ணயம் நடந்தது.

அப்போது பார்க்லே வங்கி தங்க விலை நிர்ணயத்தில் செய்த மோசடிகளை ரோத்சைல்டுகள் இங்கிலாந்தின் பொருளாதார குற்றப்பிரிவுக்கு (Financial Conduct Authority) போட்டுக் கொடுக்க, 2014ஆம் ஆண்டில் பார்க்லே வங்கிக்கு 26 மில்லியன் பவுண்ட் அபராதம் விதிக்கப்பட்டது.

அதற்குப் பின்புதான் தங்கம் விலை நிர்ணயமாகும் இடமும் மாறியது. இப்போது எல்.பி.எம்.ஏ. அமைப்பு ஐ.சி.இ. (ICE - Intercontinental Exchange) என்ற இணைய மென்பொருள்மூலம் உலக அளவில் ஏலம் நடத்தி, அதன் மூலம் தங்கத்தின் தேவை அதிகரித்து உள்ளதா குறைந்து உள்ளதா என்று பார்த்து, இதன் அடிப்படையில் தங்கம் விலையை நிர்ணயித்து வெளியிடுகிறார்கள். இந்த ஏல நடைமுறையை மேற்பார்வை செய்ய ஐ.பி.ஏ. (IBA - ICE Benchmark Administration) என்ற அமைப்பும் உள்ளது.

ஆனால் வெளிப்படையான முறை என்று சொல்லப்படும் இந்த முறையிலும் தங்கம் விலையை நிர்ணயிப்பதில் ரோத்சைல்டுகளின் தலையீடு உள்ளது. எப்படியென்றால், இந்த எல்.பி.எம்.ஏ. நடத்துகிற ஏலத்தில் பங்கேற்பவர்களில் 2 வகையினர் உள்ளனர். முதல் வகையினர் நேரடிப் பங்கேற்பாளர்கள். இரண்டாவது வகையினர் மறைமுகப் பங்கேற்பாளர்கள்.

இதில் நேரடிப் பங்கேற்பாளர்கள் என்பவர்கள் எல்.பி.எம்.ஏ.வின் சிறப்புத் தகுதி பெற்றவர்கள். ஏலம் நடக்கும்போது முக்கிய விவரங்கள் இவங்களுக்கு தெரிவிக்கப்படும். வேறுசில கூடுதல் சலுகைகளும் இவர்களுக்குக் கொடுக்கப்படும். ஆனால் மறைமுக பங்கேற்பாளர்களுக்கு இந்த வசதி இல்லை.

இப்போது நேரடிப் பங்கேற்பாளர்களாக இருப்பவர்கள் 15 பேர் அவர்கள்: Bank of China, The Bank of Communications, Coins 'N Things, The Industrial and Commercial Bank of China, INTL FCStone, Jane Street Global Trading, HSBC Bank USA, JPMorgan Chase, Koch Supply and Trading, Marex Financial, Morgan Stanley, Standard Chartered, the Bank of Nova Scotia, The Toronto-Dominion Bank.

இவர்கள் பெரும்பாலும் வங்கியாளர்கள், நகைக்கடைக்காரர்கள் அல்ல. இந்த வங்கியாளர்கள் மூலமாக தங்கம் விலையில் பெரிய மாற்றங்களை இன்றைக்கும் ஏற்படுத்த முடியும். இவர்களில் பலரின் மீதும் ரோத்சைல்டு பினாமிகள் என்ற குற்றச்சாட்டு உள்ளது.

ரோத்சைல்டுகளை எல்.பி.எம்.ஏ.வின் தலைமைப் பதவியில் இருந்து நகர்த்தினாலும், அவர்கள் உருவாக்கிய கட்டமைப்பையும் அதில் உள்ள ஓட்டைகளையும் மாற்ற முடியவில்லை. ஒரு பக்கம் தனியார் வங்கிகளின் பணத்தாள்களை உலக நாடுகள் வாயை மூடிக்கொண்டு ஏற்றுக் கொள்வதைப் போலவே, ஒரு தனியார் அமைப்பான எல்.பி.எம்.ஏ. நிர்ணயிக்கும் தங்கம் விலையையும் உலக நாடுகள் ஏற்றுக் கொள்கிறார்கள். இதுவும் ரோத்சைல்டுகளின் அதிகாரம் இல்லாமல் சாத்தியம் இல்லை.

இந்தக் கொள்ளையை தட்டிக் கேட்க வேண்டிய உலக நாடுகள் தங்கள் பங்குக்கு இறக்குமதிவரி, விற்பனை வரி, முத்திரைக் கட்டணம் என ஏகப்பட்ட கட்டணங்களை விதித்து லாபம் பார்க்கிறார்கள். அது இன்னொரு கதை.

ஆக, தங்கம் விலை தினமும் மாறுவது, ஏறுவது, இறங்குவது – எல்லாமே ரோத்சைல்டுகள் கையில்தான் இருந்தது, இருக்கிறது. ஆனால் அதேசமயம் அவர்களின் பெயர் மட்டும் உலகப் பணக்காரர் பட்டியலில் முதல் 10 இடங்களில் கூட வராது! அதாவது இவர்கள்தான் தேன் எடுப்பவர்கள், ஆனால் இவர்கள் புறங்கையை நக்க மாட்டார்கள் – இப்படித்தான் உலகம் நம்பவைக்கப்பட்டு உள்ளது. எப்படி இவர்களின் வருமான விவரங்கள் மறைக்கப்படுகின்றன? – வாருங்கள் பார்ப்போம்...

~

26

பட்டியலில் இல்லாத பணக்காரர்கள்

கடந்த 2018ஆம் ஆண்டில் வெளியான உலகப் பணக்காரர்கள் பட்டியலில் 822ஆவது பெயராகத்தான் ரோத்சைல்டு குடும்பப் பெயர் முதன்முறையாக இடம் பெற்றது. ஆனால் அந்த இடத்துக்குச் சொந்தக்காரரான ஜெஃப் ரோத்சைல்டு (Jeff Rothschild) உண்மையில் பாரம்பரிய ரோத்சைல்டு குடும்ப வாரிசு அல்ல!. இவரது குடும்பப் பெயரும் ரோத்சைல்டு என்பதைத் தவிர இவருக்கு பாரம்பரியமான ரோத்சைல்டுகளுடன் எந்தத் தொடர்பும் இல்லை.

ரோத்சைல்டு பரம்பரையின் உண்மையான வாரிசுகளில் யாராவது அந்தப் பட்டியலில் இருக்கிறார்களா? – என்று பார்த்தால் 1284ஆவது இடத்தில் உள்ளார் பெஞ்சமின் டி ரோத்சைல்டு (Benjamin de Rothschild) பிரான்சில் உள்ள 'எட்மண்ட் டி ரோத்சைல்டு' குழுமத்தை இவர் கடந்த 1997ஆம் ஆண்டு முதல் புதியதாக நடத்தி வருகிறார். இதனால் உலகப் பணக்காரர்கள் பட்டியலைப் பார்க்கும் எவருக்கும் ரோத்சைல்டுகள் காணாமல் போய்விட்டார்கள் என்றே தோன்றும். ஆனால் அது உண்மை அல்ல.

'உலகப் பணக்காரர்கள் பட்டியல்' என்பது அடிப்படையில் ஒரு போலியான பட்டியல். இந்தப் பட்டியலில் ஒருவருடைய சொத்து, ஆண்டு வருமானம் – இந்த இரண்டும்தான் கணக்கில் எடுத்துக்கொள்ளப்படுகின்றது. ஆனால் அவரது மொத்த கடன்கள் கணக்கில் வருவதே இல்லை!. உதாரணமாக இன்றைக்கே ஒருவர் நிறைய வங்கிகளில் அதிகம் கடன் வாங்கி

சொத்து சேர்த்தால் கூட, இந்தப் பட்டியலில் வந்துவிட முடியும். இது ஒரு ஏமாற்று வேலை. கி.பி.1900ஆவது ஆண்டுக்குப் பின்னர் உள்ள உலகப் பணக்காரர்களின் பட்டியல்கள் பொதுவாக பினாமிகளின் பட்டியலாகவே இருந்துள்ளன!.

உண்மையான பணக்காரர்கள் எவ்வளவு சம்பாதிக்கிறார்கள், எப்படி சம்பாதிக்கிறார்கள் என்று நம்மால் கணக்கிடவே முடியாது, காரணம் மக்களின் அறிவுக்கு அப்பாற்பட்ட வகையில்தான் அவர்களின் வர்த்தகம் உள்ளது. அவர்களின் சொத்தோ பண வடிவில் இல்லாமல் அதிகாரத்தின் வடிவில் இருக்கும்.

எளிமையாகச் சொல்ல வேண்டும் என்றால், உங்கள் ஊரில் ஒரே ஒரு கிணறுதான் உள்ளது, அந்தக் கிணறு குடியிருப்புப் பகுதியைவிட்டு தூரமாக உள்ளது என்றால், நீங்கள் பணக்காரராக இருந்தால் வீட்டில் ஒரு தண்ணீர் தொட்டி வைத்து நிரப்பிக் கொள்வீர்கள், ஏழையாக இருந்தால் நிறைய வாளிகள், குடங்கள் வாங்கிக் கொள்வீர்கள். அதே சமயம், ஊருக்கே தண்ணீர் கொடுக்கும் அந்தக் கிணறு உங்கள் வீட்டுக் கொல்லையில்தான் உள்ளது. அந்தக் கிணற்றைப் பூட்டும் சாவியும் உங்களிடம்தான் உள்ளது என்றால் நீங்கள் தொட்டியா கட்டுவீர்கள்? வாளிகளையா வாங்கிக் குவிப்பீர்கள்? எப்போது வேண்டுமானாலும் நீர் எடுக்கலாம் என்பதால் சில பாத்திரங்கள் மட்டும் உங்களுக்குப் போதும். இதன் பொருள் தொட்டி வைத்திருப்பவரைவிட, அதிக வாளி வைத்திருப்பவரைவிட நீங்கள் ஏழை என்பது அல்ல, மாறாக அவர்களைவிட நீங்கள் அதிகாரம் மிக்கவர் என்பதுதான். ரோத்சைல்டுகளிடம் பணம் மீதான அதிகாரம் உள்ளது.

ரோத்சைல்டுகளின் வளர்ச்சியின் முதல் பெரிய வெற்றியே இங்கிலாந்தின் பங்குச் சந்தையில்தான் நடந்தது. அந்த சம்பவத்துக்குப் பின்பு பங்குச் சந்தைகளைக் கட்டுப்படுத்துபவர்களாக ரோத்சைல்டுகள் மாறினார்கள். அந்த காலகட்டத்தில்தான் எந்தப் பொருளின் விலை தினமும் மாறினாலும், அதன் விலையை நிர்ணயிப்பவர்கள் அல்லது கணக்கிடுபவர்களுக்கு நல்ல லாபம் கிடைக்கும் என்பதை ரோத்சைல்டுகள் உணர்ந்தார்கள்.

உங்களால் தங்கத்தின் விலையை நிர்ணயிக்க முடியும் என்றால், நீங்களே ஒருநாள் தங்க விலையைக் குறைத்து அதை

வாங்கிக் குவிக்கலாம், மறுநாள் தங்க விலையை ஏற்றி விற்றுத் தள்ளலாம். நீங்கள் நினைக்கும் போது பணக்காரர் பட்டியலில் அமரலாம். உங்களை யாரும் தடுக்க முடியாது – என்பதுதான் இதன் பின்னுள்ள பொருளாதாரத் தத்துவம்.

இதை ரோத்சைல்டுகள் உணர்ந்த பின்புதான் தங்கம் விலை முதல் கச்சா விலைவரை எல்லாம் பங்குச் சந்தை போலவே தினமும் ஏறி இறங்கும் வகையில் மாற்றப்பட்டன. அதாவது இவர்களுக்கு ஏற்றது போல உலகின் ஒட்டுமொத்த பொருளாதார கட்டமைப்பும் மாற்றப்பட்டு உள்ளது. இப்படியாகத் தங்கம், டாலர், பங்குச் சந்தை – மூன்றையும் இவர்கள் கட்டுப்படுத்தியதால்தான் இவர்களின் பினாமிகளை உலகப் பணக்காரர்களாக மாற்ற முடிந்தது, அந்த மாற்றங்களை எதிர்த்த அரசாங்கங்களை ஒன்றும் இல்லாமல் அழிக்கவும் முடிந்தது.

கடந்த 2003ஆம் ஆண்டில் ரோத்சைல்டு குழுமத்தின் பிரான்ஸ் மற்றும் இங்கிலாந்து பிரிவுகளின் தலைவராகப் பதவி ஏற்றவர் டேவிட் ரெனே டி ரோத்சைல்டு (david rené de rothschild). இவர் சுவிட்சர்லாந்து நாட்டில் 'ஷெல் கம்பெனிகள்' (shell companies)' என்று சொல்லப்படும் போலி நிறுவனங்களைத் தொடங்கி ரோத்சைல்டுகளின் பணத்தைப் பதுக்கினார். இப்போதும் அவர்தான் பதவியில் உள்ளார். இன்றைக்கு ரோத்சைல்டுகள் எத்தனைப் போலி நிறுவனங்களையும், எத்தனை பினாமி நிறுவனங்களையும் நடத்துகிறார்கள், எவ்வளவு சம்பாதிக்கிறார்கள் என்பது அவர்களுக்கு மட்டுமே தெரியும். இப்போதும் ரோத்சைல்டுகளின் பினாமிகள் உலகப் பணக்காரர்கள் பட்டியலில் இருக்கலாம், அது யார் என்று தெரிந்து கொள்ள மக்களுக்கு இன்னொரு நூற்றாண்டும் ஆகலாம்!.

ரோத்சைல்டுகள் மட்டும் இல்லை, உலகின் உண்மையான பரம்பரைப் பணக்காரர்கள் யாரையும் நமக்குத் தெரியாது. இதற்கு ஒரு நல்ல உதாரணம்தான் இங்கிலாந்து அரசி இரண்டாம் எலிசபெத்.

இங்கிலாந்து அரச குடும்பம் இன்றும் நாட்டு மக்களின் வரிப் பணத்தில்தான் வாழ்கிறது, அதுபோக அரசிக்குத் தனியாக சம்பளமும் அதில் ஊதிய உயர்வுகளும் உண்டு. 2017ல் இரண்டாம் எலிசபெத் அரசியின் சம்பளம் 78% உயர்த்தப்பட்டது. இதனால் ஆண்டுக்கு 76.1 மில்லியன் பவுண்டு (சுமார் 630 கோடி) அவர் சம்பளம் பெறுவார்.

இதற்கு மாற்றாக, அரசி தனது தரப்பில் இருந்து அரசுக்குச் செய்யும் உதவியாக தனது 'கிரவுன் எஸ்டேட்'டின் வருவாயை அரசுக்குக் கொடுப்பார்.

ஆனால் கிரவுன் எஸ்டேட் மட்டுமே அரசியின் சொத்து கிடையாது, அரசியின் பிரதான வருவாய் மூலமும் அது கிடையாது. லண்டனில் உள்ள 'இன்னர் சிட்டி' வர்த்தகப் பகுதி உலகிலேயே அதிக வியாபாரம் நடக்கும் இடமாக உள்ளது. அந்த வணிகங்களில் இலாபத்தில் ஒரு பகுதி அரச குடும்பத்துக்குப் போகும். அது தவிர உலகம் முழுக்க இன்னும் பல சொத்துகள் அரச குடும்பத்துக்கு இருந்தாலும் அவை பற்றிய தகவல்கள் யாரிடமும் இல்லை. ஏனென்றால் கடந்த 1977 ஆம் ஆண்டு முதல் இங்கிலாந்து அரச குடும்பத்தின் சொத்துகள் பற்றிய விவரங்களை வெளியிடுவது சட்டபூர்வமாக தடை செய்யப்பட்டு உள்ளது.

இங்கிலாந்து அரச குடும்பத்தின் வருமானம் கணக்கில் வராது என்றால், அந்தக் குடும்பத்தை கி.பி.1815 ஆம் ஆண்டில் இருந்து இயக்கும் ரோத்சைல்டுகளின் வருமானம் மட்டும் எப்படி கணக்கில் வரும்?. இன்றைக்கும் இங்கிலாந்து அரசியின் பொருளாதார ஆலோசகராக சர் எவலைன் டி ரோத்சைல்டு (sir evelyn de rothschild) என்ற ஒரு ரோத்சைல்டுதான் உள்ளார், அரசியின் சொத்துக் கணக்கைக் கண்டுபிடிக்க இயலாது என்றால், அரசிக்கே ஆலோசனை கூறும் ரோத்சைல்டுகளின் சொத்துக் கணக்கை எப்படிக் கண்டுபிடிக்க முடியும்?.

டேவிட் ரெனே டி
ரோத்சைல்டு

சர் எவலைன் டி
ரோத்சைல்டு

இங்கிலாந்து அரச குடும்பத்தில் கூட அதன் உறுப்பினர்கள் யார் யாரென்று மக்களுக்குத் தெரியும். ஆனால் ரோத்சைல்டு குடும்பத்தில் எத்தனை உறுப்பினர்கள், அவர்கள் எங்கெங்கு வாழ்கின்றனர் என்ற முழு விவரம் இன்று வரை உலகத்துக்குத் தெரியாது.

இங்கிலாந்து அரச குடும்பத்தைப் பார்த்தோம் என்றால், எட்டாம் எட்வர்டு என்ற அரசர் காதலுக்காக முடியையே துறந்தார், இளவரசர் சார்லஸ் ஒரு பள்ளி ஆசிரியையைக் காதல் திருமணம் செய்தார், சமீபத்தில் இளவரசர் ஹாரி அரச குடும்பத்தில் இருந்து வெளியேறி இருக்கிறார். மொத்தம் 25 உறுப்பினர்கள் கூட இல்லாத இங்கிலாந்து அரச குடும்பத்தில் இவ்வளவு சிக்கல்கள் உள்ளபோது, 6000 பேருக்கும் மேல் இருப்பார்கள் என சந்தேகிக்கப்படும் ரோத்சைல்டுகள் குடும்பத்தில் ஏன் சிக்கல்களே வருவது இல்லை?. அதெல்லாம் வரும், ஆனால் அவர்கள் எதையும் வெளியே விட மாட்டார்கள். அதுதான் ரோத்சைல்டுகள்!.

மற்ற விவகாரங்களில் ரோத்சைல்டுகள் அமைதியாக இருந்தாலும், இப்பொழுதும் வங்கிகள் விவகாரங்களில் இவர்கள் பின்வாங்குவது இல்லை, இந்தியாவின் ரிசர்வ் வங்கி உட்பட எல்லா மத்திய வங்கிகளின் வடிவமைப்பிலும் ரோத்சல்டுகளின் பெயர் கட்டாயம் இருக்கும். ஏதாவது ஒரு நாடு மத்திய வங்கிக்கு எதிராகவோ, அமெரிக்க டாலருக்கு எதிராகவோ பேசினால், அப்போதெல்லாம் ரோத்சைல்டுகள் எழுந்து வருவார்கள். தங்கள் ஆதிக்கத்தின் கீழ் உள்ளவர்களைக் கொண்டு எதிர்ப்பாளர்களை அழிப்பார்கள். தங்களையும் ஒளித்துக் கொள்வார்கள்.

கடந்த 2000ஆவது ஆண்டில் உலகெங்கும் 7 நாடுகளின் பணத்தாள்கள் மட்டுமே மத்திய வங்கிகளின் கட்டுப்பாடு இல்லாதவையாக இருந்தன அந்த நாடுகள் ஆப்கானிஸ்தான், ஈராக், சூடான், லிபியா, கியூபா, வடகொரியா, ஈரான். அதன் பின்னர் பல இடங்களிலும் அமெரிக்கா அமைதியை நிலைநாட்டியதன் பின்பாக வடகொரியா, ஈரான், கியூபா ஆகிய மூன்று நாடுகள் மட்டுமே இப்போதும் பணியாத நிலையில் உள்ளன.

இந்த வங்கிகளால் ரோத்சைல்டு குடும்பத்தின் ஜேக்கப் ரோத்சைல்டு உலகின் 75% பணத்தாள்களுக்கு உண்மையான உரிமையாளராக இருக்கிறார், ஆனால் இவர்களின் வருமானம்

நேரடியாக வெளியிடப்படாத காரணத்தினால்தான் நாம் பில்கேட்ஸையும், வாரன் பபெட்டையும் உலகப் பணக்காரர்களாகக் கருதிக் கொண்டு இருக்கிறோம். இவர்களின் சொத்துகள் டாலரில் இருக்க ரோத்சைல்டுகளின் சொத்தாகத்தான் டாலரே இருக்கிறது!.

சிலர் ரோத்சைல்டுகளை ஃபர்ஸ்ட் ஆர்டர் என்று கூறுகிறார்கள், சிலர் இலுமினாட்டிகள் அல்லது பிரீமேசன்கள் என்கிறார்கள். ஆனால் அந்த வரையறைகளில் கூட இவர்களை அடக்கிட முடியாது. யூதர்களைப் பொருத்தவரை இவர்கள் யூதர்கள், புராட்டஸ்டண்டுகளிடம் இவர்கள் புராட்டஸ்டண்டுகள், கத்தோலிகர்களுக்கு இவர்கள் கத்தோலிகர்கள். சதிக்கோட்பாளர்களுக்கு இவர்கள் இலுமினாட்டிகள் அல்லது ப்ரீ மேசன்கள். ஆனால் இது எதுவும் இவர்களது நிரந்தர அடையாளம் கிடையாது. ரோத்சைல்டுகளுக்கு நாடு என்று ஒன்று கிடையாது. சமீபகாலமாக மதமும் மாறிக் கொள்கிறார்கள். பணத்துக்காக எல்லா அவதாரமும் எடுக்கக் கூடியவர்கள் இவர்கள் அதனால் 'ரோத்சைல்டுகள்' என்ற குடும்பப்பெயர் ஒன்று மட்டும்தான் இவர்களின் அடையாளம். ஆனால் சமீபமாக இதே குடும்பப் பெயரைக் கொண்ட பிற குடும்பத்தினரையும் நாம் பார்க்க முடிகிறது.

ரோத்சைல்டுகள் குறித்த தகவல்களுக்கும் அவர்களின் குடும்ப உறுப்பினர்கள் பற்றிய ரகசியங்களுக்கும் உரிய பாதுகாப்பை உலகின் முதல் நிலை உளவுத்துறையான இஸ்ரேலின் மொசாட் உறுதி செய்கிறது. ஒரு நாட்டின் உளவுத்துறை ஏன் இவர்களுக்கு உதவுகிறது என்று பார்த்தால், நாஜிக்களால் பாதிக்கப்பட்ட ரோத்சைல்டுகள் தங்களைப் போல பாதிக்கப்பட்ட பிற யூதர்களுக்கு தனி நாடு வேண்டும் என விரும்பினார்கள். பாலஸ்தீனை ஆக்கிரமித்து இஸ்ரேல் என ஒரு நாடு உருவாக்கப்பட்டதில் இவர்கள் மறைமுகமாகப் பெரும் பங்காற்றினார்கள்.

இஸ்ரேல் உருவான பின்னரும் ரோத்சைல்டுகள் உதவிக்கரம் நீட்டினார்கள். இஸ்ரேலியர்களின் ஆதி மொழியாகிய ஹீப்ரு அழிவின் விளிம்பில் இருந்தபோது ரோத்சைல்டுகளின் உதவியோடுதான் அது மீட்கப்பட்டது. இந்தியாவுக்கு மும்பை போல இஸ்ரேல் நாட்டின் மிக முக்கிய வணிக நகரம் டெல் அவிவ். உலகின் ஆடம்பரமான நகரங்கள் பட்டியலில் இந்த

டெல் அவிவ் 31ஆவது இடத்தில் உள்ளது. அந்த நகரத்தை இஸ்ரேலுக்கு வாங்கிக் கொடுத்தவர்களே ரோத்சைல்டுகள்தான். இதனால் டெல் அவிவ் நகரில் உள்ள ஆடம்பரமான தெருக்களில் ஒன்றுக்கு ரோத்சைல்டுகளின் பெயர்தான் வைக்கப்பட்டு உள்ளது. இந்தத் தெருவில் உள்ள ஒரு கட்டிடத்தில்தான் இஸ்ரேல் நாட்டின் சுதந்திரத் தீர்மானம் கையெழுத்திடப்பட்டது என்பதால் ரோத்சைல்டு தெரு இஸ்ரேலிய வரலாற்றின் முக்கியமான அங்கங்களில் ஒன்று.

ரோத்சைல்டு தெரு, டெல் அவிவ்.

இது தவிர இஸ்ரேலிய நாடாளுமன்றம், புனித நகரமான ஜெருசலேம், யூத பல்கலைக் கழகம் எல்லாம் ரோத்சைல்டுகள் கட்டிக் கொடுத்தவைதான். இதற்கெல்லாம் கைம்மாறாகத்தான் இஸ்ரேல் ரோத்சைல்டுகளின் பாதுகாப்பில் தனிக் கவனம் செலுத்துகிறது.

இஸ்ரேலிய நாட்டின் மிக முக்கியமான துறையே உளவுத்துறைதான். அதை மேம்படுத்த இஸ்ரேலிய அறிவியலாளர்கள் நிறைய கண்டுபிடிப்புகளை உருவாக்கி உள்ளனர். இதனால் இஸ்ரேலின் கண்டுபிடிப்புகளில் பெரும்பாலானவை தகவல் தொடர்புடன் தொடர்புடையவையாகவே உள்ளன.

உலகின் முதல் கைபேசி மோடரோலா நிறுவனத்தால் இஸ்ரேலில்தான் தயாரிக்கப்பட்டது, மெச்சேஞ்சர் என்ற செய்தி

ஊடக வடிவமும் இஸ்ரேலின் கண்டுபிடிப்புதான். வாய்ஸ் மெயில் என்பது டெல் அவிவ் நகரத்தில் உருவாக்கப்பட்ட இஸ்ரேலியக் கண்டுபிடிப்பு. இவைதவிர ஆண்டி வைரஸ், பிளாஷ் டிரைவ் – எனத் தகவல் தொழில்நுட்பம் சார்ந்த அவர்களின் கண்டுபிடிப்புகளின் பட்டியல் நீளமானது. இன்னும் எவ்வளவு கண்டுபிடிப்புகளை அவர்கள் வெளியே விடாமல் தாங்கள் மட்டுமே பயன்படுத்திக் கொண்டிருக்கிறார்கள் என்பதும் யாருக்கும் தெரியாது. இந்தியாவையே உலுக்கும் பெகாசஸ் கூட இஸ்ரேலிய தயாரிப்புதான். இவையனைத்தும் ரோத்சைல்டுகளுக்கு பாதுகாப்பு கொடுக்கப் பயன்படுகின்றன.

இன்னொரு பக்கம் ரோத்சைல்டுகள் தங்களுக்குத் தேவையான செய்திகளைப் பெறவும், தங்கள் அரசியல் நகர்வுகளுக்கும் கூட மொசாட்டைப் பயன்படுத்துகின்றனர் என்ற குற்றச்சாட்டும் உண்டு. ரோத்சைல்டுகளின் கடந்த கால வரலாற்றையும், உலகின் கடந்த கால வரலாற்றையும் பார்க்கும் போது அந்தக் குற்றச்சாட்டு உண்மையாக இருக்கவும் வாய்ப்புகள் உள்ளன.

ரோத்சைல்டுகள் அமைதியாக உள்ளது போல இருந்தாலும், மத்திய வங்கி, அமெரிக்க டாலர் – இவற்றுக்கு எதிராகப் பேசும் நாடுகள் மீதும், வங்கிச் சீர்திருத்தங்களை மேற்கொள்ளும் தலைவர்கள் மீதும் கடும் தாக்குதல்கள் நடந்து கொண்டேதான் இருக்கின்றன.

இல்லாத ஆயுதங்களைக் காரணம் காட்டி அமெரிக்காவால் கொல்லப்பட்ட சதாம் உசேன், கொடூரமான ஆட்சியாளர் என்று வெளி உலகுக்கு அமெரிக்காவால் காண்பிக்கப்பட்டு கொல்லப்பட்ட லிபிய அதிபர் கடாபி போன்றவர்கள் அமெரிக்க டாலரை ஏற்காமல் எதிர்த்துக் கேள்வி கேட்டவர்கள்தான். இப்படி பல்வேறு நாடுகளில் பல்வேறு அழிவுகள் நடந்து உள்ளன.

அமெரிக்க டாலரை தனியார் கட்டுப்படுத்தக் கூடாது என்ற கொள்கையோடு இருந்த அமெரிக்க அதிபர்கள் லிங்கன், கென்னடி ஆகியோர் சுட்டுக் கொல்லப்பட்டார்கள். இந்தியாவில் வங்கிச் சீர்திருத்தங்களைக் கொண்டுவந்த இந்திராகாந்தி, அவர் மகன் ராஜீவ் காந்தி ஆகியோர் படுகொலை செய்யப்பட்டார்கள். (இதனால்தான் ராஜீவ் காந்தி படுகொலைக்கும் இஸ்ரேலின் மொசார்ட் அமைப்புக்கும் நேரடித் தொடர்பு உள்ளது என்று சர்ச்சை இருக்கிறது) இப்படி நிறைய உதாரணங்கள் உள்ளன.

ரோத்சைல்டுகளின் முழு வளர்ச்சியும் வட்டியால் நிகழ்ந்ததுதான். கிறிஸ்தவர்களை ஏமாற்றி ஏசுவே வெறுத்த வட்டிமுறையை அரசு அங்கீகாரம் பெற்ற முறையாக மாற்றிய யூதர்களால் இசுலாமிய நாடுகளை அப்படிச் செய்ய முடியவில்லை. அதனால் இசுலாமிய நாடுகளை ஒதுக்கும் வேலைகள் தொடர்ந்து நடந்து வருகின்றன. இசுலாமியர்களுக்கான வட்டியில்லா வங்கிகளைத் தொடங்க முயற்சி செய்பவர்களுக்கு பல நாடுகளும் அனுமதி மறுக்கின்றன. உலகில் நடக்கும் ஒட்டுமொத்த தீவிரவாதச் செயல்களில் 8%கூட இசுலாமியர்கள் செய்தவை அல்ல. ஆனால் இசுலாம் என்றாலேயே தீவிரவாதம் என்ற மாய பிம்பம் உலகெங்கும் ஊடகங்களால் கட்டமைக்கப்பட்டு வருகின்றது. இந்த ஊடகங்களில் எதுவும் அமெரிக்க டாலரின் கொள்ளை பற்றியோ, அமெரிக்காவின் ஆக்கிரமிப்புப் போர்க்ள் பற்றியோ வாய் திறப்பதே இல்லை என்பது இங்கு குறிப்பிடத் தக்கது.

இன்னொரு பக்கம் உலகில் எவ்வளவோ பிரச்னைகள் இருந்தாலும் டிஸ்னி, மார்வெல் ஸ்டூடியோஸ் போன்ற பெரிய படத் தயாரிப்பு நிறுவனங்கள், பேய்களால் உலகத்திற்கு ஆபத்து, வேற்றுகிரகவாசிகளால் மக்களுக்கு ஆபத்து – என்று தொடர்ந்து மக்களை திசை திருப்பிக் கொண்டே இருக்கிறார்கள். நாம் படிக்கும் செய்தித்தாள்கள் முதல் பாட புத்தகங்கள் வரை எல்லாவற்றிலும் வாழ்க்கைக்கு தேவையான செய்திகள் குறைவாகவும், நம்மை திசை திருப்புற செய்திகள் அதிகமாவும் உள்ளன. இவையெல்லாம் கூட ரோத்சைல்டுகளின் திட்டங்களே என குற்றச்சாட்டுகள் உண்டு. ஆனால் சாமானிய மக்களுக்கு இவை எதுவும் புரியாது, இதைப்புரிந்து கொள்வதற்கான அடிப்படைகள் மக்களின் வாழ்விலோ, கல்வியிலோ இல்லை.

'பணக்காரன் மகன் செலவாளி, செலவாளி மகன் கடன்காரன், கடன்காரன் மகன் பொறுப்பாளி, பொறுப்பாளி மகன் பணக்காரன்' – என்ற வாழ்க்கை வட்டமே உலக மக்களிடையே எப்போதும் காணப்படுகிறது, தஞ்சை வட்டாரத்தில் 'மூன்று தலைமுறைக்கு வாழ்ந்தவனும் கிடையாது, மூன்று தலைமுறைக்கு கெட்டவனும் கிடையாது' என்று ஒரு சொல் வழக்கு உண்டு. இதுதான் பணத்தின் வலிமையை உணராத மக்களின் பொதுவான நிலை. இவர்கள் பணத்தைப் பற்றிக் கற்பது முதலில் அவசியமானது. அதிலும் இவர்கள் மேம்போக்காகக் கற்றால் அது மிக அபாயகரமானது. பணத்தின்

வலிமையை அறிந்தவர்களே தலைமுறைப் பணக்காரர்களாகத் தாக்குப்பிடிக்கிறார்கள்.

உலக அளவில் யூதர்கள், புராட்டஸ்டண்டுகள் போல இந்தியாவில் பார்சிகள், ஜெயின்கள், செட்டியார்கள், குஜராத்திகள் போன்ற வகுப்பினரும் பணத்தின் வலிமையை அறிந்தவர்களாக உள்ளார்கள். அவர்கள் பணம் பற்றிய தங்கள் கருத்துகளை அடுத்த தலைமுறைக்கு கச்சிதமாகக் கடத்துகிறார்கள், தங்களுக்குள் உதவிக் கொள்கிறார்கள், பல தனிப்பட்ட விதிமுறைகளையும் சட்டங்களையும் அவர்கள் பின்பற்றுகிறார்கள். சமீப பத்தாண்டுகளில் தமிழகத்தின் நாடார் வகுப்பு மக்கள் பணத்தின் வலிமையைக் கச்சிதமாகப் பயன்படுத்துபவர்களாக வடிவெடுத்து வருகிறார்கள்.

இவர்கள் பணவிவகாரத்தில் கண்டிப்போடு இருப்பவர்களாகவும், வணிகத்தில் விட்டுக் கொடுக்காதவர் களாகவும் இருக்கிறார்கள். எல்லாவற்றுக்கும் மேலாக இவர்கள் தங்கள் வாரிசுகளை பிஞ்சில் இருந்தே வளைக்கிறார்கள். உதாரணத்திற்கு சில பத்தாண்டுகள் முன்புவரை செட்டியார் சமூகத்தைச் சேர்ந்த ஒரு பரம்பரைப் பணக்காரர் தனது ஒரே இளவயது மகனை இன்னொரு செட்டியாரின் சிறிய கடைக்கு வேலை கற்க அனுப்புவார். அங்கு மிகக் குறைந்த மாத சம்பளத்திற்கு பிழிந்து வேலை வாங்கப்படும் அந்த சிறுவன் வேலை என்றால் என்ன? பணத்தின் மதிப்பு என்ன? எப்படி இருந்தால் தொழில் நன்றாக நடக்கும்? – என அத்தனையையும் கற்றுக் கொண்ட பின்னர், சில ஆண்டுகள் கழித்துதான் அப்பா அவரது கல்லாவில் மகனை உட்கார வைப்பார். அதுவும் அப்பா இருக்கும் வரை அவரது கருத்தைக் கேட்காமல் மகன் ஒரு ரூபாயையும் செலவழித்துவிட முடியாது, ‘அவன் என் மகன், அதனால் எனது திறமை அவனுக்கு இருக்கும்’ – என்று அவர்கள் ஒரு போதும் அலட்சியம் காட்டுவது கிடையாது, ஒரே மகனை ஏன் கஷ்டப்படுத்த வேண்டும்? – எனப் பாவமும் பார்ப்பது கிடையாது.

அப்படியெல்லாம் தொழில் கற்றாலும் வணிகத்தில் நட்டம் என்பது எல்லா சமயங்களிலும் தவிர்த்துவிட இயலாதது. பெரிய லாபத்திற்காக செய்யப்படும் தொழில் நட்டம் அடைந்தால் பெரிய நட்டம் கிடைக்கும் என்பது எதிர்பார்க்கக் கூடியதுதான். அது போன்ற சமயங்களில்

வணிகக் குடியைச் சேர்ந்த மக்கள் தங்களைப் பாதுகாப்பதை விடவும் தங்கள் குடும்பத்தையே அதிகம் பாதுகாத்தனர். தனது இழப்புகளை தனது இழப்புகளாகவும், தனது வருவாயைக் குடும்ப வருவாயாகவும் அவர்கள் கருதினர். அதற்கு அரசின் சட்டங்களும் அவர்களுக்கு உதவின.

அந்த வரலாறு மிக நீளமானது. அதையெல்லாம் அறியாமல் 'அவர்கள் அந்தக் குடியில் பிறந்துவிட்டதால் மட்டுமே பணக்காரர்களாக இருக்கிறார்கள்' என்று மக்கள் எண்ணுவது அறியாமைதான். ஒருவரால் திருபாய் அம்பானி மகனாகப் பிறக்க முடியாது, ஆனால் திருபாய் அம்பானியாக தன்னை வளர்த்துக் கொள்ள முடியும். அதற்கு அம்பானியைப் பற்றி அவர் தெளிவாக அறிந்து கொள்ள வேண்டும். விளக்கு எல்லோருக்கும் வெளிச்சம் கொடுப்பதைப் போலத்தான் அறிவும். கண்ணுடையவர்கள் பார்க்கக் கடவார்கள், காதுடையவர்கள் கேட்கக் கடவார்கள். ரோத்சைல்டுகளை வெறுக்க நிறைய காரணங்கள் இருந்தாலும் அவர்களிடம் கற்கவும் நமக்குப் பாடங்கள் உள்ளன. சரி, முதலாளிகளைப் பார்த்துவிட்டோம், எங்கே இவர்களின் தொழிலாளிகள்? – வாருங்கள் அடுத்த அத்தியாயத்தில் பார்க்கலாம்.

~

27

தொழிலாளி எனும் புது வர்க்கம்...

உலக வரலாற்றையே மாற்றி அமைத்தவர்களின் வரிசையில் அரசர்கள், அரசியல்வாதிகள், தத்துவ அறிஞர்கள், அறிவியல் அறிஞர்களோடு பொருளாதார அறிஞர்களுக்கும் ஒரு முக்கிய இடம் உண்டு.

நவீன உலகில் தொழிற்சாலைகளும் தொழிலாளி என்ற ஒரு வர்க்கமும் தோன்றக் காரணமாக இருந்த ஒருவர் பொருளாதார அறிஞர் 'ஆடம் ஸ்மித்'. உலக வரலாறு ஆடம் ஸ்மித்தை 'அரசியல் பொருளாதாரத்தின் தந்தை' என்று அழைக்கிறது. அவரது 'நாடுகளின் செல்வம்' நூல் பொருளாதார அறிவியலின் முதல் நூலாக போற்றப்படுகிறது. யார் அந்த ஆடம் ஸ்மித்? என்ன சொன்னார் அவர்?.

கி.பி.1723ஆம் ஆண்டில் ஸ்காட்லாந்தின் கிர்கால்டி என்ற சிற்றூரில் பிறந்தவர் ஆடம் ஸ்மித். ஆக்ஸ்போர்டு, கிளாஸ்கோ ஆகிய பல்கலைக் கழகங்களில் கணிதம், இயற்கை தத்துவம், நன்னெறி மற்றும் அரசியல் அறிவியல் பாடங்களைப் படித்த அவர் கிளாஸ்கோ பல்கலைக் கழகத்தில் தத்துவம் மற்றும் நன்னெறிக் கொள்கைகளுக்கு வகுப்பெடுக்கும் பேராசிரியராகவும் தன்னை உயர்த்திக் கொண்டார். கி.பி.1764ஆம் ஆண்டில் பியூக்ளியோ பகுதியின் பிரபு இவரது மாணவரானார். இதனால் பிரபுவின் ஐரோப்பிய சுற்றுப் பயணத்தில் தானும் இணைய ஆடம் ஸ்மித்துக்கு ஒரு வாய்ப்பு கிடைத்தது. இந்தப் பயணத்தில் அன்றைய ஐரோப்பாவின் புகழ்பெற்ற விவசாய வல்லுநர்கள், தொழில் வல்லுநர்களை அவர் சந்தித்தார், அவர்கள் மூலம் தொழிலின் பன்முகத் தன்மைகளை அவர் அறிந்து கொண்டார்.

கி.பி.1776லஆம் ஆண்டில் தனது அனுபவங்கள் மற்றும் ஆய்வுகளை அடிப்படையாகக் கொண்டு 'நாடுகளின் செல்வம்' நூலை ஆடம் ஸ்மித் எழுதினார். நிலமே நாட்டின் சொத்து, விவசாய விளைபொருளே செல்வத்தை அதிகரிக்கும் முறை என்ற பிசியோகிரெசி தத்துவம் அப்போது ஐரோப்பா முழுவதிலும் செல்வாக்கு பெற்றிருந்த நிலையில், 'நாட்டின் உண்மையான செல்வம் அதன் தொழிலாளர்கள்தான்' என்று ஆடம் ஸ்மித் தனது நூலில் கூறியது முற்றிலும் முரணான கருத்தாக இருந்தது. ஆனால் அந்தக் கருத்தை மிக எளிதாக நிரூபித்ததுதான் ஸ்மித்தின் மிகப்பெரிய வெற்றி.

ஒரு குறிப்பிட்ட அளவு உழைப்பை ஒரு தனித்த தொழிலாளி செலவிடும்போது அதனால் உண்டாகும் உற்பத்தியை விட, பல தொழிலாளர்கள் இணைந்து தங்களுக்குள் பணிகளைப் பங்கிட்டுக் கொண்டால் கிடைக்கும் உற்பத்தி மிக அதிகமாக இருக்கும் – என்பது ஸ்மித்தின் மிக முக்கியக் கண்டுபிடிப்பு.

உதாரணமாக மின்கொக்கி ஒன்றை உருவாக்க 18 படிநிலைகள் உள்ளபோது, ஒருவரே அனைத்து படிநிலைகளிலும் வேலை செய்தால் ஒரு நாளில் 20 கொக்கிகளை அவரால் வடிவமைக்க முடியும். மாறாக 18 பேர் சேர்ந்து 18 வேலைகளையும் பகிர்ந்து கொண்டு உற்பத்தியின் பலனையும் இறுதியில் பகிர்ந்து கொண்டால் ஒரு நாளின் முடிவில் ஒவ்வொரு தொழிலாளிக்கும் 4,800 கொக்கிகள் கிடைக்கும்!.

ஆடம் ஸ்மித்

ஆடம் ஸ்மித்தின் இந்த மகத்தான கண்டுபிடிப்பு ஐரோப்பாவில் தொழிற்சாலைகள் உருவாகக் காரணமானது. தொழிற்சாலைகளில் வேலை செய்ய அப்போது புதிதாக 'தொழிலாளி வர்க்கம்' என்ற வர்க்கமே தோன்றியது. தானாக தொழில் செய்யும் ஒருவருக்கும் தொழிலாளி வர்க்கத்தைச் சேர்ந்த ஒருவருக்கும் என்ன வித்தியாசம்?.

தானாக தொழில் செய்யும் ஒரு தொழிலாளிக்கு தனது உற்பத்திப் பொருளைப் பற்றி

முழுவதும் தெரியும். அதன் அனைத்து படிநிலைகளிலும் அவர் வேலை பார்க்கிறார். பொருளாதாரத் தேவைகளுக்கு அவர் தனது வாடிக்கையாளரைச் சார்ந்து இருக்கிறார். அவரது வாடிக்கையாளர்கள் உள்ளவரை அவர் இருப்பார். அவரது வாழ்வு வெளி உலகத்தோடு இணைந்ததாக இருக்கும். ஆனால் ஒரு தொழிற்சாலைப் பணியாளருக்கு தனது உற்பத்திப் பொருள் சார்ந்த அனைத்து வேலையும் தெரியாது, அதேசமயம் கொடுக்கப்பட்ட ஒரு வேலையை மிகச் சரியாக செய்ய அவரால் முடியும். இதனால் அவர் தனது பொருளாதாரத்துக்கு தனது தொழிற்சாலை முதலாளியைச் சார்ந்து இருக்கிறார். ஒருவேளை இவருக்கு அந்தத் தொழிற்சாலையில் வேலை போனால், வேறு தொழிற்சாலையில் தனக்குத் தெரிந்த அதே வேலை கொடுக்கப்பட்டால் அவர் பிழைத்தார், இல்லை என்றால் அவர் கதி அதோகதிதான். மேலும் ஒரே வேலையைத் தொடர்ந்து செய்வதால் இவருக்கு வேலை மீதான விருப்பும், வெளி உலகத் தொடர்பும் குறைந்துவிடும்.

தொழிற்சாலைகள் உற்பத்திகளை அதிகரிப்பதால் அவை தேவை என்று சொன்ன ஆடம் ஸ்மித் இப்படிப்பட்ட தொழிற்சாலைகளில் பணியாற்றினால் தொழிலாளர்கள் வேலைஇழப்புக்கும் விருப்பக் குறைவுக்கும் ஆளாவார்கள் என்பதையும் சொல்லத் தவறவில்லை, இருந்தும் அவர் தொழிற்சாலைகளை ஆதரிக்கக் காரணம் அவற்றின் உற்பத்தி அதிகரிக்கும் போது அதன் பலன்கள் அதன் தொழிலாளிகளுக்கும் தேசத்துக்கும் சென்று சேரும் என்ற நம்பிக்கைதான்.

ஆனால் தொழிற்சாலையில் ஒரு தொழிலாளி ஒரு நாளில் சராசரியாக 4,800 மின்சார பின்களை உருவாக்கினாலும், அவருக்கு முதலாளி 10 பின்களுக்கான தொகையைத்தான் சம்பளமாகத் தருவார் என்பதும், மீதம் முதலாளிக்கு லாபமாகப் போகும் என்பதையும் ஆடம் ஸ்மித் கணிக்கவில்லை. இதுதான் தொழிலாளர்களுக்கு மலர்ச்சி தர வேண்டிய தொழிற்புரட்சி அவர்களை சுரண்டும் மோசடி சாதனமாக மாறக் காரணமானது. ‘முதலாளித்துவப் பொருளாதாரமானது நிதானமும் அமைதியும் மிக்க சூழலில் இருக்கும்’ – என்பது ஆடம் ஸ்மித்தின் எண்ணம், ஆனால் அதுதான் உலகின் அமைதியையும் நிதானத்தையும் குலைக்கும் என்பது அப்போது அவர் மட்டுமல்ல யாருமே எதிர்பார்க்காதது.

தொழிற்புரட்சிக்கு முன்பு வரையில் ஒட்டுமொத்த உலக உற்பத்தியின் மூன்றில் ஒரு பங்கு இந்தியாவிலும், நான்கில் ஒரு பங்கு சீனாவிலும் உற்பத்தியானது. கி.பி.முதலாம் நூற்றாண்டு முதல் தொடர்ந்த இந்த நிலை தலைகீழாக மாறி பதினெட்டாம் நூற்றாண்டில் ஐரோப்பிய கண்டம் உற்பத்தியில் முன்னுக்கு வர தொழிற் புரட்சியே காரணமாக இருந்தது.

கடந்த 2010ஆம் ஆண்டின் நிலவரப்படி உலக மக்கள் தொகையில் 5%க்கும் கீழான மக்கள் தொகையைக் கொண்ட அமெரிக்கா உலகின் ஒட்டுமொத்த உற்பத்தியில் 21% பங்காற்றுகின்றது. ஜப்பான் என்ற சிறிய தேசத்தை மட்டும் ஒதுக்கிவிட்டுப் பார்த்தால் உலக மக்கள் தொகையில் 60% மக்களைக் கொண்ட பிற ஆசிய நாடுகள் அனைத்தும் சேர்ந்து உலகின் ஒட்டுமொத்த உற்பத்தியில் 30% மட்டுமே பங்காற்றுகின்றன.

ஆடம் ஸ்மித்துக்குப் பின்னான காலங்களில் தொழிற்சாலைகள் இருந்தால்தான் நாடு வளர முடியும் என்ற நிலையில், தொழிற்சாலைகளுக்கான அரசியல் முக்கியத்துவம் கூட ஆரம்பித்தது. முதலாளிகள் மறைமுக ஆட்சியாளர்களானார்கள், தொழிலாளர்களின் உழைப்பும் மக்களின் வளங்களும் அவர்களால் சுரண்டப்பட்டன. இதனையடுத்து கம்யூனிசம் வளர்ச்சி பெற்றது. ரஷ்யப் புரட்சி ‘கம்யூனிச ஆட்சி’யை மக்களுக்கும் கம்யூனிச தத்துவங்களைத் தொழிலாளர்களுக்கும் கொண்டு சேர்த்தது. பணத்தின் வரலாற்றில் இது ஒரு திருப்புமுனை அத்தியாயம்.

உலகப் பொருளாதாரப் பெருமந்தம் (1929–33) வந்தபோது அமெரிக்காவும் அதன் சார்புள்ள ஐரோப்பிய நாடுகளும் பொருளாதாரப் பிரச்னைகளில் சிக்கி சிதைந்து கொண்டிருந்தன. 1933ஆம் ஆண்டில் அமெரிக்காவின் முந்தைய தொழில் உற்பத்தி 47% வீழ்ச்சி அடைந்து இருந்தது. இதனால் அமெரிக்க ஜி.டி.பி.யும் 30% வீழ்ந்தது. 25% பேருக்கு வேலையே இல்லை, வேலையில் இருந்தவர்கள் கடுமையான நெருக்கடிகளை சந்தித்தனர். பிரிட்டன், ஜெர்மனி, பிரான்ஸ் போன்ற வளமிக்க தேசங்கள் எல்லாம் தள்ளாடிக் கொண்டு இருந்தன.

அப்போது இந்த நெருக்கடியான சூழலிலும் ரஷ்யதேசம் மட்டும் வளர்ச்சிப் பாதையில் சென்று கொண்டிருந்தது. ஐந்தாண்டுத் திட்டங்கள் அங்கு மகத்தான மாற்றங்களை ஏற்படுத்திக் கொண்டிருந்தன. 1928ஆம் ஆண்டில் தனது முதல்

ஐந்தாண்டுத் திட்டத்தினைத் தொடங்கிய ரஷ்யா அடுத்த 12 ஆண்டுகளில் உலகின் இரண்டாவது பெரிய தொழில் வளர்ச்சி கொண்ட நாடாக மாறியது. இது முதலாளித்துவ நாடுகளுக்கு கடும் நெருக்கடியையும் அவமானத்தையும் அளித்தது குறிப்பாக அமெரிக்காவுக்கு.

1933ஆம் ஆண்டில் விலகிய அமெரிக்க பெருமந்தச் சூழல் 1937ஆம் ஆண்டில் மீண்டும் தலை தூக்கியது. இந்தப் பொருளாதார பெருமந்தத்தில் இருந்து அமெரிக்கா விடுபட எதிர்பாராமல் வந்த இரண்டாம் உலகப் போர்தான் காரணம் என்கின்றனர் பொருளாதார வல்லுநர்கள். ஒருவேளை உலகப் போர் வராமல் இருந்திருந்தால் முந்தைய பெருமந்தத்தைப்போல இதுவும் அமெரிக்காவை உலுக்கி எடுத்து இருக்கும். இரண்டாம் உலகப் போரை அடுத்து ஆயுத உற்பத்தியில் அமெரிக்கா ஈடுபட, அதனால் கிடைத்த வேலைவாய்ப்புகளைக் கொண்டு அமெரிக்கர்கள் மீண்டெழுந்தனர். குறிப்பாக 1941ஆம் ஆண்டில் அமெரிக்க பேர்ல் ஹார்பர் துறைமுகத்தை ஜப்பான் தாக்கிய பின்னர் ஒரு பில்லியன் டாலரை அமெரிக்கா தனது ராணுவத்தில் இறக்கியது, இதனால் அமெரிக்க இயந்திரத் தொழில் உற்பத்தி 50% அதிகரிக்க, வேலை இல்லாத் திண்டாட்டம் 17%ல் இருந்து குறைந்து 5%க்கு வந்து நின்றது.

அமெரிக்க பொருளாதாரம் முதலாளித்துவப் பொருளாதாரமாக உள்ளதால் அங்கு பெருமந்தங்கள் எளிதாக உருவாகின்றன. 19ஆம் நூற்றாண்டில் இறுதிக் காலத்தில் இருந்து இன்றுவரையில் அமெரிக்கா மொத்தம் 47 பெருமந்தங்களைச் சந்தித்து உள்ளது. அவற்றில் இரண்டு மிகப்பெரியவை. இதுபோன்ற பெருமந்தங்களின் போதெல்லாம் அமெரிக்கா உலகின் ஏதாவது ஒரு நாட்டோடு சண்டையில் இருக்கிறது, இது எதேர்ச்சையானது அல்ல, மாறாக இரண்டாம் உலக யுத்தத்தில் இருந்து தான் கற்றுக் கொண்டதைக் வைத்து பெருமந்தத்தை போரைக் கொண்டு சமாளிக்கிறது அமெரிக்கா என்கின்றனர் பொருளாதார வல்லுநர்கள்!. போர் என்பது போர்க்களங்களுக்கு மட்டுமல்ல, அதற்கு இணையாக ஆயுதத் தொழிற்சாலைகளுக்கும் வேலை கொடுக்கிறது. ஆனால் அதீத ஆயுத உற்பத்தியின் விளைவு?.

தனது போர்த் தேவைகளுக்காக ஆயுதம் செய்யத் தொடங்கிய அமெரிக்கா, பின்னர் அயல்நாட்டுப் போர்களுக்கு

ஆயுதங்கள் செய்து விற்று, ஆயுத வணிகம் அமெரிக்காவின் பிரதான வணிகமாகி, ஆயுத வணிகர்கள் அமெரிக்க அரசியலை ஆட்டிவைத்ததும், அமெரிக்க ஆயுத வணிகர்கள் அயல்நாடுகளுக்கு விற்றதும் போதாமல் துப்பாக்கிகளை தனது சொந்த மக்களுக்கே விற்றதும், 89%க்கும் மேற்பட்ட அமெரிக்க மக்களிடம் அரசு அனுமதி பெற்ற துப்பாகிகள் உள்ளதால் அமெரிக்கா துப்பாக்கிச் சூடுகளின் களமாக இன்று இருப்பதும் தனி வரலாறு. முதலாளிகள் கடைசியில் கடிப்பது பொது மக்களைத்தான்.

உலகப் பொருளாதாரத்தையே அச்சுறுத்தும் அமெரிக்காவின் ஆயுதம் டாலர்தான், அதன் முன்னோடி பிரிட்டனின் பவுண்டு. டாலர், பவுண்ட் – என்ற இந்த இரு நாணயங்களின் வரலாறு இல்லாமல் எந்தப் பொருளாதார வரலாறும் நிறைவு பெறவே முடியாது. அவை பற்றி அடுத்த அத்தியாயத்தில் பார்ப்போம்...

~

28

வரலாற்றில் பவுண்ட்டும் (Pound) டாலரும் (Dollar)

உலகின் ஒவ்வொரு நாட்டுக்கும் ஒவ்வொரு பணம் உள்ளது. ஒவ்வொரு பணத்துக்கும் ஒவ்வொரு கதையும் உள்ளது. அவை அனைத்தையும் பற்றி எழுதினால் அதுவே தனி நூலாகிவிடும். இப்போது உலகை இயக்கும் ஆதிக்க பணங்களான பவுண்டு, டாலர் ஆகியவற்றைப் பற்றி மட்டும் இந்தப் பகுதியில் பார்ப்போம்.

வார்கோதுமையை அளக்க பயன்பட்ட எடைக்கல்லான 'ஷெகல்' பின்னர் யூதர்களால் நாணயமாகப் பயன்படுத்தப்பட்டது என்று முன்னர் பார்த்தோம். அதைப்போலவே இன்றைக்கும் பணத்தின் பெயராகப் பயன்படுத்தப்படும் மற்றொரு எடை அளவு 'பவுண்ட்' ஆகும். ஒரு பவுண்ட் என்பது '453 கிராம்' எடையைக் குறிப்பது. எஸ்.ஐ. அலகுமுறை அல்லது அனைத்துலக முறை அலகுகள் (International System of Units) உலகெங்கும் கொண்டுவரப்படும் முன்னர் இங்கிலாந்து உள்ளிட்ட நாடுகள் பவுண்ட் எடைக் கணக்கில்தான் வணிகம் செய்தன. இதனால்தான் வில்லியம் ஷேக்ஸ்பியரின் நாடகங்களில் பவுண்ட் எடை பல இடங்களில் பயன்படுத்தப்பட்டு உள்ளது. குறிப்பாக 'வெனிஸ் வர்த்தகன்' கதையில் ஷைலாக் கதாப்பாத்திரம் ஆண்டனியோவிடம் 'ஒரு பவுண்ட் சதை' என்பதைத் திரும்பத் திரும்பக் கேட்கும். இன்றும் கூட அமெரிக்கா உள்ளிட்ட பல நாடுகளில் 'பவுண்ட்' எடை பயன்பாட்டில் உள்ளது.

பவுண்ட் என்ற ஆங்கிலச் சொல்லின் வேர்ச்சொல் 'பொண்டோ (Pondo)' என்ற லத்தீன் சொல் ஆகும். லத்தீனில்

பொண்டோ என்றால் 'எடை பார்க்கப்பட்டது' என்று பொருள். பொண்டோ எடைகள் ரோமானியர் ஆட்சியில் இருந்து வழக்கத்தில் இருந்தன. அப்போது ரோமானியர்கள் லிப்ரா (Libra) என்ற நாணய வகையைப் பயன்படுத்தினர். இந்த நிலையில் டிராய் நகரத்தில் ஒரு பவுண்டு எடையுள்ள வெள்ளி ஒரு லிப்ரா நாணயத்திற்கு விற்கப்பட்டதாக வரலாறு காட்டுகின்றது. அதன் காரணமாக லிப்ராவுக்கும் பவுண்ட் என்ற பெயர் ஆகுபெயராக வந்திருக்கலாம் என்று கருதப்படுகிறது.

ஆங்கில எழுத்தான 'L'ஐப் போன்ற £ – என்பது பவுண்டின் குறியீடாக உள்ளது. இது லிப்ராவின் குறியீடுதான் (அதே சமயம் பவுண்ட் என்ற எடையைக் குறிக்க lb என்ற குறியீடு பயன்படுத்தப்படுவதும் அதே லிப்ராவினால்தான்!).

இப்படியாக ரோமானிய லிப்ராவைப் பின்பற்றி இங்கிலாந்து தனது பவுண்ட் நாணயத்தை உருவாக்கியதைப் போலவே, பிரான்சு லிவ்ரா (Livra) என்ற நாணயத்தையும், இத்தாலி லிரா (Lira) என்ற நாணயத்தையும், போர்த்துகீஸ் லிப்ரா (Libra) என்ற நாணயத்தையும் இடைக்காலத்தில் உருவாக்கிக் கொண்டது தனிக்கதை.

ஒரு பவுண்டிற்கும் குறைவான மதிப்புடைய நாணயங்களைக் குறிக்க £sd என்ற முறை இங்கிலாந்தில் பயன்படுத்தப்படுகிறது. (இது வழக்கத்தில் Lsd என்றும் குறிக்கப்படுவது உண்டு.) இங்கு £ – பவுண்டையும், s – ஷில்லிங்கையும், d – பென்னியையும் (பென்னி என்பது ஒருமை, பன்மையில் பென்ஸ்) குறிக்கின்றன. உதாரணமாக 10 பவுண்டு 4 ஷில்லிங் 3 பென்ஸ் என்பதை 10£ 4s 3d என்று குறிக்கலாம்.

இதில் L என்பது லிப்ராவின் தொடர்பால் இப்போது பவுண்டுக்கு குறியீடாக விளங்குவதைப் போலவே, மற்ற இரண்டு எழுத்துகளும் வேறு நாணயங்களின் தாக்கங்களால் உருவான குறியீடுகளாக உள்ளன. அந்தக் குறியீடுகளின் பின்னணியில் ரோமானிய வரலாற்றோடு ஜெர்மானிய வரலாறும் உள்ளது.

பண்டைய ரோமானியர்கள் பயன்படுத்திய நாணயத்திற்கு டினாரியஸ் (Denarius) என்று பெயர். சார்லமேன் (Charlemagne) ஜெர்மனியின் பேரரசராக இருந்தபோது (கி.பி.800 – கி.பி.814) அவர் தனது வெள்ளி நாணயத்திற்கு பண்டைய ரோமானியர்களை ஒட்டி டினாரி (Denarii) என்று பெயரிட்டார்.

இந்த நாணயங்கள் தமது வடிவமைப்பிலும் பண்டைய ரோமானிய நாணயங்களைப் போலவே இருந்தன. (இவற்றை உருவாக்க வெள்ளி தேவைப்பட்டதால் ஜெர்மனியின் சுரங்கங்களில் பல்லாயிரம் அடிமைகள் இறக்கும் வரையில் வெள்ளி வெட்டிக்கொண்டே இருந்தது வேறுகதை.) இவரது நாணய வடிவமைப்பு பழமைக்குப் பாலமாகவும் புதுமைக்குப் பாதையாகவும் இருந்ததால் நெடுங்காலம் நினைவு கூறப்பட்டது.

டினாரியஸின் கீழ் மதிப்புகளாக சாலிடி (Solidi), லிப்ரே (Librae) – ஆகியவை பயன்படுத்தப்பட்டன. ரூபாய்க்கு அணா, பைசாவைப் போல டினாரிக்கு இவை.

சார்லமேன் டினாரியஸ்

இங்கிலாந்தின் மெர்சியாவைச் சேர்ந்த அரசன் ஊஃபா கி.பி.8ஆம் நூற்றாண்டில் இந்த முறையைத் தானும் பயன்படுத்தத் தொடங்கினார். அப்போது புதிய முறை மக்களிடம் எளிதாகச் சென்று சேர்வதற்காக டினாரிக்கு பவுண்ட் என்று பெயரிடப்பட்டது. அது போலவே சாலிடி, லிப்ரே ஆகியவற்றுக்கும் ஷில்லிங், பென்ஸ் என்று பெயர்கள் வைக்கப்பட்டன. இந்தப் பழைய முறையின்படி, 12 பென்ஸ் சேர்ந்தது ஒரு ஷில்லிங், 20 ஷில்லிங் (அல்லது 240 பென்ஸ்) சேர்ந்தது ஒரு பவுண்ட்.

Lsdயில் ஷில்லிங்கைக் குறிக்கும் s என்பது சாலிடியின் தொடர்ச்சி ஆகும், மற்றும் பென்னியைக் குறிக்கும் d – என்பது டினாரியஸின் தொடர்ச்சி ஆகும். இதனை ஆங்கிலேயர்களில் பலரே அறிந்திருக்கமாட்டார்கள். இப்படி இங்கிலாந்தில் 3 வித நாணயங்கள் அவற்றுக்கு மூன்று விதக் குறியீடுகள், பல கால வரலாறுகள் இருப்பது படிப்பவர்களுக்கே அயற்சியையும் ஆச்சரியத்தையும் தரலாம். ஆனால் நாணயமுறையின் இந்த மாற்றங்கள் பல படிநிலைகளில் நடந்ததால் இந்த நாணயங்களைப் பயன்படுத்திய மக்களுக்கு எந்தக் குழப்பங்களும் இருக்கவில்லை, விளக்கங்களும் தேவைப்படவில்லை.

மேலும் அந்த பென்னியையும் 4 பார்திங்குகளாக வகுக்கும் வழக்கம் 1960 வரையில் இருந்தது. இந்த பார்திங்குகளுக்கும் அரை

பார்திங்குகள் உண்டு. இவை தவிர பவுண்டு நாணயங்களுக்கு கீழே குறைமதிப்பு நாணயங்கள் பல தேவைக்கு ஏற்பப் புழங்கின. உதாரணமாக கினி (Guinea) – என்பது 1/9 பவுண்டு (21 ஷில்லிங்) மதிப்புடைய நாணயம்.

இத்தனை நாணயங்களின் பெயர்களையும் பார்க்கும் போது உங்களுக்கு 'இவற்றை எல்லாம் வைத்து மக்கள் எப்படிப் பணத்தைக் கணக்கிடுவார்கள்?' – என்று தோன்றலாம். ஆனால் அப்போதைய சந்தை வழக்கங்களும் இந்த நாணயங்களுக்கு ஏற்றவையாக இருந்ததால், மக்கள் அதிகம் சிரமப்படவில்லை. உதாரணமாக ஒரு முட்டைக்கடைக்காரர் ஒரு டஜன் முட்டைகள் 4 ஷில்லிங் என்று சொல்கிறார் என்றால், ஒவ்வொரு முட்டையின் விலையும் 4 பென்ஸ் என்று உடனடியாகக் கணித்துவிடலாம். இந்த நாணய முறைகள் 1970 வரையில் இங்கிலாந்தில் வழக்கத்தில் இருந்தன.

பிரித்தானிய சாம்ராஜ்ஜியம் பல சுதந்திர நாடுகளாக சிதைந்த பிறகு, சுதந்திர நாடுகளில் பல 'தசமான முறை'க்கு மாறின. (தசமானமுறை என்பது பத்தை அடிப்படையாகக் கொண்ட முறை, டஜன் என்பது 12யை அடிப்படையாகக் கொண்டது எனும்போது அதோடு ஒப்பிட்டுப் புரிந்து கொள்ளுங்கள்). சுதந்திர அமெரிக்கா பவுண்டின் அடிப்படைகளோடு, அந்தப் பெயரையும் மாற்றி தனக்காக டாலரை உருவாக்கிக் கொண்டது. சில நாடுகள் பவுண்ட் என்ற பெயரை மட்டும் வைத்துக் கொண்டு '100 பென்ஸ்களைக் கொண்டது பவுண்ட்' – என்று தசமான முறைக்கு மாறின. 1966ஆம் ஆண்டில் தசமான முறைக்கு மாறிய ஆஸ்திரேலியா இதற்கான நல்ல உதாரணம் ஆகும். ஆனால் அயர்லாந்து போன்ற நாடுகள் தங்கள் நாணய முறைகளில் மாற்றத்தை விரும்பினாலும், இங்கிலாந்தின் முடிவுக்காகக் காத்து இருந்தன.

இறுதியில் 1971ஆம் ஆண்டு பிப்ரவரி 15ஆம் நாளில் இங்கிலாந்து தனது பழைய நாணயமுறையை முழுவதுமாகக் கைவிட்டது. 100 பென்ஸ்களைக் கொண்டது ஒரு பவுண்ட் – என்ற புதிய முறை அங்கு அமல்படுத்தப்பட்டது. புதிய பென்னி நாணயமும் அறிமுகமானது. அதனால் இங்கிலாந்து மக்கள் இந்த நாளை 'டெசிமல் டே' என்று இன்றும் அழைக்கின்றனர். பின்னர் அயர்லாந்து உள்ளிட்ட நாடுகள் இந்த மாற்றங்களை அப்படியே ஏற்றுக் கொண்டன.

அமெரிக்காவின் டாலரைப் பொறுத்தமட்டில், அதன் பெயர்க் காரணம் ஆஸ்திரிய ஹங்கேரிப் பேரரசிடம் இருந்து தொடங்குகிறது. இந்தப் பேரரசின் நாணயம் 'குரோஷன்' ஆகும். குரோஷன்கள் அதிகமாகத் தேவைப்பட்டபோது, புதிய குரோஷன் நாணயங்களை ஆஸ்திரிய ஹங்கேரிப் பேரரசு 'செயிண்ட் ஜோகிம்ஸ்தால்' என்ற இடத்தில் அச்சிட்டு வெளியிட்டது. இப்படியாக நாணயம் அச்சிடும் இடங்களுக்கு 'மிண்ட்' என்று பெயர். இந்த புதிய குரோஷன்களை மக்கள் 'ஜோகிம்ஸ்தாலர்' என்று அழைக்கத் தொடங்கினர், பின்னர் இதுவே அளவு குறைந்து 'தாலர்' என்றானது. இதனைப் பின்னர் அமெரிக்கர்களும் பின்பற்றினர். சரி, யார் இந்த செயிண்ட் ஜோகிம்?. இயேசு கிறிஸ்துவின் தாய், தந்தை பெயர்கள் நமக்குத் தெரியும், அவரது தாத்தாவின் பெயர் தெரியுமா?, தெரிந்து கொள்ளுங்கள் இயேசுவின் தாயார் மரியாளின் தந்தைதான் செயிண்ட் ஜோகிம்.

ஜோகிம்ஸ்தாலர்

ஆனால் டாலரின் குறியீடான $ – என்பதற்கும் டாலர் என்ற பெயருக்கும் எந்தத் தொடர்பும் இல்லை. டாலரின் குறியீடு கிரேக்கப் புராணத்தோடு தொடர்புடையது. கிரேக்க கடவுளர்களில் ஒருவர், உலகையே தனது தோளில் சுமக்கும் மாவீரராகக் கருதப்படுபவர் 'ஹெர்குலஸ்'. கிரேக்கப் புராணத்தின்படி இவர் ஒருமுறை மத்தியத் தரைக் கடலைக் கடந்து ஒரு எருமைத் தலை அரக்கனை கொலை செய்யச் சென்றார். அப்போது அவரைத் தடுத்து வீழ்த்த ஒரு டிராகன் கடலில் இருந்து வந்தது. அது தன்னைத் தொடராமல் இருப்பதற்காக கடலின் இரண்டு பக்கங்களிலும் இரண்டு

மாபெரும் தூண்களை ஹெர்குலஸ் நிறுவினார். இந்த இரண்டு தூண்களைச் சுற்றி சிக்கிய டிராகனால் அவற்றைக் கடக்க முடியவில்லை.

ஏசு, மேரியுடன் செயிண்ட் ஜோகிம்ஸ்.

ஜிப்ரால்டர் நீரிணைப்பின் கடல் பகுதியை ஒட்டிய குன்றுப் பகுதியை இன்றும் மக்கள் 'ஹெர்குலஸ் தூண்கள்' என்று அழைத்து வருகின்றனர். ஹெர்குலஸ்ஸின் தூண்கள் வலிமையானவை, தீமையைத் தடுக்கக் கூடியவை என்ற எண்ணம் ஐரோப்பிய மக்களின் மனதில் ஊறிப்போனவை. இதன் தொடர்ச்சியாக ஸ்பெயின் அரசர்கள் தங்கள் நாணயங்களில் ஹெர்குலஸ்ஸின் இரண்டு தூண்களின் இடையே தங்கள் கிரீடம் உள்ளதைப் போன்ற சின்னத்தை அச்சிட்டு வெளிட்டனர். அமெரிக்கா தனது நாணயமான டாலருக்கு குறியீடு தேடிய போது, அவர்களுக்கு ஹெர்குலஸ்ஸின் தூண்கள் நினைவுக்கு வந்தன. அவர்கள் இரண்டு தூண்களுக்கு நடுவில் தடுத்து நிறுத்தப்பட்ட டிராகனைத் தங்கள் குறியீடாக மாற்றிக் கொண்டனர். இது அமெரிக்கர்களுக்கு முன்பு பாதுகாப்பு உணர்வைத் தந்தது. ஆனால் இப்போது சமீப காலங்களாக அந்தப் பாதுகாப்பு உணர்வு குறைந்து உள்ளது.

டிராகன்களைத் தங்கள் புனிதச் சின்னங்களாகக் கருதும் சீனாவைப் பார்த்து, அமெரிக்க பொருளாதார வல்லுநர்கள்

இப்போது உள்ளூர அஞ்சவும் டாலரின் பின்னே உள்ள டிராகன் நம்பிக்கையே காரணமாக உள்ளது. ஹெர்குலஸ்ஸின் தூண்கள் எப்போது வேண்டுமானாலும் வலுவிழந்து டிராகனை விடுவித்துவிடலாம் என்ற எண்ணம் உலகம் முழுக்க உண்டு.

அமெரிக்காவைத் தவிர கயானா, கனடா, ஆஸ்திரேலியா, கிரனெடா, கிழக்கு டிமெர், சாலமன் தீவுகள், சிங்கப்பூர், ஜிம்பாப்வே, சுரினாம், செயிண்ட் கிட்ஸ், செயிண்ட் லூசியா, செயிண்ட் வில்லெட், டொமினிகா, துவாலு, நமீபியா, நௌரு, பலாவ், பஹாமாஸ், புரூனே, பிஜி, மார்ஷல் தீவுகள், மைக்ரோனேஷியா, லைபீரியா, ஜமைக்கா, தைவான், நியூசிலாந்து, ஹாங்காங், பார்படாஸ், பெலிஸ் – ஆகிய நாடுகளும் தங்கள் நாணயங்களுக்கு டாலர் என்றே பெயர் சூட்டி உள்ளன. இந்த ஒவ்வொரு டாலரும் ஒவ்வொருவித மதிப்பு கொண்டவை. இவற்றுக்கு இடையில் அதிக மதிப்பு வேறுபாடுகள் உண்டு. பவுண்டும் டாலரும் இப்போது நாணயங்களை விடவும் பணத்தாள்களாகவே அதிகம் புழங்குகின்றன.

~

29

பவுண்டில் இருந்து டாலருக்கு

உலக வரலாற்றை கூர்ந்து நோக்குபவர்களுக்கு வரலாற்றின் ஒவ்வொரு திருப்புமுனைக் காலக்கட்டத்திலும் உலகின் ஆதிக்க மையம் ஒரு நாட்டில் இருந்து இன்னொரு நாட்டுக்கு இடம் மாறுவது தெரியும். எந்தநாடு உலக வர்த்தகத்தைக் கைக்குள் வைக்கிறதோ, அந்த நாட்டுக்கு பிறநாடுகளை ஆதிக்கம் செய்வது எளிதாகும். வர்த்தகத்தைக் கோட்டைவிட்டால் வரலாற்றில் இருந்து காணாமல் போக வேண்டியதுதான்.

கி.பி.18ஆம் நூற்றாண்டில் உலகின் மாபெரும் ஆதிக்க மையமாக இருந்த தேசம் பிரிட்டன். பிரிட்டனின் பிரதான காலனி இந்தியா. பிரிட்டனின் விசுவாசத்திற்கு உரிய முன்னாள் காலனி அமெரிக்கா. இந்தியா மீது எப்போதும் பிரிட்டனுக்கு ஒரு எச்சரிக்கை உணர்வு உண்டு, 2000 ஆண்டுகளுக்கு முன்பு உலகின் ஆதிக்க மையமாக இருந்த இந்தியா அந்த இடத்தை மீண்டும் பிடிக்கக் கூடும் என்ற அச்சமும் ஆழத்தில் உண்டு, ஆனால் அசந்த நேரத்தில் பிரிட்டனின் காலை வாரியதோ 200 ஆண்டுகளே வயதான அமெரிக்கா. அமெரிக்காவின் வளர்ச்சி உலகப் பொருளாதார வரலாற்றில் உற்று நோக்கப்பட வேண்டியது.

அமெரிக்கக் குடியேற்றத்தின் ஆரம்ப காலங்களில் அமெரிக்க மக்கள் தங்களையும் பிரிட்டனின் குடிமக்களாகவே கருதிக் கொண்டாலும், அவர்களுக்கு மறுக்கப்பட்ட சில உரிமைகளும் விதிக்கப்பட்ட பல கூடுதல் வரிகளும் அவர்களின் கானல் பிம்பங்களைக் கலைத்தன. அமெரிக்கர்களுக்கு மறுக்கப்பட்ட உரிமைகளில் அவர்களைக் கடுமையாகப் பாதித்த ஒன்று

நாணயங்கள், பணத்தாள்களை வெளியிடும் உரிமை. அன்றைய அமெரிக்காவில் பிரிட்டனின் பவுண்டுகள்தான் புழங்கின. அமெரிக்கர்கள் தங்கள் அடிமை விலங்கை உணர பிரிட்டனின் பணமும் ஒரு காரணமாக இருந்தது.

கி.பி.1776ஆம் ஆண்டில் அமெரிக்கா சுதந்திரம் பெற்ற பிறகு அங்கு நிகழ்ந்த வளர்ச்சி மிக வேகமானது, மிகப் பிரமாண்டமானது. கி.பி.1830ஆம் ஆண்டில் அமெரிக்காவின் ஒன்றுக்கும் உதவாத சதுப்புநிலப் பகுதி மேம்படுத்தப்பட்டு 'சிகாகோ நகரம்' உருவாகத் தொடங்கியது. உலகின் முதல் சதுப்புநில நகரம் இதுதான். அடுத்த 50 ஆண்டுகளில் இங்கு 5 லட்சம் மக்கள் குடியேறினர். கி.பி.1880ஆம் ஆண்டில் 5 லட்சமாக இருந்த சிகாகோவின் மக்கள்தொகை அடுத்த பத்தாண்டுகளில் இருமடங்காகி கி.பி.1890ஆம் ஆண்டில் 10 லட்சத்தைத் தாண்டியது. அப்போது உலகின் மக்கள் அடர்த்தி மிகுந்த நகரங்களில் ஒன்றாக சிகாகோ மாறியிருந்தது!. இன்றும் சிகாகோ உலகின் மக்கள் அடர்த்தி மிகுந்த நகரங்களில் ஒன்றுதான்.

இப்படியாக பல வகைகளிலும் தனது உட்கட்டமைப்புகளை மேம்படுத்திக் கொண்ட அமெரிக்கா, இன்னொரு பக்கம் புதிய சந்தைகள் பலவற்றை அடுத்தடுத்து உலகுக்கு அறிமுகப்படுத்தி உலக அரங்கிலும் தன்னை வெளிக்காட்டிக் கொண்டது. உணவு, உடை, பண்பாடு, இசை, திரைத்துறை உள்ளிட்ட அனைத்திலும் தனக்கென ஒரு தனித்த பாணியை அமெரிக்கா உருவாக்கியது. அதன் புதிய சிந்தனைகள் உலகெங்கும் எதிரொலித்தன.

அமெரிக்கா சுதந்திரம் பெற்று ஒரு நூற்றாண்டு கடந்து சில ஆண்டுகளும் போன பின்னர் அங்கு 'சுதந்திரப் பிரகடனம்' வெளியிடப்பட்டது. அந்தப் பிரகடனம் 'அமெரிக்காவின் அனைத்து மனிதர்களும் சமமாக உருவாக்கப்பட்டவர்களே' என்றது. அமெரிக்கர்கள் அமெரிக்கர்களை சட்ட அழுத்தத்தினால் மதித்தனர் (இதெல்லாம் குடியேற்ற அமெரிக்கர்களுக்கே பொருந்தும், இன்னொரு பக்கம் தனது நாட்டின் பூர்வகுடிமக்களை மிக மோசமாக நடத்துவதில் அமெரிக்காவை மிஞ்ச ஆளில்லை, அது வேறு ஆய்வு). இதனால் அடிமட்ட வேலைகளுக்கு அந்நிய மக்களை பயன்படுத்த அமெரிக்கர்கள் ஆர்வம் காட்டினர், அதேநேரம் அமெரிக்காவிற்கு எப்படியாவது சென்றுவிட ஐரோப்பியர்கள் உள்ளிட்ட பன்னாட்டு மக்களும் ஆர்வம் காட்டினர். அமெரிக்கா என்ற திடீர் தேசத்தின் மீதான உலகின்

ஈர்ப்பைப் பயன்படுத்திக் கொண்டு அமெரிக்க தொழிலதிபர்கள் கொள்ளை லாபம் சம்பாதிக்கத் தொடங்கினர்.

கூலிக்காரர்கள் அதிகம் கிடைத்ததால் சிலிர்த்தெழுந்த அமெரிக்க முதலாளிகள் பின்னர், வளங்களை சரியாகக் கண்டறிந்து, அமெரிக்காவின் தொழில் முகத்தை மாற்றினர், இந்தத் தொழில் அதிபர்கள் இல்லாமல் இன்றைய அமெரிக்காவும் இல்லை, உலகமயமாக்கலும் இல்லை. அவர்களில் குறிப்பிடத் தக்க சிலரைப் பற்றி மட்டும் இங்கு பார்ப்போம்...

ஜான் டி ராக்பெல்லர் (கி.பி.1839 – கி.பி.1937) தனது 'ஸ்டாண்டர்டு ஆயில்' நிறுவனத்தின் மூலம் உலகச் செல்வந்தர்களின் பட்டியலில் தனது பெயரை இடம்பெறச் செய்தார். அமெரிக்காவின் முதல் பில்லியனர் என்ற பெருமையை பெற்ற இவர், பின்னர் உலகின் முதன்மைப் பணக்காரராகவும் மாறினார்!. தனிவாழ்வில் கஞ்சத்தனத்திற்கும் பொதுவாழ்வில் அள்ளிக் கொடுப்பதற்கும் பெயர் போனவர் ராக்பெல்லர். உதாரணமாக, தனது வாரிசுகள் கைசெலவுக்கு காசு கேட்கும் போது 10 டாலர் கொடுக்கக் கூட பலதடவைகள் யோசித்த இவர்தான் அமெரிக்காவில் மருத்துவ ஆய்வுகள் தொடங்கப்பட 500 மில்லியன் டாலர்களை நன்கொடையாக அளித்தார் (அமெரிக்க மருத்துவமும் சேவையாக அல்லாமல் ஏழை நாடுகளை சுரண்டும் வர்த்தகமாக பின்னர் மாறியது தனிக்கதை).

ராக்பெல்லர்

ஆண்ட்ரூ கார்ணகி

ஸ்காட்லாந்தில் இருந்து இங்கிலாந்திற்கு தனது இளவயதில் வந்து குடியேறி பின்னர் அமெரிக்கரான ஆண்ட்ரூ கார்ணகி (கி.பி.1835 – கி.பி.1919) இன்னொரு மிக முக்கியமான அமெரிக்க கோடீஸ்வரர். இவர் தனது இரும்பு வர்த்தகத்தின் மூலம் அதிக செல்வம் ஈட்டினார், இவரை இன்றும் அமெரிக்கா நினைவு கூர்வதன் பின்னாக இவரது செல்வத்தைவிடவும் கொடையே உள்ளது. இறக்கும்போது பொது மக்களுக்கு 400 மில்லியன் டாலர்களை இவர் விட்டுக் கொடுத்துச் சென்றார். அதில் இவர் அமெரிக்காவிலும், பிரிட்டனிலும், பிற ஐரோப்பிய ஆப்ரிக்க நாடுகளிலும் கட்டிக் கொடுத்த 3000 பொது நூலகங்களின் செலவும் அடங்கும்.

இப்படிப்பட்ட பேர் சொல்லக்கூடிய முதல்தலைமுறை அமெரிக்க கோடீஸ்வரர்களின் பட்டியலில் கடைசியாக வந்து சேர்பவர் ஜான் மார்கன் (கி.பி.1837 – கி.பி.1913) அமெரிக்க ரயில்பாதையின் சரிபாதிப் பகுதி இவரால் உருவாக்கப்பட்டதுதான் என்ற ஒன்றே இவரது புகழை விளக்கப் போதும். இதன் மூலம் கிடைத்த 1.4 பில்லியன் அமெரிக்க டாலர் தொகையைக் கொண்டு இவர் கார்ணகியின் இரும்பு வர்த்தகத்தை தானே வாங்கிக் கொண்டார். இந்தப் பணக்காரர்கள் அமெரிக்காவுக்கு 'பணக்கார நாடு' என்ற பிம்பத்தை உலக அரங்கில் அளித்தனர். பின்னர் உலகக் கோடீஸ்வரர் என்றாலேயே அவர் அமெரிக்கர்தான் என்பது போன்ற தோற்றம் உருவானது, அதை பில்கேட்ஸ், வாரன் பபெட் உள்ளிட்டோர் தொடர்ந்து காத்து வருகின்றனர்.

அமெரிக்காவும் அமெரிக்கப் பொருளாதாரமும் இப்படித் தொடக்ககாலம் முதலே அதிவேகமாக வளர்ந்தாலும் அன்றைக்கு உலகின் மிகப்பெரிய பொருளாதார வல்லரசான பிரிட்டனை அது உழைப்பால் மட்டும் முந்திவிடவில்லை. அமெரிக்கா இன்று உலகப் பொருளாதாரத்தில் முன்னணி நாடாக இருக்க அமெரிக்காவின் வேகம் ஒரு காரணம் என்றால், பிரிட்டனின் தேக்கமும் ஒரு

ஜே.பி.மார்கன்

காரணம். அந்தக் தேக்கத்தை உருவாக்கியதில் உலகப் போர்களின் பங்கு பெரியது. ஐரோப்பிய நாடுகளுக்குள் மட்டும் நடந்த போரை முழு உலகமே உலகப் போர் என்று ஒப்புக் கொள்ளக் காரணம் அதன் விளைவுகள் இன்றும் உலகம் முழுவதும் உணரப்படுவதால்தான், குறிப்பாக பொருளாதார விளைவுகள்.

முதல் உலகப்போர் தொடங்கிய கி.பி.1914ஆம் ஆண்டில் இருந்து இரண்டாம் உலகப்போர் முடிந்த கி.பி.1945ஆம் ஆண்டுவரை பிரிட்டன் உள்ளிட்ட அனைத்து பெரிய ஐரோப்பிய நாடுகளையும் பின்னுக்குத் தள்ளிவிட்டு அமெரிக்கா வளர்ச்சியில் முன்னணிக்கு வந்தது. அமெரிக்காவின் இந்த முன்னேற்றத்துக்கு அதிர்ஷ்டத்தை மட்டுமே நாம் காரணமாகக் கூறிவிட முடியாது, ஏனெனில் கி.பி.1929ஆம் ஆண்டில் நியூயார்க் ஸ்டாக் எக்ஸ்சேஞ்ச் சந்தித்த வரலாறு காணாத வீழ்ச்சியில் இருந்து மீண்டு எழுந்து வந்துதான் அமெரிக்கா இதனைச் சாதித்தது.

உலகப் போர்களால் உலகப் பொருளாதாரம் அதிகம் பாதிக்கப்படக் காரணம், முதலாம் உலகப் போர் தொடங்கிய பிறகு உலகலாவிய ‘தங்கத் தரக்கட்டுப்பாடு (Gold Standard)’ – தளர்த்தப்பட்டதுதான். அதுவரை ஐரோப்பிய நாடுகள் அனைத்தும் தங்கள் கையிருப்பில் உள்ள தங்கத்திற்கு சமமான அளவில்தான் பணத்தாள்களை வெளியிட்டன, ஆனால் போரால் சர்வதேச உறவுகள் பாதிக்கப்பட்டபோது இந்த பண்டைய முறை கைவிடப்பட்டது. அதனால் பல நாடுகள் தேவைக்கு ஏற்ப வகைதொகை இல்லாமல் பணத்தாள்களை அச்சிட்டு, அவற்றின் மதிப்பை அதள பாதாளத்திற்குக் கொண்டு சென்றன. போருக்குப் பிறகு அதில் வென்ற நாடுகளின் பணத்தாள்களே அச்சுக் கூலிக்கும் கீழே மதிப்பிறக்கம் கண்ட நிலையில், தோற்ற நாடுகளின் நிலை மிகமிக மோசமானது. கி.பி.1920ஆம் ஆண்டில் ஜெர்மனியில் பணவீக்கம் தலைவிரித்தாட, மக்கள் பணமூட்டைகளை கைவண்டிகளில் கொண்டுபோய் கிடைத்ததை எல்லாம் வாங்க ஆரம்பித்தனர், பணத்தின் மதிப்பு நாள் தோறும் குறைந்து கொண்டே சென்றதால், யாரும் பணத்தை வைத்துக் கொள்ள விரும்பவில்லை. தங்கத் தரக் கட்டுப்பாடு அமலில் இருந்தவரை பணத்தாளை வங்கியிடம் திரும்பிக் கொடுத்தால் தங்கம் கிடைக்கும், இப்போது ஒன்றும் கிடைக்காது என்பதால் மக்களுக்கு என்ன செய்வது என்றே தெரியவில்லை.

5 ஆண்டுகளுக்கு முன்புவரை வல்லரசாக இருந்த ஜெர்மனி உலகப் போருக்குப் பின்பு கண்ட பரிதாப வீழ்ச்சி, முதலில் சில ஐரோப்பிய நாடுகளுக்கு மகிழ்ச்சியைத் தந்தாலும், பின்னர் நாளை நமது நிலையும் இதுதான் என்று அவர்களுக்கு உணர்த்தி அதிர்ச்சி வைத்தியம் தந்தது. பணவீக்கத்தைக் கட்டுப்படுத்த மீண்டும் தங்கத் தரக் கட்டுப்பாட்டைக் கொண்டுவர கி.பி.1920க்குப் பின்னர் பல நாடுகள் முயற்சி செய்தன. அவற்றில் குறிப்பிடத் தக்கது பிரிட்டன். கி.பி.1925ஆம் ஆண்டில் அன்றைய பிரிட்டனின் நிதியமைச்சராக இருந்த வின்ஸ்டண்ட் சர்ச்சில் தங்கக் கட்டுப்பாட்டை மீண்டும் கொண்டுவந்தார். ஆனால் அதனால் பணப் புழக்கத்திற்கு தேவையான அளவுக்கு பணத்தாள்களை அச்சடிக்க முடியவில்லை, இதனால் தேசிய அளவில் பல சம்பள வெட்டுகளை பிரிட்டன் அறிவிக்க நேர்ந்தது. விளைவு... நாடெங்கும் பொது வேலை நிறுத்தங்கள் நடந்தன. தொழிலாளர்களின் போராட்டங்கள் சமாளிக்க முடியாத அளவுக்கு பரவியதால் கி.பி.1931ஆம் ஆண்டில் தங்கத் தரக்கட்டுப்பாட்டை மீண்டும் பிரிட்டன் கைவிட்டது. பின்பு பிரிட்டனால் ஒருபோதும் அதனை மீண்டும் சாதிக்கவே முடியவில்லை. ஆனால் அமெரிக்கா அப்போதும் விடாமல் தங்கத் தரக்கட்டுப்பாட்டைப் பின்பற்றியது.

ஐரோப்பிய நாடுகளில் தோன்றிய இது போன்ற பொருளாதார சிக்கல்கள், உலக அளவிலான பொருளாதாரத்தை அதிகம் பாதித்தன, குறிப்பாக வேலைவாய்ப்பின்மை பெரும் சவாலாக உருவெடுத்தது. ஐரோப்பிய நாடுகளைப் போலவே அமெரிக்காவும் பொருளாதார பாதிப்புகளை சந்தித்தது. அப்போதைய அமெரிக்க அதிபரான ரூஸ்வெல்ட் இந்தப் பொருளாதார பெருமந்தத்தை மிக லாவகமாக சமாளித்தார். பொருளாதார பெருமந்தத்தைக் கட்டுப்படுத்த ரூஸ்வெல்ட் உருவாக்கிய திட்டம் 'நியூ டீல்' என்று பெயரிடப்பட்டது. இந்தத் திட்டத்தின் படி வேலை இழந்த தொழிலாளிகளுக்காக புதிய வேலைகள் பல உருவாக்கப்பட்டன. தொழிலாளர்களுக்கு அவர்களின் வாழ்க்கைக்கான ஆதாரத் தொகை சம்பளமாக வழங்கப்பட்டது. பெரிய அணைக்கட்டுகள், மின்நிலையங்கள் ஆகியவற்றின் கட்டுமான வேலைகள் தொடங்கி, உள்ளூரில் சாலை அமைத்தல், பொது சுவர்களுக்கு வெள்ளை அடித்தல், பொது இடங்களில் கலை நிகழ்ச்சிகளை நடத்தி மக்களை

மகிழ்வித்தல் வரை லட்சக் கணக்கான வேலைவாய்ப்புகள் உருவாக்கப்பட்டன.

ஜான் மேநார்ட் கெயின்ஸ் (John Maynard Keynes) என்ற பொருளாதார நிபுணர் 'சிறிய வேலைகளும் குறைவான ஊதியமும் கூட, கஷ்டகாலங்களில் மக்களை மகிழ்விக்கும்' – என்ற அடிப்படையில் 'நியூ டீலின்' அடிப்படையை வடிவமைத்து இருந்தார். இதனால் நியூ டீல் திட்டம் 'கெயினசியன் பொருளாதார'த்தினால் உருவாக்கப்பட்டதாகப் பார்க்கப்படுகின்றது. 1970கள் வரையில் பெரும்பாலான உலக நாடுகள் கெயினசியன் பொருளாதாரத்தைப் பயன்படுத்தின. இந்தியாவின் 100 நாள் வேலைத் திட்டத்தில் கெயினசியன் பொருளாதாரத்தின் தாக்கத்தை நாம் காணலாம்.

நியூ டீல்

பொருளாதார அறிஞர்
ஜான் கெயின்ஸ்

முதல் உலகப் போரினால் மிகப்பெரிய பொருளாதார சீரழிவைச் சந்தித்த ஐரோப்பிய நாடுகள், 1930களின் மத்தியில் மெல்ல மெல்ல பாதிப்புகளில் இருந்து வெளிவந்தன. இனியும் சிக்கல் இல்லை என்று தெரிந்த பின்னர் ஐரோப்பிய அரசுகளின் கவனம் மக்களிடம் இருந்து திரும்பி, மீண்டும் போரில் குவிந்தது. 1935ஆம் ஆண்டுக்குப் பிறகு ஏறத்தாழ எல்லா ஐரோப்பிய நாடுகளிலும் அரசின் பிரதான செலவு போர்த் தளவாடங்களுக்கான செலவாகத்தான் இருந்தது. உலகப் போரின் சீரழிவுகளைக் குறித்த பயத்தைவிட அவர்களுக்கு ஹிட்லர் மீதான பயம் அதிகமாக இருந்தது இதன் காரணமாக இருக்கலாம்!.

இரண்டாம் உலகப் போரின் முடிவில் மீண்டும் எல்லா ஐரோப்பிய நாடுகளும் காலி பாக்கெட்டுகளோடு நின்ற நிலையில், கடைசியாக உள்ளே நுழைந்த அமெரிக்கா போரின் போக்கையே மாற்றி, தன்னை வெற்றியாளனாக அறிவித்துக் கொண்டது. அமெரிக்காவின் இந்த வெற்றியால் உலகின் முதல்நிலை நாடு என்ற புகழ் அதற்கு சொந்தமானது. முதலாம் உலகப் போர் ஏற்படுத்திய பொருளாதார சீரழிவுகளுக்கு சற்றும் குறையாத அளவுக்கு இரண்டாம் உலகப் போரும் பொருளாதாரத்தை சீரழித்து இருந்ததால், முதல் உலகப் போரின் முடிவில் உலக நாடுகள் சந்தித்த 'பொருளாதாரப் பெருமந்தம்' மீண்டும் வந்து விடுமோ என்று உலகம் அஞ்சியது. அதனைத் தடுக்கவும், உலகப் பொருளாதாரத்தை போருக்கு முந்தைய நிலைக்கு மீண்டும் கொண்டு செல்லவும், உலகளாவிய பொருளாதார கண்காணிப்பிற்காகவும் 'சர்வதேச நாணய நிதியம் (international monetary fund)', உலகவங்கி (World Bank) – ஆகியவை 1945ல் உருவாக்கப்பட்டன. இவற்றில் அமெரிக்கா தனது கையை லாவகமாக நுழைத்து, இவற்றைக் கைப்பாவைகளாக்கியது.

பின்னர் இவற்றின் தொடர்ச்சியாக 'உலக வணிக அமைப்பு (World Trade Organization)' கடந்த 1995ஆம் ஆண்டில் உருவாக்கப்பட்டது. இதுவும் முந்தைய அமைப்புகளைப் போன்றதுதான். இவை இப்போது வளர்ந்த நாடுகள் சிறிய நாடுகளைச் சுரண்ட ராஜபாட்டை போட்டுத்தரும் வேலையைப் பார்த்து வருகின்றன. அது பற்றி ஜான் பெர்கின்ஸின் 'ஒரு பொருளாதார அடியாளின் ஒப்புதல் வாக்குமூலம்' உள்ளிட்ட பல நூல்கள் தெளிவாக விவரிக்கின்றன.

சர்வதேச நாணய நிதியமும், உலக வங்கியும் தொடங்கப்பட்ட போதே "நாடுகளுக்கு இடையேயான வர்த்தகத்திற்காக 'சர்வதேச பணம்' என்று ஒன்று புதிதாக உருவாக்கப்பட வேண்டும், ஏற்கனவே ஒரு நாடு பயன்படுத்தும் பணம் இதற்கும் வேண்டாம்" – என்ற கோரிக்கை எழுந்தது. இதனை எழுப்பியவர் அமெரிக்கப் பொருளாதாரத்தை முதலாம் உலகப் போரின் மந்தநிலையில் இருந்து காப்பாற்றிய ஜான் மேனார்ட் கெயின்ஸ். நியூ டீலில் இவரது பொருளாதாரக் கருத்தை ஏற்று தனது நாட்டு மக்களைக் காப்பற்றிக் கொண்ட அமெரிக்கா, இப்போது அவரது கருத்தை ஏற்று உலக மக்களைக் காப்பாற்ற இசையவில்லை.

அமெரிக்கா தனது டாலரே சர்வதேச வர்த்தகத்தில் பணமாகப் புழங்கும் என்றது. பவுண்டு ஓரம் கட்டப்பட்டு டாலர் சர்வதேசப் பணமானது. இதற்கு ரோத்சைல்டுகள் உள்ளிட்டோர் அழுத்தம் கொடுத்தனர். அமெரிக்காவுடன் இந்த ஆக்கங்களில் பங்குபெற்ற நாடுகள் பெரும்பாலும் உலகப் போரில் ஓட ஓட அடிக்கப்பட்டவையாகவும், போர்ச் செலவீனங்களால் திவால் ஆனவையுமாகவே இருந்ததால், எந்த எதிர்ப்புக் குரலும் இல்லாமல் பிரிட்டன் பவுண்டின் தலையைத் திருகி கீழே போட்டுவிட்டு, சர்வதேச பணமாக அமெரிக்க டாலர் முடி சூட்டிக் கொண்டது.

ரூபாயும் டாலரும்:

கி.பி.1941ஆம் ஆண்டில் ஒரு டாலருக்கு நிகரான இந்திய ரூபாயின் மதிப்பு 2.5 ரூபாயாக இருந்தது. பின்வந்த 1983ஆம் ஆண்டில்தான் முதன்முறையாக டாலருக்கு நிகரான இந்திய ரூபாயின் மதிப்பு 10 ரூபாயைத் தொட்டு, இரட்டை இலக்கத்துக்கு மாறியது. 2016ஆம் ஆண்டில் அது 67 ரூபாய்க்கு வந்துவிட்டது. இப்போது டாலர் மதிப்பு உச்சாணிக் கொம்பிலும், ரூபாய் மதிப்பு அதள பாதாளத்திலும் உள்ளதன் காரணங்கள் இரண்டுதான். முதலாவது அமெரிக்கப் பொருளாதாரத்தின் போலியான எழுச்சி, இரண்டாவது இந்தியப் பொருளாதாரத்தின் அலட்சிய வீழ்ச்சி.

ஒரு நாடு தனது நாணயத்தின் மதிப்பை கணக்கிட 3 முறைகளைப் பயன்படுத்தலாம். அவை,

1. நிலையான அல்லது நிலை நிறுத்தப்பட்ட முறை (Fixed or pegged rate) – இதன் மூலம் ஒரு நாட்டின் நாணயம் அதன் தங்கம் அல்லது பிறநாட்டின் நாணயத்தை அடிப்படையாகக் கொண்டு கட்டுப்படுத்தப்படுகிறது.

2. மிதக்கும் பரிமாற்ற விகிதம் (Floating exchange rate) – இந்த முறையில் ஒரு நாணயத்தின் மதிப்பு நேரடியாக சந்தையைச் சார்ந்து இருக்கிறது.

3. தலையிட்டு நிர்வகிக்கப்படும் முறை (Managing float) – இம்முறையில் ஒரு நாணயத்தின் மதிப்பு அந்நாட்டின் மத்திய வங்கி (இந்தியாவுக்கு ரிசர்வ் வங்கி) தலையீட்டால் நிர்வகிக்கப்படுகிறது.

இந்திய ரூபாயின் மதிப்பு முதலில் 'நிலையான அல்லது நிலை நிறுத்தப்பட்ட முறை'யில்தான் கணக்கிடப்பட்டது. இது

பெரும் வீழ்ச்சிக்கான வாய்ப்பற்றது. பின்னர் 1993ஆம் ஆண்டில் 'தலையிட்டு நிர்வகிக்கப்படும் முறை'க்கு மாறியது. இதன் பின்னர்தான் இந்திய ரூபாய் மதிப்பு அதள பாதாளத்துக்குப் போனது.

1947ஆம் ஆண்டில் சுதந்திரம் பெற்ற பின்னும் இந்திய ரூபாயின் செலாவணி மதிப்பு பிரிட்டனின் பவுண்ட் உடனாக இணைக்கப்பட்டதாக இருந்தது. 1966ஆம் ஆண்டிலும், 1971ஆம் ஆண்டிலும் மட்டும் இந்த இணைப்பையும் தாண்டி, டாலருக்கு எதிரான ரூபாய் மதிப்பு கணக்கிடப்பட்டது.

டாலருக்கு எதிரான பவுண்ட் ஸ்டெர்லிங்கின் மதிப்பு குறைந்ததால், ரூபாயும் பாதிக்கப்படும் நிலை வந்த காரணத்தால், 1975ஆம் ஆண்டில் இந்த இணைப்பு முழுவதுமாக விலக்கிக் கொள்ளப்பட்டது. 1991ஆம் ஆண்டுக்கு முந்தைய ஆண்டுகள் வரையில் இந்திய ரூபாயின் மதிப்பு இந்திய சூழலைச் சார்ந்ததாகவே இருந்தது. சில அரிதான சமயங்களில் மட்டும் வெளிப்புற அழுத்தங்களால் ரூபாயின் மதிப்பு குறைக்கப்பட்டது. உதாரணமாக 1966ஆம் ஆண்டில் அமெரிக்கா மற்றும் உலகவங்கி கொடுத்த அழுத்தங்களால் ரூபாயின் மதிப்பு 37.5% இறக்கம் செய்யப்பட்டது. 1980களில் ஐ.எம்.எஃப்.பின் அழுத்தங்களால் இந்திய ரூபாய் 23% மதிப்பிறக்கம் கண்டது. 1991ல் அந்நிய செலாவணி நெருக்கடிகளால் இந்திய ரூபாய் 18.5% இறக்கம் கண்டது.

1991ஆம் ஆண்டுக்குப் பின்னர் உலகமயமும் தாராளவாதக் கொள்கைகளும் வந்த பின்னர் இந்தியா அந்நிய செலாவணிக்கு கையேந்தும் இறக்குமதி நாடாக மாறியது. இதனால் விளைந்த வெளிநாட்டுக் கடன் அதிகரிப்பும் அந்நிய செலாவணி வெளியேற்றமும் தொடர்ந்து ரூபாய் மதிப்பைக் குறைத்து டாலர் மதிப்பை அதிகரிக்கின்றன. உலகமயமாக்கலின் சிக்கல்களில் இது பிரதானமான ஒன்று.

இப்போது இந்தியப் பொருளாதாரம் சிதைந்தாலும் ரூபாய் மதிப்பு விழும், அமெரிக்கப் பொருளாதாரம் செழித்தாலும் ரூபாய் மதிப்பு விழும் என்ற அவலம் ஏற்பட்டு உள்ளது. ஆனால் இப்படி இந்திய ரூபாயின் மதிப்பு அந்நிய செலாவணிச் சந்தைகளில் குறைவாக இருப்பதைக் கொண்டும் லாபத்தை அதிகரிக்க முடியும், குறைவான ரூபாய் மதிப்பு அதிக ஏற்றுமதி வாய்ப்புகளைத் தரும். சீனா அதனைத்தான் செய்தது. இதனால் அமெரிக்காவே

‘சீனா தனது நாணயமான யுவானின் மதிப்பை ஏற்ற வேண்டும்’ என்று சொன்னது. ஆனால் சீனா அதை ஏற்கவில்லை. இதனால் சீனாவின் பொருளாதாரம் வளர்ச்சி கண்டது.

இந்திய அரசுகள் தங்கள் நாணய மதிப்பை ஏற்றவும் தெரியாமல், நாணய மதிப்புக் குறைவை ஏற்றுமதிக்கு பயன்படுத்தவும் முடியாமல் இருப்பது இந்தியப் பொருளாதாரத்தின் மிகப் பெரிய பலகீனம். உலக வர்த்தகத்தில் இந்தியா தனக்கென ஒரு இடத்தை ஏற்படுத்திக் கொள்ளாதவரை நாமும் சேர்ந்து டாலர் வளர்ச்சிக்குத்தான் பாடுபட வேண்டியிருக்கும்.

இந்தியக் கல்விமுறையை வகுத்த மெக்காலே 1823 ஜூலை 10ல் பேசிய பேச்சின் ஒரு குறிப்பு,

‘நாம் இந்தியர்களை (அப்போது 10 கோடி பேர்) அடக்கி ஆள்வதைவிடவும், அவர்களை நமது வாடிக்கையாளர்களாக மாற்றுவதே சிறந்தது. இதனால் நமக்கு ராணுவச் செலவும் மிச்சமாகும்’ – என்று சொல்கிறது. அன்று மெக்காலே இங்கிலாந்துக்கு சொன்னதை இப்போது அமெரிக்கா கனக்கச்சிதமாகக் கடைபிடித்துக் கொண்டிருக்கிறது.

அமெரிக்க டாலர் சர்வதேச பணமாக ஏற்கப்பட்ட போது, அமெரிக்க டாலர் வெளியீடுக்கும் அமெரிக்க தங்கக் கையிருப்புக்கும் இடையில் நேரடியான தொடர்பு இருந்தது. 1971ஆம் ஆண்டுவரையில் அமெரிக்க டாலரை அமெரிக்க வங்கியில் கொடுத்து அதன் மதிப்புக்குச் சமமான தங்கத்தை நீங்கள் பெற்றுக் கொள்ளலாம். 1971ஆம் ஆண்டில் அமெரிக்க அதிபராக இருந்த ‘வாட்டர் கேட் ஊழல்’ புகழ் நிக்ஸன் இதனைத் தடை செய்தார். அன்றைக்கு 35 அமெரிக்க டாலர்களைக் கொடுத்தால், அமெரிக்க வங்கி ஒரு அவுன்ஸ் (31.1034768 கிராம்) தங்கம் தர வேண்டும், ஆனால் அதற்குப் பின்னர் எவ்வளவு டாலர் கொடுத்தாலும் வங்கிகள் தங்கம் தரத் தேவை இல்லை! இன்று டாலருக்கு நிகரான சர்வதேச பணங்களின் மதிப்பு ஏறிக் கொண்டும், இறங்கிக் கொண்டும் இருப்பது இதனால்தான். தங்கமும் பணமும் வேறானது ஒரு சம்பவம் அல்ல, சதிச்செயல். அதன் வரலாற்றைப் பார்ப்போமா?

~

30

தங்கமும் பணமும் வேறான கதை...

பணத்தாள் என்பது தங்கத்தின் இருப்பைக் குறிக்கும் சீட்டாக இருந்தவரையில் அதில் சிக்கல்கள் தோன்றவில்லை. பணத்துக்கும் தங்கத்திற்கும் தொடர்பே இல்லை என்ற நிலைக்குப் பின்னர், பணத்தாள்களின் அச்சடிப்பு அளவை யாரும் கட்டுப்படுத்த முடியாமல் போனதே பல பொருளாதார சீரழிவுகளுக்குக் காரணமானது. (ஆனால் பணப்புழக்கத்தை அதிகமாக கட்டுப்படுத்துவதும் ஒரு வகையில் தீங்கானதுதான். அதைப் பற்றி இன்னொரு இடத்தில் பார்ப்போம்). உலகப் பொருளாதார வரலாற்றில் பணம் என்ற ஒன்றின் தொடக்கமும் அடிப்படையும் தங்கம்தான். பின்னர் எப்படி தங்கமும் பணமும் பிரிந்தன?.

வரலாற்றின் பல்வேறு காலகட்டங்களில் பல நாடுகளின் அரசுகள் 'வங்கிகள் தங்கள் தங்கக் கையிருப்பின் மதிப்புக்கு அதிகமாக பணம் வெளியிடக் கூடாது' என்று கூறியபோதும், வங்கிகள் தங்கக் கையிருப்புக்கு அதிகமாக பணத்தை அச்சடிக்கும் பித்தலாட்டத்தைத் தொடர்ந்து செய்தன. தங்கத்தின் கையிருப்புக்கும் மேல் காகிதப் பணம் அச்சடிப்பது வங்கிகளின் மிகப்பெரிய வருமான வாய்ப்பாக இருந்தது. இந்நிலையில் சில அரசுகள் வங்கிகளின் கருவூலங்களை திடீரென சோதனையிட்டு அதிர்ச்சி வைத்தியமும் கொடுத்தன, அப்போதும் சில வங்கிகள் வெண்கலக் கட்டிகளுக்கு தங்கமுலாம் பூசி அரசை ஏமாற்றும் வழியைக் கண்டுபிடித்தன. பின்னர் வெகுகாலம் கழித்து இந்தப் பித்தலாட்டத்திற்கும் அரசின் அனுமதியையும் அங்கீகாரத்தையும் வங்கிகள் வழக்கம் போல 'புரட்சிப் போராட்டம்' செய்து பெற்றன.

ஆனால் இந்த மாபெரும் மோசடிக்கான சட்ட அங்கீகாரம் வங்கிகளுக்கு எளிதாகக் கிடைத்து விடவில்லை. பல தேசங்களில் அதற்கான எதிர்ப்புகள் பலமாக இருந்தன. அதில் குறிப்பிடத் தக்க ஒரு தேசம் (தொடக்க கால) அமெரிக்கா (அதே சமயம் பின்னர் இந்த மோசடியில் தன்னை முழுமூச்சாக ஈடுபடுத்திக் கொண்ட தேசமும் அதே அமெரிக்காதான்!).

ஆரம்ப காலத்தில் இருந்த அமெரிக்க அரசியல் தலைவர்களில் பலர் தங்கக் கையிருப்புக்கும் அதிகமாக பணம் வெளியிடும் வங்கிகளைக் கண்டித்து உள்ளனர். அமெரிக்காவின் இரண்டாவது அதிபரான ஜான் ஆடம்ஸ் (1797 – 1801) அமெரிக்கா வெளியிடும் ஒவ்வொரு டாலருக்குப் பின்னும் அதன் மதிப்புக்கு நிகரான தங்கம் அல்லது வெள்ளி இருப்பது உறுதி செய்யப்பட வேண்டும் என்று கருதினார். 'ஒரு பணத்தாள் எதையுமே பிரதிநிதித்துவப்படுத்தவில்லை என்றால், நீங்கள் யாரையோ ஏமாற்றிக் கொண்டிருக்கிறீர்கள் என்று அர்த்தம்' – என்று அவர் வெளிப்படையாகவே வங்கிகளுக்கு சொன்னார். ஆனால் அமெரிக்க நிதி ஆலோசகர்கள் பலர் இதற்கு மாறான கருத்துடையவர்களாக இருந்தனர், அவர்கள் எல்லா காலங்களிலும் தங்கக் கையிருப்புக்கு அதிகமாக பணத்தாள் வெளியிடவே விரும்பினர், அதையே அரசுக்கு ஆலோசனையாகவும் கூறினர்.

தங்கத்திற்கும் பணத்தாளுக்கும் நேரடித் தொடர்பு இருந்தது என்றால் தேவைக்கு ஏற்ப பணத்தை அச்சடிக்க முடியாது, பணப்புழக்கம் அதனால் பாதிக்கப்படும் என்பது எதிர்தரப்பில் விளக்கமாக முன்வைக்கப்பட்டது. அப்போதெல்லாம் அமெரிக்க டாலர் உள்நாட்டு வர்த்தகத்தில் மட்டுமே புழங்கியதால் அமெரிக்க அதிபர்கள் தங்களால் தங்கள் நாட்டு மக்களை ஏமாற்ற முடியாது என்று மறுத்தனர். இப்படி வெளிப்படையாகவே மறுத்தவர்களில் மிக முக்கியமானவர் ஆப்ரஹாம் லிங்கன் (கி.பி.1861–கி.பி.1865).

ஜான் ஆடம்ஸ்

ரோத்சைல்டுகளுக்கு எதிராகவும், தனியார் வங்கிகள் அரசின் பணத்தைக் கட்டுப்படுத்துவதற்கு

எதிராகவும் நடவடிக்கைகள் எடுக்க முயன்றதால்தான் லிங்கன் கொல்லப்பட்டார் என்பதை ஏற்கெனவே பார்த்தோம். லிங்கனுக்குப் பின் வந்த அதிபர்கள் ரோத்சைல்டுகளுக்கு எதிராக வெளிப்படையாகப் போராடவில்லை, ஆனால் அடிபணிந்துவிடவும் இல்லை. லிங்கனுக்கு சில நூற்றாண்டுகள் கழித்து அதுவரை வங்கிகள் எதிர்நோக்கிக் காத்திருந்த ஒரு 'உத்தம அதிபர்' அமெரிக்காவுக்குக் கிடைத்தார்.

அமெரிக்காவின் *37*ஆவது அதிபராக இருந்த நிக்ஸன் (*கி.பி.1969 – கி.பி.1974*), தங்கக் கையிருப்புக்கும் மேலாக பணத்தாள்கள் அச்சிடப்படுவதை முழுவதுமாக ஆதரித்தார். *1971*ல் 'வங்கிகளில் பணத்தாள்களுக்கு மாற்றாக தங்கம் கேட்டால், தங்கம் கொடுக்கப்பட மாட்டாது!' – என்று இவர் பகிரங்கமாகவே அறிவித்தார். அதுவரை அமெரிக்கா எந்தத் தவறை தன்நாட்டு மக்களுக்குக்கூடத் தெரியாமல் செய்து வந்ததோ அதற்கு இப்போது உலகறிய முழு சட்ட அங்கீகாரமும் கிடைத்தது. பொருளாதார நிபுணர்கள் இதற்கு விதவிதமாக விளக்கங்கள் கொடுக்க ஆரம்பித்தனர். இதன் காரணம் அப்போது அமெரிக்க டாலருக்கு சர்வதேச பணம் என்ற அங்கீகாரம் கிடைத்திருந்ததுதான்!. இன்றைக்கு அமெரிக்க டாலர்கள் உலகின் வளங்களை எல்லாம் மறைமுகமாகச் சுரண்டி அமெரிக்காவில் சேர்க்கும் வேலையை கனக்கச்சிதமாக செய்து வருகின்றன.

ஆப்ரஹாம் லிங்கன்

அமெரிக்க டாலர் ஒரு பணமாக அல்லாமல் ஒரு பொருளாகவே வர்த்தகத்தில் புழங்குகிறது. டாலரில் வர்த்தகம் செய்யும் நாடுகள் தங்கள் வர்த்தகத்துக்காக டாலரை வாங்கிக் குவிப்பதால் மட்டுமே அதன் மதிப்பு தொடர்ந்து உச்சத்தில் உள்ளது. என்ன புரியவில்லையா? உங்கள் பக்கத்துவீட்டுக்காரர்

அதிபர் நிக்ஸன்

ஒரு அமெரிக்கவாழ் தமிழர், இப்போது நீங்கள் உங்கள் பக்கத்துவீட்டுக்காரரிடம் கடனாக 1000 ரூபாய் வாங்குகிறீர்கள், அவரோ '1000 ரூபாய்க்கு அன்றைய டாலர் மதிப்பு 12 டாலர், ஒரு மாத வட்டி 1 டாலர்' என்று கணக்குவைத்து கடன் கொடுக்கிறார். அடுத்த மாதம் நீங்கள் 13 டாலர் மதிப்புக்கு ரூபாய் கொடுக்கப்போகிறபோது 'இல்லை டாலராகவே கொடுங்கள்' என்கிறார். உடனே நீங்கள் அவருக்குக் கொடுப்பதற்காக டாலர் நோட்டுகளை வாங்கப் போகிறீர்கள், பணத்தை மாற்றித் தருபவர் அதன் கூலியாக ஒரு டாலர் வாங்கிக் கொள்கிறார். நீங்கள் 12 டாலருக்கான தொகையை வாங்கியதால் 2 டாலர் மதிப்புக்கு ரூபாயை இழக்கிறீர்கள். இங்கு இந்த வர்த்தகத்தில் டாலர் புழங்குவதால் மட்டுமே இந்தியா 14 டாலருக்கு உரிய தொகையையும் இழக்கிறது. அமெரிக்கா எந்த உழைப்பும் இல்லாமல் 14 டாலர்களை சம்பாதிக்கின்றது. இப்படிப்பட்ட வர்த்தகங்களால் மட்டுமே இப்போது அமெரிக்கா பிழைக்கிறது.

நாம் சொன்ன உதாரணத்தின் பெரிய வடிவமாகத்தான் உலக எண்ணெய் வர்த்தகம் உள்ளது. வளைகுடா நாடுகளுக்கும் இந்தியா போன்ற ஆசிய நாடுகளுக்கும் இடையில் நடக்கும் வர்த்தகம் முழுமையாக டாலரில்தான் நடக்கிறது. இது அமெரிக்காவின் பிரதான வருவாயில் ஒன்று.

'டாலரைக் கொடுத்தால் ஒண்ணும் தர மாட்டோம்' – என்ற நிக்ஸனின் புரட்சிகர அறிவிப்பிற்குப் பிறகு சர்வதேசப் பணமான அமெரிக்க டாலரை எவ்வித அடிப்படையோ கட்டுப்பாடோ இல்லாமல் சந்தைத் தேவைகளை மட்டும் கணக்கில் கொண்டு அமெரிக்கா மிக அதிக எண்ணிக்கையில் ஆண்டுதோறும் தொடர்ந்து அச்சடித்து வருகின்றது. இத்தகைய புதிய பணத்தாள்கள் மூலமாக மட்டுமே அமெரிக்க அரசுக்கு ஆண்டுக்கு 400 பில்லியன் டாலர் அளவுக்கு லாபம் கிடைத்துவருவதாக அமெரிக்க அரசின் புள்ளி விவரங்களே கூறுகின்றன. இந்த வகையில் அச்சிடும் தொழிலில் உலகிலேயே அதிகம் சம்பாதிக்கும் நாடு என்ற புகழ் அமெரிக்காவுக்குப் போகிறது. கள்ள நோட்டுகளை அடிப்பவர்கள் கூட மிகக் குறைந்த மூலதனத்தில் இவ்வளவு சம்பாதிக்க முடியாது. 1 முதல் 100 வரை மதிப்பிலான அமெரிக்க டாலர்கள் இப்போது உலகமெங்கும் புழக்கத்தில் உள்ளன. இவற்றுக்கு சந்தை மதிப்பு இருந்தாலும் உண்மை மதிப்பு இல்லை, வெற்று முட்டை ஓட்டினால்

எப்படி குஞ்சு பொறிக்க முடியாதோ அப்படித்தான் அமெரிக்க டாலரும். கேட்கவே வயிறு எரியும் இந்தக் கேலிக் கூத்தை எல்லா நாடுகளும் உடனடியாக ஏற்றுவிடவில்லை. ஆனால் அப்படி ஏற்காதவர்களை அமெரிக்காவும் விட்டது இல்லை.

எவ்வித உட்பொருளும் இல்லாத அமெரிக்க டாலர்களுக்கு, தங்கள் பொருட்களை எப்படிக் கொடுப்பது என்று உலக நாடுகள் பல யோசிக்க ஆரம்பித்தன, ஆனால் கேள்வி கேட்கும் துணிவு எல்லோருக்கும் இருக்கவில்லை, அமெரிக்க சுரண்டலை எதிர்க்கும் துணிவும் தேவையும் உள்ள வளைகுடா நாடுகளே அடிக்கடி அமெரிக்க டாலரின் மெய்மதிப்பைப் பற்றிக் கேள்வி எழுப்பின. சில நாடுகள் 'எண்ணெய்க்கு பதிலாக அமெரிக்க டாலர்கள் வேண்டாம், தங்கத்தைக் கொடுங்கள்' – என்று கேட்டன. இந்த நாடுகளின் மீது அமெரிக்கா தனது வல்லரசு முகமூடியைப் போட்டுக் கொண்டு, பல்வேறு காரணங்களைக் காட்டிப் போர் தொடுத்தது.

ஆனால் பொய்யின் வாழ்நாள் யாராலும் கணிக்க முடியாதது. என்றாவது ஒருநாள் அமெரிக்க டாலரின் மதிப்பு விழும், அப்போது வளைகுடா நாடுகளிடம் வர்த்தகம் செய்ய தங்கக் கையிருப்பு உள்ள நாட்டால் மட்டுமே முடியும் என்ற கணிப்பு பல பத்தாண்டுகளாகவே இருந்து வருகிறது. அண்மைக் காலங்களில் சீனா, ரஷ்யா ஆகிய நாடுகள் தங்கள் தங்கக் கையிருப்பை உயர்த்தியது அவர்கள் இந்த வாய்ப்பைப் பயன்படுத்திக் கொள்ள விரும்புவதால்தான் என்று அமெரிக்காவே குற்றம் சாட்டியுள்ளது. இதனைப் பொதுவெளியில் ஏற்க சீனாவும் ரஷ்யாவும் மறுத்தாலும், அதில் தவறு இருப்பதாக அந்த நாடுகள் ஒருபோதும் சொல்லவில்லை.

வளைகுடா நாடுகளுடனான நேரடி வர்த்தகத்திலும் அமெரிக்கா தனது டாலர்களையே பயன்படுத்துகின்றது. இதற்காக அமெரிக்கா அடித்துக் குவிக்கும் நோட்டுகள் வளைகுடா நாடுகளின் கனிம வளங்களைச் சுரண்டுகின்றன. வளைகுடா நாடுகளின் பெட்ரோலை வாங்கிக் குவிக்க என்றே அமெரிக்கா அச்சடித்துத் தள்ளிய பணத்தாள்கள் 'பெட்ரோ டாலர்கள்' என்று அழைக்கப்படுகின்றன. உலக மக்கள்தொகையில் 5%க்கும் கீழே உள்ள அமெரிக்கர்கள் உலக பெட்ரோலிய வளத்தில் 25%த்தை பயன்படுத்துவது இதனால்தான் சாத்தியமாகி இருக்கிறது.

பெட்ரோல் ஒரு பிரதான மோசடி, இப்படி இன்னும் பல உதாரணங்களை நாம் சொல்ல முடியும். காப்பி, தேயிலை, சணல் – போன்ற சில பொருட்களை நாம் எந்த நாட்டில் இருந்து வாங்குகிறோமோ, அந்த நாட்டிற்கு அதன் பணத்திலோ இந்திய ரூபாயிலோ நிதி கொடுத்து வாங்குகிறோம். ஆனால் தங்கம், சொகுசுக்கார்கள் உள்ளிட்ட பெரும்பாலான இறக்குமதிப் பொருட்களுக்கு நாம் டாலரில்தான் விலை கொடுக்கிறோம். அதற்கு நமக்கு டாலர் தேவைப்படுகிறது. டாலரை எந்த கட்டுப்பாடும் இல்லாமல் அச்சடிக்கும் அமெரிக்காவுக்கு டாலர் எளிதில் கிடைக்கும், நாமோ நாம் ஏற்றுமதி செய்யும் பொருட்களுக்கு மாற்றாக அமெரிக்க டாலரை வாங்கி, அல்லது அமெரிக்காவிடம் நமது கஜானாவில் உள்ள தங்கத்தைக் கொடுத்து டாலர் வாங்கி அதனைக் கொண்டு இறக்குமதிக்கான தொகையைக் கொடுக்க வேண்டும். அமெரிக்க டாலர் நமக்குத் தேவைப்படுகின்றது என்ற ஒற்றைக் காரணத்தினால்தான் இந்தியப் பணத்தாளின் மதிப்பு தொடர்ந்து சரிகிறது, அமெரிக்க டாலரின் மதிப்பு தொடர்ந்து ஏறுகிறது. உலகின் ஒவ்வொரு நாட்டுக்கும் இதே நிலைதான்.

அமெரிக்க டாலரை அடிப்படையாகக் கொண்டு இந்தியா வாங்கிக் குவிக்கும் பிரதான இறக்குமதிப் பொருள் 'கச்சா எண்ணை'. இந்தியாவின் மொத்த கச்சா எண்ணைத் தேவையில் 70 முதல் 85 விழுக்காடு நாம் இறக்குமதியையே சார்ந்து இருக்கின்றோம். இதன் செலவுதான் இந்தியாவின் பெரிய செலவு. ஒரு 7 நாட்களுக்கு இந்தியா டாலரில் கச்சா எண்ணையை வாங்க மறுத்தாலே அமெரிக்க டாலர் மதிப்பு தரைக்கு வந்துவிடும் என்கின்றனர் பொருளாதார வல்லுநர்கள், ஆனால் தன்னை எதிர்ப்பவர்களை அமெரிக்கா வாழவிடுவது இல்லை. தவிர அமெரிக்கா நம்மிடம் டாலர் சுரண்டியது போக, பெட்ரோலுக்கும் டீசலுக்கும் இன்னும் விலை வைத்து மக்களை எப்படிச் சுரண்டுவது என்றே இந்திய அரசியல்வாதிகள் ஆராய்ந்து வரும் நிலையில் இதெல்லாம் நடக்க சாத்தியமும் இல்லை.

டாலரையும் பவுண்டையும் பற்றி மட்டுமே நிறைய பார்க்கிறோம், பொருளாதாரத்தின் பக்கம் கொஞ்சம் பார்வையைத் திருப்புவோமா? அதென்ன ஜி.டி.பி.? அதன் வரையறை என்ன?.

~

31

ஜி.டி.பி.யும் பொருளாதாரமும்...

ஜி.டி.பி. வளர்ச்சி, ஜி.டி.பி. வீழ்ச்சி – இந்த இரண்டு தொடர்களையும் அடிக்கடிக் கேட்கிறோம். பட்ஜெட் காலங்களில் ஜி.டி.பி. வளர்ச்சி என்று சொன்னால் இந்தியா கிரிக்கெட்டில் வென்றதைப்போல எளிய மக்கள் மகிழ்ச்சியாக உணரும் அளவுக்கு ஜி.டி.பி. மக்களைச் சென்று சேர்ந்து இருக்கிறது. ஜி.டி.பி.யை அடிப்படையாகக் கொண்டு நாடெங்கும் பல பொருளாதாரக் கணக்குகள் போடப்படுகின்றன, பல திட்டங்கள் வகுக்கப்படுகின்றன. ஜி.டி.பி.யின் மீதுதான் தேசப் பொருளாதாரமே உள்ளதைப் போன்ற பிம்பம் சமீப காலங்களில் ஏற்பட்டு இருக்கிறது. ஜி.டி.பி. என்பது என்ன என்று அறியாமல் பொருளாதாரத்தைப் புரிந்து கொள்வதே இன்று கடினம்தான். அதைப் பற்றி இனிவரும் அத்தியாயங்களில் சற்று விரிவாகப் பார்ப்போம்.

மொத்த உள்நாட்டு உற்பத்தி (Gross Domestic Product) – என்பதன் சுருக்கம்தான் ஜி.டி.பி., ஒரு நாட்டில் அதன் எல்லைக்கு உட்பட்ட பகுதியில் குறிப்பிட்ட காலத்தில், தனி நபர்களாலும், நிறுவனங்களாலும், அந்த நாட்டை ஆளும் அரசாலும் உற்பத்தி செய்யப்படும் விளை பொருட்கள் (உதாரணம் விவசாய உற்பத்தி பொருட்கள், சுரங்கத்தில் எடுக்கப்படும் தாதுப் பொருட்கள் போன்றவை), செய்பொருள் (தொழிற்சாலை உற்பத்தி பொருள்), மற்றும் சேவைகளின் (மருத்துவம், போக்குவரது, இராணுவம் எல்லாம்) மொத்த மதிப்பே ஜி.டி.பி. ஆகும். ஒவ்வொரு காலாண்டுக்கு ஒருமுறையும் (அதாவது 3 மாதங்களுக்கு ஒருமுறை) இது கணக்கிடப்படுகிறது.

ஒரு நாட்டின் உற்பத்தியைக் கண்டறிந்து ஜி.டி.பி.யைக் கணக்கிட 3 முறைகள் உள்ளன. அவற்றை சுருக்கமாகச் சொல்வது என்றால்...

1. வருவாய் முறை (Income Method) – நாட்டின் ஒட்டுமொத்த வருமானத்தின் அடிப்படையில் கணக்கிடுவது.
2. செலவீன முறை (Expenditure Method) – நாட்டின் ஒட்டுமொத்த செலவீனங்களின் அடிப்படையில் கணக்கிடுவது.
3. உற்பத்தி முறை (Production Method) – நாட்டில் தயாரிக்கப்படும் அனைத்து பொருட்கள் மற்றும் சேவைகளின் பொருளாதார மதிப்பின் அடிப்படையில் கணக்கிடுவது.

அது எப்படி ஒரே கணக்கீட்டுக்கு 3 முறைகள்? என்று கேட்கிறீர்களா?. ஒரு உதாரணத்தைப் பார்ப்போம்.

ஒரு ஊரில் 3 பெரிய வீடுகள் உள்ளன. 'இதில் எது பணக்கார வீடு?' என்று கேட்டால், 3 வீடுகளுமே 'நாங்கள்தான் பணக்கார வீடு'– என்று பதில் சொல்கிறார்கள் எப்படி என்றால், முதல் வீட்டுக்காரர் சொல்கிறார்,

"கடந்த ஆண்டு எங்களுக்கு நிறைய வருமானம் வந்தது. நிறைய சம்பாதித்தோம். சேர்த்தும் வைத்திருக்கிறோம். அதனால் நாங்கள்தான் பணக்காரர்கள்". இதுதான் வருவாய் முறை.

இரண்டாவது வீட்டுக்காரர் சொல்கிறார், "கடந்த ஆண்டு நாங்கள் கார் வாங்கினோம், வீட்டுக்கு சுற்றுச்சுவர் எழுப்பினோம், நீச்சல் குளம் கட்டினோம். இப்படி நிறைய செலவு செய்தோம், அதனால் நாங்கள்தான் பணக்காரர்கள்". இதுதான் செலவீனமுறை.

மூன்றாவது வீட்டுக்காரர் சொல்கிறார், "எங்கள் வீட்டில் கடந்த ஆண்டு நிறைய பொருட்களைத் தயாரித்தோம், அதனால இப்போது பெரிய உற்பத்தியாளராக இருக்கிறோம், எங்களுக்கு நிறைய வாடிக்கையாளர்கள் உள்ளார்கள், அதனால் நாங்கள்தான் பெரிய பணக்காரர்கள்". இதுதான் உற்பத்தி முறை.

உலகிலுள்ள அனைத்து நாடுகளும் இந்த மூன்று முறைகளில் ஏதாவது ஒன்றின் அடிப்படையில்தான் தங்களுடைய பொருளாதார வளர்ச்சியை கணக்கிடுகின்றன. தங்களுக்குப் பொருத்தமானது எந்த முறை என்பதை, அந்தந்த நாடுகள் தாங்களே முடிவு செய்து கொள்ளலாம். இப்போது

இந்தியா உட்பட பல நாடுகளும் செலவீன முறையைத்தான் பயன்படுத்துகின்றன.

இந்த செலவீன முறை சரியா? – என்றால்... இப்போது நமது ஊரில் ஒருவர் வருமானத்தை விடவும் அதிகமாகச் செலவு செய்தால் அவரை நாம் 'பணக்காரர்' என்றா சொல்வோம்?. நியாயமாக ஊதாரி என்றுதான் சொல்வோம். ஆனால் செலவீனமுறை அவரைப் பணக்காரர் என்று சொல்கிறது. எனவே செலவீன முறையில் உற்பத்தியைக் கணக்கிடுவது அபத்தமானது. அப்படியானால் எதை வைத்துக் கணக்கிடுவது சரி? – என்று கேட்டால் இதற்கான பதிலை திருவள்ளுவர் மிக அழகாக இரண்டாயிரம் ஆண்டுகளுக்கு முன்பே ஒரு குறளில் கூறி உள்ளார்.

ஆகாறு அளவிட்டி தாயினுங் கேடில்லை
போகாறு அகலாக் கடை (குறள் 478)

இந்தக் குறளுக்கு என்ன பொருள் என்றால், 'வருமானம் எவ்வளவு குறைவாக இருந்தாலும் தவறு இல்லை, செலவு அதைவிடக் குறைவாக இருந்தால் போதும்' – என்பதுதான். இதன்படி ஜி.டி.பி. கணக்கிட்டால், ஒரு நாட்டின் ஒட்டுமொத்த வருவாயில் இருந்து ஒட்டு மொத்த செலவைக் கழித்து, மீதம் உள்ள தொகை யாருக்கு அதிகமாக உள்ளதோ அவர்களே பணக்காரர்கள் என்று அறிவிக்க வேண்டும். ஆனால் அப்படிக் கணக்கிட்டால் உலகின் பெரும்பாலான நாடுகளுக்கு எதிர்மறை எண்களில்தான் ஜி.டி.பி. மதிப்பு கிடைக்கும், அப்போது அந்த நாடுகள் தங்கள் தவறையும் உணர்ந்துவிடுவார்கள்.

அளவறிந்து வாழாதான் வாழ்க்கை உளபோல
இல்லாகித் தோன்றாக் கெடும் (குறள் 479)

– என்ற அடுத்த குறளின்படி அவர்கள் திவாலாகும் முன்பே கண்விழித்து தவறை சரிசெய்தும் விடுவார்கள். அதனால்தான் சரியான முறையை முதலாளித்துவம் ஒருபோதும் அனுமதிப்பது இல்லை. நடைமுறையைப் பேசுவோம்.

இப்போது செலவுகளை அடிப்படையாகக் கொண்டு ஜி.டி.பி.யைக் கணக்கிடுவதால் ஊதாரிகளைத்தான் நாம் பணக்காரர்கள் என்று கூறுகின்றோம். ஊதாரித்தனம் அதிகரிப்பதை ஜி.டி.பி. வளர்ச்சி என்று புளங்காகிதப்படுகின்றோம்.

அமெரிக்கா போன்ற நாடுகளில் செலவீன முறையில் ஜி.டி.பி. கணக்கிடப்படுவதால் சமூக பாதிப்புகள் அதிகம் இல்லை. ஏனெனில் அமெரிக்காவில் குடும்ப அமைப்புமுறை ஏற்கனவே வலுவாக இல்லை. அங்கு எல்லா மனிதர்களும் பொருளாதாரத்தின் முன்பு தனி மனிதர்களே. ஆனால் இந்தியாவில் வேலைக்குச் செல்லும் ஒரு நபர் தனது அப்பா, அம்மா, வாழ்க்கைத்துணை, பிள்ளைகள், பிற உறவுகள் போன்றவர்களுக்காகவும் சம்பாதித்து சேமிக்க வேண்டிய தேவை உள்ளது. அந்த நிலையில் 'செலவு செய்வதே வளர்ச்சி' – என்று சொல்லும் செலவீன முறையை இந்தியா பின்பற்றுவது இந்தியாவின் குடும்ப அமைப்பிற்கு எதிரானது. இது ஒரு வகையில் பெரிய பண்பாட்டு அழிப்பு, ஆனால் இந்தியாவின் கலாசாரக் காவலர்களுக்கு அதையெல்லாம் பேசும் அறிவோ தொலைநோக்கோ இருந்தது இல்லை.

கொடுக்கப்பட்ட 3 முறைகளில் ஒன்றைத் தேர்ந்தெடுத்து, ஒருவழியாக ஜி.டி.பி.யைக் கணக்கிடும் முறையை முடிவு செய்த பின்னர் அதற்கான சூத்திரம் தேவைப்படுகின்றது. அது:

ஜி.டி.பி. = நுகர்வு (Consumption) + முதலீடு (Investment) + அரசின் செலவீனங்கள் (Government Spending) + நிகர ஏற்றுமதி (Net Exports)

இதில் நுகர்வு என்பது ஒரு நாட்டின் மக்களும், இலாப நோக்கமற்ற அமைப்புகளும், நிறுவனங்களும் நுகர்பொருட்களை வாங்க செலவு செய்யும் மொத்தத் தொகை. முதலீடு என்பது ஒரு நாட்டின் தனிநபர்கள், இலாப நோக்கோடு இயங்கும் நிறுவனங்கள் செய்யும் மொத்த முதலீடு. அரசின் செலவீனங்கள் என்பது ஒரு நாட்டின் அரசாங்கம் செய்யும் மொத்த செலவுகள் மற்றும் முதலீடுகள். நிகர ஏற்றுமதி என்பது ஒரு நாட்டின் ஏற்றுமதி வருமானம் (நிகர ஏற்றுமதி = மொத்த ஏற்றுமதி – மொத்த இறக்குமதி). இவற்றையெல்லாம் வைத்துதான் ஜி.டி.பி. கணக்கிடப்படுகின்றது.

நம்முடைய நாட்டின் ஜி.டி.பி. செலவீன முறையில்தான் கணக்கீடு செய்யப்படுகிறது என்றாலும், அதையே உற்பத்தி முறையிலும் கணக்கிட்டு இவ்விரண்டு முறைகளிலும் கிடைக்கும் முடிவை ஒப்பிட்டுப்பார்ப்பதும் உண்டு. இரண்டுக்கும் நடுவில் பெரிய வேறுபாடு இருந்தால் கணக்கீட்டில் பெரிய தவறு

உள்ளதாக அர்த்தம். இப்படி கிடைக்கும் மொத்த ஜி.டி.பி.யில் இடைநிலைப் பொருட்களின் மதிப்பும் கலந்து இருந்தால் அதைக் கழித்துவிடுவார்கள். சரி, இடைநிலைப் பொருள் என்றால் என்ன?...

ஒரு சப்பாத்தியை விற்பனைப் பொருள் என்று பார்த்தால் அதில் உள்ள கோதுமை, எண்ணெய், உப்பு எல்லாம் இடைநிலைப் பொருட்கள். ஒரு நாட்டில் 1 கிலோ கோதுமை, 10 கிராம் உப்பு, 100 மில்லி கடலை எண்ணெய், 30 சப்பாத்தி விற்பனையானது என்றால், கோதுமை விற்றது தனி வளர்ச்சி, அதையே சப்பாத்தியாக விற்றது தனி வளர்ச்சி என்று கணக்கு போடக் கூடாது. அப்படிக் கணக்கில் இருந்தால், எது கடைசி உற்பத்தி பொருள் என்று பார்த்து அதன் விற்பனை விவரத்தை மட்டும் வைத்துக் கொண்டு, இடையில் பயன்படுத்திய பொருட்களின் விற்பனை விவரங்களை நீக்க வேண்டும்.

அப்படி இல்லை என்றால் அது 4 இடங்களில் கணக்கிடப்பட்டு, அதீத வளர்ச்சியாகத் தெரியும். இதைத்தான் 'இடைநிலைப் பொருட்களின் மதிப்பை நீக்குவது' என்று அழைக்கிறார்கள். அடுத்ததாக நாம் பார்க்க உள்ளது ஜி.டி.பி. கணக்கீட்டில் உள்ள ஒரு பொருளின் விலையை அதன் எந்த நிலையில் கணக்கில் எடுக்கிறார்கள் என்பதை. என்னது ஒரு பொருளின் விலை அதன் நிலைகளைப் பொருத்து மாறுபடுமா? – என்கிறீர்களா?. ஆம்! – என்பதுதான் பதில்.

எடுத்துக்காட்டாக, ஒரு சப்பாத்தி சுட்டு தயாராக உள்ளது. அதன் உற்பத்தியாளர் வைத்த விலை 10 ரூபாய், அதை கைபேசி செயலி மூலமாக ஒரு வாடிக்கையாளர் வாங்குகிறார், அவர் அந்த சேவைக்கும், வரிக்கும் சேர்த்து 20 ரூபாய் கொடுக்கிறார். இங்கு அந்த சப்பாத்தியின் விலையை என்னவென்று ஜி.டி.பி. கணக்கில் எடுக்க வேண்டும்? 10 ரூபாயா? அல்லது 20 ரூபாயா?.

இதன் பதில், உற்பத்தி விலையாகவும் எடுத்துக்கொள்ளலாம் அல்லது விற்பனை விலையாகவும் எடுத்துக்கொள்ளலாம் என்பதுதான். இரண்டு முறைகளுமே வழக்கில் உள்ளன. ஆனால் இவற்றில் ஏதேனும் ஒரே முறையைத்தான் எல்லாப் பொருட்களுக்கும் பயன்படுத்த வேண்டும். ஒன்று அனைத்து பொருட்களுக்கும் உற்பத்தி விலை அல்லது அனைத்து பொருட்களுக்கும் விற்பனை விலை. இதெல்லாம்தான் ஜி.டி.பி.

கணக்கீட்டில் மிக முக்கியமானது (அது ஏன் என்பதை சில அத்தியாயங்களுக்குப் பின்னர் விளக்குகிறேன்).

ஜி.டி.பி. கணக்கீட்டில் உலகெங்கும் பயன்படுத்தப்படும் முறைகள் மற்றும் சூத்திரங்களைக் கொண்டு, இந்தியாவின் ஜி.டி.பி.யைக் கணக்கிடுவது எப்போதும் சிக்கலான ஒன்றாகவே இருந்து வருகின்றது. ஏனென்றால், அமைப்பு சார் தொழில்கள் என்று சொல்லப்படுகிற அரசுக்கு வரி கட்டும் தொழில்களின் வருவாய்களை அடிப்படையாகக் கொண்டுதான் உலகம் முழுக்க ஜி.டி.பி. கணக்கீடு செய்யப்படுகிறது.

அமெரிக்கா, இங்கிலாந்து போன்ற நாடுகளில் நடக்கும் மொத்த தொழில்களில் 90% வரையிலான தொழில்கள் அரசுக்குத் தெரிந்துதான் நடக்கின்றன, அவற்றின் உற்பத்திகள் ஜி.டி.பி.க்குப் பங்காற்றுகின்றன. ஆனால் இந்தியாவில் மொத்த தொழில்களில் 60% அல்லது அதற்கும் மேலான தொழில்கள் நடப்பதே அரசுக்கு தெரியாது. அவர்கள் வரி கட்டுவதும் இல்லை. இதனால் அவர்களின் வருமான விவரங்கள் அரசிடம் இல்லை.

இந்தியாவின் ஒட்டுமொத்த உற்பத்தி என்று சொல்லப்படுவது, உண்மையான உற்பத்தியில் வெறும் 50%கூட கிடையாது! "இந்தியாவின் ஒட்டுமொத்த ஜி.டி.பி.யை அதிகரிக்க வேண்டும் என்றால் வெளிநாட்டு நிறுவனங்கள் வரவேண்டும், வெளிநாட்டு முதலீடுகள் வர வேண்டும்" – என்றெல்லாம் பட்ஜெட் உரைகளில் அரசு அடிக்கடி சொல்கிறது. உண்மையில் அனைத்து தொழில் உற்பத்திகளின் விவரங்களையும் சேகரிக்கும் ஒரு அமைப்பை இந்திய அரசு உருவாக்கினாலேயே இந்திய ஜி.டி.பி. இன்னொரு மடங்கு அதிகரிக்கும். ஆனால் அரசுகள் அதை செய்வது இல்லை. இதைப் பார்க்கும்போது ஜி.டி.பி. வளர்ச்சிக்காக அந்நிய முதலீடுகளை வரவேற்கிறார்களா? அல்லது அந்நிய முதலீடுகளை அனுமதிக்க ஜி.டி.பி. வளர்ச்சி ஒரு காரணமாக மட்டும் பயன்படுத்தப்படுகிறதா? என்ற கேள்வி இயல்பாகவே எழுகின்றது.

இப்படி ஜி.டி.பி. முறையை வைத்து நிறைய பித்தலாட்டங்கள் செய்யப்படுகின்றன. அடிப்படையில ஜி.டி.பி.முறையே ஒரு பித்தலாட்டம்தான். அதைப் புரிந்துகொள்ள ஜி.டி.பி.முறை தோன்றி வளர்ந்த வரலாற்றை நாம் பார்க்க வேண்டும்...

~

32

ஜி.டி.பி.யின் வரலாறு

ஜி.டி.பி. என்ற ஒன்று கண்டுபிடிக்கப்படுவதற்கு முன்பாக, 'உற்பத்தியைக் கணக்கிட ஒரு சூத்திரம் தேவை' என்ற கருத்தை கி.பி.17ஆம் நூற்றாண்டில் வாழ்ந்த வில்லியம் பெட்டி (william petty) என்ற பேராசிரியர் முதன்முதலாக வெளியிட்டார். அவர் ஒரு தோட்டத்தை வாங்கியபோது, அதன் உற்பத்தி எவ்வளவு? – என்று கணக்கிட மேற்கொண்ட முயற்சிகளால் இந்த எண்ணம் தோன்றியது. அதன் தொடர்ச்சியாக இப்போது நாம் பயன்படுத்தும் நவீன ஜி.டி.பி. முறையைக் கண்டுபிடித்தவர் சிமோன் குஜ்நெட்ஸ் (simon kuznets) என்ற அமெரிக்கர்.

கி.பி.1933ஆம் ஆண்டில் அப்போது அமெரிக்க அதிபராக இருந்த பிராங்க்ளின் டி ரூஸ்வெல்ட், அமெரிக்க நாட்டின் உற்பத்திக்கான கணக்கீட்டை உருவாக்கும் பெரும் பணியை

வில்லியம் பெட்டி

சிமோன் குஜ்நெட்ஸ்

இந்த சிமோன் குஜ்நெட்ஸ்சிடம் கொடுத்தார். தன்னுடைய குழுவோடு அமெரிக்கா முழுக்க ஒரு பயணத்தை மேற்கொண்ட சிமோன் குஜ்நெட்ஸ், '1929–32ஆம் ஆண்டுகளின் தேசிய வருவாய்' என்ற கணக்கீட்டை 1934ஆம் ஆண்டில் அமெரிக்க நாடாளுமன்றத்தில் சமர்ப்பித்தார்.

இந்தக் கணக்கீட்டில் நாட்டின் வருவாயைக் கணக்கிட சிமோன் குஜ்நெட்ஸ் பயன்படுத்திய சில சூத்திரங்கள்தான் பின்பு ஜி.என்.பி., ஜி.டி.பி. ஆகிய முறைகளுக்கான சூத்திரங்களாக மாறின. 1934ஆம் ஆண்டில் முதன் முறையாக உலகுக்கு அறிமுகமான ஜி.டி.பி. அடுத்த 10 ஆண்டுகளுக்குள் உலகெங்கும் பரவலாக ஏற்கப்பட்டது. 1944ஆம் ஆண்டில் பிரிட்டனில் நடைபெற்ற வுட்ஸ் மாநாட்டில், ஒரு நாட்டின் பொருளாதார நிலையை கணிக்கும் முக்கிய காரணியாக ஜி.டி.பி.க்கு அங்கீகாரம் தரப்பட்டது. இப்படியாக ஜி.டி.பி.யே வளர்ச்சிக்கான அலகாக கட்டமைக்கப்பட்டது.

சிமோன் குஜ்நெட்ஸ் கண்டுபிடித்தவற்றில் ஜி.டி.பி. குறித்து நாம் ஏற்கனவே ஓரளவுக்குப் பார்த்துவிட்டோம், ஜி.என்.பி. என்றால் என்ன?.

ஜி.டி.பி.யுடன் கண்டுபிடிக்கப்பட்டு, ஜி.டி.பி.க்கும் முன்பாகவே பரவலாகப் பயன்பாட்டில் இருந்து பின்னர் காணாமல் போன ஒரு உற்பத்திக் கணக்கீட்டு அலகுதான் ஜி.என்.பி. (Gross National Product). ஜி.என்.பி.யின் சூத்திரம்:

ஜி.என்.பி. = நுகர்வு (Consumption) + முதலீடு (Investment) + அரசின் செலவீனங்கள் (Government Spending) + நிகர ஏற்றுமதி (Net Exports) + இசட் (Z)

இந்த சூத்திரத்திற்கும் ஜி.டி.பி.யின் சூத்திரத்துக்கும் நடுவில் உள்ள பிரதான வேறுபாடு இசட் எனும் பகுதி மட்டும்தான். இந்த இசட்டின் அர்த்தம். ஒருநாட்டின் குடிமக்கள் அயல்நாடுகளில் செய்துள்ள முதலீடுகளில் இருந்து பெறும் வருவாய்க்கும் வெளிநாட்டினர் அந்த நாட்டில் முதலீடு செய்து பெறும் வருவாய்க்கும் நடுவில் உள்ள வேறுபாடு.

வரையறையாக சொல்ல வேண்டும் என்றால் ஜி.டி.பி. என்பது இடத்தை அடிப்படையாகக் கொண்டது.

ஜி.டி.பி.க்கு நாடு என்றால் அது நிலம் மட்டும்தான். ஒரு குறிப்பிட்ட நாட்டில் உற்பத்தியாகும் எல்லாமே அந்த நாட்டின் உற்பத்தி என்றுதான் கணக்கிடப்படும். ஆனால் அதை உற்பத்தி செய்பவர்கள் யார்? அதன் லாபம் யாருக்குப் போகிறது என்பதையெல்லாம் ஜி.டி.பி. பார்க்காது.

ஆனால் ஜி.என்.பி.க்கு நாடு என்பது நிலம் அல்ல மக்கள். ஒரு குறிப்பிட்ட நாட்டின் மக்கள் உலகின் எந்தப் பகுதியில் இருந்து உற்பத்தி செய்தாலும் அது அவர்களின் சொந்த நாட்டின் உற்பத்திதான் என்று சொல்வதுதான் ஜி.என்.பி. கணக்கீடு. மேலும் பிற நாட்டு மக்கள் அந்த நாட்டின் நிலத்தில் ஒரு உற்பத்தியை மேற்கொண்டாலும், அது அந்த நாட்டின் ஜி.என்.பி.யில் ஒரு அங்கம் கிடையாது என்பதும் இதில் கவனிக்கத் தக்கது.

உதாரணமாக, ஆரஞ்சு என்ற நிறுவனம் இந்தியாவில் 10,000 கோடிக்கு உற்பத்தி செய்கிறது என்றால், அது இந்திய மண்ணில் நடந்த உற்பத்தி, அதனால் அது இந்தியாவுக்கு சொந்தமான உற்பத்தி என்று கணக்குப் போட்டால் அது ஜி.டி.பி. முறை. மாறாக ஆரஞ்சு என்பது ஒரு அமெரிக்க நிறுவனம், அது இந்தியாவில் உற்பத்தி செய்தாலும் அதன் லாபம் அமெரிக்காவுக்குத்தான் போகிறது. அதனால் ஆரஞ்சு நிறுவனம் இந்திய மண்ணில் செய்த உற்பத்தியும் அமெரிக்காவின் மொத்த உற்பத்தியில் ஒரு அங்கம்தான் என்று சொன்னால் அது ஜி.என்.பி. முறை!.பொருளாதாரத்தில் ஜி.என்.பி.தான் உண்மை, ஜி.டி.பி என்பது மாயை!.

ஜி.டி.பி.க்கும் ஜி.என்.பி.க்கும் நடுவில் உள்ள வித்தியாசத்தின் விளைவை ஒரு கதை உங்களுக்கு எளிமையாக விளக்கக்கூடும். கதைப்படி, இந்தியா ஒரு வீடு, அமெரிக்கா ஒரு வீடு. இந்தியா என்ற வீட்டில் ஒரு ஆப்பிள் மரம் வைக்கப்படுகிறது. இந்தியா வீட்டில் உள்ளவர்கள்தான் அதற்குத் தண்ணீர் ஊற்றி, உரம் வைத்து, களைவெட்டி, வேலி கட்டிப் பராமரிக்கிறார்கள். மரம் சாய்ந்து வளர்ந்ததால், அந்த ஆப்பிள் மரத்தின் பெரும்பாலான கிளைகள் பக்கத்து வீடான அமெரிக்காவிற்குள் போகின்றன. அமெரிக்க வீட்டில் இருப்பவர்கள் பெரும்பாலான பழங்களை எடுத்துக் கொள்கிறார்கள், அவர்கள் எந்த வேலையும் செய்வது இல்லை. சில பழங்கள் மட்டுமே இந்திய வீட்டுக்குக் கிடைக்கின்றன.

இந்நிலையில், அந்த ஆண்டு ஆப்பிள் மரம் உற்பத்தி செய்த 1000 பழங்களை, அந்த உற்பத்தியை அனுபவித்த

அமெரிக்காவின் கணக்கில் எழுதினால் அது ஜி.என்.பி. முறை, மாறாக அந்த பழங்களைக் குறைவாகப் பெற்று வேலைகளை அதிகம் செய்த இந்தியாவைப் பார்த்து 'அந்த பழம் எல்லாம் உங்களோடதுதான் மிஸ்டர் காலிங். கொஞ்சம் சிரிங்க' என்று மேட்டுக்குடி பட ஸ்டைலில் சொன்னால் அதுதான் ஜி.டி.பி.!.

ஜி.என்.பி. முறைப்படி ஒரு வளர்ந்த நாடு தனது வருவாயை அறிவித்தால், அந்த நாடு அண்டை நாடுகளிடம் இருந்து எவ்வளவு சுரண்டுகிறது என்ற உண்மை வெளியே தெரிந்துவிடும் என்பதால் ஜி.என்.பி. முறை வளர்ந்த நாடுகளால் கைவிடப்பட்டது.

வளரும் நாடுகளில் ஜி.என்.பி. முறை பயன்படுத்தப்பட்டால், சூத்திரத்தில் உள்ள 'இசட்'டின் மதிப்பு வெளியே வந்துவிடும். அப்போது அந்நாட்டு மக்களுக்குத் தாங்கள் வளர்ந்த நாடுகளால் எவ்வளவு சுரண்டப்படுறோம் என்பது தெரிந்துவிடும். இதற்கு அரசியல்வாதிகள் விடுவார்களா? வளரும் நாடுகளிலும் ஜி.என்.பி.முறை பயன்படுத்தப்படுவது இல்லை.

உலக நாடுகள் ஜி.டிபி.முறையைப் பயன்படுத்துவது அமெரிக்காவைப் போன்ற வல்லரசு நாடுகளுக்கு நல்லது. ஏனென்றால் அவர்களின் வருவாயின் பெரும்பகுதி அயல்நாடுகளில் அடிக்கும் கொள்ளைகள்தான். அந்தக் கொள்ளையின் மதிப்பு எவ்வளவு என்பதை ஜி.டி.பி.முறை மறைத்துவிடும். அடுத்ததாக எந்த நாடு அமெரிக்காவால் கொள்ளையிடப்பட்டதோ அந்த நாடே 'ஜி.டி.பி. வளர்கிறது' என்று பெருமைப்பட்டுக் கொள்ளும், இந்தியாவைப் போல!.

ஜி.டி.பி.வளர்ச்சியில் இந்தியா அமெரிக்காவை முந்தி முதலிடம் பெற்ற நிகழ்வு சமீப ஆண்டுகளில் அதிகம் நடந்தது. ஒரு வேளை அந்த ஆண்டுகளில் ஜி.என்.பி. முறையே வழக்கில் இருந்து, கணக்கீடும் சரியாகச் செய்யப்பட்டு இருந்தால் இந்தியா முதல் 25 இடங்களுக்குள் கூட வந்திருக்காது.

இந்தியாவின் சந்தையைப் பார்த்தோம் என்றால் பெப்சி, கோக், கோல்கேட், குளோசப், பெப்சோடண்ட், ஓரல் பி, லக்ஸ், லிரில், லைஃபாய், ஹமாம், பியர்ஸ், டவ், பாண்ட்ஸ், நைசில், ரெக்சோனா, டெடால், பால்மோலிவ், ஜான்சன் அண்டு ஜான்சன், ஃபேர் அண்டு லவ்லி, சன்சில்க், கிளினின், ஷவர் டூ ஷவர், ஹெட் அண்டு ஷோல்டர்ஸ், சர்ஃப், ரின், வீல், ரிம், ஏரியல்,

ஹென்கோ, ஜில்லெட், செவன் ஓ கிளாக், நைக்கி, அடிடாஸ், புமா – இப்படி நூற்றுக்கணக்கான வெளிநாட்டு நிறுவனங்கள் இந்தியாவில் உற்பத்தி செய்து லாபம் அள்ளுகிறார்கள். அதையெல்லாம் இந்தியர்கள் வாங்கித் தள்ளுகிறோம். இதுதான் ஜி.டி.பி. முறை காட்டும் வளர்ச்சியாக உள்ளது.

ஜி.டி.பி. முறையில் இவை தவிர இன்னும் வேறு பல குறைகளும், ஏமாற்று வேலைகளும் உள்ளன. ஒரு மாணவனின் திறமையை எப்படி மதிப்பெண்ணை மட்டும் கொண்டு அளவிட முடியாதோ அதுபோல, ஒரு நாட்டின் நிலையை ஜி.டி.பி.யை மட்டும் கொண்டு அளவிட முடியாது. ஜி.டி.பி. முறையில் இருக்கும் குறைகள் என்னென்ன? அடுத்த அத்தியாயத்தில் பார்ப்போம்...

~

33

ஜி.டி.பி. முறையின் குறைபாடுகள்

ஜி.டி.பி. கணக்கீட்டுமுறை சந்தையை மட்டுமே அடிப்படையாகக் கொண்டது என்பது அதன் முதல் குறைபாடு. அதாவது ஜி.டி.பி. கணக்கீட்டுமுறை ஒரு உழைப்பை மதிப்பீடு செய்யாது, மாறாக உழைப்பின் சந்தை மதிப்பை மட்டும்தான் கணக்கில் வைத்துக் கொள்ளும்.

உதாரணமாக, இந்தியாவில் ஒருவர் மரம் நட்டு, அதற்கு 10 ஆண்டுகளாகத் தினமும் தண்ணீர் ஊற்றினாலும் அந்த வேலையின் சந்தை மதிப்பு 0 ரூபாய்தான், அதே மரத்தை ஒருவர் ஒரே நாளில் வெட்டி 10,000 ரூபாய்க்கு விற்றால் அந்த வேலையின் மதிப்பு குறைந்தபட்சம் 10,000 ரூபாய்!.

இந்நிலையில் இந்தியாவில் 10 கோடி மக்கள் மரம் நடச் சென்றார்கள் என்றால் அது ஜி.டி.பி. வீழ்ச்சியைத்தான் ஏற்படுத்தும், அதுவே 10 கோடி மக்களும் மரம் வெட்டச் சென்றார்கள் என்றால் அது வரலாறு காணாத ஜி.டி.பி. வளர்ச்சியை ஏற்படுத்தும். என்ன... அதற்கு அடுத்த ஆண்டு இந்தியா இருந்த இடத்தில் நாட்டுக்கு பதிலாக ஒரு பாலைவனம் மட்டும்தான் இருக்கும்!.

இதைப் பார்க்கும்போது ஜி.டி.பி. கணக்கீடு சமூக வளர்ச்சிக்கும், சுற்றுச் சூழலுக்கும் எவ்வளவு எதிரானது, அது எதை ஊக்குவிக்கின்றது? – என்பது உங்களுக்குக் கொஞ்சம் புரிந்திருக்கும். ஆனால் குறைபாடு இத்தோடு முடியவில்லை.

இந்தியாவில் 50 கோடிக்கும் மேற்பட்ட பெண்கள், இல்லத்தரசிகளாக உள்ளார்கள். அவர்கள் தினமும்

பார்க்கும் வேலைகள் பிரமிப்பை ஏற்படுத்தக்கூடியவை. அந்த வேலைகளுக்கு ஜி.டி.பி. கணக்கில் கொடுக்கப்படும் மதிப்பு 0 ரூபாய்! குழந்தை வளர்ப்புக்கு கொடுக்கப்படும் மதிப்பு 0 ரூபாய்!, பணம் வாங்காமல் செய்யப்படும் பொது சேவைகளுக்கு கொடுக்கப்படும் மதிப்பு 0 ரூபாய்! சம்பளம் வாங்காமல் உழைப்பவர்கள் இன்றி இந்திய நாடு ஒருநாள் கூட இயங்க முடியாது. அவர்களின் உழைப்பை ஜி.டி.பி.முறை வெளிப்படையாகவே அவமானப்படுத்துகின்றது.

இந்தியா உள்ளிட்ட மிகப் பெரும்பாலான உலக நாடுகளில், ஜி.டி.பி. கணக்கீட்டுப் படிவத்திலேயே குடும்பத் தலைவியாக உள்ள பெண்களின் உழைப்பைக் குறிக்கும் வார்த்தையோ, பெண்களின் உழைப்பை கணக்கில் சேர்க்க உரிய இடமோ இருக்காது! ‘பூஜ்ஜியம்தான் போடப்போகிறோம், அதற்கு எதற்கு ஒரு இடத்தை வீணடிக்க வேண்டும்?’ – என்று அந்த இடமே இல்லாமல் செய்துவிட்டார்கள். நவீன உலகில் ஆணாதிக்கவாதத்தை வேறு வகைகளிலும் முன்வைக்கலாம் என்பதுதான் ஜி.டி.பி. படிவத்தின் ‘இட ஒதுக்கீடு’ மூலம் நமக்குத் தெரிகிறது. இது போக ஓய்வு பெற்றவர்கள், முதியவர்கள் ஆகியோரின் சமூக பங்களிப்பைக் குறிக்கும் வார்த்தைகளோ, அவர்களின் உழைப்பை கணக்கில் சேர்க்கும் இடமோ ஜி.டி.பி. கணக்கீட்டில் இருக்காது!.

குடும்பங்கள்தான் இந்தியாவின் அடிப்படையான அமைப்பு. அப்படிப்பட்ட குடும்ப அமைப்பின் தூண்களாக உள்ளவர்கள் பெண்களும், பெரியவர்களும்தான். இவர்களை ஜி.டி.பி. முறை மொத்தமாகப் புறம் தள்ளுகின்றது. அந்த வகையில் இந்தியாவின் அடிப்படைக் கட்டமைப்புக்கே எதிரான முறைதான் ஜி.டி.பி.!.

’ஏன் இவற்றுக்கு எல்லாம் இடம் இல்லை?’ – என்று கேட்டால், ‘பெண்கள் மற்றும் முதியவர்களின் வீட்டு வேலைகளை, எங்களால் துல்லியமாக அளவிட முடியாததால் அதனை ஜி.டி.பி.யில் சேர்க்கவில்லை’ என்றே வளர்ந்த நாடுகள் கூறுகின்றன. கேட்க சரி போலவே உள்ளதா? ஆனால் இது சரி இல்லை!.

ஒரு மனிதர் உழைக்கிறார், அந்த உழைப்பால் சமூகமும் நலம் பெருகின்றது. ஆனால் அவரது உழைப்பை அளவிட அரசாங்கத்திடம் அளவுகோல் இல்லை என்றால் அது அந்த நபரின் தவறா? அல்லது அரசாங்கத்தின் தவறா?.

18ஆம் நூற்றாண்டுக்கு முன்பு, உலகின் எந்த நாட்டிலும் தொழிற்சாலை வருமானம் பிரதானமாக இல்லை. இன்றைக்கோ ஜி.டி.பி.யில் தொழிற்சாலைகளின் உற்பத்திக்கு ஒரு முக்கிய இடம் கொடுக்கப்படுகின்றது. ஆனால், மனித இனம் தோன்றிய காலத்தில் இருந்தே பெண்கள் பிரதானமாகக் குழந்தை வளர்ப்பை மேற்கொள்கிறார்கள், ஆனால் அதற்கு ஒரு இடத்தையோ, மதிப்பையோ ஜி.டி.பி. முறையால் கொடுக்க முடியவில்லை என்றால் அது என்ன மாதிரியான அளவீடு?. நல்ல குழந்தைகள் ஒரு நாட்டின் உற்பத்தி இல்லையா? வலிமையான தொழிலாளர்கள் நாட்டின் செல்வம் இல்லையா? – என்ற கேள்விகளுக்கு ஜி.டி.பி. கணக்கீட்டில் பதில் இல்லை.

ஜி.டி.பி. கணக்கீட்டில் ஏற்பட்ட தவறால், வீடுகளில் உள்ள பெண்கள் எதையும் உற்பத்தி செய்யவில்லை என்ற எண்ணம் சமூகத்தில் ஏற்பட்டு உள்ளது. அந்த எண்ணம் பல விதங்களிலும் பெண்களுக்கும் சமூகத்துக்கும் எதிராகப் பிரதிபலிக்கின்றது. உதாரணமாக ஒரு சாலை விபத்தில் வேலைக்குச் செல்லும் ஒரு ஆண் அரசுப் பேருந்து மோதி இறந்தால், நீதிமன்றம் அவரது வயதையும் வருமானத்தையும் பார்த்து 'இன்னார் இறந்ததால் குடும்பத்துக்கு இவ்வளவு இழப்பு' – என்று ஒரு தோராயக் கணக்கீட்டை உருவாக்கி அதன் மூலம் இழப்பீடு விதிக்கிறது. இதனால் அவரது குடும்பமும் வாரிசுகளும் பயன் பெறுகின்றனர்.

மாறாக, வேலைக்குப் போகாமல் ஒரு பெரிய குடும்பத்தையும் நிறைய குழந்தைகளையும் பார்த்துக் கொள்ளும் ஒரு பெண் விபத்தில் இறந்தால், அவர் மாதச் சம்பளம் பெறக்கூடியவர் இல்லை என்பதால் அந்தக் குடும்பத்திற்கு மிகக் குறைவான இழப்பீடுதான் கிடைக்கின்றது. அதைக் கொண்டு இழப்பை எந்த வகையிலும் சரி கட்ட முடிவது இல்லை. இதன் விளைவாக தந்தையை இழந்த குழந்தைகளுக்குக் கிடைக்கும் வாழ்க்கை உத்தரவாதத்தைவிட, தாயை இழந்த குழந்தைகளுக்குக் கிடைக்கும் வாழ்க்கை உத்தரவாதம் மிகமிகக் குறைவானதாக உள்ளது. இது ஒரு சமூக அவமானம். இப்படிப் பல சமூக சிக்கல்களுக்கு ஜி.டி.பி. கணக்கீடு தொடக்கப்புள்ளியாக உள்ளது.

இதில் விதி விலக்குகளும் இல்லாமலில்லை. ஆஸ்திரேலிய நாடு ஜி.டி.பி. கணக்கீட்டிற்கான படிவத்தில் பெண்கள் மற்றும் முதியவர்கள் வீட்டில் செலுத்தும் உழைப்பைக்

குறிக்கும் இடத்தை வைத்து உள்ளது. அந்த நாடும் இதற்கு பொருளாதார மதிப்பீடு தரவில்லை ஆனால் பட்டியலில் இடம் கொடுத்ததன் மூலம் 'குடும்பத்தைக் காக்கும் பெண்கள், மூத்தோர்களின் உழைப்பை நாங்கள் மதிக்கிறோம்' என்ற செய்தியை ஆஸ்திரேலியா கூறி உள்ளது. இந்த முறையை ஏன் பிற நாடுகள் பின்பற்றவில்லை? – என்று கேட்டால் எந்த நாட்டிடமும் பதில் இல்லை!. இதிலிருந்து உலக நாடுகளுக்குப் பெண்களின் உழைப்பைக் கணக்கிட வாய்ப்பாடும் இல்லை, மனமும் இல்லை என்பது தெளிவாகத் தெரிகின்றது.

அந்தவகையில் மக்கள் தொகையில் உள்ள 50%க்கும் மேற்பட்ட மக்களின் உழைப்பை 'மதிப்பற்ற உழைப்பு' என்று சொல்கிற மரியாதை தெரியாத ஒரு கணக்கீட்டுமுறைதான் ஜி.டி.பி.! ஜி.டி.பி.க்கு மரியாதை தெரியவில்லை, ஆனால் மனிதாபிமானமாவது தெரிந்திருக்கிறதா? – அடுத்த பகுதியில் பார்ப்போம்.

~

34

ஜி.டி.பி.யில் வளரக்கூடாத துறைகள்!

ஜி.டி.பி.யை அடிப்படையாகக் கொண்டு தொழிற் துறைகள் மூன்றாகப் பிரிக்கப்பட்டு உள்ளன. அவை முறையே முதன்மைத்துறை, இரண்டாம் நிலைத் துறை மற்றும் மூன்றாம் நிலைத்துறை. இந்த மூன்று துறைகளின் உற்பத்திகளையும் ஒன்றாகக் கூட்டினால்தான் ஜி.டி.பி. கிடைக்கும்.

விளைபொருட்களை உற்பத்தி செய்யும் துறையே முதல்நிலைத்துறை ஆகும். இதில் விவசாயம், கால்நடைப் பண்ணை, கனிமச் சுரங்கங்கள், மீன் பிடித்தல், கச்சா எண்ணெய் எடுத்தல், தேன் உற்பத்தி, பால் உற்பத்தி எல்லாம் அடங்கும். இது உண்மையான பொருளாதாரம் ஆகும். அதாவது இயல்பாகவே மதிப்புள்ள பொருளை உற்பத்தி செய்வது.

ஆனால் இப்போது இந்தத் துறைதான் அதிகம் புறக்கணிக்கப்படும் துறையாக உள்ளது. கடந்த 2011–12 ஆண்டின் நிலவரத்தின்படி பார்த்தால், நமது நாட்டில் 45% மக்கள் முதல்நிலைத் துறைகளில்தான் வேலை பார்க்கிறார்கள். ஆனால் இவர்களது உற்பத்தி ஒட்டுமொத்த ஜி.டி.பி.யில் வெறும் 17% மட்டுமே பங்காற்றுவதாகக் கணக்கிடப்பட்டு உள்ளது.

செய்பொருட்களை உற்பத்தி செய்யும் துறை இரண்டாம்நிலைத் துறை ஆகும். செய்பொருள் என்றால் தொழிற்சாலைகளில் உற்பத்தியாகும் பொருட்கள். முதல்நிலை உற்பத்தியின் அடுத்தகட்டம் இது. வாழைப்பழம் முதல்நிலை உற்பத்தி என்றால் சிப்ஸ் இரண்டாம் நிலை உற்பத்தி. இரும்பு

எடுப்பது முதல்நிலை உற்பத்தி என்றால் அதை கத்தியாக வார்ப்பது இரண்டாம்நிலை உற்பத்தி.

சில நூற்றாண்டுகளுக்கு முன்பு வந்த தொழிற்புரட்சிக்குப் பின்னான விளைவுகளால் முன்னேறிய உலோகப் பொருள் உற்பத்தி, ஜவுளி உற்பத்தி, வேதிப்பொருட்கள் உற்பத்தி, தொழிற்சாலைகள் எல்லாமே இரண்டாம்நிலை துறைகள்தான். 2011–12 ஆண்டின் நிலவரத்தின்படி இந்திய ஜி.டி.பி.யில் 27% இந்த இரண்டாம்நிலைத் துறை மூலமாகத்தான் கிடைக்கிறது.

செல்வத்தை உற்பத்தி செய்யாத பிற அனைத்துப் பிரிவுகளும் மூன்றாம் நிலைத்துறை என்று அழைக்கப்படுகின்றன. அரசு நிர்வாகம், ராணுவம், வங்கிகள், மருத்துவம், பங்குச் சந்தைகள், உணவகங்கள், பொழுதுபோக்கு மையங்கள் எல்லாம் இதில் அடக்கம். இங்கு எந்தப் பொருளும் உற்பத்தி ஆவது இல்லை ஆனால் சேவைகள் உற்பத்தி ஆகின்றன.

அதாவது இவர்கள் நெல்லை விளைவிக்க மாட்டார்கள், சாப்பாட்டையும் சமைக்க மாட்டார்கள், சாப்பாடு வைக்கும் பாத்திரத்தையும் உற்பத்தி செய்ய மாட்டார்கள். ஆனால் நீங்கள் ஒரு கைப்பேசி செயலி மூலம் சாப்பாடு ஆர்டர் செய்தால் உங்கள் வீட்டுக்கு இவர்கள் அதைக் கொண்டு வந்து சேர்ப்பார்கள். சேவை மட்டும்தான் இவர்களுடையது.

இந்தியாவின் ஒட்டுமொத்த ஜி.டி.பி.யில் இப்போது சுமார் 55% – 60% பங்கை இந்த மூன்றாம் நிலைத்துறைதான் இப்போது வகிக்கிறது. இந்தியாவில் தொடர்ந்து வளரும் துறை என்று இந்த மூன்றாம் நிலைத் துறையைச் சொல்லலாம். இந்தியாவில் சுதந்திரத்துக்குப் பின் வந்த ஆண்டுகளில் ஜி.டி.பி.யில் விவசாயத்துறையின் பங்களிப்பு 2 மடங்குக்கு குறைந்து உள்ள அதே நேரம், சேவைத்துறையின் பங்களிப்போ 2 மடங்குக்கு அதிகரித்து உள்ளது.

ஆனால் இது மக்களுக்கு நல்லது அல்ல. மக்களின் செல்வம் ஒரு இடத்தில் குவியவும், வறுமை பரவலாக்கப்படவும் சேவைத்துறையின் வளர்ச்சி ஒரு பிரதான காரணமாகியுள்ளது. சேவைத்துறையின் வளர்ச்சி என்பது புற்றுநோய்க் கட்டியின் வளர்ச்சி போன்றதுதான். அதனால் நாட்டுக்கு பெரிய தீமைகள் ஏற்படுகின்றன. அது எப்படி?.

அடிப்படையில் விவசாயத்தின் மூலமும், தொழிற்சாலைகள் மூலமும் முதல் இரண்டு துறையினர் உருவாக்கும்

பொருட்களையும், அந்தத் துறைகளில் வேலை பார்க்கும் நபர்களின் சம்பளத்தையும் சார்ந்து இயங்குவதுதான் மூன்றாம் நிலைத்துறை. இது எதையும் உருவாக்குவது இல்லை. பொருட்களை நபர்களிடம் கொண்டுபோய் சேர்க்கும் 'போஸ்ட் மேன்' வேலையைத்தான் இது செய்கிறது.

ஆனால் இது செல்வத்தை உருவாக்குபவர்களை விடவும் அதிக உற்பத்தியை ஈட்டுகின்றது. இது அதிகம் மனியார்டர் செய்யப்படும்போது மக்களுக்கு பதிலாக போஸ்ட்மேன் செல்வந்தர் ஆவதைப் போன்றது. முதல் 2 துறைகளில் உழைப்பவர்கள், மூன்றாவதாக உள்ள சேவைத்துறைகளினால் சுரண்டப்படுகிறார்கள் என்பதே சேவைத்துறை வளர்ச்சியின் பொருள். இதை இன்னும் எளிமையாகப் பார்ப்போம்...

இப்போது நீங்கள் புதிதாக ஒரு தொலைக்காட்சிப் பெட்டியை வாங்குகிறீர்கள் என்று வைத்துக் கொள்வோம். அதை உங்கள் வீட்டுக்கே வந்து தருபவரின் கைகளில் நீங்கள் ஒரு 10,000 ரூபாயை தொலைக்காட்சியின் விலை மற்றும் அதைக் கொண்டு வந்து கொடுத்த சேவை இவற்றுக்கான மொத்த செலவாகக் கொடுக்கிறீர்கள். அதில் 4500 ரூபாய் தொலைக்காட்சிப் பெட்டியை உருவாக்கிய நிறுவனத்துக்குப் போகிறது. அந்த 4500 ரூபாயில்தான் அவர்கள் உதிரி பாகங்கள் வாங்கியது, ஆட்கள் கூலி, வரி எல்லாவற்றுக்கும் தொகையை நேர் செய்து லாபத்தையும் பார்க்க வேண்டும்.

மறு பக்கம் மீதம் 5,500 ரூபாய் அந்தத் தொலைக்காட்சிப் பெட்டியை உங்களிடம் கொண்டு சேர்த்த சேவை நிறுவனத்திற்குப் போகிறது. அவர்கள் எதையும் வாங்கவில்லை, அதிக பேர்களுக்கு சம்பளமும் கொடுக்கப்போவது இல்லை, நீங்களே அவர்களுக்கான வரியையும் சேர்த்துதான் தொகை கொடுத்து உள்ளீர்கள். உங்களைப் பொருத்தவரை நீங்கள் செலவு செய்தது தொலைக்காட்சிப் பெட்டிக்கு, ஆனால் உண்மையில் நீங்கள் செலவு செய்தது சேவைக்கு.

இவ்வாறாக ஒரு நல்ல தயாரிப்பு கிடைக்கும் என்று நம்பி நீங்கள் செய்யும் செலவு, அந்தத் தயாரிப்புக்குப் போகாமல் இடையில் உள்ள சேவைக்கே அதிகம் போகின்றது. இதனால் அந்த தயாரிப்பு மேம்படும் வாய்ப்பு குறைகிறது. சேவை நிறுவனங்கள்தான் செழிக்கின்றன. இவற்றால் நீங்கள் வாங்கும் பொருளில் அதன் உண்மையான விலைக்கு ஏற்ற தரம்தான்

இருக்கும், கொடுத்த முழுக் காசுக்கான தரம் இருக்காது. நீங்கள் அந்தப் பொருளை ஒரு கட்டத்தில் புறக்கணித்தால் சேவை நிறுவனங்கள் வேறு பொருளை உங்களிடம் நீட்டும், இதனால் சேவை நிறுவனத்துக்கு எந்த பாதிப்பும் இருக்காது. அந்தப் பொருளின் உற்பத்தி நிறுவனமோ அழிவைச் சந்திக்கும்.

பொருட்களை உருவாக்கும் நிறுவனங்களை சேவை நிறுவனங்கள் சுரண்டும் போது உற்பத்தி நிறுவனங்கள் மூடப்படுகின்றன. அந்தச் சூழலில் அங்கு பணியாற்றும் மக்கள் வேலை உத்தரவாதம், ஊதிய உயர்வு ஆகியவை இல்லாமல் பணியாற்றவும், பணியையே பறி கொடுக்கவும் நேர்கிறது. ஆனால் இவர்களும் மற்ற மக்களைப் போல மூன்றாம் நிலைத் துறைகளுக்கு செலவு செய்தே ஆக வேண்டும். அப்போது இவர்கள் பலியாகிறார்கள்!.

உதாரணமாக ஒரு ஆலைத் தொழிலாளியின் மகன் கல்விக்காக வரும் போது அவனைக் கொண்டு, அந்தத் தொழிலாளியின் மொத்த உழைப்பையும் சுரண்டும் வேலையை ஒரு கல்வி நிறுவனம் செய்கிறது. ஆலையில் பணியாற்றும் அப்பா 20 ஆண்டுகளாக உழைத்ததற்கான பி.எஃப். பணத்தைவிட மகனின் மேல்படிப்புக் கட்டணம் அதிகமாக உள்ளது. இதனால் தனது அந்திமக் காலத்தைக் கடனோடு கழிக்கும் நிலைக்கு அந்தத் தொழிலாளி தள்ளப்படுகிறார். இது போலவே ஒரு விவசாயி மருத்துவமனைக்கு வரும்போது அவரது மருத்துவ செலவைக்காட்டி வயலைப் பிடுங்கும் வேலையை மருத்துவத்துறை செய்கிறது.

சரி இதனால் உற்பத்தித்துறையில் உள்ளவர்களுக்குத்தானே நட்டம், எனக்கென்ன நட்டம்? – என்று சாமானிய மக்கள் கேட்கலாம். பிரதான நட்டமே உங்களுக்குதான். ஒரு தொலைக்காட்சிப் பெட்டியை 65% கூடுதல் விலை கொடுத்து வாங்குவது நீங்கள்தான். ஒரு குழந்தைக்கு நாம் 100 ரூபாய்க்கு ஒரு பொம்மை வாங்கிக் கொடுத்தால் அதில் 75 ரூபாய் அதன் பாக்கிங் செலவுகளுக்காக எடுத்துக் கொள்ளப்படுகின்றது. ஒரு குளிர்பானத்தை நாம் 10 ரூபாய்க்கு வாங்கினால் அதில் 9 ரூபாய் 70 பைசா விளம்பரம், போக்குவரத்து, லாபம் ஆகியவற்றுக்கும், 30 பைசா தயாரிப்புக்கும் போகின்றது. நாம் தரமற்ற பொருட்களை அதிக விலைக்கு வாங்கிக் கொண்டு இருக்கிறோம். அதை சேவைத்துறையின் வளர்ச்சி அல்லது

ஜி.டி.பி. உயர்வு என்ற பெயரில் கொண்டாடிக் கொண்டும் இருக்கிறோம்.

ஜி.டி.பி.யை ஒரு நாய் என்று நாம் எடுத்துக் கொண்டால் விவசாய உற்பத்தி அதன் தலை, தொழிற்சாலை உற்பத்தி அதன் உடம்பு, சேவைகள் அதன் வால். நாய் வாலை ஆட்டுவதற்கு பதிலாக, இப்போது வால்தான் நாயை ஆட்டிக் கொண்டு இருக்கிறது. தலையை விடப் பெரியதாக வால் வளர்ந்த நாயைப் பார்த்து நாமும் 'நாய் என்னமா வளருது...' என்று பெருமிதப்பட்டுக் கொண்டிருக்கிறோம். அதனால்தான் இன்றைய ஜி.டி.பி. வளர்ச்சி என்பது ஒரு வீக்கம் அல்லது புற்று நோய்க்கட்டிக்கு ஒப்பானதாக உள்ளது.

இந்தியாவில் சேவைத்துறைகள் தனியார் மயமான பிறகே இந்த வீக்க நிலை ஏற்பட்டது. தனியார் துறைகள் தங்கள் சேவையைப் பரவலாக்கி அனைவரையும் சென்று சேராமல், வாடிக்கையாளர்களின் கட்டணத்தை மட்டும் பெருக்குவதே இத்தகைய சீரழிவுக்குக் காரணம். இப்படிக் கிடைப்பது உண்மையான ஜி.டி.பி.யே இல்ல! ஜி.டி.பி.யில் 2 வகை உள்ளது, அதில் உண்மையான ஜி.டி.பி. எது? – தொடர்ந்து பார்ப்போம்...

~

35

இரண்டு வகை ஜி.டி.பி.க்கள்

ஜி.டி.பி.யில் நாமினல் ஜிடிபி, ரியல் ஜி.டி.பி. என்று 2 வகைகள் வகைகள் உள்ளன. ஒவ்வொன்றையும் பற்றி உதாரணங்களோடு பார்ப்போம்.

ஒரு தொலைக்காட்சிப் பெட்டி தயாரிப்பு நிறுவனம் கடந்த ஆண்டில் 10 தொலைக்காட்சிப் பெட்டிகளை உற்பத்தி செய்து, ஒவ்வொரு பெட்டியையும் 10,000 ரூபாய்க்கு விற்று உள்ளது என வைத்துக் கொள்வோம். கடந்த ஆண்டில் அதன் உற்பத்தியின் மதிப்பு 1 லட்சம் ரூபாய்.

அதே நிறுவனம் இந்த ஆண்டும் 10 பெட்டிகளை உற்பத்தி செய்கிறது. ஆனால் விலையை உயர்த்தி ஒரு பெட்டி 11,000 என்று விற்கிறது என்றால், அதன் உற்பத்தி மதிப்பு 1.1 லட்சம் ரூபாய், இதில் உற்பத்தி உயர்வு 10,000 ரூபாய். இங்கு உற்பத்தி எண்ணிக்கை உயராமலேயே உற்பத்தி மதிப்பு மட்டும் உயர்ந்து உள்ளது. இதுதான் நாமினல் ஜி.டி.பி.! இது மக்களுக்கு எதிரானது.

அதே நிறுவனம் தொலைக்காட்சிப் பெட்டி விலையைக் குறைத்து உற்பத்தியை அதிகரிக்கின்றது என்று வைத்துக் கொள்வோம். 15 தொலைக்காட்சிப் பெட்டிகளை தலா 8,000 ரூபாய் விலைக்கு இவ்வாண்டில் அந்த நிறுவனம் விற்கின்றது என்றால் அதன் மொத்த உற்பத்தி மதிப்பு 1.2 லட்சம் ரூபாய். உற்பத்தி உயர்வு 20 ஆயிரம் ரூபாய். இங்கு உற்பத்தியும் உயர்ந்து, உற்பத்தி மதிப்பும் உயர்ந்து உள்ளது. இதுதான் ரியல் ஜி.டி.பி.! ஆனால் கெடுவாய்ப்பாக இந்தியாவின் ஜி.டி.பி.யில் பெரும்பகுதி நாமினல் ஜி.டி.பி.தான். நாமினல் ஜி.டி.பி. தேனீர் குவளையில் உள்ள நுரையைப் போன்றது, பார்க்க குவளை

நிரம்பியது போலத் தோன்றும் ஆனால் குடித்தால் வயிற்றுக்கு ஒன்றும் போய்ச் சேராது.

விலை உயர்வால் நாமினல் ஜி.டி.பி. அதிகரிப்பதையும் நாம் 'ஜி.டி.பி. உயர்வு' என்றே கொள்கிறோம். சில ஆண்டுகள் முன்பு ஒரு நாளைக்கு 2 ரூபாயாக இருந்த பார்க்கிங் கட்டணம் இப்போது மணிக்கு 150 ரூபாயாக மாறியதும், சில ஆண்டுகள் முன்பு சில ஆயிரங்களாக இருந்த பள்ளிக் கட்டணங்கள் இப்போது பல லட்சங்களாக உயர்ந்ததையும்தான் இந்தியாவில் 'சேவைத்துறையின் வளர்ச்சி' என்று நம்பிக்கொண்டிருக்கிறோம். அதனால் சேவைத்துறையில் நடப்பது சுரண்டல்தான் வளர்ச்சி அல்ல.

வரிகளையும் வளர்ச்சியாகக் காட்டுவதற்கு என்றே இந்திய ஜி.டி.பி. கணக்கீட்டில் சமீபத்தில் 2 சூதுகள் செய்யப்பட்டு உள்ளன. முதலாவது: ஆண்டுத்தொடர் மாற்றம். அதாவது ஜி.டி.பி. கணக்கீட்டைப் பொருத்தவரைக்கும் ஏதாவது ஒரு குறிப்பிட்ட ஆண்டில் இருந்த விலை நிலவரத்தை அடிப்படையாக வைத்துதான் பின்வரும் பல ஆண்டுகளின் ஜி.டி.பி.க்களைக் கணக்கிடுவார்கள். அரசுகள் ஒவ்வொரு ஆண்டும் விலை நிலவரம் பற்றி ஆய்வு செய்ய மாட்டார்கள்.

2004–05ஆம் ஆண்டு விலை நிலவரத்தை வைத்து பின் வந்த ஆண்டுகளின் ஜி.டி.பி.க்களைக் கணக்கிட்டால் அந்த கணக்கீடுகளை '2004–05ஆம் ஆண்டுத் தொடர்' என்று குறிப்பிடுவார்கள்.

கடந்த 2014ஆம் ஆண்டு வரைக்கும் இந்தியாவில் '2004–05ஆம் ஆண்டு தொடர்' என்ற அடிப்படையில்தான் ஜி.டி.பி. கணக்கீடு நடந்தது. ஆனால் 2015ஆம் ஆண்டில் இந்த முறையை மாற்றி 2011–12ஆம் ஆண்டின் விலைகளை அடிப்படையாக வைத்து ஜி.டி.பி. கணக்கிடப்பட்டது. இதில் பிரச்னை என்னவென்றால் 20011–12ஆம் ஆண்டு என்பது குழப்பமான சந்தை விலைகள் இருந்த காலகட்டம். ஒரு குழப்பமான காலகட்டத்தை அடிப்படையாக வைத்து கணக்கீடு செய்தால் முடிவுகள் என்னாகும்?. அதனால்தான் பின்வந்த ஜி.டி.பி. கணக்கீடுகள் மிகக் குழப்பமானவையாக மாறின. 2015ஆம் ஆண்டில் இருந்து இன்றைக்கு வரைக்கும் நாம் பார்க்கும் ஜி.டி.பி. உயர்வு அனைத்தும் குளறுபடியால் கிடைத்தவைதான்.

இரண்டாவது சூது: விலை மாற்றம். அதாவது பொதுவான நடைமுறைகளில் ஒரு பொருளுக்கு அதை உருவாக்கிய நிறுவனம் முதலில் ஒரு விலை வைக்கும், அடுத்து சந்தை ஒரு விலை வைக்கும். இதில் நிறுவனம் வைக்கும் விலையை நிறுவனம் மட்டுமே முடிவு செய்யும், ஆனால் சந்தை வைக்கும் விலையையோ அரசின் வரிகளும் சேர்ந்து முடிவு செய்யும். அதனால் ஜிடிபி கணக்கீட்டை நிறுவன விலையில் கணக்கிடும்போது அது சரியான உயர்வைக் காட்டும். சந்தை விலையில் கணக்கிட்டாலோ, இடையில் அரசின் வரியால் பொருட்கள் உயர்ந்தால் அதையும் ஜி.டி.பி. உயர்வு என்றே காட்டும்.

இந்தியாவில் அனைத்துத் துறைகளும் மோசமான நிலையில் உள்ள போதும், ஜி.டி.பி. ஓரளவு நல்ல நிலையில் இருக்கக் காரணம் கடந்த 2015ஆம் ஆண்டுக்கு முன்பு நிறுவன விலையை அடிப்படையாகக் கொண்டு கணக்கிடப்பட்ட ஜி.டிபி. 2015ஆம் ஆண்டு முதல் சந்தை விலையை அடிப்படையாகக் கொண்டு கணக்கிடப்படுவதாக மாற்றப்பட்டதுதான்.

இதனால் கடந்த 2015ஆம் ஆண்டில் கணக்கிடப்பட்ட 2013–14ஆம் ஆண்டின் ஜி.டி.பி. வளர்ச்சி விகிதம் அதற்கு முந்தைய ஆண்டைவிட 1.9% அதிகமாக வந்தது. ஆனால் அந்த ஆண்டில் எந்தத் துறையுமே அதிக உற்பத்தியைக் கொடுக்கவில்லை!. அப்படி இருந்தும் அரசாங்கத்தின் ஜி.டி.பி. அறிக்கை ‘தொழிற்சாலைகளின் உற்பத்தி அதிகரித்தது’– என்று சொன்னது. இதை நிரூபிக்க தொழிற்சாலைகளின் ஆண்டு அறிக்கைகள் எதிலும் வளர்ச்சி காணப்படவில்லை. இப்படி பல விதங்களிலும் கணக்கீடும் உண்மையும் மாறுபட்டு இருந்தன.

இந்த குளறுபடிகளைப் பார்த்த அன்றைய ரிசர்வ் வங்கி ஆளுநர் ரகுராம் ராஜன் ‘ஜி.டி.பி. எண்கள் எனக்கு சரியாகப் புரியவில்லை, ஜி.டி.பி.யைத் தவறாகக் கணக்கிடக் கூடாது’– என்று வெளிப்படையாகவே பேசினார். அதன் பலன் அவர் விரைவாகவே பதவியில் இருந்து அனுப்பவும்பட்டார்.

ஜி.டி.பி. உயர்வை ஒரு நாடு போலியாக உருவாக்கினால் என்ன ஆகும் என்றால். அவ்வாண்டில் மத்திய வங்கி நாடு வளர்கிறது என்று சொல்லி கடன்களுக்கான வட்டி விகிதத்தைக் குறைக்காது. இன்னொரு பக்கம் நல்ல ஜி.டி.பி. உள்ளது – என்று உலக வங்கியும் பிற நாடுகளும் நிறைய கடன்களைக்

கொடுக்கும். ஆனால் அந்த கடன்களை மத்திய வங்கியிடம் இருந்து பெற ஆட்கள் இருக்க மாட்டார்கள். அதனால் சரியாக முதலீடு செய்ய முடியாது. அப்போது உலக வங்கி கொடுத்த கடன் வீணாகும், அந்தக் கடனுக்கான வட்டியும் அதிகரிக்கும்.

இன்னொரு பக்கம், வரி உயர்வும் விலை உயர்வு என்று கணக்கிடப்படும் போது மக்கள் வேறு வழியே இல்லாமல் *200% வரி கட்டி பெட்ரோல் வாங்குவதை 'மக்களின் பெட்ரோல் வாங்கும் திறன் அதிகரிப்பு' என்று சொல்ல இடம் கிடைக்கும் (இன்றைய இந்திய ஜி.டி.பி.யில் பெரும்பகுதி ஜி.எஸ்.டி. மற்றும் பெட்ரோல், டீசல் வரிகளால் ஆனது).* அப்போது வரிகளைக் குறைத்தால் ஜி.டி.பி. விழும் அபாயம் ஏற்படும்.

சமீபத்தில் பெண்கள் சுகாதாரத்திற்காகப் பயன்படுத்தும் சானிடரி நாப்கின்களுக்கு *12% ஜி.எஸ்.டி.* வரியையும், கொரோனா காலத்தில் உயிர் பிழைக்க மக்கள் வாங்கிய ஆக்சிஜனுக்கு *12% இறக்குமதி வரியையும்* இந்திய அரசு விதித்தது, இதன் பின்பாக ஜி.டி.பி.யும் உள்ளது.

மிகவும் எளிமையாகவே மக்களை ஏமாற்றக் கூடிய, குழப்பக் கூடிய வாய்ப்புகள் ஜி.டி.பி.யில் உள்ளன!. இதில் நாம் தெரிந்து கொள்ள வேண்டியது. ஜி.டி.பி. வளர்ச்சி என்பது ஒருபோதும் மக்களுக்கான வளர்ச்சி இல்லை என்பதைத்தான்.

இப்படிப் பல வகைகளிலும் ஒரு நாட்டின் மக்கள் வரியால் சுரண்டப்படும்போது அதை மூடி மறைக்கும் முறையாகவே ஜி.டி.பி. உள்ளது. அதனால்தான் ஜி.டி.பி. அதிகமாக உள்ள பல நாடுகளின் மக்கள் இன்றும் ஏழைகளாகவே உள்ளனர். ஒரு ஒப்பீட்டைப் பார்ப்போம். நியூசிலாந்து நாட்டின் மொத்த ஜி.டி.பி. 0.18 டிரில்லியன் டாலராக இருந்தபோது, இந்தியாவின் ஜி.டி.பி. 2.18 டிரில்லியன் டாலராக இருந்தது. ஆனால் அதே காலத்தில் நியூசிலாந்து நாட்டில் ஒரு தனி நபரின் ஜி.டி.பி. *38,000 டாலர்கள், இந்தியாவில் அது வெறும் 2,000 டாலர்கள்.* இதன் பொருள் நாடு நன்றாக இருக்கிறது, ஆனால் மக்கள் நன்றாக இல்லை என்பதுதான்.

ஒரு நாட்டின் ஜி.டி.பி.யை மட்டும் பார்க்காமல் அங்குள்ள தனி மனிதர்களுடைய ஜி.டி.பி.யையும் பார்த்தாலேயே இவர்களின் வளர்ச்சி சாயம் பாதி வெளுத்துவிடும். அதனால் அதை அரசுகள் செய்வது இல்லை.

இந்திய அரசின் பொருளாதார நிபுணர்கள் நியூசிலாந்தின் ஜி.டி.பி.யைப் பற்றி பேச நேர்ந்தால், 'நம் நாட்டின் ஜி.டி.பி. நியூசிலாந்தின் ஜி.டி.பி.யைவிட 1,500% அதிகம்' என்று கட்டாயம் சொல்வார்கள். ஆனால், ஒரு நியூசிலாந்து குடிமகனின் தனிப்பட்ட ஜி.டி.பி.யை விட, ஒரு இந்தியக் குடிமகனின் தனிப்பட்ட ஜி.டி.பி. 1,900% குறைவு என்பதைக் கவனமாக மறைத்துவிடுவார்கள்.

இன்னொரு பக்கம், சேவைக் கட்டணம் அதிகமாகக் கொடுக்கும் மக்களுக்கு நல்ல சேவைகளாவது கிடைக்கின்றனவா என்று பார்த்தால் அதுவும் இல்லை. சேவைக்கான கட்டணம் மட்டும்தான் அதிகரிக்கிறது, சேவைகளின் எண்ணிக்கை அப்படியேதான் உள்ளது.

உதாரணமாகக் கடந்த 2015ஆம் ஆண்டில் இந்தியாவின் மக்கள் தொகை 127 கோடியாக இருந்தபோது, நாட்டில் உள்ள அனைத்து அரசு மற்றும் தனியார் மருத்துவமனைகளின் ஒட்டுமொத்த படுக்கை வசதி வெறும் 6 லட்சத்து 75 ஆயிரமாக இருந்தது!. இது வெறும் 0.05% மட்டுமே.

இன்னொரு பக்கம், இந்திய மக்களில் 70%பேர் வாழ்வது கிராமங்களில் ஆனால் இந்த மொத்த படுக்கை வசதியில் 2 லட்சத்து 25 ஆயிரம் படுக்கைகள் மட்டுமே கிராமப்புற மருத்துவமனைகளில் இருந்தன. ஒரே ஒரு கொள்ளைநோய் வந்தால் கூட தாக்குப்பிடிக்க முடியாத அபாயத்தில் இந்தியா உள்ளதன் சான்றுதான் இந்த விவரங்கள். அப்படி இருந்தும் 2015ஆம் ஆண்டின் ஒட்டுமொத்த பட்ஜெட்டில் ஒரு சதவீதத்தை மட்டுமே மருத்துவசேவைக்கு அரசு ஒதுக்கியது. உலகிலேயே மிகக் குறைவான சுகாதார நிதி ஒதுக்கீடு என்ற பெருமையையும் அந்த ஒதுக்கீடு பெற்றது. இதன் பலனாகவே 2020ஆம் ஆண்டிலும், 2021ஆம் ஆண்டிலும் கொரோனா நோயால் மூச்சுத் திணறல் ஏற்பட்டவர்கள் மருத்துவமனையில் படுக்கை கிடைக்காமல் கொத்துக் கொத்தாக இறந்தார்கள். கங்கை முழுக்கப் பிணங்கள் மிதந்ததையும், சாலைகள் முழுக்க ஆம்புலன்ஸ்கள் நின்றதையும் நாம் பார்த்தோம்.

இப்படி ஒவ்வொரு துறையிலும் உட்கட்டமைப்புக் குறைபாடுகள் வண்டி வண்டியாக இருக்கும் போது, அவற்றுக்கான சேவைக் கட்டணங்கள் மற்றும் வரிகள் மட்டும் அதிகரிக்கப்படுவதைக் கொள்ளை என்று மட்டும்தான் நாம்

சொல்ல முடியும். ஆனால் நாம் அவற்றை ஜி.டி.பி. உயர்வு என்று கொண்டாடிக் கொண்டு இருக்கிறோம்.

உலகெங்கும் பொது மக்களால் வளர்ச்சியின் குறியீடு என்று நம்பப்படுகிற அல்லது வளர்ச்சியின் குறியீடு என்று நம்பவைக்கப்பட்ட ஜி.டி.பி. குறித்து பொருளாதார அறிஞர்கள் என்ன சொல்லி இருக்கிறார்கள்? – அடுத்த பகுதியில் பார்ப்போம்...

~

36

ஜி.டி.பி. குறித்து அறிஞர்கள்

ஜி.டி.பி. என்ற குறியீட்டை உருவாக்கிய சிமோன் குஜ்நெட்ஸ் இந்த குறியீட்டை அமெரிக்கா வளர்ச்சிக்கான குறியீடாக அப்படியே பயன்படுத்தும் என்று எதிர்பார்க்கவில்லை. ஒரு நாட்டின் வளர்ச்சிக்கான பல அளவுகோல்களில் ஜி.டி.பி.யும் ஒன்றாக இருக்கும் என்றுதான் அவர் எதிர்பார்த்தார். குஜ்நெட்ஸ்சிடம் ஒரு பத்திரிகையாளர் 'ஜி.டி.பி. என்பது ஒரு நாட்டின் வளர்ச்சிக்கான சரியான குறியீடா?' என்று கேட்டபோது, 'ஜி.டி.பி. மக்களின் நலன்களை பிரதிபலிப்பது இல்லை!, எனவே அது ஒரு முழுமையான அளவுகோல் இல்லை' என்று உடைத்துப் பேசினார். சிமோன் குஜ்நெட்ஸ் ஜி.டி.பி.யை ஒரு முழுமையான தனித்த அளவு கோலாக உருவாக்கவில்லை.

மருத்துவரிடம் ஒரு நோயாளி உடல்நலப் பரிசோதனைக்காக வரும்போது, அந்த மருத்துவர் அந்த நோயாளியின் எடையைப் பார்ப்பார், இதயத் துடிப்பைப் பார்ப்பார், உடல் வெப்பத்தைப் பார்ப்பார். எல்லாம் சரியாக இருந்தால்தான் ஆரோக்கியம். ஒரு மெலிந்த நோயாளியிடம் மருத்துவர், 'அதிக எடை இருப்பதுதான் ஆரோக்கியம்' – என்று சொல்ல, அந்த நோயாளியும் முயன்று 200 கிலோவுக்கு மேல் எடையை ஏற்றினால் அவரது ஆரோக்கியம் மேம்பட்டதாகப் பொருளா?. எடை போலத்தான் ஜி.டி.பி.யும். தனியாக அது மட்டும் அதிகரிப்பது ஆரோக்கியம் அல்ல. நாட்டில் ஜி.டி.பி. மட்டும் தனியாக வளர்வது என்பது உடலில் வயிறு மட்டும் பெருப்பதைப் போன்றது. இந்த உண்மையை உலகின் பல நாடுகளும் முன்னர் உணர்ந்து இருந்தன.

அமெரிக்காவின் அரசியல் எதிரியும் பொருளாதாரம் குறித்து நன்றாக அறிந்த நாடுமான சோவியத் ரஷ்யா, அமெரிக்காவின் ஜி.டி.பி. முறையில் ஒரு பெரிய மாற்றத்தைச் செய்த பின்னரே அதனை ஏற்றது. 'மூன்றாம் நிலைத்துறைகள் வளர்ந்தால் அது வளர்ச்சியல்ல சுரண்டல்தான். எனவே ஜி.டி.பி. கணக்கீட்டுக்கு முதல் இரண்டு துறைகளே போதும்' என முதல் இரண்டு துறைகளின் உற்பத்தியை மட்டும் கொண்டு சோவியத் ரஷ்யாவில் ஜி.டி.பி. கணிக்கப்பட்டது, இதைப் பிற சில சோஷலிச நாடுகளும் பின்பற்றின. அதனால் அந்த ஜி.டி.பி. உண்மையான வளர்ச்சியைப் பிரதிபலித்தது. சோவியத் ரஷ்யா உடைந்த பின்னர், அந்த முறை காணாமல் போனது.

கூடங்குளத்தில் ஏன் அணுமின் நிலையம் என்று கேட்டால், சோவியத் ரஷ்யாவைப் பின்பற்றுகிறோம் என்று சொல்லும் இந்தியா, சோவியத் ரஷ்யாவின் ஐந்தாண்டுத் திட்டங்களைப் பின்பற்றிய இந்தியா, ஜி.டிபி. கணக்கீட்டிலும் சோவியத்தின் முறையைப் பின்பற்றி இருந்தால் இப்போது உள்ள ஜி.டி.பி.யில் 60% காணாமல் போயிருக்கும் என்பதுதான் நடைமுறை உண்மை.

சோவியத் ரஷ்யா உடைந்து போனபோதும், ஜி.டி.பி. முறை மீது அது எழுப்பிய ஐயம் உடையாமல் வெகுகாலம் உறுதியாகவே இருந்தது. பல்வேறு நாடுகளும் ஜி.டி.பி.யைக் கண்ணை மூடிக் கொண்டு பின்பற்றாமல் ஆய்வுகளை மேற்கொண்டன. மிகக் குறிப்பாகக் கடந்த 2008ஆம் ஆண்டில் பிரான்ஸ் நாட்டின் அதிபராக இருந்த சர்கோசி 'ஜி.டி.பி. அனைவருக்குமான வளர்ச்சியின் குறியீடா?' என்பது குறித்து ஆய்வு செய்ய நோபல் பரிசு பெற்ற பொருளாதார அறிஞர்களான அமெர்த்தியா சென், ஜோசப் ஸ்டிக்லிட்ஸ் ஆகியோரைக் கேட்டுக் கொண்டார்.

சர்கோசியின் கோரிக்கையை ஏற்று, தங்கள் ஆய்வுகளை நிறைவு செய்த அந்தப் பொருளாதார நிபுணர்கள் 'புள்ளி விவரங்கள் காட்டும் வளர்ச்சிக்கும் மக்கள் வாழ்க்கைக்கும் நேரடித் தொடர்பில்லை' என்றே இறுதி அறிக்கை கொடுத்தனர். அந்த அறிக்கையில் 'புள்ளி விவரங்களை சிலர் மதங்கள் கூறும் கருத்துகளைப் போல அப்படியே ஏற்று வழிபடுகின்றனர்' என்ற எள்ளல் வாசகம் இடம்பெற்று இருந்தது.

ஜி.டி.பி. குறித்த அந்த அறிஞர்களின் கருத்தை ஏற்ற சர்கோசி 'அரசாங்கம் இந்த மதத்தினைப் புறந்தள்ள வேண்டும். ஜி.டி.பி.

புள்ளிவிவரங்கள் சந்தையின் பொருளாதார நடவடிக்கைகளை அறிந்து கொள்வதற்காக உருவாக்கப்பட்டவை. அவை சமூகத்தின் நல்வாழ்வு பற்றிய குறியீடுகள் என்று சிலர் எண்ணுகிறார்கள், அது தவறு' – என்றார். இந்தப் புரிதலே உண்மையானது.

ஜி.டி.பி. வளர்வது அனைவருக்குமான வளர்ச்சி அல்ல என்பதன் சிறந்த உதாரணம் இந்தியா. உலக அளவில் ஜி.டி.பி.யில் முன்னிலை வகிக்கும் நாடுகளின் பட்டியலில் இந்தியாவானது சீனா, அமெரிக்கா ஆகிய நாடுகளோடு போட்டி போட்ட சமீபத்திய ஆண்டுகளிலும், அதனால் மக்கள் வாழ்விலோ நாட்டின் பொருளாதார வளர்ச்சியிலோ ஒரு வளர்ச்சியையும் ஏற்படுத்த முடியவில்லை என்பதையே நாடு கண்டது.

அதிபர் சர்கோசி

கடந்த 1993 – 94 ஆம் நிதியாண்டு தொடங்கி, 2004 – 2005 ஆம் நிதியாண்டு வரையிலான காலகட்டம் இந்தியாவின் ஜி.டி.பி. வரலாறு காணாத உச்சத்தில் இருந்த காலகட்டம். இந்தக் காலத்தில் உணவின் சத்து அடிப்படையில் இந்தியக் கிராமப்புற மக்களின் வறுமை 74.5%ல் இருந்து 87% ஆக அதிகரித்தது. நகர்ப்புற வறுமை 57%ல் இருந்து 64% ஆக அதிகரித்தது.

அப்போது வளர்ச்சியின் முன்னுதாரணம் என்று போற்றப்பட்ட குஜராத்தில் வறுமையில் வாழும் மக்களின் சதவிகிதம் இந்தியாவின் பொது சராசரியை விடவும் அதிகமாக உயர்ந்தது!. அதே நேரம் மேற்கு வங்கத்துக்கு போக வேண்டிய நானோ தொழிற்சாலை குஜராத்துக்கு வர வேண்டும் என்பதற்காக அதன் அரசு 31,000 கோடி வரையிலான சலுகைகளை அளித்தது. இந்த தொகை குஜாராத்தின் மக்களுக்கு போயிருந்தால் அங்கு வறுமை அடியோடு ஒழிந்திருக்கும்.

புள்ளிவிவரங்களும் சராசரி கணக்குகளும் மக்களை ஏமாற்றும் பொருளாதார வித்தைகள். தென்கச்சி கோ.சுவாமிநாதன் அவர்கள் 'சராசரி' என்ற வரையறையைப்

பற்றி இப்படிச் சொன்னார், 'ஒரு மனிதனின் ஒரு காலை உறைந்த பனிக்கட்டியிலும் மறுகாலை நெருப்பிலும் வைத்தால். அவன் மித வெப்பத்தில் சொகுசாக இருக்கிறான் என சராசரி கிடைக்கும்'. இப்போது அப்படிப்பட்ட கணக்கீடுகள்தான் வெளிவந்து கொண்டிருக்கின்றன.

ஜி.டி.பி. கணக்கைக் காட்டி, உழைக்கும் மக்களிடம் 'இன்னும் அதிகமாக உழையுங்கள்... இன்னும் அதிகமாக உழையுங்கள்... நாடு வளர்ந்து கொண்டே இருக்கிறது... நீங்களும் வளர்ந்து கொண்டே இருக்கிறீர்கள்...' என்ற பொய்யான மாயை உருவாக்கப்படுகின்றது. பொருளாதாரத்தின் அடிப்படைப் பாடம் உழைப்பு ஒரு போதும் பணக்காரர்களை உருவாக்காது, வாய்ப்புகளைச் சரியாகப் பயன்படுத்துவதுதான் பணக்காரர்களை உருவாக்கும் என்பதுதான், அதைப் போலிக் கணக்கீடுகள் மூலம் மறைக்கப்பார்க்கிறார்கள்.

இப்படியாக ஒரு பக்கம் சேவைத்துறைகள் மக்களைச் சுரண்டுகின்றது என்றால் மறு பக்கம் இரண்டாம் நிலைத் துறை என்று சொல்லப்படுற தொழில் துறையோ இயற்கையைச் சீரழித்துக் கொண்டிருக்கிறது. அதை விரிவாகப் பார்ப்போம் அடுத்த அத்தியாயத்தில்...

~

37

இரண்டாம் நிலைத்துறையால் அபாயம்!

ஜி.டி.பி.யானது உற்பத்திதுறை, தொழில்துறை, சேவைத்துறை ஆகிய 3 துறைகளை அடிப்படையாகக் கொண்டது. இதில் சேவைத்துறை போலியாக வளர்ந்தால் அது மக்களுக்குக் கட்டண உயர்வை மட்டுமே கொடுக்கும் – என்பதை இதுவரை பார்த்தோம். அதே சமயம் இரண்டாம் நிலைத்துறைகள் என்று சொல்லப்படும் தொழில் துறைகளும் அபாயமற்றவை அல்ல. அவை கட்டற்று வளர்ந்தால் அந்த வளர்ச்சி நாட்டையே பொட்டல் காடாக மாற்றிவிடும்!. இதற்கு மிக முக்கியக் காரணம் உலகளாவிய வர்த்தகம்.

வளரும் நாடு ஒன்றால் 3 ரூபாய்க்கு ஏற்றுமதி செய்யப்படும் ஒரு பொருளை வல்லரசு நாடு ஒன்று இறக்குமதி செய்து, தன்னாட்டு மக்களுக்கு 7 ரூபாய்க்குக் கொடுக்கின்றது என்று வைத்துக் கொள்வோம். வல்லரசு நாடு பெரும்பாலும் தன்னால் அந்தப் பொருளை உற்பத்தி செய்ய முடியாது – என்பதற்காக இறக்குமதி செய்வது இல்லை. அவற்றை உற்பத்தி செய்தால் நாட்டின் சூழல் சீர்கெடும் அல்லது இறக்குமதி செய்யும் விலையைவிட அதிகம் செலவாகும் என்ற நிலையில்தான் இறக்குமதி செய்கிறார்கள்.

உலகிலேயே அதிகம் பெட்ரோலை இறக்குமதி செய்யும் அமெரிக்கா, தன்னிடம் உள்ள பெட்ரோலியக் கிணறுகளை அதிகம் பயன்படுத்துவது இல்லை!. மூன்றாம் உலக நாடுகளில் அணு உலைகள் அமைக்க எரி பொருளும், தொழில் நுட்பமும் விற்கும் நாடுகள் கடந்த கால் நூற்றாண்டுகளாகப் பெரிய அணுமின் நிலையங்கள் எதையும் தங்கள் நாடுகளில் தொடங்கவே

இல்லை. வளரும் நாடுகளை வல்லரசு நாடுகள் குப்பைத் தொட்டிகளாகப் பயன்படுத்திக் கொண்டிருக்கின்றன.

வளரும் நாடு ஒன்று 3 ரூபாய்க்கு ஒரு பொருளை ஏற்றுமதி செய்கின்றது என்றால், அந்தப் பொருளுக்காக செலவிடப்பட்ட இயற்கை வளங்களின் மதிப்பு 5 ரூபாயாக இருக்கிறது. இந்த வணிகத்தால் உண்மையில் 2 ரூபாய் நட்டம். அது போக இயற்கை வளங்களைச் சுரண்டுவதால் சுற்றுச்சூழல் மாசுபாடு ஏற்படும், அதை சரி செய்ய வளரும் நாடு முயன்றால், எடுக்கப்பட்ட வளத்தை ஓரளவு சரி செய்யவே இன்னொரு 5 ரூபாய் நிச்சயம் செலவாகும். எனவே வளரும் நாடுகள் செய்வது பெரும்பாலும் வணிகம் அல்ல சூழலியல் படுகொலை!.

வளர்ந்த நாடுகள் இந்தப் படுகொலையை உலகெங்கும் நிகழ்த்தவே உலக வங்கி, சர்வதேச நாணய நிதியம் போன்ற அமைப்புகளைப் பயன்படுத்தி கடன் கொடுத்து ஒப்பந்தங்களை உருவாக்கி வருகின்றன. இதனால் வளர்ந்த நாடுகளுக்கு அப்படி என்ன லாபம் என்று பார்த்தால்... வளரும் நாடு ஒன்றிடம் 3 ரூபாய்க்கு வாங்கும் பொருளை, இன்னொரு வளரும் நாட்டிடம் 8 ரூபாய்க்கு விற்க நடுவில் உள்ள வளர்ந்த நாட்டால் முடியும். இதற்காக 2 வளரும் நாடுகள் நேரடியாக தங்களுக்குள் வர்த்தகம் செய்வதைத் தடுக்கவே கூட்டுகள், ஒப்பந்தங்கள் பயன்படுகின்றன. இப்படிச் செய்யும் போது இலாபமும் கொள்ளை, மாசுபாடும் இல்லை. இதனால் தரகு செய்யும் நாடுகள் வல்லரசுகளாகவும், உற்பத்தி செய்யும் நாடுகள் ஏழைகளாகவும் உள்ளன.

உலகிலேயே மிகவும் விலைமதிப்புள்ள பொருளான வைரம் கிடைக்கின்ற ஆப்ரிக்க நாடுகளும், பெட்ரொலிய வளத்தில் முன்னணியில் உள்ள ஈரான், ஈராக் போன்ற பல வளைகுடா நாடுகளும், அமெரிக்க கண்டத்தில் பெட்ரோல் அதிகம் கிடைக்கும் வெனிசுலா போன்ற லத்தீன் அமெரிக்க நாடுகளும் இது போன்ற ஒப்பந்தங்கள் மற்றும் சதி வேலைகளால்தான் ஏழைகளாகவே வைக்கப்பட்டு உள்ளன. ஒரு மூலப் பொருள் உள்ளதாலேயே ஒரு நாடு ஏழையாக்கப்படுவதற்கு ‘மூலப் பொருள் சாபம்’ என்று பெயர்.

வளம் இருந்தும் பொருளாதார அறிவு இல்லை என்றால் மூலப் பொருள் சாபத்திற்குப் பலியாக வேண்டியதுதான். அப்போது நாடெங்கும் சாலைகள் பெருகும், வளங்கள்

கொள்ளை போகும். ஆனால் வருவாய் வராது. அத்தனை வருவாயும் தரகு வேலை மட்டும் செய்யும் வல்லரசு நாடுகளுக்குப் போகும். அதிக வளம் இல்லாத, இருக்கும் வளங்களையும் பயன்படுத்தாத அமெரிக்கா வல்லரசு நாடு என்ற நிலையைத் தக்க வைக்க உலக நாடுகளின் வளங்களை அழித்து வருகின்றது. அதை ஊக்குவிக்க ஜி.டி.பி. போன்ற அளவுகோல்கள் அமெரிக்காவுக்குப் பயன்படுகின்றன.

இதில் இருந்து எப்படித் தப்பிப்பது?. எப்படி எதையுமே உற்பத்தி செய்யாமல் இருக்க முடியும்? - என்று கேட்டால்... ஒவ்வொரு நாடும் உணவை உற்பத்தி செய்துதான் ஆக வேண்டும். அத்தியாவசியப் பொருட்களும் அப்படித்தான் (ஆனால் வேறு வருவாய் உள்ள நாடுகள் அத்தியாவசியப் பொருட்களைக் கூட இறக்குமதி செய்கிறார்கள், தங்களுக்கான உற்பத்தியைச் செய்யும் நாடுகளை ஒப்பந்தங்கள் மூலம் கட்டுக்குள்ளும் வைத்துக் கொள்கிறார்கள்). ஆனால் தாதுப் பொருட்களை ஏற்றுமதி செய்வது, இயற்கையை அழித்து ஏற்றுமதிக்காக என்றே உற்பத்தி செய்வது என்பவை எல்லாம் தன் வீட்டின் கூரையைப் பிடுங்கி எதிர் வீட்டுக்காரர்கள் அடுப்பெரிக்கக் கொடுப்பது போன்றதுதான். கொஞ்சம் நேரம் கதகதப்பு நம் பக்கம் வரும். பின்னர் நிரந்தரக் குளிர் சூழ்ந்து கொள்ளும். இந்த அறிவு ஆதித் தமிழர்களுக்கு இருந்தது!.

தமிழர்களின் சங்ககாலத்தைப் பார்த்தோம் என்றால், அப்போது நாம் அதிகம் விற்றது மிளகு, அதிகம் வாங்கியது தங்கம். ஒரு கப்பல் மிளகுக்கு ஒரு கப்பல் தங்கம் என்று ரோமானியர்களிடம் வியாபாரம் செய்து இருக்கிறோம். மிளகு என்பது விவசாய உற்பத்தி. அதனால் சூழலுக்குத் தீங்கு இல்லை தேவையான அளவு விளைய வைத்துக் கொள்ளலாம்.

தங்கம் சுரங்கப் பொருள். 1000 கிலோ மண்ணை ரசாயனம் போட்டு கழிவாக்கினால் 6 முதல் 8 கிராம் தங்கம் கிடைக்கும்! சூழல் பாதிப்பு அதிகம் இருக்கும். விவசாயப் பொருளை ஏற்றுமதி செய்வது நல்லது, சுரங்கப் பொருளை இறக்குமதி செய்வது நல்லது என்ற அறிவு சங்க காலத்திலேயே நமக்கு இருந்தது!.

கி.மு.2500 என்ற மிகத் தொடக்க காலத்திலேயே உலகத்தரமான இரும்பு தமிழகத்தில் கிடைத்தும், அப்போதே நமக்கு எகிப்து உள்ளிட்ட நாடுகளோடு வணிகத் தொடர்பு

இருந்தும் மிக மிகக் குறைவான அளவில்தான் இரும்பை ஏற்றுமதி செய்து இருக்கிறோம். குறைவான இரும்பைக் கொடுத்து அதிக தொகையைப் பெற்று இருக்கிறோம், அந்த இரும்பைத் திருட வந்தவர்களை அதே இரும்பால் ஆயுதம் செய்து விரட்டியும் இருக்கிறோம். அதையெல்லாம் நம் முந்தைய மக்கள் செய்யத் தவறி இருந்தால் சேலம் பகுதியில் மவுரியர்கள் சங்ககாலத்திலேயே 8 வழிச் சாலை போட்டு இருப்பார்கள்.

ஆனால், 'பட்டம் பெற்றுவிட்டோம்' என்று பெருமையோடு சொல்கிற இந்தக் காலத்தில் சூழலை மாசுபடுத்தும் பொருட்களை உற்பத்தி செய்வதை 'தொழில்துறை வளர்ச்சி' என்று சொல்லிக் கொண்டு இருக்கிறோம். பட்டம் என்பது அறிவு அல்ல என்பதன் எடுத்துக்காட்டே நாம்தான்.

ஒரு கார் உற்பத்தி செய்யப்பட வேண்டும் என்றால் 4 லட்சம் லிட்டர் தண்ணீர் தேவை. குளிர்பான நிறுவனம் இயங்கவும் கோடிக்கணக்கான லிட்டர்கள் தண்ணீர் தேவை. தமிழகம் அடிக்கடி குடிநீர்ப் பஞ்சத்தை சந்திக்கிற மாநிலம், இங்கு கார் தொழிற்சாலையும், குளிர்பான தொழிற்சாலையும் நடத்தப்படுவது வளர்ச்சியா? - நீங்களே சிந்தியுங்கள்.

இன்னொரு பக்கம் முதல்நிலை உற்பத்தியான விவசாய விளை பொருட்களிலும், கால்நடை உற்பத்திப் பொருட்களிலும் கூட, எதைப் பிறருக்காக உற்பத்தி செய்கிறோம் என்று பார்ப்பது முக்கியம்.

சுற்றுச் சூழல் அறிவு உள்ள எந்த நாடும் முட்டையையும், ஆரஞ்சுப் பழங்களையும் ஏற்றுமதி செய்வது இல்ல. ஒரு ஆரஞ்சுப் பழம் உருவாக 560 லிட்டர் தண்ணீர் தேவைப்படுகிறது, ஒரு முட்டை உருவாக 196 லிட்டர் தண்ணீர் தேவைப்படுகிறது. ஆனால் இந்தியா இந்த இரண்டையும் பிறருக்காக உற்பத்தி செய்கிறது.

தமிழ்நாட்டில் இருந்து வளைகுடா நாட்டுக்கு நேரடியாக தண்ணீர் விற்கும் ஒருவர் 200 லிட்டர் தண்ணீர் 4 ரூபாய் என்று தண்ணீரை விற்றால் 'நம்ம ஊர்லயே தண்ணீர் 25 லிட்டர் 30 ரூபாய் விற்கிறது, பாலைவனத்துக்கு 200 லிட்டர் 4 ரூபாயா?' - என்று சண்டைக்கு வருவார்கள். ஆனால் சுமார் 200 லிட்டர் தண்ணீரைப் பயன்படுத்தி உருவான ஒருமுட்டையை 4 ரூபாய்க்கு விற்றால் அதை மக்கள் 'தொழில் வளர்ச்சி' - என்கிறார்கள்.

2019ஆம் ஆண்டின் நிலவரப்படி நாமக்கல்லில் இருந்து மட்டும் தினமும் 3 கோடி முட்டைகள் உற்பத்தியாகின்றன, அவற்றில் 70 லட்சம் முட்டைகள் வளைகுடா நாடுகளுக்கு ஏற்றுமதி ஆகின்றன. கூட்டல், கழித்தல் கணக்கு தெரிந்தால் கூட வளங்கள் அடிப்படையில் இது நட்டம் என்பது புரிந்துவிடும். ஆனால் ஜி.டி.பி. கணக்குகள் இதை லாபம் என்று நம்ப வைக்கின்றன. இந்த நட்டங்கள் மனிதர்களுக்கு மட்டுமானவை அல்ல, தொழில் வளர்ச்சியின் பெயரால் நடத்தப்படும் சூழலியல் படுகொலைகளால் நீரிலும், நிலத்திலும் வாழக் கூடிய ஒட்டு மொத்த உயிரினங்களில் 40% உயிரினங்கள் அழிவின் விளிம்பில் உள்ளன. ஆம் நாம் ஜி.டி.பி. புள்ளிகளுக்காக உலகத்தையே அழித்துக் கொண்டு இருக்கிறோம். இந்த அழிவின் பயன்தான் பஞ்சங்களும் கொள்ளை நோய்களும்.

இவற்றால் எல்லோரும் அழியும் போது கார்ப்பரேட்களுக்கு புத்திவரும் என்று சிலர் நினைக்கிறார்கள். ஆனால் உண்மையில் கார்ப்பரேட்கள் பஞ்சங்களுக்குத் தயாராகவே உள்ளன. மக்களைக் கொன்றாவது கார்ப்பரேட்களைக் காப்பாற்ற அரசுகளும் தயாராக உள்ளன. இவற்றை நியாயப்படுத்த பொருளாதார நிபுணர்களும் தயாராகவே உள்ளனர்.

மக்கள் பசியில் வாடும் போதும், அவர்களைக் கண்டு கொள்ளாமல் மூட்டை மூட்டையாக பணம் தின்னும் கார்ப்பரேட் நிறுவனங்களுக்கு அரசு வரிப் பணத்தை ஒதுக்குவது ஒரு பொருளாதாரக் கொள்கை என்றால் உங்களால் நம்ப முடிகிறதா?. அந்தக் கொள்கைதான் இப்போது உலகின் பெரும்பான்மை நாடுகளில் ஏற்கப்பட்டு உள்ளது. அதன் பெயர் ‘கீழ் நோக்கி வடிதல் கொள்கை’

பணக்காரர்களுக்கு அரசு சலுகைகளை வழங்கி, அதன் மூலம் தேசப் பொருளாதாரத்தை வளர்த்தால், இறுதியில் அதன் நன்மை மக்களுக்கு கொஞ்சம் கொஞ்சமாக சென்று சேரும் என்ற சித்தாந்தமே ‘கீழ் நோக்கி வடியும் கொள்கை (trickle down theory)’ என்று அழைக்கப்படுகிறது. அதாவது மேலே உருவாகும் வளர்ச்சி சொட்டுசொட்டாக கீழிறங்கி சமூகத்தின் அடிநிலை மக்களுக்கும் சென்று சேரும், ஆனால் அப்படிச் சேராவிட்டால்? அதற்கு இந்தக் கொள்கையில் பதில் இல்லை.

நவீன தாராளவாதக் கொள்கையை ஏற்ற அமெரிக்க அதிபர் நிக்சனும், பிரிட்டன் அதிபர் தாட்சரும் இந்த சித்தாந்தத்தை

ஆதரித்தபோது, அமெரிக்காவின் பொருளாதார அறிஞர் நோபல் பரிசு பெற்ற ஜான் கென்னத் கால்பிரைத் (John Kenneth Galbraith) 'கொழுத்த குதிரைகளுக்கு ஓட்ஸ் கொடுத்து, அவற்றின் சாணத்தில் உள்ள செரிக்காத சில தானியங்களைத் தின்னும்படி குருவிகளிடம் கூறுவது போல உள்ளது இந்தக் கொள்கை' என்றார். அது ஆகச்சரியான உவமைதான். ஆனால் இப்போது அந்த வெகுசில தானியங்களும் இல்லாமல் கழிய குதிரைகள் கற்றுக் கொண்டுவிட்டன.

ஜி.டி.பி.யில் ஒரு நாடு உலக அளவில் முன்னிலையில் இருந்தாலும், அனைத்து துறைகளும் சீராக வளரவில்லை என்றால், அந்த வளர்ச்சி அந்நாட்டு மக்களின் வாழ்வில் மோசமான விளைவையே ஏற்படுத்தும். ஏனெனில் ஜி.டி.பி. வளரக் காரணமான சில துறைகளில் செலவிட்ட மக்களால் முதலாளிகளுக்கு லாபம் வந்தாலும் அவர்கள் வரிகட்டாமல் விலக்கு கேட்பார்கள், ஊழியர்களுக்கும் குறைந்த பங்கை மட்டும் சம்பளமாகக் கொடுத்துவிட்டு பெரும்பங்கு லாபத்தை அவர்களே வைத்துக் கொள்வார்கள். இதனால் பணம் பரவலாகாமல் சமூக ஏற்றத்தாழ்வே அதிகரிக்கும்.

ஜான் கென்னத் கால்பிரைத்

ஒருவேளை ஜி.டி.பி. விழுந்தாலோ அது எல்லோருக்கும் மோசமான விளைவை ஏற்படுத்தும். அப்போது முதலாளிகளை அரசு காப்பாற்றும் ஆனால் அப்போதும் தொழிலாளர்களும் விவசாயிகளும் கைவிடப்படுவார்கள். நம்முடைய முதலாளித்துவப் பொருளாதாரக் கொள்கைகள் அப்படி.

ஒரு வங்கியில் ஏழை விவசாயி பணம் போடுகிறார். அந்த வங்கி சில தவறான பொருளாதார முடிவுகளால் சில மோசமான பெரும் பணக்காரர்களுக்கு கடன் கொடுத்து திவாலாகிறது என்றால், முதலாளித்துவப் பொருளாதாரத்தில் உள்ள ஒரு நாடு அந்த வங்கியையும் காப்பாற்றும் அந்த

முதலாளியையும் காப்பாற்றும் விவசாயியை மட்டும் தற்கொலை செய்ய விட்டுவிடும்.

கீழ்நோக்கி வடியும் கொள்கையே இன்று உலகளாவிய வளச் சுரண்டலுக்கும் வறுமைக்கும் பிரதான காரணமாக இருக்கின்றது, அறிவியல் வளர்ச்சியும் பொருளாதார வளர்ச்சியும் ஒரே பக்கம் போகும் நிலையில், ஏழைகளும் சுரண்டப்பட்டவர்களும் அல்லல்படும் இன்றைய உலகுக்கு இந்தக் கொள்கையே காரணம்.

இப்படியெல்லாம் பணக்காரர்கள் சேர்த்த பணம் புழங்கும் இடமாகவும், வெளுக்கும் இடமாகவும், நவீன பொருளாதாரத்தின் மையப் புள்ளியாகவும் உள்ள பங்குச் சந்தைகளைப் பற்றி அடுத்த அத்தியாயத்தில் பார்ப்போம்.

~

38

பங்குச் சந்தைகளும் பொருளாதாரமும்...

பங்குச் சந்தையின் வரலாறு கி.பி.14ஆம் நூற்றாண்டில் இருந்து தொடங்குகிறது. ஆனால் அப்போது இருந்த பங்குச் சந்தைக்கும் இப்போதுள்ள பங்குச் சந்தைக்கும் இடையே ஆயிரம் வேறுபாடுகள் உள்ளன. ஏனெனில் பல காலகட்டங்களில் பல படிநிலை மாற்றங்களைப் பெற்றே இப்போதைய பங்குச் சந்தைகள் வந்துள்ளன.

கடந்த நூற்றாண்டில் மட்டும் ஒவ்வொரு பத்தாண்டுக்கு ஒருமுறையும் பங்குச் சந்தைகள் பல புதிய வகைப் பங்குகளைக் கண்டு இருக்கின்றன. இந்த மாற்றங்களில் பெரும்பாலானவை அதீத லாபங்களுக்காக உருவாக்கப்பட்டவை எனவே இவை அதிக நட்ட வாய்ப்பும் உள்ளவை. இதனை எல்லாம் விளக்க வேண்டுமென்றால் நான் இன்னொரு ஐந்து தொகுதிகளுக்கு புத்தகங்களை எழுத வேண்டியது இருக்கும், ஆனால் அது நமது தேவை அல்ல. இருக்கும் புத்தகங்களே அதற்குப் போதும். பங்குச் சந்தையின் முக்கியமான சில கூறுகளை மட்டும் இந்த அத்தியாயத்தில் நாம் பார்ப்போம்.

பங்குச் சந்தைகளைப் புரிந்து கொள்ள, முதலில் பங்குச் சந்தைகள் எப்படித் தோன்றின? அவை எப்படி இயங்குகின்றன என்று நாம் தெரிந்து கொள்ள வேண்டும்.

கி.பி.14ஆம் நூற்றாண்டில், வெனிஸ் நகரத்தின் தன்னாட்சி பெற்ற ஆட்சியாளர்கள், பிற நாடுகளில் வாங்கிய கடன்களைத்திருப்பித் தர இயலாத சூழலில், மக்களிடம் உள்ள

பணத்தை கடனாக எதிர்பார்த்தனர், அந்தத் தொகைக்கு மாற்றாக கடன் பத்திரங்களை மக்களிடம் விநியோகித்தனர். அரசு அளிக்கும் கடன் பத்திரத்துக்கு பின்னாளில் பணமாக மாறும் உத்திரவாதமும், மதிப்பு கூடும் சாத்தியமும் அதிகம் என்பதைக் கண்ட ஒருசாரார் அவற்றை தயக்கமின்றி வாங்கினர். பின்னர் பணம் தேவைப்பட்ட போது விற்றனர். சில வணிகர்கள் பத்திரங்களை வாங்கி விற்பதையே தொழிலாகவும் செய்தனர், இவர்களின் பிரதான வாடிக்கையாளர்களாக நிலவுடமையாளர்கள் இருந்தனர்.

வெனிசின் இந்த வெற்றிகரமான முன்னுதாரணத்தைப் பின்பற்றி பல நாடுகளும் அரசின் நிதிப் பற்றாக்குறைக்கு பத்திரங்களை வெளியிடத் தொடங்கின. இன்றைய தேதிக்கு இப்படிப் பத்திரங்களை வெளியிடாத நாடே உலகத்தில் இல்லை எனலாம். அரசுகளைத் தொடர்ந்து பெருநிறுவனங்களும் தங்கள் கடன் சூழல்களில் இதுபோன்ற பத்திரங்களை வெளியிட்டன. பலதரப்பட்ட பத்திரங்கள் பல்வேறு தரப்பினரால் வாங்கப்பட்டதால் இது ஒரு தனித்த வர்த்தகமாக வளர்ந்தது.

கி.பி.1693ஆம் ஆண்டு தொடங்கி, லண்டனிலும் இவ்வகைப் பத்திரங்கள் வெளியாகின. இவற்றை வாங்கி, விற்க விரும்பியவர்கள், அதற்கான முகவர்கள் ஆகியோர், சில குறிப்பிட்ட உணவகங்களில் தொடர்ந்து சந்திப்புகளை நடத்தினர். இதன் நீட்சியாக கி.பி.1773ஆம் ஆண்டில் முகவர்கள் அனைவரும் ‘விற்பனைக்கான கழகம்’ ஒன்றை தொடங்கினர். பின்னர் 1801ஆம் ஆண்டில் லண்டனில் வசித்த முகவர்கள் ஒன்றிணைந்து 20000 பவுண்டுகளைத் திரட்டி ‘லண்டன் ஸ்டாக் எக்ஸ்சேஞ்ச்’ என்ற அமைப்பைத் தொடங்கினர். இதே சமயத்தில் அமெரிக்காவிலும் இத்தகைய பங்குவர்த்தக நடவடிக்கைகள் தொடர்ந்தன. கி.பி.1817ஆம் ஆண்டில் நியூயார்க் ஸ்டாக் எக்ஸ்சேஞ்ச் தொடங்கப்பட்டது. இவ்வாறாக இங்கிலாந்தும் அமெரிக்காவும் பங்கு வர்த்தகத்தின் முன்னோடிகளாகின.

பங்குச் சந்தை எப்படி இயங்குகின்றது என்பதைத் தெரிந்துகொள்ள முதலில் தொழில் நிறுவனங்களைப் பற்றிக் கொஞ்சமாவது தெரிந்து கொள்ள வேண்டும். ஏனெனில் பங்குச் சந்தையில் அனைத்து நிறுவனங்களும் பங்கேற்பது இல்லை. ஒரு குறிப்பிட்ட வகை நிறுவனங்கள் மட்டுமே பங்குகளை சந்தையில் விற்கின்றன.

நிறுவனங்களை அவற்றின் உரிமையாளர்களை அடிப்படையாகக் கொண்டு 3 விதமாகப் பிரிக்கலாம், அவை

1. ஒரு தனி உரிமையாளரால் நடத்தப்படும் தனிநபர் நிறுவனங்கள். (proprietorship concern – இதன் லாபத்துக்கும் நட்டத்துக்கும் உரிமையாளர் மட்டுமே பொறுப்பு)

2. ஒன்றுக்கும் மேற்பட்ட உரிமையாளர்கள் கூட்டு அமைத்து நடத்தும் கூட்டு நிறுவனங்கள். (Partnership company – இதன் லாப நட்டங்களுக்கு உரிமையாளர்கள் அனைவரும் பொறுப்பு)

3. பங்குதாரர்களால் நடத்தப்படும் வரையறுக்கப்பட்ட நிறுவனங்கள். (Limited Company – இதில் பங்குதாரர்கள் இருப்பார்கள், நட்டங்களுக்கு இவர்கள் பொறுப்பு ஏற்கமாட்டார்கள்!)

இதில் மூன்றாவதாக உள்ள வரையறுக்கப்பட்ட நிறுவனங்களில் இரண்டு வகைகள் உள்ளன.

1. பங்குதாரர்களால் முழுமையாகக் கட்டுப்படுத்தப்படும் தனியார் பங்கு நிறுவனங்கள்.

2. பொதுமக்களைப் பங்குதாரர்களாகக் கொண்டு உருவாக்கப்படும் பொதுப் பங்கு நிறுவனங்கள்.

இவற்றில் இரண்டாவதாக உள்ள பொதுப்பங்கு நிறுவனங்கள்தான் பங்கு சந்தைகளுக்கான பங்குகளைத் தருகின்றன. இவற்றின் இயக்க முறையில்தான் இருக்கிறது பங்குச் சந்தையின் முதற்கட்ட சூட்சுமம்.

ஒரு நபர் புதிதாக தொழில் தொடங்கும் போது, அந்த தொழிலின் உரிமையாளராக இருக்க 100% முதலீட்டையும் அவரே செய்ய வேண்டிய அவசியம் இல்லை. அவர் தனது நிறுவனத்திற்கான பணத்தை மக்களிடம் இருந்து பெற்றும் முதலீடு செய்யலாம், லாபத்தில் மக்களுக்கும் பங்கு தரலாம். அதற்கு மக்கள் அவரை நம்ப வேண்டும் என்ற ஒன்று மட்டுமே அவசியம்.

உதாரணமாக 100 கோடியில் தொழில் தொடங்கும் ஒருவருக்கு அதற்கு உரிய 100 கோடியும் தேவை இல்லை. 51 கோடியை மட்டும் அவர் முதலீடு செய்தாலும் அவருடைய பங்களிப்புதான் அதிகமாக இருக்கும் என்பதால் அவர்தான்

முதலாளியாக இருப்பார். இப்போது மீத 49 கோடிக்காக அவர் பங்குகளை வெளியிடுவார்.

அப்போது 49 கோடியை 49 ரூபாய் மதிப்புள்ள ஒருகோடி பங்குகளை விற்று அவர் சம்பாதிக்கலாம். நாளை அவரது நிறுவனம் வெற்றிகரமாக நடந்தால் 51% லாபம் அவருக்குக் கிடைக்கும், அது போதுமானது. நிறுவனம் நட்டத்தை சந்தித்தாலோ 51% நட்டம் அவருக்குக் கிடைக்கும், அது தாங்கக் கூடியது. இதுதான் பொதுப்பங்கு நிறுவனத்தின் அடிப்படை. (ஆனால் இப்போது பல நிறுவனங்களின் உரிமையாளர்கள் 51% எல்லாம் வைத்துக் கொள்வதில்லை, அதற்குள் எல்லாம் புகுந்தால் நாம் வெளியே வர முடியாது.)

முன்னர் கண்ட மற்ற 4 வகை நிறுவனங்களை விடவும் பொதுப்பங்கு நிறுவனங்களுக்கு அரசுகள் அளிக்கும் முக்கியத்துவம் அதிகம், இத்தனைக்கும் பொதுப்பங்கு நிறுவனங்கள் நாடுகளின் மொத்தப் பொருளாதாரத்தில் 10% பங்கினைக் கூடத் தருவது இல்லை. இந்தியாவிலோ 5%க்கும் குறைவாகவே அவை பங்காற்றுகின்றன. அப்படி இருந்தும் பங்குச் சந்தை அனைவராலும் உற்று நோக்கப்படக் காரணம் அது தொழில் நடக்கும் இடம் மட்டுமல்ல உலகின் மிகப்பெரிய சூதாட்டக் களமும் கூட என்பதால்தான்.

ஆங்கிலத்தில் ஒரு பங்குச் சந்தைப் பழமொழி உண்டு 'குதிரைப் பந்தயம் சிறந்ததா, பங்குச் சந்தை சிறந்ததா என்றால் குதிரைப் பந்தயம்தான் சிறந்தது. ஏனென்றால் அங்கு ஒரு குதிரையாவது கட்டாயம் ஜெயிக்கும்' என்று. ஏனெனில் பங்குச் சந்தைகள் முழுவதும் கூட நொடித்துப் போகும் அபாயத்துக்கு உட்பட்டவை. அதுபோன்ற சூழலில் யாருக்கும் லாபம் இல்லை, அப்போது பங்குகளோடு சம்பந்தப்படாதவர்களுக்கும் கூட நட்டம் கிடைக்கும். ஆனால் குதிரைப் பந்தயங்களை சூதாட்டம் என்று சொல்லும் அரசுகளும், அரசியல்வாதிகளும் பங்குச் சந்தைகளை அப்படிச் சொல்லாமல் இருக்கக் காரணம் அங்கே பிரதானமாக சூதாடுவதும் அவர்களே என்பதுதான்.

சூதாட்டத்தில் புழங்கும் பல சொற்கள் பங்குச் சந்தையிலும் சரளமாகப் புழங்குகின்றன. பங்குகளை தரம் பிரிக்கும் போது, ஒரு பங்குநிறுவனத்தின் சந்தை மதிப்பு 5,000 கோடிக்கும் கீழே இருந்தால் அதன் பங்கை ஸ்மால் ஸ்கேப் பங்கு என்றும், 5,000 கோடிக்கும் மேல் சந்தை மதிப்பு உள்ள பங்கு நிறுவனத்தின்

பங்கை மிட் ஸ்கேப் பங்கு என்றும், 20,000 கோடிக்கும் மேல் சந்தை மதிப்பு உள்ள பங்கு நிறுவனத்தின் பங்கை லார்ஜ் ஸ்கேப் பங்கு என்றும் பங்குச் சந்தைகளில் அழைக்கிறார்கள். இந்த லார்ஜ் ஸ்கேப் பங்குகளுக்கு 'புளூ சிப் பங்குகள்' என்ற பெயரே பொதுவாகப் பயன்படுத்தப்படுகிறது. ஐரோப்பிய சூதாட்ட விடுதிகளில் சூதாடுவதற்காகக் கொடுக்கப்படும் பணத்திற்கு இணையான சிப்கள் பல நிறங்களில் இருக்கும், அவற்றில் அதிக மதிப்புடைய சிப் நீல சிப்தான். அதன் தொடர்ச்சியாகவே பங்குச் சந்தைகளில் உயர் மதிப்பு பங்குகளும் புளூ சிப் என்று அழைக்கப்படுகின்றன.

கறுப்புப் பணம் அதிகம் புழங்கக் கூடிய, எளிதில் கறுப்பை வெளுப்பாக்கக் கூடிய இடங்களில் பங்குச் சந்தைகளுக்கு பிரதான இடம் உண்டு. பொருளாதார மோசடிக்காரர்களுக்கும் பங்குச் சந்தைகள் பெரிய களத்தைக் கொடுக்கின்றன. ஹர்ஷத் மேத்தா, சத்யம் ராமலிங்க ராஜூ என இந்தியா கண்ட உதாரணங்களே இதில் ஏராளம். இவர்கள் போக பந்தயம் கட்டுபவர்கள், பொய்யைப் பரப்புபவர்கள், ஆய்வுகள் என்ற பெயரில் ஊகங்களை வெளியிடுபவர்கள் எனப் பலருக்கும் பங்குச் சந்தைகள்தான் பிரதான புகலிடங்கள்.

பங்குச் சந்தைகளை ஆராய்கிறேன் என்று சொல்லும் நிபுணர்களுக்கும், எந்தப் பங்கு விலை ஏறும் என்று சொல்கிறேன் எனும் தொழில்நுட்ப ஆய்வாளருக்கும் எதிர்காலத்தைச் சொல்கிறேன் என்று சொல்லும் ஜோசியக்காரர்களுக்கும் இடையில் அதிக வித்தியாசங்கள் இருந்ததில்லை. பெரும்பாலான பங்குச் சந்தை ஏற்றங்களும் வீழ்ச்சிகளும் எதிர்பாராத காரணங்களால்தான் நிகழ்ந்திருக்கின்றன, அப்போது கணிப்புகளுக்கு பங்குச் சந்தையில் என்ன வேலை?.

1988ஆம் ஆண்டில் அமெரிக்க பொருளாதார நிபுணர் ஒருவர் இப்படி எழுதினார். 'பங்குச் சந்தை நிபுணர்களின் அறிவுரைகளைக் கேட்டு பங்குகளை வாங்குவதைவிட, ஒரு குரங்கின் கண்களைக் கட்டி அதன் கையில் ஒரு குட்டி அம்பைக் கொடுத்து, இலக்குப் பலகையில் வீசச் சொல்லி, அது குத்துமதிப்பாக தேர்ந்தெடுக்கும் பங்குகளை வாங்கலாம்'. அவரது கருத்தை உலகின் பிரபலமான பொருளாதார இதழான 'வால்ஸ்ட்ரீட் ஜர்னல்' சரி பார்க்க விரும்பியது. அதற்காக குரங்குகளுக்கு பதில் தங்கள் நிறுவன ஊழியர்களின் கண்களைக்

கட்டி பங்குகளைத் தேர்ந்தெடுக்கச் சொன்னது, மறு பக்கம் பொருளாதார நிபுணர்களின் ஆலோசனைகளையும் அது கணக்கில் எடுத்துக் கொண்டது. இந்தப் பல ஆண்டுகால ஆய்வின் முடிவில் பொருளாதார நிபுணர்கள் சொன்னது 51% சரியாகவும், கண்ணைக் கட்டிக் கொண்டவர்கள் தேர்ந்தெடுத்தவை 61% சரியாகவும் இருந்தன.

பணம் வருகிறது – என்று பார்ப்பவர்கள் அது எங்கிருந்து வருகிறது என்பதைப் பார்க்கத் தவறியதன் விளைவுகள்தான் பங்குச் சந்தை ஏற்ற இறக்கங்கள். எந்த நிறுவனம் நன்றாக இயங்குகிறதோ அதன் பங்குகளின் விலைகள் ஏறாமல், எந்த நிறுவனத்தின் பங்குகளை மக்கள் அதிகம் வாங்குகிறார்களோ அவற்றின் மதிப்பு உயர்வது பங்குச் சந்தையின் அடிப்படை ஓட்டைகளில் ஒன்று. இது பெட்டிக்கடை அளவுக்கு கம்பெனி நடத்துபவர்களின் பங்குகள் பில்கேட்ஸின் பங்குகளோடு போட்டி போட வழி செய்கிறது. என்றைக்காவது இப்படி வாங்கியவர்களில் ஒருவர் சுதாரித்து தனது பங்குகளை விற்கப் போனால் மற்றவர்கள் நிலை அம்போதான்.

ஒரு பங்கின் உண்மையான மதிப்பை அறியாமல் போட்டியினால் அதிக விலை கொடுத்து வாங்குவது பங்கு வர்த்தகத்தில் டூலிப் மேனியா (Tulipmania)என்று அழைக்கப்படுகிறது. இந்த வார்த்தையின் வரலாறு சுவாரசியமானது.

கி.பி.1637ஆம் ஆண்டில் ஹாலந்து நாட்டில் டூலிப் என்ற வகையைச் சேர்ந்த பூக்களின் விலை வேகமாக அதிகரித்தது. வெளியாட்கள் நல்ல விலை கொடுத்து டூலிப் மலர்களை வாங்குவதைக் கண்ட ஹாலந்து மக்கள் தாங்களே பூக்களை வாங்கி ஸ்டாக் வைக்க ஆரம்பித்தனர். இதனால் மேலும் மேலும் டூலிப் பூக்கள் விலை ஏற ஆரம்பித்தன. அதிகம் பேராசைப்பட்ட மக்கள் தங்கள் வீடு, வாசல்களை விற்றுக் கூட டூலிப் மலர்களை வாங்கினர். ஒரு கட்டத்தில் ஒரு டூலிப் மலர் (ரூபாய் மதிப்பில் சுமார்) 20 லட்சத்துக்கும் மேல் விற்றது!. இப்படி வாங்கியவர்கள் அனைவரும் டூலிப் மலர்கள் ஒன்றும் அத்தியாவசியமானவை அல்ல என்பதையும் குறைவான ஆயுள் கொண்டவை என்பதையும் மறந்துவிட்டனர். விளைவு போட்ட காசு அனைத்தும் வாடி உதிர்ந்தது. உலக வரலாற்றின் முதல் 'நீர்க்குமிழி வெடிப்பு' என இதனைப் பொருளாதார ஆய்வாளர்கள் பதிவு செய்கின்றனர். இதனால் ஒரு

டூலிப் மலர்கள்

பொருளின் உண்மையான மதிப்பு தெரியாமல், சந்தையில் உள்ள எதிர்பார்ப்பை மட்டும் வைத்து அதன் மதிப்புக்கும் அதிகமாக செலவு செய்து அதனை வாங்கும் மனநிலை 'டூலிப் மேனியா' என்று அழைக்கப்படுகிறது.

பங்குச் சந்தை என்றாலே அதன் குறியீடுகள் இரண்டுதான் ஒன்று காளை மற்றது கரடி. விலை ஏற்றத்தில் பங்குகள் உள்ளபோது அந்தப் பங்குச் சந்தை காளைச் சந்தை என்றும், விலைச் சரிவில் பங்குகள் உள்ள போது அந்தப் பங்குச் சந்தை கரடிச் சந்தை என்றும் அழைக்கப்படுகின்றன. ஒரு காளை ஒருவரைத் தாக்கும்போது கொம்புகளால் முட்டி மேலே தூக்கும் அதனால்தான் பங்குகள் மேலே போவதற்கு காளை குறியீடாகப் பயன்படுத்தப்படுகிறது. அது போலவே ஒரு கரடி ஒருவரைத் தாக்கும் போது அடித்து கீழே தள்ளவே முயற்சிக்கும். இதனாலேயே பங்குகள் கீழே விழுவதற்கு கரடி குறியீடாகப் பயன்படுத்தப்படுகிறது. இங்கு கவனிக்க வேண்டியது இரண்டுமே அடிப்படையில் நிலைகுலைய வைக்கும் தாக்குதல்கள் என்பதைத்தான்.

இன்றைய பங்குச் சந்தையில் 'ஊக வணிகம்'தான் கோலோச்சுகின்றது. எந்த முதலீடு ஏறும், எந்த முதலீடு இறங்கும்

காளையும் கரடியும்

என்று கணித்து, சரியாக முதலீடு செய்து லாபம் அடைவதற்கு ‘ஊக வணிகம் (Speculation)’ என்று பெயர். ஊகவணிகம் இன்றைய பொருளாதாரத்தின் மிக முக்கிய அங்கங்களில் ஒன்று. இது எப்படி வளர்கிறது என்று பார்த்தால்... உற்பத்தித்துறையில் அதிக லாபம் என்பது சாத்தியமற்ற ஒன்று, ஒரு லட்சம் செலவு செய்து விதைத்து, அறுத்து உழைக்கும் விவசாயி 6 மாதங்களில் அதிகபட்சம் இன்னும் ஒரு மடங்கு லாபம் எடுக்கலாம் என்றால் ஊக வணிகத்தில் இருப்பவர்கள் ஒரே அதிர்ஷ்டக் காற்றில் சில நாட்களில் 10 மடங்குகள் கூட லாபம் எடுக்கலாம். ஆனால் லாபத்துக்கு உத்தரவாதம் கிடையாது.

ஆப்ஷன், ப்யூச்சர் வகைப் பங்குகளைப் பற்றி கொஞ்சம் பார்ப்போம். இவை இரண்டும் பங்குச் சந்தைகளின் ஊக வர்த்தக வடிவங்கள். பங்குச் சந்தையில் அதிகபட்ச வருமான வாய்ப்பு உள்ளவை என்று இவையே பார்க்கப்படுகின்றன. இந்திய பங்குச் சந்தையில் ஒருநாளைக்கு சுமார் ஒரு லட்சம் கோடிக்கு வர்த்தகம் நடந்தால் அதில் 90 ஆயிரம் கோடிக்கான வர்த்தகம் ஊக வர்த்தகமாகவே உள்ளது. நிறுவனப் பங்குகளின் நேரடி வர்த்தகம் வெறும் 10%தான். ஆனால் இன்னொரு பக்கம் பங்குச் சந்தையில் அதிகமான இழப்புகளும் ஊக வர்த்தகத்திலேயே நடக்கின்றது.

முதலில் ஆப்ஷன்கள் பற்றிப் பார்ப்போம். கால் ஆப்ஷன், புட் ஆப்ஷன் என்ற இரண்டு ஆப்ஷன்களும டெரிவேடிவ்ஸ் என்று அழைக்கப்படுகின்றன. இவை பங்குச் சந்தைக்கு சமீப கால வரவுகள்.

1980களில் பங்குச் சந்தைகள் கண்ட மிக முக்கிய கண்டுபிடிப்புதான் டெரிவேடிவ்ஸ் (derivatives) எனப்படும் பெறுதிகள். இது ஒரு வகையில் ஊரான் வீட்டுக் குதிரையில் உங்கள் பணத்தைக் கட்டும் சமாச்சாரம்தான். ஆனால் இதற்கும் குதிரைப் பந்தையத்திற்கும் ஒரு வேறுபாடுகள் உண்டு. இதில் எந்தக் குதிரை ஜெயிக்கும் என்பதோடு எது தோற்கும் என்றும் நீங்கள் பந்தயம் கட்டலாம்.

கேட்கும் போது ‘இதெல்லாம் பங்குச் சந்தை வழிமுறையா?’ என்று உங்களுக்குத் தோன்றுகிறதா? ஆமாம், இதுதான் வழிமுறை. இதனைத் தியரி வடிவத்திற்குக் கொண்டு வந்தவர்கள் பிஷர் பிளாக் – மைரோன் சோல்ஸ் என்ற இரண்டு பொருளாதார அறிஞர்கள். இவர்களின் தியரி இவர்களின்

பெயராலேயே இன்றும் அழைக்கப்படுகிறது. இந்த மகத்தான கண்டுபிடிப்புக்காக இவர்களுக்கு 1997ஆம் ஆண்டில் நோபல் பரிசும் வழங்கப்பட்டது. அந்த ஆண்டில் இவர்கள் வாங்கிய பாராட்டுகளுக்கு குறைந்தது பத்து மடங்குகள் அதிகமாக அடுத்த 10 ஆண்டுகள் கழித்து இவர்கள் திட்டு வாங்கினார்கள். ஏனெனில் இவர்களது கண்டுபிடிப்புதான் 2008ஆம் ஆண்டில் உலகையே உலுக்கிய அமெரிக்கப் பொருளாதாரப் பெருமந்தத்திற்குக் காரணமாக இருந்தது. (இந்தப் பெருமந்தம் குறித்து விரிவாக மற்றொரு அத்தியாயத்தில் பார்ப்போம்).

ஒரு குறிப்பிட்ட பொருளின் (அரிசியோ ஆப்பிள் போனோ) மதிப்பு அல்லது சந்தையின் குறியீடு (சென்செக்ஸ் அல்லது நிப்டி போன்றவை) ஒரு குறிப்பிட்ட மதிப்புக்கு மேலே ஏறும் என்பவர்கள் கால் ஆப்ஷனை வாங்கலாம், ஒரு குறிப்பிட்ட மதிப்புக்கு மேலே ஏறாது என்பவர்கள் கால் ஆப்ஷனை விற்கலாம். உங்கள் கணிப்பு சரியாக இருந்தால் உங்களுக்கு லாபம் இல்லையேல் நட்டம். இது போலவே ஒரு பொருள் அல்லது சந்தைக் குறியீட்டின் மதிப்பு ஒரு குறிப்பிட்ட மதிப்புக்குக் கீழ் இறங்கும் என்பவர்கள் புட் ஆப்ஷனை வாங்கலாம், இறங்காது என்பவர்கள் புட் ஆப்ஷனை விற்கலாம். இது பற்றி இன்னும் விளக்கி உங்களைக் குழப்ப விரும்பவில்லை. அடுத்து நாம் பார்க்கப் போவது பியூச்சர்ஸ் பற்றி.

எதிர்காலத்தில் ஒரு பங்கின் விலை ஏறும் என்பதைக் கணித்து அதன் தொடக்க நிலையிலேயே வாங்குவதுதான் பியூச்சர்ஸ் சந்தை. எதிர்காலத்தில் மூன்று கோடிக்கு உயரலாம் என்று கணிக்கப்படும் ஒரு பங்கு 30 லட்ச விலையில் இங்கு உங்களுக்குக் கிடைக்கும். இப்போது அந்தப் பங்கின் விலை ஒரு சதவிகிதம் ஏறினால் உங்களுக்கு 10 சதவிகிதம் லாபம் கிடைக்கும். ஆனால் மதிப்பு ஒரு சதவிகிதம் இறங்கினாலோ 10 சதவிகிதம் நட்டமும் கிடைக்கும். எனவேதான் இது அதிக லாப சாத்தியங்களும் அதிக நட்ட சாத்தியங்களும் உள்ள வகை என்று பியூச்சர்ஸ் பார்க்கப்படுகிறது.

இப்படி அதிக அபாயம் நிறைந்த பங்கு வர்த்தகத்தில் ஈடுபடுபவர்களின் பங்குகளுக்கு 'ஹெட்ஜிங்' (தமிழில் இடையூறு பாதுகாப்பு) எனப்படும் பங்குச் சந்தைப் பாதுகாப்பை அளிக்க தனியாக இன்சூரன்ஸ் நிறுவனங்கள் உள்ளன. மக்களுக்கு ஆயுள் காப்பீடு போல இது பங்குகளுக்கான காப்பீடு. ஆனால்

இதுவும் இழப்பில் இருந்து முழுமையாகக் காக்கக் கூடியது அல்ல. பங்குச் சந்தைகள் ஆட்டம் காணும்போது இப்படியாக ஹெட்ஜிங் வழங்கும் நிறுவனங்களே திவால் ஆகும் என்பது 2008ஆம் ஆண்டின் அமெரிக்கப் பெருமந்தம் உலகுக்குச் சொன்ன முக்கியச் செய்திகளில் ஒன்று.

இப்படியாக முதலீட்டின் மதிப்பு ஏறும் போது கிடைக்கும் லாபத்தைவிட இறங்கும் போது ஏற்பட்ட நட்டம் அதிகமாக உள்ள போது, அது பொருளாதார சீரழிவாக மாறுகின்றது.

ஊகவணிகத்தினால் ஏற்படும் சீரழிவுக்கான உலகளாவிய முதல் முன்மாதிரி நிகழ்வு, அமெரிக்கப் பொருளாதாரத்தின் இதயப் பகுதியான நியூயார்க்கின் வால் ஸ்ட்ரீட்டில் கி.பி.1929ஆம் ஆண்டில் நடந்தது. அப்போது அமெரிக்கப் பொருளாதாரம் நல்லநிலையில் இருந்ததால், மக்கள் பங்கு வர்த்தகத்தில் அதிக கவனம் செலுத்தினர். இதனால் பங்குகளின் விலை தொடர்ந்து கணிசமாக ஏற்றத்தைச் சந்திக்க, பங்குகளை வாங்குவதும் விற்பதும் காய்கறி வர்த்தகம் போல வால் ஸ்ட்ரீட்டில் நடந்தது. கைக்காசு தீர்ந்தபோது கடன் வாங்கி அதனைப் பங்குகளில் பலர் முதலீடு செய்தனர். அப்படி வாங்கிய பங்குகள் பல மடங்குகளுக்கு விலை ஏறிய பிறகும் அவற்றை விற்காமல், இன்னும் அதிகரிக்கும் என்று பலர் கடன்களோடு காத்திருந்தனர். பங்குப் பத்திரங்களின் மதிப்புகளில் கோடீஸ்வரர்களாகவும், கைக்காசு மற்றும் சொத்துகளின் அடிப்படையில் பரம ஏழைகளாகவும் ஒரு புதிய இனம் அமெரிக்காவில் உயிர்த்து எழுந்த காலம் அது.

ஆனால் பங்குப் பத்திரங்களைக் கொடுத்து பால் வாங்க முடியாதே... ஒரு கட்டத்தில் வாங்கிய பங்குகளை விற்றுக் காசு பார்க்கலாம் என்று அமெரிக்க மக்கள் முழு வேகத்தில் இறங்க, பங்குகளின் மதிப்பு மளமளவென சரியத் தொடங்கியது. அதிகம் அல்ல, ஐந்தே நாட்களில் அமெரிக்கப் பொருளாதாரமே அதள பாதாளத்தில் விழுந்தது. பங்குகளின் மதிப்புகள் ஒரேயடியாகச் சரிவடைந்ததால் மக்கள் தோராயமாக 16 பில்லியன் அமெரிக்க டாலர்களை ஒரே வாரத்தில் இழந்தனர்!. 1929ஆம் ஆண்டில் இந்தத் தொகையின் மதிப்பு மிகவும் பிரம்மாண்டமானது!. உச்சிவானில் மிதந்த பட்டம், நட்ட நடுபாலையின் புதை மணலில் சிக்கியது போல, இந்த ஒற்றை நிகழ்வினால் அமெரிக்கப் பொருளாதாரமே சின்னாபின்னமானது.

இத்தனைக்கும் இவ்வளவு பெரிய வீழ்ச்சியை யாரும் திட்டமிட்டு உருவாக்கி இருக்கவில்லை, எந்தப் பெரிய இயற்கைப் பேரிடரும் இதன் பின் இல்லை. அமெரிக்கப் பொருளாதாரத்தின் இந்த வீழ்ச்சிக்குப் பின்னராக இரண்டாம் உலகப் போரின் தொடக்க ஆயத்தங்களால் ஏற்பட்ட பொருளாதார மந்தநிலை ஒரு காரணமாக இருந்திருக்கலாம் என்று உலக பொருளாதார நிபுணர்கள் கூறுகிறார்கள். ஆனால் இரண்டாம் உலகப் போர் இறுதியை நெருங்கும் வரையில் அதோடு அமெரிக்காவுக்கு நேரடித் தொடர்பே இல்லை. எங்கோ நடக்கும் போர்கள் கூட பங்குவர்த்தகத்தைக் குலைக்கக் கூடும் என்பது இதில் இருந்து நாம் அறிந்து கொள்ள வேண்டிய முக்கிய செய்தி. (அமெரிக்கப் பொருளாதாரப் பெருமந்தம் பற்றி அடுத்த அத்தியாயத்தில் விரிவாகவே பார்ப்போம்.)

இந்தியாவின் போக்ரானில் நடந்த அணுகுண்டு சோதனையால், அமெரிக்காவில் இருந்து பணம் வராமல், கமலஹாசனின் மருதநாயகம் படம் நிற்கும் அளவுக்கு இன்றைய உலகப் பொருளாதாரம் எண்ணற்ற கண்ணிகளால் ஆன சங்கிலியாக உள்ளது!. நீங்கள் ஒரு குறிப்பிட்ட காரணத்தினால் ஒரு குறிப்பிட்ட முதலீட்டின் விலை ஏறும் என்று நினைத்து இருப்பீர்கள், ஆனால் வேறு ஏதோ ஒரு புதிய காரணம் தோன்றி அந்த முதலீட்டின் மதிப்பை நீங்கள் வாங்கும் போது இருந்ததை விடவும் அதிகமாக குறைக்கவும் வாய்ப்புகள் உள்ளன. ஊகவணிகத்தில் எவ்வளவுக்கு எவ்வளவு லாபத்தை எதிர்நோக்குகிறீர்களோ, அதே அளவுக்கு நட்டத்தை எதிர்கொள்ளவும் தயாராக இருக்க வேண்டும். தமிழரின் மரபார்ந்த சிந்தனை இதனை ஏற்கக் கூடியது இல்லை. திருவள்ளுவர்,

> ஆக்கம் கருதி முதல்இழக்கும் செய்வினை
> ஊக்கார் அறிவுடை யார்
>
> (அதிகாரம்: தெரிந்து செயல்வகை, எண்: 463)

– என்கிறார்.

அறிவுடையவர்கள் லாபத்தைக் கருதி அவசரப்பட்டு, முதலை இழக்கும் வேலையில் ஈடுபட மாட்டார்கள் – என்பதே இதன் பொருளாகும். நமது பண்டைய பொருளாதார தத்துவங்கள் தற்சார்பைப் போற்றின, இன்றைய பொருளாதாரம் போல அவை நீர்குமிழிகளை கல்குண்டுகளாக காட்ட

முனைந்தது இல்லை. வாழ்க்கைக்குதான் பணமே தவிர பணத்திற்காக வாழ்க்கை இல்லை என்பதே நமது பண்டைய சிந்தனை.

பங்குச் சந்தைகள் நாட்டின் பொருளாதாரத்துக்கோ, மக்களின் பொருளாதாரத்துக்கோ அதிகம் உதவியதோ உதவுவதோ இல்லை. குறிப்பாக சிறுசேமிப்புப் பணத்தை முதலீடு செய்வதற்கான இடம் கட்டாயம் பங்குச் சந்தைகள் கிடையாது. இந்தியப் பங்குச் சந்தையின் சிறுமுதலீட்டாளர்களில் 95%பேர் நட்டத்தையே சந்தித்து உள்ளனர்.

பொருளாதாரத்தில் மிக அதிக லாபத்தைத் தரக் கூடியவை சுய தொழிலும் வட்டியும்தான். நீங்கள் இன்னொருவரின் பங்குகளை வாங்குகிறீர்கள் என்றால் அவர்களது தொழில் செய்யும் திறனை நம்புகிறீர்கள் என்று பொருள், ஆனால் நீங்கள் உங்களை நம்பித் தொழில் செய்வது இல்லை என்பதுதான் இங்கு முரண், (அப்படிச் செய்ய விரும்புகிறவர்களை அரசும் ஊக்குவிப்பது இல்லை என்பது தனி). வட்டி என்பது பார்வைக்கு எளிய வருமான வாய்ப்பாகப் தெரிந்தாலும் அது உண்மையில்லை. உலகிலேயே அதிக வருமான வாய்ப்பு கூட்டு வட்டியில்தான் (Compound interest) உள்ளது. ஒரு லட்ச ரூபாய் பணத்துக்கு மாதம் 2 பைசா என்ற வீதத்தில் 30 ஆண்டுகளுக்கு நீங்கள் ஒருவருக்கு கூட்டுவட்டிக்கு கடன் கொடுக்கிறீர்கள் என்றால், 30 ஆண்டுகளின் முடிவில் அவர் உங்களுக்கு 12 கோடியே 40 லட்சம் ரூபாயைத் தர வேண்டியது இருக்கும். இதனால்தான் பங்குச் சந்தைகளில் பணம் போடுபவர்களில் பலர் சில வருடங்கள் கூட தாக்குப்பிடிக்க முடியாமல் வெளியேறும் நிலையிலும் வட்டிக் கடைக்காரர்கள் தலைமுறை தலைமுறைகளாக நிலைக்கிறார்கள்.

உலகத்தோடு ஒட்ட ஒழுகி ஒருவேளை நீங்கள் வங்கிகளையும், பங்குகளையும், முதலீட்டுத் தத்துவங்களையும் பயன்படுத்தி பொருளாதார உயர்வு காண விரும்பினால், உங்களைப் போன்ற ஒவ்வொருவரும் கட்டாயம் அறிந்து கொள்ள வேண்டிய முக்கிய செய்தி இன்றைய பொருளாதாரத்தின் அடிப்படைகளை உருவாக்கியவர்கள் எவரும் சமூக நன்மைக்காகவோ, மக்களின் உயர்வுக்காகவோ, பொருளாதார சீர்திருத்தங்களுக்காகவோ இவற்றை உருவாக்கவில்லை என்பதுதான். தனிப்பட்ட சிலரின் ஆதாயத்திற்காக உருவாக்கப்பட்ட இவற்றை நாம்

நமது லாபத்திற்காக பயன்படுத்தும் போது கவனமாக இருக்க வேண்டியது கட்டாயம். பாம்பின் விஷத்தை மருந்தாக மனிதர்கள் பயன்படுத்துகிறார்கள், ஆனால் பாம்பின் பற்களில் உள்ளது விஷம்தான்!.

இதெல்லாம் இருக்கட்டும் சென்செக்ஸ், நிப்டி என்று அடிக்கடி செய்திகளில் போடுகிறார்களே அப்படி என்றால் என்ன என்பவர்கள் மட்டும் அடுத்த பத்தியைப் படியுங்கள், பாலபாடம் தெரிந்தவர்கள் நேரடியாக அடுத்த அத்தியாயத்துக்குப் போகலாம்.

இந்திய பங்குச் சந்தையில் பட்டியலிடப்பட்டுள்ள 30 பெரிய நிறுவனங்களின் பங்கு வர்த்தக சராசரி மதிப்பே சென்செக்ஸ் குறியீடு ஆகும். இது 1979ஆம் ஆண்டில் இருந்து கணக்கிடப்பட்டு வருகிறது. இதன் ஆரம்பக் குறியீடு 100ஆகத் தொடங்கியது. இதனை வெளியிடுவது உலகின் மிகப் பழமையான பங்குச் சந்தைகளில் ஒன்றான மும்பை பங்குச் சந்தை ஆகும். பி.எஸ்.இ. (BSE) எனப்படும் மும்பை பங்குச் சந்தை 1875ஆம் ஆண்டில் தொடங்கப்பட்டது, ஆனால் 1980களில்தான் இங்கு வர்த்தகம் வளர்ச்சிப் பாதையைக் கண்டது.

இதுபோல 50 பெரிய இந்திய பங்குச் சந்தை நிறுவனங்களின் சராசரி பங்கு மதிப்பு நிப்டி ஆகும். நிப்டி 1994ஆம் ஆண்டு முதல் கணக்கிடப்பட்டு வருகிறது. அப்போது இதன் தொடக்க குறியீடு 1000 ஆக இருந்தது. இதனை வெளியிடுவது என்.எஸ்.இ. (NSE) என்று அழைக்கப்படும் தேசிய பங்குச் சந்தை ஆகும். இது 1992ஆம் ஆண்டில்தான் தொடங்கப்பட்டது.

~

39

முதல் பெருமந்தமும் புதிய பொருளாதாரக் கொள்கைகளும்...

அமெரிக்க பொருளாதார பெரு மந்தங்களைப் பற்றித் தெரிந்து கொண்டால், பொருளாதாரத்தில் அமெரிக்காவைப் பின்பற்றும் நாடுகளில் என்ன என்ன சிக்கல்கள் எல்லாம் வரும் என்று நாம் ஒருவாறாக தெரிந்து கொள்ளலாம்... இப்போது நாம் பார்க்கப்போவது பொருளாதாரப் பெருமந்தத்தில் இருந்து மக்களைக் காப்பாற்றிய நியூ டீலைப் பற்றி அல்ல, அந்தப் பெருமந்தத்தின் காரணங்களைப் பற்றி...

1919ஆம் ஆண்டைத் தொடர்ந்து வந்த அடுத்த 10 ஆண்டுகளில் அமெரிக்கா கண்ட வளர்ச்சி அதன் வரலாற்றிலேயே மிகப்பெரியது. 1919ஆம் ஆண்டில் அமெரிக்க சந்தையின் மதிப்பு என்னவாக இருந்ததோ, அதைப் போல 4 மடங்குகளுக்கு 1929ஆம் ஆண்டில் சந்தை மதிப்பு ஊதிப் பெருத்திருந்தது. இதனால் வர்த்தகர்கள் மகிழ்ச்சியாக இருந்தாலும் பொருளாதார வல்லுநர்கள் அச்சத்தோடே இருந்தார்கள். நெருப்புக் கோழியின் முட்டையை குருவியால் அடைகாக்க முடியாது என்பது அவர்களுக்குத் தெரியும். அப்போது அமெரிக்காவின் ஒட்டுமொத்த வருமானத்தில் 23 சதவிகிதமானது, மக்கள் தொகையில் 1 சதவிகிதம் மட்டுமே இருந்த செல்வந்தர்களின் கைகளுக்கே போனது. அவர்கள் தங்கள் எண்ணப்படி பங்கு வர்த்தகத்தை ஆட்டுவித்து, மக்களை ஏமாற்றிக் கொண்டு இருந்தார்கள்.

10 ஆண்டுகாலமாக காணப்பட்ட அந்த வளர்ச்சி பின்னர் படிப்படியாகக் குறையும் என்பதும் பொதுவான கணிப்பாக

இருந்தது, ஆனால் 1929 அக்டோபர் 24ஆம் தேதி ஒரே நாளில் முழுப் பொருளாதாரமும் குப்புற விழுந்து சிதறும் என்பது யாரும் எதிர்பார்க்காதது. ஐந்தே நாட்களில் தேசப் பொருளாதாரம் சிதைந்தது. பங்குச் சந்தைகள் கதறின, பங்கு விற்பனைகள் காற்றாடின, மக்கள் அதிர்ச்சியில் உறைந்து போனார்கள். முதலாளித்துவப் பொருளாதாரத்தில் அதிரடி வளர்ச்சி எப்படி சாத்தியமோ அதுபோலவே மரண அடி சறுக்கலும் சாத்தியம் என்பது அப்போது உணரப்பட்டது. ஏனென்றால் அங்கு நட்டம் ஏற்பட்டது லாபத்தில் அல்ல, அசலில்!.

பங்குச் சந்தைகள் தனித்த அமைப்புகள் அல்ல, அவை பொருளாதாரச் சங்கிலியின் ஒரு இணைப்பு, ஆனால் அது உடைந்தால் மொத்த சங்கிலியும் கீழேவிழும். அமெரிக்க பங்குச் சந்தைகளின் வீழ்ச்சி உடனடியாக எதிரொலித்த இடம் வங்கிகள். பொருளாதாரப் பெருமந்தத்தால் சற்றேறக்குறைய 25,000 வங்கிகள் அமெரிக்காவில் மூடப்பட்டன. நடுத்தர மக்கள் நடுத்தெருவுக்கு வர இது பிரதான காரணமானது. வீடுகளை, வாகனங்களை மட்டுமல்ல அடுத்த வேளை உணவுக்கான உத்தரவாதத்தையும் அமெரிக்கர்கள் இதனால் இழந்தனர். வங்கிகளோடு இணைந்த வாழ்க்கை முறையின் விளைவாக இது இருந்தது.

இப்போது இந்தியாவில் மக்களை வங்கிகளுக்கு கைப்பிடித்து இழுக்கும், தனியார் வங்கிகளை ஊக்குவிக்கும் அரசு அறிவிப்புகள் ஒரு வகையில் ‘நீங்கள் ரோட்டுக்குப் போகத் தயாராக இருங்கள் மக்களே’ என்றுதான் சொல்கின்றன. (இந்தியாவிலும் முன்பு வங்கிகள் திவாலான வரலாறு உண்டு அது பற்றி இன்னொரு அத்தியாயத்தில் பார்ப்போம்).

அடுத்து அமெரிக்கா தனது உள்நாட்டு நிறுவனங்களைப் பெருமந்தத்தின் கோரப்பிடியில் இருந்து காப்பாற்ற இறக்குமதியைக் குறைத்தது, உற்பத்தியை அதிகரித்தது. இதனால் அமெரிக்கப் பொருட்கள் தங்கள் நாட்டுக்குள் வரக்கூடாது, தங்கள் தங்கம் அமெரிக்காவிடம் போகக் கூடாது என நினைத்த ஐரோப்பிய நாடுகளின் மத்திய வங்கிகள் உடனே தங்கள் வட்டி விகிதங்களை அதிகரித்தன. வட்டி விகிதங்களை அதிகரித்தால் இறக்குமதி செய்பவர்கள் மட்டுமல்ல உள்நாட்டு உற்பத்தியாளர்களும் நெருக்கடிக்கு ஆளாவார்கள் என்பதை ஐரோப்பிய மத்திய வங்கிகள் கணிக்கத் தவறின. இதனால் அமெரிக்காவின் பெருமந்தம் ஐரோப்பா முழுவதையும் சேர்த்தே

பாதித்தது. இப்படியாக அமெரிக்கப் பெருமந்தம் ஐரோப்பியப் பெருமந்தமானது.

இந்த முதலாவது பெருமந்தம் ஐரோப்பிய வரலாற்றில் மிக முக்கியமானது, அடுத்தப் பெருமந்தமோ உலக வரலாற்றிலேயே முக்கியமானது. ஏனெனில் முதலாம் பெருமந்தத்தில் மக்களையும் தொழிலதிபர்களையும் காப்பாற்ற முன்னால் நின்ற அமெரிக்காவால், இரண்டாம் பெருமந்தத்தில் அப்படிச் செய்ய முடியவில்லை. இம்முறை மக்கள் கைவிடப்பட்டார்கள். அப்படிச் செய்ய அமெரிக்க அரசை அதன் பொருளாதாரத் தத்துவங்கள் நிர்பந்தித்தன, அன்றைக்கு அமெரிக்க மக்களின் நிலை என்ன ஆனதோ அதுவே அனைவரின் நிலையாகவும் எதிர்காலத்தில் ஆகும்.

இரண்டாம் பெருமந்தத்தில் என்னவெல்லாம் நடந்தது என்று அறிந்து கொள்ளவும், புதிய பொருளாதாரக் கொள்கைகள் எப்படிப் பிறந்தன என்று தெரிந்து கொள்ளவும் நாம் இரண்டாம் உலகப் போருக்குப் பின்னான காலங்களைக் கூர்ந்து பார்க்க வேண்டியுள்ளது.

இரண்டாம் உலகப் போர் முடிந்த சமயத்தில், மீண்டுமொரு உலகப் போர் வந்தால் உலகம் தாங்காது என்பதை ஐரோப்பிய நாடுகள் புரிந்து கொண்டன. ஐரோப்பிய நாடுகள் தங்கள் உள்நாட்டுப் பொருளாதாரத்தோடு மல்லுக்கட்டிக் கொண்டிருக்க, அந்த நேரத்தில் உலகப் போர்களில் அதிகம் பாதிக்கப்படாத அமெரிக்கா முதல் இடத்துக்கு முடி சூட்டிக் கொண்டது நாம் பார்த்த கதைதான்.

இப்படியாக உலக நாடுகளின் செல்வாக்கை அமெரிக்கா எளிதாகப் பெற முடிந்தாலும், உலக மக்களின் செல்வாக்கை அதனால் அப்படிப் பெற முடியவில்லை. கம்யூனிசத்தின் அன்றைய எழுச்சி உலக மக்களைத் அதன் பக்கம் இழுத்துக் கொண்டிருந்தது. குறிப்பாக உழைக்கும் வர்க்கத்தினரை. அப்போது உலக மக்களில் ஐந்தில் ஒருவர் கம்யூனிச கொள்கைகளால் ஈர்க்கப்பட்டவராக இருந்தார்.

கம்யூனிசத்தின் இந்த செல்வாக்கு ரஷ்யாவின் பக்கம் ஐரோப்பிய நாடுகளை அணி திரள வைக்குமோ என்ற அச்சம் அமெரிக்காவுக்கு இருந்தது. மேலும் வளர்ந்துவரும்

நாடுகள் ரஷ்யாவின் பின்னாகப் போனாலே அது தனக்குப் பின்னடைவுதான் என அமெரிக்கா கருதியது.

ஏனெனில் அமெரிக்க, ஐரோப்பிய நாடுகளிடம் தொழிற்சாலைகள் அதிகம் உள்ளன என்றால், அவற்றுக்கான மூலப் பொருட்களும் சந்தையும் வளர்ந்துவரும் நாடுகளிடம்தான் இருந்தன. அவற்றை ரஷ்யா ஈர்த்தால் வணிகப் போட்டியிலும் தலைமைப் போட்டியிலும் அது தனக்குத் தோல்வி என அமெரிக்கா கணக்குப் போட்டது. அதனால் ஒரு பக்கம் ஐரோப்பிய நாடுகளுக்கு உதவிகளைச் செய்ய அமெரிக்கா முன்வந்தது, இன்னொரு பக்கம் தன் ஆதிக்கத்துக்குக் கீழ்ப்படிய வராத வளரும் நாடுகளை அச்சுறுத்தவும் அமெரிக்கா திட்டம் தீட்டியது. ரஷ்யாவுக்கும் இது போன்ற திட்டங்கள் இருந்தன.

ஐரோப்பிய நாடுகளை அமெரிக்காவின் பக்கம் இழுக்கவும், சோவியத் யூனியன் மற்றும் அதன் ஆதரவு நாடுகளைத் தனிமைப்படுத்தவும் பிற நாடுகளின் விவகாரங்களில் அமெரிக்கா தலையிடுவதை அனைத்து நாடுகளும் அங்கீகரிக்கவும் 'ட்ரூமன் கோட்பாடு' (அமெரிக்க அதிபர் ஹாரி ட்ரூமன் உருவாக்கிய கோட்பாடு, அவர் பெயரால் அழைக்கப்படுகிறது) உருவாக்கப்பட்டது. அமெரிக்காவை ஆபத்பாந்தவனாக ஐரோப்பிய நாடுகள் கருத வேண்டும் என்பதற்காக, மேற்கு ஐரோப்பாவை இரண்டாம் உலகப் போரின் நெருக்கடிகளில் இருந்து மீட்கும் 'மார்ஷல் திட்ட'மும் (அமெரிக்க ராணுவ ஜெனரல் ஜான் மார்ஷல் உருவாக்கிய திட்டம்) செயல்பாட்டுக்கு வந்தது.

ஜான் மார்ஷல்

ட்ரூமன்

இரண்டாம் உலகப் போருக்குப் பின்னால் தோன்றிய சர்வதேச நிதி மூலதனம் (IMF - International Monetary Fund), பொது வர்த்தக ஒப்பந்த அமைப்பு (GATT - General Agreement on Tariffs and Trade) ஆகியவற்றைக் கட்டுப்படுத்தும் நாடாக அமெரிக்கா இருந்ததும், அமெரிக்க டாலர் உலக ரிசர்வ் நாணயமாக இருந்ததும் அதற்கு சோவியத்தைவிடக் கூடுதல் பலத்தைத் தந்தன.

மார்ஷல் திட்டத்தின் பிரதான நிபந்தனை 'இந்தத் திட்டத்தை ஏற்று உதவி பெறும் நாடுகள் தங்களது அமைச்சரவைகளில் இருந்து கம்யூனிஸ்டுகளை வெளியேற்ற வேண்டும்' என்பது. இதனால் 1947ஆம் ஆண்டு மே மாதத்தில் பிரான்ஸ் மற்றும் இத்தாலிய அமைச்சரவைகளில் இருந்து கம்யூனிஸ்ட் அமைச்சர்கள் வெளியேற்றப்பட்டனர். இப்படியாக ஐரோப்பாவில் முதலாளித்துவம் நிலை நிறுத்தப்பட்டது.

மேலும் அமெரிக்காவும் தன்னை கம்யூனிஸ்டுகளற்ற தேசமாக மாற்றிக் கொள்ள முயன்றது, இதன் முதல்கட்டமாக அங்கு முதலாம் பெருமந்தத்தின் பின்னாக வந்த தொழிலாளர் உரிமைச் சட்டங்களின் பெரும்பாலானவை மதிப்பிழப்பு செய்யப்பட்டன.

தொழிலாளர்களுக்கு பல சலுகைகள் கொடுக்கப்பட்டு அவர்கள் போராடிக் கொடி பிடிக்கும் அவசியம் இல்லாமல் தடுக்கப்பட்டது. அப்படியும் போராட்டங்களில் ஈடுபடும் தொழிற்சங்கங்களைத் தடுக்க டாப்ட்–ஹார்ட்லி சட்டம் 1947ஆம் ஆண்டில் நிறைவேற்றப்பட்டது. இதன் மூலம் பணியிடங்களிலேயே தொழிற்சங்கங்களை நடத்த தடை போடப்பட்டது. தொழிற்சங்கங்களால் முதலாளிகளுக்கு ஏற்படும் நட்டங்களுக்கு தொழிற்சங்கங்களே பொறுப்பு என்று வரையறுக்கப்பட்டது. இதனை எல்லாம் ஏற்று தொழிற்சங்கம் நடத்தும் அமைப்பாளர்கள் 'நாங்கள் கம்யூனிசத்தை ஏற்க மாட்டோம்' எனப் பிரமாணம் எடுக்கவும் இந்தச் சட்டம் வலியுறுத்தியது.

எந்தக் காரணத்துக்காகச் செய்யப்பட்டாலும் தொழிலாளர் நலத் திட்டங்கள் அமெரிக்காவில் நேர்மறையான தாக்கங்களையே ஏற்படுத்தின என்பதே உண்மை. அப்போது வேலைக்குச் சரியான கூலி கிடைத்ததால் பணம் எல்லோர் கைகளிலும் புழங்கியது, 1929ஆம் ஆண்டில் நாட்டின் மக்கள்தொகையில் 1 சதவிகிதம் மட்டுமே இருந்த செல்வந்தர்கள், நாட்டின்

மொத்த வருமானத்தில் 23 சதவிகிதத்தை பெற்ற நிலை பின்னர் மெல்ல மெல்ல மாறியது, 1980ல் செல்வந்தர்களின் வருமானம் மொத்த வருமானத்தில் 9% எனக் குறைந்தது. இதனால் அமெரிக்காவின் ஒட்டுமொத்த மக்கள் தொகையில் மூன்றில் இரு பங்கினர் நடுத்தர வர்க்கமாக வளர்ந்தார்கள், வீடுகள் தோறும் வாகனங்கள், ஏசிக்கள், பிரிட்ஜ்கள் வந்தன.

இன்னொரு பக்கம் இந்தக் காலகட்டத்தில் அமெரிக்காவில் கார்பரேட் நிறுவனங்கள் ஆழமாக வேரூன்றி வளர்ந்தன, விவசாயம் கூட கார்ப்பரேட்டுகளின் கைகளுக்கு வந்தது. அமெரிக்காவின் பாரம்பரிய பண்ணை விவசாயம் வீழ்ச்சி அடைந்தது. உடல் உழைப்புத் தொழிலாளர்கள் குறைந்து சேவைப் பணியாளர்கள் அதிகரித்தனர். நிலவுடைமையின் உயர்வு விழுந்து 'ஒயிட் காலர் ஜாப்'கள் உயர்வாகப் பார்க்கப்பட்ட காலகட்டமாக இது இருந்தது.

இதே நேரம் மார்ஷல் திட்டத்தில் உதவி பெற்ற பிற ஐரோப்பிய நாடுகளும் வளர்ச்சி கண்டன. 1951ல் மார்ஷல் திட்டம் முடிவுக்கு வந்தபோது பெரும்பாலான ஐரோப்பிய நாடுகள் மூன்றில் ஒரு பங்கு வளர்ச்சியையாவது கண்டிருந்தன. ஐரோப்பா உலகப் போருக்குப் பின் மீண்டும் தனது செல்வச் செழிப்பை இந்தக் காலத்தில் நிலைநாட்டிக் கொண்டது. 1970 வரையில் இதே நிலையே தொடர்ந்தது. இதனால் 1945 – 1970 என்ற 25 ஆண்டுகள் 'உலக முதலாளித்துவத்தின் பொற்காலம்' என்றே அழைக்கப்படுகிறது. இந்தப் பொற்காலத்தைத் தொடர்ந்து வந்ததுதான் போறாத காலம், அதற்குப் பல காரணங்கள் உள்ளன.

முதலாளித்துவத்தின் பொற்காலம் பொய்களாலும், ஏமாற்று வேலைகளாலும் (பொருளாதார தந்திரங்கள் – என்பது மறுபெயர்) நிரம்பியதாக இருந்தது. 1952ஆம் ஆண்டில் உலகிலுள்ள மிகப்பெரிய 50 கம்பெனிகளில் 43 அமெரிக்காவில்தான் இருந்தன. உலகின் ஒட்டுமொத்த தொழில் உற்பத்தியில் (செய்பொருள் உற்பத்தியில்) 60% அமெரிக்காவின் பங்காக இருந்தது. இதெற்கெல்லாம் பிரதான காரணம் அமெரிக்க டாலர்கள். தனது தங்கக் கையிருப்புக்கும் அதிகமாக அமெரிக்கா அடித்துக் குவித்த டாலர்களே உலக வளங்களை அமெரிக்காவில் கொண்டு வந்து குவித்தன.

அப்போது உள்நாட்டு வளர்ச்சியே சிக்கலில் இருந்ததால் பிற நாடுகள் அமெரிக்காவை பகைத்துக் கொள்ள விரும்பவில்லை.

ஆனால் தங்கக் கையிருப்புக்கு அதிகமாக டாலர்கள் புழங்கியதால், டாலருக்கு பதிலாக தங்கம் கேட்டால் என்ன ஆகும் என கணித்து, அதிபர் நிக்ஸன் அமெரிக்காவின் முந்தைய வாக்குறுதிகளை முறித்து அமெரிக்க டாலருக்கும் தங்கத்துக்கும் இடையே இருந்த தொடர்பை 1971ல் முறித்துக் கொண்ட பின்னர், 'சர்வதேச ரிசர்வ் பணம்' என்ற தகுதியை அமெரிக்கா சட்டபூர்வமாக இழந்தது. ஆனால் அந்த இடத்துக்கு இன்னொரு பணம் வராததால் சட்ட ஒப்புதல் இன்றியே அமெரிக்கா சர்வதேசப் பணமாக இன்றும் தொடர்கிறது.

டாலரின் மீதான நம்பிக்கை இதனால் ஆட்டம் கண்ட நிலையில், 'முதலாளித்துவத்தின் பொற்காலம்' முடிவுக்கு வந்தது. 1980களிலேயே உற்பத்திக் குறைவையும், பண வீக்கத்தையும், வேலை வாய்ப்பின்மையையும் ஐரோப்பிய நாடுகள் எதிர் கொள்ளத் தொடங்கின. அடுத்தடுத்த காலங்களில் சூழல் தொடர்ந்து மோசமாகிக் கொண்டே சென்றது.

இந்த பிரச்னைகளுக்கு தீர்வாக பணவாதம் (Monetarism), நவீன தாராளவாதம் (Neoliberalism) போன்ற புதிய உத்திகளை சர்வதேச நிதி மூலதனம் (ஐ.எம்.எஃப்.) முன்வைத்தது. பொருளாதார அறிஞர்களுக்கு இவை குறித்த சந்தேகங்களும் அச்சங்களும் தீரும் முன்னரே பிரிட்டனின் அதிபர், இரும்புப் பெண்மணி என்று அழைக்கப்பட்ட மார்கிரெட் தாட்சர் நவீன தாராளவாதக் கொள்கையை ஏற்றார், அமெரிக்காவில் அதிபர் ரீகனும், பிரிட்டனில் பிரதமர் தாட்சரும் நவீன தாராளவாதக் கொள்கைகளை கடுமையாக அமலாக்கினர். 'உலகைக் காக்கும் நவீன தாராளமயக் கொள்கையை, பொருளாதார நிபுணர்களை அதிபர்களாகக் கொண்ட நாடுகள் ஏற்கத் தயங்கும் போது, மளிகைக் கடைக்காரரின் மகள் என்ற அளவில் மட்டுமே பொருளாதாரம் கற்கத் தொடங்கிய தாட்சர் அதனை ஏற்றார். இது அவரது உறுதியைக் காட்டுகின்றது' – என்று அப்போது தாட்சரை வலதுசாரி பொருளாதார நிபுணர்கள் புகழ்ந்தனர்.

தாட்சரும் அந்தப் புகழ்ச்சிக்கு தகுதி வாய்ந்தவராகவே இருந்தார், 'நாட்டில் சமூகம் என்று ஒன்று இல்லை. தனிமனிதர்கள், குடும்பங்கள் இருக்கின்றன. இவை செல்வத்தை உற்பத்தி செய்யும்போது உதவும் கடமை அரசுக்கு இருக்கிறது. ஆனால் அந்த செல்வம் யாரையெல்லாம் போய் சேர்கிறது என்று பார்ப்பது அரசின் வேலை அல்ல' – என்று அவர்

அப்பட்டமாகவே சொன்னார். சமூகமே இல்லை என்பவரிடம் சமூக நலத் திட்டங்களைப் பற்றி யார் பேசுவது?. தவிர தாட்சர் சொன்னது அவரது சொந்தக் கருத்தும் அல்ல நவீன தாராளமயக் கொள்கையின் எளிய வடிவம்தான் அது.

நவீன தாராளமயக் கொள்கை என்பது என்ன என்று விளக்கினால் அதுவே தனி நூலாகிவிடும். அது பற்றிக் கூடுமானவரை சுருக்கமாகப் பார்ப்போம்.

அனைவருக்கும் அனைத்து வளங்களும் பகிர்ந்து கொடுக்கப்பட வேண்டும் என்பது நீதி, ஆனால் வலிமை உடையவர்கள் வளங்களைக் கைப்பற்றுவார்கள் என்பது நியதி. நியதியில் இருந்து நீதியின் பாதையை நோக்கி மனிதர்கள் செல்வதே நாகரிக வளர்ச்சி. அதுதான் மனித சமூகத்தை உலகில் நிலைக்க வைத்தது. அதற்கு மாற்றாக வலிமை உடையவர்களுக்கு கூடுதல் வலிமை சேர்த்து, அவர்களைக் கொண்டு உற்பத்தியையும் சேவையையும் வழி நடத்தும் பண்டைய நிலப்பிரபுத்துவத்தின் நவீன வடிவமே நவீன தாராளமயக் கொள்கை.

இன்னும் எளிமைப்படுத்த வேண்டுமானால், பரிணாம வளர்ச்சியைக் கண்டறிந்த அறிவியல் அறிஞர் சார்லஸ் டார்வின் 'வாழ்க்கைப் போட்டியில் வலிமையானவையும் தகுதியானவையும் பிழைக்கும்' என்று சொன்னதை 'பொருளாதாரப் போட்டியில் வலிமையானவர்களும் தகுதியானவர்களுமே பிழைப்பார்கள்' என்று மாற்றினால் அதுதான் நவீன தாராளமயக் கொள்கை. இதனால் நவீன தாராளமயக் கொள்கையை சோசியல் டார்வினிசம் என்றே பல பொருளாதார நிபுணர்கள் அழைத்தனர்.

நவீன தாராளமயக் கொள்கையின்படி,

1. நிதிமூலதனம் உலகம் முழுக்கச் சென்று வரும், உங்கள் நாட்டுக்குள் வந்த மூலதனம் அங்கு விரும்பும் வரை இருந்து உற்பத்தியைப் பெருக்கும், ஆனால் அதற்கான உதவிகளை உங்கள் நாடு செய்யவில்லை என்றால் அது வெளியேறும் அதை நீங்கள் தடுக்க முடியாது.

2. முதலாளிகள் என்ன உதவிகளைக் கேட்கிறார்களோ அவற்றை அரசுகள் செய்துதர வேண்டும், அங்குள்ள தொழிலாளர்களின் பிரச்னைகளையோ, முதலாளிகள் செய்யும் விலையேற்றம், பதுக்கல் போன்ற சந்தை உபாயங்களையோ அரசு கண்டுகொள்ளக் கூடாது. இவையெல்லாம் சந்தையின் உரிமைகள் (!). முதலாளிகளுக்கு

பிரச்னை ஏற்பட்டால் அவற்றில் தலையிட்டு அரசு தீர்க்க வேண்டும், முதலாளிகளால் ஏற்படும் பிரச்னைகளில் அரசு பாராமுகமாக இருக்க வேண்டும்.

3. தொழில் முதலீடுகளை ஈர்ப்பதில் அரசுகளுக்கு இடையே போட்டி ஏற்படும், அப்போது நிறுவனங்களுக்கு சாதகமாக செயல்பட்டு, அதிக சலுகைகளை அளிக்கும் அரசுக்கே மூலதனங்கள் நிலைக்கும். (இதனால் அனைத்து அரசுகளும் காலப்போக்கில் கார்ப்பரேட் நல அரசுகளாகும்).

4. வங்கிகள், காப்பீட்டு நிறுவனங்கள், தொலை தொடர்பு, போக்குவரத்து – ஆகிய துறைகள் தனியார் மயமாக்கப்படும், கல்வியும் வர்த்தகப் பொருளே. பல்கலைக் கழகங்கள் வணிக நிறுவனங்களாகக் கருதப்படும், அவற்றுக்கும் கார்ப்பரேட் நிறுவனங்களுக்கும் இடையே ஒத்துழைப்பு ஊக்குவிக்கப்பட்டு, கல்வித்துறை கார்ப்பரேட் வளர்ச்சிக்காக பங்காற்றும்.

5. மானியங்கள், ஓய்வூதியங்களைப் போன்ற திட்டங்கள் கைவிடப்படும். அந்தத் திட்டங்களுக்கு செலவிடப்பட்ட தொகைகள் பெருநிறுவனங்களுக்காக செலவிடப்படும். தொழிற்பாதுகாப்பு, மக்கள் நலன் – ஆகியவற்றைப் பற்றி பெரு நிறுவனங்களிடம் அரசுகள் பேச முடியாது!.

இந்தத் திட்டங்களால் தொழிலாளர்கள் அத்தனைக்காலம் போராடிப் பெற்ற உரிமைகள் பறிபோயின. இன்னொரு பக்கம் மக்களின் செல்வமும் கொள்ளை போனது. 2001 ஆம் ஆண்டில் அமெரிக்காவின் மொத்த வருமானத்தில் 23% மீண்டும் 1% செல்வந்தர்களின் கைகளுக்குப் போனது. இன்று அமெரிக்காவின் மொத்த வருமானத்தில் 90% அந்த 1% செல்வந்தர்களின் கைகளுக்கே போகின்றது. இடையில் சோவியத் யூனியன் உடைந்ததும் அமெரிக்காவை ஒரே ஆதிக்க சக்தியாக நிலைநாட்டி 'நவீன தாராளமய உலக'மாக இந்த உலகை மாற்றியது. ஆனால் இப்போது இந்த ஆட்டத்தில் அமெரிக்கா வேட்டையாடும் மிருகமாகவும் மற்ற நாடுகள் இரையாகவும் இல்லை. அமெரிக்காவும் ஒரு இரையாகவே மாறி இருந்தது. அனைத்து நாடுகளும் கார்ப்பரேட் நிறுவனங்களின் உணவுப் பட்டியலில் இருக்கின்றன. இதை அமெரிக்கா உணர இரண்டாவது பெருமந்தம் காரணமாக அமைந்தது.

~

40

இரண்டாம் பெருமந்தமும் நமக்கான எச்சரிக்கையும்...

அமெரிக்காவின் இரண்டாம் பொருளாதாரப் பெருமந்தம் 2007ஆம் ஆண்டு டிசம்பர் முதல் 2009ஆம் ஆண்டு ஜீன் வரையிலான குறுகிய காலத்திற்கு மட்டுமே நீடித்தது. ஆனால் அது அதற்குள்ளாகவே அமெரிக்காவைத் தலைகீழாகத் திருப்பிப் போட்டிருந்தது, அத்தோடு உலகமெங்கும் கடும் அதிர்வலைகளையும் அது ஏற்படுத்தியது. அமெரிக்க, ஐரோப்பிய நாடுகள் மற்றும் ஜப்பானால் இன்று வரையில்கூட இந்தப் பெருமந்தத்தின் விளைவுகளை முழுவதும் சரிசெய்ய முடியவில்லை. இதனை ‘உலகப் பொருளாதார நெருக்கடி’ என்றே நிபுணர்கள் அழைக்கின்றனர். எப்படி ஏற்பட்டது இந்தப் பெருமந்தம்?. இதன் விடை கொஞ்சம் நீளமானது...

'ஒய்.டூ.கே.? (Y2K?)' – என்ற பிரச்னை 2000ஆம் ஆண்டு நெருங்கும் போது உலகையே அச்சப்பட வைத்தது. அதாவது அதற்கு முந்தைய கணினிகளில் ஆண்டுகள் ‘89, 90... 99’ என கடைசி இரண்டு இலக்கங்களை மட்டுமே கொண்டு குறிக்கப்பட்ட நிலையில், 2000 ஆம் ஆண்டைக் கணினிகள் 00 என்று குறிக்கும் போது அதனால் ‘ஆண்டு இல்லை’ என்று கருதியோ, 1900க்கும் 2000க்கும் இடையே குழம்பியோ கணினிகள் செயலிழக்கக் கூடும் என்று அஞ்சப்பட்டது. இதனால் இந்தப் பிரச்னைகளைத் தீர்க்கக் கூடிய தொழில்நுட்பமும், புதிய ரகக் கணினிகளும் அசுர வேகத்தில் விற்றுத் தீர்ந்தன. அப்போது அவற்றை விற்கும் டாட் காம் நிறுவனங்களின் பங்குகள் சந்தைகளில் உச்சம் தொட்டன. 2000 ஆம் ஆண்டு பிறந்த

பின்பு சில ஆண்டுகளில் இந்த விற்பனை தடாலென விழ, நிறுவனங்களின் பங்குகளும் வீழ்ச்சி அடைந்தன. இதனால் 'டாட்காம் குமிழி' உடைந்து ஒரு சிறிய பொருளாதார மந்தநிலை அமெரிக்காவில் ஏற்பட்டது.

இப்போது மக்கள் தங்கள் செலவுகளைச் சுருக்கினால் அது கார்ப்பரேட் நிறுவனங்களுக்கு பாதிப்பை ஏற்படுத்தும் என்பதால் அமெரிக்க வங்கிகள் மக்களுக்கான கடன் சேவைகளை அதிகரித்தன. அளவுக்கதிகமான கடன் மக்களை ஆடம்பரச் செலவுகளுக்குத் தூண்ட, மீண்டும் பொருளாதாரம் புத்துயிர் பெற்றது. இதனால் கடன்களே பொருளாதாரத்தை வாழவைக்கும் என்று மானாவாரியாகக் கடன்கள் கொடுக்கப்பட்டன, குறிப்பாக கடன் வாங்குபவரின் பொருளாதாரத் தகுதி என்னவோ அதை ஆராயாமல் கேட்ட கடன்கள் கொடுக்கப்பட்டன. எப்போது வேண்டுமானாலும் எவ்வளவு வேண்டுமானாலும் கடன் கிடைக்கும் என்ற நிலையில் மக்கள் சிக்கனத்தையும் சேமிப்பையும் அடியோடு மறந்தார்கள்.

இன்னொரு பக்கம் அமெரிக்க மத்திய வங்கியான பெடரல் ரிசர்வ் வங்கி தனது வட்டி விகிதத்தை இரண்டு ஆண்டுகளில் 5% குறைத்தது. 2000ஆம் ஆண்டில் 6.15%ஆக இருந்த அதன் வட்டி விகிதம் 2003ல் 1.15%க்கு வந்து நிற்க, மக்கள் வீடுகளைக் கட்டுவது, வாங்குவது போன்றவற்றில் முழு மூச்சாக ஈடுபட்டனர். கடனில் உள்ள வீட்டை சொத்தாக நினைப்பது முட்டாள்தனம் என்று அவர்கள் உணரவில்லை. வங்கிகள் கூட கடனில் உள்ள வீட்டை சொத்தாகக் கருதி கடனாளிகளுக்கு மீண்டும் கடன்களை வழங்கின.

முதலாளித்துவம் என்பதே லாப அடிப்படையிலானதுதான். மக்கள் வீடுகட்ட இப்படி கடன் கொடுப்பதில் வங்கிகளுக்கு என்ன லாபம்? லாபம் இருந்தது.

பொருளாதாரத்தில் ஒரு நபர் உங்களுக்குக் கொடுக்க வேண்டிய கடனும் உங்கள் சொத்தாகவே கணக்கில் கொள்ளப்படும். வணிகவியல் படித்தவர்கள் அதனை அறிவார்கள். உதாரணமாக ஒரு வங்கியிடம் இருந்து ஒருவர் ஒரு கோடி ரூபாயை கடன் பெற்றால், அந்த வங்கிக்கு ஒரு கோடி சொத்து உள்ளதாக அர்த்தம். அத்தோடு வட்டிவேறு தனியாக கிடைக்கும். இதனால் பணத்தை பெட்டகத்தில் வைப்பதைவிட, கடனாகக் கொடுப்பதே நல்லது என்று வங்கிகள் நினைத்தன.

இப்போது ஒரு வங்கி 100கோடி பணத்தைக் கையிருப்பு வைத்திருக்கிறது, அதிலிருந்து 100 பேருக்கு ஆளுக்கு ஒரு கோடி கடன் கொடுக்கிறது, அதன் கணக்குப் பதிவேட்டில் இப்போது 100 கோடிக்கு சொத்து உள்ளதாகக் குறிக்கப்படுகிறது, ஆனால் இப்போது புதிய வாடிக்கையாளர்களுக்குக் கொடுக்க அதனிடம் பணமில்லை. அந்நிலையில் அதன் கணக்குப் பதிவில் உள்ள சொத்தை அடிப்படையாகக் கொண்டு அந்த வங்கிக்கு கடன் அளிக்க வேறுசில பெரிய வங்கிகள் மற்றும் அரசு ஏஜென்சிகள் முன்வந்தன. அதனால் யாருக்கும் பணப் பற்றாக்குறை ஏற்படவில்லை.

வங்கிகளுக்குக் கடன் கொடுப்பதால் மற்ற பெரிய வங்கிகள் அல்லது அரசு ஏஜென்சிகளுக்கு என்ன லாபம்? அவர்களுக்கும் இருந்தது. வங்கிகளிடம் இருந்து சொத்துகளை (வாடிக்கையாளர்களின் கடன்களைப்) பெற்ற அந்தப் பெரிய வங்கிகள் அல்லது ஏஜென்சிகள் பங்குச் சந்தைகளில் உள்ள முதலீட்டு வங்கிகளுக்கு அவற்றை அப்படியே விற்றன!.

இப்படிக் கைமாறி கைமாறி கடைசியில் பல மடங்கு மதிப்பு ஏற்றம் கண்டு தங்களிடம் வந்த சொத்துகளை (வாடிக்கையாளர்களின் கடன்களைப்) பல்லாயிரம் பங்குகளாகப் பிரித்து முதலீட்டு வங்கிகள் பங்குச் சந்தையில் விட்டன.

அமெரிக்க வீடு விற்பனைத் துறையில் லாபம் கண்டவர்களும், வீடுகளை வாங்குவதில் நேரடியாக ஈடுபட முடியாதவர்களும் போட்டி போட்டுக் கொண்டு இந்தப் பங்குகளை வாங்கினர். இவை 'பாதுகாப்பான பத்திரங்கள்' என்ற பெயரில் விற்கப்பட்டதால் மக்கள் அதிகம் நம்பினார்கள். பாதுகாப்பான பத்திரங்களில் நட்டம் ஏற்பட்டால் என்ன செய்வது என்று அதற்கான இன்சூரன்ஸ் பத்திரங்கள் வேறு தனியாக விற்பனை செய்யப்பட்டன. டெரிவேட்டிவ்கள் இதில் விளையாடின. 2001ல் 90 ஆயிரம் கோடி டாலருக்கு விற்கப்பட்ட இந்தப் பத்திரங்களின் மதிப்பு 2008ல் 62லட்சம் கோடி டாலருக்கு உயர்ந்தது. இதன் பிரச்னைகளை யாரும் உணராமலும் இல்லை, பங்குச் சந்தையின் மிகப்பெரிய ஜாம்பவான்களில் ஒருவரான வாரன் பபெட் இந்தப் பத்திரங்களை 'பேரழிவை உருவாக்கும் நிதி ஆயுதங்கள்' என்று வர்ணித்தார். அதைப் பெரும்பாலானவர்கள் கவனத்தில் எடுக்கவில்லை.

ஆனால் ஒரே சமயத்தில் மக்கள் அனைவரும் கடன்காரார்களாகவும் பணக்காரர்களாகவும் ஆவது பொருளாதாரத்தில் சாத்தியம் இல்லாதது. ஏனெனில் மக்கள் தங்கள் லாபங்களில் இருந்து கடனைக் கட்டாமல் மேலும் மேலும் முதலீடுகளில் பணம் போட்டால் வங்கிகளால் இயங்க முடியாது.

கொடுத்த கடன் வரவில்லை என்று 2006ல் அமெரிக்க வங்கிகள் முணுமுணுக்கத் தொடங்கின, வாடிக்கையாளர்களுக்கு அழுத்தங்கள் கொடுக்கப்பட்டன. வீடுகளையும் பங்குகளையும் இதுவரை வாங்கி மட்டுமே வந்தவர்கள் விற்க முயன்றபோது வீடுகளின் விலைகள் விழுந்தன. 2007ல் வீட்டுக் கடன் வாங்கியவர்களில் 3% பேர் தங்களால் அவற்றைத் திரும்ப செலுத்த முடியாது என்று பின்வாங்கினர். 7% பேர் கடன்களை உரிய மாதத்தவணைகளில் கட்டத் தவறினர். 2008ல் வீடுகளின் விலைகள் தலைகுப்புற விழுந்தன.

இதனால் வீடுகளின் மதிப்பைக் கொண்டு கடன் கொடுத்த வங்கிகள், அந்தக் கடனை சொத்தாகக் கருதி வாங்கிய பெரிய வங்கிகள் மற்றும் அரசு ஏஜென்சிகள், அந்தச் சொத்தை வாங்கி பங்குச் சந்தைகளில் விட்ட முதலீட்டு நிறுவனங்கள், அந்த முதலீட்டுக்கு இன்சூரன்ஸ் கொடுத்த இன்சூரன்ஸ் நிறுவனங்கள் கடைசியாக இந்தப் பங்குகளை வாங்கிய மக்கள் அனைவரும் திவாலாகினர்.

இறுதியில், எந்த வீடுகளில் இருந்து இவ்வளவு ஆட்டமும் தொடங்கியதோ அந்த வீடுகளை அமெரிக்கர்களில் பெரும்பாலானோர் இழந்தனர். மனிதர்களற்ற வீடுகளும் வீடுகளற்ற மனிதர்களும் அமெரிக்காவின் முகங்களாகிப் போனார்கள். அவ்வளவு பேர்களும் தங்கும் இடமின்றி தெருவுக்கு வந்தபோது, அவர்களைக் காக்க வேண்டிய அரசோ நிதி நிறுவனங்களைக் காக்கும் வேலையில் மும்முரமாக ஈடுபட்டு இருந்தது. புதிய தாராளவாதக் கொள்கையை ஏற்ற பிறகு மக்களைப் பற்றி அரசு எப்படி சிந்திக்கும்?.

முதற்கட்டமாக பெரு நிறுவனங்களுக்கு நிவாரணச் சட்டத்தின்படி 700 பில்லியன் டாலர்கள் கொடுக்கப்பட்டன. அது தவிர நிதி நிறுவனங்களை மீட்க மாபெரும் தொகை ஒன்றை பெடரல் ரிசர்வ் வங்கி கொடுத்து உதவியது (அது எவ்வளவு என்பது ரகசியத் தகவல், ப்ளூம் பெர்க் ஆய்வு

நிறுவனம் அந்தத் தொகை 7.7 டிரில்லியன் என்று கூறி உள்ளது, அதாவது 7.7 லட்சம் கோடி அமெரிக்க டாலர்கள்!).

உலகின் மிகப்பெரிய காப்பீட்டு நிறுவனமான ஏ.ஐ.ஜி.யின் 79.9% பங்குகளை அமெரிக்க அரசே வாங்கிக் கொண்டது, ஆனாலும் ஏ.ஐ.ஜி. தனியார் நிறுவனமாகவே இயங்க அனுமதிக்கப்பட்டது. ஜெனரல் மோட்டார்ஸ், ஜெனரல் எலெக்ட்ரிக், ஜெனரல் டைனமிக் ஆகிய உலகின் மூன்று பெரிய நிறுவனங்களுக்கும் பல பில்லியன் டாலர்கள் மீட்சிக்காக வழங்கப்பட்டன. அமெரிக்க அரசு ஏஜென்சிகளின் நட்டங்களை அப்படியே அரசு ஏற்றுக் கொண்டது.

அரசின் இத்தகைய உதவிகள் அனைத்து நிறுவனங்களுக்கும் கிடைக்கவில்லை, தகுதியானவை பிழைத்துக் கொள்ளும் என்பது மக்களுக்கு மட்டுமல்ல நிறுவனங்களுக்கும்தான். லேமான் பிரதர்ஸ் வங்கி திவாலானது, மிகப்பெரும் முதலீட்டு வங்கிகளான கோல்ட் மேன் சாஸ், மார்கன் ஸ்டான்லி ஆகியவை தங்களை சாதாரண வங்கிகளாக மாற்றும்படி அரசிடம் உதவி கேட்டு, பெயரை மட்டும் காத்துக் கொண்டன.

ஆனால் பேரழிவைச் சந்தித்தது அமெரிக்க மக்கள்தான். ஏனெனில் இந்த பெருமந்தத்தால் வீடுகளை இழந்தவர்கள் தங்கள் வீடுகளை மீண்டும் பெற முடியாமல் போனது. வெளியிடங்களில் தங்கியவர்களுக்கும் அரசு இருப்பிட வசதிகளை அதிகரிக்கவில்லை. அமெரிக்காவில் பொதுக்கழிப்பிடங்கள் மாலை 6 மணிக்கு மூடப்படும் என்பதால், இரவில் உணவையும் நீரையும் தவிர்த்து வெறும் வயிறுகளோடு படுத்த அமெரிக்கர்கள் ஏராளம். இத்தனைக்கும் அவர்களில் பெரும்பாலானோர் ஒருவாரம் முன்பு சொந்த வீடுகளை உடைய பணக்காரர்களாக இருந்தவர்கள்.

இன்னொரு பக்கம் அரசிடம் மீட்பு நிதி பெற்ற நிறுவனங்கள் தங்களுக்கு வேண்டியவர்களுக்கு மட்டும் நிவாரணம் வழங்கின, இதனால் தொழிலாளிகள் பெரிய அளவில் பாதிக்கப்பட்டனர்.

மிக எளிமையாகச் சொல்வதானால் மக்களை ஏமாற்றியவர்கள் அரசால் காப்பாற்றப்பட்டார்கள், நிதி நிறுவனங்களால் ஏமாற்றப்பட்ட மக்கள் அரசால் ஒரேயடியாகக் கைவிடப்பட்டார்கள். ஆட்டுக் கூட்டத்தை ஒரு தலைமை ஆடு

எதை நோக்கி வழிநடத்தும் என்பதும், ஒரு தலைமை ஓநாய் எதை நோக்கி வழிநடத்தும் என்பதும் நாம் ஊகிக்கக் கூடியதே.

இப்படியாக அமெரிக்காவில் தோன்றிய பெருமந்தம் வழக்கம் போல உலகமெங்கும் தாக்கத்தை ஏற்படுத்தியது, ஆனால் இந்தியாவை இந்தப் பெருமந்தத்தால் விழுங்க முடியவில்லை. அதன் பின்னாக இந்தியர்களின் சேமிப்புப் பழக்கமும், இந்திய பொதுத்துறை நிறுவனங்களும் இருந்தன. ஆனால் புதிய இந்தியா இப்போது தனியார் மயத்தை நோக்கியே போகிறது. இந்தியாவின் பொருளாதார வரலாறு பற்றி அடுத்த அத்தியாயத்தில் விரிவாகக் காண்போம்.

~

41

இந்தியாவும் வணிகமும் வங்கிகளும்...

இந்தியாவை ஒரு விவசாய தேசமாக்கும் கனவு காந்திக்கு இருந்தது, அவரின் வழி வந்த நேருவோ இந்தியாவை ஒரு தொழில் தேசமாக்க எண்ணினார். உலக நாடுகளோடு இந்தியா தொழிலில் போட்டியிட வேண்டும் என்ற தனது எண்ணத்தில் தொலைநோக்கும் அதற்கான பல திட்டங்களும் நேருவிடம் இருந்தன. அன்றைக்கு ஒரு பாறாங்கல்லை சிற்பி நோக்கியதைப் போலவே இந்தியாவை நேரு நோக்கினார். இத்தனைக்கும் அப்போது அவரிடம் ஒரு உளி கூட இல்லை.

ஆங்கிலேயர்கள் வெளியேறியபோது இந்தியாவில் பெருந்தொழில்கள் எதுவும் கிடையாது, முதலீடு செய்ய பெரிய தொகையும் கிடையாது, தொழிற்சாலைகளைத் தொடங்க உரிய நுட்பங்களும் கிடையாது. நம்மிடம் இருந்தவை கனிம வளமும் மக்கள் வளமும் மட்டும்தான். இந்த நிலை மாற சில பத்தாண்டுகள் ஆயின.

சைக்கிளில் சென்ற ராக்கெட் முனைப்பகுதி

1963ஆம் ஆண்டு நவம்பர் 23ல் இந்தியாவின் முதல் ராக்கெட் ஏவப்பட்ட போது அதன் முனைப்பகுதி விக்டோரியா ஏவுதளத்துக்கு சைக்கிளில்தான் போய் சேர்ந்தது.

இந்தியா தொழில்நுட்பத்தில் முன்னேறும் என்றெல்லாம் நமக்கு சுதந்திரம் கொடுத்த போது பிரிட்டனே நம்பவில்லை. இந்திய சுதந்திரத்தின் போது இங்கிலாந்தின் ராஜதந்திரி வின்ஸ்டண்ட் சர்ச்சில், 'இந்தியா குண்டூசி செய்யக்கூட லாயக்கு அற்ற நாடு' என்று சொன்னார். அது அப்போது உண்மையாகவும் இருந்தது. அன்றைக்கு நேருவின் எண்ணங்கள் மட்டுமே நவீன இந்தியாவுக்கான வரைபடங்களாக இருந்தன.

சோசலிச நாடுகளின் மக்கள் நலவாழ்வுத் திட்டங்களையும், முதலாளித்துவ நாடுகளின் தொழில் வளர்ச்சித் திட்டங்களையும் ஒரே சமயத்தில் இந்தியாவில் பதியம் போட்டார் நேரு. இவற்றுக்கான உதவிகளை பொதுவுடைமை நாடுகளிடம் இருந்தும் முதலாளித்துவ நாடுகளிடம் இருந்தும் ஒரே சமயத்தில் பெற்றது அவரது சாமர்த்தியம். பனிப்போரில் அவர் லாவகமாகக் குளிர் காய்ந்தார். ஆனால் இப்படிக் குளிர் காய்ந்தது அவர் மட்டுமே அல்ல என்பது கவனிக்கப்பட வேண்டியது.

1947ஆம் ஆண்டில் நமக்கு சுதந்திரம் கிடைக்கும் முன்னரே இந்தியாவில் எப்படி தொழில் வளர்ச்சியை அதிகப்படுத்துவது என்ற ஆய்வுகள் தொடங்கின, பல ஆலோசனைக் கூட்டங்களுக்குப் பிறகு பல திட்டங்களும் அரசுக்குக் கொடுக்கப்பட்டன. ஸ்ரீமன் நாராயண் காந்தியப் பொருளாதாரத் திட்டம் என்ற ஒன்றையும், எம்.என்.ராய் மக்கள்திட்டம் என்ற திட்டத்தையும், இந்திய பொறியியல் துறையின் தந்தை விஸ்வேஸ்வரய்யா இன்னொரு வளர்ச்சித் திட்டத்தையும் அளித்தனர். இவ்வாறான திட்டங்களில் மிக முக்கியமானது 'பாம்பே திட்டம்'. இதனை இந்தியப் பெருமுதலாளிகளான ஜே.ஆர்.டி. டாட்டா, ஜி.டி.பிர்லா, புருஷோத்தம்தாஸ் தாக்கூர்தாஸ் உள்ளிட்டோர் சேர்ந்து உருவாக்கினர். இவற்றில் எதையும் இந்திய அரசு அப்படியே எடுத்துக் கொள்ளவில்லை என்றாலும், பாம்பே திட்டத்தின் செல்வாக்கு அதன் பிந்தைய முடிவுகளில் அதிகம் காணப்பட்டது.

'இந்தியாவை தொழில் தேசமாக மாற்ற வேண்டும், இந்தியாவில் தொழில் வளர்ச்சியை ஏற்படுத்த முதலாளிகளுக்கு அரசின் உதவி வேண்டும், இறக்குமதிகளைக் கட்டுப்படுத்த

வேண்டும், தொழில் வளர்ச்சித் திட்டங்களை 15 ஆண்டுகளுக்கு வகுத்து மூன்று ஐந்தாண்டுத் திட்டங்களாகப் பிரிக்க வேண்டும், இதற்காக மக்கள் பணத்தை அரசு முதலாளிகளுக்கு அதிகம் செலவிட வேண்டும், அடிப்படைக் கட்டமைப்புகளை பொதுத்துறை நிறுவனங்கள் மூலம் அரசே உருவாக்க வேண்டும்' – என்பன பாம்பே திட்டத்தின் பிரதான அம்சங்களாக இருந்தன.

இதில் மூன்று செய்திகள் மிகவும் கவனிக்கப்பட வேண்டியவை. முதலாவது ஒரு நாடு சுதந்திரம் அடையும் போது அதன் மக்களின் பணம் தங்களுக்காக செலவிடப்பட வேண்டும் என்று கூறிய முதலாளிகள், நிதி ஆதாரங்களைத் திரட்டுவதில் தங்கள் பங்கைப்பற்றி வாயே திறக்கவில்லை. அடுத்து, மூலதனம் தங்களிடம் போதிய அளவுக்கு இல்லாததால் மின்சாரம், சாலை, ரயில், துறைமுகங்கள் ஆகிய கட்டமைப்புகளையும் பொதுத்துறை நிறுவனங்களையும் அரசு உருவாக்க இவர்கள் கோரினர். மூன்றாவதாக இறக்குமதிகளைக் கட்டுப்படுத்துவதன் மூலம் அந்நிய தொழில் போட்டியில் இருந்து தங்களைக் காக்கவும் அவர்கள் கோரினர். அதாவது குறைந்த முதலீடு, அதிக கடன் வசதி, வலிமையான தொழில் பாதுகாப்பு, எளிதான லாபம் என்பதே இவர்களின் நோக்கம்.

பம்பாய் திட்டத்தை மனதில் வைத்து 1948 மற்றும் 1956ஆம் ஆண்டுகளில் இரண்டு தொழிற் கொள்கைகளை அரசு உருவாக்கியது. ஆனால் தொழில்களைத் தொடங்க அந்நிய செலாவணிக் கடன் கிடைப்பது பெரும் சவாலாக இருந்தது. ஒரு பக்கம் உள்நாட்டின் தனியார் வங்கிகள் உள்ளூர் தொழிலதிபர்களை ஊக்குவிக்க மறுக்க (அப்போது வங்கிகள் தனியாரிடம்தான் இருந்தன), மறுபக்கம் அரசின் பெரிய திட்டங்களுக்கு அந்நிய செலாவணி கிடைக்கவில்லை.

இந்தியாவின் பல பகுதிகளிலும் தாதுவளம் உள்ளதால் இரும்பு உருக்காலைகளை அமைக்க வேண்டும் என்று திட்டமிட்ட இந்தியா, முதலில் பிரிட்டனிடம்தான் உதவிக்குப் போய் நின்றது. ஆனால் பிரிட்டன் 'இந்தியாவைப் போன்ற ஒரு வளரும் நாட்டுக்கு உருக்காலை எதற்கு?' என்று கேட்டு உதவி செய்ய மறுத்தது. அப்போது பிரிட்டனின் வர்த்தக ஆணையத் தலைவர் 'எதற்கு உங்களுக்கு உருக்கு? இந்தியாவில் அதை சாப்பிடவா போகிறீர்கள்?' – என்று கேட்டார். உருக்காலைக்குக்

கடன் வேண்டுமென்றால் 12% வட்டியில் தருகிறேன் என்று அடகுக் கடை அளவுக்கு வட்டி கேட்டது மேற்கு ஜெர்மனி, அமெரிக்காவும் உதவ முன்வரவில்லை.

இந்த நிலையில் சோவியத் யூனியனின் உதவியை நேரு நாட, 2.5% வட்டியில் கடன் தர சம்மதித்தது சோவியத் யூனியன். அந்தக் கடனையும் இந்திய ரூபாயாகக் கொடுத்தால் போதும் என்ற சலுகை அளிக்கப்பட்டது. அமெரிக்க டாலர் இல்லாமலேயே இந்தியா வளருமோ என்று அஞ்சிய அமெரிக்கா பின்னரே உதவ முன்வந்தது, அமெரிக்க ஆதரவு நாடுகளும் உதவ ஆரம்பித்தன. ஆனால் அவை 6% வட்டி கேட்டதுடன் அதை டாலர் அல்லது பவுண்டில் செலுத்தவும் நிபந்தனை விதித்தன. எப்படியோ இந்தியாவுக்கு ஒரு வழியாக மூலதனம் வந்தது.

முன்னாள் பிரதமர் நேரு

இந்தப் போட்டியைப் பயன்படுத்திய நேரு 'அணிசேராக் கொள்கை' என்ற கொள்கையை வகுத்து, அமெரிக்கா – சோவியத் யூனியன் ஆகிய இரண்டு நாடுகளின் உதவியையும் ஒன்றாகப் பெற்றார். நேரு செய்ததையே பின்னர் இந்திய முதலாளிகளும் செய்தனர். இரு நாடுகளில் இருந்தும் அவர்களுக்கு மூலதனங்கள் பெருகின.

இப்படித் தொடங்கப்பட்ட தொழில்கள் பெரும்பாலும் முதலாளிகளுக்கே சாதகமாக இருந்தாலும், மக்கள் நலன்களையும் நேருவின் அரசு புறக்கணிக்கவில்லை. முதலாளிகள் தவிர்த்த பிற வர்க்கத்தினரின் நலன்களுக்கும் அப்போது உரிய முக்கியத்துவம் கொடுக்கப்பட்டது. கல்வி, மருத்துவம், போக்குவரத்து போன்ற துறைகளில் அரசு மக்கள் மீது கரிசனமாக நடக்க ஆரம்பித்து, இதன் மூலம் அரசு மக்களின் செல்வாக்கைப் பெற்றது. இன்னொரு பக்கம் அடிப்படைக் கட்டமைப்புகள் அதிகரித்ததால் முதலாளிகளுக்கும் அவை உதவின. இந்த உத்தியை 'பொருளாதார தேசியம்' என்று அழைக்கின்றனர் பொருளாதார வல்லுநர்கள்.

தொழிற்சாலைகள் ஒரு பக்கம் என்றால் அணைகள் மறு பக்கம் என இரண்டு தரப்பையும் ஒருசேரக் கவனித்தார் நேரு. 'அணைக்கட்டுகளே நவீன இந்தியாவின் கோவில்கள்' என்ற அவரது வாசகம் அவரது எண்ணத்தைப் பிரதிபலிக்கக் கூடியது. சுதந்திரநாளில் 300க்கும் குறைவாக இருந்த இந்திய அணைகளின் எண்ணிக்கையை அவர் 4000ஆக உயர்த்தினார். உலகில் அமெரிக்கா மற்றும் சீனாவுக்கு அடுத்து அதிக அணைகள் உள்ள நாடாக இந்தியா இருக்க நேருவே காரணம். ஆனால் இதுவும் கூடப் போதுமானது இல்லை. இந்தியாவின் மொத்த விவசாய நிலங்களில் 10% நிலங்கள் மட்டுமே இந்த அணைகளால் பயன்பெற்றன. பாசன வசதிகளை மேம்படுத்த பின்வந்தவர்கள் தவறிவிட்டனர்.

நேருவுக்குப் பின்வந்த காலங்களில் முதலாளிகளைக் கவனித்த ஆட்சியாளர்கள் விவசாயிகளையும் தொழிலாளர் களையும் புறக்கணித்தது இந்தியாவைப் பல வகைகளிலும் பலகீனப்படுத்தியது. தேசம் முதலாளிகளின் கையில் முற்றிலும் போனது. இதற்கு புதிய தாராளமயப் பொருளாதாரம் உள்ளிட்ட உலகளாவிய காரணிகளும் காரணங்களாக இருந்தன.

1991ஆம் ஆண்டில் உலகமயம், தனியார்மயம், தாராளமயம் ஆகியவற்றை இந்திய அரசு ஏற்றுக் கொண்ட பின்னர், முதலில் தொழில்கள் வேகமான வளர்ச்சியையே கண்டன. அதுவரை அனைத்து அனுமதிகளுக்கும் அரசின் முன்பாக வரிசையில் நின்றவர்கள் தாராளமயத்தை வரப் பிரசாதமாகப் பார்த்தனர். ஆனால் பின்வந்த கால கட்டங்களில் வணிகப் போட்டி அனைவருக்கும் சமமானதாக இருக்கவில்லை. பெரு நிறுவனங்கள் அனைத்து சலுகைகளையும் பெற, சிறிய நிறுவனங்கள் அனைத்து நட்டங்களையும் சந்தித்தன. பெரு நிறுவனங்களே நாட்டின் முகங்கள் என்பது போன்ற தோற்றம் உருவானது. தொழிலதிபர்கள் சுத்தசுயம்புவான உழைப்பின் நாயகர்கள் என்று சித்தரிக்கப்பட்டனர். ஏழைகள் முட்டாள்களாகப் பார்க்கப்பட்டனர். பெருநிறுவன ஆராதனை மனப்பான்மை இந்திய மக்களிடமும் அரசிடமும் கடந்த கால் நூற்றாண்டு காலத்தில் வேர்விட்டுப் பரவியுள்ளது.

இன்று நமது பொதுமக்கள் விவசாயிகளையும் தொழிலாளர்களையும் கீழாகப் பார்க்கும் மனநிலைக்கே வந்துவிட்டனர். நூற்றுக்கும் குறைவான பெருமுதலாளிகளுக்கு

தள்ளுபடியாகும் பலலட்சம் கோடி வரிப்பணத்தைக் குறை சொல்லாத மக்கள், ‘100 நாள் திட்டத்தில் வேலை செய்யாமல் மோசடியாக சம்பாதிக்கிறார்கள்’ – என்று சில ஆயிரம் கோடியில் பலன் பெறும் பலகோடி எளிய மக்களைப் பார்த்து கோபப்படுகிறார்கள், வரிப்பணத்தின் கொள்ளைக்காரர்களாக அவர்களைப் பார்க்கிறார்கள். விவசாயிகள் செய்வது மோசடி என்றால், பெருமுதலாளிகள் செய்வது என்ன?.

1990ஆம் ஆண்டில் இந்தியாவின் பெரும் பணக்காரர்களான டாட்டா, பிர்லா ஆகியோரின் லாபங்கள் முறையே 2,004 கோடி மற்றும் 6,621 கோடிகள், இந்த தொகைகள் அதற்கு முந்தைய 8 ஆண்டுகளில் முறையே 187% மற்றும் 230% வளர்ச்சியை சந்தித்து இந்த அளவுக்கு வந்தன. அதில் டாட்டா மற்றும் பிர்லா குடும்பத்தினர் செய்த முதலீடுகள் எவ்வளவு இருக்கும்? உங்களால் கட்டாயம் கணிக்க முடியாது, அவை முறையே 0.096% மற்றும் 0.045% மட்டும்தான்!. மீதம் பெரும்பாலானவை மக்கள் பணம்!. ஏன் மக்கள் பணத்தை அவர்களுக்கு அரசு தருகிறது? அவர்களிடம் சொத்து இல்லையா?. அதெப்படி?. 1990ஆம் ஆண்டில் டாட்டா மற்றும் பிர்லாவின் சொத்துகள் முறையே 8530 கோடி மற்றும் 8473 கோடிகளாக இருந்தன. அதே 1990ஆம் ஆண்டில் இந்தியப் பாராளுமன்றத்தின் மக்களவையில் ‘ஒரு மனிதர் வறுமைக்கோட்டுக்கு மேலே இருக்க என்ன வரையறை?’ என்று கேட்ட போது, ‘நகரங்களில் தினசரி 5 ரூபாய், கிராமங்களில் தினசரி 4.38 ரூபாய் சம்பாதிப்பவர் ஏழை அல்ல’ – என்று இந்திய அரசால் விளக்கம் அளிக்கப்பட்டது என்பது கூடுதல் தகவல்.

முன்பு டாட்டாவுக்கும் பிர்லாவுக்கு என்ன சலுகைகள் கிடைத்தனவோ அவையே இப்போது அம்பானிக்கும் அதானிக்கும் கிடைக்கின்றன. அரசின் ஆதரவு இருந்தால் யோகா மாஸ்டர் ராம்கூட 2017ல் இந்தியாவின் 7ஆம் நிலைப் பணக்காரராக முடிகிறது. இந்தப் பணக்காரர்கள் நமது பணத்தில்தான் வாழ்கிறார்கள், அரசின் சலுகைகளாக நமது வரிப்பணத்தையும், உலக வங்கியிடம் நமது தலையைக் காட்டி வாங்கப்பட்ட கடன்களையுமே பெறுகிறார்கள். நாமோ விவசாயத்துக்கு கடன் வாங்கிய விவசாயியின் வட்டியைத் தள்ளுபடி செய்வதால் வரிப்பணம் வீணாகிவிடும், பணவீக்கம் வரும் என்று நம்பிக் கொண்டு இருக்கிறோம்!.

2016ஆம் ஆண்டுவரை கார்ப்பரேட் நிறுவனங்களுக்கு இந்திய அரசு விட்டுக் கொடுக்கும் பெரும் தொகையானது 'விட்டுக் கொடுக்கப்படும் வருவாயின் பட்டியல்' என்று பட்ஜெட்டில் குறிக்கப்பட்டது. உதாரணமாக 2015ல் கார்ப்பரேட் நிறுவனங்களுக்கு இந்திய அரசு விட்டுக் கொடுத்த 5,00,823 கோடியைக் கூறலாம். இதெல்லாம் அந்த நிறுவனங்கள் நியாயமாக அரசுக்குக் கட்டி இருக்க வேண்டிய வருமான வரி, கலால் வரி, சுங்க வரி போன்ற வரிகளின் தொகை. இதைக் கண்ட இந்திய மக்கள் கார்ப்பரேட்டுகள் குறித்த கேள்விகளை எழுப்பியதால் 2016ஆம் ஆண்டு முதல் விட்டுக் கொடுக்கப்படும் வருவாயின் பட்டியல் பட்ஜெட்டில் இடம் பெறாது என்று கூறப்பட்டது. மாறாக கார்ப்பரேட் நிறுவனங்களுக்கு அவ்வாண்டில் அரசு தள்ளுபடி செய்த 5,51,000 கோடி ரூபாய் குறித்த விவரமானது பட்ஜெட்டில் 'மத்திய வரி விதிப்பு அமைப்பில் வரிச்சலுகைகள் வருவாயில் ஏற்படுத்தும் தாக்கம் பற்றிய அறிக்கை' என்று யாருக்கும் புரியாத வகையில் குறிக்கப்பட்டது.

2005ஆம் ஆண்டு முதல் 2016ஆம் ஆண்டு வரையில் இப்படியாக பெருநிறுவனங்களுக்கு அரசு தள்ளுபடி செய்த தொகை 42 லட்சம் கோடிகளுக்கும் அதிகம். இதையெல்லாம் மறைத்த அரசு அதே 2016 பட்ஜெட்டில் விவசாயம் மற்றும் விவசாயிகள் நலனுக்காக 35,984 கோடியை ஒதுக்கி உள்ளதாக மார்தட்டிக் கொண்டது. இதைப் பெரிய தொகை என்றே மக்களில் பலரும் நம்பினர்.

இந்தியாவில் உள்ள நூற்றுக்கும் குறைவான வைரநகை வியாபாரிகள் பெற்ற கடன் தள்ளுபடிகள் இந்தியா முழுவதும் உள்ள விவசாயிகளின் ஒட்டுமொத்தக் கடனை விடவும் மிகவும் அதிகம். ஆனால் விவசாயிகளின் பிரச்னை ஒருபோதும் தேர்தலில் எதிரொலிக்காது என்பதால் அரசு அவர்களின் கடனை ரத்து செய்யவோ, நிதியை அதிகப்படுத்தவோ சிந்திப்பது இல்லை. ஆனால் வைர வணிகர்களுக்கு அரசை வளைக்கத் தெரிந்திருந்தது. தொடர்ந்து சாமானியர்கள் பயன்படுத்தும் பொருட்களுக்கான வரிகளை உயர்த்திவந்த இந்திய அரசு கடந்த 2018ஆம் ஆண்டில் வைரம் மீதான வரி 3% இருப்பதைப் பார்த்து பரிதாபப்பட்டு அதை 0.25%ஆகக் குறைத்தது இன்னொரு உதாரணம்!..

மக்கள் மீதான பட்ஜெட் புறக்கணிப்புகள் ஒரு பக்கம் என்றால் இந்திய வங்கிகள் தனியார் மயத்தை நோக்கிப் போவது இந்தியாவுக்கான இன்னொரு பெரிய அச்சுறுத்தலாக மாறி வருகிறது. ஏனெனில் அமெரிக்காவின் இரண்டாம் பெருமந்தத்தில் இந்தியா தப்பிப் பிழைக்கக் காரணமாக இருந்தவை நமது பொதுத்துறை வங்கிகள், அவை இல்லாத நிலையில் நாளையே உலகளாவிய பெருமந்தம் ஒன்று வந்தால் இந்தியாவின் நிலை இன்னும் மோசமாகும்.

இந்திய வங்கிகள் தனியார் மயமானால் என்னாகும்? இதைக் கணிக்க நாம் அதிகம் சிரமப்பட வேண்டாம், நம்மிடம் கடந்தகால உதாரணமே இருக்கிறது. 1947ஆம் ஆண்டில் நாம் சுதந்திரம் பெற்றபோது இந்தியாவில் இயங்கிய தனியார் வங்கிகளின் எண்ணிக்கை 648. அவற்றில் 89 வங்கிகள் மட்டும்தான் 1969ஆம் ஆண்டில் மீதம் இருந்தன. 558 வங்கிகள் இடைப்பட்ட காலத்தில் திவாலானதாக அறிவித்து, வாடிக்கையாளர்களுக்கு மஞ்சள் கடிதம் கொடுத்தன. அவற்றில் பணம் போட்டவர்களுக்கு பத்தில் ஒரு பங்குத் தொகை மட்டுமே திரும்பக் கிடைத்தது. அதிர்ஷ்டசாலிகள் அதிகபட்சம் பத்தில் இரண்டுபங்கு தொகையைப் பெற்றார்கள்.

மேலும் அன்றைய தனியார் வங்கிகள் இன்றைய வங்கிகள் அளவுக்குக் கூட சமூக முனைப்புடன் இல்லை, இன்றைக்கு தனியார் வங்கிகள் விவசாயக் கடன்களை வசூலிப்பதில் கெடுபிடி காட்டுவது ஒரு பெரும் பிரச்னை என்றால், அப்போது வங்கிகள் விவசாயத்தை நேரடியாகவே புறக்கணித்தது ஒரு மாபெரும் பிரச்னை. 1947முதல் 1969 வரையிலான வங்கிக் கடன்களில் 0.2% கடன்கள் மட்டுமே விவசாயத் தேவைகளுக்கு வழங்கப்பட்டன! இத்தனைக்கும் 1960களில் இந்தியாவின் ஜி.டி.பி.யில் 44% விவசாய வருமானமாக இருந்தது!. இதனால் மக்கள் பல இடங்களில் பல்வேறு போராட்டங்களில் ஈடுபட்டனர். அதன் காரணமாக 1969ஆம் ஆண்டில் 50 கோடி அல்லது அதற்கும் மேல் வர்த்தகம் செய்யும் வங்கிகளை அரசு தேசியமயமாக்கியது, 1980ல் மேலும் 6 பெரிய வங்கிகள் தேசியமயமாக்கப்பட்டன.

வங்கிகள் தேசியமயமாக்கப்பட்ட பிறகு ‘வங்கிகளின் முன்னுரிமையில் 40% எளிய மக்களுக்கு வழங்கப்பட வேண்டும்’ என்ற கொள்கை முடிவினாலேயே வங்கிகளில் விவசாயக் கடன்கள்

வழங்கப்பட்டன. மேலும் தாழ்த்தப்பட்ட, பிற்படுத்தப்பட்ட மக்கள் வங்கிகளில் நல்ல வேலைகளைப் பெறவும் வாய்ப்பு ஏற்பட்டது. இந்தியாவில் வங்கிகள் தேசியமயமாக்கப்பட்ட பிறகுதான் வங்கிகள் நிலையான நிறுவனங்களாக மாறின, மக்களும் வங்கிகளை நோக்கி தைரியமாக வர ஆரம்பித்தார்கள். இப்போது வங்கிகளோடு சேர்த்து வங்கிகள் மீதான மக்களின் நம்பிக்கையையும் அரசு தாரைவார்த்து வருகிறது.

பொதுத்துறை வங்கிகள் எவ்வளவு லாபகரமாக இயங்கினாலும் அவற்றைத் தனியாருக்குக் கொடுக்கவே தாராளமயக் கொள்கைகள் அரசைக் கட்டுப்படுத்தும். இந்தியாவிலும் அதுதான் நடந்து வருகிறது. இதனால் அதிகம் பாதிக்கப்படும் வங்கி பாரத ஸ்டேட் வங்கிதான்.

2008ஆம் ஆண்டு முதல் பாரத ஸ்டேட் வங்கியுடன் அதன் கிளை வங்கிகள் படிப்படியாக இணைக்கப்பட்டன. ஸ்டேட் பாங்க் ஆஃப் சவுராஷ்டிரா, ஸ்டேட் பாங்க் ஆஃப் இந்தூர் எனத் தொடர்ந்து நீண்ட பட்டியலில் 2017 ஏப்ரலில் மேலும் 6 வங்கிகள் இணைந்தன. இதன் மூலம் பாரத ஸ்டேட் வங்கி நிர்வகிக்கும் சொத்து மதிப்பு 41லட்சம் கோடிகளாக உயர்ந்தது. உலகின் மிகப்பெரிய 50 வங்களின் பட்டியலில் இடம்பெற்ற ஒரே இந்திய வங்கி எஸ்.பி.ஐ.தான்.

பாரத ஸ்டேட் வங்கிக்கு 2017 ஏப்ரல் மாதக் கணக்கின் படி 50கோடி வாடிக்கையாளர்கள் உள்ளனர். எளிமையாகச் சொல்லப்போனால் 10 இந்தியர்களில் 4 பேர் பாரத ஸ்டேட் வங்கியின் வாடிக்கையாளர்கள். 25 ஆயிரத்திற்கும் மேற்பட்ட கிளைகளையும் 58 ஆயிரம் ஏ.டி.எம். மையங்களையும், இரண்டேமுக்கால் லட்சம் ஊழியர்களையும் கொண்டது பாரத ஸ்டேட் வங்கி. கடந்த 2009ஆம் ஆண்டிலேயே போர்ப்ஸ் இதழ் உலகின் ஆற்றல்மிக்க நிறுவனங்களின் பட்டியலில் பாரத ஸ்டேட் வங்கிக்கு 29ஆம் இடத்தைக் கொடுத்தது.

ஆனால் அந்த ஸ்டேட் வங்கிதான் வாடிக்கையாளர்களின் உச்சபட்ச அதிருப்திகளுக்கும் ஆளாகி இருக்கிறது. குறைந்தபட்ச கட்டணத்தை உயர்த்துவது, வட்டி விகிதங்களைக் கடுமைப்படுத்துவது, வாடிக்கையாளர் சேவைகளில் சுணக்கம் என அதன் மீதான புகார் பட்டியல் மிக நீளமானது. இதெல்லாம் ஸ்டேட் வங்கி என்ற அரசு நிறுவனம் அழிவின் பாதையில் செல்வதையே நமக்குக் காட்டுகின்றன. ‘ஒரு நாயைக் கொல்ல

வேண்டுமானால், முதலில் அதற்கு பைத்தியம் பிடித்து உள்ளது என நிரூபிக்க வேண்டும்' – என்று ஒரு ஆங்கிலப் பழமொழி உண்டு. அரசு அதைத்தான் செய்து கொண்டிருக்கிறது. இதைக் கண்டு மக்கள் தனியார் வங்கிகளிடம் செல்ல, இந்தியாவில் மீண்டும் தனியார் வங்கிகள் திவால் கதைகளோடு தயாராகிக் கொண்டு உள்ளன.

பல கனத்த பக்கங்களை கடந்துவிட்டோம், எழுத்துகள் கொஞ்சம் இளைப்பாற உலகப் பணத்தாள்கள் குறித்து அடுத்த அத்தியாயத்தில் பார்ப்போம்.

~

42

உலகப் பணத்தாள்கள்
– சில சுவாரசியக் குறிப்புகள்

உலகப் பணத்தாள்களின் வரலாறு நெடியது. ஆனால் சுவாரசியமானது. பணம் மனிதனின் கண்ணைக் கவரும் காகிதம் மட்டுமல்ல கவனத்தை ஈர்க்கும் காகிதமும் கூட. பணத்தாளின் வரலாற்றில் சில அடடே... அச்சோ... அப்படியா அத்தியாயங்கள் சுருக்கமாக இங்கே உங்களுக்காக...

உலகின் அதிக நாடுகளின் பணத்தாள்களில் காணப்படும் நபர் என்ற பெருமை இங்கிலாந்து அரசி இரண்டாம் எலிசபெத்துக்கு உண்டு. 33 நாடுகள் தங்கள் பணத்தாள்களில் எலிசபெத்தின் உருவத்தைப் பயன்படுத்துகின்றன. எலிசபெத்துக்கு வயதாக வயதாக இந்தப் பணத்தாள்களும் அப்போதைய எலிசபெத் உருவத்துக்கு மாறுகின்றன. இப்படியாக பிரிட்டனின் பணத்தாள்களில் மட்டும் 26 எலிசபெத் உருவங்கள் மாற்றம் பெற்றுள்ளன. சில நாடுகள் இப்படி அடிக்கடி மாற்றுவது இல்லை. பழைய உருவத்தையே தொடர்ந்து பயன்படுத்துகின்றன. இதன் பின்னணியில் இருப்பது அலட்சியம் அல்ல, அச்சம். கனடாவில் நடந்தது மீண்டும் நடக்குமோ என்ற அச்சம். என்ன நடந்தது கனடாவில்?

1954ஆம் ஆண்டில் கனடாவில் வெளியிடப்பட்ட புதிய டாலர் நோட்டுகளில் இங்கிலாந்தின் அரசி இரண்டாம் எலிசபெத்தின் உருவம் புதிய சிகை அலங்காரத்தோடு பொறிக்கப்பட்டு இருந்தது. அந்த சிகை அலங்காரத்தை உற்று நோக்கிய மக்கள் அது 'சைத்தான்' போன்ற தோற்றத்தில் இருப்பதாகக் கருதினர். இதனால் இந்த பணத்தாள்களைக்

கையால் தொடவே மக்கள் அஞ்சினர். நாடு முழுவதும் இந்தப் பணத்தாளுக்கு எதிர்ப்பு கிளம்பியது. இதனால் நாடெங்கிலும் இருந்த சைத்தான் பணத்தாள்களைத் திரும்பப் பெற்ற கனடா அரசு அவற்றை எரித்தது. பின்னர் அதே ஆண்டில் வேறு சிகையலங்காரத்துடன் எலிசபெத் தோன்றிய பணத்தாள்கள் வெளியிடப்பட்டன. இப்போது எரிக்கப்படாமல் மிஞ்சிய சைத்தான் பணத்தாள்கள் உலகெங்கிலும் உள்ள பணத்தாள் சேகரிப்பாளர்களால் பொக்கிஷமாகப் பார்க்கப்படுகின்றன.

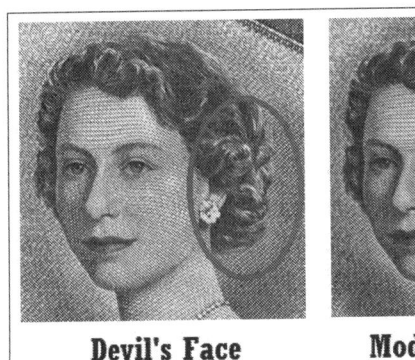 

சாத்தான் பணத்தாள்

நீளவாட்டு சீனப் பணத்தாள்

இரா. மன்னர் மன்னன் 347

சீனாவின் ஆரம்ப பணத்தாள்கள் அதிக உயரமும் குறைவான அகலமும் உடையவை. சீனாவின் கொடி, விளம்பரப் பலகைகள் அனைத்துமே இப்படித்தான் இருக்கும். இந்த மரபால் சில பத்தாண்டுகள் முன்பு வரை சீனாவின் பணத்தாள்கள் கிடைமட்டமாக இல்லாமல் செங்குத்தான வடிவிலேயே அச்சடிக்கப்பட்டன. சீனாவின் ஆதிக்கத்துக்கு பணிந்த தைவான், ஹாங்காங் நாடுகளும் இந்த வடிவமைப்பைப் பின்பற்றின.

சீனாவின் ஆரம்பகாலப் பணத்தாள்களில் சில ஒரு அடிக்கும் அதிகமாக உயரத்தில் இருந்ததாகக் குறிப்புகள் உள்ளன இவையே உலகின் மிகப்பெரிய பணத்தாள்கள், அவை இதுவரை சேகரிப்பாளர்களுக்குக் கிடைக்கவில்லை.

1910ஆம் ஆண்டில் ரஷ்யாவில் வெளியிடப்பட்ட 100 ரூபிள் நோட்டுதான் நாமறிந்து உலகின் மிகப்பெரிய பணத்தாள் என்ற சிறப்பைப் பெற்ற முதல் பணத்தாள் (நீள, அகலம்: 158மி.மீக்கு 122மிமீ), இதனைத் தொடர்ந்து அதைவிடப் பெரிய 500 ரூபிள் நோட்டை அதே ரஷ்யா 1912ல் வெளியிட்டது (நீள, அகலம்: 272மி.மீக்கு 126மிமீ.). பின்னர் 1998ஆம் ஆண்டில் பிலிப்பைன்ஸ் வெளியிட்ட 1 லட்சம் பெஸோ மதிப்புள்ள பணத்தாள் உலகின் மிகப்பெரிய பணத்தாள் (நீள அகலம்: 360 மி.மீ.க்கு 215மி.மீ.) என்ற சிறப்பைப் பெற்றது. ஆனால் 2017ஆம் ஆண்டில் மலேசிய அரசு 600 ரிங்கெட் பணத்தாளை வெளியிட அந்த பணத்தாளே இப்போது உலகின் மிகப் பெரிய பணத்தாளாக (நீள அகலம்: 370 மி.மீ.க்கு 220மி.மீ.) உள்ளது. ஆனால் ரஷ்யப் பணத்தாளைப் போல அல்லாமல் பின் வந்த

100 ரூபிள் ரஷ்யப் பணத்தாள்

500 ரூபிள் ரஷ்யப் பணத்தாள்

பெரிய பணத்தாள்கள் குறிப்பிட்ட எண்ணிக்கையில் மட்டுமே அச்சடிக்கப்பட்டன.

உலகின் மிகச்சிறிய பணத்தாளை ரோமானியா 1917ல் வெளியிட்டது. 10 பானி மதிப்புள்ள இந்த பணத்தாளின் அளவு 34மி.மீ.க்கு 45மி.மீ ஆகும். அதாவது ஒரு தபால் தலையின் அளவிலேயே இந்த பணத்தாள் இருந்தது. இதனை விடவும் சிறிய பணத்தால் மொராக்கோ நாட்டில் அவசரநிலையால் 1944ல் வெளியிடப்பட்டது. இதன் அளவு 42மி.மீ.க்கு 31மி.மீ ஆகும்.

அனைத்துப் பணத்தாள்களும் செவ்வக வடிவமாகவே இருக்கவேண்டியதில்லை என்று காட்ட '60 பட்' மதிப்புள்ள சதுர வடிவப் பணத்தாளை தாய்லாந்து 1987ல் வெளியிட்டது. இது தாய்லாந்து மன்னர் பூமிபாலின் 60 ஆவது பிறந்தநாளை

10 பானி பணத்தாள்

மொராக்கோ பணத்தாள்

ஒட்டி வெளியிடப்பட்டது. இதன் நான்கு பக்கங்களும் 158 மி.மீ. அளவில் இருந்தன.

பிளாஸ்டிக் பணத்தாள்களை முதன் முதலாக அறிமுகப்படுத்திய நாடு ஆஸ்திரேலியா. 1988ஆம் ஆண்டில் ஆஸ்திரேலிய ரிசர்வ் வங்கியும், மெல்பர்ன் பல்கலைக் கழகமும், சி.எஸ்.ஐ.ஆர்.ஓ. (Commonwealth Scientific and Industrial Research Organisation (CSIRO)) என்ற அமைப்பும் இணைந்து இதனை உருவாக்கின. இப்போது உலகின் பல நாடுகள் பிளாஸ்டிக் பணத்தாளுக்கு மாறிவிட்டன. இந்தியாவில் விரைவில் பிளாஸ்டிக் பணத்தாள் என்ற பேச்சு 2016ல் அடிபட்டது. ஆனால் அதன் அடுத்தகட்ட நகர்வுகளைக் காணவில்லை.

தங்கத்தில் பணத்தாள் அடித்த முதல்நாடு என்ற பெருமையை ஆண்டிகுவா பார்புடா 1988ல் பெற்றது. இதன் சிறப்புப் பணத்தாள்களில் தங்கமும் வெள்ளியும் இடம் பெற்றன. ஆனால் இவற்றைப் பத்திரப்படுத்துவதே கூட கடினமாக இருந்தது, அடுத்து தங்கப் பணத்தாளை வெளியிட்ட பெலிஸ் பாதுகாக்க எளிதான தங்கப் பணத்தாளை வெளியிட்டது. இவை சேகரிப்பாளர்களுக்காக வெளியிடப்பட்ட பணத்தாள்கள், இவை ஒருபோதும் புழக்கத்துக்கு உகந்தவை அல்ல. இவற்றில் உள்ள தங்கத்தின் தூய்மை 23 கேரட்டுக்கும் சற்று அதிகம்!.

தங்கப்பணத்தாள் (ஆண்டிகுவா - பார்புடா)

தங்கப் பணத்தாள் (பெலிஸ்)

இந்தியாவில் அதிகம் வழிபடப்படும் கடவுள் என்ற பெருமை கணபதிக்கு உண்டு. கணபதியின் உருவத்தை இசுலாமிய நாடான இந்தோனேஷியா 1998ஆம் ஆண்டில் தனது 20,000 ருபியா பணத்தாளில் பதித்தபோது அது இந்தோனேஷியப் பண்பாடுக்கும் கணபதிக்கும் நடுவில் இருந்த தொடர்பை உலகுக்கு உணர்த்தியது. 87.5% இசுலாமியர்களும் 3% இந்துக்களும் வசிக்கும் அந்த நாட்டில் கணபதி அறிவுக்கும் கலைகளுக்கும் கடவுளாக வழிபடப்படுகிறார். கி.மு.முதல் நூற்றாண்டில் தமிழக ஆதிக்கம் இந்தோனேசியாவில் இருந்ததன் தொடர்ச்சியாக இது பார்க்கப்படுகிறது.

உலகிலேயே அதிகம் அவமதிக்கப்பட்ட காகிதப் பணம் லித்துவேனியா நாட்டின் காகிதப்பணம்தான். சோவியத் ரஷ்யாவின் ஒரு பகுதியாக இருந்த லித்துவேனியா 1991ஆம் ஆண்டில் தன்னை சுதந்திர நாடாகப் பிரகடனம் செய்து கொண்டது. சுதந்திர லித்துவேனியாவின் பணம் என்று 'லித்துவேனியா தாலோனாஸ்' என்ற பணத்தாள் அறிமுகம் செய்யப்பட்டது. இந்தப் பணத்தாள்களில் லித்துவேனிய அரசு

இந்தோனேஷிய கணபதி பணத்தாள்

ஜூ டிக்கெட் பணத்தாள்

பல வகையான விலங்குகளை அச்சிட்டு வெளியிட்டதால், இவை 'ஜூ டிக்கெட்டுகள்' என்று வேடிக்கையாக அழைக்கப்பட்டன.

சுதந்திர லித்துவேனியா 1993ஆம் ஆண்டில் தனது முதல் பணத்தாளான லித்துவேனியா தாலோனாஸ்ஸுக்கு பதில் 'லித்தாஸ்' என்ற புதிய பணத்தாளை அறிமுகம் செய்தது. இதனால் அதுவரை அரசின் கஜானாவை விட்டு வெளியே கூட செல்லாத 30 டன் எடை அளவுள்ள தாலோன்னாஸ் நோட்டுகள் செல்லாதவையாகின. அவற்றை என்ன செய்வது என்று தெரியாத லித்துவேனிய அரசு 'கிரிக்கெஸ் பேப்பர் தொழிற்சாலை'க்கு அவற்றை அனுப்பி டாய்லெட் பேப்பராக மாற்றியது. இது உள்நாட்டில் பயன்படுத்தப்பட்டதோடு, ஜெர்மனிக்கும் ஏற்றுமதி செய்யப்பட்டது!.

~

43

பல்வேறு வடிவங்களில் நாணயங்கள்

இப்போது நமக்கு நாணயங்கள் என்றாலே அவை வட்ட வடிவமானவைதான் என்று ஆகிவிட்டது. 50 காசு முதல் 10 ரூபாய் வரையில் இந்திய அரசு வெளியிடும் அனைத்து நாணயங்களும் வட்ட வடிவத்துக்குள் வந்துவிட்டன. இந்தியாவின் முந்தைய தலைமுறையினருக்கு சதுர வடிவமான 5 காசு, நெளிநெளியான 8 இதழ்களைக் கொண்ட 10 காசு, 8 கோணங்களைக் கொண்ட 20 காசு ஆகியவை நினைவில் இருக்கக் கூடும்.

ஆங்கிலேயர் காலத்தில் வாழ்ந்த நமது தாத்தா பாட்டிகளுக்கு மிக நெருக்கமாக இருந்தது 'ஓட்டைக் காசு' எனப்படும் துளையுடன் கூடிய காசுதான். ஆங்கிலேயர் கால இந்தியாவிலும் சதுரம், எண்கோணம், 8 இதழ்கள் ஆகிய வடிவங்களைக் கொண்ட நாணயங்கள் புழங்கின, அவற்றையே சுதந்திர இந்தியா பின்பற்றியது என்பதுதான் உண்மை. ஆனால், இவற்றையும் தாண்டி பல வடிவங்களை உடைய நாணயங்கள் இந்திய வரலாற்றிலும் உலக வரலாற்றிலும் காணப்படுகின்றன, அவை அனைத்துமே உலோக நாணயங்கள் அல்ல என்பது கூடுதல் சுவாரசியம். அவற்றைப் பற்றி சுருக்கமாக இந்த அத்தியாயத்தில் பார்ப்போம்.

டால்பின் பணம் (Dolphin money):

கிரேக்க மக்களின் நகர ஆட்சிகளில் ஒன்றான ஒல்பியா (Olbia) மீனவனின் நண்பன் என்று அழைக்கத்தக்க கடல்வாழ் பாலூட்டியான டால்பின் மீனின் வடிவில் தனது

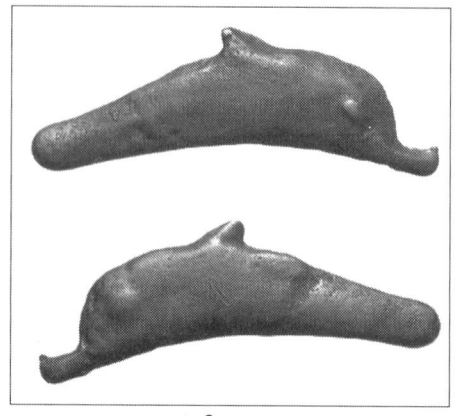

டால்பின் பணம்

நாணயங்களை வெளியிட்டது. பித்தளையினால் வார்ப்பு முறையில் அச்சிடப்பட்ட இந்த நாணயங்கள் கி.மு.5 மற்றும் 4ஆம் நூற்றாண்டைச் சேர்ந்தவை. பண்டைய ஓல்பியாவின் பெரும்பகுதி இன்றைய பல்கேரியாவில் உள்ளது.

வளையல் பணம் (Bangle money):

மேற்கு ஆப்ரிக்காவில் பயன்படுத்தப்பட்ட மனில்லா (Manilla) என்ற பணமானது அப்படியே வளையல் வடிவத்தில் இருந்தது. இது செம்பு அல்லது பித்தளையால் உருவாக்கப்பட்டது. கி.பி.15 ஆம் நூற்றாண்டு முதல் கி.பி.1940

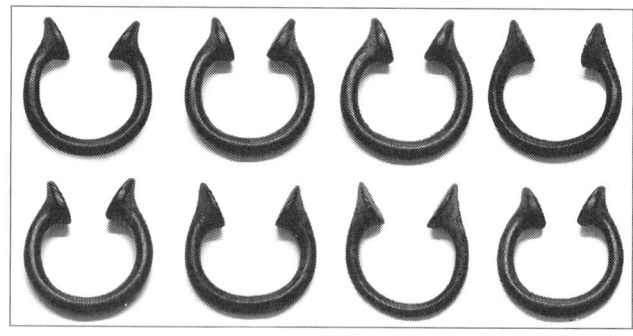

வளையல் பணம்

வரையில் வர்த்தகத்தில் மனில்லாக்கள் புழங்கின. மேற்கு ஆப்ரிக்க அரசுகள் மற்றும் வர்த்தகர்களுடன் மனில்லா நாணயங்கள் மூலம் போர்த்துகீசியர்கள், பிரெஞ்சுக்காரர்கள் கூட வணிகம் செய்தனர். இதன் மூலம் அமோகமாக நடந்த வணிகம் அடிமை வணிகம்தான்.

படகுப் பணம் (Boat money):

படகு போன்ற வடிவமுடைய உலோகப் பணத்தை லாவோஸ் (Laos) நாட்டின் லன்சாங் (Lanchang) அரச மரபினர் வெளியிட்டனர். கி.பி. 14 ஆம் நூற்றாண்டு முதல் 19ஆம் நூற்றாண்டுவரை இவை புழங்கின. இவற்றில் சொரசொரப்பான படகுப் பணம், சொரசொரப்பில்லாத படகுப் பணம் என்று இரண்டு வகைகள் உள்ளன. சொரசொரப்பு உள்ள பணம் ‘புலிநாக்கு (Tiger’s Tongue)’ என்ற சிறப்புப் பெயரால் அழைக்கப்பட்டது. மேலும் இரண்டு முனைகளும் குறுகிய படகுப் பணங்கள் அட்டைப் பூச்சி (Leech) என்று அழைக்கப்பட்டன.

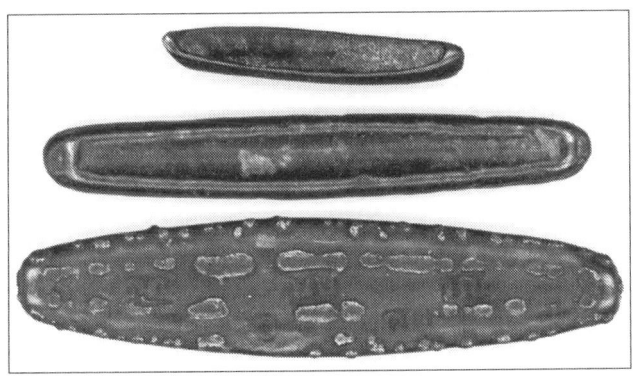

படகுப் பணம் - புலிநாக்கு வகை

படகுப் பணம் வகையைச் சேர்ந்தவை கனமான நாணயங்கள், 30 கிராம் முதல் 120 கிராம் வரை எடை கொண்டவை. எடை மற்றும் வடிவமைப்பைக் கொண்டு இவற்றில் 19 வகைகளைப் பட்டியலிடுகிறார்கள். அனைத்தையும் விரிவாகப் பார்ப்பது இந்த நூலுக்குப் பொருத்தமாக இருக்காது.

தோட்டா பணம் (Bullet money):

தாய்லாந்தில் 18ஆம் நூற்றாண்டில் வெளியிடப்பட்ட பணமே தோட்டா பணம் ஆகும். இதற்கு அரசு வைத்த பெயர் 'பாட் டுவாங்க் (pod duang)' ஆனால் இவை பார்ப்பதற்கு

தோட்டா பணம்

அன்றைய மஸ்கட் ரகத் துப்பாக்கிகளின் குண்டுகளைப் போல இருந்ததால் மக்களால் தோட்டா பணம் என்று அழைக்கப்பட்டன.

லாடம், சாவி, பாலம், கத்தி வடிவ சீனப் பணங்கள்:

லாடம், சாவி, பாலம், கத்தி வடிவ சீனப் பணங்கள்

பணத்தாள்களை உலகுக்குக் கொடுத்த சீன தேசம், பல வடிவ நாணயங்களையும் துணிச்சலான முயற்சியாக முன்னெடுத்தது. லாடம், சாவி, பாலம், கத்தி போன்ற வடிவங்களிலான சீனப் பணங்கள் சீனாவில் பல நூற்றாண்டுகளில், பல்வேறு அரசுகளில் புழங்கி உள்ளன. அவற்றின் வரலாறு தனியே ஒரு புத்தகம் எழுதும் அளவுக்கு நீண்டது.

மூங்கில் பணம்:

காகிதப் பணத்தின் இன்னொரு பரிமாணம்தான் மரப்பணம், சீனா கடும் பணத்தட்டுப்பாட்டுக்கு உள்ளான 18ஆம் நூற்றாண்டில் மூங்கில் பட்டைகள் மற்றும் சாப் ஸ்டிக்குகளைக் கொண்டு தங்கள் புழக்கத்துக்கான தற்காலிக நாணயங்களை சீனத் தனியார் வங்கிகள் உருவாக்கின. இவை 19ஆம் நூற்றாண்டில் கூட தொடர்ந்து புழங்கின. இவை அரசு அங்கீகாரம் இல்லாத பணங்கள் என்பதால் சேகரிப்பாளர்களால் டோக்கன் வகைப்பாட்டிலேயே வைக்கப்படுகின்றன.

மூங்கில் பணம் - தட்டையானது

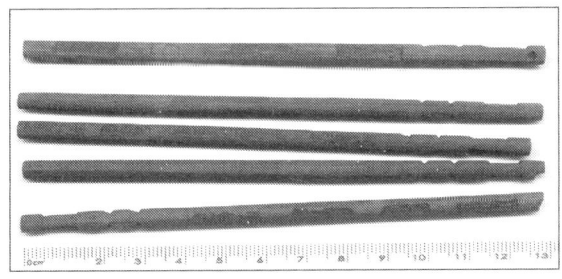

மூங்கில் பணம் - நீளமானது

கண்ணாடி பென்னி நாணயம்:

இரண்டாம் உலகப் போரில் உலகமே கடும் உலோகப் பற்றாக்குறையை சந்தித்தபோது, பல்வேறு நாடுகளும் நாணய வெளியீட்டில் புதிய முயற்சிகளை முன்னெடுத்தன. அமெரிக்கா ஒரு சோதனை முயற்சியாக 1942ல் கண்ணாடியால் பென்னி

கண்ணாடி பென்னி நாணயம்

நாணயத்தை உருவாக்கியது. இந்த வகையில் இதுவரை 2 நாணயங்கள் மட்டுமே கண்டறியப்பட்டு உள்ளன, அவற்றில் ஒன்றுதான் முழுமையாக உள்ளது. மற்றொரு நாணயத்தில் சிறிய விரிசல் உள்ளது, ஆனால் விரிசல் விழுந்த நாணயமே ஒரு ஏலத்தில் 70 ஆயிரம் டாலர்களுக்கும் மேல் விற்கப்பட்டது.

கொண்டை ஊசி நாணயம்:

இந்தியாவில் புழங்கிய நாணயங்களில் மிக வித்தியாசமான வடிவத்தை உடையவை என்று கொண்டை ஊசி வடிவ 'லாரின்' நாணயங்களைக் கூறலாம். வெள்ளியினாலான இவை இந்தியாவைப் பூர்வீகமாகக் கொண்ட நாணயங்கள் அல்ல, பெர்சியாவில் இருந்துதான் லாரின்கள் இந்தியாவுக்குள் நுழைந்தன என்று கருதப்படுகிறது. 15ஆம் நூற்றாண்டு முதல் 17 ஆம் நூற்றாண்டுவரை இந்தியப் பெருங்கடலில் நடந்த பன்னாட்டு வணிகத்தில் லாரின் நாணயங்கள் அதிகம் புழங்கின. பீஜப்பூரை ஆண்ட சுல்தான் அடில்ஷா(கி.பி.1601–1656)வின் காலத்தில் அவர் வெளியிட்ட லாரின்கள் இந்தியாவிலும் இலங்கையிலும் புகழ்பெற்றன. தங்கத்தினாலான லாரின்கள் தூண்டில்முள் வடிவத்திலும் அச்சிடப்பட்டு உள்ளன.

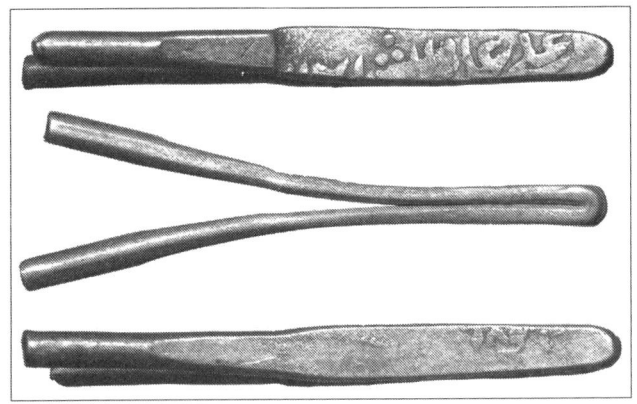

கொண்டை ஊசி நாணயம்

இப்படியாக இன்னும் மிகப்பல வகை நாணயங்கள் வரலாற்றின் பக்கங்களில் கொட்டிக் கிடக்கின்றன.

உலகப் போர் காலத்தில் உலோகப் பற்றாக்குறையால் ஜெர்மனி வெளியிட்ட களிமண் நாணயங்கள் அதே உலோகப் பற்றாக்குறையால் பிரான்ஸ் வெளியிட்ட அட்டை நாணயங்கள், முகமது பின் துக்ளக் ஆட்சியையே ஆட்டிப்பார்த்த தோல் நாணயங்கள் என்று இவற்றை அடுக்கிக் கொண்டே செல்லலாம்.

நாணயங்கள் ஒழுங்கான வட்ட வடிவத்துக்குள் வரவும், பல வடிவ நாணயங்கள் மறைந்து வட்ட வடிவ நாணயங்கள் நிலைபெறவும் இங்கிலாந்துதான் முன்னோடியாக இருந்தது. குறிப்பாக இங்கிலாந்து நாணயங்களின் ஒரு குறிப்பிட்ட கண்டுபிடிப்பு இதில் மிக முக்கிய பங்காற்றுகின்றது, அதனைக் கண்டுபிடித்தவரின் பெயர் நியூட்டன், ஆம் புவி ஈர்ப்பு விசையைக் கண்டுபிடித்த அதே நியூட்டன்தான்.

உலகமெங்கும் 1700கள் வரையில் பரவலாக இருந்த பொருளாதாரப் பிரச்னை 'நாணய வெட்டுதல் (Coin clipping)'. உலகமெங்கும் அப்போது தங்கம், வெள்ளி, தாமிரத்தில் புழங்கும் நாணயங்களின் ஓரங்களை வெட்டி உலோகங்கள் திருடப்பட்டன.

இதனால் இங்கிலாந்தில் ஒவ்வொரு நாணயமும் ஒவ்வொரு எடையில், ஒவ்வொரு வடிவத்தில் புழங்கியது, நாணயத்தில் உள்ள ராணியின் உருவம் சிதையாத வரைக்கும் அது செல்லக் கூடியதாக

இருந்தது. இந்த நிலையைப் பொருளாதாரக் குற்றவாளிகள் கனக் கச்சிதமாகப் பயன்படுத்தினர், 100 நாணயங்களின் ஓரங்களை வெட்டி 101ஆவது நாணயம் செய்யப்பட்டது, போலி நாணயங்களும் புழக்கத்தில் விடப்பட்டன. மக்களுக்கு உண்மையான காசைக் கண்டுபிடிப்பது கடினமாக இருந்தது. எது நல்ல காசு, எது கள்ளக்காசு – என்று வரையறுக்க முடியாத குழப்பத்தில் அரசே சிக்கியது. கள்ளக்காசு பிரச்னையால் சில உள்நாட்டுக் கலவரங்கள் கூட நடந்தன.

இந்த நிலையில் கி.பி.1696ஆம் ஆண்டில் இங்கிலாந்தின் 'ராயல் மிண்ட்' நாணய சாலையின் வாரியத்தலைவர் பொறுப்புக்கு நியமிக்கப்பட்டார் நியூட்டன். வாரியத்தலைவர் என்பது மேல்சபை எம்.பி. போன்ற அலங்காரப் பதவியாக இருந்தாலும் நியூட்டன் தானே தனது துறையைப் பற்றி ஆராய ஆரம்பித்தார். அதன் விளைவாக அவர் நாணயங்களில் 'வரி விளிம்புகள்' என்ற ஒன்றை அறிமுகம் செய்தார். இதன் மூலம் நாணயங்களின் விளிம்புகளில் கோடுகள் போடப்பட்டன. இந்தக் கோடுகள் சேதாரமானால் காசு செல்லாது என நியூட்டன் அறிவிக்க காசுகளை வெட்டும் வழக்கம் காணாமல் போனது.

இப்போது கோடுகள் மட்டுமின்றி குறுக்குக் கோடுகள், புள்ளிகள் போன்றவையும் விளிம்புகளில் போடப்படுகின்றன. சுதந்திரத்துக்கு முந்தைய இந்திய வெள்ளி நாணயங்கள், நம்முடைய நிக்கல் 5 ரூபாய் நாணயம் ஆகியவை நாமறிந்த

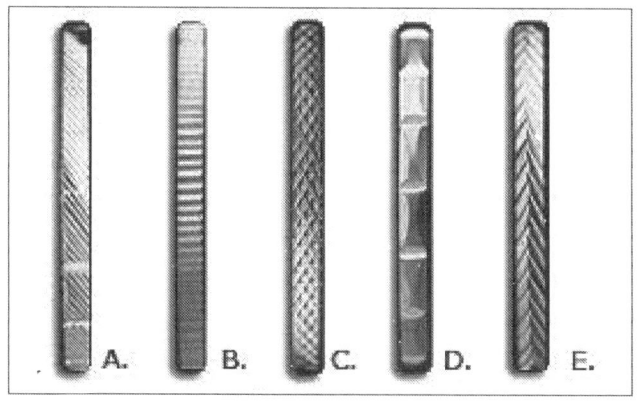

நாணயங்களின் விளிம்புகள்

உதாரணங்கள். இவற்றை அச்சடிப்பது கள்ளக்காசு தயாரிப்போருக்கு கடினம் என்பதோடு, ஒரு வேளை நாணயத்தில் சிறிய வெட்டு ஏற்பட்டாலும் இவை காட்டிக் கொடுப்பவையாக இருந்தன.

நியூட்டனின் இந்தக் கண்டுபிடிப்பு உலக அளவில் பெரும் மாற்றத்தை ஏற்படுத்தியது. விளிம்புகளைப் பயன்படுத்த வட்ட வடிவ நாணயங்களே சிறந்தவையாக இருந்ததால் வட்ட வடிவ நாணங்களை வெளியிடப் பல்வேறு நாடுகளும் முனைப்பு காட்டின. இதற்கு நியூட்டனின் கணிப்பு ஒரு காரணம் என்றால், மக்களும் அரசுகளும் அவர்மீது வைத்திருந்த நம்பிக்கை இன்னொரு காரணம்.

~

44

கறுப்புப் பணமும் பணச் சலவையும் கள்ளப்பணமும்

அரசுக்குக் கணக்கு காட்டப்படாத பணம் 'கறுப்புப் பணம்' என்று அழைக்கப்படுகின்றது. வசதி உள்ளவர்கள் அரசுக்கு சரியாக வரி கட்டாத போது, அதனால் வசதியற்ற மக்கள் பாதிக்கப்படும் அபாயம் உள்ளது. இதனால் கறுப்புப் பணம் சட்டத்தால் தடை செய்யப்பட்ட ஒன்றாக வைக்கப்பட்டது. 'கருப்பு' என்ற சொல் பொதுவாக கருமை நிறத்தைக் குறிக்கப்பயன்படும். இங்கு 'கறுப்பு' என்று சொல்வதற்கு 2 காரணங்கள் உள்ளன.

1. 'கருப்பு நிறம் இழிவானது' என்ற மேற்கத்திய மனோபாவத்தின் வெளிப்பாடாகவே ஆங்கிலத்தில் கணக்குக் காட்டப்படாத பணத்துக்கு கருப்புப் பணம் (Black money) என்ற பெயர் வந்தது, அந்த எண்ணம் ஏற்புடையது அல்ல. அதனால் கருப்பு என்ற வார்த்தைப் பயன்பாடு தவறானது. பாலியல் வல்லுறவை கற்பழிப்பு என்று கூறுவது எப்படித் தவறான மனநிலையின் வெளிப்பாடாகப் பார்க்கப்படுமோ அப்படித்தான் இதுவும்.
2. கறுப்பு என்ற சொல் கோபத்திற்கும் குற்றத்திற்கும் வஞ் சகத்திற்கும் உரிய தமிழ்ச் சொல் ('கறுப்பும் சிவப்பும் வெகுளிப் பொருள்' – தொல்.855), அதன் பொருத்தம் கருதியும் கறுப்பு என்ற சொல் இங்கு பயன்படுத்தப்படுகிறது. ஏனெனில் கோபத்தினால் ஒருவர் முகம் கறுக்கும் பின்னர் இயல்பாகிவிடும், அது சூழலால் ஏற்படும் பண்பு. கறுப்புப் பணமும் அப்படித்தான். அது அரசால் கைப்பற்றப்படும்போது திரும்ப இயல்பாகி விடுகிறது. மாறாக கருப்புப் பணம்

என்றால் அது 'எப்போதும் கருமையாக உள்ள பணம்' என்றே பொருள் தரும்.

பொருளாதாரத்தில் கறுப்புப் பணத்தைக் கட்டுப்படுத்துவது எளிதானது அல்ல. அது அதிகார மையங்களின் கைகளில் உள்ளது. உலக நாடுகளின் அரசுகள் எடுக்கும் கறுப்புப் பண ஒழிப்பு நடவடிக்கைகள் அனைத்தும் 50% சொத்துகளுக்குப் பொருந்துவதே இல்லை என்பது இங்கு உங்களுக்கு முதல் அதிர்ச்சி.

கடந்த 2014ஆம் ஆண்டில் 'ஆக்ஸ்பாம்' என்ற மனிதவள மேம்பாட்டு நிறுவனம் தனது பொருளாதார ஆய்வுகளை 'சிலருக்காக வேலை செய்கிறோம் (Working for the few)' என்ற பெயரில் ஒரு திடுக்கிடும் ஆய்வறிக்கையாக வெளியிட்டது. பல்வேறு நாடுகளிலும் பலத்த அதிர்வலைகளை உருவாக்கிய அந்த ஆய்வு, உலகின் ஒட்டுமொத்த வளங்களில் பாதியளவு, உலகின் மக்கள்தொகையில் ஒரு சதவிகிதத்துக்கும் கீழே உள்ள பெரும் பணக்காரர்களின் வசம் இருப்பதை உலகின் முன்பு உடைத்தது. மேலும் அதற்கு முந்தைய, தாராளமயம் செழித்த 25 ஆண்டுகளில் ஒருசில பணக்கார குடும்பங்கள் மட்டுமே செல்வம் குவித்ததையும், உலகின் ஒரு சதவிகித குடும்பங்கள் 46 சதவிகித வளத்தைப் பெற்றதையும் வெளிக்காட்டியது. உலகின் மக்கள்தொகையில் 50% உள்ள அடித்தட்டுமக்களின் சொத்து மதிப்பும், மேல்தட்டில் உள்ள முதல் 85 பணக்காரர்களின் சொத்து மதிப்பு சமம் என்ற இந்த ஆய்வின் முடிவு உலக பொருளாதாரச் சமத்துவத்தைப் பெரும் கேள்விக்குறியாக்கியது.

இன்னொரு பக்கம் உலகின் முழு வர்த்தகத்தையும் 20 குடும்பங்கள் மட்டுமே கட்டுப்படுத்துகின்றன என்பது இன்னொரு பேரதிர்ச்சி. ரோத்சைல்டு குடும்பம், ராக்பெல்லர் குடும்பம், ஜே.பி.மார்கன் குடும்பம், டுபாண்ட் குடும்பம், இங்கிலாந்து அரச குடும்பம் என்று நீளும் இந்தக் குடும்பங்களின் பட்டியலில் மொத்த உறுப்பினர் எண்ணிக்கை அதிகபட்சம் 10,000 பேர்தான். ஆனால் இவர்கள்தான் 750 கோடிக்கும் மேற்பட்ட உலக மக்களாகிய நாம் எதை வாங்க வேண்டும், எதை விற்க வேண்டும், எதை ரசிக்க வேண்டும் என்பதையெல்லாம் முடிவு செய்கிறார்கள். நாம் அவர்களுக்காக வாழ்கிறோம், அவர்களின் ஆடம்பரங்களுக்காகவே உழைக்கிறோம்.

கறுப்புப் பணம் வைத்திருப்பவர்கள் சட்டப்படி குற்றவாளிகள், தண்டனைக்கு உரியவர்கள் என்று நாம்

படிக்கிறோம், ஆனால் மேற்கண்ட இவர்களில் பலரது சொத்துக் கணக்கு அவர்களின் நாடுகளாலேயே அதிகாரபூர்வமாக மறைக்கப்படுகிறது. சிலருக்கு நாடுகள் என்ற எல்லைக் கோடுகள் கூட இல்லை, எனவே அவர்கள் யாருக்கும் வரி கட்ட வேண்டிய தேவை இல்லை!. இவர்களின் உண்மையான சொத்துக் கணக்கு யாரிடமும் கிடையாது!. ரோத்சைல்டுகளும், இங்கிலாந்து அரச குடும்பமும் நம் கண்முன்னே கண்ட உதாரணங்கள்.

இவர்களுக்குக் கீழே உள்ளவர்கள், பெரும்பாலும் முதல் தலைமுறை இரண்டாம் தலைமுறை பணக்காரர்கள்தான் வருமான வரி வரம்பிற்கு உள்ளாகவே வருகின்றனர். அப்படி வருபவர்கள் வரி செலுத்தாமல் சேர்த்த பணம்தான் இப்போதைக்கு கறுப்புப் பணம். இந்த லட்சக் கணக்கான சில்லறைப் பணக்காரர்கள் ஒட்டுமொத்தமாக செலுத்தும் வரியை விடவும் உலகின் முதல் 10 பணக்காரர்கள் கட்ட வேண்டிய வரித்தொகை பல மடங்கு அதிகம்!, அதெல்லாம் யாருக்கு வேண்டும்?.

இப்போது உலகமே தூற்றும் கறுப்புப் பண முதலைகளான சில்லறைப் பணக்காரர்களிடம் வருவோம். இவர்கள் செலுத்த வேண்டிய தொகையே நாடுகளின் பட்ஜெட்களுக்கு இணை யானவை என்பதால் இவர்களும் லேசுபட்டவர்கள் இல்லை, நாமும் சவுகரியமாக இவர்களின் குடுமியையே பிடிப்போம்.

'வருமான வரியை எதற்கு செலுத்த வேண்டும்?' – என்று மெய்யான வருமானத்தை மறைப்பவர்கள் மற்றும் சட்டத்திற்குப் புறம்பான வழிகளில் சொத்து சேர்த்ததால் அதனைச் சொல்ல முடியாமல் வரி கட்டாதவர்கள் என்று இந்தக் கறுப்புப் பண முதலைகளில் இரண்டே வகைகள்தான். இதில் முதல் வகையினர் பெரும்பாலும் என்றாவது ஒருநாள் கொத்தாக சிக்கி விடுகின்றனர், அல்லது பணம் ஏதாவது ஒரு வகையில் இவர்களால் செலவாகி வெளியே வந்துவிடுகிறது. இவர்களையே பெரும்பாலும் வருமான வரித்துறை போன்றவையும் குறிவைத்துத் தாக்குகின்றன.

இரண்டாம் வகையினர்தான் சவாலானவர்கள், சட்டத்திற்குப் புறம்பாக தொழில் செய்யும் இவர்கள் ஒரு பக்கம் கறுப்புப் பணத்தைச் சேர்ப்பதோடு இன்னொரு பக்கம் தங்கள் கறுப்புப் பணத்தை தொழில் வருமானமாகப் போலிக் கணக்கும் காட்டி விடுகின்றனர். அப்போது அந்த

வருவாய்க்கு குறைந்த பட்ச வரியை இவர்கள் செலுத்துவதால் அது வெள்ளையாகிவிடுகிறது. இவர்களை சட்டத்தால் ஒன்றும் செய்ய முடியாது. இப்படியாக கறுப்புப் பணத்தை வேறுவகையில் வருவாயாக கணக்குக் காட்டி வெள்ளையாக்குவது 'பணச் சலவை (Money laundry)' என்று அழைக்கப்படுகின்றது. ரஜினி நடித்த சிவாஜி படத்தில் பணச் சலவை கூடுமான வரைக்கும் எளிய முறையில் விளக்கப்பட்டு இருக்கும். ஆங்கிலத்தில் இந்தச் சொல்லின் மூலக் கதை மிகவும் சுவாரசியமானது.

1930ஆம் ஆண்டில் அமெரிக்காவில் முதன் முறையாக மதுவிலக்கு அமலுக்கு வந்தது. உடனே அதனைப் பயன்படுத்திக் கொண்ட 'அல் கபோன் (Al Capone)' என்ற மாஃபியா தலைவர் கள்ளச் சாராய வணிகத்தில் ஏகபோகமாக இறங்கினார். வருமானம் கொட்டோ கொட்டென்று கொட்டியது. ஆனால் அந்த வருமானத்திற்குக் கணக்குக் காட்ட முடியாதே... அதனால் இன்னொரு பக்கம் காசு போட்டால் சலவை செய்யும் புதிய சலவை இயந்திரங்களை பல்வேறு இடங்களில் அல் கபோன் நிறுவினார். நேர்மையாக சம்பாதித்ததால் அந்த இயந்திரங்களில் இருந்து அஞ்சும் பத்துமாகத்தான் வருவாய் வரும். ஆனால் அது அரசால் அங்கீகரிக்கப்பட்ட தொழில். இப்போது தனது சாராய வருமானத்தை சலவை இயந்திர வருமானமாக அல் கபோன் கணக்குக் காட்டினார். ஒரு கட்டத்தில்தான் மக்களுக்கு அவர் சலவை இயந்திரங்களை நிறுவியது துணிகளைச் சலவை செய்ய அல்ல பணத்தை சலவை செய்ய என்று புரிய ஆரம்பித்தது, 'பணச் சலவை' என்ற வார்த்தை இதிலிருந்து பிறந்தது. ஆனால் பணத்தைச் சலவை செய்ய சலவை இயந்திரங்கள் மட்டுமே போதுமானவையாக இல்லை.

இன்றைக்கும் அதிகம் பயன்படுத்தப்படும் பணச்சலவை முறையைக் கண்டுபிடித்தவர் மேயோர் லான்ஸ்கி என்ற அமெரிக்கர், இவர் காலத்தால் அல்கபோனுக்கு சற்று பின் தங்கி இருந்தாலும் தொழில்நுட்பத்தில் ஒரேயடியாக அவரை விஞ்சியவர். அல்கபோனின் குட்டு சட்டென்று உடைந்தது போல, தனது பணச்சலவையை மக்கள்

அல்கபோன்

மேயோர் லான்ஸ்கி

கண்டுபிடிக்கக் கூடாது என்பதால் இவர் மூன்று கட்டங்களை உடைய தொலைநோக்கு பணச்சலவை திட்டம் ஒன்றை வகுத்தார்.

இதன் முதல் கட்டம் அமெரிக்காவில் இவர் சேர்த்த கறுப்புப் பணத்தை, வங்கிச் சேவை எளிமையாக உள்ள சுவிட்சர்லாந்தில் ஒரு வங்கிக் கணக்கைத் திறந்து அதில் வரவு வைப்பது. இரண்டாவது கட்டம் தனது சுவிஸ் வங்கிக் கணக்கில் இருந்து, அவர் ஏற்கனவே தேர்வு செய்து வைத்திருக்கும், அவரது நம்பிக்கைக்கு உரிய அல்லக்கைகளின் அமெரிக்க வங்கிக் கணக்குகளுக்கு அவ்வப்போது, தொடர்ந்து பணம் அனுப்புவது. அதன் மூலம் ஓரிடத்தில் இருந்த கறுப்புப் பணத்தை பல கணக்குகளுக்கு இடம் மாற்றுவது (இப்போது அரசால் கணக்கு கேட்க முடியாமல் போகும்). மூன்றாவது கட்டம் தனது அமெரிக்க வங்கிக் கணக்கிற்கு அல்லக்கைகளின் பணத்தை அவர்களின் வங்கிகளில் இருந்து வரவு வைக்கச் சொல்வது (இப்போது இது மேயோரின் தொழில் வருமானம் போன்ற தோற்றத்துக்கு வந்துவிடும்). கணக்கு வைத்தவர்களுக்கு தேவைப்பட்டால் ரசீதுகளைக் கொடுத்துக் கொள்ளலாம்.

எளிதில் கண்டுபிடிக்க முடியாத இந்த முறையை மேயோர் தொடர்ந்து பயன்படுத்திக் கொண்டே இருந்தார். இதன் மீது அமெரிக்க அரசுக்கே சந்தேகம் வராத நிலையில், மேயோர் லான்ஸ்கியின் தொடர் வங்கி செயல்பாடுகளால் சுவிஸ்வங்கிகள் கடைசியில் வெறுத்துப் போயின, எதற்குமே வாய் திறக்காத தங்கள் மவுனத்தை உடைத்து 'ஏது இவ்வளவு பணம்?' என்று அவை மேயோரிடம் கேள்விகள் கேட்க, எதற்குமே அலட்டிக் கொள்ளாத மேயோர் அதுவரை தான் வெள்ளையாக்கி வைத்திருந்த பணத்தின் ஒரு பாகத்தைக் கொண்டு, சுவிஸ் நாட்டின் ஒரு சிறிய வங்கியை அலேக்காக விலைக்கு வாங்கினார்!.

இதைப் போன்ற இருபதிற்கும் மேற்பட்ட வழிமுறைகள் பணச்சலவைக்குப் பயன்படுத்தப்படுகின்றன. ஆனால் அதனை எல்லாம் மக்களிடம் சொல்வது விரும்பத் தகாத

விளைவை ஏற்படுத்தும் என்பதால் அதற்குள் எல்லாம் இங்கே செல்லவில்லை. முன்பு பெற்ற பாடங்களில் இருந்து அவற்றில் பல்வேறு முறைகள் இப்போது கட்டுப்படுத்தப்பட்டுள்ளன. (இவை தவிரவும் வங்கிகள் மூலமாக கறுப்புப் பணம் கைமாற பல வழிகளை அரசுகளே ஏற்படுத்தி வைத்துள்ளன. அவை பற்றி அடுத்த அத்தியாயத்தில் விரிவாகப் பார்ப்போம்.)

முன்பெல்லாம் வாடிக்கையாளரின் தேவை என்ன என்பதை மட்டும் கருத்தில் கொண்டு இயங்கிக் கொண்டிருந்த வங்கிகள், இப்போது வாடிக்கையாளர் யார்? எப்படிப்பட்டவர்? – என்பதையும் இப்போது ஆராயத் தொடங்கிவிட்டன. ஒரு வங்கியில் நீங்கள் கணக்கு தொடங்கும் போதே இந்த ஆய்வுப் பணிகளும் தொடங்கிவிடுகின்றன. இப்போதெல்லாம் முதலில் வங்கிகளில் உள்ள 'வேண்டாதவர்கள் பட்டியலில்' நீங்கள் இல்லை என்றால்தான் உங்களுக்கு கணக்கே தொடங்கப்படுகின்றது.

வங்கியுடன் இணைந்து நீங்கள் இயங்கிக் கொண்டிருக்கும் போது, உங்களுடைய படிப்பு, வேலை, தேவை ஆகிய விவரங்களைக் கொண்டு, உங்களின் பொதுவான வருமானம் என்ன? செலவுகள் என்ன? – என்பனவற்றை தோராயமாகக் கணக்கிட்டு உங்களைப் பற்றிய புரபைலை வங்கியின் கணினி மென்பொருள்கள் உருவாக்கிவிடுகின்றன. இந்த தகவல்களுக்கு மாறாக உங்கள் வங்கிக் கணக்கில் திடீரென லட்சக் கணக்கில் பணம் புரண்டால் நீங்கள் கண்காணிக்கப்படுவீர்கள். 'எங்கிருந்து உங்களுக்கு அடிக்கடி பணம் வருகின்றது?, நீங்கள் யாருக்கு அடிக்கடி பணம் அனுப்புகிறீர்கள்?' – என்பதை எல்லாம் உங்கள் வங்கி ஆவணப்படுத்தி அதை ரிசர்வ் வங்கிக்கு அனுப்பும். ரிசர்வ் வங்கி 'பணப்பதுக்கல்' தொடர்பாக உங்களைக் கண்காணிக்கச் சொல்லி வருவாய் பிரிவுக்கு விவரங்களை அனுப்பும். நீங்கள் ஒரு பொருளாதாரக் குற்றவாளியா இல்லையா என்பது விசாரணைகள் மூலம் உறுதி செய்யப்படும்.

கறுப்புப்பணம் உள்ளிட்ட பொருளாதார குற்றச் செயல்களில் ஈடுபடுபவர்களையும் உலக சட்டங்கள் மோசமான குற்றவாளிகளாகவே பார்க்கின்றன. சர்வதேச குற்றங்களிலும், பயங்கரவாத சம்பவங்களிலும் பின்னால் நின்று உதவுபவர்களாக பொருளாதாரக் குற்றவாளிகள் உள்ளதே இதன் காரணம். இதனால் உலக நாடுகள் தங்களுக்குள் தீவிரவாதிகளின் விவரங்களோடு பொருளாதாரக் குற்றவாளிகளின் விவரங்களையும்

அவ்வப்போது பகிர்ந்துகொள்கின்றன. வங்கிகளும் தங்களுக்குள் இணைந்து பொருளாதார குற்றவாளிகளை கண்காணிக்கின்றன. (அப்படி இருந்தும் மல்லையாவுக்கும் நீரவ் மோடிக்கும் பிளட் பேங்கைத் தவிர அத்தனை பேங்கிலும் எப்படிக் கடன் கொடுத்தார்கள் என்பது பில்லியன் டாலர் கேள்வி, விடுங்க நமக்கு எதுக்கு அரசியல்?). சர்வதேச பொருளாதாரக் குற்றங்களைக் கட்டுப்படுத்த பல சர்வதேச அமைப்புகளும் உள்ளன. உதாரணமாக பணச்சலவையைக் கட்டுப்படுத்த என்று மட்டும் 'ஃபினான்சியல் ஆக்ஷன் டாஸ்க் ஃபோர்ஸ் (Financial Action Task Force - FATF)' – என்ற அமைப்பு உள்ளது.

ஆனால் இத்தனையையும் கடந்து பணச்சலவை உலகெங்கும் நடந்து கொண்டேதான் இருக்கின்றது. அடுத்து நாம் பார்க்கப்போவது கள்ளப் பணத்தைப் பற்றி...

கறுப்புப் பணம் என்பதும் அரசால் அச்சடிக்கப்படும் பணம்தான். அதற்கு மாறாக தனி நபர்களால் அரசை ஏமாற்றி அச்சடிக்கப்படும் பணமே கள்ளப்பணம் ஆகும், புழக்கத்தில் கள்ளப் பணத்தாளானது கள்ளநோட்டு என்றும் கள்ள நாணயங்கள் – என்றும் அழைக்கப்படுகின்றன.

பணம் நாணய வடிவம் எடுத்த காலத்தில் இருந்து கள்ள நாணயங்கள் தோன்றியதைப் போல, பணத்தாள்கள் செலாவணியில் புழங்கத் தொடங்கிய ஆரம்ப காலத்திலேயே கள்ள நோட்டுகளும் தோன்றிவிட்டன. அமெரிக்க டாலர், பிரிட்டன் பவுண்ட், ஐரோப்பிய யூரோ – என்று கள்ள நோட்டுகள் இல்லாத உலகப் பணத்தாள்களே கிடையாது. இப்போது பிளாஸ்டிக் பணத்தாள்களில் கூட போலிகள் வந்துவிட்டன, ஆனால் அவை காகிதப் பணத்தாள்களைவிட மிகவும் குறைவு.

கள்ளநோட்டுகளைக் கட்டுப்படுத்த 2 வழிகள் மட்டுமே உள்ளன.

1. கடுமையான சட்டங்களை இயற்றுவது
2. அதிக பாதுகாப்பு அம்சங்களுடன் பணத்தாள்களை அச்சடிப்பது

சீனாவில் கள்ளப் பணத்தாள்களை அச்சிடுபவர்களுக்கு மரண தண்டனை விதிக்கப்பட்டதைப் பற்றி முன்னரே பார்த்தோம். ஆனால் கள்ளப் பணத்தாள்கள் அச்சடிப்பதை நவீன உலகம் பொருளாதார மோசடியாகப் பார்ப்பதால்

இப்போது பெரும்பாலான நாடுகளில் அதற்கு மரண தண்டனை இல்லை. இதனால் 10 ஆண்டுகள் வரையிலான சிறை தண்டனை மட்டுமே இப்போது பெரும்பாலும் வழங்கப்படுகிறது. ஆனால் அந்தக் கள்ளநோட்டுகள் மூலம் தீவிரவாதத்திற்கு நிதி உதவி அளிக்கப்படுவது போன்ற தகாத செயல்கள் நடந்தது நிரூபணமானால் குற்றவாளிக்கு ஆயுள்தண்டனைகூட அளிக்கப்படலாம். கள்ள நோட்டுகளைப் பொறுத்தவரையில் அவற்றை அச்சடிப்பது எப்படிக் குற்றமோ அதுபோல கள்ளநோட்டுகளைத் தெரிந்தே பயன்படுத்துவதும், புழக்கத்தில் விடுவதும் குற்றமே ஆகும்.

இந்திய தண்டனைச் சட்டத்தின் 489 ஆவது பிரிவு கள்ளநோட்டுகளோடு தொடர்புடைய குற்றங்களின் தண்டனைகளைப் பற்றியது. இதில் 4 உப பிரிவுகள் உள்ளன. அவற்றைப் பற்றிப் பார்ப்போம்.

இ.த.ச. 489 (அ): கள்ளநோட்டுகளை அச்சடித்தாலோ அல்லது கள்ளநோட்டுகளைப் பணப் புழக்கத்தில் கொண்டுவரும் சட்டவிரோதச் செயலில் ஏதாவது ஒரு வகையில் தெரிந்தே பங்கேற்றாலோ ஆயுள் தண்டனை அல்லது 10 வருடங்கள் வரையிலான கடுங்காவல் தண்டனை மற்றும் அபராதம் விதிக்கப்படும்.

இ.த.ச. 489 (ஆ): கள்ளநோட்டுகளை அறிந்தே பணப் புழக்கத்தில்விட்டால் ஆயுள் தண்டனை அல்லது 10 வருடங்கள் வரையிலான கடுங்காவல் தண்டனை மற்றும் அபராதம் விதிக்கப்படும்.

இ.த.ச. 489 (இ): கள்ளநோட்டுகளை தெரிந்தே வைத்திருந்தால் ஏழாண்டுகள் வரையிலான கடுங்காவல் தண்டனை அல்லது அபராதம் அல்லது இரண்டும் விதிக்கப்படும்.

இ.த.ச. 489 (ஈ): கள்ளநோட்டுகளை அச்சடிக்க உதவும் கருவிகளை வைத்திருந்தால் ஆயுள் தண்டனை அல்லது 10 வருடங்கள் வரையிலான கடுங்காவல் தண்டனை மற்றும் அபராதம் விதிக்கப்படும்.

இ.த.ச. 489 (உ): பணத்தாள்களைப் போலத் தோற்றம்தரும் பொருட்களைத் தயாரித்தாலோ, தயாரிக்கக் காரணமாக இருந்தாலோ அவற்றைப் பயன்படுத்தினாலோ 100 ரூபாய் வரையிலான அபராதம் விதிக்கப்படும்.

இதில் விலக்குகளும் இல்லாமல் இல்லை. ஒரு வேளை குறிப்பிட்ட காரணங்களுக்காக ரூபாய் நோட்டுகளைப்

போலத் தோற்றமளிக்கும் ஆவணங்களை யாராவது சரியான உபயோகத்திற்காக பயன்படுத்த விரும்பினால் அரசின் முன்னனுமதி பெற்று, அரசு அதிகாரிகள் முன்னிலையில் அச்சிட்டு அவற்றைப் பொருளாதாரம் அல்லாத பயன்பாட்டுக்கு பயன்படுத்தலாம். பின்னர் அதே அதிகாரிகள் முன்னிலையில் அவற்றை அழித்துவிட வேண்டும். சில திரைப்படங்களில் அதிக அளவிலான பணத்தாள்கள் உள்ள காட்சிகளைப் படமாக்க இவ்வாறு செய்யப்பட்டு உள்ளது. உதாரணம்: ரஜினியின் சிவாஜி.

கள்ள நோட்டுகளைத் தடுக்க ஒவ்வொரு நாடும் பல்வேறு உத்திகளைப் பயன்படுத்துகின்றன. உதாரணமாக 2016வரை புழங்கிய 1000 ரூபாய் பணத்தாளில் அதன் முன்பக்கம் 8 பாதுகாப்பு அம்சங்களும் பின்புறம் 2 பாதுகாப்பு அம்சங்களும் இடம் பெற்று இருந்தன.

வாட்டர் மார்க், இரண்டு நிறங்களில் மின்னும் வண்ணம், தாளில் காணப்படும் பிரைலி வகையிலான தொட்டு உணரும் குறியீடுகள், உலோகப் பாதுகாப்பு இழை ஆகியவை அதிகம் பயன்படுத்தப்படும் பாதுகாப்பு ஏற்பாடுகள்.

கள்ளப்பண ஒழிப்பு என்றால் முதலில் வரும் நாடு அமெரிக்காதான்.

அமெரிக்க அரசுக்கு கள்ள டாலர்கள் மீது எப்போதுமே ஒரு எச்சரிக்கை உண்டு. கள்ள டாலர்களை அச்சடிப்பவர்கள் மீது ராணுவ நடவடிக்கை எடுக்கக் கூட அவர்கள் தயங்குவது இல்லை. ஏனெனில் அமெரிக்கப் பொருளாதாரமே டாலரின் நம்பகத் தன்மையில்தான் இருக்கிறது அதை முன்னரே பார்த்தோம். மேலும் திருடன் தன்னிடமிருந்து திருட அனுமதிக்க மாட்டான் என்ற உளவியலும் இதன் பின்னாக உள்ளது.

கள்ளப்பணமும் அல்லாத கறுப்புப் பணமும் அல்லாத அழுக்குப் பணமும் கூட மக்களின் அச்சத்தால் செல்லாமல் போகின்றன. ஒரு பணத்தாள் அதிககாலம் புழங்கும்போது இது நிகழ்கிறது, மக்களின் அலட்சியமான போக்கும் அழுக்குப் பணத்தாள்களுக்கு ஒரு காரணம். இவை உலக அளவில் நோயைப் பரப்புவதில் முன்னணியில் உள்ளவை என்பது நம்மில் பெரும்பாலானவர்கள் அறியாத ஒன்று. அதுபற்றி அடுத்த அத்தியாயத்தில் காண்போம்...

~

45

அழுக்குப் பணத்தாள்களும் கிழிந்த பணத்தாள்களும்

உலகின் மிக அதிக நாடுகளில் புழங்கும் பணத்தாளான அமெரிக்க டாலரின் தூய்மை குறித்து ஒரு ஆய்வு மேற்கொள்ளப்பட்டபோது, புழக்கத்தில் உள்ள டாலர்களில் 90%க்கும் மேல் அழுக்கானவையாக உள்ளது கண்டுபிடிக்கப்பட்டது. அழுக்கு என்றால் சாதாரண அழுக்கு அல்ல, கிருமிகளைப் பரப்பும் அழுக்கு. அமெரிக்காவின் டாய்லெட் பேப்பர்களை விடவும் அதிக கிருமிகள் நிறைந்தவையாக டாலர் பணத்தாள்கள் உள்ளன என்று ஆய்வறிக்கை கூறிய உதாரணம் உங்கள் புரிதலை மேம்படுத்தக் கூடும்.

ஒரே ஒரு பணத்தாளின் மேற்பரப்பில் மட்டும் 26,000 கிருமிகள்வரை வசிக்கலாம் என்ற உண்மை அதிர்ச்சி அளிக்கக்கூடியது. இதில் 78 வகையான நோய்பரப்பும் பாக்டீரியாக்கள், 12 வகையான வலிமைமிக்க நோய்க் கிருமிகள் மற்றும் சில பூஞ்சை வகைகள் அடக்கம். இப்படியாக அதிக கிருமிகள் வாழும் உலகப் பணத்தாள்களில் இந்தியப் பணத்தாள்கள் 2016க்கு முன்புவரை முதல் 10 இடங்களுக்குள் இருந்தன (இதைப் படித்த பின்னர் யாராவது 'பாக்டீரியாக்களை ஒழிக்கவே பணமதிப்பு நீக்கம் நடத்தப்பட்டது' என்று சொன்னால் அதற்கு கம்பெனி பொறுப்பு அல்ல).

உலக அளவில் நடந்த ஆய்வுகளின்படி, பாலஸ்தீன நாட்டு கரன்சிகளில்தான் அதிகப்படியாக 96.25 சதவிகிதம் அளவுக்கு கிருமிகள் வாழ்கின்றன. அடுத்து கொலம்பிய கரன்சியில் 91.1 சதவிகிதமும், தென் ஆப்பிரிக்க கரன்சியில் 90 சதவிகிதமும்

நோய்க் கிருமிகள் இருக்கின்றன. இந்தியக் கரன்சிகள் தடிமனாக உள்ளதனாலும், பல்வேறு தரப்பட்ட அசுத்தங்களின் மத்தியில் புழங்குவதாலும், பணத்தாள் ஈரப்பதமாக இருக்க வாய்ப்புகள் அதிகம் என்பதாலும் இங்கு 80 சதவிகிதம் அளவுக்குக் கிருமிகள் உள்ளன. இதில் 70% பூஞ்சைகள் 9% பாக்டீரியாக்கள் 1% வைரஸ்கள் அடக்கம்.

பொதுவாக உயிரற்ற பரப்புகளில் வைரஸ் மற்றும் பாக்டீரியாவின் சராசரி ஆயுள் காலம் 48 மணி நேரங்கள்தான், ஆனால் பணத்தாள்களில் அது 17 நாட்கள். அமெரிக்காவில் ப்ளூ(Flu) காச்சல் பரவி, பின்னர் கட்டுப்படுத்தவும்பட்ட நிலையில் 17ஆம் நாளில் நடந்த ஆய்வுகளில் ப்ளூ காய்ச்சல் வைரஸ்கள் பணத்தாள்களில் தொடர்ந்து வாழ்வது கண்டுபிடிக்கப்பட்டது. இந்த 17 நாள் இடைவெளியில் அடுத்த கைக்கு பணத்தாள் மாறிவிடும் என்றால் இன்னும் கிருமியின் ஆயுள் நீளும், மனிதனின் ஆயுள் குறையும்.

கடந்த நூற்றாண்டில் இங்கிலாந்தை பிளேக் நோய் தாக்கிய போது, அது பணத்தாள்களின் மூலமும் பரவுவதைக் கண்ட மருத்துவர்கள் பவுண்ட் பணத்தாள்களை வினிகரில் முக்கிய பிறகே பயன்படுத்த அறிவுறுத்தினர், இப்படியாக பிளேக் அங்கு கட்டுப்படுத்தப்பட்டது. ஆனால் கொரோனா பரவிய சமீப ஆண்டுகளில் 'மின்னணுப் பணப் பரிமாற்றத்தைப் பயன்படுத்துங்கள்' என்று கூறிய அரசுகள், பணத்தாள்கள் மூலமும் வைரஸ் பரவும் என்பதை விளக்கவே இல்லை!. காரணம் அது மக்களுக்குத் தெரிந்து பணத்தாள்களை அவர்கள் புறக்கணித்தால் பொருளாதாரம் பாதிக்கப்படும் என்பதுதான்!. சரி இதற்குத் தீர்வு என்ன?.

தூய்மைக்கும் தொழில்நுட்பத்திற்கும் பெயர்போன ஜப்பானியர்கள் பணத்தாள்களை சுத்தம் செய்யவும் ஒரு இயந்திரத்தைக் கண்டுபிடிக்க முயற்சி செய்தனர். பணத்தாள்களில் உள்ள கிருமிகள் அதிக வெப்பத்தில் அழிவதைக் கொண்டு ஹிட்டாச்சி நிறுவனம் ஒரு பணத்தூய்மை இயந்திரத்தை வெற்றிகரமாக உருவாக்கியது, ஆனால் அந்த இயந்திரம் சந்தையில் ஹிட்டாகவில்லை.

ஏ.டி.எம். இயந்திரத்தின் உள்ளாகவே பொருத்தப்பட்ட இந்த இயந்திரம் பணத்தாளை 320 டிகிரிக்கு வேகமாக சூடேற்றி கிருமிகளை அழித்தது. ஆனால் மீண்டும் பணம்

வெளியே வந்த உடனேயே மக்கள் கைகளில் இருந்து கிருமிகள் உடனே அதற்குப் பரவின, இதனால் பணத்தாள்களை எப்போதும் தூய்மையாக வைக்க முடியவில்லை. தவிர இந்த வெப்பப்படுத்தும் செயல்பாட்டால் பணத்தாள்களில் இருந்த ஹாலோகிராம் (hologram) முத்திரை பாதிக்கப்பட்டதோடு, பணத்தாளின் வண்ணமும் டல்லடித்தது.

பிளாஸ்டிக் பணத்தாள்கள் வந்தபோது அதனால் கிருமிகள் தொல்லை குறையும் என்று எதிர் பார்க்கப்பட்டது, ஆனால் பிளாஸ்டிக் பணத்தாள்களிலும் சில கிருமிகள் வெற்றிகரமாகத் தாக்குப்பிடிக்கவே செய்கின்றன. பல வளர்ந்த உலகநாடுகள் பணத்தாள்களின் கிருமிகளை ஒழிக்க என்றே பல ஆய்வுகளை நடத்தி வருகின்றன.

இந்திய ரிசர்வ் வங்கியிடம் 'கிளீன் நோட் பாலிசி' என்று ஒரு திட்டம் இருந்தாலும் அது கிழிந்த, முகம் தெரியாத அளவுக்கு அழுக்கான நோட்டுகளைப் பற்றியதாகவே உள்ளது. கிருமிகள் பற்றி அதில் ஒன்றும் இல்லை. நமக்கு பணத்தாள்களின் அழுக்கு பற்றிய விழிப்புணர்வு இன்னும் ஏற்படவில்லை.

மனிதனின் நோய் எதிர்ப்பு சக்தி பணத்தாள்களில் உள்ள நுண்ணுயிரிகளிடமிருந்து அவனைப் பாதுகாக்கும் என்றாலும், பணம் பரவும் வேகம் அதிகம் என்பதால் தொற்றுநோய்க்காலங்களிலாவது பணத்தின் கிருமிகளைத் தூய்மை செய்யும் ஒரு தொழில்நுட்பம் நமக்கு அவசியம்.

நாணயங்களில் கிருமிகள் பணத்தாள்கள் அளவுக்கு இல்லை என்றாலும் அவையும் கிருமிகளின் கூடாரங்களே, நாணயங்களை தோலில் வைத்து தேய்ப்பதும் வாயில் போடுவதும் நோய்களுக்குக் காரணங்களாகலாம். ஆனால் அவற்றை சுத்தப்படுத்துவது எளிது. அடுத்து கிழிந்த பணத்தாள்களைப் பற்றிப் பார்ப்போம்.

எந்தப் பணத்தாள்கள் பயன்பாட்டுக்கு உகந்தவை, எந்தப் பணத்தாள்கள் பயன்படுத்த இயலாதவை என்று உலகளாவிய வரையறைகள் உள்ளன. அவற்றின் படி, இரண்டு மூன்று துண்டுகளாக கிழிக்கப்பட்ட, கிழித்து ஒட்டப்பட்ட பணத்தாள்களும், எழுதுவது போன்ற நடவடிக்கைகளால் கறை படிந்த பணத்தாள்களும், எரிந்தோ, கிழிந்த பகுதி காணாமல் போயோ அளவில் குறைந்த பணத்தாள்களும் பயன்பாட்டுக்கு

உகந்தவை அல்ல. அவற்றை வெளியிட்ட வங்கிகளே திரும்பப் பெற்றுக் கொண்டு புதிய பணத்தாள்களை வழங்க வேண்டும்.

இதனை மனதில் கொண்டு இந்திய ரிசர்வ் வங்கி 2009ஆம் ஆண்டில் அனைத்து வங்கிகளுக்கான புதிய விதி ஒன்றைக் கொண்டு வந்தது. அதன்படி, வங்கிகளில் பொதுமக்கள் தங்கள் கிழிந்த பணத் தாள்களைக் கொடுத்து புதிய அல்லது நல்ல நிலையில் உள்ள பணத்தாள்களைப் பெற்றுக் கொள்ளலாம். இதற்கு அந்தக் குறிப்பிட்ட வங்கியின் வாடிக்கையாளராக இருக்க வேண்டிய அவசியம் இல்லை.

இப்படியாக மாற்றப்படும் எல்லா பணத்தாள்களுக்கும் அதன் முழு மதிப்புத் தொகையும் வழங்கப்படுவது இல்லை. ஒரு ரூபாயில் இருந்து 20 ரூபாய் வரையிலான பணத்தாள்கள் சேதப்பட்டு இருந்தாலோ, எரிந்து இருந்தாலோ அதன் பாதி அல்லது அதற்கு பாதிக்கும் மேற்பட்ட பகுதி கொடுக்கப்பட்டால் முழுத்தொகையும் அளிக்கப்படும். துண்டுகளாக கிழிக்கப்பட்ட பணத்தாளில் ஒரு துண்டாவது 50% அல்லது அதற்கு மேற்பட்ட பகுதியைக் கொண்டிருந்தால் முழுத் தொகையும் அளிக்கப்படும்.

50 ரூபாய் மற்றும் அதற்கு மேற்பட்ட மதிப்பிலான பணத்தாள்களில் இந்தப்பரப்பு 65% அல்லது அதற்கு மேற்பட்டதாக இருக்க வேண்டும். ஒரு வேளை 65% பரப்புக்கு கீழே 40% பரப்புக்கு மேலே இருந்தால் பணத்தாளில் மதிப்பில் பாதி மட்டுமே கொடுக்கப்படும்.

அழுக்கடைந்த பணத்தாள்களின் எழுத்துகள் மறையாமல் உள்ளபோது, அவை உண்மையான பணத்தாள்களா என்று உறுதி செய்ய முடிந்தால் அதன் நிலையைப் பொறுத்து முழுத்தொகையோ அல்லது 50% தொகையோ வழங்கப்படும். இந்த வரையரைகளுக்குப் பொருந்தாத பணத்தாள்களுக்கு ஒன்றுமே கிடைக்காது.

பணத்தாள்கள் கிழியும்போது, அவற்றை செலபன் டேப்பினால் ஒட்டும் வழக்கம் பலருக்கும் உள்ளது. இது தவறான வழக்கம். பணத்தாள் கிழிந்தால் உடனே அருகே உள்ள வங்கியில் கொடுத்து புதிய பணத்தாள் பெறுவது உத்தமம். ஏனெனில் ஒட்டப்படும் பணத்தாள் மக்கும் குப்பையில் இருந்து மக்காத குப்பையாக மாறுகிறது. இது சூழலுக்குக் கேடு. ஒருவேளை பணத்தாளை ஒட்டியே ஆக வேண்டும்

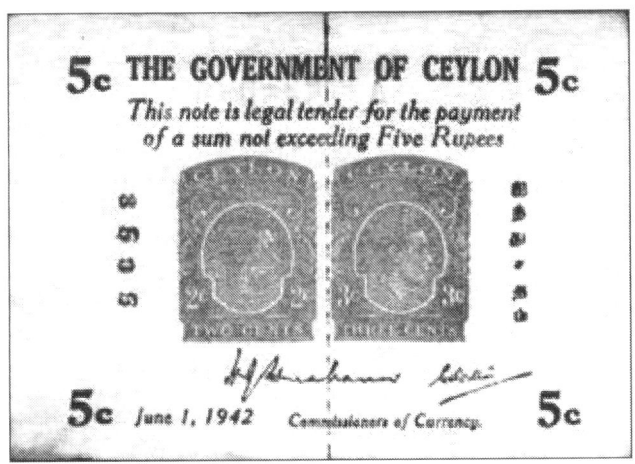

சில்லறைக்காக கிழித்துக் கொடுக்கப்பட்ட பணம்

என்ற தேவை ஏற்பட்டால், புத்தகங்களுக்கு அட்டை போடும் பிரவுன் ஷீட்டை வெட்டி பசை வைத்து அவற்றில் ஒட்டலாம். இதனை வங்கிகளில் ஏற்பார்கள். சரி இப்படிப் பெறப்பட்ட தாள்களை வங்கி என்ன செய்யும்?.

செல்லாமல் போன நமது ரூபாய் நோட்டுகள் மறுசுழற்சிக்கு அனுப்பப்படுகின்றன. அவற்றைத் தூளாக்கும் ரிசர்வ் வங்கி அந்தத் தூளை அப்படியே விற்கிறது, அவற்றில் இருந்து சிறிய கலைப் பொருட்களும் உருவாக்கப்படுகின்றன. எல்லா கிழிந்த பணத்தாள்களுக்கும் இது நேர்வது இல்லை. பணத்தாள்களின் வரலாற்றில் சில பணத்தாள்கள் கிழிக்க என்றே அச்சடிக்கப்பட்டன. அவை கட்டுப் பணத்தாள்கள் மற்றும் சில்லறைக்கான பணத்தாள்கள். அவற்றைப் பற்றி மிகச் சுருக்கமாகப் பார்ப்போம்.

கட்டுப் பணத்தாள்கள் என்பவை ஆங்கிலேயர் கால இந்தியாவில் புழங்கியவை. இவை வங்கியில் இருந்து வரும்போதே ஒரு டைரி அல்லது செக் புத்தகத்தின் வடிவில்தான் வரும். அதாவது கட்டில் உள்ள அனைத்துப் பணத்தாள்களும் சேர்த்து பைண்ட் செய்யப்பட்டு இருக்கும். ஒரு வேளை அந்தக் கட்டில் இருந்து உங்களுக்கு ஒரு நோட்டு தேவைப்பட்டால் அதை செக் தாளைக் கிழித்துக் கொடுப்பதுபோலக் கிழித்துக் கொடுக்கலாம். இந்தக் கட்டுப் பணத்தாள்களில் கட்டின் இறுதித்தாள் மட்டும்

கனமாக அச்சடிக்கப்பட்டு இருக்கும். இதுவே பணக்கட்டு உறுதியாக நிற்க உதவுவது. இந்தப் பணத்தாளை 'அடிக்கட்டு நோட்டு' என்று மக்கள் அழைத்தனர்.

சில்லறைக்கான பணத்தாள்கள் ஆங்கிலேயர்கள் கால இலங்கையில் புழங்கியவை. இவை 5 சதம் (Cent) மதிப்பில் அச்சடிக்கப்பட்டன. சில்லறைத்தேவை ஏற்படும்போது இதனை இரண்டு துண்டுகளாக கிழிக்க முடியும், அப்போது ஒரு துண்டு 3 சதம் மதிப்பையும் மறு துண்டு 2 சதம் மதிப்பையும் பெறும். இரண்டாம் உலகப்போரின் பொருளாதார நெருக்கடிக்காக 1942ஆம் ஆண்டு ஜூன் 1ல் இவை புழக்கத்தில் விடப்பட்டன. 1943ஆம் ஆண்டு ஜூலை 15ல் இவை பணமதிப்பு நீக்கம் செய்யப்பட்டன.

அழுக்குப் பணத்தின் காரணம், கைகளின் அழுக்கு. கறுப்புப் பணத்தின் காரணம்?. வாருங்கள் அடுத்த அத்தியாயத்தில் வரி ஏய்ப்பைப் பற்றிப் பார்ப்போம்.

~

46

வங்கிகளும் வரி ஏய்ப்பும் கறுப்புப் பணமும்...

பொருளாதாரத்தில் மிகவும் பாவப்பட்டவர்கள் மாதச் சம்பளக்காரர்கள்தான். இவர்களின் கைகளுக்கு வரிகள் போக மீதக்காசுதான் சம்பளமாக வரும், அனைத்து வரிகளும் போடப்பட்ட பின்னர் முழு விலைகளில்தான் பொருட்கள் வரும். இரண்டு பக்கங்களிலும் இவர்கள் சுரண்டப்படுகிறார்கள். உரலுக்கு ஒரு பக்கம் இடி என்றால் மத்தளத்திற்கு இரண்டு பக்கம் இடி என்பது மத்தளத்தைவிட மாதச் சம்பளக்காரர்களுக்கு நன்றாகவே பொருந்தும்.

இந்தியாவில் 28% வரையிலான ஜி.எஸ்.டி. வரி விதிக்கப்பட்ட பின்பும் ஏன் பழைய வருமான வரியும் தொடர்கிறது என்பது மில்லியன் டாலர் கேள்வி. இதனை சுப்பிரமணியன் சுவாமி உள்ளிட்ட பா.ஜ.க.வினரே கேட்டனர். அதற்கு வழக்கம் போல அரசிடம் இருந்து பதில் இல்லை. 2017ஆம் ஆண்டின் நிலவரப்படி, 2.5 லட்சத்திற்கு மேல் சம்பளம் வாங்குபவர்களிடமெல்லாம் வருமான வரியோடு உலகின் மிக அதிக ஜி.எஸ்.டி.யையும் ஒரு நாடு வசூலித்தது என்றால் அங்கு நடந்தது கொடுங்கோலாட்சி என்பதைத் தவிர வேறு ஒன்றுமல்ல, கல்வியும் சுகாதாரமும் தனியார்வசம் இருக்கும் ஒரு நாட்டில் மக்கள் தங்கள் அதிகரிக்கும் செலவுகளுக்கு எங்கே போவார்கள் என்பதை அரசு சிந்திக்காததன் வெளிப்பாடுதான் இதெல்லாம்.

சாதாரண மக்களும் வாங்கும் பொருட்களில் எதை ஆடம்பரமென அரசு நினைக்கிறதோ அதற்கு 28% ஜி.எஸ்.டி.

விதிக்கிறார்கள், அதே சமயம் எப்போதுமே ஆடம்பரமாகவே வாழும் முதலாளிகளுக்கு இவர்கள் விதிக்கும் அதிகபட்ச நேர்முக வரியோ 30%தான். இந்தவகையில் உலகில் மிகக்குறைவாக நேர்முக வரி விதிக்கும் நாடுகளின் பட்டியலில் எப்போதும் இந்தியா முன்னிலையில் இருக்கிறது, இங்கே ஏழைக்கும் பெரும் பணக்காரனுக்கும் இடையில் 2%தான் வரி வித்தியாசம். முன்பு இதே இந்தியாவில் பணக்காரர்களுக்கு சூப்பர் டாக்ஸ் இருந்தது. அப்போது 90% வரையில் அவர்கள் வரி கட்டினார்கள் என்பதை நாம் இங்கே நினைத்துப் பார்க்க வேண்டும். ஆனால் எந்த வரியும் தொழிலதிபர்களின் மொத்த சம்பாத்தியத்தின் மீது விதிக்கப்படுவது கிடையாது.

பெருநிறுவனங்கள் சம்பாதித்த தொகையில் நிறுவனத்துக்கும் அதன் முதலாளிகளுக்கும் உரிய அனைத்து செலவுகளும் போக, மீதம் உள்ள லாபத்துக்கு மட்டும்தான் அவர்கள் வரி செலுத்த வேண்டும். (இதனால்தான் ஒரு நிறுவனத்தில் பணியாளராக இருப்பதைவிடவும் நிறுவனத்தை நடத்துவது மேலானதாகக் கருதப்படுகிறது. ராபர்ட் கியோஸாகி போன்றவர்கள் தங்கள் புத்தகங்களில் இதுபற்றி விலாவரியாக விளக்கி உள்ளனர்). பெரும்பாலும் முதலாளிகள் சொல்வதுதான் செலவுக் கணக்கு. இங்கிருந்துதான் உலகின் அதிகபட்ச கறுப்புப் பணம் தோன்றுகின்றது. இதை அரசுகளும் பார்த்துக் கொண்டு மவுனமாக இருக்கின்றன.

சிறப்புப் பொருளாதார மண்டலங்களில் உள்ள நிறுவனங்கள் ஒரு பாட்டில் தேங்காய் எண்ணெய்யை 11,500 ரூபாய்க்கும், ஒரு டெலிபோனை ஒரு லட்சத்து ஐம்பதனாயிரம் ரூபாய்க்கும் வாங்கியதாகச் சொன்ன பில்களை அரசுகள் அப்படியே ஏற்றுக் கொண்டிருக்கின்றன எனும்போது இந்த செலவுக் கணக்குகளின் உண்மைத் தன்மை உங்களுக்கே விளங்கியிருக்கும்.

இன்னொரு பக்கம் 2016ஆம் ஆண்டில் இந்தியாவே பணமதிப்பு நீக்கத்தினால் தள்ளாடிய போது அப்போதைய ஆளும் கட்சியான பாஜகவின் தலைவர் அமித்ஷாவின் மகன் ஜெய்ஷாவுக்கு மட்டும் அவர் 50 ஆயிரம் முதலீடு செய்த நிறுவனம் 89 கோடி ரூபாய் லாபத்தில் இயங்கி இருக்கிறது. அதாவது 16,000 மடங்கு லாபம் கிடைத்திருக்கிறது. இதனை ஊழல் என்று பத்திரிகைகளும் எதிர்க்கட்சிகளும் சொன்னபோது, அரசின் கூடுதல் சொலிசிட்டர் ஜெனரலே

அவருக்காக வாதாட ஒப்புக் கொண்டார். சில ஆண்டுகளில் ஜெய் ஷா இந்தியாவின் பணக்கார கிரிக்கெட் வாரியமான பி.சி.சி.ஐ.யின் செயலாளராகவும், பின்னர் ஆசிய கிரிக்கெட் கவுன்சிலின் தலைவராகவும் மாறினார்.

இதுபோலவே இதற்கு முந்தைய காங்கிரஸ் ஆட்சியில் காங்கிரஸ் தலைவர் சோனியா காந்தியின் மருமகன் ராபர்ட் வதேராவும் சொத்து சேர்த்தார். இவர்களின் கணக்குகள் எல்லாம் அரசுகளால் ஏற்கப்பட்டவையாகவே உள்ளன என்றால் வருமான வரிச் சட்டங்களில் எண்ணற்ற ஓட்டைகள் உள்ளன என்பதே அதன் பொருள்.

நிறுவனங்களிடம் கணக்கினைப் பெற்று வரி விதிப்பது ஒருபக்கம் கடினம் என்றால், அதனை வசூலிப்பது இன்னொடு பக்கம் மிகமிகக் கடினம். அரசின் அனைத்து சலுகைகளையும் பெற்று, முதலீட்டைவிடவும் பல மடங்குக்கு லாபமும் பார்த்துவிட்டு 22,000 கோடி வரியைக் கட்டாமல் ஸ்ரீபெரும்புதூரில் நிறுவனத்தை மூடிய நோக்கியா இதற்கு கண்கண்ட உதாரணம்.

நிறுவனங்களும் அரசும் எப்படியெல்லாம் சட்டங்களை வளைத்து சொத்து சேர்க்கின்றனர் என்பதற்கு உலக அளவில் இதுபோல ஆயிரக் கணக்கான உதாரணங்கள் உள்ளன. வரியை ஏய்த்து, கறுப்புப் பணத்தைச் சம்பாதித்தாகிவிட்டது அடுத்து?.

இப்படி சம்பாதிக்கும் கறுப்புப் பணத்தை உள்நாட்டிலேயே பாதுகாப்பது அதனை சேர்ப்பதை விடவும் கடினமானது. இதற்காக உதவ பல அயல் நாடுகளும் வங்கிகளும் உள்ளன. அரசர்கள், அரசியல்வாதிகள், மாஃபியா தலைவர்கள், தீவிரவாதக் குழுக்கள், தொழிலதிபர்கள், சினிமா பிரபலங்கள் – ஆகியோர்தான் இவர்களின் பிரதான வாடிக்கையாளர்கள். இந்த வங்கிகளின் வாடிக்கையாளர்கள் குறித்து 'குளோபல் பைனான்சியல் இண்டக்ரிடி (Global Financial Integrity)' என்ற அமைப்பு மேற்கொண்ட ஆய்வின் முடிவில் இத்தகைய வங்கிகளின் மொத்த வாடிக்கையாளர்களில் அரசியல்வாதிகள், அதிகாரிகள் 3 சதவிகிதமாகவும், சட்டவிரோத வழிமுறைகளில் பணம் பெறும் மாஃபியாக்கள், தீவிரவாதிகள் 33 சதவிகிதமாகவும் கார்ப்பரேட் நிறுவனங்கள் மற்றும் அவற்றின் தரகர்கள் 64 சதவிகிதமாகவும் இருந்தனர். மற்றவர்கள் ஒரு சதவிகிதத்திற்கும் குறைவுதான்.

கறுப்புப் பண வங்கிகளில் புகழ் பெற்றவை சுவிட்சர்லாந்தின் வங்கிகள். இவற்றின் 'கறுப்புப் பண வரலாறு' மூன்று நூற்றாண்டுகளுக்குப் பழமையானது. கி.பி.1713ஆம் ஆண்டில் சுவிட்சர்லாந்தின் 'கிரேட் கவுன்சில் ஆஃப் ஜெனிவா' என்ற அமைப்பு அந்த ஆண்டில் இருந்து வங்கிப் பரிவர்த்தனைத் தகவல்கள் மற்றும் வாடிக்கையாளர் விவரங்கள் பாதுகாக்கப்படும், அவை யாரிடமும் அளிக்கப்பட மாட்டாது என சட்டம் போட்டது. அன்றில் இருந்து இன்று வரை சுவிட்சர்லாந்து ரகசிய வங்கிக் கணக்குகளின் சொர்க்கமாக இருக்கிறது.

சுவிட்சர்லாந்தைப் போலவே உலகின் பல குட்டி நாடுகளும் ரகசிய வங்கிச் சேவைகளை அறிமுகப்படுத்தி உள்ளன. அவற்றில் பெரும்பாலானவை பிரிட்டிஷ் ஆளுகைக்கு உட்பட்டவை. ஆனால் வேறு எந்த நாட்டிடமும் இல்லாத 3 சிறப்புகள் சுவிட்சர்லாந்துக்கே உள்ளன.

1. 300 ஆண்டுகளாக எந்தப் போரிலும் ஈடுபடாத நாடு சுவிஸ். ஐரோப்பாவில் இருந்தாலும் உலகப் போரின் வடுக்கள் இதற்குக் கிடையாது. போரில் பங்கேற்காததால் இதன் உள்நாட்டு பொருளாதாரச் சூழல் நிலையானது. தேசப் பாதுகாப்பும் அச்சத்திற்கு அப்பாற்பட்டது.

2. ஐரோப்பிய கண்டத்தில் இருந்தாலும் சுவிட்சர்லாந்து ஐரோப்பிய யூனியனின் அங்கம் கிடையாது. ஐரோப்பா முழுவதும் யூரோ நாணயங்கள் புழங்கியபோதும் இங்கு சுவிஸ் பிராங்குகள்தான் புழங்கின. இதனால் ஐரோப்பிய பொருளாதார மந்தங்களுக்குக் கூட சுவிஸ் விதிவிலக்குதான்.

3. உலகின் மிக அதிக நிலைத்தன்மை உடைய பணம் சுவிஸ் பிராங்க். டாலரைப் போல இதன் மதிப்பு அதிகம் ஏறி இறங்குவதில்லை. வங்கியில் உள்ள பணத்தின் மதிப்புக்கு 40 சதவிகிதம் இணையான மதிப்புடைய தங்கம் சுவிஸ் பெட்டகத்தில் இருக்கிறது. இதனால் பொருளாதார நம்பிக்கையில் உலகின் எந்த நாட்டாலும் சுவிஸ் பக்கம் நெருங்கக் கூட முடியாது.

சுவிட்சர்லாந்தில் வங்கிக் கணக்கு வைப்பது பணம் படைத்தவர்களின் தகுதிச் சின்னங்களுள் ஒன்றாக இப்போது பார்க்கப்படுகிறது. ஆனால் இங்கு கணக்குத் தொடங்க உள்ள நடைமுறைகளும், வங்கி விதிகளும் நல்ல வழியில்

சம்பாதிப்பவர்களால் ஏற்கவே முடியாதவை. மற்ற வங்கிகளில் நீங்கள் பணம் போட்டால் வங்கிகள் உங்களுக்குப் பணம் தரும். சுவிஸ் வங்கிகளில் நீங்கள் பணம் போட்டாலோ நீங்கள்தான் வங்கிக்கு கட்டணம் தர வேண்டும். வட்டியா அதெல்லாம் மூச்!.

இங்கு குறைந்தபட்ச வைப்புத் தொகையே ஒரு லட்சம் டாலர்கள்தான். பரிவர்த்தனைகள் ஐம்பதாயிரம் டாலருக்கும் மேல் இருக்க வேண்டும். 10 ஆண்டுகளுக்கு பரிவர்த்தனைகளே இல்லை என்றால் உங்களைத் தேடுவார்கள், நீங்களே இல்லை என்றால் உங்கள் வாரிசைத் தேடுவார்கள். வாரிசுகள் கிடைக்கவில்லையா? நல்லது மொத்தத் தொகையும் வங்கிக்குத்தான். உலகின் ஒவ்வொரு பெரிய பணக்காரர், சர்வாதிகாரி, பிரபலம், அரசியல்வாதி இறக்கும் போதும் சுவிஸ் கட்டாயம் செல்வம் அடைகிறது. ஜெர்மனியில் ஹிட்லரால் படுகொலை செய்யப்பட்ட யூதர்களில் பலர் பெரும் பணக்காரர்கள், நாஜிக்களுக்கு அஞ்சி சுவிஸ் வங்கிகளில் கணக்கு வைத்திருந்தவர்கள். அவர்களின் பணமெல்லாம் சுவிஸ் வங்கிகளுக்கே போனது என்பதுதான் வரலாறு.

இன்னொரு பக்கம் இப்படி கஷ்டப்பட்டு கறுப்புப் பணம் சேர்த்து அதைப் பாதுகாக்கவும் கஷ்டப்படக் கூடாது என்று விரும்புபவர்களுக்காக குறைந்த வரிவிதிப்புடைய தேசங்கள் இருக்கின்றன. இவை பணத்தை வெளுக்க உதவுகின்றன. உலக மயமாக்கலில் எந்த நாட்டின் கம்பெனியும் எந்த நாட்டிலும் வர்த்தகம் செய்யலாம் என்ற சூழலில் பலர் இப்படிப்பட்ட நாடுகளுக்கு தங்கள் நிறுவனங்களை மாற்றிக் கொள்கின்றனர். இதன் மூலம் குறைந்த வரியைச் செலுத்தி அதிக வருவாயை அனுபவிக்கின்றனர்.

உலகின் மிகப்பெரிய நிறுவனங்களில் ஒன்றான கூகுள் இப்படியாக தனது தேச அடையாளங்களை மாற்றிக் கணக்குகளைக் காட்டியதால் தனது மொத்த வருமானத்தில் 2.4 சதவிகிதத்தை மட்டுமே வருமான வரியாகக் கட்டி வருகிறது. இந்திய தொழிலதிபர்கள் பலரும் கூட இப்படிச் செய்கின்றனர்.

இன்னொரு பக்கம் இந்தியாவுடன் பொருளாதார ஒப்பந்தங்களைப் போட்ட குட்டி நாடுகள் மூலமும் வரி ஏய்ப்பும், கறுப்புப் பண வெளுப்பும் நடக்கின்றன. மொரீசியஸ் அதற்கான நல்ல உதாரணம். 12 லட்சத்திற்கும் குறைவான மக்களே வசிக்கும் குட்டித் தீவான மொரீசியஸில் இருந்துதான்

இந்தியத் துணைக் கண்டத்துக்கான 40% அந்நிய முதலீடுகள் 2010 – 2015 காலகட்டங்களில் வந்துள்ளன. இத்தனைக்கும் மொரீசியஸ் ஒன்றும் சிங்கப்பூர் போல பணக்கார தேசமும் கிடையாது. எப்படி இது சாத்தியமாகிறது?.

இந்திரா காந்தி இந்தியப் பிரதமராக இருந்தபோது 1983ஆம் ஆண்டில் மொரீசியசுக்கும் இந்தியாவுக்கும் ஒரு வணிக ஒப்பந்தம் கையெழுத்தானது. அதன்படி மொரீசியஸில் தலைமையிடத்தைக் கொண்டுள்ள நிறுவனங்கள் இந்தியாவில் முதலீடு செய்து தொழில்களை நடத்தினால், அந்த வருமானத்துக்கு மொரீசியஸ்தான் வரி விதிக்கும். ஒருவேளை இந்தியாவில் வரி விதிக்கப்பட்டு இருந்தால் மொரீசியஸ் வரி விதிக்காது. வணிக நிறுவனங்கள் இரண்டு நாடுகளிலும் வரி கட்டுவதைத் தவிர்க்கவே இந்த ஏற்பாடு என்று கூறப்பட்டது. இந்த ஒப்பந்தத்துக்கு 'இரட்டை வரி தவிர்ப்பு ஒப்பந்தம் (Double Taxation Avoidance Treaty)' என்று பெயர். இந்த ஒப்பந்தம்தான் பின்னர் பல வகைகளிலும் வரி ஏய்ப்புக்கும் கறுப்புப்பண வெளுப்புக்கும் உதவியது. இந்திரா காந்திக்கும் தீவுகளுக்கும் என்ன ராசியோ தெரியவில்லை.

இந்தியாவில் சேர்க்கப்பட்ட கறுப்புப்பணத்தைக் கொண்டு மொரீசியஸில் ஒரு போலி நிறுவனத்தை உருவாக்கி அந்தப் பணத்தை வெளுப்பது காலம்காலமாக நடக்கிறது. மோடியின் அரசு இது போன்ற இருவழி ஒப்பந்தங்களை சற்று மாற்றி அமைத்தாலும், அது சீரழிவைக் கட்டுப்படுத்த போதுமானதாக இல்லை.

மொரீசியஸ் மட்டுமின்றி சிங்கப்பூர், கேமென் தீவுகள், பிரிட்டிஷ் விர்ஜின் தீவுகள், பெர்முடா தீவு – ஆகிய குட்டிப் பிரதேசங்கள்தான் 2016வரையில் இந்திய அந்நிய முதலீட்டில் சுமார் 80% பங்கினை வகிக்கின்றன.

இன்னொரு பக்கம் இந்தியாவின் ஏற்றுமதிகளிலும் குட்டித் தீவு நாடுகளே முன்னணியில் இருக்கின்றன!. அட்லாண்டிக் பெருங்கடலில் உள்ள பஹாமாஸ் தீவு என்பது மூன்றரை லட்சம் மக்களைக் கொண்ட சிறிய பிரதேசம். 2010ல் இந்தியாவிலிருந்து இந்தத் தீவுக்கு சுமார் 19 ஆயிரம் கோடி ரூபாய் மதிப்புக்கு பெட்ரோலியப் பொருட்களை ஏற்றுமதி செய்துள்ளதாக இரண்டு இந்திய நிறுவனங்கள் கணக்குக் காட்டின. அந்த நிறுவனங்கள் ரிலையன்ஸ் மற்றும் எஸ்ஸார். பஹாமாஸ் தீவு தன்னைச் சுற்றி

உள்ள கடல்நீரை அப்புறப்படுத்திவிட்டு பெட்ரோலால் அகழி அமைத்தால் கூட அவர்களுக்கு இவ்வளவு பெட்ரோலியம் தேவைப்படாது என்பது உலகறிந்தது. இத்தனைக்கும் 2008ஆம் ஆண்டில் பஹாமாஸ் இந்தியாவில் இருந்து 15 கோடி ரூபாய் மதிப்புக்கு மட்டுமே மொத்த இறக்குமதிகளை செய்திருந்தது. 2 ஆண்டுகளில் இவ்வளவு அதிகமாக தேவை அதிகரிக்க வாய்ப்பே இல்லை.

இவற்றுக்கு எல்லாம் நேரடியான அர்த்தம் 'அந்நிய நேரடி முதலீடு என்பது உண்மையில் இந்தியக் கறுப்புப் பணம் கொல்லைப்பக்கமாக போய், அந்நிய செலாவணியாக வெளுத்து வாசல் பக்கமாக உள்ளே வரும் வழி மட்டுமே' என்பதுதான்.

இதெல்லாம் ஒரே படிநிலையில் நடந்து விடுவது இல்லை. கட்டாயம் அரசுகளுக்கும் வங்கிகளுக்கும் தெரியாமல் இப்படி நடக்க முடியாது. ஆனால் இதன் பின்னாக இருப்பவர்கள் அரசுகளுக்கு வேண்டியவர்களாக இருப்பதாலும், வங்கிகளுக்கு இது போன்ற கறுப்புப் பணங்களால் நல்ல லாபம் இருப்பதாலும் இதை யாரும் வெளிப்படுத்துவது கிடையாது. அமெரிக்க பொருளாதார நெருக்கடியின் போது கறுப்புப் பணத்தை அதிக அளவில் வைத்திருந்த அமெரிக்க வங்கிகள் நெருக்கடியில் இருந்து எளிதாகத் தப்பின என ஐ.நா.வின் போதைப்பொருள் மற்றும் குற்றங்களுக்கான அலுவலகம் கூறியது இங்கு குறிப்பிடத்தக்கது.

~

47

இந்திய நாணயங்களும் பணத்தாள்களும்

இந்தியாவில் வங்கி அமைப்புமுறைகள் கி.மு.5ஆம் நூற்றாண்டிலேயே வழக்கத்தில் இருந்ததற்கான சான்றுகள் புத்தமத நூல்களில் காணப்படுகின்றன. அன்றைய உலகின் பிற வங்கிகளைப் போல இந்தப் பழமையான இந்திய வங்கிகளும் நாணயங்களையும் நகைகளையும் சேமிக்கும் இடங்களாக மட்டுமே இருந்தன. இவை பணத்தாள் வெளியீட்டில் ஆர்வம் செலுத்தவில்லை.

இந்தியாவின் மிக அருகாமையில் உள்ள சீன தேசத்தில் பணத்தாள்கள் புழங்கிய காலத்திலும், இந்தியா அதனை ஏற்கவில்லை. கி.பி.15ஆம் நூற்றாண்டில் சீனப்பணத்தாள்கள் கடும் பணவீக்கத்தை ஏற்படுத்தியதை அறிந்து, அதனால்கூட இந்திய அரசுகள் பணத்தாள்களைத் தவிர்த்திருக்கக் கூடும். எது எப்படியோ, இந்தியாவுக்குள் ஐரோப்பியர்கள் உள்ளே நுழையும்போதுதான் பணத்தாள்களும் உள்ளே நுழைந்தன.

இதனால் இந்தியப் பணத்தாள்களின் வரலாறு இந்திய நாணயங்களின் வரலாற்றை விட மிகவும் இளமையானது. கி.பி. 1770ஆம் ஆண்டில்தான் இந்தியாவில் பணத்தாள்கள் முதன் முதலாக வெளியிடப்பட்டன. கொல்கத்தாவில் இயங்கிய 'பாங்க் ஆஃப் இந்துஸ்தான்' என்ற வங்கி, கொல்கத்தாவின் ஆங்கிலேய ஆளுநர் வாரன்ஹேஸ்டிங்கின் ஆதரவோடு இவற்றை வெளியிட்டது. இவை ஒரு பக்கம் மட்டுமே அச்சிடப்பட்டவை. (அப்போது தொழில்நுட்ப சிக்கல்கள் நிறைய இருந்தன, அன்று

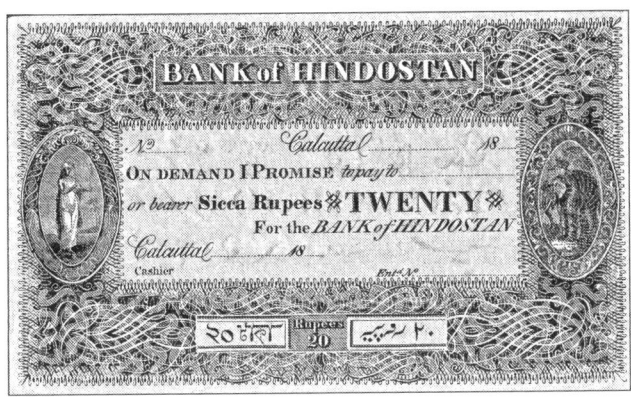

பேங்க் ஆஃப் இந்துஸ்தான் பணம்

சமகால ஜெர்மனியின் பணத்தாள்கள் கூட ஒரு பக்கம் மட்டுமே அச்சாகி இருந்தது.)

இதனைத் தொடர்ந்து அரசின் பங்குகளோடு வங்காளத்தில் இயங்கிய தனியார் வங்கியான 'பேங்க் ஆஃப் பெங்கால்' தனது பணத்தாள்களை வெளியிட்டது. இந்தப் பணத்தாள்கள் 10 ரூபாய் முதல் 1000 ரூபாய் வரை பல்வேறு மதிப்புகளில் இருந்தன. இந்தப் பணத்தாள்களுக்கு வணிகர்களின் பேராதரவு கிடைத்தது. பேங்க் ஆஃப் பெங்கால் பணத்தாள்கள் எந்த ஆண்டில் இருந்து வெளியிடப்பட்டன என்பது குறித்து எந்த ஆவணங்களும் இல்லை. ஆனால் இந்தப் பணத்தாள்களில் ஆண்டும் மாதமும் தேதியும் குறிப்பிடும் வழக்கம் இருந்ததால், இதன் காலத்தை தோராயமாக மதிப்பிட முடிகிறது. சேகரிப்பாளர்களுக்குக் கிடைத்த மிகப் பழமையான பேங்க் ஆஃப் பெங்கால் பணத்தாள் கி.பி.1812ஆம் ஆண்டின் செப்டம்பர் 9ல் வெளியிடப்பட்டதாக உள்ளது.

பேங்க் ஆஃப் பெங்கால் பணத்தாள்கள் வலிமை பெற்ற பிறகு, 1819ஆம் ஆண்டில் அதுவரை பேங்க் ஆஃப் இந்துஸ்தான் வெளியிட்ட பணத்தாள்கள் திரும்பப் பெறப்பட்டன. உண்மையில் இதுதான் இந்தியாவின் முதல் பண மதிப்புநீக்க நடவடிக்கை. ஆனால் அப்போது தேசத்தின் ஒட்டுமொத்தப் பணப் புழக்கத்தில் இந்தப் பணத்தாள்கள் 1% கூட இல்லை என்பதால் இது மக்களிடம் எந்த சலனத்தையும் ஏற்படுத்தவில்லை.

கி.பி.1840ஆம் ஆண்டில் தொடங்கப்பட்ட 'பேங்க் ஆஃப் மும்பை' வங்கியும் பேங்க் ஆஃப் பெங்காலின்

முன்னுதாரணத்தைப் பின்பற்றி தனது பணத்தாள் வெளியீட்டு முயற்சிகளைத் தொடங்கியது. இந்த வங்கியும் அரசின் மூலதனத்தையும் ஆதரவையும் பெற்றிருந்ததால் பணத்தாள் வெளியீட்டில் சிக்கல்கள் எதுவும் இல்லை. இதன் பணத்தாள்கள் 10 ரூபாய் முதல் 10,000 ரூபாய் வரையிலான மதிப்புகளில் வெளியிடப்பட்டன.

மாகாண வங்கிகளின் பணத்தாள் வெளியீட்டில் கடைசியாக இணைந்த வங்கி 'பேங்க் ஆஃப் மெட்ராஸ்' ஆகும். கி.பி.1842ஆம் ஆண்டில்தான் இதன் பயணம் தொடங்கியது. ஆனால் மற்ற இரண்டு மாகாண வங்கிகளுக்குக் கிடைத்த அரசின் ஆதரவும் அங்கீகாரமும் இந்த வங்கிக்கும், இதன் பணத்தாள்களுக்கும் கிடைக்கவில்லை. இந்த வங்கியின் கடன்சுமைதான் அதற்குக் காரணம். இதனால் மிகக் குறைவான எண்ணிக்கையிலேயே பேங்க் ஆஃப் மெட்ராஸ் பணத்தாள்கள் புழக்கத்தில் விடப்பட்டன. 10 ரூபாய் முதல் 3000 ரூபாய் வரையிலான மதிப்புகளை இவை கொண்டிருந்தன. எண்ணிக்கையும் புழக்கமும் குறைவு என்பதால் இந்தப் பணத்தாள்கள் இந்தியாவின் மிக அரிய பணத்தாள்களாக பணத்தாள் சேகரிப்பாளர்களால் கருதப்படுகின்றன.

வங்கிகளும் பணத்தாள்களும் ஒரு பக்கம் பெருக, இன்னொரு பக்கம் இந்தியப் பணத்தாள் வெளியிட்டில் 'போலிப் பணத்தாள்களின் அபாயம்' – மாபெரும் சிக்கலாக உருவெடுத்தது. பேங்க் ஆஃப் பெங்கால் வங்கி இதனால் தனது பணத்தாள்களை இங்கிலாந்தின் புகழ் பெற்ற அச்சகங்களில் அச்சிட்டது. ஆனால் அப்போதும் போலிப் பணத்தாள்களைக் கட்டுப்படுத்த முடியாததால் கி.பி.1858ஆம் ஆண்டில் அனைத்து பழைய பணத்தாள்களும் திரும்பப் பெற்றுக் கொள்ளப்பட்டு முந்தைய பணத்தாள்களில் இருந்து முழுதும் வேறுபட்ட புதிய பணத்தாள்கள் அறிமுகப்படுத்தப்பட்டன. இது இந்திய வரலாற்றில் பணத்தாள் திரும்பப் பெற்றுக் கொள்ளப்பட்ட இரண்டாவது நிகழ்வு. ஆனால் இப்போது மக்களில் கணிசமானவர்கள் பணத்தாள்களை அறிந்திருந்தார்கள்.

அதனால் அப்போதைய பணமதிப்பு நீக்கத்தின் மூலம் மக்களிடையே தங்கள் வங்கி மீது உள்ள நம்பிக்கை போய்விடாமல் இருக்க அழகிய, புதிய பணத்தாள்களை பேங்க் ஆப் பெங்கால் வெளியிட்டு இழப்பை சரிகட்டியது.

அந்தப் புதிய பணத்தாள்களில் ஆற்றல் மிக்க ஹீக்ளி ஆறு, பிரமாண்டமான அசாமிய காண்டாமிருகம், பீகாரில் உள்ள ஷேர் ஷாவின் அழகிய கல்லறை, ஒரிசா கடற்கரையின் எழில் மிக்க பனை மரங்கள் – போன்ற காட்சிகள் இடம்பெற்றன. பேங்க் ஆஃப் பெங்கால் உள்ளிட்ட அனைத்து மாகாண வங்கிகளும் மக்கள் நம்பிக்கையை தக்க வைத்துக் கொண்ட பிறகு, பணத்தாள் எளிய மக்களுக்கும் சென்று சேர்ந்த பிறகு, பாதகமற்ற களத்தில் இறங்க ஆங்கில அரசு தீர்மானித்தது.

இந்தியாவில் பணத்தாள்கள் அறிமுகமாகி 90 ஆண்டுகள் கழிந்த பிறகு கி.பி.1861ஆம் ஆண்டில், 'காகிதப் பணச் சட்டம் (Paper money Act)' என்ற சட்டத்தை இயற்றிய ஆங்கில அரசு, அதன் மூலம் பணத்தாள்களை வெளியிடும் உரிமையை தனதாக்கிக் கொண்டது. அப்போது அதற்கு ஆங்கில அரசு கூறிய பிரதான காரணங்களுள் ஒன்று 'கறுப்புப் பண ஒழிப்பு'. (ஆனால் 2016ஐ ஒப்பிடும்போது அப்போது கறுப்புப் பணம் சதவிகிதத்தில் அதிகம்தான்.) இந்தியா முழுமைக்குமான புதிய பணத்தாள்களை இங்கிலாந்தில் அச்சடித்த ஆங்கில அரசு பின்னர் அவற்றை இந்தியாவிற்கு கப்பலில் கொண்டு வந்தது. இந்த ஆரம்பகால பணத்தாள்கள் மகாராணி விக்டோரியாவின் உருவம் பொறிக்கப்பட்டவை. இவை 10, 20, 50, 100, 1000 – ஆகிய ரூபாய் மதிப்புகளில் அச்சிடப்பட்டன.

ஆனால் சட்டம் போட்டு பணத்தாள் உரிமையைக் கைப்பற்றி, போதுமான பணத்தாள்களை அச்சடித்து கப்பல்களில்

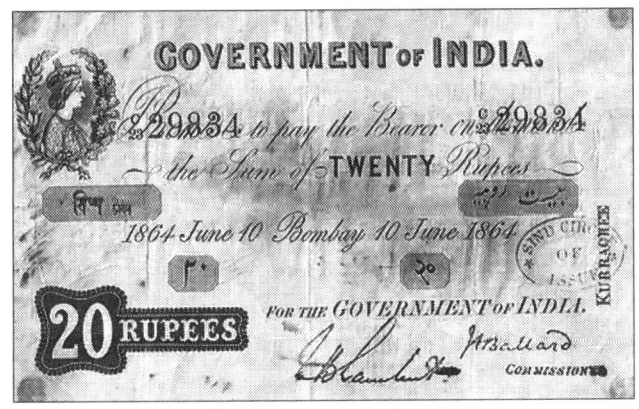

விக்டோரியா பணத்தாள்

கொண்டு வந்த பிறகும் கூட போலிப் பணத் தாள்கள் குறித்த அச்சம் ஆங்கில அரசுக்கு இருந்தது!. இந்த அச்சத்தை விலக்க, இங்கிலாந்தின் பாரம்பரிய முறையை இந்தியாவில் பின்பற்ற ஆங்கில அரசு முடிவு செய்தது. அது என்ன பாரம்பரிய முறை?.

பண்டைய இங்கிலாந்தில் 'பாங்க் ஆஃப் இங்கிலாந்து' மத்திய வங்கி தொடங்கப்படும் வரை 'டாலி குச்சிகள்' என்ற குச்சிகளே அங்கு பணத்தாள்களைப் போல புழங்கின. டாலி குச்சியின் கதை சுவாரசியமானது.

குறிப்பிட்ட பணமதிப்பு உறுதி செய்யப்பட்ட, வரிசை எண் குறிக்கப்பட்ட ஒரு மரக் குச்சிதான் டாலி குச்சி. இந்தக் குச்சி உருவாக்கப் பட்ட உடனேயே இரண்டாக உடைக்கப்படும். இந்தக் குச்சியின் ஒரு பகுதி அரசின் கஜானாவிற்கு அனுப்பப்படும், மறுபகுதி மக்களின் புழக்கத்திற்கு என்று குறிப்பிட்ட பணமதிப்போடு அளிக்கப்படும், பணம் தேவைப்படும் ஒரு குடிமகன் தன்னிடம் உள்ள பாதி டாலிக் குச்சியை அரசின் கருவூலத்தில் கொண்டுபோய் கொடுத்தால், அவர்கள் கருவூலத்தில் உள்ள அதே வரிசை எண் உடைய குச்சியோடு அதனைப் பொருத்திப் பார்ப்பார்கள். இரண்டும் ஒன்றாகப் பொருந்தினால் அந்த டாலிக் குச்சியின் மதிப்புக்கு உரிய பணம் நாணயங்களாக வழங்கப்படும்.

இந்த முறையின் சிறப்பு என்ன என்றால், போலிப் பணத்தாள்கள், போலி நாணயங்களை உருவாக்குவதைப் போல போலி டாலிக் குச்சிகளை உருவாக்க முடியாது. அப்படி உருவாக்கினால் அவை ஒன்றுடன் ஒன்று பொருந்தாமல் போய் காட்டிக் கொடுத்துவிடும். இங்கிலாந்தில் மட்டும் பின்னர் வங்கிகள் பணத்தாள் வெளியிடும் உரிமையைப் பெறாமல் இருந்திருந்தால் டாலிக் குச்சிகள் ஒருவேளை உலகப் பொருளாதாரத்தை இயக்கிக் கொண்டு இருந்திருக்கக் கூடும்.

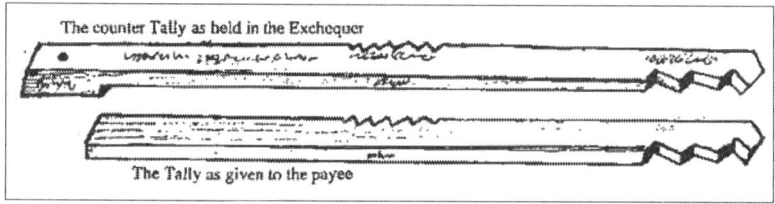

டாலிக் குச்சி

ஆனால் மிக அதிக எண்ணிக்கையில் டாலிக் குச்சிகளை வெளியிட்டால் அதே அளவுக்கு கருவூலத்தில் இடம் நிரம்பும் என்பதால், இதில் எண்ணிக்கை பிரதான பிரச்னையாக மாறி இருக்கும்.

டாலிக் குச்சிகளின் வெற்றிகரமான முன்னுதாரணத்தை பணத்தில் பயன்படுத்தி, இந்தியாவில் தனது முதல் பணத்தாள் வெளியீட்டை வெற்றிகரமான முயற்சியாக நிலைநிறுத்த ஆங்கில அரசு முடிவு செய்தது. அதன்படி தனது உயர்மதிப்பு பணத்தாள்களை இரண்டாக வெட்டி ஒரு பாதியை தபாலில் அனுப்பிவைக்கும் வழக்கத்தை இந்தியாவில் ஆங்கில அரசு மேற்கொண்டது. இன்னொரு பாதி அரசிடம் இருக்கும். மக்களின் பாதியும் அரசின் பாதியும் பொருந்தினால் பணம் செல்லும். தொடக்கத்தில் பணத்தாள்கள் குறைவாக இருந்ததால் இம்முறை வெற்றி பெற்றது. ஆனால் பின்னாட்களில் பணப்புழக்கம் அதிகரித்தபோது ஆங்கிலேயர்கள் இதனைத் தொடரவில்லை. உலகின் எந்த நாடும் இப்போது தனது பணத்தாளை தானே கிழிப்பது இல்லை. ஆனால் நிழல் உலகத்தில் இரண்டு துண்டாக்கப்பட்ட பணத்தாள்கள் இப்போதும் பணப்பரிமாற்றங்களில் அடையாளப் பணமாகப் பயன்படுகின்றன. சிவாஜி, அயன் – போன்ற தமிழ் திரைப்படங்களில் பாதி ரூபாய் நோட்டு அடையாளமாகப் பயன்படுத்தப்படும் காட்சிகளை இப்போது நினைவுபடுத்திப் பாருங்கள்.

இந்தியாவில் ஆங்கிலேயர் ஆதிக்கம் வலுவாக காலூன்றிய பின்னர், தேசமெங்கும் பணத்தாள்களை புழங்கவிட்ட ஆங்கில அரசு அதற்காக மகாராஷ்டிர மாநிலத்தில் உள்ள நாசிக்கில் ஒரு அச்சகத்தை 1925ஆம் ஆண்டில் ஏற்படுத்தியது. முதல் 3 ஆண்டுகளுக்கு தபால்தலைகளை மட்டும் அச்சடித்த இந்த அச்சகம் பிறகு பணத்தாள்களையும் அச்சடிக்கத் தொடங்கியது. இன்று வரையில் நாசிக்கில் இந்தியப் பணத்தாள்கள் தொடர்ந்து அச்சடிக்கப்பட்டு வருகின்றன. இந்தியா சுதந்திரம் பெற்ற பிறகு பணத்தாள்களின் தேவை பெருகியதால், 1974ஆம் ஆண்டு மத்தியப் பிரதேசத்தின் 'தேவாஸ்' பகுதியில் புதிதாக ஒரு அச்சகத்தை இந்திய அரசு தொடங்கியது. நாசிக், தேவாஸ் – ஆகிய இடங்களில் உள்ள இந்த இரண்டு ஆலைகளும் எஸ்.பி.எம்.சி.ஐ.எல். (SPMCIL - Security printing and Minting corporation of India Limited) என்ற நிறுவனத்தின் கீழ் செயல்படுகின்றன.

இது தவிர ரிசர்வ் வங்கியால் தனியாக 'பாரதிய ரிசர்வ் பேங்க் நோட் முத்ரன் பிரைவேட் லிமிடெட் (Bharathiya Reserve Bank Note Mudran Private Limited)' – என்ற பொது நிறுவனம் 1990ஆம் ஆண்டில் தொடங்கப்பட்டது. இந்த நிறுவனத்தின் கீழ் கர்நாடக மாநிலம் மைசூரிலும், மேற்கு வங்க மாநிலம் சல்பானியிலும் இரண்டு அச்சகங்கள் இயங்குகின்றன. இவற்றில் பணத்தாள்களோடு வங்கிகள் சம்பந்தப்பட்ட ஆவணங்களும் அச்சடிக்கப்படுகின்றன.

பணத்தாள் என்பது அடிப்படையில் ஒரு அச்சடிக்கப்பட்ட காகிதம். அதனால் சமூக விரோதிகள் இதனைப் போலியாக தயாரிக்க முயற்சிப்பது எல்லா இடங்களிலும் நடக்கிறது, இதன் எதிர்வினையாக அரசுகளும் பணத்தாள் தயாரிப்பில் பல பாதுகாப்பு நடவடிக்கைகளைத் தொடர்ந்து மேற்கொண்டு வருகின்றன. உதாரணமாக இந்தியப் பணத்தாள்களை செய்ய பயன்படும் தாள், இங்க் ஆகியவற்றை இந்திய அரசே தயாரிக்கின்றது. இதற்காகவே ஹோசங்காபாத்தில் ஒரு பேப்பர் மில்லையும், தேவாஸில் ஒரு 'சென்சிடிவ் இங்க்' தயாரிக்கும் ஆலையையும் அரசு நடத்தி வருகின்றது. இந்த மூலப்பொருட்கள் அரசு அச்சகங்களைத் தவிர வேறு எங்கும் அனுப்பப்பட மாட்டாது.

பணத்தாள்களின் வடிவம், டிசைன், வண்ணக்கலவை, எண்ணிக்கை ஆகியவற்றை அரசின் தேவைகளையும், நாட்டின் பொருளாதார நிலையையும் கருத்தில் கொண்டு ரிசர்வ் வங்கி வடிவமைக்கிறது. பண அச்சடிப்பு, பணமதிப்பு நீக்கம், புதிய பணத்தாள் வெளியீடு – போன்றவற்றை அரசு நிர்ணயிக்கின்றது. உண்மையில் அரசின் கைகளில் ரிசர்வ் வங்கி இருப்பது போல இருந்தாலும், அதன் தன்னாட்சியில் அரசு முழுவதுமாகத் தலையிட முடியாது.

இந்தியப் பணத்தாள்களைத் தவிர இலங்கை, பூடான், ஈராக், ஆப்ரிக்கா – ஆகிய நாடுகளின் பணத்தாள்களையும் கூட ஒப்பந்தத்தின் பெயரில் நமது பணத்தாள் அச்சகங்கள் அச்சடித்துக் கொடுக்கின்றன. நாடெங்கும் உள்ள இந்த அரசு அச்சகங்களில் பத்தாயிரத்திற்கும் மேற்பட்ட பணியாளர்கள் தொடர்ந்து பணியாற்றுகின்றனர். இவர்களின் சம்பளம்,

மூலப்பொருள் செலவு, அச்சு செலவு, போக்குவரத்து செலவு – எல்லாம் சேர்ந்துதான் பணத்தாள் தயாரிப்பின் செலவுத் தொகையை நிர்ணயிக்கின்றன.

இந்தியப் பணத்தாள்களை அச்சடிப்பதோடு, அவற்றைப் புழக்கத்தில் விடும் பணியையும் ரிசர்வ் வங்கி செய்கிறது. அரசு அச்சகங்களில் அச்சடிக்கப்படும் பணத்தாள்களை கொச்சி உள்ளிட்ட 19 இடங்களில் உள்ள தனது கருவூலங்கள் (Chest) மூலமாகவும், தேசியமாக்கப்பட்ட மற்றும் தனியார் வங்கிகளின் 4,200 கிளைக் கருவூலங்கள் மூலமாகவும் ரிசர்வ் வங்கி புழக்கத்தில் விடுகின்றது.

ரிசர்வ் வங்கி புழக்கத்தில் விடும் பணத்தில் ஏதேனும் தவறுகள் இருந்தால், தவறுகள் உள்ள பணத்தாள்களை அரசு திரும்பப் பெற்றுக் கொள்ளும், இந்தியாவில் அத்தகைய சம்பவங்கள் பல நடந்து உள்ளன. உதாரணமாக 2016ஆம் ஆண்டின் ஜனவரியில், ரிசர்வ் வங்கி வெள்ளி இழை இல்லாத 1000 ரூபாய் நோட்டுகளை முப்பதாயிரம் கோடி மதிப்பில் வெளியிட்டது உறுதிப்படுத்தப்பட்டது. இவை மத்தியப் பிரதேசத்தில் அச்சிடப்பட்டவை. அப்போது மக்களிடம் புழங்கிக் கொண்டிருந்த அந்த பணத்தாள்களை வங்கிகள் மூலமாக திரும்பப் பெற ரிசர்வ் வங்கி முடிவெடுத்தது. அவை வாங்கப்பட்டு அழிக்கப்பட்டன.

முன்னதாக 2014ஆம் ஆண்டில் 20 ரூபாய், 100 ரூபாய், 500 ரூபாய் மதிப்பில் பணத்தாள்களை அச்சிட்ட ரிசர்வ் வங்கியின் நாசிக் அச்சகம், அவற்றில் அப்போதைய ரிசர்வ் வங்கி ஆளுநர் ரகுராம் ராஜனின் கையெழுத்துக்குப் பதிலாக, முன்னாள் ஆளுநர் சுப்பாராவின் கையெழுத்தை அச்சிட்டது. இதனால் 36.69 கோடி மதிப்பிலான பணத்தாள்கள் அழிக்கப்பட்டன! இதனை 2015ஆம் ஆண்டின் சி.ஏ.ஜி. அறிக்கை சுட்டிக்காட்டியது.

இந்தியாவில் சில பணத்தாள்கள் பிழையுடனேயே நெடுங்காலத்திற்குப் புழங்கியும் உள்ளன. உதாரணமாக 1975ஆம் ஆண்டில் எஸ்.ஜகன்னாதன் ரிசர்வ் வங்கியின் கவர்னராக இருந்தபோது வெளியான 50 ரூபாய் பணத்தாள்களைச் சொல்லலாம். இவற்றில்தான் முதன் முதலாக இந்தியப் நாடாளுமன்றம் பொறிக்கப்பட்டது. ஆனால் முதன் முதலாக நாடாளுமன்றத்தைப் பணத்தாளில் அச்சிட்டவர்கள், அதன் உச்சியில் இருந்த கொடிக்கம்பத்தைக் கவனிக்கவில்லை. அந்தக்

கம்பம் தேசியக் கொடி இல்லாமல் மொட்டையாக இருந்தது. இது பார்வைக்கு சிறிய தவறு போல இருந்தாலும், உண்மையில் நாடாளுமன்ற கொடிமரம் மொட்டையாக இருப்பது ஒரு தேசிய அவமானம் ஆகும்.

பணத்தாள் புழக்கத்தில் வந்த பின்னர் பலகாலம் இதனை யாரும் கவனிக்கவில்லை, ரிசர்வ் வங்கி ஆளுநர் எஸ்.ஜெகன்னாதனுக்குப் பிறகு என்.சி.குப்தா, கே.ஆர்.புரி, எம்.நரசிம்மன் – ஆகிய மூன்று ஆளுநர்கள் மாறிய பிறகு, ஐ.ஜி.படேல் ஆளுநராக இருந்த கால கட்டத்தில் இந்தப் பிழை அறியப்பட்டு, தேசியக் கொடியோடு நாடாளுமன்றம் இருக்கும் வகையில் 50 ரூபாய் பணத்தாள்கள் புதிதாக வடிவமைக்கப்பட்டன. பழைய பணத்தாள்கள் திரும்பப் பெறப்பட்டன.

கொடியற்ற பாராளுமன்றம் உள்ள பணம்

கடந்த 2016ஆம் ஆண்டில் வெளியிடப்பட்ட 2000 ரூபாய் நோட்டில், மொழிகள் பகுதியில் பணத்தின் மதிப்பு 2 மொழிகளில் சரியாக எழுதப்படவில்லை என்ற குற்றச்சாட்டு எழுந்தது. இதே போன்ற குற்றச்சாட்டு முன்னரும் எழுந்து உள்ளது. முந்தைய குற்றச்சாட்டில் அப்படித் தவறாக எழுதப்பட்ட மொழி தமிழ்!. காந்தி தண்டியாத்திரை செல்லும் படத்தோடு இந்தியாவில் புழங்கிய 500 ரூபாய் பணத்தாள்களில், அவற்றின் மொழிப்பகுதியில் தமிழில் எழுதப்பட்ட பணத்தின் மதிப்பு 'ஐநூறு' என்பதாகவே நெடுங்காலம் இருந்தது. தமிழில் தனது நாட்டுப் பணத்தின் மதிப்பைக் குறிக்கும் மற்றொரு நாடான மொரீசியஸ்சும் இதனால் தனது 500 ரூபாய் பணத்தாளில் 'ஐநூறு' என்றே குறித்து வந்தது.

மொரீசியஸ் சென்றிருந்த தமிழகத்தைச் சேர்ந்த பேராசிரியர் நன்னன் தற்செயலாக அந்நாட்டுப் பணத்தைக் கவனித்து அது 'ஐந்நூறு' என்று 'ந்' உடன் வர வேண்டும் என்று சொன்னார். அதனை ஏற்ற மொரீசியஸ் அரசு தனது பணத்தாள்களில் ஐந்நூறு – என்று பொறிக்கத் தொடங்கியது. இதனை இந்திய அரசிடம் நன்னன் சொன்னபோது அவர்கள் உடனடியாக ஏற்கவில்லை. பின்னர் தமிழக அரசின் தமிழ் வளர்ச்சித்துறை மூலம் நெடுங்காலம் அவர் போராடிய பிறகே அடுத்து வந்த 500 ரூபாய் நோட்டுகளில் திருத்தம் கொண்டுவரப்பட்டது!.

ஐந்நூறு - தவறாக உள்ள பணம்

2016ஆம் ஆண்டின் புதிய ரூபாய் நோட்டுகளில் காணப்படும் மிகப்பெரிய சிக்கல், அவற்றில் உள்ள தேவநாகரி எண்கள்தான். ஒரு மொழிக்கு மட்டும் சொந்தமான தேவநாகரி எண்களை எந்த சட்ட, நாடாளுமன்ற அனுமதியும் இல்லாமல் அனைவரும் பயன்படுத்தும் ரூபாய் நோட்டுகளில் அச்சிட்டது ஒரு தான்தோன்றித் தனமான செயல் என்பதில் மாற்றுக் கருத்து இல்லை. இது பற்றிய கேள்வி வந்த போது 'அது தேவநாகரி எண் அல்ல, டிசைன்' என்று அரசு பதில் சொன்னது இன்னும் வேடிக்கை. ஏன் ரூபாய் சின்னத்திற்குப் பக்கத்தில் அவர்கள் டிசைன் போட்டார்கள் என்று கேட்டால் பதில் ஒன்றும் இருக்கப்போவதில்லை.

இதெல்லாம் பணத்தாள் வெளியீட்டில் ஆட்சியாளர்களின் அலட்சியத்தாலும் ஆணவத்தாலும் ஏற்படக் கூடிய சிக்கல்களின் உதாரணங்கள். இவை தவிர பணத்தாள் வெளியீட்டில் உண்மையான சிக்கல்களும் பல உள்ளன.

பணத்தாள்கள் பருத்தி இழைகளினால் தயாரிக்கப்படுபவை என்பதால் அவற்றின் மிக முக்கியமான சிக்கல் அவற்றின் வாழ்நாள். குறைவான மதிப்புடைய இந்தியப் பணத்தாள்கள் சராசரியாக ஓராண்டுக்குள்ளாகவே ஒன்றுக்கும் பெறாமல் போய்விடுகின்றன. பணத்தின் மதிப்பு அதிகரிக்க அதிகரிக்க அவை குறைவாகப் புழங்குகின்றன. நீண்டகாலம் உழைக்கின்றன. உதாரணமாக இந்திய 100 ரூபாய் பணத்தாளின் ஆயுள்காலம் மூன்று முதல் நான்கு ஆண்டுகளாக உள்ளது. 500 ரூபாய் பணத்தாளோ ஐந்து முதல் ஏழு ஆண்டுகளுக்கு சராசரியாக உழைத்தன.

இதே நிலைதான் உலகம் முழுவதும். அமெரிக்க ஃபெடரல் ரிசர்வ் வங்கியின் ஆய்வறிக்கையின்படி, அமெரிக்க 20 டாலர் பணத்தாளின் சராசரி வாழ்நாள் 2 ஆண்டுகளாகவும், 50 டாலர் பணத்தாளின் வாழ்நாள் சராசரி 5 ஆண்டுகளாகவும் உள்ளது. 100 டாலர் பணத்தாளின் சராசரி வாழ்நாளோ 10 ஆண்டுகள்!. இந்த சிக்கல் நாணயங்களை அச்சிடுவதில் கிடையாது. நாணயங்களை அச்சிட அதிக தொகை முதலில் செலவானாலும், பிறகு அவை அழியும் வாய்ப்புகள் குறைவு. பணத்தின் வாழ்நாளை நீட்டிக்க இப்போது உலக நாடுகள் பலவும் பாலிமர் பணத்தாள்களை அச்சடித்து புழக்கத்தில் விட்டுவருகின்றன. காகிதத்தைவிடவும் பிளாஸ்டிக்கிற்கு பல மடங்கு ஆயுள் அதிகம்.

உலகப் பணத்தாள்களில் அதிக மொழிகளை உடையது என்ற சிறப்பு இந்தியப் பணத்தாளுக்கு உண்டு. இதில் 17 மொழிகள் இடம்பெற்றுள்ளன. பணத்தாளின் மதிப்பை பல மொழிகளில் எழுத என்று ஒதுக்கப்பட்ட இடத்தில் 15 மொழிகளும், பணத்தாளின் முகப்பில் ஆங்கிலம் மற்றும் இந்தி ஆகிய இரண்டு மொழிகளும் என்று இந்த 17 மொழிகள் பொறிக்கப்பட்டு உள்ளன. (இவற்றோடு பார்வையற்றவர்கள் பணத்தாளைப் பயன்படுத்த பிரெய்லி குறியீடு ஒன்றும் இருக்கும், அந்த வகையில் 18 மொழிகள் என்றும் கூறலாம்!.)

இவை அனைத்திலுமே இந்திய பணம் ரூபாய் என்று அழைக்கப்படுவது இல்லை. அசாம், பெங்காலி, ஒரியா ஆகிய மொழிகளில் முறையே டோகா, டாகா, டங்கா – என்ற பெயர்களில் இந்தியப்பணம் அழைக்கப்படுகிறது. இந்த வார்த்தைகள் அனைத்தும் பணத்தைக் குறிக்கும் டாக்கா

என்ற சமஸ்கிருதச் சொல்லை மூலமாகக் கொண்டவை. ரூபாய் நோட்டின் மொழிப்பகுதில் உள்ள வார்த்தைகளை கீழ்க்கண்டவற்றோடு நீங்கள் ஒப்பிட்டுப் பார்க்கலாம்.

1. টকা (tôka)	அசாமிய மொழியில்
2. টাকা (taka)	பெங்காலியில்
3. રૂપિયો (rupiyo)	குஜராத்தியில்
4. ರೂಪಾಯಿ (rūpāyi)	கன்னடத்தில்
5. روپیہ (rupia)	காஷ்மீரி, (உருது எழுத்தில்)
6. रुपया (rupayā)	கொங்கணியில்
7. രൂപ (rūpā)	மலையாளத்தில்
8. रुपये (rupaye)	மராத்தியில்
9. रुपियाँ (rupiya)	நேபாளியில்
10. ଟଙ୍କା (tanka)	ஒரிய மொழியில்
11. ਰੁਪਈਆ (rupiā)	பஞ்சாபியில்
12. रूप्यकम् (rūpyakam)	சமஸ்கிருதத்தில் (தேவநாகரி எழுத்தில்)
13. ரூபாய் (rūpāi)	தமிழில் (உரூபாய் - என்பதே மிகச்சரி)
14. రూపాయి (rūpāyi)	தெலுங்கில்
15. روپیہ (rupia)	உருதில்

15 மொழிகளில் ரூபாய்

பணத்தாள் ஒரு காகிதம்தான் என்பதால் 'கள்ளப்பணம்' – என்று அழைக்கப்படும் போலிப் பணத்தாள்கள் உருவாக்கப்படும் வாய்ப்புகள் அதிகம். அமெரிக்க டாலர், இங்லிலாந்து பவுண்டு, யூரோ – உள்ளிட்ட உலகின் அனைத்து பணத்தாள்களிலும் போலிகள் உண்டு. 'இந்தியாவில் புழங்கும் ஆயிரம் பணத்தாள்களில் 4 பணத்தாள்கள் கள்ளநோட்டுகள்' – என்று இந்திய அரசாங்கமே 2010ஆம் ஆண்டில் கூறியது.

இதனால் பல்வேறு பாதுகாப்பு உத்திகளை அடுத்தடுத்து பணத்தாள்களில் அரசு பின்பற்றுகிறது. வாட்டர் மார்க், வெள்ளி இழை – போன்றவை நாம் நன்கு அறிந்த உத்திகள். மேலும் புதிய வடிவமைப்புடன் கூடிய பணத்தாள்கள் குறிப்பிட்ட இடைவெளியில் அவ்வப்போது வெளியிடப்படுகின்றன. உதாரணமாக கடந்த 2005ஆம் ஆண்டிற்குப் பின்னர் அச்சிடப்பட்ட இந்தியப் பணத்தாள்கள் அனைத்திலும் அது அச்சடிக்கப்பட்ட ஆண்டும் இடம் பெற்றது. பின்னர் கள்ளநோட்டுகளைக் கட்டுப்படுத்த 2014ஆம் ஆண்டில்

'2005ஆம் ஆண்டுக்கு முற்பட்ட, வெளியிடப்பட்ட ஆண்டு பொறிக்கப்படாத பணத்தாள்கள் விரைவில் செல்லாமல் போகும்' – என்று ஒரு அறிவிப்பை ரிசர்வ் வங்கி வெளியிட்டது. இதன்படி வங்கிகளில் 2005க்கு முற்பட்ட பணத்தாள்களைக் கொடுத்துவிட்டு புதிய வகைப் பணத்தாள்களைப் பெற்றுக் கொள்ள மக்கள் அறிவுறுத்தப்பட்டனர்.

கள்ள நோட்டுகளைக் கட்டுப்படுத்திய இது போன்ற அறிவிப்புகளால் கறுப்புப் பணத்தைக் கட்டுப்படுத்த முடியவில்லை. ஒருவேளை அப்போது 2005ஆம் ஆண்டுக்கு முற்பட்ட பணத்தாள்களை வங்கியில் கொடுத்தால் அது வங்கிக் கணக்கில் வரவு வைக்கப்படும் என்று ரிசர்வ் வங்கி அறிவித்து இருந்தால், கறுப்புப் பணம் இதனால் செல்லாமல் போய் இருக்கும் அல்லது அதற்கு வரி கட்ட வேண்டிய சூழ்நிலை ஏற்பட்டு இருக்கும் என்று பல பொருளாதார நிபுணர்கள் கருத்து தெரிவித்தார்கள். இந்த கருத்து 2000 ரூபாய் புதிய பணத்தாள் வெளியீட்டில் போய் நிற்கும் என்பதை அவர்கள் அறிந்திருக்கவில்லை. சரி ரிசர்வ் வங்கி எப்போது உருவானது?.

1934ஆம் ஆண்டில் இந்தியாவின் ஆங்கில அரசு 'இனி அடுத்த ஆண்டு முதல் ரிசர்வ் வங்கிமூலம்தான் பணத்தாள் வெளியீடு' என அறிவித்தது. பின்னர் இதுவரை ரிசர்வ் வங்கியே இந்தியாவில் பணத்தாள்களை வெளியிட்டு வருகின்றது. தொடக்க ஆண்டுகளில் சிறிய மதிப்புள்ள பணத்தாள்களை மட்டுமே வெளியிட்டுவந்த ரிசர்வ் வங்கிக்கு மீண்டும் இந்தியாவில் உயர் மதிப்பு பணத்தாள்களை வெளியிடும் எண்ணம் 1938ல் தோன்றியது. அதன்படி 1000 ரூபாய் பணத்தாள்கள் புழக்கத்தில் விடப்பட்டன. பதுக்கல், கறுப்புப் பணம் ஆகியவை இந்த உயர்மதிப்பு பணத்தாள்களால் அதிகரிப்பதைக் கண்ட ஆங்கில அரசு 1946ஆம் ஆண்டில் இவற்றை செல்லாதவையாக அறிவித்தது. ஆனால் ஆங்கில அரசின் நடவடிக்கையில் இருந்து சுதந்திர இந்தியா எந்தப் பாடத்தையும் கற்றுக் கொள்ளவில்லை.

சுதந்திர இந்தியாவில் 1954ஆம் ஆண்டில் 1000, 5000, 10,000 மதிப்புகளில் உயர்மதிப்பு பணத்தாள்கள் வெளியிடப்பட்டன. இவற்றில் 1000 ரூபாய் பணத்தாளில் தஞ்சைப் பெரிய கோவிலின் உருவம் பொறிக்கப்பட்டது. இன்றும் தமிழரின் பெருமை பேசும் ஒற்றை இந்தியப் பணத்தாளாக இது உள்ளது. இந்த 3 பணத்தாள்களும் இந்தியப் பொருளாதாரத்தில் பழைய

மோசமான விளைவுகளை மீண்டும் ஏற்படுத்தின. அதனால் முன்னர் ஆங்கிலேயர்கள் கண்ட அதே காரணங்களால், 1954ஆம் ஆண்டில் வெளியிடப்பட்ட உயர்மதிப்பு பணத்தாள்கள் 1978ஆம் ஆண்டில் திடீரென செல்லாதவையாக அறிவிக்கப்பட்டன.

இந்திய ரிசர்வ் வங்கிக்கு 10,000 ரூபாய் வரையில் பணத்தாள்கள் வெளியிடும் அதிகாரம் அரசால் வழங்கப்பட்டு உள்ளது. ஆனால் முந்தைய கசப்புகளைக் கருத்தில் கொண்டே வெகுகாலத்திற்கு 500 ரூபாய்க்கும் மேலான மதிப்புடைய பணத்தாள்களை அது வெளியிடாமல் இருந்தது. கடந்த 2000 ஆம் ஆண்டில் வாஜ்பாய் பிரதமராக இருந்தபோதுதான் மீண்டும் 1000 ரூபாய் பணத்தாள் வெளியிடப்பட்டது. இந்தியாவின் வரலாற்றில் முதல் 2000 ரூபாய் நோட்டு 2016ஆம் ஆண்டில் பிரதமர் மோடியின் ஆட்சியில் வெளியிடப்பட்டது. இந்த புதிய பணத்தாளின் வருகையையும் பணமதிப்பு நீக்க அறிவிப்பையும் பற்றி சில அத்தியாயங்களை ஒதுக்கி விரிவாகவே காண்போம்.

பவுண்டு, டாலர், யென், யூரோ – போன்ற நாணயங்களுக்கு எல்லாம் குறியீடு இருக்கும் போது, ஏன் ரூபாய்க்கும் குறியீடு இருக்கக் கூடாது என்ற எண்ணம் 2009ஆம் ஆண்டில் இந்திய அரசுக்கு வந்தது. அதன் விளைவாக ரூபாய்க்கான சின்னத்தை உருவாக்கும் போட்டி ஒன்றை 2009 மார்ச் 5 ஆம் தேதி இந்திய அரசு அறிவித்தது. இந்த பொதுப் போட்டியில் இந்தியாவின் அனைத்துப் பகுதிகளில் இருந்தும் பங்கேற்பாளர்கள் வரவேற்கப்பட்டனர்.

2010ஆம் ஆண்டில் அப்போதைய நிதியமைச்சரும் பின்னாளைய குடியரசுத் தலைவருமான பிரணாப் முகர்ஜி, பட்ஜெட் தாக்கலின் போது இந்திய ரூபாய்க்கு ஒரு குறியீடு தேவைப்படுவதைப் பற்றி தனது உரையில் குறிப்பிட்டார். அந்தக் குறியீடு இந்தியாவின் பண்பாட்டையும் பாரம்பரியத்தையும் கலாசாரத்தையும் பிரதிபலிப்பதாக இருக்க வேண்டும் என்ற நிபந்தனையையும் அவர் தனது உரையில் முன்வைத்தார். இந்த நிலையில் நாடெங்கிலும் இருந்து 3331 குறியீடுகள் இந்தப் போட்டியில் பங்கேற்றன. இறுதிச் சுற்றுக்கு 5 குறியீடுகள் தேர்வாகின, 2010ஆம் ஆண்டில் ஜீன் 24 அன்று நடந்த அமைச்சரவைக் கூட்டத்தில் இவற்றில் இருந்து ஒரு குறியீடு இறுதி செய்யப்பட்டது. அந்த இறுதி செய்யப்பட்ட குறியீட்டை வடிவமைத்தவர் தமிழகத்தைச் சேர்ந்த இளைஞர் டி.உதயகுமார்.

இவர் அப்போது குவஹாத்தியின் இந்திய தொழில்நுட்பக் கழகத்தில் துணைப்பேராசிரியராக பணியாற்றி வந்தார்.

உதயகுமாரின் ரூபாய் குறியீடு தேவநாகரி எழுத்தான "र" (ர) மற்றும் ஆங்கில (அல்லது பூர்வீக லத்தீன்) எழுத்தான "R" ஆகிய இரண்டையும் இணைத்து உருவாக்கப்பட்டதாக இருந்தது. பவுண்டு, டாலர் நாணயங்களின் குறியீடுகளைப் போல இதன் நடுவிலும் கோடு இருந்தது.

2010க்குப் பின்னர் இந்தியப் பொருளாதாரம் தேக்கம் கண்டபோதும், டாலருக்கு நிகரான இந்திய ரூபாயின் மதிப்பு சரிந்தபோதும் சில திடீர் பொருளாதார நிபுணர்கள் 'புதிய ரூபாய் சின்னமே இந்தப் பிரச்னைகளுக்குக் காரணம், ரூபாய் சின்னத்தில் அதன் கழுத்து கோடினால் வெட்டப்பட்டு உள்ளது தவறு' என்று கருத்துகளை வெளியிட்டார்கள். இந்தியப் பொருளாதாரம் எப்படியெல்லாம் மூடநம்பிக்கைகளில் சிக்கி உழல்கிறது என்பதற்கு இதுவும் ஒரு உதாரணமாக அமைந்தது.

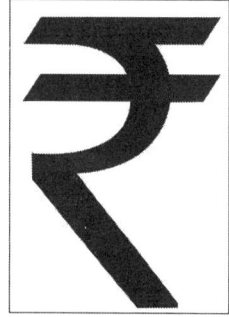

ரூபாய் குறியீடு

~

48

ஒரு ரூபாய் பணத்தாளும் பிற பணத்தாள்களும்...

ஒரு ரூபாய் பணத்தாள்கள் இந்தியப் பொருளாதாரத்தின் அடிப்படை அலகுகளில் ஒன்று என்பதால் நாம் அவற்றை விரைவாகக் கடந்துவிட முடியாது. ஒரு ரூபாய் பணம் இந்திய அரசாங்கத்தின் பெருமைகளில் ஒன்று, ரிசர்வ் வங்கியால் கைப்பற்ற முடியாத பெருமை அது. இது பற்றி சற்று விரிவாகப் பார்ப்போம்.

முதல் உலகப்போர் தொடங்கும் வரையில் ஒரு ரூபாய்க்கு காகிதப்பணம் வெளியிடும் தேவை இந்தியாவை ஆண்ட ஆங்கிலேயர்களுக்கு ஏற்படவில்லை. 5 ரூபாய்தான் குறைந்த மதிப்புடைய இந்தியப் பணத்தாளாக இருந்தது. முதலாம் உலகப்போர் உலகெங்கும் ஏற்படுத்திய பொருளாதார சீரழிவின் விளைவாக 1917ஆம் ஆண்டில்தான் இந்தியாவில் ஒரு ரூபாய், இரண்டு ரூபாய் பணத்தாள்கள் வெளியிடப்பட்டன. பின்னர் 1926ஆம் ஆண்டில் இவை நிறுத்தப்பட்டன.

மீண்டும் 1940ஆம் ஆண்டில் இருந்து 1947ஆம் ஆண்டு வரை ஆங்கில அரசு ஒரு ரூபாய் பணத்தாளை வெளியிட்டது. இந்தியா சுதந்திரம் பெற்ற பிறகு, 1949ஆம் ஆண்டில்தான் சுதந்திர இந்தியாவில் முதன் முதலாக ஒரு ரூபாய் பணத்தாள் வெளியிடப்பட்டது. (இந்தப் பணத்தாளில் இந்திக்கு முன்னுரிமை அளிக்கப்படவில்லை. பிறகு 1951ஆம் ஆண்டில் வெளியான ஒரு ரூபாய் பணத்தாளில் இந்திக்கு முன்னுரிமை அளிக்கப்பட்டது. இது பல சர்ச்சைகளை உருவாக்கியதுடன், மொழிவழிப்

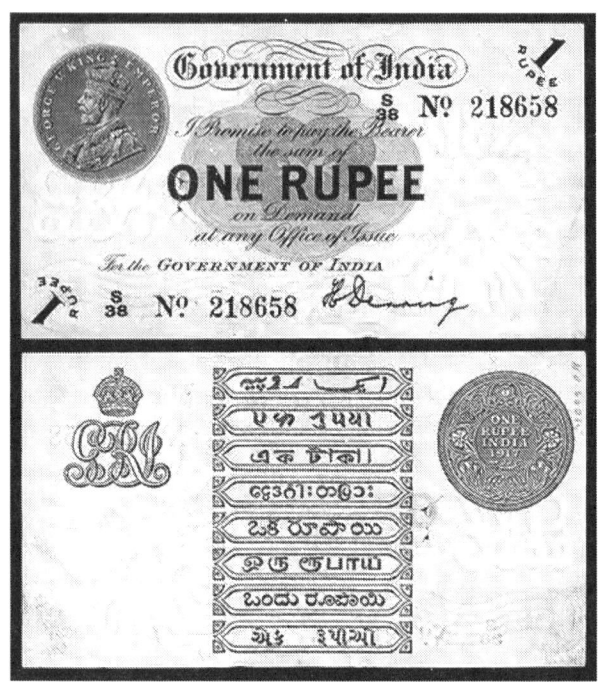

முதல் ஒரு ரூபாய் நோட்டு

போராட்டங்கள் இந்தியாவின் பல இடங்களில் தோன்றியதன் காரணங்களில் ஒன்றாக அமைந்தது. அது வேறு கதை)

இந்தியப் பணத்தாள்கள் 1935 வரையில் ஆங்கிலேயர் கட்டுப்பாட்டில் இருந்த இந்திய அரசால் நேரடியாக வெளியிடப்பட்டன. இந்திய ரிசர்வ் வங்கிச் சட்டம் 1934ன் படி, 1935க்குப் பிறகு பணத்தாள்களை அச்சிடும் அதிகாரத்தை 'இந்திய ரிசர்வ் வங்கி' பெற்றது. இன்றுவரை இந்தியப் பணத்தாள்களை வெளியிடும் அதிகாரம் இந்திய ரிசர்வ் வங்கிக்கு மட்டுமே உள்ளது. இதில் ஒரு ரூபாய் பணத்தாள் மட்டும் எப்போதும் விதிவிலக்கு. இந்த விதிவிலக்குக்குப் பின்னராக பல முக்கியத் தகவல்கள் உள்ளன.

ரிசர்வ் வங்கி வெளியிடும் இந்தியப் பணத்தாள்களில் ரிசர்வ் வங்கியின் ஆளுநர் கையொப்பம் இடுவார் – என்பது நம்மில் பலரும் அறிந்த ஒன்று. ஆனால் இந்தியாவின் ஒரு ரூபாய் பணத்தாள்களில் ரிசர்வ் வங்கி ஆளுநரின் கையெழுத்து

இருக்காது, மாறாக இந்திய அரசின் நிதித்துறைச் செயலர் கையெழுத்து இருக்கும். உதாரணமாக கடந்த 2015ஆம் ஆண்டில் வெளியான ஒரு ரூபாய் அல்லாத இந்தியப் பணத்தாள்களில் அப்போதைய ரிசர்வ் வங்கி ஆளுநர் ரகுராம்ராஜனின் கையெழுத்து இருந்தது. ஆனால் வெகுகாலம் கழித்து மீண்டும் அதே ஆண்டில் வெளியான ஒரு ரூபாய் பணத்தாளில், இந்திய அரசின் அன்றைய நிதித்துறைச் செயலர் ராஜீவ் மகரிஷியின் கையெழுத்தே இருந்தது. 1940ல் வெளியிடப்பட்ட ஒரு ரூபாய் பணத்தாளில் இருந்து இதுதான் நிலைமை. ஒரு ரூபாய் பணத்தாளில் நிதித்துறை செயலர் ஏன் கையொப்பமிடுகிறார்?. அதை ஏன் ரிசர்வ் வங்கியால் வெளியிட முடியவில்லை?

இந்தியாவின் பணத்தாள்களை வெளியிடும் உரிமையை ரிசர்வ் வங்கி பெற்றிருந்தாலும், அதனைக் கட்டுப்படுத்துவது இந்திய அரசுதான். அதனால்தான் இந்திய நாணயங்களை அரசே வெளியிடுகிறது. தனது தேவைக்கு ஏற்ப ஒரு ரூபாய் முதல் 1000 ரூபாய் வரை மதிப்பிலான நாணயங்களை வெளியிட அரசு உரிமை பெற்றுள்ளது. நாணயங்களைத் தவிர இந்திய அரசு வெளியிடும் ஒரே பணத்தாள் ஒரு ரூபாய் பணத்தாள்தான்.

சுதந்திர இந்தியாவைப் பொறுத்தவரை, 2, 5, 10, 20, 50, 100, 500, 1000, 2000, 5000, 10000 ஆகிய மதிப்புகளிலான ரூபாய் பணத்தாள்கள் அனைத்துமே வங்கிகளால் வெளியிடப்பட்ட வங்கித்தாள்களாக (Bank notes) உள்ளன, ஆனால் ஒரு ரூபாய் அப்படி அல்ல, அது அரசினால் நேரடியாக வெளியிடப்படுகிறது. அதனால்தான் 'I promise to pay...' என்ற உறுதிமொழி அதில் இருக்காது. உறுதி மொழி இல்லாத போது அங்கு ரிசர்வ் வங்கி ஆளுநரின் கையொப்பமும் தேவையற்றதாகின்றது, மாறாக இந்திய அரசின் நிதித்துறை செயலரின் கையொப்பம் அதன் மதிப்பை உறுதி செய்கின்றது.

மற்ற பணத்தாள்களில் அவற்றின் முகமதிப்பு (Face value) அவற்றின் தயாரிப்பு செலவை விடவும் அதிகமாக இருக்கும். உதாரணமாகப் பணமதிப்பு நீக்கத்தின்போது வழக்கில் இருந்து நீக்கப்பட்ட 2015ஆம் ஆண்டைச் சேர்ந்த 1000 ரூபாய் பணத்தாளை அச்சடிக்க ரிசர்வ் வங்கி செலவழித்த தொகை 3 ரூபாய் 17 பைசா, அதனை புழக்கத்தில் விடும் போது அதற்கான ஒட்டுமொத்த செலவு (பணியாளர் ஊதியம், வாகன

செலவு எல்லாம் சேர்த்து) 4 ரூபாய் 6 காசுகள். இதனால்தான் பணத்தாள்கள் பொதுவாக அரசுகளால் விரும்பப்படுகின்றன. ஆனால் ஒரு ரூபாய்க்கு பணத்தாள் வெளியிடும் போது இந்த பயன் கிடைக்காது என்பதோடு, அது நட்டமாகவும் உள்ளது. 2015 ஆம் ஆண்டில் வெளியிடப்பட்ட ஒரு ரூபாய் நோட்டு ஒன்றுக்கான அச்சு செலவு 1 ரூபாய் 14 காசுகள் என்று அரசு தகவல் அறியும் உரிமைச் சட்டத்தில் அளித்த பதில் கூறுகின்றது. பிறகு ஏன் ஒரு ரூபாய் பணத்தாள் மீண்டும் மீண்டும் வெளியிடப்படுகிறது?.

மீண்டும் வந்த ஒரு ரூபாய் நோட்டு

ஒரு ரூபாய் பணம் ஒரு ரூபாய் நாணயத்தைப் போன்றது, இந்திய பணத்தாள்களின் அடிப்படை அலகாக அது உள்ளது. ரிசர்வ் வங்கி வெளியிடும் ஒரு பத்துரூபாய் பணத்தாளின் மதிப்பு, இந்திய அரசு வெளியிடும் பத்து ஒரு ரூபாய் பணத்தாள்களினால் உறுதி செய்யப்படுவதாக உள்ளது. அதனால்தான் ஒரு ரூபாய் பணத்தாளின் தயாரிப்பு செலவு அதன் முகமதிப்பை விடவும் அதிகமாக இருந்தாலும் இந்திய அரசு அதனை அச்சிடுவதில் ஆர்வம் காட்டுகின்றது. 'ரிசர்வ் வங்கியைச் சாராமலும் இந்திய அரசால் இயங்க முடியும்' – என்ற செய்தியை ஒரு ரூபாய் பணத்தாள் கூறுகின்றது. இதனால் அந்தப் பெருமையையும் தனதாக்கிக் கொள்ள ரிசர்வ் வங்கியும் அவ்வப்போது முயற்சிகள் மேற்கொண்டு வருகின்றது. அதற்கு

மாறிவரும் இந்திய அரசுகளும் சுதாரித்துக் கொண்டு தடைகள் போட்டு வருகின்றன.

ரிசர்வ் வங்கி உருவாக்கப்பட்டபோது அதன் அதிகாரத்தையும் அதிகார எல்லைகளையும் வரையறுத்த 1934ஆம் ஆண்டின் சட்டம் 'ரிசர்வ் வங்கிக்கு நாணயம் வெளியிடும் அதிகாரம் இல்லை' என்று குறிப்பிட்டுச் சொல்கின்றது. பின்னர் வெளியிடப்பட்ட 1940ஆம் ஆண்டின் நாணயங்கள் குறித்த அவசரச் சட்டம் 'அனைத்து பணத்தாள்களும் ரிசர்வ் வங்கியால் வெளியிடப்படும்' – என்று கூறியது. ஆனால் மத்திய அரசு இதனை ஏற்கவில்லை, ஒரு ரூபாய் பணத்தாளை ரிசர்வ் வங்கிக்கு இந்திய அரசு கொடுக்கவில்லை. சுதந்திர இந்தியாவில் நாணயக் கட்டுப்பாடுகள் குறித்து பல்வேறு புதிய அறிவிப்புகள் வெளிவந்த பின்னர், முந்தைய நாணய வெளியீட்டுச் சட்டங்களை எல்லாம் ஒருங்கிணைத்து கடைசியாக ஒரு புதிய நாணயச் சட்டம் 2011ஆம் ஆண்டில் வகுக்கப்பட்டது.

இந்த சட்டம் அமலாகும் முன்பாக, 1994ஆம் ஆண்டிலேயே ஒரு ரூபாய் பணத்தாள்களை வெளியிடுவதை மத்திய அரசு நிறுத்தி இருந்தது. 2014ஆம் ஆண்டில் மீண்டும் ஒரு ரூபாய் பணத்தாள்களை வெளியிடுவதைப் பற்றிய பேச்சு எழுந்த போது, ரிசர்வ் வங்கி 'புதிய ஒரு ரூபாய் பணத்தாள்களை வெளியிடும் அதிகாரம் மத்திய அரசுக்கு இல்லை' – என்று '1940 ஆம் ஆண்டின் நாணயங்கள் வெளியீடு குறித்த அவசரச் சட்ட'த்தின் இரண்டாம் பிரிவை மேற்கோள் காட்டி பிரச்னையை எழுப்பியது. இந்த பிரிவே 'அனைத்து பணத்தாள்களும் ரிசர்வ் வங்கியாலேயே வெளியிடப்படும்' – என்று சொல்லும் பிரிவு ஆகும். இது குறித்த விளக்கம் நீதிமன்றத்தால் மத்திய சட்டத்துறையிடம் கேட்கப்பட்டது.

சட்டத்துறை தனது பதிலில், 'நாணயங்கள் சட்டம் 2011 என்பது முந்தைய சட்டங்களின் திருத்தப்பட்ட தொகுப்பே. அதில் மத்திய அரசு ஒரு ரூபாய் பணத்தாள் வெளியிடுவதற்கு எந்தத் தடையும் விதிக்கப்பட்டிருக்கவில்லை. புதிய சட்டம் இயற்றப்பட்ட போதே பழைய சட்டம் வாபஸ் பெறப்பட்டது அதனால் 1940ஆம் ஆண்டின் நாணயங்கள் குறித்த அவசரச் சட்டம் இப்போது செல்லாது' – என்று தெரிவித்து தனது உரிமையை நிலைநாட்டிக் கொண்டது.

ஒரு ரூபாய் பணத்தாளின் இந்தப் பெருமை பொதுமக்களுக்கு தெரியாவிட்டாலும் பணத்தாள் சேகரிப்பாளர்களுக்கு நன்றாகத் தெரியும், அதனால் அவர்களில் சிலர் ஒரு ரூபாய் நோட்டுகளை கட்டுகளாக வாங்கி சேமிப்பில் வைத்து விடுகின்றனர். ஆண்டுவாரியாக ஒரு ரூபாய் நோட்டுகளை சேர்ப்பதில் ஆர்வம் காட்டுகின்றனர். இதனால் சில அரிய ஒரு ரூபாய் நோட்டுக் கட்டுகள் லட்சங்களுக்கு மேல் விலையும் போகின்றன!. இதை நம்பக் கடினமாக இருந்தால் உங்களிடம் இரண்டே கேள்விகள்

1. இந்தியா புதிதாக வெளியிட்ட ஒரு ரூபாய் நோட்டுகளில் ஒன்றாவது சமீபத்தில் உங்கள் கைகளுக்கு வந்ததா?.
2. கடைசியாக எப்போது ஒரு ரூபாய் நோட்டைப் பார்த்தீர்கள்?.

~

49

உலக வரலாற்றில் பணமதிப்பு நீக்கங்கள்

அரசு அளிக்கும் ஒப்புதலிலும் வங்கி அளிக்கும் உத்தரவாதத்திலும் பணத்தின் மதிப்பு உள்ளது என்று முன்னர் பார்த்தோம், ஒரு குறிப்பிட்ட நாணயத்தையோ பணத்தாளையோ அல்லது அனைத்து நாணயங்கள் மற்றும் பணத்தாள்களையோ அரசு செல்லாது என்று அறிவிக்கும் போது அவை பொருளாதாரத்தில் இருந்து வெளியேற்றப்படுகின்றன. இதுவே பணமதிப்பு நீக்கம் ஆகும். பொதுவாக புதிய நாணயம் அல்லது பணத்தாளை அரசு புழக்கத்தில் விடும்போது இது காலப்போக்கில் செய்யப்படுகிறது. ஆனால் பெரிய விளைவுகளுக்காக பணமதிப்பு நீக்கத்தைக் குறிப்பிட்ட காலத்திற்குள் செய்யும் போது அதன் எதிர்வினைகளும் பெரிதாகவே உள்ளன.

இந்தியாவின் வரலாற்றில் 'அவசரநிலைப் பிரகடனம்' என்ற வார்த்தைகளுக்கு எப்படி ஒரு தனித்த இடம் உண்டோ, அதுபோல 'பணமதிப்புநீக்கம்' என்ற வார்த்தைகளுக்கும் கட்டாயம் ஒரு இடம் உண்டு. 2016ஆம் ஆண்டு நவம்பரில் இந்தியாவில் செய்யப்பட்ட பணமதிப்பு நீக்கம் உலக அளவில் கவனிக்கப்பட்ட ஒரு பொருளாதார நடவடிக்கை. அதன் முழுத் தாக்கத்தையும் கண்ட பின்னர் 2017 ஜூனில் உலகப் புகழ் பெற்ற போர்ப்ஸ் இதழின் ஆசிரியர் ஸ்டீவ் போர்ப்ஸ் 'பண மதிப்பு நீக்க நடவடிக்கை இந்தியர்கள் மீது நடத்தப்பட்ட திட்டமிடப்பட்ட கொள்ளை' என்றார். இதைத்தான் இந்தியப் பொருளாதார வல்லுநர்களும் சொல்கின்றனர். இது பற்றி அடுத்த அத்தியாயத்தில் விரிவாகப் பார்ப்போம்.

உலகப் பொருளாதார வரலாற்றில் பணமதிப்பு நீக்கத்தின் அத்தியாயம் நெடியது, அதில் மிக முக்கியமான சில சம்பவங்கள் மட்டும் உங்களுக்காக...

கி.பி.1873ஆம் ஆண்டில் அன்றைய அமெரிக்காவில் 'தங்கக் கட்டுப்பாடு' வந்தபோது 'நாணயச் சட்டமும்' அமலுக்கு வந்தது. பொருளாதாரத்தில் தங்கத்தின் இடத்தை உறுதி செய்வதற்காக, வெள்ளி நாணயங்களை மதிப்பு நீக்கம் செய்வது அந்த சட்டத்தின் முக்கிய பணி ஆகும். அப்போது அமெரிக்க வெள்ளி நாணயங்கள் தங்கள் மதிப்பை இழந்ததாக அறிவிக்கப்பட்டன. இதனால் அடுத்த 5 ஆண்டுகளுக்கு அமெரிக்கப் பொருளாதாரம் கடுமையாக பாதிக்கப்பட்டது. மக்களும், வணிகர்களும், சுரங்க உரிமையாளர்களும் கொடுத்த கடும் அழுத்தங்களின் காரணமாக கி.பி.1878ஆம் ஆண்டில் வெள்ளிப் பணம் மீண்டும் சட்டபூர்வ பணமாக ஏற்கப்பட்டது. இந்தப் பணமதிப்பு நீக்கம் தோல்வியடைந்தது.

முந்தைய காலத்தில் பணமதிப்பு நீக்கப் பாடம் கற்றுக் கொண்ட அமெரிக்கா தகுந்த முன்னெச்சரிக்கைகளுடன், தெளிவாகத் திட்டமிட்டு மீண்டும் 1969ஆம் ஆண்டில் பணமதிப்பு நீக்கத்தை அறிவித்தது. இந்தமுறை 100 டாலருக்கும் மேல் மதிப்புள்ள அமெரிக்கப் பணத்தாள்கள் மட்டும் பணமதிப்பு நீக்கம் செய்யப்பட்டன. உலகின் மிகத் தெளிவான பணமதிப்பு நீக்க நடவடிக்கையாக இது இருந்தது, ஏனெனில் அதன் பின்னர் இன்றுவரை 100 டாலர் நோட்டே அதிக மதிப்புள்ள அமெரிக்கப்பணத்தாளாக உள்ளது. இதனால் பணப்பதுக்கல் அமெரிக்காவில் கடினமாக உள்ளது.

சுதந்திர இந்தியாவில் 1978ஆம் ஆண்டு பணமதிப்பு நீக்கம் கொண்டுவரப்பட்டது. 1970ஆம் ஆண்டிலேயே நிரஞ்சன் கமிட்டி 'கறுப்புப் பணத்தை ஒழிக்க பணமதிப்பு நீக்கம் செய்யலாம்' என்று இந்திய அரசுக்கு பரிந்துரை செய்து இருந்தது. அதனை அப்போதைய பிரதமர் இந்திரா காந்தி ஏற்காத நிலையில், 8 ஆண்டுகளுக்குப் பின்வந்த ஜனதா அரசு ஏற்றது. 1978ஆம் ஆண்டு ஜனவரி 14ஆம் தேதி அப்போதைய பிரதமர் மொராஜி தேசாய் மற்றும் நிதியமைச்சர் ஹெச்.எம்.படேல் இருவரும் பணமதிப்பு நீக்க முடிவை எடுத்தனர்.

இதன்படி அன்றைக்கு புழக்கத்தில் இருந்த உயர்மதிப்பு பணத்தாள்களான 10,000 ரூபாய், 1000 ரூபாய், 500 ரூபாய்

நோட்டுகள் மதிப்பிழந்தவையாக அறிவிக்கப்பட்டன. அந்த பணத்தாள்களை மாற்றிக் கொள்ள ஒருவாரம் கால அவகாசம் அளிக்கப்பட்டது. இந்த நடவடிக்கை அப்போது கடும் விமர்சனங்களுக்கு ஆளானது. அப்போதைய ரிசர்வ் வங்கி கவர்னர் ஐ.ஜி.படேல் கூட அரசின் பக்கம் நிற்கவில்லை. இந்த நடவடிக்கை குறித்து 1980–களில் தேசியப் பொது நிதி மற்றும் கொள்கை கல்வி நிறுவனம் நடத்திய ஆய்வில், பணமதிப்பு நீக்க நடவடிக்கை முற்றிலும் தோல்வி என்பது தெரியவந்தது. “கறுப்புப் பணத்தை ஒழிப்பது என்ற நல்ல நோக்கத்தில் பணமதிப்பு நீக்க நடவடிக்கை எடுக்கப்பட்டது வரவேற்கத்தக்கது. ஆனால், மொத்தக் கணக்கில் வராத சொத்துக்களில் கறுப்புப் பணத்தின் அளவு மிகக் குறைவு. கறுப்புப் பணம் உருவாவதைத் தடுப்பதற்கு பணமதிப்பு நீக்க நடவடிக்கை எந்த வகையிலும் உதவி செய்யாது” என்று அந்த ஆய்வு கூறியது.

ஐ.ஜி.பட்டேல்

மொரார்ஜி தேசாய்

1983ஆம் ஆண்டில் ஆப்ரிக்க நாடான கானாவில் ‘வரி ஏய்ப்பைத் தடுக்கிறோம்’, ‘அதிக பணப் புழக்கத்தைக் கட்டுப்படுத்துகிறோம்’ என்று ‘50 செடி’ மதிப்புள்ள உயர்மதிப்பு பணத்தாள்களை கானா அரசு பணமதிப்பு நீக்கம் செய்தது. ஆனால் அப்போது கானாவின் பதுக்கல்காரர்கள் உடனடியாக வெளிநாட்டுப் பணத்தாள்களுக்கு மாறினர். பொது மக்கள் மட்டுமே பாதிப்புகளுக்கு ஆளானார்கள். இதனால் மக்கள் வங்கிகள் மீது நம்பிக்கை இழந்தனர், சொத்துகளின் பக்கம்

மீண்டும் முதலீடுகள் திரும்பின, எல்லாவற்றுக்கும் மேலாக கள்ளச்சந்தையில் அயல்நாட்டுப் பணத்தைப் பெறுவது பெருகியது. கானாவின் பொருளாதாரம் முன்னைவிட இன்னொரு மடங்குகளுக்குப் பாழானது.

1984ஆம் ஆண்டில் நிகரகுவாவின் ராணுவ சர்வாதிகாரி முகமது புஹாரி தனது புதிய பணத்தாள்களுக்காக அறிவித்த பணமதிப்பு நீக்கம் படுதோல்வி அடைந்தது. கடன்கள் திரும்பவரும் பணவீக்கம் குறையும் என்று சொல்லப்பட்ட இரண்டு காரணங்களும் சிறிதும் நிறைவேறவில்லை.

1987ஆம் ஆண்டில் மியான்மரின் 80% நோட்டுகள் அரசால் செல்லாதவையாக அறிவிக்கப்பட்டன. கறுப்புப் பொருளாதாரத்தை ஒழிப்பதாகக் கொண்டுவரப்பட்ட இந்த அறிவிப்பால் நாடே திண்டாட, மாணவர்கள் வீதிகளில் இறங்கிப் போராடினர். பணமதிப்பு நீக்கத்தால் அங்கு அரசு மதிப்பிழந்து அடுத்த ஆண்டே கவிழ்ந்தது.

1991ஆம் ஆண்டு ஜனவரியில் மிகயீல் கோர்ப்பச்சேவ் சோவியத் ரஷ்யாவின் அதிபராக இருந்தபோது 50ரூபிள், 100 ரூபிள் நோட்டுகள் செல்லாதவையாக அறிவிக்கப்பட்டன. கறுப்புப் பொருளாதாரத்தின் மீதான தாக்குதலாகக் கூறப்பட்ட இந்தப் பணமதிப்பு நீக்கம் தாக்கியது என்னவோ தேச ஒற்றுமையைத்தான். கஜகஸ்தான், உக்ரேன் போன்ற சில சோவியத் மாகாணங்கள் பணமதிப்பு நீக்கத்தினால் கடுமையான பாதிப்பை அடைந்தன. இதனால் கோர்ப்பசேவ் தனது நம்பிக்கைக்கு உரியவர்களைக் கண்டே அஞ்சும் நிலைக்குத் தள்ளப்பட்டார். பின்னர் 1991 ஜூலையில் சோவியத் ரஷ்யா பல தேசங்களாக உடைந்ததன் பின்னணிக் காரணங்களில் இந்தப் பணமதிப்பு நீக்கம் பிரதான இடத்தைப் பெற்றது. இப்போதும் ரஷ்யா – உக்ரேன் நாடுகள் இடையே பகைமை புகைய இந்தப் பணமதிப்பு நீக்கமே தொடக்கம்.

1993ஆம் ஆண்டில் ஆப்பிரிக்க நாடான சைர் (Zaire) பணமதிப்பு நீக்கத்தை அறிவித்து, பொருளாதார சீர்திருத்தத்தைக் கொண்டுவந்தது. சர்வாதிகார ஆட்சியாளர் மபுடு சேசே செகோ (Mobutu Sese Seko) இதனால் பெரும் பிரச்னைகளுக்கு ஆளானார். தொடர்ந்த பொருளாதார சிக்கல்களால் 1998ஆம் ஆண்டில் செகோ ஆட்சியில் இருந்து அகற்றப்பட்டார்.

பணமதிப்பு நீக்கத்தை சரியான தொலைநோக்கோடு பயன்படுத்தி, நல்ல பலன்களைப் பெற்ற நாடு ஆஸ்திரேலியா. தனது பழைய காகித நோட்டுகளுக்கு பதிலாக புதிய பாலிமர் நோட்டுகளைப் புழக்கத்தில் விடுவதற்காக 1996ஆம் ஆண்டில் ஆஸ்திரேலிய அரசாங்கம் பணமதிப்பு நீக்கத்தைக் கொண்டுவந்தது. இதனால் சிறிது காலத்துக்கு பொருளாதாரம் பாதிக்கப்பட்டாலும், எளிதில் கள்ளப்பணம் அச்சடிக்க முடியாத, எளிதில் கிழியாத பாலிமர் நோட்டுகளின் பலன் அற்புதமாக இருந்தது. கள்ளப்பணம் இல்லாத நாடு – என்ற பெயரால், பல தோழமை நாடுகள் ஆஸ்திரேலிய வர்த்தக உறவுகளை வலுப்படுத்தின. மேலும் புழக்கத்தில் உள்ள நோட்டுகளின் மதிப்புக்கும் எண்ணிக்கைக்கும் இணையான பாலிமர் நோட்டுகளைத் துல்லியமாகத் திட்டமிட்டு புழக்கத்தில் விட்டதால் எந்த நீண்டகால பாதிப்புக்கும் ஆஸ்திரேலியா ஆளாகவில்லை.

2002ஆம் ஆண்டின் ஜனவரியில் உலகின் மிகப்பெரிய பணமதிப்பு நீக்க நடவடிக்கையை ஐரோப்பாவின் 12 நாடுகள் ஒருங்கிணைந்து மேற்கொண்டன. அப்போது புதிய யூரோ நாணயங்கள் மற்றும் பணத்தாள்களுக்காக யூரோ வெளியீட்டில் உள்ள 12 ஐரோப்பிய நாடுகளின் நாணயங்கள் மற்றும் பணத்தாள்கள் திரும்பப் பெறப்பட்டன. 2,18,000 வங்கிகள் மற்றும் தபால் நிலையங்கள் மூலமும் 28 லட்சம் மையங்கள் மூலமும் இந்த அற்புதத்தை திட்டமிட்டு நிகழ்த்திக் காட்டின ஐரோப்பிய நாடுகள். முன்னதாக 1998ஆம் ஆண்டின் மத்தியில் இருந்தே இதுபற்றி தங்கள் மக்களுக்கு ஐரோப்பிய நாடுகள் விளக்கி வந்ததால் பெரிய பிரச்னைகள் எதுவும் ஏற்படவில்லை.

2010ஆம் ஆண்டில் வடகொரியாவில் இரண்டாம் கிம் ஜாங்கின் கொடுங்கோலாட்சியில் பணமதிப்பு நீக்கம் கொண்டுவரப்பட்டது. வழக்கம் போல் கறுப்பு சந்தையை ஒழிப்பதாகக் கூறிக் கொண்டுவரப்பட்ட இந்த திட்டம் முடிவில் தேசப் பொருளாதாரத்தை ஒழித்தது. அத்தியாவசியப் பொருட்களின் விலைகள் வானளாவ உயர, மக்கள் பணவீக்கத்தின் பாதிப்புகளுக்கு ஆளானார்கள். நிதித்துறையின் திடீர் ஆய்வில் தோன்றிய இந்தத் திட்டத்தினால் நாட்டுக்கு நடந்த ஒரே நல்ல நிகழ்வு நிதியமைச்சரின் படுகொலைதான்.

2015ஆம் ஆண்டில் ஜிம்பாப்வே அரசு தொடர்ந்து அதிகரித்து வந்த பணவீக்கத்தைத் தடுக்க வேறு வழியில்லை

என்று கூறி, புதிய மதிப்பிலான பணத்தாள்களுக்காக பணமதிப்பு நீக்கத்தை அறிவித்தது. சரியான திட்டமிடுதல்கள் இல்லாமல் அவசரமாக அறிவிக்கப்பட்ட இந்த பணமதிப்பு நீக்கம் மக்கள் மத்தியில் கடும் அதிருப்தியை ஏற்படுத்தியது. ஜிம்பாப்வேயின் ஏற்றுமதித்துறை இதனால் மண்போட்டு மூடப்பட்டதுதான் மிச்சம். ஏற்கனவே பணவீக்கத்தினால் பாதிக்கப்பட்ட மக்கள் திட்டமிடப்படாத இந்த நடவடிக்கையால் இன்னும் மோசமான நிலைக்குத் தள்ளப்பட்டனர்.

2016 ஆம் ஆண்டு நவம்பரில் இந்தியா பணமதிப்பு நீக்கத்தைக் கொண்டு வந்ததைக் கண்ட பின்னும் திருந்தாமல், 2016 டிசம்பரில் பணமதிப்பு நீக்கத்தை அறிவித்தநாடு வெனிசுவேலா. பணவீக்கம் 425% அதிகரித்த காரணத்தால் 'மாபியா கும்பல்களும் கடத்தல் கும்பல்களும் பதுக்கி வைத்துள்ள கறுப்புப் பணத்தை வெளியே கொண்டுவருகிறேன்' – என பணமதிப்பு நீக்கம் அறிவித்த அந்நாட்டு அதிபர் மதுரோ, நாட்டின் உயர்மதிப்பு பணத்தாளான '100 பொலீவர்' நோட்டுகள் செல்லாது என அறிவித்து, அவற்றை மாற்றிக் கொள்ள 72 மணிநேரக் கெடுவும் கொடுத்தார். ஏற்கனவே பொருளாதார நெருக்கடிநிலை பிரகடனப்படுத்தப்பட்ட நிலையிலும் அங்கு மக்கள் கொதித்து எழுந்தனர். சாலைகள் மறிக்கப்பட்டன, வங்கிகள், கடைகள், ஏடிஎம்கள் உடைக்கப்பட்டன. பழைய நோட்டுகளுக்கான காலக்கெடுவை நீட்டித்து தனது தோல்வியை ஏற்றார் மதுரோ.

மேற்கண்ட அனைத்து நடவடிக்கைகளும் நமக்கு சொல்லும் செய்திகள் எளிமையானவை,

1. பணமதிப்பு நீக்கம் ஒன்றும் ஊழலை ஒழிக்கும் சஞ்சீவி மருந்து கிடையாது.

2. சரியாக திட்டமிடப்படாத பணமதிப்பு நீக்கம் ஒரு பொருளாதாரத் தற்கொலை. – என்பனவே அவை. இதைத்தான் நமது சமகால உதாரணங்களும் காட்டுகின்றன.

இதோ இந்தியாவின் பணமதிப்பு நீக்கக் காலத்தையும் ஒரு பார்வை பார்ப்போம். அடுத்த 4 அத்தியாயங்கள் அதற்காகவே ஒதுக்கப்பட்டு உள்ளன.

~

50
மோடியின் பணமதிப்பு நீக்கம்...

"**எ**னது அன்பான குடிமக்களே, தீபாவளி மற்றும் பண்டிகை நாட்கள் மகிழ்ச்சியாக கடந்திருக்கும் என்று நான் நம்புகிறேன். மத்திய அரசின் சில முக்கிய முடிவுகளை பற்றி உங்களுக்கு அறிவிக்கப் போகிறேன். கடந்த சில பத்தாண்டுகளாக நாட்டில் ஊழலும் கறுப்புப் பணப் பதுக்கலும் பெரும் வளர்ச்சியைப் பெற்றுவிட்டன. இவை இரண்டும் ஏழ்மையை ஒழிப்பதில் தடையாக உள்ளன.

இது மட்டுமின்றி, கள்ள நோட்டுப் புழக்கமும் தீவிரவாதத்துக்கு கிடைக்கும் நிதியுதவியும் நம்மை அச்சுறுத்துக்கின்றன. அதனால் சில கடினமான முடிவுகளை நான் எடுக்க இருக்கிறேன்.

எனதருமை நண்பர்களே, இன்று இரவு முதல் இப்போது புழக்கத்தில் உள்ள 500 மற்றும் 1,000 ரூபாய் நோட்டுகள் செல்லாது. இதனால் சாமானியர்கள் நிறைய கஷ்டங்களை சந்திக்கவேண்டி வரும். ஊழலையும் கறுப்புப் பணத்தையும் ஒழிப்பதற்கு சாமானியர்கள் இந்த கஷ்டங்களை பொறுத்துக் கொள்ளவேண்டும். குடிமக்கள் எப்போதும் நாட்டுக்காக தியாகங்களை செய்வதற்கு தயாராக இருக்க வேண்டும். நாட்டை சுத்தப்படுத்துவதற்கு நீங்கள் ஒத்துழைப்பு தரவேண்டும். விரைவில் இதன் பயனை குடிமக்கள் அடைவார்கள்"

2016ஆம் ஆண்டு நவம்பர் 8ஆம் தேதி இரவு நாட்டு மக்களுக்கு மோடி ஆற்றிய உரையின் ஒரு பகுதி இது. எளிய வார்த்தைகளால் ஆன இந்த உரை இந்தியப் பொருளாதாரத்தில் தொடங்கி வைத்த பேரழிவு வார்த்தைகளால் விவரிக்க முடியாதது.

பணமதிப்பு நீக்க அறிவிப்பு

பொருளாதார சீர்திருத்தங்கள் எப்போதும் அறிவிக்க எளிமையானவை ஆனால் நடைமுறைப்படுத்தக் கடினமானவை. ஆனால் அதை மோடி அரசு அறிந்திருக்கவில்லை. மோடி தன்னை அளவுக்கு அதிகமாக நம்பியதன் வெளிப்பாடுதான் பணமதிப்பு நீக்கத்தின் படுதோல்வி, இதனால் பணமதிப்பு நீக்கத்தைப் பற்றிப் பேசும் போது மோடியைத் தவிர்ப்பது இயலாததாகின்றது.

மோடியின் அறிவிப்பு வெளியான அன்றைய தேதியில் இந்தியாவில் புழங்கிய ஒட்டுமொத்த பணத்தாள்களில் 86 சதவீதம் 500, 1000 ரூபாய் நோட்டுகள் தான். எண்ணிக்கையில் சொல்ல வேண்டும் என்றால் சுமார் 2,400 கோடி நோட்டுகள். மீதமுள்ள 14 சதவீதம் மட்டுமே அதாவது சுமார் 400 கோடி நோட்டுகள் மட்டுமே 100, 50, 20, 10 ரூபாய் நோட்டுகள். இந்த நிலையில் 86% நோட்டுகளைச் செல்லாது என அறிவிப்பது ஒரு சாதாரண நடவடிக்கையாக இருக்க முடியாது.

இவ்வளவு பெரிய அதிர்ச்சியை இந்திய மக்களுக்குத் தந்துவிட்டு, அடுத்த நாளே ஜப்பானுக்கு சுற்றுப் பயணம் சென்ற மோடி அங்கு "பணமதிப்பு நீக்கத்தினால் நியாயமாக பணத்தைச் சம்பாதித்தவர்களுக்கு எந்த பிரச்னையும் இல்லை. வங்கிகளில் 2.5 லட்சம் ரூபாய்க்கு மேல் டெபாசிட் செய்பவர்களிடம் மட்டுமே கேள்விகள் கேட்கப்படும். தாயை, முதியோர் இல்லத்தில் தவிக்க விட்ட மகன்கூட, தனது தாயின் வங்கிக் கணக்கில் 2.5 லட்சம் ரூபாய் டெபாசிட் செய்து கொள்ளலாம்." என்று நகைச்சுவை ததும்பப் பேசினார்.

நாட்டு மக்கள் பணமதிப்பிழப்பினால் பெரும் பிரச்னைகளுக்கு ஆளானதைக் கண்ட பின்னர்தான் மோடியின் குரல் சற்று மாறியது, ஆனால் கருத்தில் மாற்றம் இல்லை.

நவம்பர் 13ஆம் தேதி, கோவாவில் கிரீன்பீல்டு விமான நிலையத்துக்கு அடிக்கல் நாட்டும்போது மோடி "நான் வெறும் 50 நாட்கள் மட்டுமே கேட்கிறேன். டிசம்பர் 30ஆம் தேதி வரை எனக்கு அவகாசம் கொடுங்கள். அதன் பிறகும் எனது நடவடிக்கைகளில் ஏதேனும் தவறு இருந்தால், நாட்டிற்காக எந்தத் தண்டனையையும் அனுபவிக்கத் தயாராக இருக்கிறேன். என்னை நெருப்பில் போட்டு எரித்தாலும் தாங்கிக் கொள்ளத் தயார். 70 ஆண்டுகளாக கறுப்புப் பணத்தை பதுக்கியவர்களால் என் உயிருக்கு ஆபத்து உள்ளது. நாட்டிற்காக நான் என் உயிரை விடவும் தயாராக உள்ளேன்" என்றார்.

மக்களுக்கு பணமதிப்பு நீக்கத்தினால் நிறைய சிக்கல்கள் ஏற்பட்டாலும் அவர்கள் ஊழல் ஒழியும் என்று நம்பி அதனை ஏற்றுக் கொள்வதைக் கண்ட பின்னர், நவம்பர் 20ஆம் தேதி ஆக்ராவில் 'பிரதம மந்திரி வீடு கட்டும் திட்டத்தை' தொடங்கி வைத்துப் பேசிய மோடி, "ஊழல் செய்தவர்கள் இப்போது ஒழுங்கான பாதைக்குத் திரும்பி வருகின்றனர். மக்கள் சங்கடத்தில் இருந்தாலும் மகிழ்ச்சியாக உள்ளனர். இந்த நாட்டு மக்களை கறுப்புப் பணத்தின் பிடியிலிருந்தும், ஊழலின் பிடியிலிருந்தும், கள்ளப் பணத்திலிருந்தும் விடுவிக்கப் பாடுபடுகிறேன். இதற்காக மக்கள் தந்து வரும் ஒத்துழைப்புக்கு நான் தலை வணங்குகிறேன்" என்றார்.

நவம்பர் 22ஆம் தேதி பி.ஜே.பி எம்.பி.க்கள் மத்தியில் பேசிய மோடி, "நாம் ஏழை மக்களின் நலனுக்காகவே ஆட்சிக்கு வந்துள்ளோம். சொந்த நலனுக்காக அல்ல. ரூபாய் நோட்டு தடை நடவடிக்கை மக்கள் நலனுக்கானது. ஊழல், கறுப்புப்பணம், கள்ளநோட்டுகளுக்கு எதிரானது. இதற்கு எதிராக, ஒரு நீண்ட போரில் ஈடுபட வேண்டும்" என்றார்.

ஆனால் அவ்வளவு காலமும் மக்கள் கைகளில் பணத்தாளையே பார்க்காத காரணத்தால், நவம்பர் 27 முதல் 'டிஜிட்டல் பணப் பரிவர்த்தனை' குறித்து மோடி பேச ஆரம்பித்தார். உத்தரப்பிரதேச மாநிலம் மொராதாபாத்தில் நடைபெற்ற பி.ஜே.பி. பிரசாரக் கூட்டத்தில் கலந்து கொண்ட மோடி, "ஒரு பிச்சைக்காரர் டெபிட் கார்டு வைத்துக்கொண்டு

பிச்சை எடுப்பது போல வீடியோ பார்த்தேன், ஆனால், அது எந்த அளவிற்கு உண்மை என தெரியவில்லை. இப்போது பிச்சைக்காரர்கள் கூட டெபிட் கார்டு பயன்படுத்தும்போது நாம் ஏன் டிஜிட்டல் பரிவர்த்தனைக்கு மாறக் கூடாது?" என்று பேசியது ஹைலைட்.

அப்போது "இந்தியாவில் 97 சதவீதம் பரிவர்த்தனை பணத்தின் மூலமாகவே நடக்கிறது. இந்த சூழலில் திடீரென பணமில்லா சமுதாயத்தை உருவாக்குவது என்பது சாத்தியமே இல்லை. 97 சதவீதம் பண பரிவர்த்தனையை அதிகபட்சம் 80 சதவீதம் வரை குறைக்கலாம். ஆனால் பணமில்லா சமூகமாக எப்படி மாற்ற முடியும்?" என்ற கேள்வி வெளிப்படையாகவே முன்வைக்கப்பட்டது.

ஏழைகள் இல்லாத நாடு, முழு கல்வியறிவு பெற்ற நாடு, முழுமையான தொழில்நுட்பவசதிகளைப் பெற்ற நாடு – என சொல்லப்படும் ஜெர்மனியிலேயே பணப்பரிவர்த்தனை என்பது 75 சதவீதத்துக்கும் அதிகம். அப்படியிருக்க வளர்ந்து வரும், ஏராளமான ஏழைகளை கொண்ட இந்தியாவில் பணமில்லா பரிவர்த்தனை என்பது சாத்தியமே இல்லை.

தவிர பணமதிப்பு நீக்கம் அறிவிக்கப்பட்ட 2016ஆம் ஆண்டில் இந்திய கிராமங்களில் 60% முழு மின்வசதி அற்றவையாக இருந்தன. 24 கோடி இந்தியர்களுக்கு மின்வசதி அறவே இல்லை, இந்திய கிராமவாசிகளில் 100ல் 29பேர் மின்சாரத்தை வீட்டுக்கு வெளியேதான் பார்த்தார்கள். சில மாநிலங்களில் இந்த நிலவரம் இன்னும் மோசம். உதாரணமாக ஜார்கண்ட் மாநிலத்தின் கிராமவாசிகளில் 61% பேர் மின்வசதியற்ற வாழ்க்கையை நகர்த்திக் கொண்டிருந்தார்கள்.

2017ஆம் ஆண்டில் 'கடந்த 2 ஆண்டுகளில் 13,523 கிராமங்களுக்கு மின்வசதி கொடுத்தோம்' என்று பெருமையாக அறிவித்தது மத்திய அரசு, ஆனால் இவற்றில் 8% கிராமங்களின் மக்களுக்கு மட்டுமே முழுமையாக மின்வசதி கொடுக்கப்பட்டது, மற்றவர்கள் மின்விளக்குகளைப் பார்த்தார்கள் அவ்வளவுதான். இதனால்தான் 'இந்தியா முழுமையாக மின்வசதி பெறவில்லை' என்று 2017ல் 'சவுபாக்யா யோஜனா திட்டம்' திட்டம் கொண்டுவந்தார் மோடி. மின்வசதியே சென்று சேராத மக்களுக்கு எப்படி பணமில்லா பரிவர்த்தனை சாத்தியம்?.

அப்படியே பணமில்லா பரிவர்த்தனையை நோக்கிய பயணத்தை தொடங்கினாலும், அதற்கும் செல்லாது அறிவிப்புக்கும் சம்பந்தமே இல்லை என்றார்கள் ஆய்வாளர்கள். இதற்கும் அரசிடம் இருந்து பதில் இல்லை. பொருளாதாரம் பற்றிய கேள்விகளுக்கு 'ஊழலை ஒழிப்போம்', 'பயங்கரவாதத்தை ஒழிப்போம்', 'தேசநலனே முக்கியம்' – என்பது போன்ற முழக்கங்களே பதில்களாகக் கிடைத்தன.

ஆனாலும் மக்களில் ஒரு பகுதியினர் பணமதிப்பு நீக்கத்தினால் கறுப்புப் பணம் ஒழியும் என்று நம்பினர். 'கறுப்புப் பணம் அனைத்தையும் கைப்பற்றி மக்கள் ஒவ்வொருவரின் கணக்கிலும் 15 லட்சம் போடுவேன்' என்று தேர்தலின்போது சொன்னதை மோடி செய்யப்போகிறார் என்று அவர்கள் எண்ணினர். இது போன்ற பல காரணங்களால் பணமதிப்பு நீக்கத்திற்கு மக்கள் கொடுத்த ஒத்துழைப்பு அபாரமானது. ஆனால் அதனை அரசு பயன்படுத்திக் கொண்டதா என்பது பெரிய கேள்வி.

ஒரு பக்கம் மக்கள் ஒரே ஒரு இரண்டாயிரம் ரூபாய் நோட்டுக்காக கிலோமீட்டர் நீள வரிசைகளில் நிற்க, இன்னொரு பக்கம் பணக்காரர்களும் சில வங்கிகளும் கைகோர்க்க, கறுப்புப் பணம் வேகமாக வெளுத்தது. பணமதிப்பு நீக்கத்தின் அடுத்த சில நாட்களிலேயே கத்தை கத்தையாக பிடிபட்ட புதிய பணத்தாள்கள் பணமதிப்பு நீக்கத்தின் ஓட்டைகளை வெளிச்சம் போட்டுக் காட்டின. வரிசை எண்கள் மாறாத புதிய கட்டுகள் வங்கி சேவையின் மறுமுகத்தை அரசுக்கு காட்டினாலும், வங்கிகளைக் குறை சொல்ல அரசு விரும்பவில்லை. அப்படி மாட்டிய பணத்திற்கு பணக்காரர்களுடன் கைகோர்த்த ஏழைகளே காரணம் என்பது போன்ற ஒரு தோற்றத்தினை மோடி ஏற்படுத்தினார். தங்களது செயல்திட்டத்தில் (?) உள்ள ஓட்டைகளை ஏற்றுக் கொள்ளாமல், ஏழை மக்களுக்கு அரசு காட்டிய கரிசனங்கள் தவறாகப் பயன்படுத்தப்படுவதைப் போன்ற எண்ணத்தை மக்கள் மத்தியில் ஏற்படுத்த அவர் முயன்றார்.

"பழைய 500 மற்றும் 1,000 ரூபாய் நோட்டுகள் செல்லாது என அறிவிக்கப்பட்ட பின்பு பணக்காரர்கள் அங்கும் இங்கும் அலைகிறார்கள்... ஏழைகளின் வீட்டுக் கதவைத் தட்டி, கறுப்பு பணத்தை டெபாசிட் செய்யும்படி கெஞ்சுகிறார்கள். கறுப்புப்

பணம் வைத்திருப்பவர்கள் எங்களை குறைத்து மதிப்பிடாதீர்கள். இப்போது நீங்கள் பொறியில் சிக்கியிருக்கிறீர்கள் – 100 ரூபாய் நோட்டுக்கு முன்பு மதிப்பு இருந்ததா? ஆனால், 100 ரூபாய் இப்போது மிக முக்கியமானதாக ஆகிவிட்டது" என கான்பூரில் நடந்த பி.ஜே.பி கூட்டத்தில் மோடி சூளுரைத்தார்.

மீண்டும் நவம்பர் 22 ஆம் தேதியும் 'இன்னும் 50 நாட்கள் கொடுங்கள், டிசம்பர் 30க்குள் எல்லாம் சரியாகிவிடும்' என்றார். இந்த காலக்கெடுவை மக்கள் ஏற்க வேண்டும் என்பதற்காக பணமதிப்பு நீக்கத்தால் பெரிதும் பாதிக்கப்பட்ட ஏழைகளையும் பெண்களையும் நோக்கி,

"ரூ.500, 1000 செல்லாது என்ற அரசின் அறிவிப்பால் ஏழைகள் நிம்மதியாக உறங்குகிறார்கள்; பணக்காரர்கள் தூக்க மாத்திரைக்காக அலைந்துகொண்டிருக்கின்றனர். இதுதான் வாக்குகளின் வலிமை. மக்கள் மத்தியில் அரசுக்கு எதிராக வதந்திகள் பரப்பப்படுகின்றன. பெண்களை எனக்கு எதிராக தூண்டிவிடுகின்றனர். அவர்களது சிறு சேமிப்பை நான் அபகரித்துக்கொண்டதுபோல் சித்தரிக்கிறார்கள். தாய்மார்களே, சகோதரிகளே உங்கள் சகோதரன் நான் உயிருடன் இருக்கும் வரை உங்கள் சேமிப்புக்கு பாதிப்பு வராது. வருமான வரி அதிகாரி யாரும் உங்களை தொந்தரவு செய்யமாட்டார்கள். ஆனால், தங்கள் படுக்கைக்கு கீழ் பணத்தை பதுக்கிவைத்தவர்களை நான் அப்படியே விட்டுவிட வேண்டுமா?. அவர்களுக்கு அஞ்சி நேர்மையற்ற பாதையில் நான் செல்ல வேண்டுமா?" – என்றெல்லாம் மோடி உற்சாகப்படுத்திப் பேசினார். ஆனால் மோடி கடைசி வரைக்கும் பணமதிப்பு நீக்கத்தால் மக்கள் எப்படிப் பலனடைவார்கள் என்று சொல்லவே இல்லை.

பணமதிப்பு நீக்கம் பற்றிய கேள்விகளுடன் பாராளுமன்றக் கூட்டத் தொடருக்கு அனைத்துக் கட்சியினரும் தயாரான பின்னர் மோடி தனது பணமதிப்பு நீக்கக் கதைகளைக் குறைத்துக் கொண்டார். பாராளுமன்றம் கூடிய பின்னர் மோடி அங்கு பேசவேயில்லை, ஆளுங்கட்சி சார்பில் அமைச்சர்கள்தான் பேசினார்கள், அவர்களும் தெளிவான பதில்களைத் தரவில்லை. 'பணமதிப்பு பற்றி பிரதமர் பதிலளிக்க வேண்டும்' என்று பாராளுமன்றம் கூடும் முன்பும், பாராளுமன்றத்திலும் எதிர்க்கட்சிகள் குரல் எழுப்பின. 'பணமதிப்பு நீக்கம் பற்றி பாராளுமன்றத்தில் பிரதமர் பேச மாட்டார்' என நவம்பர்

17ல் வெங்கைய்யா நாயுடு முடிவாகவே எதிர்க்கட்சிகளுக்குக் கூறினார்.

ஒரு பிரதமராக ஒருமுறைகூட பத்திரிகையாளர் சந்திப்பை மோடி எதிர் கொள்ளவில்லை. ஒரு திட்டத்தைத் தான்தோன்றித் தனமாக அறிவித்த பிரதமர் அதுபற்றி யாருக்கும் பதிலளிக்கத் தயாராக இல்லை என்பதே அத்திட்டத்தின் தோல்வியைப் பறைசாற்றப் போதுமானதாக இருந்தது.

இதற்கு இடையிலும் பின்னரும் பணமதிப்பு நீக்கம் குறித்து எண்ணற்ற முரண்பட்ட தகவல்கள் அரசின் சார்பிலும் ரிசர்வ் வங்கியின் சார்பிலும் கொடுக்கப்பட்டன. இந்தத் தகவல்களுக்கு இடையில் இருந்த முரண்பாடுகள் அவற்றின் ஊடாக இருந்த பொய்மையை தோலுரித்துக் காட்டின. அவை குறித்து அடுத்த அத்தியாயத்தில் பார்ப்போம்.

~

51

பணமதிப்பு நீக்கமும் பொய்களும்...

பணமதிப்பு நீக்கத்தால் ஒரே நாளில் 2,400 கோடி நோட்டுகளை செல்லாது என அறிவித்து விட்டவர்களால் அத்தனை நோட்டுகளையும் ஒரே நேரத்தில் அச்சடித்து விட முடியாது. ரிசர்வ் வங்கியால் ஒரு மாதத்திற்கு 300 கோடி நோட்டுகள் என்ற வேகத்தில்தான் அச்சிட முடியும். அப்படியென்றால் செல்லாது என அறிவிக்கப்பட்ட 2,400 கோடி நோட்டுகளுக்கு பதில் புதிய நோட்டுகளை அச்சடிக்கவே 8 மாதங்களோ, அதற்கு மேலோ தான் ஆகும். இந்த தகவல் மக்களுக்கு இன்னும் அச்சத்தை ஏற்படுத்தியது. இதனால் எப்போது புதிய பணத்தாள்கள் வரும் என்றறிய மக்கள் அதீத ஆர்வத்தோடு இருந்தனர்.

இந்நிலையில் புதிய பணத்தாள்கள் குறித்த மக்களின் கேள்விகளுக்கு அரசிடம் இருந்தும், ரிசர்வ் வங்கியிடமிருந்தும் வரலாறு காணாத பொய்த்தகவல்கள் கொடுக்கப்பட்டன. அவை ஒன்றுடன் ஒன்று மாறுபட்டன.

1. 2016ஆம் ஆண்டு நவம்பர் 28ஆம் தேதி ரிசர்வ் வங்கி வெளியிட்ட செய்திக்குறிப்பில், ‘நவம்பர் 27ஆம் தேதி வரையிலான காலத்தில் வங்கிகள் மற்றும் ஏ.டி.எம் சென்டர் மூலமாக 2.16 லட்சம் கோடி ரூபாய் பணம் விநியோகிக்கப்பட்டது’ என்று தெரிவிக்கப்பட்டது. (2000, 500, 100, 50 என எந்தெந்த ரூபாய் நோட்டுகளில் பணம் விநியோகிக்கப்பட்டது என்பது குறித்து இது தெளிவுபடுத்தவில்லை)

2. டிசம்பர் 6–ல், மாநிலங்களவையில் கேட்கப்பட்ட கேள்விக்கு, மத்திய நிதித்துறையின் இணை அமைச்சர் அர்ஜீன் ராம் மேக்வால், `நவம்பர் 29ஆம் தேதி வரையிலான காலத்தில் 3.29 லட்சம் கோடி ரூபாய் பணம் பொதுமக்களுக்கு விநியோகிக்கப்பட்டுள்ளது. இதில் 160.8 கோடிக்கு 2,000 ரூபாய் நோட்டுகள், 15.6 கோடிக்கு 500 ரூபாய் நோட்டுகள் விநியோகிக்கப்பட்டுள்ளன. ஒட்டுமொத்தமாக 176 கோடி நோட்டுகள் பொதுமக்கள் பயன்பாட்டுக்காக விநியோகிக்கப்பட்டுள்ளது' என பதிலளித்தார். முந்தைய தகவலோடு இதனை ஒப்பிட்டால் பணமதிப்பு நீக்கத்தின் முதல் 19 நாட்களில் மட்டும் 2.16 லட்சம் கோடியும், அடுத்த 2 நாட்களில் மட்டும் 1.13 லட்சம் கோடியும் விநியோகிக்கப்பட்டு உள்ளது என நாம் கொள்ளலாம்.

3. அடுத்த நாளான டிசம்பர் 7ஆம் தேதி நடைபெற்ற நிதிக் கொள்கை கூட்டத்தில், ரிசர்வ் வங்கி துணை கவர்னர் காந்தி, 'டிசம்பர் 6ஆம் தேதி வரையிலான காலத்தில் 4 லட்சம் கோடி ரூபாய் பணம் விநியோகிக்கப்பட்டுள்ளது' என்றார். (இதில் 1.06 லட்சம் கோடி ரூபாய் சிறிய ரூபாய் நோட்டுகள் என தெரிவிக்கப்பட்டுள்ளன. இதன்படி, மீதி 2.94 லட்சம் கோடி ரூபாய் நோட்டுகள், பெரிய மதிப்பு கொண்ட 500, மற்றும் 2000 ரூபாய் நோட்டுகளாக விநியோகிக்கப்பட்டுள்ளன என்று நாம் கொள்ளலாம்.). காந்தியின் தகவலை முந்தைய தகவல்களோடு தொடர்புபடுத்திக் கொண்டால் நவம்பர் 29க்கு அடுத்த 7 நாட்களில் 0.71 லட்சம் கோடி ரூபாய் அளவிற்கே பணம் விநியோகிக்கப்பட்டு உள்ளது.

4. அடுத்து நாடாளுமன்றத்தில் எழுத்து மூலமாக நிதித் துறையின் இணை அமைச்சர், `நவம்பர் 29ஆம் தேதி வரையிலான காலத்தில் விநியோகம் செய்யப்பட்ட பணம் 3.29 லட்சம் கோடி ரூபாய், இவை அனைத்தும் 500, 100 ரூபாய் நோட்டுகள்' எனத் தெரிவித்துள்ளார். இங்கு எண் சரி, ஆனால் பணத்தாள்களின் மதிப்பு முந்தைய கூற்றில் இருந்து வேறுபடுகிறது.

5. இந்த கணக்குகளுக்கு எல்லாம் சிகரம்வைத்தது போல 'டிசம்பர் 6ஆம் தேதி வரையிலான காலத்தில் 2.94 லட்சம் கோடி ரூபாய் பணம் விநியோகிக்கப்பட்டுள்ளது' – என ரிசர்வ் வங்கி ஒரு செய்திக் குறிப்பில் தெரிவித்தது.

பணமதிப்புநீக்கத்தின்போது கிடைத்த இது போன்ற முரணான பதில்கள் அதிகார மையங்களின் செயல்பாடுகளை சந்தேகிக்க இடமளித்தன.

2016ஆம் ஆண்டு நவம்பர் 8க்குப் பின்னான அடுத்த சில நாட்களுக்காவது போதுமான பணத்தாள்களை கையிருப்பில் வைத்துக் கொண்டுதான் பணமதிப்பு நீக்கத்தை அரசு அறிவித்து இருக்க வேண்டும். ஆனால் அவர்களுக்கு ஏனோ அதற்கெல்லாம் நேரம் இல்லை.

இது குறித்த கேள்விகள் முன்வைக்கப்பட்ட போது, 'பணமதிப்பு நீக்கம் 6 மாதங்களுக்கு முன்பே திட்டமிடப்பட்டது, அப்போதிருந்தே புதிய பணத்தாள்கள் இருப்பு வைக்கப்பட்டன' – என்று இன்னுமொரு பச்சைப் பொய் அரசின் தரப்பில் இருந்து கூறப்பட்டது. இதற்கும் '2000 ரூபாய் நோட்டில் நானோ சிப் உள்ளது' என்று சிலர் சொன்னதற்கும் இடையில் எந்த வேறுபாடும் இல்லை. ஏனெனில் அதற்கு 6 மாதங்கள் முன்பு ரிசர்வ் வங்கியின் கவர்னராக இருந்தவர் ரகுராம்ராஜன், ஆனால் புதிய நோட்டுகளோ அப்போதைய ரிசர்வ் வங்கி கவர்னர் உர்ஜித் படேலின் கையெழுத்தோடு வந்திருந்தன.

பின்னர் இந்தப் பொய்யை மறுத்த ரகுராம்ராஜன், '6 மாதங்களுக்கு முன், பண மதிப்பு நீக்க நடவடிக்கை குறித்து ரிசர்வ் வங்கியிடமோ, அப்போதைய ரிசர்வ் வங்கியின் கவர்னர் ஆகிய என்னிடமோ அரசு கலந்து ஆலோசிக்கவில்லை' என நேரடியாகவே கூறினார்.

ரகுராம் ராஜன்

மேலும் 'நான் ரிசர்வ் வங்கியின் கவர்னராக இருந்தபோது பணமதிப்பு நீக்கம் குறித்து பேச்சுவார்த்தை நடந்தது. ஆனால், முடிவெடுக்கும் சமயத்தில் நான் இல்லை. அதேசமயம் தனியாக புதிய ரூபாய் நோட்டுகளை அச்சடிக்க திட்டமிட்டோம். அதற்கும் பணமதிப்பு நீக்கத்துக்கும் சம்பந்தம் இல்லை. பணமதிப்பு நீக்கத்தை திட்டமிடுவதற்கு முன்பாகவே புதிய ரூபாய் நோட்டுகளை அச்சடித்து வைத்திருக்க வேண்டும். ஆனால், பணமதிப்பு நீக்கம் செய்யப்பட்ட

பிறகு புதிய ரூபாய் நோட்டுகளை அச்சடித்ததன் காரணம் எனக்குப் புரியவில்லை' என்றார்.

இன்னொருபக்கம் ரிசர்வ் வங்கியின் பணமதிப்பு நீக்கத்துக்கான பரிந்துரையே மோடி பணமதிப்பு நீக்க அறிவிப்பை வெளியிடுவதற்கு ஓரிரு மணி நேரத்திற்கு முன்புதான் வரைவு வடிவம் பெற்றது என்பதும் தகவல் பெறும் உரிமைச் சட்ட தகவலால் வெளிவந்தது.

உர்ஜித் படேல்

முறைப்படி பணமதிப்பு நீக்கத்தை அறிவிக்க வேண்டியது பிரதமர் அல்ல, ரிசர்வ் வங்கிதான். ஒருவேளை ரிசர்வ் வங்கி பணமதிப்பிழப்பை அறிவிப்பதாக இருந்திருந்தால் அவர்கள் போதுமான பணத்தாள்களை கையிருப்பு வைத்துக் கொண்டு அறிவித்து இருப்பார்கள். குறைந்தது புதிய 2000 ரூபாய் பணத்தாள்களுக்கு ஏற்றவகையில் ஏ.டி.எம்.களை மாற்றி அமைத்த பின்னராவது அறிவித்து இருப்பார்கள். அதையும் மோடியின் அவசரம் கெடுத்துவிட்டதையே நாம் பார்க்க முடிகிறது.

இவ்வளவுக்கும் பிறகு 2017, ஆகஸ்டு 15 சுதந்திர தினத்தில் பேசிய மோடி, 'ஏழை மக்களையும் தேசத்தையும் ஏமாற்றிக் கொள்ளையடித்துப் பணம் சேர்த்தவர்கள், இப்போது நிம்மதியாகத் தூங்க முடியாத நிலை ஏற்பட்டுள்ளது. கடந்த நவம்பர் மாதம் மேற்கொள்ளப்பட்ட ரூபாய் நோட்டு வாபஸ் நடவடிக்கையால் கணக்கில் காட்டப்படாமல் இருந்த மூன்று லட்சம் கோடி ரூபாய் வங்கிகளுக்கு வந்துவிட்டது. வருமானத்துக்கு அதிகமாக சொத்து சேர்த்த 18 லட்சம் பேர், அரசின் கண்காணிப்பின்கீழ் வந்துவிட்டனர். 1.25 லட்சம் கோடி அளவிலான கறுப்புப் பணம் பிடிபட்டுள்ளது. கறுப்புப் பணத்துக்கு எதிரான மத்திய அரசின் நடவடிக்கை தொடரும்' – என்றார்.

2017 ஜூலை வரையில் மோடியின் பொய்களை ஆர்.பி.ஐ. காப்பாற்றி வந்தது. நாடாளுமன்ற நிதி நிலைக்குழுவானது ரிசர்வ் வங்கி கவர்னரிடம், வங்கியில் டெபாசிட் செய்யப்பட்ட பழைய ரூபாய் நோட்டுகளின் மதிப்பு விவரங்களை வழங்குமாறு கேட்டது.

இதற்கு 2017, ஜூலை 14ல் பதிலளித்த ஆர்பிஐ கவர்னர் உர்ஜித் படேல், வங்கியில் டெபாசிட் செய்யப்பட்ட பழைய நோட்டுகளை எண்ணும் பணி இன்னும் தொடர்ந்து வருகிறது என்று தெரிவித்தார். அப்போது நிலைக்குழுவிலிருந்த ஒரு உறுப்பினர், கடந்த ஆண்டு பணமதிப்பு நீக்கம் செய்யப்பட்டதிலிருந்து டிசம்பர் 30ஆம் தேதி வரை எவ்வளவு பணம் பழைய நோட்டுக்கு பதிலாக மாற்றிக்கொடுக்கப்பட்டது என்பதை கேட்டார். இதற்கு பதிலளித்த உர்ஜித் படேல், தற்போதைய நிலவரப்படி நாட்டில் புழக்கத்தில் உள்ள பணத்தின் மதிப்பு ரூ. 15.4 லட்சம் கோடி. கடந்த ஆண்டு நவம்பர் மாதம் பணமதிப்பு நீக்கத்தின் போது அது ரூ.17.7 லட்சம் கோடியாக இருந்தது என்று பதிலளித்தார்.

பின்னர் சிறிது காலத்தில் வெளியான ரிசர்வ் வங்கியின் ஆண்டறிக்கை, 'பணமதிப்பு நீக்கம் செய்யப்பட்ட 500 மற்றும் 1,000 ரூபாய் நோட்டுகள் 99 சதவிகிதம் திரும்ப வந்துவிட்டன. நவம்பர் 8ஆம் தேதி பணமதிப்பு நீக்கம் செய்யப்பட்டபோது, புழக்கத்திலிருந்த 500 மற்றும் 1,000 ரூபாய் நோட்டுகளின் மதிப்பு 15,44,000 கோடி ரூபாய். இப்போது 15,28,000 கோடி ரூபாய் திரும்ப வந்துள்ளது' என உண்மையைப் போட்டு உடைத்தது.

இதன் பின்னர் 'பணமதிப்பு நீக்க நடவடிக்கைக்குப் பரிந்துரை செய்த ரிசர்வ் வங்கியின் செயல்பாடு, வெட்கக்கேடானது. பணமதிப்பு நீக்க நடவடிக்கையால் ரிசர்வ் வங்கிக்குக் கிடைத்த லாபம் 16,000 கோடி ரூபாய். ஆனால், புதிய ரூபாய் நோட்டுகளை அச்சிடுவதற்காகச் செலவிடப்பட்ட தொகையோ 21,000 கோடி ரூபாய். இதைப் பரிந்துரை செய்த பொருளாதார நிபுணருக்கு நோபல் பரிசே கொடுக்கலாம். 99 சதவிகித ரூபாய் நோட்டுகள் சட்டரீதியாகவே மாற்றப்பட்டுவிட்டன. எனில், 'கறுப்புப் பணத்தை வெள்ளையாக மாற்றத்தான் பணமதிப்பு நீக்க நடவடிக்கை எடுக்கப்பட்டதா?' என அடுக்கடுக்கான கேள்விகளை ப.சிதம்பரம் எழுப்பினார்.

இதற்கு முன்னதாக டிசம்பரில் இருந்தே அருண் ஜேட்லி "ரொக்கப் பணப் பரிமாற்றத்தை ஒழித்து, டிஜிட்டல் மயமாக மாற்றுவதற்காகத்தான் பணமதிப்பு நீக்கம் கொண்டுவந்தோம்" – என்ற பல்லவியை சத்தமாகப் பாடிக்கொண்டு இருந்தார். ரொக்கப் பரிவர்த்தனை என்ன நோயா? கல்லாமையா?

வறுமையா? தீவிரவாதமா? – அதன் மீது மோடி அரசுக்கு என்ன கோபமோ தெரியவில்லை.

இன்னொரு பக்கம் அது பே.டி.எம். நிறுவனம் மீதான மோடியின் பாசம் என்றும் விமர்சிக்கப்பட்டது. அந்த விமர்சனத்தின் பின்னாக பணமதிப்பு நீக்கம் அறிவிக்கப்பட்ட அடுத்த நாள் பேடிஎம் நிறுவனம் மோடியின் புகைப்படத்தோடு வெளியிட்ட விளம்பரம் இருந்தது. விதிகளின்படி ஒரு பிரதமர் தனியார் நிறுவன விளம்பரங்களில் தோன்றக் கூடாது, ஆனால் இந்த விளம்பரம் அந்த விதியை மீறி இருந்தது. இதற்கு முன்னதாக ரிலையன்சின் ஜியோ விளம்பரத்திலும் மோடியின் படம் பயன்படுத்தப்பட்டு இருந்தது.

பின்னர் இந்த விதிமீறல் தனது அனுமதி இல்லாமல் நடந்ததாக பிரதமர் மறுத்தார், ஆனால் இது பற்றி அவராக ஏன் வழக்கு தொடுக்கவில்லை என்ற கேள்விக்கு அவரிடம் பதில் இல்லை. இதனால் பேடிஎம் என்பதை 'பே டூ மோடி' என்று விமர்சித்தார் அப்போதைய காங்கிரஸ் துணைத் தலைவர் ராகுல்காந்தி. பின்னர் மோடியின் படம் போட்ட விளம்பரங்களால் கொழித்த தனியார் நிறுவனங்கள் கடைசியில் மிகப்பெரிய அபராதமாக ரூபாய் 500யைக் கட்டின. பணத்தாளே இல்லாத நிலையில் டிஜிட்டல் பணப்பரிமாற்றம் மக்கள் தலையில் கட்டப்பட்டது. ஆனால் மக்கள் பிற்காலத்தில் அதை மெல்லக் கைவிட்டார்கள்.

டிஜிட்டல் பணப்பரிமாற்றம் என்பது உண்மையான பணப்பரிமாற்றம் அல்ல. ஏனெனில் உண்மையான பணப்பரிமாற்றத்தில் ஒரு நூறு ரூபாய் 10 கைகள் மாறிய பின்னும் 100 ரூபாயாகவே இருக்கும், டிஜிட்டல் பணப்பரிமாற்றத்தில் ஒவ்வொரு கை மாறும்போதும் 3 ரூபாய்கள் குறைந்து பத்தாவது நபரின் கைக்கு வரும்போது அது 70 ரூபாயாகக் குறைந்திருக்கும், இதன் மூலம் பணப்பரிமாற்ற நிறுவனம் மட்டுமே லாபம் அடையும். அந்த லாபமும்

பேடிஎம் விளம்பரத்தில்

எங்கு செல்லும் என்று தெரியாது. பேடிஎம் நிறுவனத்தின் 25% முதலீடுகள் சீனாவின் அலிபாபா குழுமத்திற்கு சொந்தமானது என்பது இங்கு கவனிக்க வேண்டிய தகவல்.

இப்படி பணமதிப்பு நீக்கத்தினால் பேடிஎம் போன்ற சில நிறுவனங்களே லாபம் பெற 99% நிறுவனங்கள் நட்டத்தையே சந்தித்தன. அதன் விளைவு நாட்டையே உலுக்கியது. அதுவரை 8%, 7.5% என்று இருந்த நாட்டின் ஜி.டி.பி. பணமதிப்பு நீக்க நடவடிக்கையால் அடுத்து வந்த முதல் காலாண்டில் 6.1%ஆகவும் இரண்டாம் காலாண்டில் 5.7% ஆகவும் வீழ்ச்சி அடைந்தது. இதனால் 'உலகின் வேகமாக வளரும் நாடு' என்ற தகுதியை இந்தியா இழந்தது. அதுவரை இந்தியாவும் சீனாவும் வளர்ச்சியில் போட்டி போட்டுக் கொண்டிருந்த நிலை மாறி, இந்தியா சீனாவுக்காக போட்ட 'சேம் சைடு கோல்' ஆக இது காணப்பட்டது.

2008ஆம் ஆண்டில் உலகம் முழுவதும் பொருளாதாரப் பெருமந்தத்தால் சூழப்பட்டு இருந்தபோது அது இந்தியாவை பாதிக்கவில்லை, ஆனால் 2017ல் உலகம் முழுவதும் பொருளாதாரம் செழித்து இருந்தநிலையில் இந்தியா மட்டும் கடுமையான பாதிப்பில் இருந்தது. ஆனால் 'இதற்கெல்லாம் உலகளாவிய சூழல்தான் காரணம்' என்று அறிவுக்குப் பொருத்தமற்ற வகையில் மத்திய அமைச்சர்கள் பேசிக் கொண்டு இருந்தனர். 2017ஆம் ஆண்டில் ஆசிய நாடுகளின் பொருளாதார நிலையை எடுத்துக் கொண்டால், இந்தியாவின் உள்நாட்டு உற்பத்தி மட்டுமே குறைந்துள்ளது. இதனால் இந்தியா சீனா, மலேசியா, பிலிப்பைன்ஸ் நாடுகளுக்கும் பின்னால் போய் நின்றது. இந்தியாவின் ஜி.டி.பி. அப்போது பாகிஸ்தானின் ஜி.டி.பி.க்கும் சமமாக போய் நின்றது, வங்கதேசம் வரலாறு காணாத அளவுக்கு உள்நாட்டு உற்பத்தியில் உயர்ந்தது. இதற்கான முழுப் பொறுப்பும் அப்போதைய மத்திய அரசை மட்டுமே சார்ந்ததாக இருந்தது.

~

52

பணமதிப்பு நீக்கம்
– தெளிவில்லாமல் போட்ட திட்டம்

கறுப்புப் பணப் புழக்கத்தைக் கட்டுப்படுத்துவதாகச் சொல்லி, புழக்கத்தில் இருந்த 500, 1000 ரூபாய் நோட்டுகள் அனைத்தையும் செல்லாததாக அறிவித்த கையோடு, புதிய 2000 ரூபாய் நோட்டு குறித்த அறிவிப்பை அதே மேடையில் மோடி அறிவித்தது உலக பணத்தாள் வரலாறு ஒருபோதும் காணாத முரணாக இருந்தது. அமெரிக்க பணமதிப்பு நீக்கத்தின் வெற்றியே அங்கு உயர் பணமதிப்பு நோட்டுகள் ஒரேயடியாகக் கைவிடப்பட்டதுதான். 1000 ரூபாயை ஒழித்து 2000 ரூபாயைக் கொண்டுவருவது என்பது நெருப்புப் பொறியை கொள்ளிக் கட்டையால் அணைக்கும் கதைதான்.

தவிர, இந்தியாவைப் போன்ற ஒரு நாட்டுக்கு 2000 ரூபாய் பணத்தாள் தேவையா என்பதே மிகப்பெரிய கேள்வி. 2015ஆம் ஆண்டின் நிலவரப்படி நம்நாட்டின் பொதுமக்களில் 69 சதவிகிதம் பேர் கிராமப்புறம் மற்றும் சிறுநகரப் பகுதிகளில்தான் வசிக்கிறார்கள். அவர்களில் 75 சதவிகிதம் பேர் நாள் ஒன்றுக்கு 33 ரூபாய் சம்பாதிக்கும் சாதாரண மக்கள். பெரும்பாலானோர் தினக் கூலிகள். மாதம் ஒன்றுக்கு இவர்களது அடிப்படை வருமானம் 5,000 ரூபாய். மீதம் இருக்கும் 25% பேர்தான் நகரத்தில் வசிக்கிறார்கள். அவர்களில் கூட பலருக்கு 2000 ரூபாய்க்கு செலவோ வரவோ தினசரி இருக்கப்போவது இல்லை. இந்நிலையில் யாருக்காக 2000 ரூபாய் பணத்தாள்? – என்ற கேள்விக்கு யாரிடமும் பதில் இல்லை.

இன்னொரு பக்கம் மோடி சொன்னபடி நவம்பர் 11 முதல் ஏ.டி.எம்.களில் மக்களுக்குப் பணம் கிடைக்கவில்லை. புதிய பணத்தாள்களின் அளவு பழைய தாள்களில் இருந்து மாறுபட்டு இருந்ததால், அவற்றை பழைய ஏ.டி.எம்.களில் வைக்க முடியவில்லை. இதனால் ஒவ்வொரு ஏ.டி.எம். இயந்திரத்திலும் மாற்றங்களைச் செய்ய வேண்டியிருந்தது. இந்நிலை எவ்வளவு நாட்களுக்கு நீடிக்கும் என்று மக்களுக்குத் தெரியாத சூழலில் நவம்பர் 13ல் நிதியமைச்சர் ஜேட்லி 'ஏ.டி.எம்.கள் அனைத்தும் பயன்பாட்டுக்கு வர இன்னும் 3 வாரங்கள் ஆகும்' என திருவாய் மலர்ந்தார். நவம்பர் 30க்குள் அனைத்து ஏ.டி.எம்.களும் மாற்றம் செய்யப்பட இலக்கு நிர்ணயிக்கப்பட்டது, ஆனால் டிசம்பர் 02ஆம் தேதி வரை 90% ஏ.டி.எம்.கள் மட்டுமே மாற்றம் பெற்றன. மீத 10% ஏ.டி.எம். களை மாற்ற இன்னொரு 10 நாட்கள் இலக்கு வைக்கப்பட்டது. மேலும் புதிய பணத்தாள்களுக்கு ஏற்ப மாற்றப்பட்ட ஏ.டி.எம். களிலும் பணம் உடனுக்குடன் தீர்ந்ததால் அவற்றை நிரப்பவும் ஆட்கள் போதிய அளவில் இல்லை.

இதனால் புதிய பணம் கிடைக்கும் வங்கிகள், ஏடிஎம்களில் மக்கள் வரிசைகள் கிலோமீட்டர்களில் நீள, வங்கி வரிசை சாவுகள் நாடெங்கும் நிகழ்ந்தன. அப்போது சுமார் 140 வங்கிவரிசை சாவுகள் கணக்கிடப்பட்டன, கணக்கிற்கு வராதவை இன்னும் நிறைய இருக்கும். இவர்களின் மரணங்களுக்கு அரசு எந்த இழப்பீடும் கொடுக்கவில்லை.

வங்கி வரிசையில் அழும் முதியவர்

பணமதிப்பு நீக்கம் வந்தால் என்ன என்ன விளைவுகள் எல்லாம் ஏற்படும் என்று அரசுக்கு தெளிவான திட்டங்கள் இல்லாதது அந்த நாட்களில் வெளிப்படையாகத் தெரிந்தது. பணமதிப்பு நீக்கத்தின் முதல் 50 நாட்களில் ரிசர்வ் வங்கி அடுத்தடுத்து 74 அறிவிப்புகளை வெளியிட்டது. இந்த அறிவிப்புகளிலும் தெளிவு இல்லை. பணமதிப்பு நீக்கத்தினால் நாடெங்கும் லட்சக் கணக்கான திருமணங்கள் பாதியில் நின்றன, இதனால் திருமணம் நடக்கும்போது இரண்டு வீட்டாரில் ஒருவர் 2.5 லட்சம் பணம் எடுத்துக் கொள்ளலாம் என ரிசர்வ் வங்கி அனுமதித்தது. 2.5 லட்சத்தில் திருமணத்தை எப்படி நடத்த முடியும் என்பது ரிசர்வ் வங்கிக்கே வெளிச்சமாக இருந்தது.

இதே சூழலில் 2016, நவம்பர் 16ல் கர்நாடக பாஜக முன்னாள் அமைச்சர் ஜனார்த்தன ரெட்டி தனது வீட்டில் 650 கோடி செலவில் ஒரு ஆடம்பரத் திருமணத்தை நடத்தினார். அவ்வளவு பணம் அவருக்கு மட்டும் எங்கிருந்து வந்தது என்று அவரோ அரசோ விளக்கவில்லை. இது பணமதிப்பு நீக்கத்தின் பாதிப்புகள் பொதுமக்களுக்கு மட்டும்தான் என்பதைப் பொதுவெளியில் போட்டு உடைத்தது. இப்படியாக பணமதிப்பு நீக்கம் தொலைநோக்கற்ற ஒரே தனித்திட்டமாக அல்லாமல், தொலைநோக்கற்ற பல திட்டங்களின் ஒட்டுமொத்த வடிவமாக இருந்தது.

மாத சம்பளக்காரர்கள் பணமதிப்பு நீக்கத்தினால் பெரும் சிக்கல்கலை சந்தித்தனர். இந்தியாவில் 90சதவிகிதம் பேர் ஊதியத்தை ரொக்கமாக வாங்குபவர்கள்தான் எனும்போது 2016

மகள் திருமணத்தில் ஜெனார்த்தன ரெட்டி

நவம்பரைத் தொடர்ந்து வந்த டிசம்பர் 1ல் இது மிகப்பெரிய பொருளாதாரப் பிரச்னையாக உருவெடுத்தது. உடனே மத்திய அரசு தனது ஊழியர்களுக்கு 10,000 ரூபாய் மாத முன்பணம் கொடுத்தது. இப்படிப் பணம் பெற்ற ஊழியர்கள் நாட்டின் 5சதவிகிதம் பேர்தான், அப்போது மீதம் 95சதவிகிதம் பேருக்கு யார் முன்பணம் கொடுப்பார்கள்? எப்படிக் கொடுப்பார்கள்? – அரசுக்குத் தெரியவில்லை. இந்திய ரயில்வேயிடம் கூட அப்போது பணம் இல்லை, டிக்கெட்களைக் கேன்சல் செய்தவர்கள் காத்திருப்பில் போடப்பட்டனர். அப்போது பிற போக்குவரத்துகளின் நிலை? – அதையெல்லாம் அரசு யோசிக்கவில்லை.

இந்திய வங்கி அமைப்பின் பலம் மற்றும் பலகீனங்களை அறியாமல் பணமதிப்பு நீக்கத்தில் அதனை மத்திய அரசு பயன்படுத்தியது இந்தத் தோல்விக்கு மிக முக்கிய காரணமாக அமைந்தது. பணமதிப்பு நீக்கத்தின் பின்வந்த நாட்களில் வங்கிகளின் தேவைக்கு உரிய அளவுக்கு பணியாளர்கள் இல்லாததனால் இருப்பவர்கள் இரவும் பகலும் வேலை செய்தனர், சனி, ஞாயிறு விடுமுறைகள் கைவிடப்பட்டன. ஓய்வு பெற்றவர்களை மீண்டும் வேலைக்கு அழைத்ததும் நடந்தது. அதுவும்கூட போதுமானதாக இல்லை. குழப்பங்கள் வேலைப்பளுவை இரண்டு மடங்காக்கின. ஏனெனில் தினம்தோறும் அரசு வெளியிட்ட அறிவிப்புகளால் குழம்பியவர்கள் பொதுமக்கள் மட்டுமல்ல வங்கி அலுவலர்களும்தான்.

புதிய வேலைகள் வங்கிகளின் தலையில் கட்டப்பட்டால், ஏற்கனவே உள்ள வேலைகள் என்ன ஆகும் என்று அரசு முன்பாகவே எண்ணிப்பார்க்கவில்லை. பழைய நோட்டு வாங்குவது, பராமரிப்பது, அறிக்கை அனுப்புவது, தணிக்கை செய்வது, வருமான வரி அதிகாரிகளுக்குப் பதில் சொல்வது என்றே இருந்த வங்கி ஊழியர்களால் வங்கிப் பணிகளைச் செய்ய முடியவில்லை. ஆனால் அவர்கள் வங்கிப் பணிகளுக்காகத்தான் வங்கிகளிடம் இருந்து சம்பளம் வாங்கினர். பணியாளர்களின் கூடுதல் நேரப்பணி, புதிய நோட்டுகளுக்கு ஏற்றபடி ஏ.டி.எம். களை மாற்றிய செலவு, நெடிய வரிசைகளில் நின்ற மக்களுக்காக காவலர்கள், நாற்காலிகள் ஏற்பாடு செய்த செலவு, ஓய்வு பெற்றவர்களை மீண்டும் பணிக்கு அமர்த்தியதால் கொடுக்க நேர்ந்த கூடுதல் சம்பளம் இத்தனை செலவுகளும் வங்கிகளின்

தலையில் விழுந்தன. இவற்றுக்கும் பின்னர் நட்டஈடு கொடுக்கப்படவில்லை.

தேவைக்கு அதிகமாக பணத்தாள்களை வரவு வைக்கும் போது அதற்கான வட்டியைக் கொடுக்க வேண்டும் என்ற கூடுதல் சுமையும் வங்கிகளின் தலைக்கு வந்தது. இன்னொரு பக்கம் வங்கி ஊழியர்கள் கடும் பணிச்சுமைக்கு ஆளாகினார்கள். வேலைகள் வங்கி ஊழியர்களைப் படுத்தியது ஒரு பக்கம் என்றால், கணக்கு வைக்கும் போது பிழை நடந்து இழப்பு ஏற்பட்டாலோ, கள்ள நோட்டுகளை தெரியாமல் வாங்கிவிட்டாலோ அதற்கு உரிய தொகையைக் கைக்காசில் இருந்து கட்டவும் வங்கிப் பணியாளர்கள் வலியுறுத்தப்பட்டு இருந்தனர், இது அவர்களின் அச்சத்தை இன்னும் பெருக்கி இருந்தது.

தேவைப்படுபவர்களுக்கு கடன் கொடுப்பது, கொடுத்த கடனுக்கு வட்டி வசூலிப்பது, கடன் பாக்கி வசூலிப்பது ஆகியவைதான் வங்கிகளின் பிரதான பணிகள், இவற்றில் இருந்துதான் வங்கிகளுக்கு வருமானம் வருகின்றது. ஆனால் பணமதிப்பு நீக்கத்தினால் பழைய பணத்தை வரவு வைத்து, புதிய பணத்தாள்களை மாற்றிக் கொடுப்பதே வங்கிகளின் பிரதான பணியானது. இதனால் பணமதிப்பு நீக்கம் வங்கிகளுக்கு எதிரான நடவடிக்கையாகவும் அமைந்தது.

அரசின் திட்டம் ஒருபக்கம் இப்படித் தொலைநோக்கு இல்லாமல் இருக்க, புதிதாக அச்சிடப்பட்ட பணத்தாள்களும் தொலைநோக்குப் பார்வை இல்லாதவையாக இருந்தன. உலகநாடுகள் பலவும், மலேசியா, சிங்கப்பூர், பங்களாதேஷ் போன்ற ஆசிய நாடுகளும் கூட பல பாலிமர் பணத்தாள்களுக்கு மாறிவிட்ட நிலையில் இது காகிதப் பணமாகவே அச்சிடப்பட்டது. புதிய நோட்டுகளுக்கான கள்ள நோட்டுகள் அடுத்த இரண்டே நாட்களில் நாட்டின் பல இடங்களிலும் கைப்பற்றப்பட்டன. அவற்றில் பெரும்பாலானவை கலர் ஜெராக்ஸ்களாக இருந்தன. உண்மையான தாளையே கையில் பார்க்காத மக்களுக்கு கள்ள நோட்டு எது என்று தெரிய சாத்தியமே இல்லை.

~

53

பணமதிப்பு நீக்கம்: சொன்ன காரணங்கள் சரியா?

பணமதிப்பு நீக்கம் என்பது ஒரு மிகப்பெரிய பொருளாதார நடவடிக்கை. உரிய காரணங்கள் இல்லாமல் பணமதிப்பு நீக்கத்தைக் கொண்டுவருவது உள்நாட்டில் ஒரு போரைத் திணிப்பதற்குச் சமமானது. பணமதிப்பு நீக்கத்தின் போது அதற்குச் சொல்லப்பட்ட இரண்டு பிரதான காரணங்கள் கறுப்புப் பண ஒழிப்பு மற்றும் கள்ளப்பண ஒழிப்பு. இந்த காரணங்களே முதலில் தவறானவை. ஏற்கத் தகுதி இல்லாதவை.

ஏனெனில் கறுப்புப் பணம் அப்படியே பணமாகவே இருக்கும் என்ற கருத்து முதலில் தவறானது. அது டாலருக்குக் கூட மாறி இருக்கலாம், சொத்துகளாக, பங்குப் பத்திரங்களாக, நகைகளாக – எந்த வடிவத்தில் வேண்டுமானாலும் இருக்கலாம். இதற்கு முன்பு பணமதிப்பு நீக்கமே வராத நாடுகள் அல்லது போதிய பொருளாதார புரிதல் இல்லாத நாடுகளில்தான் கறுப்புப் பணம் கறுப்புப் பணமாகவே பிடிபடும், இந்தியா அப்படி அல்ல. இந்தியாவின் மொத்த பணத்தாள்களின் 6% வரை கறுப்புப் பணமாக இருக்கக் கூடும் – என்பதே முந்தைய கணிப்பாக இருந்தது.

இன்னொரு பக்கம் இத்தகைய காரணங்களைக் கூறிய அரசு உண்மையாகவே இந்தக் காரணங்களுக்காகத்தான் பணமதிப்பு நீக்கத்தைக் கொண்டுவந்ததா என்பது மிகப்பெரிய கேள்வி. பணமதிப்பு நீக்கம் வந்த பின்னர் 2017 ஜனவரியில் இந்தியா வந்த பொருளாதார நிபுணர் ஜான் ட்ரீஸ் எழுப்பிய சில கேள்விகள் மிக நியாயமானவை.

"ஆட்சியில் இருக்கும் பாஜக 'நான் ஊழலின் விரோதி' என்று பெருமை கொள்கிறது என்றால் முதலில் தங்கள் கட்சிப்பணத்தை வெளிப்படையாக அறிவிக்க வேண்டியதுதானே?. பணமதிப்பு நீக்கத்தின் மறைந்திருக்கும் நோக்கம் வேறு ஒன்றாகும், ஒருவேளை கார்ப்பரேட் நலன்கள், தேர்தல் அரசியலாக இருக்கலாம், பணமதிப்பு நீக்கம் இந்த அடிப்படையில் வெற்றியடைந்தாலும் மக்களின் இன்னல்கள் அதை விட பெரிது.

கோடிக்கணக்கானோரை நெருக்குதலுக்குள்ளாக்குவதை விட பெரிய கறுப்புப் பண முதலைகளைப் பிடிக்க அரசிடம் போதிய அளவு அதிகாரமும், எந்திரங்களும் உள்ளன. உண்மையில் ஊழலை ஒழிக்க வேண்டுமென்றால் கடந்த 3 ஆண்டுகளாக கிடப்பில் இருக்கும் லோக்பால் சட்டம், ஊழல் குறித்து தகவல் அளிப்போர் பாதுகாப்பு சட்டம், குறைதீர்ப்பு மசோதா ஆகியவற்றை அரசு மீட்க வேண்டும்" – என்றார் ட்ரீஸ்.

கறுப்புப் பணம் ஊழலால் உருவாகிறது என்றால், அந்த ஊழலைக் கட்டுப்படுத்திய பின்னர்தான் கறுப்புப் பணத்தை ஒழிப்பதற்காக நடவடிக்கைகளை அரசு எடுத்திருக்க வேண்டும். 'நோய்நாடி நோய் முதல் நாடி' என்று வள்ளுவர் கூறுவது அதனைத்தான். ஆனால் அரசு அதைச் செய்யவேயில்லை. நாட்டில் உள்ள 1% மக்கள்தான் 90% கறுப்புப் பணத்துக்குக் காரணமாக இருக்கிறார்கள். ஆனால் அவர்களில் எவரும் பணமதிப்பு நீக்கத்தின் போது வங்கிகளின் வாசலில் நிற்கவில்லை. இது ஒன்றே முதல் காரணத்தின் தோல்வியை விளக்கப் போதுமானது.

மேலும் பணமதிப்பு நீக்கத்தினால் இந்திய மக்களில் பெரும்பாலானோர் பெரும் பண இழப்புகளைச் சந்தித்த 2016ல் இங்குள்ள 100 பெரும் கோடீஸ்வரர்களின் சொத்துகளின் மதிப்பு மேலும் 26% உயர்ந்தது. அதாவது அந்த ஒரே ஆண்டில் 31லட்சம் கோடிக்கும் அதிகமான மதிப்புள்ள சொத்துகளை 100 பேர் பெற்றனர். இதில் யோகா குரு பாபா ராம்தேவுக்கு நெருக்கமான பதஞ்சலி ஆயுர்வேத நிறுவனத்தின் ஆச்சார்யா பாலகிருஷ்ணா கோடீஸ்வரர்கள் பட்டியலில் 48-வது இடத்திலிருந்து 19-வது இடத்துக்கு ஒரே தாவலில் முன்னேறியதுதான் மிகப்பெரிய வளர்ச்சியாக இருந்தது.

பணமதிப்பு நீக்கம் எந்த இலக்கைக் கூறித் தொடங்கப்பட்டதோ, அதற்கு நேர் எதிரான இலக்கை மிகவும்

வெற்றிகரமாகவே தாக்கி உள்ளது. நாட்டில் இருந்த அனைத்து கறுப்புப் பணத்தையும் வெளுத்துக் கொடுத்ததுதான் பணமதிப்பு நீக்கம் செய்த உண்மையான பணி.

இந்திய பொதுத்துறை வங்கிகளில் 2015 டிசம்பர் வரையிலான காலகட்டங்களில் வசூலாகாமல் இருந்த முதல் 50 வாராக்கடன்களின் மதிப்பு 1.21 லட்சம் கோடி என 2016ஆம் ஆண்டு மே மாதத்தில் மாநிலங்களவையில் மத்திய அரசு ஒரு கேள்விக்கு பதில் அளிக்கையில் தெரிவித்தது. தவிர வங்கிகளில் வாங்கிய கடனைத் திருப்பிச் செலுத்தும் தகுதி இருந்தும், திருப்பிச் செலுத்தாதவர்களின் எண்ணிக்கை 3 ஆண்டுகளில் 5,554–ல் இருந்து 7,686–ஆக அதிகரித்துள்ளது என்றும், இவர்கள் திருப்பி செலுத்த வேண்டிய தொகை ரூ.27,749 கோடியில் இருந்து 66,190 கோடி ரூபாயாக அதிகரித்திருக்கிறது என்றும் மத்திய அரசு கூறியது. இவர்களிடம் பணத்தை வசூலித்து இருந்தால் இந்தியப் பொருளாதாரம் நிமிர்ந்து இருக்கும், ஆனால் அதற்கான திறனோ துணிவோ மத்திய அரசுகளுக்கு இருப்பதில்லை.

இன்னொரு பக்கம் பணமதிப்பு நீக்கத்திற்குப் பின்பு, 24% சிறு தொழில்கள் அழிந்துவிட்டதாகவும், அவற்றை மீட்க வேண்டும் எனவும் உற்பத்தியாளர் சங்கங்கள் கோரிக்கை வைத்த நிலையில், அவர்களின் கோரிக்கைகள் முற்றாகப் புறக்கணிக்கப்பட்டதோடு, அடுத்த 8 மாதங்களில் ஜி.எஸ்.டி.யும் கொண்டு வரப்பட்டது. நாட்டின் 80% நிறுவனங்கள் அதற்குத் தயாராக இல்லாத நிலையில், உலகின் உச்சபட்ச ஜி.எஸ்.டி. வரிகள் பாரபட்சமான முறையில் போடப்பட்டது அடுத்த பேரழிவாக அமைந்தது.

99% பணம் வங்கிக்குத் திரும்பிய பின்னர் வாட்ஸாப்பில் எனக்கு வந்த ஒரு கதை பணமதிப்பு நீக்கம் என்ன செய்தது என்பதை எளிமையாக விளக்கியது. அந்தக் கதை இதுதான்,

'ஒரு ஊரில் ஒரு குளம் இருந்தது. அதில் ஒரு கோடி மீன்கள் இருந்தன. ஒரு முதலையும் இருந்தது. குளத்தின் உரிமையாளர் அச்சுறுத்தும் முதலையைக் கொல்ல விரும்பினார். அதனால் குளத்தின் நீரை எல்லாம் இறைத்து அதனை வற்றிப் போகும்படிச் செய்தார். அந்தக் குளம் வற்றிய பின்னர்தான் அவர் கண்டு கொண்டார், மீன்கள்தான் நீர் இல்லை என்றால் சாகும், முதலை தரையிலும் தப்பித்துப்போய் வாழும்'.

அடுத்து கள்ளப் பணத்தின் விவகாரத்தை எடுத்துக் கொள்வோம் ரிசர்வ் வங்கியின் கணிப்பின் படியே பணமதிப்பு நீக்கத்திற்கு முன்னர் இந்தியாவில் 400 கோடி ரூபாய் மதிப்பிலான கள்ளப்பணம்தான் இருந்தது. ஏற்கனவே 2015க்கு முந்தைய நோட்டுகளை ரிசர்வ் வங்கி திரும்பப் பெற்றதால் இது இன்னும் குறைவாக இருக்கும் என எதிர்பார்க்கப்பட்டது. ரிசர்வ் வங்கி மதிப்பீட்டை அப்படியே எடுத்துக் கொண்டாலும் கருப்புப் பணமான 400 கோடி என்பது மொத்தமாக பணமதிப்பு நீக்கத்தால் பாதிக்கப்பட்ட 17 லட்சம் கோடியில் 0.0235%தான், அதற்காகப் பண மதிப்பு நீக்கம் செய்வது சுண்டெலியைப் பிடிக்க வீட்டைக் கொளுத்துவதைப் போன்றதுதான். ஆனால் வீடு கொளுத்தப்பட்டதில் சுண்டெலியின் சுண்டு விரலுக்குக் கூட காயமில்லை. பணமதிப்பு நீக்கத்தின் முதலாமாண்டு நிறைவில் அரசு 13 கோடி மதிப்புள்ள கள்ளப்பணத்தை மட்டுமே பிடித்து இருந்தது.

சரி, கறுப்புப் பண ஒழிப்பு, கள்ளப்பண ஒழிப்பு ஆகியவை உயர்ந்த லட்சியங்கள் அவற்றை அடைவதற்காக பணமதிப்பு நீக்கத்தின் அதன் ஆழம் தெரியாமல், பாதிப்புகள் தெரியாமல் அரசு அவற்றை நிறைவேற்றிவிட்டது, அனைவருக்கும்தானே இதனால் பாதிப்பு – என்று யாராவது சொன்னால் அதுவும் ஏற்புடையது அல்ல. இதில் அனைவரும் பாதிக்கப்படவில்லை. டாடாவும் அம்பானியும் பணமதிப்பு நீக்கத்தை வரவேற்கவே செய்தார்கள், முதல்நிலைப் பணக்காரர்களில் யாரும் பாதிக்கப்படவில்லை, அவர்களின் நிறுவன ஊழியர்களுக்கும் அதிக பாதிப்புகள் இல்லை. பெருநிறுவனங்கள் பணமதிப்பு நீக்கத்தை எந்த அதிர்ச்சியும் இல்லாமல் எதிர் கொண்டன.

பெரு நிறுவனங்கள் மட்டுமின்றி அரசியல்வாதிகள், வரி ஏய்ப்புக்குப் பேர் போன நடிகர்கள், விளையாட்டு வீரர்கள் எல்லோரும் பணமதிப்பு நீக்கத்தை எந்த பெரிய சலனமும் இல்லாமல் லாவகமாகக் கையாண்டார்கள். அவர்களின் பதுங்குக் குழிகள் எப்போதோ தயாராக இருந்தன.

வங்கிகளும் பெருநிறுவனங்களும் கைகோர்த்து பணமதிப்பு நீக்கத்தை சமாளித்தன, இது பணமதிப்பு நீக்கம் பெரு நிறுவனங்களால் எதிர்பார்க்கப்பட்ட ஒன்றோ என்ற சந்தேகத்தையே எழுப்பின. அந்த சந்தேகம் ஆதரமற்றதும் அல்ல. 2016 ஆம் ஆண்டில் ஒவ்வொரு காலாண்டிலும் வங்கிகள் வரவு

வைத்த பணத்தைப் பார்த்தால் (வாடிக்கையாளர்கள் வங்கிக் கணக்குகளில் போட்டு வைக்கும் பணம்) இதற்கான விடை தெரியும் என்றார் அப்போதைய டெல்லி முதல்வர் அரவிந்த் கெஜ்ரிவால். ஏனெனில் பணமதிப்பு நீக்கம் கொண்டுவரப்படும் முன்பு, அதற்கு முந்தைய இரண்டு காலாண்டுகளில் முறையே 2.5 லட்சம் கோடி மற்றும் 1.5 லட்சம் கோடிகளுக்கு வங்கிகளில் வரவுகள் இருந்தன. ஒரு லட்சம் கோடி வரைக்கும் காலாண்டில் வரவுகள் கூடவோ குறையவோ செய்யும் என்பது இயல்பானது.

ஆனால் பணமதிப்பு நீக்கம் நடைபெறுவதற்கு முந்தைய ஜூலை – செப்டம்பர் காலாண்டில் மட்டும் 6.6 லட்சம் கோடி ரூபாய் வங்கிகளில் வரவு வைக்கப்பட்டு இருந்தன. அதாவது முந்தைய காலாண்டை விடவும் 5.1 லட்சம் கோடிகள் அதிகமான வரவு. இது போன்ற ஒரு வித்தியாசம் இதற்கு முன்பு ஒருபோதும் காணப்பட்டது இல்லை. வங்கிகளில் பணம் இருப்பதுதான் பாதுகாப்பானது என்பதை முன்னமே பெரும் பணம் கொண்ட சிலர் அறிந்திருந்ததையே இது காட்டியது.

தவிர பணமதிப்பு நீக்கம் அறிவிக்கப்பட்ட நவம்பர் 8, 2016 அன்றுதான் மோடி புதிய 2000 ரூபாய் பணத்தாள்களைப் பற்றி மக்களுக்கு அறிவித்தார், அது மிக ரகசியமானது என்று கூறப்பட்டது. அதனை எதிரி நாட்டு ராணுவத்தின் மீது நடத்தப்படும் சர்ஜிகல் ஸ்ட்ரைக் எனப்படும் துல்லியத்

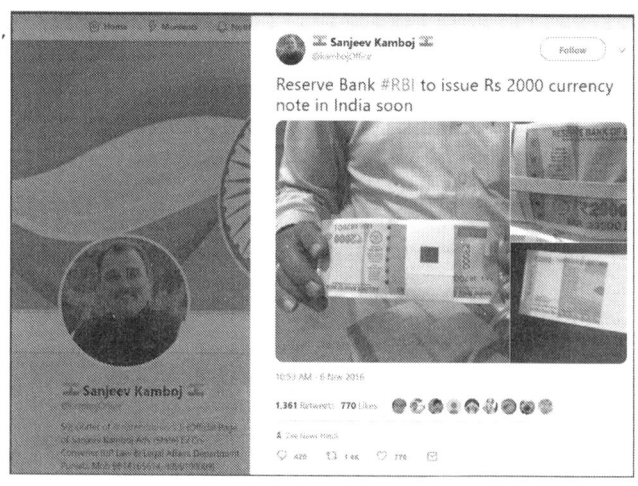

சஞ்ஜீவ் காம்போஜின் டுவிட்

தாக்குதலோடு ஒப்பிட்டார் மோடி. ஆனால் அதற்கு முன்னராக, நவம்பர் 6ஆம் தேதியன்றே பஞ்சாபின் பாஜக தலைவர்களில் ஒருவரான சஞ்சீவ் கம்போஜ் தனது டுவிட்டர் பக்கத்தில் புதிய 2000 ரூபாய்க் கட்டின் புகைப்படங்களையே வெளியிட்டு இருந்தார்!.

மேற்கு வங்கத்தில் நவம்பர் 7 ஆம் தேதி பாஜகவின் வங்கிக் கணக்கில் திடீரென ஒரு கோடி வரை வைக்கப்பட்டதை மேற்கு வங்க கம்யூனிஸ்டுகள் கேள்விகளுக்கு உள்ளாக்கினார்கள். பாஜகவினருக்கு மட்டுமின்றி பலருக்கும் புதிய 2000 ரூபாய் பணத்தாள் விவகாரம் முன்பே தெரிந்து இருந்தது. இந்தி பத்திரிகையான 'தைனிக் ஜார்கன்'னில் செய்தியாளர் பிரஜேஷ் துபே புதிய 2000 ரூபாய் பணத்தாள் குறித்த தகவலை 2016, அக்டோபர் 27ல் வெளியிட்டு இருந்தார்.

தமிழகத்தில் 2016, டிசம்பர் 21 அன்று கைதான அரசு ஒப்பந்ததாரரும், அரசியல் வட்டாரத்தில் பெரிய தொடர்புகள் உள்ளவருமான சேகர் ரெட்டி என்பவரிடமிருந்து 178 கிலோ தங்கத்தையும், 170 கோடி ரூபாய்க்கு மேல் பணத்தையும் வருமான வரித்துறை கைப்பற்றியது. இதில் 33.6 கோடி மதிப்புடையவை புதிய 2000 ரூபாய் பணத்தாள்கள். கட்டாயம் இவற்றை சட்டவிரோதமாக மட்டுமே மாற்றி இருக்க முடியும். ஆனால் அந்தப் பணத்தாள்களை யார் மாற்றிக் கொடுத்தார்கள் என்பதையோ, அவை எங்கே அச்சடிக்கப்பட்டவை என்பதையோ சி.பி.ஐ.யால் கண்டுபிடிக்க முடியவில்லை. சி.பி.ஐ.யின் கேள்விகளுக்கு உரிய பதில்களைக் கொடுக்க ரிசர்வ் வங்கியாலும் முடியவில்லை. பணமதிப்பு நீக்கம் எப்படித் தோல்வி அடைந்தது என்பதன் ஒருசோற்றுப் பதம்தான் சேகர் ரெட்டி. (பின்னர் இவர் திருப்பதி தேவஸ்தானத்தில் உயர் பொறுப்பில் நியமிக்கப்பட்டார், வழக்கு கோவிந்தா ஆனது.)

சேகர் ரெட்டி

வங்கி ஊழியர்களுக்கே மோசடிகள் எப்படி நடந்தது என்று தெரியவில்லை. சில வங்கி ஊழியர் அமைப்புகள் 'பணம் வங்கிகளுக்கு வரும் முன்பே, அச்சகத்தில் இருந்து நேரடியாகப்

பலருக்குச் சென்றிருக்கலாம்' என்று வெளிப்படையாகவே கூறினார்கள், ப.சிதம்பரமும் அதைக் கேட்டார். மேலும் 'எப்போதிலிருந்து 2,000 ரூபாய் நோட்டுகள் அச்சடிக்கப்பட்டன, அவை எங்கு சென்றன, பெற்றுக் கொண்டதற்கான ரசீது வந்ததா என்ற தகவல்களை நாள் வாரியாகத் தெரிவிக்க வேண்டும்' என வங்கி அதிகாரிகள் சங்கம் கேட்டது. ஆனால் ரிசர்வ் வங்கி பதில் கூறவில்லை.

மொத்தத்தில் கறுப்புப் பணத்தின் பெயராலும், கள்ளப் பணத்தின் பெயராலும் இந்தியா சிதைக்கப்பட்ட ஒரு நிகழ்வாக மோடி அரசின் பணமதிப்பு நீக்கம் இருந்தது. கொசுக்கடிக்கு செய்யப்பட்ட அறுவை சிகிச்சைதான் அது.

~

54

உள்ளூர் பணமும் உலகப் பொருளாதாரமும்

உள்ளூர் பணத்தாள்களின் வரலாறு உலகப் பணத்தாள் வரலாற்றின் மிக சுவாரசியமான அத்தியாயங்களில் ஒன்று. அது கூறும் பாடங்களும் மிக முக்கியமானவை.

1930களின் உலகப் பொருளாதாரப் பெருமந்தத்தின் போது, ஆஸ்திரிய தேசம் கடும் பணத்தாள் பற்றாக்குறையை சந்தித்தது. ஆஸ்திரியாவின் வேகுல் (Worgl) என்ற சிறிய நகரத்தில் வாழ்ந்த மைக்கேல் அண்டர்பக்கென்பர்கர் என்ற நபர், போதுமான பணத்தாள்கள் இல்லாததால் நாட்டின் பணப்புழக்கம் பாதிக்கப்படுவதையும், மக்கள் சம்பளப் பணம் இன்றி ஒன்றும் செய்யாமல் இருப்பதால் வேலை இழப்புகள் ஏற்படுவதையும் கண்டார். இதனால் அவர் டிக்கெட்டுகள் வடிவில் உள்ளூர் புழக்கத்திற்கான பணத்தாள்களை ஒரு ஷில்லிங், 5 ஷில்லிங், 10 ஷில்லிங் ஆகிய மதிப்புகளில் அச்சடித்தார். இவற்றை அதுவரை வேலையில்லாமல் இருந்த சாலைகளை செப்பனிடுபவர்களுக்கும், பழைய கட்டிடங்களை பழுது பார்ப்பவர்களுக்கும், தெருக்களையும் சாக்கடைகளையும் சுத்தம் செய்பவர்களுக்கும் அவர் சம்பளமாக வழங்கினார். அவர்கள் இவற்றைக் கடைகளில் கொடுக்க, வணிகம் இல்லாமல் இருந்த கடைகள் சிறிய யோசனைக்குப் பிறகு இவற்றை ஏற்றுக் கொண்டன. பின்னர் படிப்படியாக நகரத்தின் எல்லா இடங்களிலும் புழங்கிய இந்த உள்ளூர் பணத்தைக் கடைசியில் வேகுல் நகராட்சியும் தனது வரி வசூலில் ஏற்றுக் கொண்டது!.

வேகுல் - உள்ளூர் பணத்தாள்

இந்தப் பணத்தாள்கள் புழக்கத்தில் வந்த பின்னர், அந்த நகரத்தின் தொழில் நடவடிக்கைகள் பெருமளவில் அதிகரித்தன. இந்தப் பணம் ஓரிடத்தில் சேராமல் தொடர்ந்து புழக்கத்திலேயே சுழன்றது. அதற்கு முக்கியக் காரணம் இந்தப் பணத்தில் மைக்கேல் அண்டர்பக்கென்பர்கர் சேர்த்திருந்த ஒரு புதிய பண்பு. இந்த டிக்கெட் பணம் மற்ற பணங்களைப் போல மக்களின் கண்களுக்குத் தெரியாமல் தன் மதிப்பை இழப்பது இல்லை, மாறாக ஒவ்வொரு மாதத்தின் தொடக்கத்திலும் ஒரு டிக்கெட் பணம் தனது மொத்த மதிப்பில் 1% மதிப்பை இழந்தது. இதனை ஒருவர் சரிகட்ட வேண்டும் என்றால், அவர் உள்ளூர் கவுன்சிலில் பணத்தின் மதிப்பு இழப்பிற்கு உரிய மதிப்பில் ஸ்டாம்பை வாங்கி அதனைப் பணத்தோடு இணைக்க வேண்டும். இதனால் இந்தப் பணத்தை நெடுங்காலம் வைத்திருக்க யாரும் விரும்பாத நிலை உருவானது, எல்லோரும் வேகமாக செலவழிக்கவே விரும்பிய இந்த உள்ளூர் பணம் வேகமாகப் புழங்கும் போது அதன் வேகத்திற்கு வர்த்தக நடவடிக்கைகளும் வளர்ந்தன. இந்த வர்த்தக நடவடிக்கையில் இருந்து 'பொருளாதார திசைவேகம்' என்ற கண்டுபிடிப்பின் ஆற்றலை உலகப் பொருளாதார வல்லுநர்கள் அறிந்து கொண்டனர்.

இந்த உள்ளூர் பணத்தாள் வெற்றிகரமாக மக்களின் வாழ்க்கையில் மாற்றங்களைக் கொண்டுவந்தாலும், அதனை அரசு பாராட்டவில்லை!. அரசின் அங்கீகாரம் பெறாத வங்கித் தாள்கள் அரசின் மத்திய வங்கிக்கான அச்சுறுத்தலாக மாறிவிடும் என்று ஆஸ்திரிய அரசு அஞ்சியது. அதனால்

இந்த உள்ளூர் பணத்தாள்களை அது தடை செய்தது. ஆஸ்திரியாவைப் போலவே அமெரிக்காவிலும் பலர் உள்ளூர் பணத்தாள்களை முதல் உலகப் போருக்குப் பிந்தைய மந்த காலங்களில் உருவாக்கினர். 1930களில் அமெரிக்கப் பொருளாதார வளர்ச்சியின் ஒரு கணிசமான பங்கை உள்ளூர் பணத்தாள்கள் எட்டின. ஆனால் நியூயார்க் நகர வங்கியாளர்கள், உள்ளூர் பணத்தின் செல்வாக்கை கண்டு கடுப்பாகி கொடுத்த அழுத்தத்தின் காரணமாக, கடந்த 1933ஆம் ஆண்டில் அப்போதைய அமெரிக்க அதிபர் ரூஸ்வெல்ட் அனைத்து உள்ளூர் பணத்தாள்களையும் தடை செய்தார்.

ஆனாலும், உள்ளூர் பணத்தாள்கள் இன்றும் பல்வேறு நாடுகளில் பல்வேறு வடிவங்களில் புழங்கிக் கொண்டுதான் உள்ளன. உள்ளூர் நிர்வாகமோ, குறிப்பிட்ட நிறுவனங்களோ தங்கள் பகுதியில் மட்டும் புழங்குவதற்காக என்று ஒரு பணத்தாளை வெளியிடும்போது அதனை அரசுகளால் கட்டுப்படுத்த முடிவது இல்லை. உள்ளூர் பணம் பணத்தாளாக வெளியிடப்படும் போது, 'ஆல்டர்நேட்டிவ் கரன்சி, கம்யூனிட்டி கரன்சி, காம்ளிமெண்டரி கரன்சி, பார்டர் கரன்சி, ஸ்கிரிப் கரன்சி' – என்று உலகெங்கும் பல்வேறு பெயர்களால் அழைக்கப்படுகின்றது. இந்தியாவில் உண்டிகள் – முன்பு உள்ளூர் பணமாக புழங்கின. கதர் உண்டிகள் காந்தியின் காலத்தில் மிகப் பிரபலம். இவற்றுக்கு எந்த அரசு அங்கீகாரமும் கிடையாது, மக்களின் நம்பிக்கையில்தான் இவற்றின் மதிப்பு இருந்தது.

உள்ளூர் பணம் தாளாக அல்லாமல் நாணயமாக வெளியிடப்படும் போது அது 'டோக்கன்' என்று அழைக்கப்படுகின்றது. அதாவது அரசால் அதிகாரம் உறுதி செய்யப்படாத ஆட்சியாளர்களாலும் பிரமுகர்களாலும் நிறுவனங்களாலும் வெளியிடப்படும் நாணயங்கள் டோக்கன்கள் என்று வரிசைப்படுத்தப்படுகின்றன.

உலக நாடுகளால் ஏற்கப்படாத அரசுகள் சிலவும் நாணயங்களை வெளியிட்டு உள்ளன. இவை புழக்கத்திற்காக அல்லாமல், அரசுகளின் இருப்பை உலகுக்கு வெளிப்படுத்தும் நோக்கிலானவை. இவையும் பிற நாடுகளால் டோக்கன்களாகவே கருதப்படுகின்றன. இவற்றில் குறிப்பிடத் தக்க ஒன்று விடுதலைப் புலிகள் இலங்கையில் வெளியிட்ட தங்க நாணயம் ஆகும்.

1990ஆம் ஆண்டில் இலங்கையின் யாழ்ப்பாணத்தில் இருந்த ஒவ்வொரு குடும்பத்திற்கும் இரண்டு சவரன் வரியை விடுதலைப் புலிகள் அமைப்பு விதித்தது. இலங்கை அரசுடனான போரால் ஏற்பட்ட நிதிப்பற்றாக்குறையை சரிசெய்ய அந்த நிதி பயன்படுத்தப்பட உள்ளதாக விடுதலைப் புலிகள் கூறியது. பின்னர் இப்படியாக வரி கட்டியவர்களின் பெயர்களை வைத்துப் பரிசுக் குலுக்கல் நடத்தி, வெற்றி பெற்றவர்களுக்கு இரண்டு சவரன் தங்க நாணயத்தை அவர்கள் பரிசாக வழங்கினர். இவ்வாறு 2500 குடும்பங்களுக்கு இந்த நாணயங்கள் வழங்கப்பட்டு இருக்கலாம் என்று கணிக்கப்படுகிறது. இவற்றை உலகநாடுகள் பலவற்றிலும் உள்ள தமிழர்கள் சேகரித்து உள்ளனர்.

விடுதலைப் புலிகளின் தன்னாட்சி உறுதி செய்யப்படவில்லை என்பதால், சர்வதேச நாணய சேகரிப்பாளர்கள் இவற்றை 'டோக்கன்' என்ற பிரிவிலேயே அடக்குகின்றனர்.

புலிகளின் தங்க நாணயம்

இப்படியான நாடு சாராத, அரசு அங்கீகாரம் இல்லாத உள்ளூர் பணத்தாள்கள், டோக்கன்களுக்கு உள்ளூர் சந்தை மதிப்போடு, பணத்தாள் சேகரிப்பாளர்கள் விரும்புவதால் ஏற்படும் மதிப்பும் சேர்ந்து கொள்கிறது. அளவுக்கு அதிகமாக உள்ளூர் பணத்தை உருவாக்கினால் ஒழிய அவற்றின் மதிப்பு விழாது. உள்ளூர் பணத்தின் மற்றொரு சிறப்பு இதில் கறுப்புப் பணத்திற்கும் கள்ள நோட்டுகளுக்கும் வாய்ப்பு இல்லை. ஒரு குறிப்பிட்ட நபர் அல்லது முகவர் மூலம் மட்டுமே உள்ளூர் பணத்தாள்கள் வெளியிடப்படும் போது, கள்ள நோட்டுகளை புழங்கவிடும் நபரை எளிதாகக் கண்டுபிடித்து

விடலாம், எண்ணிக்கை குறைவான பணத்தாளை கள்ள நோட்டாக அடிப்பவருக்கு லாபத்திற்கான வாய்ப்புகளை விடவும், மக்களிடம் சிக்குவதற்கான வாய்ப்புகளே அதிகம்.

உள்ளூர் பணத்தாள்கள் புழங்கும் முறைகளுக்கு ஐரோப்பிய மொழிகளில் பல பெயர்கள் உள்ளன உதாரணமாக பிரஞ்சு மொழி பேசும் நாடுகளில் அதன் பெயர் செல் (SEL - System d'Echange Locaux), ஆங்கிலம் பேசும் நாடுகளில் அதன் பெயர் லெட்ஸ் (LETS - Local Exchange Trading System).

உலகப் பொருளாதாரத்தின் எதிர்காலத்தில் உள்ளூர் பணத்தாள் ஒரு முக்கிய இடத்தை வகிக்கவும் வாய்ப்புகள் உள்ளன. ஏனெனில், முன்பு ஒரு காலத்தில் ஐரோப்பிய நாடுகள் தங்களுக்குள்ளான பணப்பரிவர்த்தனைக்கு பிரிட்டனின் பவுண்டையும், பிரான்சின் பிராங்கையும் மட்டுமே பயன்படுத்தின. ஐரோப்பிய நாடுகளின் பொதுப் பணமான யூரோ வந்த போது, இங்கிலாந்து யூரோவை ஏற்காத நிலையில் யூரோ முதலில் பிராங்கை அதன் இடத்தில் இருந்து நகர்த்தி, தான் அந்த இடத்தைப் பிடித்துக் கொண்டது. அதன் பின்னர் பல ஐரோப்பிய நாடுகள் தங்கள் நாணயங்கள் சர்வதேச சந்தையை எந்த நேரத்திலும் இழந்துவிடலாம் என்பதை உணர்ந்து, நாட்டை வாழவைக்கும் உள்ளூர் பணத்தை வளர்ப்பதில் மீண்டும் ஆர்வம் காட்டி வருகின்றன, ஆனாலும் உள்ளூர் பணத்தாள்கள் ஓரளவுக்கு மேல் வளர்ந்தால் அவற்றை வழக்கம் போல வங்கிகள் வாழ விடாது என்றே தோன்றுகிறது.

~

55

கடன் கணக்குகளும் வட்டி விளையாட்டுகளும்...

பணத்தாள்கள் அவை அச்சடிக்கப்பட்ட வங்கிகளிலேயே இருக்கும் போது அவற்றுக்கு எந்த மதிப்பும் இல்லை, அவற்றை மக்கள் வாங்கும் போதுதான் மதிப்பு ஏற்படுகிறது. அதுவும் கடனாக வாங்கினால் வங்கிக்கும் வட்டி என்ற லாபம் ஏற்படுகிறது. இதனால்தான் வங்கிகள் பணத்தைக் கடனாகக் கொடுக்க விரும்புகின்றன, வங்கிகளில் பணக் கையிருப்பு அதிகரிக்கும் போது அவர்களுக்கு அதிக கடன்காரர்கள் தேவைப்படுகின்றனர். இதனால் பலருக்கு தகுதிக்கு அதிகமாகப் பணம் கிடைக்கிறது, பின்னர் அதன் விளைவுகளையும் அவர்கள் அனுபவிக்கிறார்கள். அமெரிக்கப் பெருமந்தத்தின் பின்பாக இருந்த வீட்டுக் கடன்கள் ஒரு உதாரணம்.

கடனைப் பொறுத்தவரை, அமெரிக்க மக்களின் நிலைதான் அமெரிக்காவின் நிலை, அதுவே உலகத்தின் நிலையும் கூட. ஆனால் சில நாடுகள் இதற்கு விதிவிலக்காக இருக்கவும் முயற்சி செய்கின்றன. அடிப்படையில் கடன் நல்லதா? கெட்டதா?.

கடன் சேவகனாய் வீட்டுக்குள் வந்து அரசனாய் அமரும் தன்மையை உடையது. கடன் வாங்கும் எண்ணம் சேமிப்பைக் கொல்லும், கடன் வாங்கி செய்யப்படும் முதலீடு தவறினால் மக்களை நிரந்தரக் கடனாளியாக்கும். கடன் உலகின் மோசமான பழக்கங்களில் ஒன்று.

பரிணாம வளர்ச்சியை டார்வின் கண்டுபிடித்த பின்னர் அவரிடம் 'உலகில் இயற்கையை விடவும் வலிமையானது

ஏதாவது இருக்கிறதா?' என்று கேட்கப்பட்டது. அப்போது டார்வின் சொன்ன பதில், 'ஆம், அது பழக்கம்'. இப்போது உலகெங்கும் சேமிப்பு என்ற பழக்கம் தொலைந்து கடன் வாங்குவது என்ற பழக்கம் அதிகரித்துவிட்டது.

தொட்டதெற்கெல்லாம் கடன் வாங்கும் வழக்கம் இப்போது தமிழ்நாடு வரையில் வேரூன்றி விட்டது. பண்டைய தமிழர்களுக்கு கடன் என்பது ஒரு பெரும் மனச் சுமை. இராமாயணத்திலே இராவணன் கலக்கம் அடைந்த நிலையில் இருப்பதை சீர்காழி அருணாசலக் கவிராயர்,

'கடன்கொண்ட நெஞ்சம் போலும்
கலங்கினான் இலங்கை வேந்தன்!'

என்று எழுதினார். அத்தகைய தமிழகத்திலேயே இன்று கடன்வாங்கும் வழக்கம் பரவியது தமிழர்களின் பண்பாட்டுக்கே எதிரானது. அதுதான் உண்மையில் கலாசார சீரழிவு.

இன்னொரு பக்கம் வட்டி வாங்குவதும் 'கொடுமையான குற்றம்', 'மனிதத் தன்மையற்ற செயல்' என்பதைத் தாண்டி பொருளாதாரத்தின் அடிப்படையாக மாறிவிட்டது. உலகெங்கும் மக்களால் கடனும் வட்டியும் ஏற்கப்பட்ட இந்த மாற்றங்கள் எதுவும் குறுகிய காலத்தில், எளிதாக நடந்துவிடவில்லை. நாமெல்லாம் இவற்றை ஒரே நாளில் ஏற்கவும் இல்லை. இதற்காக மக்களை மூளைச் சலவை செய்யும் பணியை சமூகத்தின் பல அங்கங்கள் செய்தன. அவற்றில் அரசும், கல்வி நிலையங்களும், விளையாட்டுகளும் கூட பிரதான பங்கினை வகிக்கின்றன.

பள்ளி மாணவர்களுக்கு கடனைக் கணக்காகச் சொல்லிக் கொடுப்பதில் இருந்தும், தனி வட்டி, கூட்டு வட்டி சூத்திரங்களைச் சொல்லிக் கொடுப்பதில் இருந்தும் கடனையும் வட்டியையும் நியாயப்படுத்துவது தொடங்குகிறது. அடகுக் கடைகளுக்கு பிரபல நடிகர்கள், விளையாட்டு வீரர்கள் விளம்பரத் தூதர்களாக இருக்கிறார்கள். அடகுக் கடைகளை பொதுமக்கள் சிலர் ஏளனமாகப் பார்த்தாலும் வங்கிகள் பொதுவாகக் கவுரவமான நிறுவனங்களாகவே பார்க்கப்படுகின்றன, வங்கி வேலைகளுக்கு அடித்தட்டு மக்கள் ஏங்குகிறார்கள். ஆனால் அடாவடி வசூலில் அடகுக் கடைகளுக்குச் சளைத்தவை அல்ல வங்கிகள். அடகுக் கடைக்காரர்கள் யாரும் உங்களைத் தேடிவந்து கடன் கொடுப்பது இல்லை – என்பதால் அவர்கள் ஒருவகையில்

வங்கிகளை விட நல்லவர்களே. மது எப்படி நாட்டுக்கு வீட்டுக்குக் கேடோ அது போலத்தான் கடனும் ஆனால் அந்த உண்மை நமக்கு மறந்து கொண்டே வருகிறது.

இதுபோன்ற அடிப்படைச் சிக்கல்களை உலகின் சில நாடுகள் புரிந்து கொண்டுள்ளன. இதற்கு சீனா, இஸ்ரேல் போன்றவை நல்ல உதாரணங்கள். சீனாவை நாம் எடுத்துக் கொண்டால், ஒரு சீனரின் சராசரி ஆண்டு வருமானத்தையும், ஒரு அமெரிக்கரின் ஆண்டு வருமானத்தையும் நாம் ஒப்பிடும்போது, ஒரு சீனர் ஒரு அமெரிக்கரின் வருமானத்தில் 10ல் ஒரு பங்கைத்தான் சம்பாதிக்கிறார். ஆனால் சீன அரசால் அமெரிக்க அரசுக்குக் கடன் கொடுக்க முடிகிறது. ஏனெனில் அமெரிக்கர்களைக் கடனாளிகளாக்கிய கடன் அட்டைகள் சீனாவில் போதிய வரவேற்பு இல்லாமல் இருக்கின்றன. சீனர்கள் தனிப்பட்ட கடன்களை விரும்புவது கிடையாது. கல்விக் கடன், தொழில் கடன்களை மட்டுமே அதுவும் தேவைப்பட்டால்தான் வாங்குகின்றனர். 2016ஆம் ஆண்டு நிலவரப்படி சீனக் கடன்களில் 95% உள்நாட்டுக் கடன்கள்தான் அவை சீன நாணயத்திலே உள்ளன. 2016ல் அமெரிக்காவின் வெளிநாட்டுக்கடன் $19,188,102,413,248 ஆகும். சீனாவின் கடன் இதன் பத்தில் ஒரு பங்கு அளவு மட்டுமே. உள்நாட்டு நிதி நெருக்கடி ஏற்படும் போதெல்லாம் சீன அரசு தனது வெளிநாட்டுச் செலவாணிக் கையிருப்பை தயங்காமல் இறக்கத் தயார் நிலையில் உள்ளது. சீனப் பங்குச் சந்தை 2015ம் ஆண்டு பெரும் வீழ்ச்சியை சந்தித்த போது சீன அரசு அதைத்தான் செய்தது. இதன் அடிப்படைகள் சீனர்களின் சிக்கனமும் சேமிப்பும் கடன் வெறுப்பு மனப்பான்மையும்தான். இவற்றின் பின்னராக சீனாவின் கல்விமுறை உள்ளது.

நமது பள்ளிகளில் மூன்றாம் வகுப்பு படிக்கும் ஒரு குழந்தையின் கணக்குப் பாடத்தில் உள்ள ஒரு பிரிவு 'கடன் வாங்கிக் கழித்தல்'. 21ல் இருந்து 6ஐ எப்படிக் கழிப்பது? – எனும்போது, நமது ஆசிரியர்கள் 'ஒன்றில் இருந்து ஆறைக் கழிக்க முடியாது, அதனால் ஒன்றுக்குப் பக்கத்தில் உள்ள இரண்டில் இருந்து பத்தைக் கடன்வாங்க வேண்டும், இப்போது பதினொன்றில் இருந்து ஆறைக் கழித்தால் 5 கிடைக்கும். 15 விடை' – என்று பாடம் சொல்கிறார்கள். ஆனால் சீனாவின் ஆசிரியர்கள் இப்படிச் சொல்லித் தருவது இல்லை. அவர்கள்

‘கடன்வாங்கல்’ – என்ற சொல்லை வேண்டும் என்றே தவிர்த்து விடுகிறார்கள். ‘ஒன்றிடம் அதிக செல்வம் இல்லை, ஆனால் ஒன்றுக்குப் பக்கத்தில் உள்ள இரண்டிடம் உள்ளது. செல்வம் இருக்கும் இரண்டிடம் இருந்து செல்வத்தை எடுத்து, செல்வம் இல்லாத ஆனால் தேவைப்படும் ஒன்றுக்கு நாம் இப்போது கொடுக்கிறோம். ஒன்று இப்போது 11 ஆகின்றது. 11ல் இருந்து 6ஐக் கழித்தால் 5 கிடைக்கும், விடை 15’ என்று அவர்கள் பொதுவுடமையை அங்கு சொல்லித் தருகின்றனர். நாம் அந்நிய பாடங்களோடு அந்நிய மனப்பான்மையையும் சேர்த்து புகுத்துவதன் பக்க விளைவுகளுள் கடனும் ஒன்று.

பனிமலையில் வாழும் குழந்தைகளின் ‘ரெயின் ரெயின் கோ அவே’ – பாடலை வானம் பார்த்து வாழும் விவசாயியின் மகனுக்கு நாம் சொல்லித் தருகின்றோம். கல்வி அறிவின் பெயரால் நாம் நமது பொருளாதார அறிவைக் கூடுமானவரை இப்போது கெடுத்துக் கொண்டோம்.

இன்னொரு பக்கம், வட்டியை உலகெங்கும் கொண்டு சேர்த்ததில் ஐரோப்பிய மேசை விளையாட்டான ‘மோனோபொலி (Monopoly)’விளையாட்டுக்கு பெரும் பங்கு உள்ளது. மோனொபொலி என்பதை மக்களுக்குப் புரியும்படி ‘ஏகபோகம்’ என்று சொல்லலாம். இந்த விளையாட்டில் இதனை விளையாடுபவர்களுக்கு (பொதுவாக 4 பேர்) சமமான தொகை ஒன்று (விளையாட்டுப் பணத்தாள்களில்) கொடுக்கப்படும். அதைக் கொண்டு தாயத்தில் (Dice) விழும் இடங்களுக்கு முதலாவதாக சென்றால் அதனை வாங்கலாம், அடுத்து சென்றால் வாடகை கொடுக்கலாம். இப்படி இடங்களை வாங்கி, மனைகளை ஏற்படுத்தி, வீடு கட்டி, ஹோட்டல் கட்டி வாடகையை அதிகரித்து ஆட்டத்தில் இருக்கும் மற்றவர்களை வாடகை வாங்கியே அழிக்க வேண்டும்.

நம்மிடம் காசு தீர்ந்தால் வங்கிகளிடம் நமது சொத்துகளை அடகு வைத்து கடன் பெறலாம், ஆனால் அதற்காக வங்கிகளுக்கு வட்டி செலுத்த வேண்டும். இடையில் அரசுக்கு உரிய வரிகள், அபராதங்களின் கட்டடங்கள் இருக்கும் அங்கு சென்றால் அரசுக்கு பணம் செலுத்த வேண்டும். இதனால் மோனொபொலி விளையாடும் குழந்தைகளுக்கு அடகு என்றால் என்ன, வட்டி என்றால் என்ன என்பவை இயல்பாகவே தெரிந்துவிடும். அவர்களுக்கு பின்னர் வட்டிக்குக் கடன் வாங்கும் போதோ,

வட்டிக் கடன் கொடுக்கும் போதோ எந்த மாற்று எண்ண ஓட்டமும் இருக்காது. கூடவே வரி, அபராதம் கட்டுவதும் இயல்பானதாக மாறிவிடும்.

இன்றைக்கு உலகெங்கும் 103 நாடுகளின் சிறுவர்கள் இந்த விளையாட்டை விளையாடிக் கொண்டு இருக்கிறார்கள். 37 மொழிகளில் இந்த விளையாட்டுக்கான அட்டைகள் கிடைக்கின்றன. ஒவ்வொரு ஆண்டும் சராசரியாக 33 லட்சம் புதிய மோனோபொலி விளையாட்டு அட்டைகள் விற்பனை ஆகின்றன. சில வீடுகளில் தலைமுறை தலைமுறையாக மோனொபொலி அட்டைகள் இருந்தும் இந்த விற்பனை நடக்கிறது என்பது கவனிக்கத் தக்கது. மோனோபொலியை. தாயக் கட்டை அல்லது டைஸ் இல்லாமல் விளையாட முடியாது. உலகப் போர் காலகட்டத்தில் கடும் உலோகத் தட்டுப்பாடு இருந்தபோதும், இந்த விளையாட்டு தடையின்றி நடக்க தாயக்கட்டைகளுக்கு பதிலாக அட்டைகளால் ஆன ஸ்பின்னர்கள் அறிமுகப்படுத்தப்பட்டன. உலகில் அதிகம் அச்சிடப்பட்ட பணம் என்ற பெருமை மோனோபொலி டாலருக்கு உண்டு (அமெரிக்க டாலர் அதைவிட அதிகமாக அச்சடிக்கப்பட்டு இருக்கும் என்று அமெரிக்கர்களே கூறுவது வேறுகதை).

இத்தனைக்கும் மோனொபொலி ஒன்றும் பழமையான விளையாட்டு கிடையாது. கி.பி.1903ஆம் ஆண்டில் ஏகபோக நிறுவனங்களின் எதிர்ப்பாளரான எலிசபெத் ஜே.மேகி பிலிப் என்ற அமெரிக்கர், அப்போது ஹென்றி ஜார்ஜ் என்பவர் கண்டுபிடித்து இருந்த ஒற்றை வரிவிதிப்பு முறையின் அவலங்களை

நிலமுதலாளிகளின் விளையாட்டு

மக்களுக்கு விளக்க இந்த விளையாட்டின் முன்மாதிரியை வடிவமைத்தார். அதற்கு அவர் வைத்த பெயர் 'நிலமுதலாளிகளின் விளையாட்டு' என்பதுதான். இதற்கு அவர் கி.பி.1904ஆம் ஆண்டில் காப்புரிமையும் பெற்றார்.

எலிசபெத் ஜே.மேகி பிலிப்

முதலாளித்துவம் என்பதே எதிர்ப்புகளை உள்வாங்கிச் செரிப்பதுதானே, அந்த விளையாட்டை விரிவுபடுத்தி முதலாளித்துவ ஏற்பை மக்கள் மத்தியில் விதைப்பதுபோல புதிய மோனோபொலி விளையாட்டுகள் 1930களில் சந்தைக்கு வந்தன. 1935ஆம் ஆண்டில் பார்கர் பிரதர்ஸ் நிறுவனம் இந்த விளையாட்டின் தயாரிப்பைத் தொடங்கியது. இன்றுவரை அந்த நிறுவனமே விற்பனையில் முன்னிலையில் உள்ளது.

நாட்டு நிலவரங்கள் மாறும் போது மோனோபொலியின் நிலவரங்களும் தயாரிப்பாளர்களால் சற்று மாற்றி அமைக்கப்படும். ஆனால் அனைத்து மாற்றங்களையும் இந்த விளையாட்டு

மோனோபொலி விளையாட்டு

அப்படியே எதிரொலிக்காது. உதாரணமாக ஏழைகளின் வரி (Poor tax) என்று நெடுங்காலமாக ஆட்டத்தில் இருந்த ஒரு வரிக்கு பின்னர் 2008ல் 'வேக அபராதம்' (Speeding fine) என்று பெயர் மாற்றப்பட்டது. மோனோபொலியின் நோக்கம் இதுபோன்ற மாற்றங்களினால் தெளிவாகவே உணரக் கூடியதாக இருக்கிறது.

விளையாட்டுகள் குழந்தைகளுக்கு ஏற்படுத்தும் உளவியல் மாறுபாடுகளைக் கருத்தில் கொள்ளாத சமூகம் கட்டாயம் சீரழியும். அமெரிக்காவில் இப்போது அதுதான் நடக்கிறது. சில ஆண்டுகள் முன்பாக அமெரிக்க தொடக்கப்பள்ளிக் குழந்தைகளிடம் 'பகிர்ந்து உண்ணுதல்' குறித்து ஒரு ஆய்வு நடத்தப்பட்டது. அப்போது அவர்களிடம் கேட்கப்பட்ட கேள்விகளில் ஒன்று 'நீங்கள் 5 பேர் இருக்கிறீர்கள், 4 ஆப்பிள்கள் மேசையில் உள்ளன, ஒரு மேசைக் கத்தியும் உள்ளது. இப்போது எப்படி 5 பேர் 4 ஆப்பிள்களை சாப்பிடுவீர்கள்? - என்பது, அதற்குப் பெரும்பாலான அமெரிக்கக் குழந்தைகள் சொன்ன பதில் 'கத்தியால் ஒருவரை குத்திவிடுவேன், அப்போது 4 பேருக்கு 4 ஆப்பிள் சரியாக இருக்கும்'.

ஏறத்தாழ இதே மனநிலைதான் இந்தியக் குழந்தைகள் மனங்களிலும் வளர்ந்து கொண்டிருக்கின்றது. இந்திய வகுப்பறைகளில் இருந்து 'நன்னெறி' (MI - Moral instruction) என்ற பாட வேளையே இப்போது தூக்கி எறியப்பட்டு உள்ளது. உடற்கல்வி வகுப்புகளும் பெரும்பான்மை மாணவர்களுக்கு இல்லை (பல பள்ளிகளில் மைதானங்களே இல்லை). இது மிகவும் ஆபத்தானது. கணக்கும், வணிகமும், அறிவியலும் தெரிந்த ஒரு மாணவன் அன்பற்றவனாக தோழமைப் பண்பற்றவனாக இந்த சமூகத்திற்குள் வருவது சமூகத்தை சீரழிக்குமே தவிர சீர்படுத்தாது. பாரதியார் சொல்வார்,

படித்தவன் சூதும் வாதும் செய்தால்
போவான் போவான் ஐயோ
என்று போவான்

- என. இன்றைக்கு சூதும் வாதும்தான் படிப்பாகவே இருக்கிறது, விளையாட்டும் அதுவாகவே இருக்கிறது. இது தொடர்ந்தால் ஐயோ எனப் போகப் போவது மாணவர்கள் மட்டுமல்ல மொத்த சமூகமும்தான்!.

~

56

ஏ.டி.எம்.களும் கிரெடிட் கார்டுகளும்...

ஏ.டி.எம். (ATM) எனப்படும் தானியங்கி பணப்பட்டுவாடா எந்திரத்தைப் பொருத்தவரை அதன் கண்டுபிடிப்பைப் பலரும் உரிமை கொண்டாடுகின்றனர். உலக அளவில் ஏற்கப்பட்ட சில வரலாறுகளை மட்டும் நாம் கவனத்தில் எடுத்துக் கொள்வோம்.

1966ஆம் ஆண்டில் ஜப்பானியர்கள் 'கணினி கடன் எந்திரம் (Computer loan machine)' என்ற ஒன்றை வடிவமைத்தனர். கணினி இணைப்பு பெற்ற முதல் தானியங்கி பணப்பட்டுவாடா எந்திரம் அதுதான். ஆனால் இது ஐந்து வட்டிக்கு கடன் கொடுப்பதற்காக உருவாக்கப்பட்டது என்பதால் அதன் நோக்கம் நவீன ஏ.டி.எம். களிடம் இருந்து வேறுபட்டதாக இருந்தது.

இதற்கு முன்பாக 1960ஆம் ஆண்டில் பேங்கோகிராப் என்ற எந்திரம் லூதர் ஜார்ஜ் சிம்ஜியான் என்ற அமெரிக்கரால் கண்டுபிடிக்கப்பட்டு இருந்தது. இது வாடிக்கையாளர்களின் பணத்தைப் பெற்றுக் கொள்ளும்படி வடிவமைக்கப்பட்டது. 1961ல் நியூயார்க் சிட்டி பேங்கில் இது பயன்பாட்டுக்கு வைக்கப்பட்டது. ஆனால் மக்கள் எந்திரத்தை நம்பி பணத்தைப் போட முன்வராததால் இந்த எந்திரம் நோக்க அளவில் தோல்வி அடைந்தது. 6 மாதங்களில் பயன்பாட்டில் இருந்தும் விலக்கிக் கொள்ளப்பட்டது.

இன்றைய ஏ.டி.எம். எந்திரங்களுக்கு பல விதங்களிலும் பெரிதும் ஒத்துப் போகும் எந்திரத்தைக் கண்டுபிடித்தவர் ஜான் ஷெப்பர்டு பேரன். இந்தியாவின் ஷில்லாங்கில் பிறந்த

ஸ்காட்லாந்து வம்சாவளியைச் சேர்ந்தவரான பேரன் 1925ஆம் ஆண்டில் லண்டனில் குடியேறியவர். இவரது தந்தை இந்தியாவின் சிட்டகாங் துறைமுகத்தில் தலைமைப் பொறியாளராக இருந்தவர்.

ஒருநாள் அவசரத் தேவைக்குப் பணம் எடுக்க வங்கிக்குச் சென்ற பேரன் வங்கி பூட்டி இருந்ததைக் கண்டு ஏமாற்றமடைந்தார். பின்னர் வீட்டுக்கு வந்து களைப்பின் காரணமாக குளித்த அந்த கண நேரத்தில் 'பணம் எடுக்க ஒரு எந்திரம் வேண்டும்' என்ற யோசனை பேரனுக்கு வந்தது. பணம் அச்சடிக்கும் எந்திரங்களை வடிவமைப்பதை வேலையாகக் கொண்டிருந்த பேரனுக்கு அவரது கனவை சாத்தியமாக்கும் வழிகள் எளிதில் புலப்பட்டன. தனது எண்ணப்படியே ஒரு ஏ.டி.எம். எந்திரத்தை அவர் வடிவமைத்தார்.

1967ஆம் ஆண்டில் லண்டனின் பார்கிளேஸ் வங்கியில் பேரனின் ஏ.டி.எம். முதன் முதலாக நிறுவப்பட்டது. அப்போது காந்தப் பட்டைகள் உள்ள கார்டுகள் பிரபலமடையாததால் ரசாயனக் குறிகளைக் கொண்ட அட்டைகளைக் கொண்டு இயங்குவதாக பேரன் தனது முதல் ஏ.டி.எம். எந்திரத்தை வடிவமைத்து இருந்தார்.

தயாரிப்பின் போது உலகின் முதல் ஏ.டி.எம். எந்திரத்தின் ரகசியக் குறியீடு 6 இலக்கங்களைக் கொண்டதாக இருந்தது. பேரனின் மனைவி தன்னால் 6 இலக்கங்களை எல்லாம் நினைவில் வைக்க முடியாது, நான்கு இலக்கம் என்றால்

ஜான் ஷெப்பர்டு பேரன்

முதல் ஏ.டி.எம். எந்திரம்

எளிதாக இருக்கும் என்று சொல்ல ரகசிய குறியீடை 4 இலக்கமாக மாற்றினார் பேரன். இன்றும் அதுவே தொடர்கிறது.

ஏ.டி.எம்.கள் கண்டுபிடிக்கப்பட்ட உடனாகவே வங்கித் துறையில் அதிக கவனத்தைப் பெற்றன. சில வங்கிகள் உடனே தங்களுக்கும் ஏ.டி.எம்.களை நிறுவின. ஆனால் அவற்றை எப்படி ஒன்றுடன் ஒன்று இணைப்பது என்று அவர்களுக்குத் தெரியாததால் ஏ.டி.எம்.கள் அனைத்து வங்கிகளையும் சென்று சேரவில்லை. 1970ஆம் ஆண்டில் தொலைபேசி இணைப்புகள் மூலம் ஏ.டி.எம்.களை இணைக்கலாம் என்பது கண்டுபிடிக்கப்பட்ட பின்னர் அமெரிக்காவில் ஏ.டி.எம்.கள் பல்கிப் பெருகின. அமெரிக்க பெடரல் ரிசர்வ் வங்கியின் தலைவர் பால்வோல்கர் ஏ.டி.எம்.களை 'வங்கிகளின் வளர்ச்சிக்கு உதவும் மிக அற்புதமான கண்டுபிடிப்பு' என்று பாராட்டினார். பின்னர் அப்படியே உலகம் முழுமைக்கும் ஏ.டி.எம். எந்திரங்கள் பரவின.

இந்தியாவைப் பொறுத்தவரை இங்கு ஏ.டி.எம். எந்திரம் அறிமுகமானதே 1987ஆம் ஆண்டில்தான். அப்போது மும்பையின் ஹெச்.டி.எப்.சி. வங்கி இதனை அறிமுகம் செய்தது. இந்தியாவில் ஏ.டி.எம்.கள் பரவியது 1999ஆம் ஆண்டில்தான். அப்போது 800 ஏ.டி.எம். எந்திரங்கள் நாடெங்கும் நிறுவப்பட்டன. பின்னர் ஏ.டி.எம்.களுக்கு மக்களிடம் இருந்து நல்ல வரவேற்பு கிடைத்ததால் சில ஆண்டுகளிலேயே அவற்றின் எண்ணிக்கை லட்சத்தைத் தாண்டியது.

1999ஆம் ஆண்டில் ஏ.டி.எம்.கள் மூலம் எடுக்கப்பட்ட தொகை 50 கோடி. அது 2003ஆம் ஆண்டில் 57 ஆயிரம்

கோடியாக உயர்ந்தது. 2016 ஜூன் மாத கணக்கெடுப்பின்படி இந்தியாவின் ஏ.டி.எம்.களின் எண்ணிக்கை 2 லட்சத்து 15 ஆயிரம். பணமதிப்பு நீக்கத்தை மோடி அறிவித்தபோது இவ்வளவு ஏ.டி.எம்.கள்தான் இருந்தன. அவற்றிலும் 40,000 ஏ.டி.எம்.கள் ஒரு தனியார் நிறுவனத்தின் உள்பிரச்னைகளால் மூடப்பட்டு இருந்தன,. அப்போது செயல்பாட்டில் இருந்தவை ஒரு லட்சத்து 75 ஆயிரம் ஏ.டி.எம்.கள்தான்.

இந்தியாவில் பொருளாதார பாகுபாடுகள் எந்த அளவுக்கு இருக்கின்றன என்பதன் எடுத்துக்காட்டுகளாக இங்குள்ள ஏ.டி.எம்.களை நாம் பார்க்கலாம். இவை மக்களுக்கு சேவை செய்யும் நோக்கம் கொஞ்சமும் இல்லாமல், பண வருவாயை மட்டுமே பிரதானமாகக் கொண்டு அமைக்கப்பட்டவையாக உள்ளன.

பணமதிப்பு நீக்கத்தின் போதான (2016) இந்திய ஏ.டி.எம். களை அவற்றின் அமைவிடங்களை அடிப்படையாக வைத்துப் பிரித்தால், ஒருபக்கம் 8 மெட்ரோ நகரங்கள் மற்றும் அதன் சுற்றுப் பகுதிகளில் மட்டும் 56 ஆயிரம் ஏ.டி.எம்.கள் இருந்திருக்கின்றன. இன்னொரு பக்கம் இந்தியாவில் உள்ள 6 லட்சம் கிராமங்களைப் பொறுத்தவரை அவர்கள் அனைவருக்குமாக 40 ஆயிரம் ஏ.டி.எம்.கள் மட்டுமே இருந்து உள்ளன. பண மதிப்பு நீக்கத்தின் போது கிராமப்புற பொருளாதாரம் சீரழிந்ததற்கு இதுவும் ஒரு பிரதான காரணம்.

ஏ.டி.எம்.கள் பணம் எடுக்கும் எந்திரங்களாகவே அதிகம் புழங்கினாலும், இவற்றின் பிரதான நோக்கமும் கடன் வழங்குவதாக இருந்தது. கடன் அட்டைகள் எனப்படும் கிரெடிட் கார்டுகளின் வளர்ச்சிதான் ஏ.டி.எம். எந்திரங்களின் வளர்ச்சிக்கு பெரும் ஊக்குவிப்பாக இருந்தது. அந்தக் கடன் அட்டையின் வரலாற்றையும் கொஞ்சம் பார்ப்போம்...

கடன் அளிப்பவர் வாடிக்கையாளர்களுக்காக வெளியிட்ட முதல் விளம்பரம் 1730ஆம் ஆண்டில்தான் வெளியானது. இதனை அமெரிக்க மரப்பொருள் வணிகரான கிறிஸ்டோபர் தார்ண்டர்ன் வெளியிட்டார். 'மொத்தமாக வாங்கிக் கொள்ளுங்கள் வாரத் தவணையில் பணம் கொடுங்கள்' என்பது அந்த விளம்பரத்தின் சாரம். ஆனால் மக்கள் இன்னும் எளிமையான கடன் வசதிகளுக்காக காத்திருந்தார்கள். அந்தக் கடன்கள் கடன் அட்டைகள் மூலம் சாத்தியமாகின.

'கிரெடிட் கார்டுகள்' எனப்படும் கடன் அட்டைகளைப் பற்றிப் பார்க்கப்போனால், இதன் அடிப்படை எண்ணம் மிகவும் பழமையானது. கி.பி.1887ஆம் ஆண்டில் அமெரிக்க அறிவியல் கதை எழுத்தாளரான எட்வர்டு பெல்லாமி என்பவர் தனது 'பின்னே நோக்குதல்' (Looking backward) என்ற கதையில் '2000ஆவது ஆண்டின் உலகில் கிரெடிட் கார்டுகள் புழக்கத்தில் இருந்தன' என்று தொலைநோக்கும் கற்பனையும் கலந்து எழுதினார். இப்படி அவர் எழுதிய 50 ஆண்டுகளுக்கு உள்ளாகவே கிரெடிட் கார்டுகளின் ஆரம்பகால வடிவங்கள் தோன்றத் தொடங்கின.

கிரெடிட் கார்டின் தொடக்க வடிவத்தைப் பயன்படுத்தியவை வங்கிகள் அல்ல பெட்ரோலிய நிறுவனங்கள். 1920களில் தொடர்ந்து பெட்ரோல் போடும் வாடிக்கையாளர்களுக்காக அமெரிக்காவின் சில பெட்ரோலிய நிறுவனங்கள் கடன் அட்டைகளைக் கொடுக்க, ஒரு பெட்ரோலிய நிறுவனத்தின் அட்டையைப் பார்த்து மற்ற நிறுவனங்களும் கடன் கொடுக்க கடன் அட்டைகள் அமெரிக்க பெட்ரோல் பங்குகளின் பிரிக்க முடியாத பாகங்களாக மாறின. 'இப்போது வாங்குங்கள், பிறகு பணம் கொடுங்கள்' என்ற வாசகம் அன்றைய பெட்ரோல் பங்குகளை அலங்கரிக்க ஆரம்பித்தது. இவர்களின் கடன் வசதிகள் இன்றைய பங்குக் கடையின் சிகரெட் அட்டைக் கணக்குகளைப் போன்றவைதான். பெட்ரோல் பங்குகளில் கடன் வசதியை அனுபவித்த வாடிக்கையாளர்கள் அதையே உணவகங்களிலும் தங்கும் விடுதிகளிலும் எதிர்பார்க்க ஆரம்பித்தனர்.

லுக்கிங் பேக்வர்டு புத்தகம்

வாடிக்கையாளர்களின் எண்ணத்தை உணர்ந்த பிரான்க் எக்ஸ் மெக்னமாரா என்ற மற்றொரு அமெரிக்கர்

இதற்காக ‘டைனர்ஸ் கிளப் கார்டு (Diners Club Card)’ என்ற கடன் அட்டையை 1950ஆம் ஆண்டில் அறிமுகப்படுத்தினார். இதைப் பயன்படுத்துபவர்கள் நியூயார்க்கின் 27 உணவகங்களில் கடன் சேவையைப் பெறலாம். 1951ல் இதனை 200 வாடிக்கையாளர்கள் பெற்றனர். பின்னர் இந்த அட்டைக்கு மக்கள் மத்தியில் பிரமாதமான வரவேற்பு கிடைத்ததனால் அடுத்த ஓரே ஆண்டில் 20 ஆயிரத்துக்கும் மேற்பட்ட அட்டைகள் விற்றுத் தீர்ந்தன. இதனால் மெக்னமாராவின் கதவுகளை உணவகங்களும் விடுதிகளும் தட்ட, அமெரிக்காவில் 1000 உணவகங்கள் மற்றும் விடுதிகளில் செல்லும் அட்டையாக அவரது கடன் அட்டை வளர்ந்தது.

பங்குகள், உணவகங்கள், விடுதிகளில் கடன் அட்டைகள் பெற்ற பிரமாண்ட வெற்றியே பணப்பரிமாற்ற நிறுவனங்களின் பார்வையைக் கடன் அட்டைகளின் பக்கம் திருப்பியது. பயண ஏற்பாடு, தூதஞ்சல் மற்றும் பணப்பரிமாற்ற சேவைகளில் கொடிகட்டிப் பறந்த அமெரிக்கன் எக்ஸ்பிரஸ், வெஸ்டர்ன் யூனியன் நிறுவனங்கள் தனது வாடிக்கையாளர்களுக்கு, கடனட்டைகளைக் கொடுக்க ஆரம்பித்தன. இதையெல்லாம் பார்த்து கடைசியாகத்தான் வங்கிகள் களத்தில் குதித்தன.

1958ஆம் ஆண்டில் பாங்க் ஆஃப் அமெரிக்கா மற்றும் பாங்க்அமெரிகார்டு (Bankamericard) ஆகிய வங்கிகள் அனைத்து வர்த்தக மையங்களிலும் பயன்படச் கூடிய முழுமையான கடன் அட்டைகளை வாடிக்கையாளர்களுக்கு வழங்கின. இந்த கார்டுகளுக்குப் போட்டியாக இண்டர் பேங்க் (Inter Bank) என்ற அமெரிக்க வங்கி 1966ஆம் ஆண்டில் ‘மாஸ்டர் சார்ஜ்’ என்ற இன்னும் வசதியான கடன் அட்டையை அறிமுகப்படுத்தியது. 1970ஆம் ஆண்டில் காந்தப் பட்டைகள் பயன்பாட்டுக்கு வந்த பின்னர் கடனட்டைகளைப் பயன்படுத்துவது இன்னும் இலகுவானது.

முதலில் ‘கடன் அட்டை’ என்று விளம்பரப்படுத்தியபோது மக்களின் ஒரு சாரார் இதனை வாங்கத் தயங்கினர். அப்போது ‘நேரத்தை மிச்சப்படுத்தும் அட்டை, பணத்தின் பாதுகாப்பை உறுதி செய்யும் அட்டை’ என்று இவை விளம்பரப்படுத்தப்பட்டன. சில பத்தாண்டுகள் முன்பு இந்தியாவில் கடன் அட்டைகளை நுழைக்க இதே உத்தி பயன்படுத்தப்பட்டது இங்கு குறிப்பிடத் தக்கது.

1977 ஆம் ஆண்டில் பாங்க் அமெரிகார்டின் கடன் அட்டை 'விசா' எனவும், மாஸ்டர்சார்ஜ் கார்டு 'மாஸ்டர் கார்டு' எனவும் பெயர் மாற்றம் பெற்றன. அவற்றை வழங்கிய வங்கிகள் தங்களை தொழில்நுட்பம் சார்ந்த நிறுவனங்களாக மாற்றிக் கொண்டன. இப்போதும் கிரெடிட் கார்டுகளின் உலகத்தை இந்த இரண்டு பெயர்கள்தான் ஆட்சி செய்துகொண்டு இருக்கின்றன. இந்த இரண்டு கார்டுகளுடன் பேட்ரோலிய நிறுவனங்கள் நேரடியாக இணைந்து கொண்டன. இதனால் பெட்ரோலிய கடன்களின் கணக்குகளைப் பராமரிக்கும் வேலையை பங்குகளால் தவிர்க்க முடிந்தது.

இந்த காலகட்டத்தில் மிகச் சாதாரண வங்கியாக இருந்த சிட்டி பேங்க் கிரெடிட் கார்டு வர்த்தகத்திற்கு எதிர்காலம் இருப்பதைக் கணித்து, அதில் கால் வைத்தது. விசா மற்றும் மாஸ்டர் கார்டின் வருகையால் திணறிக் கொண்டிருந்த டைனர்ஸ் கிளப் கார்டு நிறுவனத்தை சிட்டி பேங்க் வாங்கி, அதன் வாடிக்கையாளர்களை தனது வாடிக்கையாளர்களாக மாற்றிக் கொண்டது. அடுத்தடுத்து வங்கிகள் நேரடியாக கிரெடிட் கார்டுகளில் இறங்கினால் தங்களால் போட்டி போட்டு நிலைக்க முடியாது என்று உணர்ந்த விசா மற்றும் மாஸ்டர் கார்டு நிறுவனங்கள் வங்கிகளோடு போட்டி போடாமல் அவற்றுக்கு மூலதன உதவியும் தொழில் நுட்ப உதவியும் வழங்கும் தலைமை நிறுவனங்களாக தங்களை தகவமைத்துக் கொண்டன.

சிட்டி வங்கி இந்த சேவையை முதலில் பெற்றது, அடுத்து பார்கிளேஸ் வங்கியும் பெற்றது. இப்போது பெரும்பாலான வங்கிகள் இந்த சேவையைப் பெற்று வருகின்றன.

கடன் அட்டைகள் தனிமனிதர்களின் உளவியல் மீதும் சேமிப்புப் பழக்கத்தின் மீதும் நடத்தியுள்ள தாக்குதல் கோரமானது. எதிர்காலத்தைக் கண்டு அஞ்சும் ஒரு தலைமுறைக் கடன்காரர்களை அது உருவாக்கி உள்ளது. மேலும் பணத் திருட்டுகள் தொழில்நுட்ப ரீதியிலான திருட்டுகளாக வடிவ மாற்றம் பெறவும், திருட்டும் உலகமயமாக்கப்பட்டு உங்கள் பணத்தை பிறநாட்டுத் திருடர்கள் திருட வழி அமைத்துக் கொடுத்தும் இவை இன்னொரு பெரிய பாதகத்தையும் செய்துள்ளன.

~

57

பிட்காயின் என்றால் என்ன?

உலக வர்த்தகத்தின் அடுத்த கட்டமாகவும், கறுப்புப் பொருளாதாரத்தின் அடுத்த பரிமாணமாகவும் இருவேறு கோணங்களில் பிட்காயின்கள் பார்க்கப்படுகின்றன. பிட்காயின் என்பது ஒரு மெய்நிகர் பணம் (டிஜிட்டல் கரன்சி அல்லது கிரிப்டோ கரன்சி) இதற்கு நேரடி வடிவம் கிடையாது. கைகளால் தொட முடியாத, நினைவகங்களில் மட்டுமே வாழும் பண வடிவம் இது ('B' என்ற எழுத்துடைய நாணயத்தின் படம் பிட்காயினின் குறியீடாக உள்ளது, இது ஒரு உருவகம் மட்டுமே). கிரிப்டோ கரன்சியைப் பற்றி உள்ளது உள்ளபடி சொன்னால் மக்களால் உள்வாங்கிக் கொள்ள இயலாது என்பதால், இந்நூலில் கூடுமானவரை எளிமைப்படுத்திச் சொல்கிறேன்.

பிட்காயினின் குறியீட்டு வடிவம்

இது கைபேசி யுகம். நமது கைபேசியில் உள்ள தகவல்கள், புகைப்படங்கள் அனைத்தும் இப்போது டிஜிட்டல் வடிவத்தில்தான் உள்ளன. அது போலவே பிட்காயினும் டிஜிட்டல் வடிவத்தில் உள்ளது. ஆனால், மற்ற எல்லா டிஜிட்டல் கோப்புகளையும் நம்மால் நகல் எடுக்க முடியும். ஆனால் பிட்காயினை நகல் எடுக்க முடியாது, இதுதான்

பிட்காயினுக்கும் பிற டிஜிட்டல் கோப்புகளுக்கும் நடுவில் உள்ள பிரதான வேறுபாடு.

உதாரணமாக, உங்கள் வாட்ஸப் செயலியில் இருந்து ஒரு புகைப்படத்தை நீங்கள் உங்கள் நண்பருக்கு அனுப்புகிறீர்கள் என வைத்துக் கொள்வோம், அந்த உண்மையான படம் உங்கள் கைபேசி நினைவகத்தில்தான் இருக்கும், அதன் நகல்தான் நண்பருக்குப் போய்ச் சேரும். இப்படியாக ஒரு நகல் அங்கே கூடுதலாக உருவாகும். அதேசமயம் உங்களிடம் உள்ள டிஜிட்டல் கரன்சியை இன்னொருவருக்கு நீங்கள் அனுப்பும் போது, உங்களிடம் உள்ள டிஜிட்டல் கரன்சி அழிந்து அது அந்த இன்னொரு நபருக்குப் போய்ச் சேரும், நகல் என்பதே இருக்காது.

டிஜிட்டல் கரன்சியை எப்படிப் பயன்படுத்துவது?. டிஜிட்டல் கரன்சியைப் பரிவர்த்தனை செய்ய விரும்பும் ஒவ்வொருவருக்கும் கைரேகை போன்ற ஒரு தனித்த அடையாளமும், ஒரு முகவரியும் அவசியம். இந்த முகவரி நிரந்தரமற்றது, தேவைக்கு ஏற்றபடி உருவாக்கப்படக் கூடியது என்பதால், பரிவர்த்தனைக்கு முன்பு முகவரியை உருவாக்கிக் கொள்ளலாம். அந்த ஒரு பரிவர்த்தனையோடு முகவரி அழிந்துவிடும். இப்படியாக ஒவ்வொரு பரிவர்த்தனைக்கும் ஒவ்வொரு முகவரியை புதிதாக உருவாக்கிக் கொள்ளலாம்.

ஒவ்வொரு கிரிப்டோ கரன்சிக்கும் ஒரு ரகசியக் குறியீடு உங்களுக்குக் கொடுக்கப்படும், அது உங்கள் மூளையில் நினைவு வைத்துக்கொள்ளும் வடிவில் இருக்காது, கணினி நினைவகத்தில் சேமிக்கும் வடிவில் இருக்கும். அதனைக் கொண்டு நீங்கள் உங்கள் டிஜிட்டல் கரன்சியை இயக்கலாம். எப்படி ஜீமெயிலை ஒரு கடவுச் சொல்லைக் கொண்டு பயன்படுத்துகிறீர்களோ அதைப் போல, ஆனால் அந்தக் கடவுச் சொல்லை நீங்கள் முடிவு செய்ய முடியாது என்பதுதான் இங்குள்ள வேறுபாடு.

இவை போன்ற நடைமுறைகளுக்காக டிஜிட்டல் கரன்சியைப் பயன்படுத்த ஒரு வாலெட்டும், டிஜிட்டல் கரன்சியைப் பாதுகாப்பாக வைக்க ஒரு நினைவகமும் உங்களுக்குத் தேவைப்படும். செலவழிக்கும் முன்பு பணத்தை தற்காலிகமாக வைக்கத் தேவைப்படும் கைப்பை என வாலெட்டையும், பணத்தை நீண்ட காலம் பத்திரமாக வைக்கத் தேவைப்படும் பெட்டகம் என நினைவகத்தையும் நாம் சுலபமாக ஒப்பிட்டுப் புரிந்து கொள்ளலாம்.

பென் டிரைவ் அல்லது ஹார்ட் டிஸ்க்கை நினைவகமாகப் பயன்படுத்தலாம். ஆனால் இந்தக் குறியீடுகள் நினைவகத்தில் இருந்து அழிந்தால் பின்பு அவற்றுக்குரிய பிட்காயின்களை நீங்கள் நிரந்தரமாக மறந்துவிட வேண்டியதுதான், எனவே நினைவகங்களைப் பத்திரமாக வைக்க வேண்டும். பல கோடி மதிப்புள்ள பிட்காயின்களை நினைவகங்களோடு தொலைத்தவர்கள் உலகின் பல நாடுகளிலும் உள்ளார்கள் என்பதை மறக்கக் கூடாது. இவை அனைத்தும் உங்களிடம் இருந்து, பிட்காயின் எப்படி இயங்குகின்றது என்பதும் உங்களுக்குத் தெரிந்திருந்தால் பரிவர்த்தனை செய்யலாம். இல்லை என்றால் புரிதலை ஏற்படுத்த வேண்டியது அவசியம்.

பிட்காயின் எப்படி இயங்குகின்றது என்பதைப் புரிந்து கொள்ள முதலில் பிளாக் செயின் தொழில்நுட்பத்தைப் பற்றிப் புரிந்து கொள்ள வேண்டும், அதில் நுழையும் முன்பாக பிட்காயின் தோன்றிய வரலாற்றைச் சுருக்கமாகப் பார்ப்போம்.

1990களில் இருந்தே மெய்நிகர் பணம் குறித்த ஆய்வுகளும் ஆரம்பகால மாதிரிகளும் வெளியாகி வந்தாலும், அவற்றில் எதுவும் வெற்றிகரமாக இல்லை. மெய்நிகர் பணம் கைமாறும்போது அதனைப் பெற்றவர் அதன் கோப்பை (File) அடிப்படையாகக் கொண்டு பல நகல்களை உருவாக்கும் சாத்தியங்கள் இருந்ததே இந்தத் தோல்விகளுக்குக் காரணமாக இருந்தது.

இந்நிலையில் கடந்த 2009ஆம் ஆண்டில் சடோஷி நகமோடோ என்ற புனைப் பெயருடைய, தனது உண்மையான அடையாளத்தை வெளியிடாத ஒருவரால் முதல் வெற்றிகரமான மெய்நிகர் நாணயமாக 'பிட் காயின் (Bitcoin)' உருவாக்கப்பட்டது. இவர் பிட்காயினை உருவாக்கவும் இயக்கவும் தேவையான பிளாக் செயின் (blockchain) தொழில்நுட்பத்தை இணையத்தில் எல்லோரும் பார்க்க வெளியிட்டார்.

யார் அந்த சடோஷி நகமோடோ என்பது இன்னும் விடை தெரியாத புதிராகவே உள்ளது. உண்மையாகவே சடோஷி நகமோடோ என்ற பெயருடைய ஒரு நபரை ஊடகங்கள் கண்டுபிடித்தாலும், அவர் ஒரு மெய்நிகர் நாணயத்தை உருவாக்கும் அளவுக்கு தொழில்நுட்பப் பின்னணி கொண்டவராக இல்லை, பெயரைத் தவிர அவர்தான் பிட்காயினை உருவாக்கிய சடோஷி நகமோடோ என்று சொல்ல எந்த காரணமும் இல்லை. மறுபக்கம் ஆஸ்திரேலியாவைச் சேர்ந்த கிரெய்க் ரைட் என்பவர்

Bitcoin: A Peer-to-Peer Electronic Cash System

Satoshi Nakamoto
satoshin@gmx.com
www.bitcoin.org

Abstract. A purely peer-to-peer version of electronic cash would allow online payments to be sent directly from one party to another without going through a financial institution. Digital signatures provide part of the solution, but the main benefits are lost if a trusted third party is still required to prevent double-spending. We propose a solution to the double-spending problem using a peer-to-peer network. The network timestamps transactions by hashing them into an ongoing chain of hash-based proof-of-work, forming a record that cannot be changed without redoing the proof-of-work. The longest chain not only serves as proof of the sequence of events witnessed, but proof that it came from the largest pool of CPU power. As long as a majority of CPU power is controlled by nodes that are not cooperating to attack the network, they'll generate the longest chain and outpace attackers. The network itself requires minimal structure. Messages are broadcast on a best effort basis, and nodes can leave and rejoin the network at will, accepting the longest proof-of-work chain as proof of what happened while they were gone.

பிளாக் செயின் கட்டுரை

சடோஷி நகமோடோ   கிரெய்க் ரைட்

'நான் தான் சடோஷி நகமோடோ' என்று பின்னர் 2016ல் தெரிவித்தார். ஆனால் அதையும் உறுதிப்படுத்த இயலவில்லை.

இந்த பிளாக் செயின் தொழில்நுட்பம் ஒரு பிட்காயினை வைத்து வேறு போலிகளை செய்ய முடியாதபடி தடுக்கக் கூடியது. மேலும் இதன் மூலம் யார் யாருக்கு இடையே கிரிப்டோ கரன்சி பரிவர்த்தனை நடைபெற்றது என்பதே வெளியில் தெரியாது. இவற்றால் பிளாக் செயின் தொழில்நுட்பத்தைப் பயன்படுத்தி இணைய வல்லுநர்கள் மெல்ல மெல்ல பிட்காயின்களை

உருவாக்கத் தொடங்கினார்கள், பொதுமக்களும் இவற்றை மெல்ல நம்பிப் பயன்படுத்தத் தொடங்கினர்.

கடந்த 2010ஆம் ஆண்டில் ஒரு பிட்காயினின் மதிப்பு வெறும் 3 பைசாவாக இருந்தது. பின்னர் பிட்காயின்களைப் பயன்படுத்தும் நபர்களின் எண்ணிக்கை அதிகரிக்க அதிகரிக்க அதன் மதிப்பும் அதிகரித்தது. 2021ஆம் ஆண்டில் ஒரு பிட்காயின் 50 லட்சம் ரூபாய் வரையில் வர்த்தகமானது!. இப்போது பிளாக் செயின் தொழில்நுட்பத்தைக் கொண்டு பிட்காயின் தவிர வேறுபல டிஜிட்டல் கரன்சிகளும் வந்துவிட்டன.

பிளாக் செயின் தொழில்நுட்பத்தைப் பயன்படுத்தி பிட்காயின்களை உருவாக்கும் செயல்முறைக்கு மைனிங் (mining – சுரங்கம் தோண்டுதல்) என்று பெயர். தங்கத்தை எப்படி நிலத்தில் சுரங்கம் தோண்டி எடுக்கிறார்களோ அதுபோல பிட்காயினை இணையத்தில் சுரங்கம் தோண்டி எடுக்கிறார்கள். இப்படியாக சுரங்கம் தோண்டுபவர்களுக்கு மைனர்கள் (miners) என்று பெயர்.

இப்போதெல்லாம் பெரிய நிறுவனங்கள்தான் மைனிங்கில் அதிகம் ஈடுபட்டு வருகின்றன. இந்த நிறுவனங்களுக்கு மைனிங் நிறுவனங்கள் என்று பெயர், இவற்றில் பூல்கள் (Pools) ஃபார்ம்கள் (Farms) என்று 2 வகைகள் உள்ளன. பணத்துக்கு அச்சகம் மற்றும் வங்கிகள் எப்படியோ அப்படி பிட்காயின்களுக்கு மைனிங் நிறுவனங்கள் என்று புரிந்து கொள்ளலாம், ஆனால் மைனிங் நிறுவனங்களுக்கு அச்சகம் மற்றும் வங்கிகளை விடவும் அதிகக் கட்டுப்பாடுகள் விதிக்கப்பட்டு உள்ளன.

இந்த மைனிங் நிறுவனங்களால் மொத்தம் 2.1 கோடி பிட்காயின்களை மட்டுமே உருவாக்க முடியும். அதுவும் ஒவ்வொரு 10 நிமிடத்துக்கும் 12.5 பிட்காயின்கள் என்ற எண்ணிக்கையில் மட்டுமே பிட்காயின்கள் கிடைக்கும். இதனால் ஒவ்வொரு 10 நிமிடங்களுக்கு ஒருமுறையும் பரிவர்த்தனைகள் இணையத்தில் உள்ள ஒரு கணக்குப் பதிவேட்டில் பதிவாகும். இந்த 12.5 என்பதும் பின்னர் 6.5 என்று குறைக்கப்படும் என்பது திட்டம். இப்படியாக மொத்தமுள்ள 2.1 கோடி பிட்காயின்களும் புழக்கத்துக்கு வரவே 2140ஆம் ஆண்டு ஆகிவிடும். இந்த விதிகளுக்கு உட்பட்டுத்தான் மைனிங் நிறுவனங்கள் பிட்காயின்களை உருவாக்குகின்றன. அமெரிக்கா தான்தோன்றித்தனமாக டாலர்களை அச்சடித்துக்

குவிப்பது போல மைனிங் நிறுவனங்களால் பிட்காயினை உருவாக்கித்தள்ளிவிட முடியாது! – இதுதான் பிட்காயினின் மதிப்பை நிலைநிறுத்தக் கூடிய அடிப்படை அம்சமாக உள்ளது. அமெரிக்க டாலர் கூட டிஜிட்டல் கரன்சிகளின் முன்பு அடங்கிப் போவது இதனால்தான்.

இங்கு 12.5 பிட்காயின்கள் என்பது பார்வைக்கு மிகக் குறைவான தொகை போலத் தோன்றினாலும் அப்படி அல்ல. ஒரு ரூபாய் நாணயத்தின் இப்போதைய குறைந்தபட்ச அலகு 50 பைசாவாக உள்ளது. அதாவது ஒரு ரூபாயின் குறைந்தபட்ச அலகு 0.5 ரூபாய், டாலரைப் பொருத்தவரை அதன் குறைந்தபட்ச அலகு 0.01 டாலர் (அதாவது ஒரு சென்ட்). ஆனால் பிட் காயினைப் பொறுத்தவரை அதன் குறைந்தபட்ச அலகு 0.00000001 பிட்காயின். இதனால் தசம அளவிலான பிட்காயின்களே அதிகம் புழங்குகின்றன.

பிட்காயின்களின் பரிவர்த்தனையைக் கட்டுப்படுத்தும் பிளாக் செயின் தொழில்நுட்பம்தான் பிட்காயின் மைனிங்கையும் கட்டுப்படுத்துகின்றது. ரூபாய்க்கு ரிசர்வ் வங்கி, டாலருக்கு பெடரல் வங்கி போல பிட்காயினுக்கு என்று எந்த தலைமை அமைப்பும் இல்லை. எனவே பிட்காயின் பணப் பரிவர்த்தனையையும் பிட்காயின் மைனிங்கில் ஈடுபடுபவர்களே செய்கிறார்கள். இதைப் புரிந்து கொள்வது கடினம்தான், ஆனால் பல படிநிலைகளில் விளக்கினால் நன்றாகவே புரியும். அதை அடுத்த பகுதியில் பார்ப்போம்...

~

58

பிட்காயின் எப்படி இயங்குகிறது?

இப்போது பிட்காயின் வைத்துள்ள 'ப' என்ற நபர் ஒரு குறிப்பிட்ட எண்ணிக்கையிலான பிட்காயின்களைப் பரிவர்த்தனை செய்ய விரும்புகிறார் என்று வைத்துக் கொள்வோம். அவர் தனது அடையாளத்தை வைத்து ஒரு புதிய முகவரியை உருவாக்குவார், அதைக் கொண்டு வாலெட் மூலம் பிட்காயின் பரிவர்த்தனைக்குள் நுழைவார். அதே நேரம் அவரிடம் இருந்து பிட்காயினைப் பெற விரும்புகிறவர் இன்னொரு பக்கம் தனது வாலெட்டில் இன்னொரு முகவரியை உருவாக்கி அதைத் திருவாளர் ப-வுக்கு தெரியப்படுத்துவார். திருவாளர் ப தன்னிடமுள்ள பிட்காயின் குறியீடுகளையும், யாருக்கு அந்தக் காசுகளை அனுப்ப வேண்டுமோ அந்த முகவரியையும் வாலெட்டில் உள்ளிட்டு பரிவர்த்தனைக்கு கோரிக்கை வைப்பார்.

அவரது கோரிக்கை முதலில் பிளாக் செயினுக்குத்தான் போகும். அடுத்தடுத்து வேலைகள் எப்படி நடக்க வேண்டும் என்பதை ஏற்கனவே உள்ள பிட்காயின் புரோட்டோகால் (பிட்காயினின் செயல்திட்டம்) வழிநடத்தும். திருவாளர் ப தனது வேலையைத் தொடங்கிய நேரத்தில், யாரெல்லாம் பிட்காயின் மைனிங்கில் ஈடுபட்டு உள்ளார்களோ அவர்களை எல்லாம் தங்கள் (கற்பனையான) டிஜிட்டல் வங்கியில் காசாளர் வேலைக்கு விண்ணப்பம் செய்து நேர்காணலுக்கு வந்து உள்ளவர்களாகவே பிளாக் செயின் தொழில்நுட்பம் பார்க்கும். ஒரு நேர்காணலில் அதிகாரி என்ன செய்வார்?

வந்துள்ளவர்களிடம் கேள்விகளைக் கேட்பார். பிளாக் செயின் தொழில்நுட்பமும் இதையே செய்யும். அப்போது இணைப்பில் உள்ள அனைவருக்கும் சேர்த்து ஒரு கணித ரீதியிலான கேள்வியை பிளாக் செயின் தொழில்நுட்பம் கேட்கும். இங்கு கவனிக்க வேண்டிய செய்தி, எவ்வளவு அதிகம் நபர்கள் மைனிங்கில் ஈடுபட்டு உள்ளார்களோ கேள்வி அவ்வளவு கடினமாகும். ஆனால் இதில் ஒரே ஒரு சலுகை என்னவென்றால் சரியான பதில் கிடைக்கும் வரை மைனிங்கில் உள்ளவர்கள் எத்தனை முறை வேண்டுமானாலும் தவறாக பதில் சொல்லலாம், ஒரே வாய்ப்புதான் என்பது இங்கு இல்லை. மேலும் எவ்வளவு முடியுமோ அவ்வளவு வேகமாகவும் பதில் சொல்லலாம்.

இப்படியாக பிளாக் செயின் கேட்கும் கேள்வியின் பதிலை மனிதர்களால் கண்டுபிடிக்க முடியாது. அப்போது கணினியின் உதவியை மனிதர்கள் நாடுவார்கள். கணினியும் ஏதாவது ஒரு அல்காரிதத்தின் (Algorithm) அடிப்படையில் அடுத்தடுத்து பதில்களை உள்ளிடும், பதில் சரி என்று வரும் வரை இப்படியான பதில்களை கோடிகளில் உள்ளிட கணினியால் இயலும். இந்த எண்ணிக்கை கணினியின் திறனைப் பொருத்தது. ஒருவேளை மைனிங்கில் ஈடுபட்டு உள்ள ஒருவர் பிளாக் செயின் தொழில்நுட்பம் கேட்ட கேள்விக்கு சரியான பதிலை உள்ளிட்டுவிட்டால் அடுத்து என்ன நடக்கும்?.

மைனிங்கில் ஈடுபட்டு உள்ள நபர்களில் சரியான பதிலைச் சொன்னவர் மட்டும் அடுத்த கட்டத்திற்குப் போவார். அந்த அடுத்த கட்டத்தில்தான், பல பத்திகளுக்கு முன்பு திருவாளர் ப என்பவர் பிட்காயினில் பரிவர்த்தனை செய்ய முயன்றாரே... அவர் அனுப்பிய வேலை கிடப்பில் இருக்கும். வேலை என்றால் ‘எனது கணக்கில் இத்தனை பிட்காயின்களைக் கழி, அவற்றை இந்தக் கணக்கில் உள்ளவர்களுக்கு அனுப்பி வை’ – என்பது போன்ற உத்தரவுகளாக அவை இருக்கும். அதையெல்லாம் சரியான பதில் சொல்லி அடுத்த கட்டத்திற்குப் போன நபர்தான் ஒரு காசாளராக இருந்து செய்ய வேண்டும். வேலை முடிந்தவுடன் அவர் பிட்காயின் வர்த்தகத்தில் செய்த மாற்றங்கள் ஒரு புது தொகுப்பாக மாற்றப்படும், இந்த தொகுப்பின் பெயர்தான் பிளாக் (Block). பின்னர் இந்தத் தொகுப்பு அப்போது பிட்காயின் மைனிங்கில் ஈடுபட்டுள்ள அனைவரின் கணினிகளுக்கும் அனுப்பப்படும். அனைத்து கணினிகளும் அந்த பிளாக்கை சரி

பார்த்து, புதிய கணக்கை அப்டேட் செய்யும். இப்படியாகப் புதிய மாற்றங்கள் உள்ளிடப்படும். (இதில் இன்னும் பல நுண்ணிய வேலைகளையும் பிளாக் செயின் செய்கின்றனது, அதன் சில வேலைகளை இன்னும் நம்மால் முழுதும் புரிந்து கொள்ள இயலவில்லை)

பிளாக் செயின் இயங்கும் விதம்

இப்படி ஒருவர் மைனிங் செய்து முடித்துவிட்டால், அவருக்கான சம்பளம் புதிதாக ஒவ்வொரு 10 நிமிடத்திற்கு ஒருமுறையும் உருவாகும் 12.5 பிட்காயின்கள் மூலமாகக் கொடுக்கப்படும், இதையெல்லாம் பிட்காயின் புரோட்டோகால் எனும் விதி செயல்படுத்தும். இப்படியாக புதிய காசுகளின் உருவாக்கமும், ஏற்கனவே உள்ள காசுகளின் பரிமாற்றமும் பிளாக் செயின் தொழில்நுட்பம் மூலம் ஒன்றாக நடக்கும்.

பழத்தை சாப்பிட வரும் பறவைகள் மூலமாக, மரம் பல இடங்களுக்கும் பரவுவது போல, பிட்காயினை உருவாக்க வருபவர்களைக் கொண்டுதான் பிட்காயின் இயங்குகின்றது. இதனால்தான் பிட்காயின் பரிவர்த்தனைகளுக்கு கட்டணங்கள்

இல்லை. உங்கள் பரிவர்த்தனை மூலமாகத்தான் அடுத்த பிட்காயின் உருவாகின்றது என்பதால், மைனிங் செய்பவர்கள் மகிழ்ச்சியோடு உங்களுக்கு உதவுகிறார்கள். ஆனால் யார் உங்களுக்கு உதவியது என்று உங்களுக்குத் தெரியாது, அதே போல யாருக்கு உதவி செய்தோம் என்பது மைனிங் செய்பவர்களுக்குத் தெரியாது. உண்மையான அடையாளங்களை எல்லாம் பிளாக் செயின் தொழில்நுட்பமே மறைத்துவிடும். இதனால்தான் பிட்காயின் பரிவர்த்தனை ரகசியமானதாக மாறுகின்றது.

ஆனால் அதே சமயம் இத்தனைப் படிநிலைகளில் பிட்காயின் பணப் பரிவர்த்தனை நடப்பதால், நீங்கள் ஒருவருக்கு பிட்காயினை அனுப்பிய அடுத்த நொடிக்கே பணம் போய் சேராது, சில நிமிடங்கள் கால அவகாசம் தேவைப்படும். பொறுமை அவசியம்.

இந்த பிளாக் செயின் தொழில்நுட்பம், பிட்காயின் பணப் பரிவர்த்தனையை எளிமையானதாக மாற்றிவிட்டது, ஆனால் பிட்காயினை உருவாக்குவதை பிளாக் செயின் மிகக் கடினமான செயல்முறையாகவே வைத்துள்ளது. பிட்காயினின் மதிப்பைப் பார்த்துவிட்டு, 'என் வீட்டிலும் கணினி உள்ளது, அதை வைத்து பிட்காயின் மைனிங் செய்யலாமா?' – என்று கேட்பவர்கள் தொடர்ந்து படியுங்கள்...

மேசைக் கணினியில், மடிக் கணினியில் ஏன் திறன் பேசிகளில் கூட பிட்காயினை மைனிங் செய்ய முடியும்!. ஆனால் அப்படியெல்லாம் மைனிங் செய்ய முயற்சித்தால் லாபத்தைவிட நட்டம்தான் அதிகமாகக் கிடைக்கும். அதிக திறன் கொண்ட கணினிகளைக் கொண்டு மைனிங் செய்தால் மட்டுமே லாபம் கிடைக்க சாத்தியங்கள் உண்டு. ஏனென்றால் பிட்காயின் மைனிங்கில் அதிக நபர்கள் ஈடுபட்டு உள்ளபோது பிட்காயின் புரோட்டோகால் கேட்கும் கேள்விகளும் கடினமாகிக் கொண்டே செல்லும் என்று ஏற்கெனவே பார்த்தோம், இதற்கு 'மைனிங் டிபிகல்டி' என்று பெயர். இப்படிக் கடினமாகும் கேள்விக்கு அதிக பதில்களை உள்ளிட்டால் மட்டுமே சரியான பதிலை அடைய வாய்ப்பு கிடைக்கும். இப்போது சராசரியாக ஒரு பிட்காயினை உருவாக்க 2.7 குவாட்டிரில்லியன் பதில்கள் தேவைப்படுகின்றன (Quadrillion = 1,00,00,00,000 Millions). அப்படியான அதிக பதில்களை உள்ளிடத்தான் கணினிக்கு அதிக திறன் தேவை. இங்கு திறன் என்று குறிப்பிடப்படுவது என்ன?.

மைனிங்கில் கேட்கப்படும் கணிதக் கேள்விகளுக்கு ஹேஷ் (Hash) என்று பெயர். ஒரு கேள்விக்கு உங்கள் கணினியால் நொடிக்கு எத்தனை பதில்கள் சொல்ல முடியும்?– என்பதுதான் திறன், அதற்கு ‘ஹேஷ் ரேட்’ என்று பெயர். இன்றைக்கு நொடிக்கு 1 கோடி பதில்கள் சொல்லும் அளவுக்குக் கூட கணினிகள் உள்ளன. ஆனால் பிட்காயின் உருவான ஆரம்ப நாட்களில் இப்படி இல்லை.

கடந்த 2010ஆம் ஆண்டில் பிட்காயின் மைனிங் தொடங்கப்பட்டபோது, சாதாரண மடிக்கணினி வைத்துள்ள ஒருவரால் கூட மைனிங் செய்ய முடியும். அவர் பிளாக் செயினில் இணைந்ததும், பிட்காயின் புரோட்டோகால் கேட்கும் கேள்விக்கு பதில் சொல்லும் வேலையை, லாப்டாப்பில் உள்ள சிபியு (CPU - central processing unit) செய்தது. அப்போதெல்லாம் அதிக நபர்கள் மைனிங்கில் இல்லை என்பதால் கேள்விகளும் சுலபமானவையாகவே இருந்தன. வீடியோ கேம் விளையாடும் சிறுவர்கள் கூட பிட்காயினை உருவாக்கிய காலம் அது.

பின்னர் ஆயிரம், லட்சம், கோடி என மைனிங்கில் ஈடுபடுபவர்களின் எண்ணிக்கை அதிகரிக்க, கேள்விகளின் கடினத் தன்மையும் அதிகரித்தது. அப்போது கணினியில் உள்ள சிபியூவினால் தாக்குப்பிடிக்க முடியவில்லை. எனவே யாரிடமாவது சிபியூவை விட அதிகமாகப் பதில் கொடுக்கும் கணினி அமைப்பு இருந்தால் அவருக்கு வெற்றி வாய்ப்பு என்ற நிலை உருவானது.

அப்படி ஒரு அமைப்பு ஏற்கனவே இருந்தது – அதன் பெயர் ஜிபியூ (GPU - graphics processing unit) இதைப் பொதுவாக கிராபிக்ஸ் கார்டு என்று சொல்வார்கள். ஜிபியூ உண்மையில் வீடியோ கேம் விளையாடுபவர்களுக்காகக் கண்டுபிடிக்கப்பட்டது. எனவே சிபியூவைவிட இதன் திறன் மிக அதிகம். எந்த அளவுக்கு என்றால் ஜிபியூ மூலமாக மைனிங் செய்யும் ஒரு கணினியின் வேகம் என்பது, சிபியூவைக் கொண்டு மைனிங் செய்யும் 30 கணினிகளுக்கு சமமாக இருந்தது. எனவே பிட்காயின் போட்டியில் உங்கள் எதிராளி ஜிபியூவுக்கு மாறினால், உங்களுக்கான வெற்றி வாய்ப்பு 30 மடங்குகளுக்குக் குறையும். எனவே நீங்களும் மாறித்தான் ஆகவேண்டும்.

ஜிபியூவைப் பயன்படுத்துவதில் கூடுதல் வசதி என்னவென்றால், ஒரு கணினிக்கு ஒரு சிபியூதான் என்பது

போல, ஜிபியூவும் ஒன்றுதான் இருக்க வேண்டும் என்ற கட்டுப்பாடு இல்லை. தேவைக்கு ஏற்றபடி 10, 100, 1000 என்று அதிகரிக்கலாம்! அப்போது பதில் சொல்லும் திறனும் அதிகரிக்கும். ஆனால் இப்படியாக அதிக ஜிபியூக்களைப் பயன்படுத்த கணினியின் அமைப்பையே மாற்ற வேண்டும்.

நமது மேசைக் கணினிகளில் பொதுவாக 'கேஸ் (Computer case)' – என்ற ஒரு பெட்டி போன்ற அமைப்பு இருக்கும். இந்தக் கேஸ் அமைப்பின் உள்ளாகத்தான் சிபியூ, ஜிபியூ எல்லாம் இருக்கும். கேஸில் உள்ள பொத்தானைப் பயன்படுத்திதான் நாம் கணினியை ஆன் செய்வோம். இதன் உள்ளே அதிக இடம் இருக்காது. அத்தோடு கேஸ் அமைப்புக்குள் இரண்டாவது ஜிபியூவை வைத்தாலேயே அதிகம் சூடாகிவிடும், இதனால் முழுக் கணினியும் வீணாகும் வாய்ப்பு ஏற்படும்.

இதனால் அதிக ஜிபியூக்களைப் பயன்படுத்துபவர்கள் அவற்றை வரிசையாக வைக்க என்றே 'ரிக்' என்ற அமைப்பைப் பயன்படுத்துகின்றனர். ஒரு ரிக்கை வாங்கிவிட்டால் கிராபிக்ஸ் கார்டுகளின் எண்ணிக்கையை எளிதாக அதிகரித்துக் கொள்ளலாம். ஆனால் அதிக கிராபிக்ஸ் கார்டுகளை வாங்கும்போது அதற்கான செலவும் அதிகரிக்கும் என்பதை மறக்கக் கூடாது. 6 ஜிபி திறனுள்ள ஒரு ஜிபியூவின் விலை சுமார் 30,000. இந்நிலையில் 100க்கும் மேற்பட்ட ஜிபியூக்களை வாங்கினால் எவ்வளவு முதலீடு தேவைப்படும் என்று நீங்களே கணக்கிட்டுக் கொள்ளுங்கள். அது போக அதிக ஜிபியூக்களைப் பயன்படுத்தினால் அந்த இடத்தில் அதிக குளிர்ச்சி வேண்டும் இல்லை என்றால் கணினியே புகைந்து போய்விடும். இது இன்னொரு ஆபத்து!.

இருந்தும் 2011ஆம் ஆண்டில் இருந்து சிபியூவிற்குப் பதிலாக ஜிபியூவை வைத்து மைனிங் செய்யும் முறை பிரபலமானது. இப்போதும் மைனிங்கில் ஜிபியூக்கள்தான் பரவலாகப் பயன்படுத்தப்படுகின்றன. ஆனால் மைனிங்கில் ஈடுபடுபவர்களின் எண்ணிக்கை தொடர்ந்து அதிகமானதால் மாற்றுத் தொழில்நுட்பங்களும் முயற்சி செய்யப்பட்டன. ஜிபியூவுக்கு அடுத்து எஃப்.பி.ஜி.ஏ. (Field Programmable Gate Arrays) என்ற தொழில்நுட்பத்தையும் மைனிங்கில் பயன்படுத்தினார்கள், ஆனால் அதில் நிறைய சிக்கல்கள் இருந்தன. பிட்காயினுக்கு இம்முறை முழுதும் பொருந்தவில்லை, எனவே இம்முறை பெரிய அளவில் கைவிடப்பட்டது. இப்படியாக 2013ஆம் ஆண்டுவரை

ஏற்கனவே இருந்த கணினித் தொழில்நுட்பங்கள்தான் மைனிங்கில் பயன்படுத்தப்பட்டன.

ஆனால், கடந்த 2013ஆம் ஆண்டில் முதன்முறையாக பிட்காயின் மைனிங்கிற்கென்றே புதிதாக ஒரு தொழில்நுட்பத்தை உருவாக்கினார்கள், அதற்கு ஏசிக் மைனர் (ASIC - Application Specific Integrated Circuit) என்று பெயர்.

 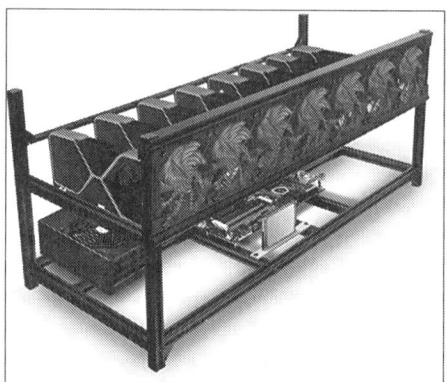

கணினியின் கேஸ்   ரிக் அமைப்பு

இப்போது இன்னும் பல மைனிங் தொழில்நுட்பங்கள் வந்துவிட்டன. இவற்றை வேறு எதற்கும் உபயோகப்படுத்த முடியாது என்றாலும் மக்கள் அதிகம் செலவழித்து வாங்குகின்றனர். இவற்றின் திறன் ஜிபியூக்களைவிட அதிகம், பயன்படுத்துவதும் எளிது. இவற்றால் கணினி குறித்த எந்த பெரிய அறிமுகமும் இல்லாதவர்கள் கூட மைனிங்கில் குவிந்துவருகின்றனர். பணம் உள்ளவர்கள் நிறைய மைனர்களை வாங்கி டிஜிட்டல் கரன்சிகளை உருவாக்கும் நிறுவனங்களை உருவாக்கி உள்ளார்கள் இவற்றுக்கு பண்ணை (Farm) என்று பெயர்.

ஏசிக் மைனர் உள்ளிட்ட திறன் மிக்க புதிய தொழில் நுட்பங்களை எதிர்த்து ஜி.பி.யூ. கணினிகள் அல்லது சி.பி.யூ. கணினிகளால் ஒன்றுமே செய்ய முடியாதா?–என்று கேட்டால், முடியும். ஆனால் அதற்கு நிறைய சி.பி.யூ.க்கள், ஜி.பி.யூ.க்களை ஒன்றோடு ஒன்றாக சங்கிலித் தொடர்போல இணைக்க வேண்டும். அப்படிச் செய்தால் ஹேஷ் ரேட் அதிகரிக்கும். இதில் கிடைக்கும் கிரிப்டோ கரன்சியை மைனிங்கில் ஈடுபட்டவர்கள் தங்கள் பங்களிப்புக்கு ஏற்ற வகையில் பிரித்துக்

கொள்ளலாம். இப்படியாக முன்னறிமுகம் இல்லாதவர்கள் இணைந்து செயல்படும் அமைப்புக்குத்தான் குளம் (Pool) என்று பெயர். பணம் உள்ளவர்கள் மைனிங்கில் ஈடுபட என்றே பண்ணைகளை உருவாக்க, சாமானிய மக்கள் குளங்களில் இணைந்து செயல்படுகிறார்கள்.

இதைப் படித்தவுடன், 'நானும் குளங்களில் இணையலாமா?' - என்று பெட்டியைத்தூக்கிக் கொண்டு கிளம்பாதீர்கள். இணையத்தில் நிறைய போலி கிரிப்டோகரன்சி குளங்கள் உள்ளன!. ஏற்கனவே கிரிப்டோ கரன்சி மைனிங்கில் ஈடுபட்டு உள்ளவர்களைத் தொடர்பு கொண்டு, உண்மையான குளங்களைக் கண்டுபிடித்து இணைவதுதான் முதல்படி. ஒவ்வொரு குளங்களும் 'குறைந்தது இவ்வளவு ஹேஷ்ரேட் திறன் கொண்டவர்கள்தான் இணையலாம்' - என வரையறை வைத்துள்ளார்கள். அதை எட்டுகிறீர்களா என்பதை சரிபார்க்கவும்.

பின்னர் அந்த குளத்திற்கு உரிய மென்பொருளைப் பதிவிறக்கம் செய்தால், உங்களுக்கு என்று ஒரு பெயரையும் கடவுச் சொல்லையும் கொடுப்பார்கள். அத்தோடு உங்கள் கணினியின் திறனுக்கு எந்த கிரிப்டோ கரன்சியை மைனிங் செய்தால் எவ்வளவு பணம் கிடைக்கும் என்ற தோராயக் கணக்கீட்டையும் காட்டுவார்கள். இதையெல்லாம் பார்த்து பின்னர் முடிவெடுத்து மைனிங்கில் இணையலாம். இறுதியில் உங்களுக்குக் கிடைக்கும் லாபத்தை பே பால், அமேசான் போன்ற தளங்கள் மூலமாக நீங்கள் இந்திய ரூபாய்க்கு மாற்றிக் கொள்ளலாம். உங்களுக்கு சேவை வழங்கும் குளங்களும், தளங்களும் சதவிகிதத்தில் கட்டணம் வசூலித்துக் கொள்வார்கள்.

அதெல்லாம் இருக்கட்டும், சாதாரணக் கணினிதான் உள்ளது, ஆனால் நான் மைனிங் செய்தே ஆகவேண்டும் - என்று நீங்கள் எண்ணினால், இங்கு ஒன்றை நீங்கள் புரிந்து கொள்ள வேண்டும்... மைனிங்கில் ஈடுபடும்போது உங்கள் கணினி பழுதடையவும் தேய்மானமடையவும் வாய்ப்புகள் மிக மிக அதிகம்!. அதிலும் கைபேசியைக் கொண்டு மைனிங்கில் ஈடுபட்டால் சில மணி நேரத்திற்கு ஒருமுறை பேட்டரி தீர்ந்துவிடும், கைபேசியின் ஆயுளும் குறையும். இதனால்தான் சாதாரண கணினி அல்லது கைபேசி மூலம் மைனிங்கில் ஈடுபட்டால் வரவைவிட செலவு அதிகம் என்று கூறினேன்.

மைனிங்கில் லாபம் கிடைக்குமா? நட்டம் கிடைக்குமா? – என்பதற்கான சூத்திரம்:

கிடைக்கப் போகும் தொகை - (மின்கட்டணம் + வன்பொருள் தேய்மானம் + குளம், தளங்களின் கட்டணம்) = லாபம் / நட்டம்

இந்தியா போன்ற நாடுகளில் மின்கட்டணம் என்பது மிகப் பெரிய சிக்கல். அதிலும் வீட்டு உபயோகத்திற்கான இணைப்பில் மின்சாரம் பெற்றால்தான் 1.5 ரூபாய் முதல் 7 ரூபாய்க்குள் ஒரு யூனிட் மின்சாரம் கிடைக்கும். அதுவே வணிகப் பயன்பாட்டுக்கான மின்சாரத்தைப் பயன்படுத்தினால் லாபத்தை மறந்துவிட வேண்டியதுதான்.

இன்றைய தேதிக்கு உலகம் வெப்பமயமாவதற்கு முக்கியக் காரணங்களில் ஒன்றாக கிரிப்டோ கரன்சிகள் கூறப்படுகின்றன. அந்த அளவுக்கு மைனிங்கில் வெப்பம் வெளியாகி வருகின்றது. தமிழகம் போன்ற வெப்பப் பகுதிகளில் உள்ளவர்களுக்கு குளிர்சாதனங்கள் பிரதான கூடுதல் செலவு. அதனால்தான் ஆசியாவில் மின்வசதியில் தன்னிறைவு பெற்ற சீனர்களே பிட்காயின் மைனிங்கில் கோலோச்சுகின்றனர்.

சில இணைய தளங்களும் செயலிகளும் சாதாரண கணினிகள், கைபேசிகள் மூலம் மைனிங் செய்வதை ஆதரிக்கின்றன. ஆனால் மேற்கண்ட காரணங்களால் அவற்றை நான் பரிந்துரைக்க மாட்டேன். அதிலும் பிட்காயின் போன்ற அதிக போட்டியுள்ள கிரிப்டோ கரன்சிகளை மைனிங் செய்ய விரும்புகிறவர்கள் குறைந்தது 3.5 லட்சம் ரூபாய் செலவு செய்து 6 ஜிபியூக்களாவது உள்ள தனி கணினியை உருவாக்க வேண்டும். இல்லையென்றால் நேரம், வன்பொருள் இரண்டுமே இழப்பில் முடியவே சாத்தியங்கள் அதிகம். தங்கச் சுரங்கம் தோண்ட மேசைக் கரண்டியோடு போவது அறிவுடைமை அல்ல!.

கிரிப்டோ கரன்சி மைனிங் குறித்து சாமானியர்களும் தெரிந்துகொள்ள வேண்டிய சூழல் இன்று ஏற்பட்டு உள்ளது. காந்தப்படுகை, ஈமுகோழி – என்று தொடரும் பொருளாதார மோசடிகளில் கிரிப்டோ கரன்சி மோசடிகளும் இப்போது நடந்து வருகின்றன. அவை பற்றித்தான் அடுத்து இங்கு பார்க்கப் போகிறோம்.

கிரிப்டோ கரன்சி மைனிங்கில் ஈடுபட வேண்டும் என நினைப்பவர்களின் பிரதான செலவு கிராபிக்ஸ் கார்டுகள் உள்ள கணினி வாங்க வேண்டும் அல்லது மைனர் வாங்க வேண்டும் என்பதுதான். வாங்கிய பின்னர் இவற்றை வைக்க இடம் வேண்டும், அந்த இடத்திற்கான குளிர்சாதன வசதிகள் வேண்டும் என்பவை அடுத்தடுத்த செலவுகள். இதனால் மைனிங் குறித்து கேள்விப்படுபவர்கள் 'மைனிங்கில் ஈடுபடுவதற்கான திறன் மிக்க கணினி அதன் இடத்தோடு எங்காவது வாடகைக்குக் கிடைக்குமா?' – என்று தேட ஆரம்பித்தார்கள். அதை மோசடிக் கும்பல்கள் கவனிக்க அப்போது உருவானதுதான் 'கிளவுட் மைனிங்' – என்ற மோசடி.

கிளவுட் மைனிங் சேவையைத் தருகிறேன் என்பவர் 'எங்கள் சேவைக்காக ஒரு குறிப்பிட்ட வாடகையை மட்டும் தந்தால் போதும், உங்களிடம் உள்ள சாதாரணக் கணினியை ஒரு ரிமோட்டாக வைத்து நாங்கள் கொடுக்கும் திறனுள்ள கணினியை இயக்கி மைனிங் செய்யலாம்' என்பார்கள். பலரும் இப்படிப்பட்ட கிளவுட் மைனிங்கை நம்பி உழைப்பைச் செலுத்த, கடைசியில் அவர்கள் மைனிங் செய்த தொகை, கொடுத்த வாடகை இரண்டையும் எடுத்துக் கொண்டு கிளவுட் மைனிங் நிறுவனங்கள் கம்பி நீட்டி உள்ளன.

கிரிப்டோ கரன்சி மைனிங்கில் நேரடியாக ஈடுபடுவதை விட, கிளவுட் மைனிங்கிற்கு கணினிகளை வாடகைக்கு விடுவது லாபகரமானது அல்ல. உங்கள் கண் முன்பாக ஒரு தங்கச் சுரங்கம் திறந்து கிடக்கின்றது, உங்களிடம் நிறைய கூடைகள் உள்ளன என்றால் நீங்கள் உங்கள் கூடைகளில் தங்கத்தை நிரப்பப் பார்ப்பீர்களா? அல்லது காத்திருந்து அங்கு தங்கம் அள்ள வருபவர்களுக்கு கூடையை வாடகைக்கு விடுவீர்களா?. இதுதான் கிளவுட் மைனிங்கில் உள்ள சூழ்நிலையும். எனவே கிளவுட் மைனிங் சேவையை உங்களுக்குத் தருபவர் ஒன்று மோசடி செய்யப் போகிறார் அல்லது அவர் நட்டத்தை நோக்கிப் போகிறார் – என்கின்றனர் இணைய வல்லுநர்கள். எனவே கிளவுட் மைனிங் நல்ல வழிமுறை அல்ல.

கிளவுட் மைனிங்கைப் போல அல்லாமல், நேரடியான மோசடியாகவே நடக்கிறது வெப் மைனிங். இந்த வெப் மைனிங்கைப் பொருத்தவரை நாம் ஒன்றும் செய்ய வேண்டாம், நமக்கு கணினி குறித்த அறிவு இல்லை என்றால்

வெப் மைனிங் நமது கணினியை வைத்து செய்துவிடும். உதாரணமாக ஒரு பிரபல வலைத்தளம் உள்ளது, அதை ஆயிரக் கணக்கானவர்கள் பயன்படுத்துகிறார்கள் எனும்போது, அப்படிப் பயன்படுத்துபவர்களின் கணினிகளில் உள்ள சிபியூக்களை எல்லாம் அந்த வலைத்தளமே இணைத்து ஒரு சங்கிலியை உருவாக்கி அதன் மூலம் மைனிங்கில் ஈடுபட்டால் அதுதான் வெப் மைனிங்!. இது பயனாளர்களின் அனுமதி இல்லாமல் நடக்கும் பெரிய மோசடி ஆகும். சில குறிப்பிட்ட வலைத்தளங்களைப் பயன்படுத்தினால் உங்கள் கணினியின் செயல்திறன் குறைவதற்கு வெப் மைனிங் காரணமாக இருக்கலாம்!. வெப் மைனிங் தொடர்ந்தால் உங்கள் சிபியூ விரைவில் பழுதடையக்கூடும். கவனமாக இருக்கவும்!.

கிளவுட் மைனிங், வெப் மைனிங் போன்றவை இப்போது மோசடிகளாகவே உள்ள நிலையில், எதிர்காலத்தில் அதுவே சட்டபூர்வ நடவடிக்கையாகவும் வாய்ப்புகள் உள்ளன!. யூடியூபில் விளம்பரங்கள் வருவதற்கு பதிலாக 'நீங்கள் காணொலி பார்க்கும் போது நாங்கள் வெப் மைனிங் செய்து கொள்கிறோம், உங்களுக்கு விளம்பரம் வராது' – என்று சொல்லும் நாட்கள் கூட வரலாம்!.

ஆனால் இப்போதைக்கு மைனிங்கில் ஈடுபட விரும்புகிறவர்களுக்கு 5 ஆலோசனைகள்.

1. தனியாக மைனிங்கா அல்லது குளங்களில் இணைந்து மைனிங்கா என்று முதலில் முடிவு எடுக்க வேண்டும்.
2. நேரத்தையும் பணத்தையும் செலவழித்து மைனிங் செய்தால் இறுதியில் லாபம் வருமா? நட்டம் வருமா? என்று கணக்கு பார்க்க வேண்டும்.
3. லாபத்துக்குத் தேவையான அளவு வன்பொருட்களை வாங்க வேண்டும்.
4. குளங்களில் இணைவதாக இருந்தால் சரியான குளமாகப் பார்த்து இணைய வேண்டும், அங்கும் சரியான கிரிப்டோ கரன்சியைத் தேர்வு செய்ய வேண்டும்.
5. கிளவுட் மைனிங், வெப் மைனிங் போன்றவற்றில் ஆழம் தெரியாமல் காலை விடக் கூடாது.

சரி, இந்தப் பிட்காயின்களுக்கு எதிர்காலம் உள்ளதா? இந்தியாவில் பிட்காயின் கடந்து வந்த பாதை என்ன? – விரிவாகப் பார்ப்போம் அடுத்த பகுதியில்...

~

59
பிட்காயினின் எதிர்காலமும் இந்தியாவும்

பிட்காயின்களை சிலர் பொருளாதாரத்தின் எதிர்காலம் என்கிறார்கள். ஆனால் 2140ஆம் ஆண்டுக்குப் பிறகு பிட்காயின்கள் என்னாகும் என்பதோ, பிளாக் செயினுக்கு மாற்று தொழில் நுட்பம் வந்தால் என்னாகும் என்பதோ யாருக்கும் தெரியாது. இவை தவிர வேறு சில சிக்கல்களும் பிட்காயின்களில் உள்ளன.

மெய்நிகர் நாணயங்கள் எந்தவொரு நாட்டின் மைய வங்கியாலும் அங்கீகரிக்கப்படாதவை என்பதால் இதனை அனைத்து இடங்களிலும் செலவழிக்க முடியாது, ஒரே நாளில் அதிக மதிப்புள்ள பிட்காயின்களையும் மாற்ற முடியாது. முன்பு போதைப் பொருள் கடத்தல்காரர்களும் சட்ட விரோதப் பணப்பரிவர்த்தனை செய்பவர்களும் அதிகமாகப் பயன்படுத்திய நாணயமாகவே பிட்காயின்கள் இருந்தன. இப்போது பொதுமக்கள் பிட்காயின் பயன்பாட்டுக்குள் வந்தாலும், அவற்றில் மாஃபியாக்களின் கைகள் ஓங்கி உள்ளதை மறுக்க முடியாது. எது எப்படி இருந்தாலும் பிட்காயின் வர்த்தகம் நாளுக்குநாள் வளர்ந்தே வருகிறது என்பதே உண்மை. பிட்காயின்கள் சர்வதேச நாணயமாக உருவாக்கப்பட்டது அதன் வளர்ச்சிக்குப் பிரதான காரணம்.

பிட்காயின்களுக்கு மதிப்பு எங்கிருந்து வருகின்றது? – என்று கேட்டால் அதற்கான எளிய பதில், 'அமெரிக்க டாலர்களுக்கு எங்கிருந்து மதிப்பு வருகிறதோ அங்கிருந்துதான்' – என்பதாகும். அமெரிக்க டாலருக்கும் தங்கத்துக்குமான உறவு துண்டிக்கப்பட்டு

உள்ள நிலையில், அமெரிக்க டாலருக்கு உண்மையான மதிப்பு என்று ஒன்று இல்லை, அமெரிக்க பெடரல் ரிசர்வ் வங்கி டாலரின் மதிப்பு குறித்த எந்த வாக்குறுதியையும் உலக நாடுகளுக்கு வழங்கவில்லை, அப்படி வழங்கும் தகுதி கூட பெடரல் ரிசர்வ் வங்கிக்கு இல்லை. உலக நாடுகளின் மக்கள் அமெரிக்க டாலர்களை நம்பிப் பயன்படுத்துவதால் அதன் தேவை உயர்கிறது, அந்தத் தேவையால் மட்டுமே டாலருக்கு மதிப்பு கிடைக்கிறது. அது போலவே கிரிப்டோ கரன்சிகளும் அவற்றைப் பயன்படுத்தும் மக்களின் நம்பிக்கையால் மட்டுமே மதிப்பைப் பெறுகின்றன.

அமெரிக்க டாலர்களை ஒரு குறிப்பிட்ட நாட்டின் அரசு வெளியிடுவதால் அந்த நாட்டின் சூழல்கள் அந்த நாணயத்தைப் பாதிக்க வாய்ப்புகள் உள்ளன. அமெரிக்க டாலரை வெளியிடும் பெடரல் ரிசர்வ் வங்கியால் அந்த டாலரைப் பண மதிப்பு நீக்கம் செய்ய முடியும் என்பது அடுத்த அபாயம். இவை போக ஒவ்வொரு ஆண்டும் 400 பில்லியன் டாலர்கள் என்ற அளவுக்கு அமெரிக்கா புதிய டாலர்களை அடித்துக் குவித்து வருகின்றது. வளைகுடா நாடுகள் இந்தப் பணத்தை இதுவரை வாங்கிக் கொண்டே இருந்தன. அதனால் அச்சடிக்கும் அவ்வளவு பணமும் தேங்காமல் புழங்கியது.

ஆனால் சுற்றுச்சூழல் மாசுபாடு உள்ளிட்ட காரணங்களால் வளைகுடா நாடுகளின் எரிபொருட்களுக்கு எதிர்காலம் இல்லாத நிலை உருவாகி வருகிறது. பேட்டரி வாகனங்களின் யுகம் தொடங்கி உள்ளது. இதனால் இத்தனைக்காலம் அமெரிக்க டாலர்களை வாங்கிக் குவித்த வளைகுடா நாடுகள் விரைவில் அவற்றை வெளியில் விடும். அப்போது அமெரிக்க டாலரின் மதிப்பு விழவும் கூடும். அதே சமயம் பிட்காயின் போன்ற கிரிப்டோ கரன்சிகளில் 'எண்ணிக்கைக் கட்டுப்பாடு' உண்டு. எனவே பல வகைகளில் கிரிப்டோ கரன்சிகள் இப்போதுள்ள பன்னாட்டு பணங்களை விடச் சிறந்தவை. ஆனால் அமெரிக்கா உள்ளிட்ட நாடுகளும், பணக்காரக் குடும்பங்களும் கிரிப்டோ கரன்சிகளை இப்படியே வாழ விடுவார்களா? – என்பது எதிர்காலம் பதில் சொல்ல வேண்டிய கேள்வி.

இப்போதைக்கு கிரிப்டோ கரன்சிகள் வளர்ச்சியின் பாதையில்தான் சென்றுகொண்டிருக்கின்றன. இப்போது பல நாடுகளில் பிட்காயின்களுக்கு ஏ.டி.எம்.கள் கூட முளைத்து

வருகின்றன. கனடா நாட்டின் வான்கூவரில் பிட்காயின்களுக்கான முதல் ஏ.டி.எம். 2013ஆம் ஆண்டில் திறக்கப்பட்டது. இதன் மூலம் உலகின் எந்தவொரு அங்கீகரிக்கப்பட்ட நாணயத்தையும் பிட்காயின்களாக மாற்ற முடியும். இப்படிக் கிடைக்கும் பிட்காயின்களைக் குறிப்பிட்ட நிறுவனங்கள் ஏற்கின்றன, 2016ஆம் ஆண்டிலேயே வான்கூவரில் 20க்கும் மேற்பட்ட கடைகள் பிட்காயின்களை ஏற்றன. ஆனால் அப்போது ஒரு நபர் ஒரு நாளைக்கு 3000 அமெரிக்க டாலர் மதிப்புக்குத்தான் பிட்காயின்களை பரிவர்த்தனை செய்ய முடியும் என்ற கட்டுப்பாடும் இருந்தது.

பிட்காயின் ஏ.டி.எம்

சில நாடுகளில் பிட்காயின் பயன்பாடுகள் பெரும் ஆதரவைப் பெற்று வருகின்றன. சைப்ரஸ் நாட்டின் தனியார் பல்கலைக் கழகமான நிகோஸியா தனது மாணவர்கள் தங்கள் கல்விக் கட்டணம் உள்ளிட்ட அனைத்து கட்டணங்களையும் பிட்காயின்களில் கட்டலாம் என 2013ஆம் ஆண்டு நவம்பரில் அறிவித்தது. இப்படி உலகம் முழுக்க டிஜிட்டல் நாணயங்கள் புயலாக வீசிக் கொண்டிருந்தபோது இந்திய அரசு மிகத் தாமதமாகவே கண் விழித்தது, ஆனால் விழித்தும் ஒன்றும் புரியாமல் மீண்டும் புரண்டுபடுத்துத் தூங்கியது!.

இந்தியாவில் பிட்காயின்கள் மீது ஆரம்பம் முதலே அச்சம் கலந்த புறக்கணிப்பே தொடர்கிறது. 'பிட்காயினை நாங்கள்

ஆதரிக்கவும் இல்லை, எதிர்க்கவும் இல்லை. இப்போதைக்கு அதை நெறிப்படுத்தும் திட்டமும் இல்லை' என கடந்த 2013ஆம் ஆண்டில் ரிசர்வ் வங்கியின் துணை கவர்னராக இருந்த கே.சி.சக்ரவர்த்தி தெரிவித்தார். அப்போது ரிசர்வ் வங்கி கவர்னராக இருந்த ரகுராம் ராஜனும் 'பிட்காயினின் ஏற்ற இறக்கம் சிறிது கவலை தருகிறது, அதற்காக பிட்காயினை மொத்தமாக நிராகரிக்கவும் இல்லை' என்று பூடகமாகக் கூறினார்.

பிட்காயின்களின் உலகளாவிய பயன்பாடு தொடர்ந்து அதிகரித்துக் கொண்டே வந்ததால் இந்தியாவிலும் பிட்காயின்கள் தானாகவே அறிமுகமாகின. 2017ல் பிட்காயின் பயன்பாட்டுக்கான செயலியை வடிவமைத்த ஜீபே எக்ஸ்சேஞ்ச் நிறுவனம் ஒவ்வொரு நாளும் தங்கள் செயலி 5 லட்சம் தடவைகள் பதிவிறக்கம் செய்யப்படுவதாகக் கூறியது. இதையெல்லாம் இந்திய அரசு கவனிக்கவே இல்லை. இப்படியாக நெடுங்காலமாக இந்தியா பிட்காயின்களை கண்டுகொள்ளாத நிலையில், 2017ல் பிட்காயின்கள் இந்தியாவைக் கண்டு கொண்டன.

2017ஆம் ஆண்டில் உலகின் பெரும்பாலான கம்ப்யூட்டர்களை முடக்கிய ரேன்சம்வேர் வைரஸ்களை பரப்பிய ஹேக்கர்கள் 'இதைத் தடுக்க வேண்டுமானால் பிட்காயின் போன்ற மெய்நிகர் கரன்சிகளை அளிக்க வேண்டும்' என்று கேட்டு மிரட்டினர். இதனால் பாதிக்கப்பட்டவர்களில் இந்தியர்களும் அடக்கம். எனவே அப்போது பிட் காயின் மீது மத்திய அரசின் கவனம் திரும்பியது. 2017 மார்ச்சில் மக்களிடம் பிட்காயின்கள் குறித்து மத்திய அரசு கருத்துகளைக் கேட்டது, அதே மாதத்தில் அப்போதைய இந்திய நிதித்துறை இணை அமைச்சர் அர்ஜுன் ராம் மேக்வால் 'பிட்காயின் உபயோகம் சட்ட விரோதமானது. இதை உபயோகிப்பவர்கள் மீது நிதி மோசடி சட்டம் பாயும்' – என்று பேசினார் (பிறகு ஏன் மக்களிடம் கருத்து கேட்டார்கள் என்பது அரசுக்கே வெளிச்சம்!).

இதனைத் தொடர்ந்து 2018ஆம் ஆண்டு ஏப்ரல் 16ல் ரிசர்வ் வங்கி இந்தியாவில் கிரிப்டோ கரன்சி வர்த்தகம் செய்ய தடை விதித்து ஒரு சுற்றறிக்கையை வெளியிட்டது. அதில் டிஜிட்டல் கரன்சிகள் பரிமாற்றத்தில் ஈடுபட வேண்டாம் என்று வங்கிகள் மற்றும் இதர நிதி நிறுவனங்களுக்கு அறிவுறுத்தப்பட்டது.

மேலும் கிரிப்டோ கரன்சி பரிவர்த்தனையில் ஈடுபடும் யாரையும் ஊக்குவிக்க வேண்டாம் என்றும் கேட்டுக் கொள்ளப்பட்டது. ரிசர்வ் வங்கியின் இந்தத் தொலைநோக்கற்ற சுற்றறிக்கையை எதிர்த்து இந்திய இன்டர்நெட் மற்றும் மொபைல் சங்கம் (IAMAI) உச்ச நீதிமன்றம் சென்றது. இது போல இன்னும் பல்வேறு பணப் பரிவர்த்தனை நிறுவனங்களும் உச்ச நீதிமன்றம் சென்றன.

அந்த வழக்குகளில், இந்தியாவில் கிரிப்டோ கரன்சிகளைப் பயன்படுத்த பரிவர்த்தனை நிறுவனங்களுக்கு இருந்த தடையை நீக்குவதாக 2020ஆம் ஆண்டு மார்ச்சில் உச்ச நீதிமன்றம் அறிவித்தது. அத்தோடு ரிசர்வ் வங்கியின் முந்தைய சுற்றறிக்கையையும் உச்சநீதிமன்றம் ரத்து செய்தது. இதனால் ஜீபே (Zebpay)வைப் போல வாசிர்எக்ஸ் (WazirX), காயின்டிசிஎக்ஸ் (CoinDCX), காயின் சுவிட்ச் (Coin Switch) போன்ற பிற நிறுவனங்களும் இந்தியாவில் கிரிப்டோகரன்சி வர்த்தகத்தில் குதித்தன. ஆனால் இந்திய அரசு இதன் பின்னரும் பிட்காயின்களை சட்டபூர்வமானவையாக அங்கீகரிக்கவில்லை. அதைப்பற்றி மக்களும் கவலைப்படவில்லை.

இந்தியாவின் கிரிப்டோ கரன்சி சந்தையை கண்காணிக்கும் காயின்ஜெக்கோ (CoinGecko) அமைப்பு வெளியிட்ட தகவலின்படி, 2020ஆம் ஆண்டு மார்ச் 1 அன்று இந்தியாவில் பிட்காயின் வர்த்தகம் 4.5 மில்லியன் டாலர்களாக இருந்தது. உச்சநீதிமன்ற உத்தரவுக்குப் பின்னர் பரிவர்த்தனைகள் அதிகரித்து 2020ஆம் ஆண்டு டிசம்பர் 16க்குள் பிட்காயின் வர்த்தகம் 22.4 மில்லியன் டாலராக உயர்ந்தது.

அதே நேரம் ஆசியாவில் சீனாவுக்கு அடுத்து பிட்காயின்களை அதிக அளவில் பயன்படுத்தும் இரண்டாவது நாடாக இந்தியா உள்ளதாகவும், உலக அளவில் அதிகம் பிட்காயினைப் பயன்படுத்தும் நாடுகளில் இந்தியா ஆறாவது இடத்தில் உள்ளதாகவும் கிரிப்டோ கரன்சி பரிவர்த்தனை அமைப்பான பாக்ஸ்புல் (Paxful) தெரிவித்தது. 2020ஆம் ஆண்டில் மட்டும் இந்தியாவில் பிட்காயின் முதலீடுகள் 220% வளர்ச்சி கண்டன.

2021ஆம் ஆண்டு பிப்ரவரி 8 அன்று உலகின் பிரபல கோடீஸ்வரர்களில் ஒருவரான எலான் மஸ்க் தனது டுவிட்டில், ‘பிட்காயினில் 1.5 பில்லியன் டாலர் (அதாவது அன்றைக்கு

இந்திய மதிப்பில் சுமார் 10,000 கோடி ரூபாய்க்கு நிகரான தொகையை) முதலீடு செய்யப் போகிறேன்' என அறிவித்தார். அத்தோடு எதிர்காலத்தில் பிட்காயினைக் கொண்டு தங்கள் நிறுவனத் தயாரிப்பான டெஸ்லா காரை வாங்கவும் வசதி ஏற்படுத்தப்பட உள்ளதாகக் கூறினார். இந்த டுவிட் பிட்காயினின் மதிப்பை உடனடியாக 20% ஏற்றியது.

2017ஆம் ஆண்டில் ஒரு பிட்காயினின் மதிப்பு 3 லட்சம் ரூபாயாக இருந்தது, 2020ஆம் ஆண்டின் தொடக்கத்தில் அது 1 லட்சம் ரூபாய்க்குச் சரிந்திருந்தது. 2021 பிப்ரவரி 9ஆம் தேதியோ ஒரு பிட்காயின் 17 லட்சம் ரூபாய்க்கு வர்த்தகமானது. எலான் மஸ்க்கின் டுவிட்டுக்குப் பின்வந்த நாட்களில் பிட்காயினின் மதிப்பு 50 லட்சம் ரூபாய்கள் வரை சென்றது. (ஆனால் பிட்காயின்களுக்கு டெஸ்லா கார் என்ற அறிவிப்பை மட்டும் பின்னர் எலான் மஸ்க் திரும்பப் பெற்றார், பிட்காயின் உருவாக்கத்தில் சுற்றுச் சூழல் மாசுபடுவதுதான் காரணம் என்று சொன்னார்.) பிட்காயின் போலவே டோஜ் காயின் போன்ற பிற கிரிப்டோ கரன்சிகளும் 2021ல் பெரும் வளர்ச்சி அடைந்தன. (இதனால் 2022ல் இந்த நாணயங்களின் மதிப்பு கடும் ஏற்ற இறக்கங்களைச் சந்தித்தது தனிக் கதை.)

வெயில் காலம் வந்தால் குடைக்கும், பெட்ரோல் விலை ஏறினால் செருப்புக்கும் வரி உயர்த்தும் இந்திய அரசு இதையெல்லாம் பார்த்து சும்மா இருக்குமா?. 2022ஆம் ஆண்டு மார்ச்சில் வெளியான இந்தியாவின் நிதிநிலை அறிக்கையில், பிட்காயின் உள்ளிட்ட என்.எஃப்.டி.க்கள் (NFT - Non & Fungible token) மூலம் பெறப்படும் வருமானத்திற்கு 30% வரிவிதிக்கப்படுவதாக அறிவிக்கப்பட்டது. மேலும் விரைவில் ரிசர்வ் வங்கியே டிஜிட்டல் கரன்சியை வெளியிடும் என்றும் பட்ஜெட்டில் கூறப்பட்டது.

அப்போது இந்திய கிரிப்டோ கரன்சி பயன்பாட்டாளர்கள், 'வருமானம் வந்தால் 30% வரி எனும் போது நட்டம் வந்தால்?' – என்ற கேள்வியை எழுப்பினர். ஆனாலும் அவர்களில் சிலர், 'கிரிப்டோ கரன்சி வருமானத்துக்கு இந்திய அரசு வரி விதித்து உள்ளதன்மூலம் கிரிப்டோ கரன்சி பயன்பாட்டுக்கு அரசின் அங்கீகாரம் கிடைத்துள்ளது' – என்று நேர்மறையாகவும் கருத்து கூறினர்.

எலான் மஸ்க்   நிர்மலா சீதாராமன்

இதனைத் தொடர்ந்து 2022 ஏப்ரல் 19அன்று அறிக்கை வெளியிட்ட நிர்மலா சீதாராமன், 'கிரிப்டோ கரன்சிகளுக்கு 30% வரி என்பது கிரிப்டோ கரன்சி பயன்பாட்டைக் கண்காணிக்கத்தான், கிரிப்டோ கரன்சியை சட்டபூர்வமாக்க அல்ல' – என்று திருவாய் மலர்ந்தார். அதாவது கிரிப்டோ கரன்சி சட்டபூர்வமானது அல்ல, ஆனால் 30% வரி கட்ட வேண்டும். இதனையடுத்து இந்தியாவில் கிரிப்டோ கரன்சி வைத்திருந்த பலரும் சத்தமில்லாமல் தங்கள் நாணயங்களை வெளிநாடுகளில் உள்ள வாலெட்களுக்கு மாற்றினர். பணமதிப்பு நீக்கத்தில் இருந்து எந்தப் பாடத்தையும் இந்திய அரசு கற்றுக் கொள்ளவில்லை என்பதையே கிரிப்டோ கரன்சி குறித்த அரசின் அறிவிப்புகள் வெளிக்காட்டின.

கிரிப்டோ கரன்சி விவகாரத்தில் இந்திய நிதித்துறை இன்னும் போதிய கல்வியறிவு பெறவில்லை என்றே தோன்றுகின்றது. ஒரு குறிப்பிட்ட நாட்டின் அரசால் கிரிப்டோ கரன்சிகளை முழுவதுமாகத் தடை செய்ய முடியாது என்ற நிலையில் அதை ஒழுங்குபடுத்துவது அவசியம். ஆனால் அந்தப் பொறுப்பை இந்திய அரசு இதுவரை ஏற்கவில்லை.

~

60

நாணய சேகரிப்பும், அதற்கான சிறப்பு நாணயங்களும்...

நமது கண்ணின் முன்னே இருந்தும் நாம் காணத் தவறும் அற்புதமான பொழுது போக்குகளுள் ஒன்று நாணய சேகரிப்பு. நாணயங்கள் அச்சடிக்கப்பட்ட ஆரம்ப காலத்தில் இருந்தே வகை வகையான நாணயங்களை சேகரிப்பவர்கள் இருந்திருக்கிறார்கள், அவர்களில் பெரும்பாலானவர்கள் நாணயங்களின் அழகுக்காக சேகரித்தவர்கள், இன்றைக்கோ நாணயங்கள் அவற்றின் பின்னுள்ள வரலாறுகளுக்காகவே அதிகம் சேகரிக்கப்படுகின்றன.

இன்றைக்கு நாணயங்களை சேகரிப்பது என்பது ஒரு உலகளாவிய பொழுதுபோக்கு. 2012ஆம் ஆண்டின் கணக்கெடுப்பின்படி உலகெங்கும் சுமார் 15 கோடி பேர் நாணய சேகரிப்பில் ஆர்வம் கொண்டவர்களாக உள்ளனர். இவர்களில் சுமார் 1.5 கோடிப்பேருக்கு நாணய சேகரிப்பு பிரதான பொழுதுபோக்காக உள்ளது. இவர்களில் பலர் ஆய்வாளர்களாகவும் புத்தக ஆசிரியர்களாகவும் உள்ளனர். நாணய சேகரிப்பாளர்களைக் குறிக்க 'Numismatist' – என்ற சொல் ஆங்கிலத்தில் பயன்படுத்தப்படுகின்றது. 'நாணய சேகரிப்பு' என்ற துறையை ஆங்கிலத்தில் Numismatics – என்று குறிக்கின்றனர். இதன் நேரடியான அர்த்தம் 'நாணயங்களைப் பற்றி அறிதல்' என்பது (Pnumismatics – என்பதே இதன் பழைய ஸ்பெல்லிங், இதை இங்கு விரிவாகப் பார்க்கத் தேவை இல்லை).

நாணய சேகரிப்பில் மிக முக்கியமான செய்தி உங்களால் வரலாற்றின் ஒரு துண்டை சேகரிக்க முடியும் என்பதுதான். ஒரு நாணயம் எவ்வளவு அரிதானதோ அவ்வளவு விலை

மதிப்பு உள்ளது. அதாவது 1991ஆம் ஆண்டில் நொய்டா நாணய சாலையில் இருந்து வெளியான ஒரு ரூபாய் நாணயம் குறைந்த எண்ணிக்கையிலும், ஆயிரம் ஆண்டுகள் பழமையான இராஜராஜனின் கால செம்பு நாணயம் அதிக எண்ணிக்கையிலும் கிடைக்கின்றன என்றால் குறைவான எண்ணிக்கையில் கிடைக்கும் ஒரு ரூபாய் நாணயம்தான் அதிக மதிப்பு உள்ளது. இங்கு பழமை என்பது விலையைத் தீர்மானிப்பது இல்லை. மேலும் அரிய நாணயங்கள் எவ்வளவுக்கு எவ்வளவு தேய்மானம் இல்லாமல் கிடைக்கின்றனவோ அவ்வளவுக்கு அவ்வளவு கூடுதல் மதிப்பையும் பெறும்.

மக்களின் கைகளில் நேரிடையாகப் புழங்காத நாணயங்கள் இயல்பாகவே நல்ல நிலையில் இருக்கும் இவற்றை சேகரிப்பாளர்கள் யூஎன்சி (UNCirculated) என்று அழைக்கின்றனர். சில நாணயங்கள் நாணய சாலையால் சோதனை முயற்சியாக அச்சிடப்பட்டு இருக்கும், ஆனால் புழக்கத்திற்கே வந்திருக்காது இவற்றுக்கு பேட்டர்ன் அல்லது எக்ஸ்பிரிமெண்டல் பேட்டர்ன் (experimental pattern) என்று பெயர். இந்த வகை நாணயங்களை சேகரிப்பாளர்கள் அதிகம் தொகை கொடுத்து வாங்குகின்றனர். இப்படி நாணய சேகரிப்பில் பல ரகசியங்கள் உண்டு.

அதேநேரம், எது அரிய நாணயம்? எதற்கு அதிக விலை? – என்று பொதுமக்களுக்குத் தெரியாது, அதனால் 'சேகரிப்பாளர்கள் சில காசுகளை அதிக விலை கொடுத்து வாங்குகிறார்கள்' என்பது மட்டும் மக்களை சலனப்படுத்திக் கொண்டே இருக்கும். மக்களின் இந்த அறியாமையை பல மோசடியாளர்கள் பயன்படுத்தத் தொடங்கி உள்ளனர்.

இணையத்தில் இப்போது நிறைய நாணயங்கள் விற்கப்படுகின்றன. இவற்றில் 70% போலிகள்! சாமானிய மக்களுக்கு எது அரிய நாணயம்? எது உண்மையான நாணயம்? என்பது தெரியாது என்பதால் மோசடிகள் கொடிகட்டிப் பறக்கின்றன. நாணய மோசடிகளின் இன்னொரு வடிவத்தை நம்மில் பலரும் பார்த்து இருப்போம். கடந்த சில ஆண்டுகளாக இந்தியாவில் உள்ள இணைய விற்பனை நிறுவனங்கள் மக்களைத் தங்கள் பக்கம் குவிக்க ஒரு தந்திரத்தைக் கையாண்டு வருகின்றன.

சாதாரண ஒரு ரூபாய் பணத்தாள், 2 ரூபாய் காசு அல்லது 5 ரூபாய் காசை தங்கள் இணையதளத்தில் போட்டு 'இதன்

விலை 2 லட்சம்... 3 லட்சம்' என்று விளம்பரம் செய்ய அவை அனுமதிக்கின்றன. இதைப் பார்க்கும் பொதுமக்கள் தங்களிடம் உள்ள பழைய காசுகளையும் இதே போல விற்க முயற்சி செய்கின்றனர். ஆண்டுக்கு குறைந்தது 600 ரூபாய் கட்டி அந்த விற்பனைத் தளங்களில் இதற்காகவே இணைகின்றனர்.

ஆனால் ஒரு பொருளின் விலை எப்போதும் வாங்கும் நபர்களால்தான் தீர்மானிக்கப்படுகின்றது, விற்பவர்களால் அல்ல. இணையத்தில் ஆயிரக்கணக்கான மக்கள் இது போல காசுகளை விளம்பரப்படுத்தினாலும் சேகரிப்பாளர்கள் யாரும் இதை வாங்குவது கிடையாது. சேகரிப்பாளர்கள் நாணய ஏலங்களில் மட்டுமே அதிகம் செலவு செய்து காசுகளை வாங்குகிறார்கள். எனவே இதன் மூலம் பழைய காசு வைத்து உள்ளவர்கள் பைத்தியமாவதும், நாணய விற்பனைத் தளங்கள் விற்பனையாளர்களின் பதிவுக் கட்டணம் மூலம் பணம் குவிப்பதுமே நடக்கின்றது. இதுவரை இந்தியாவில் லட்சக் கணக்கான காசுகள் இப்படிப் பட்டியலிடப்பட்டும் எந்தக் காசும் விற்றது இல்லை. ஆனால் ஊடகங்கள் இதையெல்லாம் தெரிந்து கொள்ளாமல் அல்லது அலட்சியம் செய்து 'இந்தத் தளத்தில் பழைய காசு இவ்வளவுக்கு விற்பனை' – என்று செய்திகளை வெளியிடுகின்றன. இந்த செய்திகள் மோசடியாளர்களுக்கு புதிய வாடிக்கையாளர்களைப் பிடிக்க நன்றாகவே உதவுகின்றன. ஊடகங்களில் பொருளாதாரம் தெரிந்தவர்கள் இல்லை என்பதையே இந்தப் பழைய காசு மோசடிகள் வெளிக்காட்டுகின்றன. இந்த மோசடிகளுக்கும் நாணய சேகரிப்பாளர்களுக்கும் எந்தத் தொடர்பும் இல்லை, அவர்கள் ஒதுங்கியே செல்கிறார்கள்.

இரிடியம் காசு, லிபோ காசு, ரைஸ் புல்லிங் காசு, இந்திராகாந்தி 1 ரூபாய் காசு – என்று இல்லாத காசுகளின் பெயரால் நடக்கும் மோசடிகள் வேறு வகை. நாணய சேகரிப்பு குறித்து மக்களுக்குத் தெரியாத காரணத்தால் நாணய சேகரிப்பை ஏதோ மாயாஜாலம் என்று சொல்லியே இந்த மோசடிகளும் நடக்கின்றன. காசுகளுக்கு அரிசியை இழுக்கும் திறன் உள்ளது, உஜாலாவை வெளுக்க வைக்கும் ஆற்றல் உள்ளது, மந்திரக் காசால் மழை பெய்ய வைக்க முடியும் – என்றெல்லாம் சொல்லி எளிய மாயாஜால வித்தைகளைப் பயன்படுத்தி மக்களை

ஏமாற்றுகின்றனர். மந்திரம் மந்திரவாதிக்கு மட்டும்தான் பலிக்கும் என்பதை மக்களும் கவனிப்பது இல்லை.

இந்திய ரிசர்வ் வங்கியின் தளத்திலேயே அரசு இதுவரை வெளியிட்ட காசுகளின் விவரங்கள் படங்களுடன் உள்ளன. தவிர பல்வேறு ஆய்வாளர்களும் அரிய நாணயங்களின் விலைப் பட்டியல்களை வெளியிட்டு உள்ளனர். பல்வேறு ஏல நிறுவனங்களும் அரிய நாணயங்களை புகைப்படங்களுடன் பட்டியலிட்டு விற்கின்றன. ஆனால் இவை எதிலும் இடம்பெறாத போலி நாணயங்களை மக்கள் ஒப்பாய்வே செய்யாமல் வாங்கி ஏமார்ந்துதான் வருகின்றனர். அயல்நாடுகளில் நாணய சேகரிப்பு குறித்த விழிப்புணர்வு அதிகமாக உள்ளதுபோல இந்தியாவில் இல்லை என்பதே இதன் பிரதான காரணம் ஆகும்.

உலகின் பல்வேறு நாடுகள் நாணய சேகரிப்பை வளர்ப்பதில் ஆர்வம் காட்டுகின்றன. இந்த நாடுகளின் பட்டியலில் இந்தியாவுக்கும் தனித்த இடம் உண்டு. இந்தியாவில் தங்கக் கட்டுப்பாடு அமலில் இருந்த போது, மக்களிடம் இருந்த அதிகத் தரம் வாய்ந்த தங்க நாணயங்களும், தங்கக் கட்டிகளும் அரசால் கைப்பற்றப்பட்டன என்று முன்னர் பார்த்தோம், அப்போதும் கூட நாணய சேகரிப்பாளர்களின் நாணயங்களுக்கு இந்தியாவில் விலக்கு அளிக்கப்பட்டது என்பது இங்கே குறிப்பிடத்தக்கது.

இந்தியா உள்ளிட்ட உலக நாடுகள் பலவற்றிலும் நாணய சேகரிப்பாளர்களுக்கு என்றே சிறப்பு நாணயங்கள் வெளியிடப்படுகின்றன. இந்த நாணயங்கள் புரூப் நாணயங்கள் (proof coins) என்று அழைக்கப்படுகின்றன. முற்காலத்தில் நாணயங்களை அச்சடிக்கும் நாணயசாலைகளில் ஒரு நாணய அச்சு புதிதாக உருவாக்கப்பட்ட உடன், அந்த அச்சை சரிபார்க்க முதலில் கொஞ்சம் புரூஃப் நாணயங்கள் அதிக கவனம் எடுத்து அச்சடிக்கப்பட்டன. இதனால் துல்லியம் மிளிரும் இந்த நாணயங்கள் சேகரிப்பாளர்களால் பெரிதும் விரும்பப்பட்டன. பிறகு இன்றைய நவீன காலத்தில் புரூஃப் நாணயங்கள் நாணய சேகரிப்பாளர்களுக்காக மட்டுமே அச்சடிக்கப்படுகின்றன.

இந்தியாவில் புரூஃப் நாணயங்கள் 20 ரூபாய், 50 ரூபாய், 75 ரூபாய், 100 ரூபாய், 150 ரூபாய், 550 ரூபாய், 600 ரூபாய், 1000 ரூபாய் – போன்ற பல மதிப்புகளில் வெளியிடப்பட்டு உள்ளன. இவற்றில் பெரும்பாலானவை வெள்ளியாலும், வெள்ளிக் கலப்பு உலோகங்களினாலும் ஆனவை. அதனால்

இவற்றின் உலோக மதிப்பு (metal value) இவற்றின் முகமதிப்பை (Face value) விடவும் அதிகமாக இருக்கும், உதாரணமாக வெள்ளிக் கலப்பு உள்ள 100 ரூபாய் நாணயத்தின் உலோக மதிப்பு குறைந்தது 600 ரூபாய். இதனால் அரசே இந்த நாணயங்களை கட்டுப்படியாகும் நல்ல விலைக்கு விற்பனை செய்கின்றது. இவற்றுக்கும் பணப் புழக்கத்துக்கும் தொடர்பு இல்லை. இவற்றைப் பெரும்பாலான பொதுமக்கள் பார்த்து கூட இருக்க மாட்டார்கள். இந்தியாவில் வெளியிடப்பட்ட புரூஃப் நாணயங்களிலேயே அதிக மதிப்புடைய நாணயம் 1000 ரூபாய் நாணயம் ஆகும். தஞ்சைப் பெரிய கோவில் கட்டப்பட்டதன் ஆயிரமாம் ஆண்டு கடந்த 2010ல் வந்தது, அதன் நினைவாக 1000 ரூபாய் புரூஃப் நாணயம் முதன்முறையாக 2011ல் வெளியிடப்பட்டது. பின்னர் வேறு தருணங்களிலும் 1000 ரூபாய் காசுகள் வெளியிடப்பட்டு உள்ளன.

இந்தியாவை விடவும் அதிக கவனத்தை நாணய சேகரிப்பு துறையில் காட்டும் நாடுகள் பல உலகெங்கும் உள்ளன. அவை பன்னாட்டு நாணய சேகரிப்பாளர்களை தங்கள் நாட்டை நோக்கி ஈர்க்க என்றே பலவிதங்களில் நாணயங்களை வெளியிடுகின்றன. இந்த நாணயங்களின் விற்பனை மூலமாகவே அவை பெரிய லாபத்தையும் புகழையும் அடைகின்றன.

1991ஆம் ஆண்டில் ஆஸ்திரேலிய நாடு நாணய சேகரிப்பாளர்களுக்காக ஒரு கிலோ எடையுள்ள தங்க நாணயங்களை வெளியிட்டு உலகையே திரும்பிப் பார்க்கச் செய்தது. பின்னர் 2007ஆம் ஆண்டில் கனடா நாடு 100 கிலோ தங்கத்தில் தங்க நாணயத்தை வெளியிட்டு ஆஸ்திரேலியாவின்

1000 ரூபாய் நாணயம்

1000 கிலோ தங்க நாணயம்

சாதனையை முறியடித்தது. பின்னர் 2012ஆம் ஆண்டில் 1000 கிலோ எடையுள்ள தங்க நாணயம் ஒன்றை வெளியிட்ட ஆஸ்திரேலியா தனது பழைய புகழை மீண்டும் தக்க வைத்துக் கொண்டது. இந்த நாணய வெளியீடுகள் ஒவ்வொன்றும் கின்னஸ் சாதனைப் புத்தகத்தில் இடம் பெற்று உள்ளன.

சில நாடுகள் விதவிதமான வண்ணங்களில், வடிவங்களில், தொழில்நுட்பங்களில் நாணய சேகரிப்பாளர்களுக்கான நாணயங்களை வெளியிடுகின்றன. சில உதாரணங்கள் உங்களுக்காக...

பல வண்ண நாணயங்களை நீங்கள் பார்த்திருக்கின்றீர்களா?. சி.ஐ.டி. (CIT - Coin invest trust) என்ற நிறுவனம் 'பலாவு' – என்ற அமெரிக்க குடியேற்ற நாட்டின் சார்பாக வண்ண வண்ண நாணயங்களை 1992 மற்றும் 1993 ஆகிய ஆண்டுகளில் வெளியிட்டது. பல நாணய சேகரிப்பாளர்கள் இவற்றை ஆர்வத்தோடு வாங்கிச் சேகரித்தார்கள். ஆனால் அமெரிக்காவிடம் இருந்து பலாவு அப்போது சுதந்திரம் பெற்றிராத காரணத்தாலும், அமெரிக்க டாலர் நாணயங்கள் பலாவுவில் அப்போது புழக்கத்தில் இருந்ததாலும், இந்த

நாணயங்களை 'சட்ட ரீதியான நாணயங்கள்' என்று அமெரிக்கா அங்கீகரிக்கவில்லை!. இதனால் இவை டோக்கன்கள் அல்லது மாதிரி நாணயங்கள் என்றே கருதப்பட வேண்டியவையாக மாறின.

பிறகு 1994ல் அமெரிக்காவிடம் இருந்து சுதந்திரம் பெற்ற பலாவு '5 அவுன்ஸ்' என்ற தனது முதல் சட்டரீதியான, பல வண்ண நாணயத்தை வெளியிட்டது. ஆனால் அதற்கு முன்னதாகவே 1993ஆம் ஆண்டில் ஈக்வடாரியல் கயானா, உகாண்டா – ஆகிய இரண்டு நாணயங்களும் வண்ண நாணயங்களை வெளியிட்டு 'வண்ண நாணயங்களை முதன் முதலில் வெளியிட்டவர்கள்' என்ற பெருமையைப் பகிர்ந்து கொண்டன. இந்த இரண்டு நாடுகளுக்கும் சிறந்த நாணய சாலைகள் இல்லாத நிலையில், இவை தென்னாப்பிரிக்க நாணய சாலையில் தங்கள் நாணயங்களை அச்சிட்டு இந்த சிறப்பைப் பெற்றன. அமெரிக்காவின் புண்ணியத்தில் பலாவு நாட்டுக்கு வடை போனதுதான் மிச்சம்.

ஆனால் அப்போதும் அசராத பலாவு அடுத்தடுத்து பல வகையான நாணயங்களை சேகரிப்பாளர்களுக்காக மட்டும் அச்சடித்து அசரடித்தது. 2012ஆம் ஆண்டில் காதலின் சின்னமான 'ஹார்ட்டின்' வடிவத்தில் இவர்கள் வெளியிட்ட நாணயங்கள் நாணய சேகரிப்பாளர்களைத் தாண்டி காதலர்களிடமும் வரவேற்பைப் பெற்றன. அந்த நாணயத்தில் 'My heart flies for you' – என்றே பொறிக்கப்பட்டது அதன் காரணமாக இருக்கலாம். இது அந்நாட்டின் பொருளாதார மேம்பாட்டுக்கும் பெருமளவில் உதவியது. அதனால் பொருளாதாரத்தில் பின்தங்கியங்கிய பலநாடுகள் இதுபோன்ற நாணயங்களை வெளியிடுவதில் ஆர்வம் காட்டுகின்றன.

பசிக்கும் பஞ்சத்திற்கும் பெயர்போன நாடாக அறியப்படும் சோமாலியா, கடந்த 2004ஆம் ஆண்டில் 'ராக் அண்டு ரோல்' இசையின் 50ஆம் ஆண்டு விழாவைக்

ஹார்ட்டின் நாணயம்

கொண்டாட விரும்பியது. இதற்காக ராக் அண்டு ரோல் இசையின் பிரதான இசைக் கருவியான கிடார் (Guitar) வடிவத்தில், வண்ண நாணயங்கள் சிலவற்றை இந்நாடு வெளியிட்டது. இந்த நாணயங்கள் சர்வதேச அளவில் பெற்ற வரவேற்பின் காரணமாக 2012 ஆம் ஆண்டில் மற்றொரு கிடார் வரிசை நாணயங்கள் இதே நாட்டினால் வெளியிடப்பட்டன.

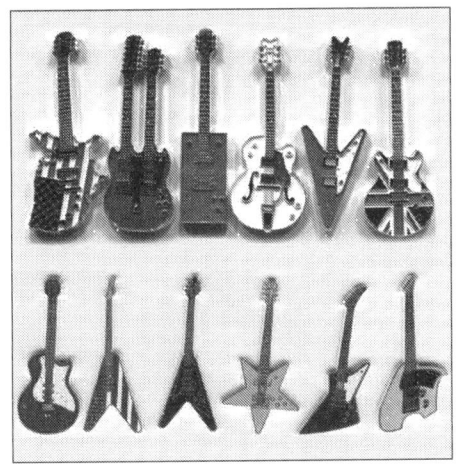

கிடார் நாணயங்கள்

இந்த கிடார் நாணயங்கள் சுமாராக 1.75 இன்ச் உயரம் உடையவை. பின்னர் மோட்டார் பைக், கார் – ஆகிய வடிவங்களிலும் சோமாலியா தனது நாணயங்களை வெளியிட்டு உள்ளது.

புரூஃப் நாணயங்களை சேகரிப்பது உலகளாவிய பொழுதுபோக்கு மட்டுமல்லாமல் மிகப்பெரிய முதலீடும் கூட, இந்திய புரூஃப் நாணயங்கள் 2010கள் வரையில் மிக முக்கிய முதலீடாக இருந்தன. சில ஆயிரங்களில் வாங்கப்பட்ட சில வகை புரூஃப் நாணயங்கள் சேகரிப்பாளர்களின் தேவை உயர்வால் லட்சத்துக்கு நெருக்கமான விலைகளில் ஏலங்களில் விற்றன. பின்னர் இந்திய அரசு ‘சேகரிப்பாளர்கள் அதிகம் விரும்பும் நாணயங்களை மீண்டும் அச்சிட்டு விற்பனை செய்வோம்’ என்ற அறிவிப்பை வெளியிட்டதால் இப்போது சிறந்த முதலீடாக இந்திய புரூஃப் நாணயங்கள் பார்க்கப்படுவது இல்லை. ஆனால் பல அயல்நாடுகள் இப்படிச் செய்வதில்லை, அவர்களின் புரூஃப் நாணயங்கள் நல்ல முதலீடுகளாகவே தொடர்ந்து நிலைக்கின்றன.

~ ~ ~

7